AF899895

മാർക്സിന്റെ സമരങ്ങൾ

Marxinte Samarangal
Study

G Vijayakumar

CHINTHA PUBLISHERS
Thiruvananthapuram

© Rights Reserved
All rights reserved. No part of this publication may be reproduced, transmitted, or stored in a retrieval system in any form or by any means without the written permission of the publisher.

First Edition
September 2019

Second Impression
December 2021

Published & Typesetting
Chintha Publishers, Thiruvananthapuram

Printed at
Repro India Ltd, Mumbai

Cover Design
Vinod Mangoes

ISBN - 978-93-89410-24-2

CO - 2864 / 5756

₹ 320

Email: chinthapublishers@gmail.com
Website: www.chinthapublishers.com

A vertion is available at National Libraries
Kolkata, Mumbai, Chennai and Delhi

Distribution
DESHABHIMANI BOOKHOUSE
H O Thiruvananthapuram 695035

Branch
Head Office Kunnukuzhi • Statue Thiruvananthapuram
KSRTC Bus Terminal Thampanoor • Saphalyam Complex Thiruvananthapuram
KSRTC Bus Station Alappuzha • KSRTC Bus Station Ernakulam
Machingal Lane Thrissur • IG Road Kozhikode
Mavoor Road Kozhikode • NGO Union Building Kannur
Central Bus Terminal Complex Thavakkara Kannur

മാർക്സിന്റെ സമരങ്ങൾ

ജി വിജയകുമാർ

ചിന്ത പബ്ലിഷേഴ്സ്
തിരുവനന്തപുരം-695 035
വില : ₹ 320

ജി വിജയകുമാർ

സംസ്ഥാന സർക്കാർ സർവ്വീസിൽ പത്ത് വർഷം - സർവ്വേ വകുപ്പ് ജീവനക്കാരനായിരുന്നു. ഇക്കാലത്ത് കേരള എൻ ജി ഒ യൂണിയൻ സംസ്ഥാന സെക്രട്ടറി. കേരള സർവ്വീസ് മാസികയുടെ എഡിറ്റർ. ഇപ്പോൾ ചിന്ത വാരികയുടെ പത്രാധിപ സമിതി അംഗം.

കൃതികൾ : *ആണവകരാർ അടിമത്തത്തിലേക്കുള്ള കാൽവെപ്പ്, അറബ് വസന്തം മുതൽ വാൾസ്ട്രീറ്റ് പിടിച്ചെടുക്കൽ വരെ, ക്യൂബ സോഷ്യലിസത്തിന്റെ പാതയിൽ തന്നെ, മാധ്യമ നുണകളുടെ പെരുമഴക്കാലം, വധശിക്ഷ ഭീകരത യാക്കൂബ് മേമൻ, ഹ്യൂഗോ ഷാവേസും ഇരുപത്തിയൊന്നാം നൂറ്റാണ്ടിലെ സോഷ്യലിസവും, ലാറ്റിനമേരിക്കൻ ജനകീയ ചരിത്രം, ചുവന്ന സൂര്യന്റെ ഉദയാസ്തമയം, ഒക്ടോബർ വിപ്ലവം.*

പരിഭാഷകൾ: കാൾ മാർക്സിന്റെ *ഗോഥാ പരിപാടിയെ കുറിച്ചുള്ള വിമർശനം*, ചെഗുവേരയുടെ *മോട്ടോർ സൈക്കിൾ ഡയറി*, മാർക്സ് & എംഗൽസ് ജീവചരിത്ര കുറിപ്പ്, അന്റോണിയോ ഗ്രാംഷിയുടെ *തത്ത്വശാസ്ത്രത്തിന്റെ പഠനം*, അൽത്തൂസറിന്റെ *മൂലധനത്തിനൊരു മുഖവുര*, പ്രഭാത് പട്നായിക്കിന്റെ *മുതലാളിത്തത്തിന്റെ പ്രതിസന്ധിയും സോഷ്യലിസത്തിന്റെ ഭാവിയും.*

വിലാസം : ദീപ്തി, TC 20/188417
ARA -E 40, തമലം
പൂജപ്പുര P O
തിരുവനന്തപുരം 695 012

ഫോൺ : 9446383414

ഇ- മെയിൽ : vijayan.chintha@gmail.com

ഉള്ളടക്കം

പ്രസാധകക്കുറിപ്പ്

നവലിബറലിസത്തിന്റെയും മുതലാളിത്തലോകത്തെ ഏതാണ്ട് സ്ഥായിയായി ബാധിച്ചിരിക്കുന്ന സാമ്പത്തിക പ്രതിസന്ധിയുടെയും പശ്ചാത്തലത്തിൽ മാർക്സിസ്റ്റ് ക്ലാസിക്കുകളുടെ പുനർ വായന ലോകമെങ്ങും ധാരാളമായി നടക്കുന്നുണ്ട്. മുതലാളിത്ത ബന്ധങ്ങളെയും അവയിലെ കുഴപ്പങ്ങളെയും സംബന്ധിച്ച് പഠിക്കാൻ മാർക്സ് അവലംബിച്ച രീതിശാസ്ത്രമാണ് ഏറ്റവും ഉത്തമം എന്ന ധാരണ മാർക്സിസ്റ്റുകൾ അല്ലാത്തവരിലും പ്രചരിക്കുന്നു.

അനീതിയും അസമത്വവും അടിച്ചമർത്തലുകളും നടമാടുന്ന, ചൂഷണം നിറഞ്ഞ ഈ ലോകത്തെ എങ്ങനെ ചൂഷണരഹിതമായ, മർദ്ദകരും മർദ്ദിതരുമില്ലാത്ത ഒരു ലോകമായി മാറ്റാം എന്നതായിരുന്നു മാർക്സിന്റെ ചിന്ത. അതിനു വേണ്ടത് ചൂഷണരഹിതമായ ലോകത്തിനു വേണ്ടിയുള്ള വിപ്ലവമാണ്. അതിനു നേതൃത്വം നല്കുന്നത് ഏറ്റവും വലിയ ചൂഷണം നേരിടുകയും അടിച്ചമർത്തപ്പെടുകയും ചെയ്യുന്ന തൊഴിലാളി വർഗ്ഗമാണ്. തൊഴിലാളി വർഗ്ഗത്തിനു മാത്രമേ സമൂഹത്തിന്റെയാകെ മോചനം സാദ്ധ്യമാക്കാനാവൂ. ഈ വിപ്ലവ കാഴ്ചപ്പാടാണ് മാർക്സിസത്തെ ഇന്നും പ്രസക്തമാക്കുന്നത്.

വിപ്ലവകാരി എന്ന നിലയിലുള്ള മാർക്സിന്റെ ജീവിതത്തെ അടയാളപ്പെടുത്തലാണ് ജി വിജയകുമാർ രചിച്ച *മാർക്സിന്റെ സമരങ്ങൾ* എന്ന ഈ പുസ്തകത്തിന്റെ ലക്ഷ്യം. തത്ത്വചിന്തയുടെയും സംഘാടനത്തിന്റെയും രംഗങ്ങളുൾപ്പെടെ മാർക്സ് നടത്തിയ സമരങ്ങളുടെ ഏകദേശ വിവരണം ഈ കൃതിയിലൂടെ വായനക്കാർക്കു ലഭിക്കും എന്ന് ഞങ്ങൾ വിശ്വസിക്കുന്നു. വലിയ തോതിലുള്ള സഹകരണം അഭ്യർത്ഥിച്ചുകൊണ്ട്.

ചിന്ത പബ്ലിഷേഴ്സ്

ആമുഖം

മഹാനായ കാൾ മാർക്സിന്റെ 200-ാം ജന്മവാർഷികം ആചരിക്കുന്ന വേളയിൽ ലോകത്ത് മിക്കവാറും എല്ലാ ഭാഷകളിലും മാർക്സിനെയും മാർക്സിസത്തെയും സംബന്ധിച്ച് നിരവധി പഠനങ്ങൾ വന്നു കഴിഞ്ഞു; ഒപ്പം മാർക്സിന്റെയും എംഗൽസിന്റെയും കൃതികളും വ്യാപകമായി ലോകത്താകെ വായിക്കപ്പെടുന്നുണ്ട്. അക്കാദമിക തലങ്ങളിലും തൊഴിലാളികളുടെയും കർഷകരുടെയും വിദ്യാർത്ഥികളുടെയും യുവജനങ്ങളുടെയും സ്ത്രീകളുടെയും ട്രാൻസ്ജന്ററുകളുടെയുമെന്നല്ല സമസ്ത ജനവിഭാഗങ്ങളുടെയും പോരാട്ട ഭൂമികളിലും മാർക്സ് ചർച്ച ചെയ്യപ്പെടുന്നുണ്ട്. മാർക്സിനെ തള്ളിപ്പറഞ്ഞവർക്കുപോലും മാർക്സിന്റെ പ്രാധാന്യം അംഗീകരിക്കേണ്ടതായി വരുന്നുവെന്നതാണ് സമകാലിക യാഥാർത്ഥ്യം.

മാർക്സ് 19-ാം നൂറ്റാണ്ടിൽ ജീവിച്ചിരുന്ന കേവലം ഒരു അക്കാദമിക പണ്ഡിതനായിരുന്നില്ല; അർത്ഥശാസ്ത്രജ്ഞനോ തത്ത്വചിന്തകനോ മാത്രമായിരുന്നില്ല, "ലോകത്തെ വ്യാഖ്യാനിക്കുകയല്ല, ലോകത്തെ മാറ്റുകയാണ് വേണ്ടത്" എന്ന കാഴ്ചപ്പാടായിരുന്നു അദ്ദേഹത്തെ വ്യത്യസ്തനാക്കിയത്. അനീതിയും അസമത്വവും അടിച്ചമർത്തലുകളും നടമാടുന്ന, ചൂഷണം നിറഞ്ഞ ഈ ലോകത്തെ എങ്ങനെ ചൂഷണ രഹിതമായ, മർദ്ദകരും മർദ്ദിതരുമില്ലാത്ത ഒരു ലോകമായി മാറ്റാം എന്നതായിരുന്നു അദ്ദേഹത്തിന്റെ ചിന്തയുടെ സവിശേഷത. അതേവരെ ഉണ്ടായ എല്ലാ വിപ്ലവങ്ങളും ഒരു ചൂഷണ രൂപത്തിൽനിന്നു മറ്റൊരു ചൂഷണ രൂപത്തിലേക്കുള്ള മാറ്റമായിരുന്നു. ഇനി വേണ്ടത് ചൂഷണമുക്തമായ ഒരു ലോകത്തിനായുള്ള ഒരു വിപ്ലവമാണ്; അതിനു നേതൃത്വം നല്കാൻ ഏറ്റവുമധികം ചൂഷണം നേരിടുന്ന, അടിച്ചമർത്തപ്പെടുന്ന തൊഴിലാളി വർഗ്ഗത്തിനു

മാത്രമേ കഴിയൂ എന്ന് അദ്ദേഹം സംശയരഹിതമായി വ്യക്തമാക്കി. തൊഴിലാളി വർഗ്ഗത്തിനു മാത്രമേ സമൂഹത്തിന്റെയാകെ മോചനം സാദ്ധ്യമാക്കാനാകൂ എന്നദ്ദേഹം ചൂണ്ടിക്കാട്ടി; അഥവാ സമൂഹത്തിന്റെയാകെ, സമൂഹത്തിലെ എല്ലാ ജനവിഭാഗങ്ങളുടെയും, മോചനത്തിലൂടെയേ തൊഴിലാളി വർഗ്ഗത്തിന്റെ മോചനം സാദ്ധ്യമാകൂ. ഈ വിപ്ലവ കാഴ്ചപ്പാടാണ് മാർക്സിനെ, മാർക്സിസത്തെ ഇന്നും പ്രസക്തമാക്കുന്നത്; ചൂഷണവും അടിച്ചമർത്തലുകളും ഉണ്ടാകുന്നിടങ്ങളിലെല്ലാം മാർക്സ് ചർച്ച ചെയ്യപ്പെടുന്നത്.

മാർക്സിന്റെ 200-ാം ജന്മ വാർഷികത്തിന്റെ വേളയിലാണ് ഈ കൃതി രചിച്ചത്. ഇത് മാർക്സിന്റെ ജീവചരിത്രമല്ല, വിപ്ലവകാരി എന്ന നിലയിലുള്ള മാർക്സിന്റെ ജീവിതത്തെ അടയാളപ്പെടുത്തലാണ് ഈ രചനയുടെ ലക്ഷ്യം, ജീവിതത്തിലുടനീളം മാർക്സ് പോരാളിയായിരുന്നു. ആ ജീവിത സമരത്തിന്റെ, തത്വചിന്തയുടെ രംഗത്തും സംഘാടനത്തിന്റെ രംഗത്തും ഉൾപ്പെടെ മാർക്സ് നടത്തിയ സമരങ്ങളുടെ, ഏകദേശ വിവരണമാണ് ഈ കൃതി. 2018 മെയ് മാസം മുതൽ *ചിന്ത* വാരികയിൽ പരമ്പരയായാണ് ഇതെഴുതിയത്. അതിന്റെ പരിമിതികൾ ഇതിൽ കണ്ടേക്കാം, ഗ്രന്ഥരൂപത്തിലാക്കിയപ്പോൾ ആ പരിമിതികൾ അതിജീവിക്കാൻ ശ്രമം നടത്തിയിട്ടുണ്ടെങ്കിലും.

ഈ കൃതിയുടെ രചനയ്ക്ക് എന്നെ പ്രേരിപ്പിക്കുകയും ഓരോ അദ്ധ്യായവും പ്രസിദ്ധീകരിക്കുന്നതിനു മുൻപ് വായിച്ച് അഭിപ്രായവും നിർദ്ദേശങ്ങളും നല്കുകയും സഹായകമായ പല ഗ്രന്ഥങ്ങളും എത്തിച്ചുതരികയും ചെയ്ത സ: പി എസ് ജോസിനോടുള്ള കടപ്പാട് ഇവിടെ രേഖപ്പെടുത്താതെ വയ്യ. അതുപോലെ തന്നെ, ഇതിന്റെ പ്രൂഫ് നോക്കുകയും വേണ്ട എഡിറ്റിങ് നിർവ്വഹിക്കുകയും ചെയ്ത ചിന്തയിലെ എന്റെ സഹപ്രവർത്തകരായ സഖാക്കൾ ഗിരീഷ് ചേനപ്പാടി, കെ ആർ മായ, ആര്യ ജിനദേവൻ എന്നിവരുടെ സേവനവും സ്നേഹപൂർവ്വം സ്മരിക്കുന്നു. എന്റെ ആവശ്യം പരിഗണിച്ച് ഈ കൃതിക്ക് അവതാരിക എഴുതി ശ്രദ്ധേയമാക്കിയ ഡോ. കെ എൻ ഗണേശിനോടും എന്റെ കടപ്പാട് രേഖപ്പെടുത്തട്ടെ. ഈ കൃതി പ്രസിദ്ധീകരിക്കാൻ തയ്യാറായ ചിന്ത പബ്ലിഷേഴ്സിന്റെ പ്രവർത്തകരോടും എന്റെ സ്നേഹവും കടപ്പാടും രേഖപ്പെടുത്തുന്നു.

ജി വിജയകുമാർ

അവതാരിക

കാൾ മാർക്സിന്റെ 200-ാം ജന്മവാർഷികത്തോടനുബന്ധിച്ച് നിരവധി ഗ്രന്ഥങ്ങൾ മാർക്സിനെയും എംഗൽസിനെയും സംബന്ധിച്ച് വന്നു കഴിഞ്ഞിട്ടുണ്ട്. നവലിബറലിസത്തിന്റെയും 2007 മുതൽ ഏതാണ്ട് സ്ഥായിയായി മുതലാളിത്ത ലോകത്തെ ബാധിച്ചിരിക്കുന്ന സാമ്പത്തിക പ്രതിസന്ധിയുടെയും പശ്ചാത്തലത്തിൽ മാർക്സിസ്റ്റ് ക്ലാസിക്കുകളുടെ പുനർവായനകൾ ധാരാളമായി നടക്കുന്നുമുണ്ട്. മുതലാളിത്ത ബന്ധങ്ങളെയും അതിലെ കുഴപ്പങ്ങളെയും സംബന്ധിച്ച് പഠിക്കാൻ മാർക്സ് സ്വീകരിച്ച രീതിശാസ്ത്രമാണ് ഏറ്റവും ഉത്തമം എന്ന ധാരണ മാർക്സിസ്റ്റുകളല്ലാത്തവരിലും പ്രചരിക്കുന്നു. തോമസ് പിക്കെറ്റി, ഇമ്മാനുവൽ വാലർസ്റ്റീൻ, ക്രെയിഗ് കൽഹൗൺ തുടങ്ങിയവരുടെ വിലയിരുത്തലുകൾ ഉദാഹരണങ്ങളാണ്. മുതലാളിത്തത്തെ സംബന്ധിച്ച വിമർശനങ്ങൾ അലൻ ഗ്രീൻസ്പാൻ, മാർട്ടിൻ വുൾഫ് മുതലായ മുതലാളിത്തത്തിന്റെ വക്താക്കളിൽ നിന്നുതന്നെ പ്രത്യക്ഷപ്പെടുന്നു. ബോൾട്ടാൻസ്കിയും ഷിയാപെലോയും ചേർന്നെഴുതിയ സമകാലീന മുതലാളിത്തത്തെക്കുറിച്ചുള്ള ബൃഹത്തായ ഗ്രന്ഥവും മാർക്സിനെ ഉപയോഗിക്കുന്നു. ജോസഫ് സ്റ്റിഗ്ലിറ്റ്സിനെ പോലുള്ളവർ നിരന്തരമായി നടത്തുന്ന വാദഗതികൾക്ക് പുറമെയാണിവ. ഇവരെല്ലാവരും മാർക്സിനെ ഏതെങ്കിലും രൂപത്തിൽ ആശ്രയിക്കുന്നവരാണ്.

മാർക്സിന്റെ വിലയിരുത്തലുകൾ മിക്കവാറും പില്ക്കാല മാർക്സിസ്റ്റുകളിൽനിന്ന് മാർക്സിനെ രക്ഷപ്പെടുത്താനുള്ള ശ്രമങ്ങൾ കൂടിയാണ്. 1861–63 ലെ മാർക്സിന്റെ കൈയെഴുത്തു പ്രതികളെ ഉപജീവിച്ച് എൻറിക് സുഡെലും 1863–65 ലെ കൈയെഴുത്തു പ്രതികളെ ഉപജീവിച്ച് ഫ്രെഡ് മോസ്ലിയും നടത്തിയ പഠനങ്ങളിൽ ഇത്തരത്തിലുള്ള ശ്രമങ്ങൾ കാണാം.

*മൂലധന*ത്തിന്റെ രണ്ടും മൂന്നും വോള്യങ്ങൾ എഡിറ്റ് ചെയ്ത എംഗൽസും *മിച്ചമൂല്യ സിദ്ധാന്തങ്ങൾ* എഡിറ്റു ചെയ്ത കാറൽ കൗട്സ്കിയും മാർക്സിന്റെ നിരീക്ഷണങ്ങളിൽ മാറ്റങ്ങൾ വരുത്തിയിട്ടുണ്ട് എന്നതാണ് ഇവരുടെ വാദം. മാർക്സിന്റെ അന്ത്യകാലത്തെ കുറിപ്പുകളെ ഉപയോഗിച്ച് ലോറൻസ് ക്രേഡർ, തിയോഡോർ ഷാനിൻ, കെവിൻ ആൻഡേഴ്സൻ തുടങ്ങിയവർ നടത്തിയ പഠനങ്ങളിൽ മുതലാളിത്തത്തെക്കുറിച്ചെഴുതിയ വിമർശനത്തിൽ മാർക്സ് പരിശോധിക്കാത്ത പ്രാങ്മുതലാളിത്ത ബന്ധങ്ങളെയും മുതലാളിത്തത്തിൽനിന്ന് വ്യത്യസ്തമായ ജീവിതരൂപങ്ങളെയും കുറിച്ച് അന്വേഷിക്കാൻ മാർക്സ് ശ്രമിച്ചതായി വെളിപ്പെടുത്തുന്നു. മാർക്സിന്റെ ആദ്യകാല കൃതികളെക്കുറിച്ചുള്ള പഠനങ്ങളും ഇത്തരം വ്യത്യസ്തതകൾ ചൂണ്ടിക്കാണിക്കുന്നു.

മാർക്സിന്റെ താത്ത്വികവും സാമൂഹ്യശാസ്ത്രപരവുമായ പഠനങ്ങളെക്കുറിച്ചുള്ള നിലപാടുകൾ എന്തായിരുന്നാലും തൊഴിലാളിവർഗ്ഗ വിപ്ലവത്തോടുള്ള അദ്ദേഹത്തിന്റെ പ്രതിബദ്ധതയെക്കുറിച്ച് ആർക്കും തർക്കമില്ല. ഈ പ്രതിബദ്ധത 19-ാം നൂറ്റാണ്ടിൽ യൂറോപ്പിൽ നിലനിന്ന വൈരുദ്ധ്യങ്ങളുടെ അടിസ്ഥാനത്തിൽനിന്ന പൊതു പ്രവണതയായാണ് ഗാരത് സ്റ്റെഡ്മാൻ ജോൺസ് വിലയിരുത്തുന്നത്. പത്തൊമ്പതാം നൂറ്റാണ്ടിന്റെ മദ്ധ്യത്തിൽ മാർക്സ് ഒരു പത്രപ്രവർത്തകനെന്ന നിലയിലും രാഷ്ട്രീയ പ്രവർത്തകനെന്ന നിലയിലും നേരിട്ട അവസ്ഥകളോടുള്ള ആത്മനിഷ്ഠമായ പ്രതികരണമായിരുന്നു അത്. ജോൺസിന്റെ വാദം ശരിയാണെങ്കിൽ മാർക്സ് പത്തൊമ്പതാം നൂറ്റാണ്ടിലുണ്ടായിരുന്ന അദ്ദേഹത്തിന്റെ സുഹൃത്തുക്കൾ കൂടിയായിരുന്ന മോസസ് ഹെസ്, ആർനോൾഡ് റൂജ് തുടങ്ങിയവരെപ്പോലെയോ കാറൽഷാപ്പർ, വിൽഹെംവൈറ്റ്ലിങ് തുടങ്ങിയ കമ്യൂണിസ്റ്റ് ലീഗിലെ സഹപ്രവർത്തകരെ പോലെയോ മാത്രമാകുമായിരുന്നു. ഇവരിൽനിന്ന് മാർക്സിനെ വേർതിരിച്ചു നിർത്തിയത് അദ്ദേഹത്തിന്റെ വിമർശനപാടവമോ വിപ്ലവപ്രതിബദ്ധതയോ മാത്രമായിരുന്നില്ല. അവ രണ്ടിനെയും ചേർത്ത് വിപ്ലവത്തെ സൈദ്ധാന്തികമായി അവതരിപ്പിക്കുകയും അതിന്റെ പ്രായോഗിക തലങ്ങൾ തേടുകയും ചെയ്യാനുള്ള മാർക്സിന്റെ കഴിവായിരുന്നു. ഫെർഡിനാന്റ് ലസാലിനെയും മിഖയിൽ ബകുനിനെയും അഗസ്ത് ബ്ലൻകിയെയും പോലെയുള്ളവരിൽനിന്നും മാർക്സിനെ വേർതിരിച്ചു നിർത്തിയതും ഈ കഴിവായിരുന്നു. സാമൂഹ്യ വിപ്ലവ സാദ്ധ്യതകളെക്കുറിച്ചുള്ള തുടർച്ചയായ അന്വേഷണങ്ങളാണ് മാർക്സിനെ വ്യത്യസ്ത സമൂഹ പരിവർത്തന രൂപങ്ങളെക്കുറിച്ചുള്ള പഠനങ്ങളിലേക്ക് നയിച്ചത്. ഇത് മാർക്സിന്റെ അന്ത്യകാലത്തെ കുറിപ്പുകളിലും വേരാസസുലിച്ചിനെഴുതിയ കത്തുകളിലും വ്യക്തമായി കാണാം.

മാർക്സിനെ നയിച്ചത് വിപ്ലവത്തെക്കുറിച്ചുള്ള കാല്പനിക ധാരണകളായിരുന്നുവെന്ന് സ്റ്റെഡ്മാൻ ജോൺസിനെപ്പോലുള്ളവർ വാദിക്കുന്നുണ്ട്. ജർമ്മനിയിലും ഇംഗ്ലണ്ടിലും ഫ്രാൻസിലുമെല്ലാം വിപ്ലവസാദ്ധ്യതകൾ കണ്ടെത്താൻ മാർക്സിനെ പ്രേരിപ്പിച്ചത് ഇതായിരുന്നുവെന്നാണ്

വാദം. മാർക്സിനെ ഒരു കാല്പനികനായി അവതരിപ്പിക്കാനുള്ള ശ്രമം വസ്തുതകൾക്ക് നിരക്കുന്നതല്ല. കാല്പനികന്മാർ എപ്പോഴും അവർ ആഗ്രഹിക്കുന്ന സമൂഹത്തിന്റെ പൂർണ്ണമായ ചട്ടക്കൂട് നല്കും. ദെസാമിയുടെ കമ്യൂണിസ്റ്റ് സമൂഹം, ഫ്യൂരിയേയുടെ ഫലാഞ്ച്, ലൂയിബ്ലാങ്കിന്റെ ദേശീയ പണിശാലകൾ, ക്രോപട്കിന്റെ പരസ്പര സഹായ സമൂഹം, തോറോയുടെ വാൾഡെൻ, മഹാത്മാഗാന്ധിയുടെ ഗ്രാമസ്വരാജ് തുടങ്ങിയവയെല്ലാം ഇത്തരത്തിലുള്ള സ്വപ്ന സമൂഹങ്ങളാണ്. മാർക്സ് ഒരു സ്വപ്നവും നെയ്തില്ല. അദ്ദേഹം ചില സാദ്ധ്യതകളെക്കുറിച്ചു മാത്രമാണ് പറഞ്ഞത്. സോഷ്യലിസത്തിൽ, അല്ലെങ്കിൽ കമ്യൂണിസത്തിന്റെ ഒന്നാമത്തെ ഘട്ടത്തിൽ അദ്ധ്വാനവും ജീവിതാവശ്യങ്ങളും തമ്മിലും കമ്യൂണിസത്തിൽ കഴിവുകളും ആഗ്രഹങ്ങളും തമ്മിലുമുള്ള ബന്ധത്തെപ്പറ്റി ചർച്ച ചെയ്യുമ്പോൾ മുതലാളിത്തത്തിലെ ഉല്പാദന ബന്ധങ്ങൾ ഉയർത്തുന്ന ഭാവി സാദ്ധ്യതകളിലാണ് മാർക്സ് ഊന്നിയത്. മുതലാളിത്തത്തെ തകർക്കാനുള്ള ശേഷി തൊഴിലാളി വർഗ്ഗത്തിനാണെന്നു മാർക്സ് വാദിക്കുമ്പോൾ അക്കാലത്ത് നടന്ന തൊഴിലാളി സമരങ്ങളെ, പ്രത്യേകിച്ച് പാരീസിലെ തൊഴിലാളികൾ ഒന്നിലധികം പ്രാവശ്യം നടത്തിയ വിപ്ലവ ശ്രമങ്ങളെ മാത്രമല്ല മാർക്സ് കണ്ടത്. മൂലധനം എന്നതുതന്നെ മൊത്തം സാമൂഹ്യാദ്ധ്വാനമാണെന്ന നിഗമനത്തിൽനിന്നാണ് തൊഴിലാളി വർഗ്ഗത്തിന്റെ മുൻനിലയെ മാർക്സ് വിലയിരുത്തുന്നത്. ബൂർഷ്വാ ഭരണകൂടം ബൂർഷ്വാസിയുടെ സർവ്വാധിപത്യമാണ് എന്ന നിഗമനത്തിൽനിന്നാണ് തൊഴിലാളിവർഗ്ഗ സർവ്വാധിപത്യത്തിലേക്ക് മാർക്സ് എത്തുന്നത്.

ഇത്തരത്തിലുള്ള പൊതുനിരീക്ഷണങ്ങൾ ഇല്ലാതെ സോഷ്യലിസത്തിലേക്കുള്ള പരിവർത്തനം എങ്ങനെയായിരിക്കണമെന്നതിനെക്കുറിച്ചുള്ള ഒരു പൊതുചട്ടക്കൂട് മാർക്സ് നല്കിയില്ല. അതിനുള്ള കാരണങ്ങളും വ്യക്തമാണ്. മാർക്സ് ഒരു യാന്ത്രിക ഭൗതികവാദിയായിരുന്നില്ല. ചില യുവഹെഗലിയന്മാരുമായുള്ള മാർക്സിന്റെ അടിസ്ഥാന അഭിപ്രായ വ്യത്യാസം തന്നെ അതാണ്. ഗ്രൂൺഡ്റീസിൽ വ്യത്യസ്ത വർഗ്ഗബന്ധങ്ങളുടെ വലക്കെട്ടായാണ് സമൂഹത്തെ സങ്കല്പിക്കുന്നത്. ഈ വലക്കെട്ടാണ് ആർക്കാണോ അധീശത്വം ലഭിക്കുകയും സ്വന്തം നിലപാടുകളുടെ അടിസ്ഥാനത്തിൽ സമൂഹത്തെ പുനർ നിർമ്മിച്ചെടുക്കാൻ ശ്രമിക്കുകയും ചെയ്യുന്നത് അവരാണ് ഭരണവർഗ്ഗമായി മാറുന്നത്. മുതലാളിത്ത സമൂഹത്തിൽ ഭരണവർഗ്ഗം മുതലാളിമാരാണ്. ഇതിന്റെ അർത്ഥം മറ്റു വർഗ്ഗങ്ങളില്ലെന്നല്ല. മുതലാളിത്ത സമൂഹങ്ങളിൽപ്പോലും മാർക്സ് ഭൂപ്രഭുക്കളുടെ പ്രാധാന്യം നിഷേധിച്ചിട്ടില്ല. കന്നുകാലി മേയ്ക്കുന്നവർ, വനങ്ങളുടെ മുകളിൽ അവകാശങ്ങളുള്ളവർ, മത്സ്യബന്ധനത്തിലെ മൂപ്പന്മാർ തുടങ്ങിയവർക്ക് മറ്റു വിഭാഗങ്ങളുമായുള്ള ബന്ധം മുതലാളി - തൊഴിലാളി ബന്ധങ്ങൾ പോലെയാകണമെന്നില്ല. കൈത്തൊഴിൽക്കാർക്കും കച്ചവടക്കാർക്കും മറ്റു വിഭാഗങ്ങളുമായുള്ള ബന്ധങ്ങളും അതുപോലെയാണ്. ഇതിൽ മുതലാളികളും തൊഴിലാളികളും തമ്മിലുള്ള

വൈരുദ്ധ്യം നിരവധി മറ്റു വൈരുദ്ധ്യങ്ങളുടെ ഇടയിൽ മുതലാളിത്തത്തിന്റെ ചലനാത്മകതയെ നിർണ്ണയിക്കുന്ന മുഖ്യ വൈരുദ്ധ്യമായി മാറുന്നു. ഇതാണ് മുതലാളിത്തത്തിന്റെ ഭാവിയെ നിർണ്ണയിക്കുന്നത്.

ഇവിടെയാണ് വിപ്ലവത്തിന്റെ അടവുനയം പ്രസക്തമാകുന്നത്. തൊഴിലാളി വർഗ്ഗമാണ് വിപ്ലവം നടത്തുന്നതെങ്കിലും അന്യസാമൂഹ്യ വർഗ്ഗങ്ങളുടെ വൈരുദ്ധ്യങ്ങളും പ്രക്ഷോഭങ്ങളും തൊഴിലാളി വർഗ്ഗത്തിനു പ്രയോജനപ്പെടുത്തേണ്ടി വരും. ജർമ്മനിയിൽ കൈസർ ഭരണകൂടത്തിനും ബിസ്മാർക്കിന്റെ "ഇരുമ്പിന്റെയും ചോരയുടെയും" ആധിപത്യത്തിനും എതിരായി ബൂർഷ്വാ ജനാധിപത്യത്തിനു വേണ്ടിയുള്ള സമരങ്ങൾ ഉദാഹരണമാണ്. "ധാന്യനിയമ" ത്തെ സംബന്ധിച്ച് ഇംഗ്ലണ്ടിലെ മുതലാളിമാരും ഭൂപ്രഭുക്കളും തമ്മിലുണ്ടായ തർക്കം മറ്റൊരുദാഹരണമാണ്. ആഫ്രോ അമേരിക്കക്കാരുടെ അടിമത്തം അവസാനിപ്പിക്കുന്നതിനെ സംബന്ധിച്ച് ഉണ്ടായ അമേരിക്കയിലെ ആഭ്യന്തരയുദ്ധം ഉദാഹരണമാണ്. ഇതുപോലെയുള്ള എല്ലാ സംഘർഷങ്ങളും മാർക്സിന്റെ ശ്രദ്ധയാകർഷിക്കുന്നുണ്ട്. ചൈനയിലെ "കറപ്പ്" യുദ്ധങ്ങൾ, 1857 ലെ ഇന്ത്യൻ കലാപം, സാർ ഭരണകൂടത്തിനെതിരായ റഷ്യൻ കർഷക ജനതയുടെ സമരങ്ങൾ തുടങ്ങിയവ ഇവയിൽപ്പെടും. ഇത്തരം വൈരുദ്ധ്യങ്ങളെല്ലാം തൊഴിലാളിവർഗ്ഗ സാർവ്വദേശീയതയുടെ കാഴ്ചപ്പാടിൽ തൊഴിലാളിവർഗ്ഗം നിലപാടെടുക്കേണ്ടവയാണ്. സോഷ്യലിസത്തിലേക്കും കമ്യൂണിസത്തിലേക്കുമുള്ള പരിവർത്തനത്തിന് ഇവയെല്ലാം പ്രധാനമാണ്.

വ്യക്തിഗതമായ നിലപാടുകളും പ്രധാനമാണ്. മാർക്സ് സ്വന്തം സുഹൃത്തുക്കളെയാരെയും സ്വന്തം കാർബൺ കോപ്പികളായി കണ്ടിരുന്നില്ല. ജീവിതസുഹൃത്തായിരുന്ന എംഗൽസിനും ഇതു ബാധകമാണ്. ഒരു മദ്ധ്യവർഗ്ഗ അഭിഭാഷകന്റെ മകനായിരുന്ന മാർക്സിനെക്കാളധികം തൊഴിലാളിവർഗ്ഗവുമായി ബന്ധമുണ്ടായിരുന്നത് മാഞ്ചസ്റ്ററിലെ മില്ലിന്റെ മേൽനോട്ടം വഹിച്ചിരുന്ന എംഗൽസിനാണ്. മാർക്സിന്റെ തൊഴിലാളിവർഗ്ഗ നിലപാടുകൾ രൂപപ്പെടുത്തുന്നതിൽ എംഗൽസിനു കൃത്യമായ പങ്കുണ്ട്. സൈദ്ധാന്തിക തലങ്ങളിൽ എംഗൽസിനു കൂടുതൽ താല്പര്യം ചരിത്രത്തോടും സയൻസിനോടുമൊക്കെയായിരുന്നു. ഇതിന്റെ ഭാഗമായി എംഗൽസ് നല്കിയ സംഭാവനകൾ മാർക്സ് തന്റെ പഠനങ്ങളിൽ ഉപയോഗിക്കുകയും ചെയ്തു. എംഗൽസിന്റെ *കുടുംബം, സ്വകാര്യ സ്വത്ത്, ഭരണകൂടം എന്നിവയുടെ ഉത്ഭവം* എന്ന കൃതിയെ, അവസാന ഘട്ടത്തിൽ മാർക്സ് തന്നെ നടത്തിയ അന്വേഷണങ്ങളുടെ ഒരു തരത്തിലുള്ള പരിസമാപ്തിയായി കാണുന്നതിൽ തെറ്റില്ല. മാർക്സ് പൂർണ്ണരൂപത്തിൽ കൈകാര്യം ചെയ്യാത്ത ലിംഗനീതിയുടെ പ്രശ്നം, ഭരണകൂടത്തിന്റെ സ്വഭാവത്തിന്റെ പ്രശ്നം തുടങ്ങിയവ എംഗൽസിന്റെ കൃതികളിലാണ് കൂടുതൽ വ്യക്തമായി പ്രത്യക്ഷപ്പെടുന്നത്. വൈരുദ്ധ്യാത്മക ഭൗതികവാദത്തെക്കുറിച്ചുള്ള ആശയങ്ങൾ കൂടുതൽ ചിട്ടപ്പെടുത്തുന്നതും എംഗൽസാണ്. ഇവയെല്ലാം മാർക്സിന്റെ ആശയങ്ങളായിരുന്നോ എന്നു

ചോദിക്കുന്നതിൽ അർത്ഥമില്ല. ഒരു ലോക വീക്ഷണത്തിന്റെ വളർച്ചയായാണ് ഇവയെ കാണേണ്ടത്.

കൗട്സ്കി, പ്ലെഖനോവ്, റോസ ലക്സംബർഗ്, ലെനിൻ, ട്രോട്സ്കി, സ്റ്റാലിൻ, മൗസെദോങ്, ഗ്രാംഷി തുടങ്ങിയ വിപ്ലവകാരികളെക്കുറിച്ചുള്ള അന്വേഷണങ്ങളും ഇതുപോലെയാണ്. ഇവരെക്കുറിച്ച് ജീവചരിത്രമെഴുതുകയും രാഷ്ട്രീയവിശകലനങ്ങൾ നടത്തുകയും ചെയ്യുന്നവർ ആരാണ് മാർക്സിന്റെ യഥാർത്ഥ പിൻഗാമികൾ എന്ന രീതിയിൽ ചർച്ച ചെയ്യാറുണ്ട്. അത്തരം ചർച്ചകൾക്ക് പ്രസക്തിയില്ല. ഇവരോരോരുത്തരും അവരവരുടെ സാഹചര്യങ്ങളിൽ നിന്നുകൊണ്ട് മാർക്സ് ചൂണ്ടിക്കാട്ടിയ വഴികളിലൂടെ വിശകലന പഠനങ്ങളും വിപ്ലവ പ്രയോഗവും നടത്തി അവയെ സമന്വയിപ്പിക്കാൻ ശ്രമിച്ചവരാണ്. അവരിൽ ചിലർക്ക് പാളിച്ചകൾ പറ്റിയിട്ടുണ്ട്. കൗട്സ്കിയും റോസ ലക്സംബർഗും പ്ലെഖനോവും വിപ്ലവ സിദ്ധാന്തത്തിന് സംഭാവന നല്കിയെങ്കിലും പ്രായോഗിക തലത്തിൽ പരാജയപ്പെട്ടവരാണ്. സ്റ്റാലിനും മൗവും വിപ്ലവ പ്രയോഗത്തിലാണ് ഊന്നിയത്. അതിനാവശ്യമായ ചട്ടക്കൂടുകൾ സൃഷ്ടിക്കാൻ മാത്രമാണ് ശ്രദ്ധിച്ചത്. ട്രോട്സ്കി പ്രായോഗികതലത്തിൽ വിപ്ലവകാരിയായി നിലനിന്നുവെങ്കിലും സൈദ്ധാന്തിക തലത്തിൽ സ്വന്തമായ പാത സൃഷ്ടിക്കാൻ ശ്രമിക്കുകയും പരാജയപ്പെടുകയും ചെയ്തു. ലെനിൻ മാത്രമാണ് സിദ്ധാന്തവും പ്രയോഗവും തമ്മിൽ സംയോജിപ്പിച്ച വിപ്ലവ പ്രവർത്തനത്തിന് ദിശ നല്കിയത്. ഗ്രാംഷിയും സൈദ്ധാന്തിക തലത്തിൽ ശ്രദ്ധേയമായ സംഭാവനകൾ നല്കിയെങ്കിലും പ്രയോഗതലത്തിൽ ഫാസിസത്തെ അതിജീവിക്കാൻ കഴിഞ്ഞില്ല. പിന്നീടു വന്ന ഹോചിമിൻ, കാസ്ട്രോ, ചെഗുവേര മുതലായവരെയും വിപ്ലവ സൈദ്ധാന്തികരായി ആരും കാണുന്നില്ല. അതേ സമയം സൈദ്ധാന്തിക തലത്തിൽ മാർക്സിസത്തിലേക്ക് സംഭാവന ചെയ്ത പലരും വിപ്ലവ പ്രസ്ഥാനത്തിൽനിന്ന് പിൻവലിയുകയും ചെയ്തു. മാർക്സ് വിഭാവനം ചെയ്ത സിദ്ധാന്തവും പ്രയോഗവും തമ്മിലുള്ള ഏകോപനത്തിൽ വളർന്നു വരുന്ന വിപ്ലവ ദർശനം പിന്നീട് പ്രയോഗതലത്തിൽ വരാത്തത് പലതരത്തിലുള്ള പ്രശ്നങ്ങൾ സൃഷ്ടിച്ചിട്ടുണ്ട്. ഒരു വശത്ത് മാർക്സിസം അക്കാദമിക തലത്തിൽ പാഠ്യവിഷയമാവുകയും മറുവശത്ത് വിപ്ലവകാരികൾ എന്ന് സ്വയം അവകാശപ്പെടുന്നവർ മാർക്സിസത്തെ നിരാകരിക്കുകയും ചെയ്യുന്ന വിചിത്രമായ വൈപരീത്യങ്ങൾ പോലും കാണാം.

മാർക്സ് വിഭാവനം ചെയ്ത ശാസ്ത്രീയവും യുക്തിസഹവുമായ വിപ്ലവസിദ്ധാന്തവും പ്രയോഗവും എന്ന ആശയം യാഥാർത്ഥ്യമാകുമ്പോൾ മാത്രമാണ് മാർക്സിസത്തിന് സാമൂഹ്യപരിവർത്തന പ്രക്രിയയുടെ ജീവനാഡിയാകാൻ കഴിയുക. അപ്പോൾ മാത്രമാണ് "താത്വികന്മാർ ഇതുവരെ ലോകത്തെ വിശകലനം ചെയ്തിട്ടേയുള്ളൂ, അതിനെ മാറ്റുകയാണ് പ്രധാനം" എന്ന മാർക്സിന്റെ തീസിസ് പ്രസക്തമാവൂ. ഇന്ന് പുനർജ്ജീവിച്ചുകൊണ്ടിരിക്കുന്ന മാർക്സിനെ സംബന്ധിച്ച ചർച്ച

കളുടെ പരിമിതിയും അവിടെയാണ്. മാർക്സിനെ പിന്നീട് വളർന്നുവന്ന വിപ്ലവ പ്രസ്ഥാനത്തിൽനിന്ന് അടർത്തിയെടുത്ത് ഒരു താത്ത്വികനായും സ്വന്തം ഗവേഷണ പ്രബന്ധങ്ങൾക്ക് അനിവാര്യമായ അടിക്കുറിപ്പായും അവതരിപ്പിക്കുമ്പോൾ മാർക്സ് എന്ന വിപ്ലവകാരിയെ നമുക്കു നഷ്ട പ്പെടുന്നു. പാശ്ചാത്യ തത്ത്വചിന്തയിലെ അർത്ഥശാസ്ത്രത്തിലെയും മറ്റു നിരവധി മഹദ്വ്യക്തികളെപോലെ, മറ്റൊരു മഹദ്വ്യക്തിയായി മാർക്സ് മാറുന്നു. വീണ്ടുമൊരു മഹദ്വ്യക്തിയെക്കൂടി നമുക്കാവശ്യമുണ്ടോ എന്ന താണ് ചോദ്യം. സമൂഹത്തിന് ആവശ്യമുള്ളത് മാർക്സിലെ വിപ്ലവകാ രിയെയാണ്, അതിന്റെ എല്ലാ സാദ്ധ്യതകളോടും പരിമിതികളോടും കൂടി. അതു തന്നെയാണ് റോസ ലക്സംബർഗിൽനിന്നും ലെനിനിൽനിന്നും ഗ്രാംഷിയിൽനിന്നും നാം പ്രതീക്ഷിക്കുന്നത്. വിപ്ലവം എന്തായാലും ഒരു അക്കാദമിക് കോഴ്സ് അല്ലെന്നത് തീർച്ചയാണ്.

ശക്തമായ ഒരു കമ്യൂണിസ്റ്റ് പ്രസ്ഥാനമുണ്ടായ കേരളത്തിൽ അതു പോലെ ശക്തമായ മാർക്സിസ്റ്റ് സൈദ്ധാന്തിക രചനകൾ അപൂർവ്വമാണ്. എംഗൽസിന്റെ ജീവചരിത്രം പി ഗോവിന്ദപ്പിള്ള എഴുതിയിട്ടുണ്ടെങ്കിലും, മാർക്സിന്റെ പൂർണ്ണമായ ജീവചരിത്രം നമുക്കുണ്ടായിട്ടില്ല. ജി വിജയ കുമാറിന്റെ കൃതി ഒരു ജീവചരിത്രമല്ല. ഒരു വിപ്ലവ ദാർശനികൻ എന്ന നിലയിലുള്ള മാർക്സിന്റെ വളർച്ചയാണ് ഇതിൽ അടയാളപ്പെടുത്തുന്നത്. പിന്നീട് വളർന്നുവന്ന വിപ്ലവ പ്രസ്ഥാനങ്ങളുടെ സിദ്ധാന്തവും പ്രയോ ഗവും രൂപപ്പെടുത്തുന്നതിൽ മാർക്സിന്റെ സംഭാവനകൾ പുസ്തകത്തിൽ ഉടനീളം രേഖപ്പെടുത്തുന്നുണ്ട്. കമ്യൂണിസ്റ്റ് ലീഗും അതിൽ വളർന്നു വന്ന വിള്ളലുകളും ഒന്നാം ഇന്റർനാഷണലിൽ ലാസാലിയന്മാരും അനാർക്കിസ്റ്റുകളുമായുള്ള സംവാദങ്ങൾ, ജർമ്മൻ സോഷ്യൽ ഡെമോ ക്രാറ്റിക് പാർട്ടിയിൽ ലസാലെയുടെ അനുയായികളും "ഐസാനാ ച്ചർ"മാരും തമ്മിലുള്ള സംവാദം, പാരീസ് കമ്യൂൺ, ഗോഥാ പ്രോഗ്രാം, റഷ്യൻ വിപ്ലവകാരികളുമായുള്ള വിനിമയം തുടങ്ങിയ മാർക്സിന്റെ ഇട പെടലുകളെക്കുറിച്ചുള്ള വിവരങ്ങൾ ആണ് പുസ്തകത്തിന്റെ ഗതിയെ നിർണ്ണയിക്കുന്നത്. യുവഹെഗലിയൻ സ്വാധീനത്തിലുള്ള ദാർശനിക നിൽനിന്ന് തൊഴിലാളി വർഗ്ഗ വിപ്ലവകാരിയിലേക്കുള്ള പരിവർത്തനമാണ് ഇവിടെ ആഖ്യാനം ചെയ്യപ്പെടുന്നത്. *മൂലധനം* പോലുള്ള കൃതികളുടെ വിപ്ലവപരമായ പ്രസക്തിയും അവിടെയാണ് പുറത്തുവരുന്നത്.

വിപ്ലവരാഷ്ട്രീയം സ്വത്വരാഷ്ട്രീയത്തിലേക്കും അനാർക്കിസത്തി ലേക്കും വിവിധ ഇനം തീവ്രവാദ രാഷ്ട്രീയങ്ങളിലേക്കും വഴിമാറുകയും അത്തരം വ്യക്തികളെല്ലാം മഹത്വവല്ക്കരിക്കപ്പെടുകയും ചെയ്യുന്ന ഇന്നത്തെ ലോകത്തിൽ ദാർശനിക തലത്തിലും പ്രയോഗതലത്തിലും പുതിയ വഴികൾ വെട്ടാൻ സഹായിക്കുന്ന നിരവധി പഠനഗ്രന്ഥങ്ങളുടെ ആവശ്യമുണ്ട്. അതിന് മാർക്സിസത്തിന്റെ വിപ്ലവദർശനത്തെ പുനർജ്ജീ വിപ്പിക്കേണ്ടിയിരിക്കുന്നു. ഇന്ന് സാധാരണക്കാരെ സംബന്ധിച്ചിടത്തോളം മാർക്സിസം അർത്ഥം അറിഞ്ഞോ അറിയാതെയോ ഉരുവിടുന്ന ഏതാനും

സൂത്രവാക്യങ്ങളാണ്. അതിലപ്പുറം കടന്ന് സ്വതന്ത്രവും വിമർശനാത്മ കവുമായി ചിന്തിക്കാനും സ്വന്തം നിഗമനങ്ങളെ വിപ്ലവ പ്രക്രിയയുടെ മുന്നേറ്റത്തിന് സഹായകരമായ വിധത്തിൽ ഉപയോഗിക്കാനുമുള്ള സാദ്ധ്യത മാർക്സിസത്തിനുണ്ട് എന്ന തിരിച്ചറിവ് പ്രധാനമാണ്. മാർക്സിന്റെ തന്നെ ജീവിത സമരങ്ങളേക്കാൾ മെച്ചപ്പെട്ട പ്രവേശിക അതിനില്ല. ഇതുപോലെയുള്ള പ്രവേശികകൾ ലെനിൻ, റോസ ലക്സം ബർഗ്, ഗ്രാംഷി, സ്റ്റാലിൻ, മൗസെദോങ്, കാസ്ട്രോ തുടങ്ങിയവരെക്കു റിച്ചെല്ലാം വേണ്ടിവരും. അത്തരം ശ്രമങ്ങൾക്ക് തുടക്കംകുറിക്കുകയാണ് വിജയകുമാർ ഈ ഗ്രന്ഥത്തിലൂടെ ചെയ്തിരിക്കുന്നത്. ഇനിയും ധാരാളം രചനകൾ ഇതേ ദിശയിൽ ഉണ്ടാകണമെന്ന് ആഗ്രഹിക്കുന്നു.

ഡോ. കെ എൻ ഗണേശ്

മാർക്സിസത്തിന്റെ പ്രസക്തി 21-ാം നൂറ്റാണ്ടിൽ

സോവിയറ്റ് യൂണിയനും സോഷ്യലിസ്റ്റു ചേരിയും തകർക്കപ്പെട്ടതിനെത്തുടർന്ന് ഏറ്റവുമധികം ഉയർന്നു കേട്ടത് 'മാർക്സിസം മരിച്ചു', 'സോഷ്യലിസവും കമ്യൂണിസവും ഈ ഭൂമുഖത്തുനിന്ന് എന്നെന്നേക്കുമായി അപ്രത്യക്ഷമായി' എന്നിങ്ങനെയുള്ള ശബ്ദ കോലാഹലങ്ങളാണ്. കാൾ മാർക്സിന്റെയും ഫ്രെഡറിക് എംഗൽസിന്റെയും ജീവിതകാലത്തു തന്നെ ചരിത്രത്തിലെ ഓരോ വഴിത്തിരിവിലും മാർക്സിന്റെ, മാർക്സിസത്തിന്റെ പ്രസക്തി ഇല്ലാതായി എന്ന വാദവുമായി എതിരാളികൾ രംഗത്തെത്തിയിരുന്നു. അതിനെല്ലാം മാർക്സും എംഗൽസും പിന്നീട് ലെനിനും പിൻഗാമികളും കൃത്യമായ മറുപടി പറഞ്ഞുകൊണ്ടാണ് പ്രയോഗത്തിന്റെ തത്ത്വശാസ്ത്രമെന്ന നിലയിൽ മാർക്സിസത്തെ വികസിപ്പിച്ചത്. മാത്രമല്ല ആ വിമർശകരെക്കുറിച്ച് ഇന്ന് ലോകം അറിയുന്നത് മാർക്സിന്റെയും എംഗൽസിന്റെയും ലെനിന്റെയും കൃതികളിലൂടെയാണ്.

സോവിയറ്റനന്തരകാലത്ത്, അമേരിക്കൻ സാമൂഹ്യശാസ്ത്രകാരനായ യോഷിഹിറോ ഫ്രാൻസിസ് ഫുക്കുയാമ *ചരിത്രത്തിന്റെ അന്ത്യവും അവസാനത്തെ മനുഷ്യനും* (The End of History and the Last Man) എന്ന കൃതിയിൽ സോഷ്യലിസവും കമ്യൂണിസവും മാർക്സിസവുമെല്ലാം ആത്യന്തികമായും പരാജയപ്പെട്ടുകഴിഞ്ഞുവെന്ന പ്രഖ്യാപനം നടത്തി; കമ്പോള സമ്പദ്ഘടനയുടെയും ബൂർഷ്വാ ജനാധിപത്യത്തിന്റെയും അന്തിമ വിജയമായി എന്നും ഉദ്ഘോഷിക്കുകയുണ്ടായി. ഫുക്കുയാമയുടെ അഭിപ്രായത്തിൽ സോവിയറ്റ് യൂണിയന്റെ പതനത്തിന്റെ അർത്ഥം ഒരേയൊരു വ്യവസ്ഥയ്ക്കുമാത്രമേ, അതായത് മുതലാളിത്ത കമ്പോള സമ്പദ്ഘടനയ്ക്കുമാത്രമേ ഇനി നിലനില്ക്കാനാവൂ എന്നാണ്. അങ്ങനെയാണ് അദ്ദേഹം ചരിത്രത്തിന്റെ അന്ത്യമായി എന്ന് പ്രഖ്യാപിച്ചത്.

സോവിയറ്റ് യൂണിയൻ തകർക്കപ്പെട്ടതിനെത്തുടർന്നുള്ള കാലത്ത്, 1990 കളിൽ ആഗോള മുതലാളിത്തത്തിനുണ്ടായ ഇടതടവില്ലാത്ത തുടർച്ചയായ സാമ്പത്തിക വളർച്ച കമ്പോള സമ്പദ്ഘടനയുടെ വിജയമായി ത്തന്നെ കരുതപ്പെട്ടു. 1990 കളിൽ തന്നെ റഷ്യയിലും മെക്സിക്കോ ഉൾപ്പെടെ ലാറ്റിനമേരിക്കയിലും ഏഷ്യൻ കടുവകൾ എന്നറിയപ്പെടുന്ന പൂർവ്വേഷ്യൻ രാജ്യങ്ങളിലും വൻ സാമ്പത്തികത്തകർച്ച ഉണ്ടായിട്ടും അതെല്ലാം നവലിബറൽ നയങ്ങൾ നടപ്പാക്കിയതിലെ പിശകായി മാത്രം വിലയിരുത്തപ്പെട്ടു. മുതലാളിത്തത്തിന്റെ നെടുംതൂണുകളായ അമേരിക്കയെയും പശ്ചിമ യൂറോപ്യൻ രാജ്യങ്ങളെയും ഈ പ്രതിസന്ധി ബാധിച്ചില്ലല്ലോ എന്നായിരുന്നു ആ വിലയിരുത്തലിനു പറഞ്ഞ ന്യായം. മുതലാളിത്ത ലോകത്തിൽ സർവ്വം ശുഭം എന്ന മട്ടായിരുന്നു അതിന്റെ വക്താക്കൾക്കാകെ. ഫുക്കുയാമ അങ്ങനെ വാഴ്ത്തപ്പെട്ടവനായി.

എന്നാൽ ഒന്നരദശകം പിന്നിട്ടപ്പോൾ സംഭവഗതികൾ ആകെ കീഴ്മേൽ മറിഞ്ഞതായാണ് 2008 ലെ ആഗോള ധനത്തകർച്ചയെത്തുടർന്ന് നാം കണ്ടത്. ലോകം മുന്നോട്ടുനീങ്ങിയത് ഫുക്കുയാമയുടെ വഴിയിലൂടെയല്ല, മാർക്സ് തെളിച്ച വഴിയിലൂടെയാണെന്ന് വീണ്ടും തെളിയിക്കപ്പെട്ടു. 1930 കളിലെ മഹാമാന്ദ്യത്തിനുശേഷമുണ്ടായ ഏറ്റവും വലിയ തകർച്ചയിലേക്ക് ആഗോള മുതലാളിത്തം പതിച്ചപ്പോൾ മുതലാളിത്തത്തിന്റെ വക്താക്കൾപോലും അക്കാദമിക്കുകളും ഭരണാധികാരികളും ഒന്നുപോലെ, അതിനുത്തരം തേടി മാർക്സിലേക്ക് തിരിയുന്നതായാണ് നാം കണ്ടത്.

1990 കളിൽ ഏറെ ചർച്ച ചെയ്യപ്പെട്ട മറ്റൊരു അമേരിക്കൻ പണ്ഡിതനാണ് സാമുവൽ ഹണ്ടിങ്ടൺ. ഫുക്കുയാമയുടെ *ചരിത്രത്തിന്റെ അന്ത്യത്തെ* പിൻപറ്റി ഹണ്ടിങ്ടൺ എഴുതിയ *സംസ്കാരങ്ങളുടെ ഏറ്റുമുട്ടലും ആഗോളക്രമത്തിന്റെ പുനഃക്രമീകരണവും* (Clash of Civilisation and Remaking of World Order) വർഗ്ഗങ്ങളും വർഗ്ഗസമരവും അപ്രസക്തമായെന്നും കിഴക്കും പടിഞ്ഞാറും തമ്മിലുള്ള സാംസ്കാരിക സംഘട്ടനത്തിന്റെ കാലമാണിനിയെന്നുമുള്ള കാഴ്ചപ്പാട് അവതരിപ്പിക്കുകയുണ്ടായി. സാംസ്കാരികമായി കൂടുതൽ 'വികസിച്ച' പാശ്ചാത്യ ലോകം, പ്രത്യേകിച്ചും അമേരിക്ക, സാംസ്കാരികമായി 'പിന്നോക്കം' നില്ക്കുന്ന ഏഷ്യൻ - ആഫ്രിക്കൻ ജനതകൾക്കുമേൽ ആധിപത്യം സ്ഥാപിക്കുന്നതിനെക്കുറിച്ചാണ് ഹണ്ടിങ്ടൺ സ്വപ്നം കണ്ടത് - അതായത് അമേരിക്കയുടെ നേതൃത്വത്തിലുള്ള ഏകധ്രുവലോകം എന്നതായിരുന്നു ആ സ്വപ്നം. എന്നാൽ, 2008 നെ തുടർന്ന് അമേരിക്ക ഉൾപ്പെടെ ലോകത്താകെ ഉയർന്നുവന്ന അദ്ധ്വാനിക്കുന്നവന്റെ, ജനസാമാന്യത്തിന്റെ പോരാട്ടങ്ങളുടെ വേലിയേറ്റവും ആഗോള രാഷ്ട്രീയത്തിൽ ചൈനയുടെയും റഷ്യയുടെയും നേതൃത്വത്തിൽ ഉയർത്തപ്പെട്ട വെല്ലുവിളിയും 21-ാം നൂറ്റാണ്ടിന്റെ തുടക്കംമുതൽ ലാറ്റിനമേരിക്കയിൽ ഉയർന്നുവന്ന ഇടതുപക്ഷ മുന്നേറ്റങ്ങളുമെല്ലാം ഹണ്ടിങ്ടണെയല്ല മാർക്സിനെയാണ് സാധൂകരിക്കുന്നത്.

ഇടതുപക്ഷ പദാവലികൾ ഉയർത്തി, നവഇടതുപക്ഷ ചിന്തകൾ എന്ന പേരിൽ ഹെർബെർട്ട് മാർക്യൂസിനെപോലുള്ളവർ 1960 കളിൽ മുന്നോട്ടുവെച്ച ആശയങ്ങളും പൊതുവിൽ അല്പായുസ്സുകളായി അസ്തമിച്ചതായാണ് നാം കണ്ടത്. ''നിലവിലുള്ള വ്യവസ്ഥിതിയിൽത്തന്നെ ആവശ്യാനുസരണം നല്ല ഭക്ഷണവും നല്ല വസ്ത്രവും വീടും കാറും ടി വിയും മറ്റുമെല്ലാം ലഭിക്കുമെന്നുണ്ടെങ്കിൽ ആളുകൾ എന്തിനു നിലവിലുള്ള വ്യവസ്ഥിതിയെ മാറ്റാൻ ശ്രമിക്കണം'' എന്നാണ് മാർക്യൂസ് ചോദിച്ചത്. 2011 ൽ 'അമേരിക്കയിൽ തന്നെ ഉയർന്നുവന്ന വാൾസ്ട്രീറ്റ് പിടിച്ചടക്കൽ പോലുള്ള സമരങ്ങൾ, യൂറോപ്പിലാകെ പടർന്നുപിടിച്ച തൊഴിലാളിവർഗ്ഗമുന്നേറ്റങ്ങൾ, സ്വത്തിലും വരുമാനത്തിലുമുള്ള അന്തരം വർദ്ധിച്ചുവരുന്നതായുള്ള റിപ്പോർട്ടുകൾ എന്നിവയെല്ലാം ഇത്തരം ചിന്താഗതികളുടെ പൊള്ളത്തരമാണ് വെളിപ്പെടുത്തുന്നത്. 1980 കളിൽ ഏണസ്റ്റ് ലക്ലാവും ഷാന്റേൽ മൗഫെയും (Hegemony and Socialist Strategy-) തൊഴിലാളിവർഗ്ഗത്തിന്റെയും വർഗ്ഗസമരത്തിന്റെയും പ്രാധാന്യത്തെ തിരസ്കരിച്ച് ശ്രദ്ധ നേടാൻ, ഇടതുപക്ഷ ചിന്തയിൽ ആധിപത്യമുറപ്പിക്കാൻ ശ്രമിച്ചെങ്കിലും ചരിത്രം ആ വഴിക്കല്ല നീങ്ങുന്നതെന്നാണ് സമകാലികാനുഭവങ്ങൾ വ്യക്തമാക്കുന്നത്. മുതലാളിത്തത്തിന്റെ എന്ന പോലെ പരിഷ്കരണവാദത്തിന്റെയും സിദ്ധാന്തങ്ങളല്ല, മാർക്സിന്റെ സിദ്ധാന്തങ്ങളാണ് ശരി എന്നാണ് അനുദിനം തെളിയിക്കപ്പെടുന്നത്.

ഒരു കാലത്ത് 'ഇടതുപക്ഷക്കാര'നെന്ന് അവകാശപ്പെട്ടിരുന്ന, 1964 മുതൽ 1981 വരെ 'New Left Review' പത്രാധിപസമിതിയിൽ പ്രവർത്തിച്ചിരുന്ന ഗാരെത്ത് സ്റ്റെഡ്മാൻ ജോൺസ് 2016 ൽ പ്രസിദ്ധീകരിച്ച *Karl Marx: Greatness and Illusion* (കാൾ മാർക്സ്: മഹത്ത്വവും വ്യാമോഹവും) എന്ന കൃതിയിൽ മാർക്സിനെ 19-ാം നൂറ്റാണ്ടിൽ ജീവിക്കുകയും പ്രവർത്തിക്കുകയും എഴുതുകയും ചെയ്ത വ്യക്തി എന്ന നിലയിൽ മാത്രം അവതരിപ്പിച്ചുകൊണ്ട് അതിനപ്പുറം, ചരിത്രപരമായല്ലാതെ കാലികമായി പ്രസക്തമല്ല എന്നാണ് പറഞ്ഞുവെക്കുന്നത്.

മുതലാളിത്തം, വിശിഷ്യാ സോവിയറ്റനന്തര നവലിബറൽ കാലത്ത് എത്രമാത്രം അക്രാമകമായാണ് മുന്നോട്ടുപോകുന്നതെന്ന്, വർഗ്ഗപരമായി എത്രമാത്രം ചേരിതിരിക്കപ്പെട്ടിരിക്കുകയാണ് മുതലാളിത്ത ലോകമെന്ന് തെളിയിക്കുന്നതാണ് ഇന്ന് ദിനംപ്രതി പുറത്തുവന്നുകൊണ്ടിരിക്കുന്ന വസ്തുതകൾ ഏറെയും.

ലോകത്ത് ഏറ്റവും മുന്നിൽ നില്ക്കുന്ന 8 ശതകോടീശ്വരന്മാർക്ക് ലോകത്ത് ഏറ്റവും അടിത്തട്ടിലുള്ള 50 ശതമാനം ആളുകളുടെ, 360 കോടി ആളുകളുടെയാകെ സ്വത്തിനു തുല്യമായ സ്വത്തുണ്ടെന്നാണ് ഏറ്റവും ഒടുവിലത്തെ ഒക്സ്ഫാം റിപ്പോർട്ട് വെളിപ്പെടുത്തുന്നത്. ഈ എട്ടുപേരിൽ ആറുപേരും അമേരിക്കക്കാരാണ്. ഒരാൾ മെക്സിക്കോക്കാരനും മറ്റൊരാൾ സ്പെയിൻ സ്വദേശിയും. ഏഷ്യൻ - ആഫ്രിക്കൻ രാജ്യങ്ങളിൽ നിന്ന് - ജപ്പാൻ, ദക്ഷിണകൊറിയ എന്നിവയിൽനിന്നുപോലും - ഒരാളു

മില്ല ഈ പട്ടികയിൽ.

2015 നുശേഷം ലോകത്തെ അതിസമ്പന്നരായ ഒരു ശതമാനം ആളുകൾ അവശേഷിക്കുന്ന 99 ശതമാനം പേർക്ക് ആകെയുള്ള സ്വത്തിനു തുല്യമായത്ര സ്വത്ത് കൈവശമാക്കിയിരിക്കുന്നുവെന്നാണ് ഓക്സ്ഫാം റിപ്പോർട്ട് വെളിപ്പെടുത്തുന്നത്. നവലിബറൽ വക്താക്കളും പരിഷ്കരണവാദികളും പറയുന്ന സമ്പത്ത് ക്രമേണ താഴേക്ക് ഇറ്റിറ്റുവരുമെന്ന വാദം പൊള്ളയാണെന്നു മാത്രമല്ല, താഴേത്തട്ടിലുള്ളവർ അദ്ധ്വാനിച്ചുണ്ടാക്കുന്ന സമ്പത്തിന്റെ അവസാനതുള്ളിവരെ അതിസമ്പന്നർ ഊറ്റിയെടുക്കുന്നുവെന്നാണ് നമുക്ക് മുന്നിലെത്തുന്ന വസ്തുതകൾ വെളിപ്പെടുത്തുന്നത്. അവരുടെ വരുമാനം മാത്രമല്ല അവരുടെ സമ്പത്തും ഇങ്ങനെ ഊറ്റിയെടുക്കപ്പെടുകയാണ്. *ഫോർബ്സ് മാഗസിൻ* 2016 ൽ പ്രസിദ്ധീകരിച്ച ലോകത്താകെയുള്ള 100 കോടി ഡോളറിലധികം ആസ്തിയുള്ള 1810 പേരുടെ മൊത്തം സ്വത്ത് 6.5 ലക്ഷം കോടി ഡോളറാണ്. ഇതാകട്ടെ മൊത്തം ലോകജനസംഖ്യയുടെ താഴേത്തട്ടിലുള്ള 70 ശതമാനം പേർക്കാകെയുള്ളത്ര സ്വത്താണ്. അടുത്ത 20 വർഷംകൊണ്ട് ലോകത്തെ അഞ്ഞൂറോളം അതിസമ്പന്നർ തങ്ങളുടെ അനന്തരാവകാശികൾക്ക് 2.1 ലക്ഷം കോടി ഡോളർ കൈമാറുമെന്നും ഇത് 130 കോടി ആളുകൾ അധിവസിക്കുന്ന ഇന്ത്യയുടെ മൊത്തം ആഭ്യന്തര ഉല്പാദനത്തേക്കാൾ (ജിഡിപി) അധികമാണെന്നും തോമസ് പിക്കറ്റിയുടെ നേതൃത്വത്തിൽ ഒക്സ്ഫാം സംഘം നടത്തിയ പഠനം വ്യക്തമാക്കുന്നു.

പ്രതിവർഷം 15000 കോടി ഡോളർ ലാഭം ഉല്പാദിപ്പിക്കുന്ന 2.1 കോടി ആളുകൾ അടിമപ്പണി എടുക്കുന്നവരാണ് എന്നാണ് ഐ എൽ ഒ റിപ്പോർട്ട് വ്യക്തമാക്കുന്നത്. ഇതിൽ ഏറെയും ഇന്ത്യയിലെയും ബംഗ്ലാദേശിലെയും ടെക്സ്റ്റൈൽ രംഗത്ത് പണിയെടുക്കുന്ന (അധികവും പെൺകുട്ടികൾ) വരാണ്. 1980 കളിൽ ഒരു ചോക്ലേറ്റിന്റെ വിലയുടെ 18 ശതമാനം കൊക്കോ കർഷകർക്ക് ലഭിച്ചിരുന്നു. എന്നാൽ 2017 ൽ അത് 6 ശതമാനമായി ഇടിഞ്ഞു.

വരുമാനത്തിന്റെ അടിസ്ഥാനത്തിൽ പരിശോധിച്ചാൽ ലോകത്തെ ഏറ്റവും വലിയ സാമ്പത്തിക സ്ഥാപനങ്ങൾ ഇന്ന് രാജ്യങ്ങളല്ല, 69 വൻകിട പദ്ധതികളാണ്. 180 രാജ്യങ്ങളുടെ മൊത്തം ഗവൺമെന്റ് വരുമാനത്തേക്കാൾ അധികമാണ് വാൾമാർട്ട്, ഷെൽ, ആപ്പിൾ എന്നിത്യാദി 10 വമ്പൻകമ്പനികളുടെ വരുമാനം.

ക്രെഡിറ്റ് സ്യൂസെയുടെ 2011 ഡിസംബറിൽ പ്രസിദ്ധീകരിച്ച റിപ്പോർട്ടുപ്രകാരം 2017 ൽ 23 ലക്ഷം പേർ കൂടി 10 ലക്ഷം ഡോളറിലധികം സ്വത്തുള്ളവരുടെ പട്ടികയിൽപ്പെട്ടിരിക്കുന്നു; അങ്ങനെ മൊത്തം 360 ലക്ഷം പേർ ആ പട്ടികയിൽ എത്തി. ലോകത്തെ അതിസമ്പന്നരായവർക്ക് ലഭിച്ച മൊത്തം ആഗോളസമ്പത്തിലെ വിഹിതം 2008 ൽ ധനപ്രതിസന്ധിയുടെ മൂർദ്ധന്യാവസ്ഥയിൽ 42.5% ആയിരുന്നത് 2017 ൽ 50.1 ശതമാനമായി വർദ്ധിച്ചുവെന്നും പ്രസ്തുത റിപ്പോർട്ടു പറയുന്നു.

അതേസമയം ലോക ജനസംഖ്യയിൽ മൂന്നിലൊന്നിലേറെപ്പേർക്ക് പ്രതിദിനം 2 ഡോളറിൽ കുറഞ്ഞ വരുമാനമാണുള്ളത്. 120 കോടി ആളുകൾ ജീവിക്കുന്നത് പ്രതിദിനം ഒരു ഡോളറിലും കുറഞ്ഞ വരുമാനം കൊണ്ടും. കോർപ്പറേറ്റ് സ്ഥാപനങ്ങളിലെ സി ഇ ഒമാരുടെ ശരാശരി ശമ്പളം സാധാരണ തൊഴിലാളികളുടെ ശമ്പളത്തെക്കാൾ 90 ഇരട്ടിയാണ് 1978–2014 കാലത്തിനിടയ്ക്ക് വർദ്ധിച്ചത്. ഇതിൽ ഏറ്റവും വലിയ വർദ്ധന ഉണ്ടായത് 2008 ലെ ധനപ്രതിസന്ധിയെ തുടർന്നുള്ള കാലത്താണെന്ന താണ് ഏറെ ശ്രദ്ധേയം. പ്രതിസന്ധിക്കു പരിഹാരമെന്ന നിലയിൽ ചെലവു ചുരുക്കൽ എന്ന പേരിൽ ലോകമെങ്ങും അദ്ധ്വാനിക്കുന്നവരുടെ കൂലിയും മറ്റവകാശങ്ങളും കവർന്നെടുക്കുന്നതിനിടയിലാണ് ഈ തീവെട്ടിക്കൊള്ള മറുവശത്ത് നടക്കുന്നത്. യഥാർത്ഥത്തിൽ ചെലവ് ചുരുക്കൽ (austerity) എന്ന പേരിൽ നടപ്പാക്കുന്ന കാര്യങ്ങൾ അദ്ധ്വാനിക്കുന്നവരെ ഞെക്കിപ്പിഴിഞ്ഞ് അതിസമ്പന്നരിൽ സമ്പത്ത് കുന്നുകൂട്ടുന്നതിനുള്ള നടപടികളാണ്.

ലാഭം ഉണ്ടാക്കുന്നതിനെ അടിസ്ഥാനമാക്കിയുള്ള മുതലാളിത്ത വ്യവസ്ഥയുടെ യുക്തി ഒരുവശത്ത് ആവശ്യത്തിലേറെ സമ്പത്തിന്റെ സൃഷ്ടിയും മറുവശത്ത് ദാരിദ്ര്യവും ദുരിതങ്ങളും വർദ്ധിക്കലുമാണെന്ന് കാൾ മാർക്സ് *മൂലധന*ത്തിന്റെ ഒന്നാം വോള്യത്തിൽ വിശദീകരിക്കുന്നുണ്ട്. മുതലാളിവർഗ്ഗത്തിന്റെ കൈകാര്യകർത്താക്കളായ ഒരു എക്സിക്യൂട്ടീവ് കമ്മിറ്റിയല്ലാതെ മറ്റൊന്നുമല്ല ബൂർഷ്വാ ഗവൺമെന്റുകൾ എന്ന *കമ്യൂണിസ്റ്റ് മാനിഫെസ്റ്റോ*യിലെ മാർക്സിന്റെയും എംഗൽസിന്റെയും വാക്കുകളും ഈ നവലിബറൽ കാലത്ത്, ഈ 21–ാം നൂറ്റാണ്ടിലും, പ്രസക്തമായി തുടരുന്നുവെന്നതാണ് ഇതിലൂടെയെല്ലാം വ്യക്തമാക്കപ്പെടുന്ന വസ്തുത.

മുതലാളിത്തത്തിന്റെ വക്താക്കൾ പോലും 2008 ലെ ആഗോള സാമ്പത്തികത്തകർച്ചയെ തുടർന്ന്, മാർക്സിന്റെ പ്രസക്തിയെക്കുറിച്ച് ചർച്ച ചെയ്യാൻ നിർബ്ബന്ധിതരായിരിക്കുമ്പോഴാണ്, മാർക്സ് പറഞ്ഞത് ശരിയാണെന്ന് അത്തരക്കാർ തന്നെ സമ്മതിക്കുമ്പോഴാണ്, ലോകം മാർക്സിന്റെ 200–ാം ജന്മ വാർഷികം ആചരിക്കുന്നത്. സ്വിറ്റ്സർലണ്ട് ആസ്ഥാനമായ യു ബി എസ് ബാങ്കിന്റെ പ്രധാന സാമ്പത്തിക വിദഗ്ദ്ധരിൽ ഒരാളായ ജോർജ്ജ് മാഗ്നസ് *ബ്ലൂംബെർഗ്* മാഗസിനിൽ 2011 ആഗസ്തിൽ പ്രസിദ്ധീകരിച്ച ലേഖനത്തിന്റെ ശീർഷകം തന്നെ ഇങ്ങനെയാണ്. *Give Karl Marx a Chance to Save the World Economy* (ലോക സമ്പദ്ഘടനയെ രക്ഷിക്കാൻ കാൾ മാർക്സിന് ഒരവസരം കൊടുക്കുക). അതിലദ്ദേഹം പറയുന്നു: “ഇന്ന് ആഗോള സമ്പദ്ഘടനയിൽ മാർക്സ് മുൻകൂട്ടി കണ്ടതുപോലുള്ള അശുഭകരമായ ചില സമാനതകൾ കാണുന്നുണ്ട്.” അദ്ദേഹം തുടർന്ന് പറയുന്നത്, ലോകത്ത് സാമ്പത്തിക നയങ്ങൾക്ക് രൂപം നല്കുന്നവരെല്ലാം “വർഷങ്ങൾക്ക് മുൻപ് മരിച്ചുപോയ ഒരു സാമ്പത്തിക വിദഗ്ദ്ധന്റെ, കാൾ മാർക്സിന്റെ കൃതികൾ നന്നായി പഠിക്കണെ”മെന്നാണ്.

അദ്ദേഹം തുടരുന്നു: "ഉദാഹരണത്തിന്, മൂലധനവും അദ്ധ്വാനവും തമ്മിൽ സഹജമായുള്ള വൈരുദ്ധ്യം എങ്ങനെയാണ് സ്വയം പ്രകടിപ്പിക്കപ്പെടുന്നത് എന്ന മാർക്സിന്റെ പ്രവചനം തന്നെ നോക്കുക. *മൂലധനം* എന്ന കൃതിയിൽ മാർക്സ് എഴുതിയതുപോലെ, ലാഭത്തിനും ഉല്പാദനക്ഷമതയ്ക്കുമായുള്ള കമ്പനികളുടെ പരക്കംപാച്ചിൽ സ്വാഭാവികമായും അവയെ വളരെക്കുറച്ച് തൊഴിലാളികൾ മാത്രം ആവശ്യമാകുന്ന അവസ്ഥയിലെത്തിക്കും; ഇത് ദരിദ്രരും തൊഴിൽരഹിതരുമായ 'ഒരു വ്യാവസായിക കരുതൽ സേന'യുടെ സൃഷ്ടിക്കിടയാക്കും; ഒരു വശത്ത് സ്വത്തിന്റെ സഞ്ചയിക്കൽ, അതുകൊണ്ടുതന്നെ മറുവശത്ത് ദുരിതങ്ങളുടെ കുമിഞ്ഞുകൂടൽ.

"വികസിത ലോകത്തുടനീളം മാർക്സ് വിശദീകരിച്ച പ്രക്രിയ ദൃശ്യമാണ് - വിശിഷ്യാ, ചെലവുകൾ വെട്ടിക്കുറയ്ക്കാനും തൊഴിലാളികളെ നിയമിക്കുന്നത് ഒഴിവാക്കാനുമുള്ള അമേരിക്കൻ കമ്പനികളുടെ നീക്കങ്ങൾ. കഴിഞ്ഞ ആറ് പതിറ്റാണ്ടിലേറെക്കാലമായി മൊത്തം സാമ്പത്തിക ഉല്പാദനത്തിന്റെ വിഹിതം എന്ന നിലയിൽ അമേരിക്കൻ കോർപറേറ്റുകളുടെ ലാഭം വർദ്ധിപ്പിക്കുകയാണ്; അതേ സമയം തൊഴിലില്ലായ്മ നിരക്ക് 9.1 ശതമാനമായിരിക്കുന്നു; യഥാർത്ഥ വേതനം മാറ്റമില്ലാതെ നില്ക്കുകയുമാണ്. അതോടൊപ്പം അമേരിക്കയിലെ വരുമാന അസമത്വം 1920 കൾക്കു ശേഷമുള്ള ഏറ്റവും ഉയർന്ന നിലയിലുമെത്തിയിരിക്കുന്നു."

അസമത്വവും അനീതിയും നിറഞ്ഞ ഈ ലോകത്തെ വ്യാഖ്യാനിക്കുകയല്ല, ഇതിനെ മാറ്റുകയാണ് വേണ്ടത് എന്ന മാർക്സിന്റെ ഫൊയർബാഹിനെക്കുറിച്ചുള്ള തീസിസിലെ വാക്കുകൾ അക്കാലത്തേക്കാൾ ഇന്ന് ഏറെ പ്രസക്തമായിരിക്കുന്നു. അതുകൊണ്ടാണ് മാർക്സ് ജീവിച്ചിരുന്ന കാലം മുതൽ മാർക്സിനെയും അദ്ദേഹം മുന്നോട്ടുവെച്ച സിദ്ധാന്തത്തെയും തകർത്തെറിയാൻ, കുഴിച്ചുമൂടാൻ ബൂർഷ്വാ പണ്ഡിതർ ശ്രമിക്കുന്തോറും അത് കൂടുതൽ കരുത്തോടെ ഉയർന്നുവരുന്നത്. മുതലാളിത്തത്തിൻകീഴിൽ അസമത്വവും അനീതിയും വളർന്നുവരുന്നതു സംബന്ധിച്ച് 1840 കൾ മുതൽ, അദ്ദേഹം എഴുതാൻ തുടങ്ങിയ കാലം മുതൽ ഒരു കുറ്റപത്രം തന്നെയാണ് മാർക്സ് മുന്നോട്ടുവച്ചിട്ടുള്ളത്. മുതലാളിത്തത്തിന്റെ ആ സഹജസ്വഭാവത്തിൽ മാറ്റം വന്നിട്ടില്ലെന്നു മാത്രമല്ല, അത് കൂടുതൽ അക്രാമകമായി മാറിയിരിക്കുന്ന ഈ 21-ാം നൂറ്റാണ്ടിൽ മാർക്സിന്റെയും മാർക്സിസത്തിന്റെയും പ്രസക്തി വർദ്ധിച്ചുവരികയാണ്.

വർഗ്ഗവിഭജിതമായ ഒരു സമൂഹത്തിൽ ചരിത്രത്തെ മുന്നോട്ടുനയിക്കുന്ന, ചരിത്രപരമായ മാറ്റങ്ങൾ സാദ്ധ്യമാക്കുന്ന ചാലകശക്തിയാണ് വർഗ്ഗസമരമെന്ന മാർക്സിന്റെ സിദ്ധാന്തം ഇന്ന് മുതലാളിത്തത്തിന്റെ എല്ലാ കേന്ദ്രങ്ങളിലും പടർന്നുപിടിക്കുന്ന, കരുത്താർജ്ജിക്കുന്ന തൊഴിലാളിവർഗ്ഗ മുന്നേറ്റങ്ങൾ സാധൂകരിക്കുന്നു. മുതലാളിത്ത സമൂഹത്തിന്റെ ദോഷവശങ്ങൾക്കെതിരായ കുറ്റപത്രം അവതരിപ്പിക്കുക മാത്രമല്ല

മാർക്സ് ചെയ്തത്, മറിച്ച് മുതലാളിത്തം എങ്ങനെയാണ് വികസിച്ചുവന്നതെന്നും അതെങ്ങനെയാണ് പ്രതിസന്ധിയിൽ അകപ്പെടുന്നതെന്നും പ്രതിസന്ധിയിൽനിന്നും കരകയറാൻ മുതലാളിത്തം നടത്തുന്ന ഓരോ നീക്കവും ആത്യന്തികമായി അതിനെ കൂടുതൽ പ്രതിസന്ധികളിലേക്ക് എങ്ങനെ തള്ളിവീഴ്ത്തുന്നുവെന്നും വിശദീകരിച്ച മാർക്സ് അതിന്റെ അനിവാര്യമായ പതനത്തെക്കുറിച്ചും പറയുന്നുണ്ട്. മുതലാളിത്ത ഉല്പാദന രീതിയിലെ വൈരുദ്ധ്യങ്ങളാണ് അതിന്റെ തകർച്ച അനിവാര്യമാക്കുന്നത്. ആ തകർച്ച അനിവാര്യമായിരിക്കെ, പുതിയ സമൂഹത്തിന്റെ സൃഷ്ടി സാദ്ധ്യമാക്കുന്നതിനുള്ള ശക്തി തൊഴിലാളിവർഗ്ഗം മാത്രമാണെന്ന മാർക്സിന്റെ കാഴ്ചപ്പാടും മഹത്തായ ഒക്ടോബർ സോഷ്യലിസ്റ്റു വിപ്ലവവും സോവിയറ്റു യൂണിയനും സോഷ്യലിസ്റ്റു ചേരിയും വേറിട്ട സാമൂഹിക വ്യവസ്ഥ പ്രായോഗികമാണെന്നു തെളിയിച്ചുകൊണ്ട് ദശകങ്ങളോളം നിലനിന്നതും ശരിവയ്ക്കുന്നു. അത് സോവിയറ്റ് യൂണിയനും പൂർവ്വ യൂറോപ്യൻ സോഷ്യലിസ്റ്റു ചേരിയും തകർക്കപ്പെട്ടതോടെ ഇല്ലാതായി എന്നത് വ്യാമോഹം മാത്രമാണെന്ന് ഇന്നും നിലനില്ക്കുന്ന സോഷ്യലിസ്റ്റ് രാജ്യങ്ങളും മുതലാളിത്ത രാജ്യങ്ങളിലെ തൊഴിലാളിവർഗ്ഗ മുന്നേറ്റങ്ങളും സാക്ഷ്യപ്പെടുത്തുന്നു.

വിശദാംശങ്ങളിൽ മാർക്സിന്റെ കാലത്തെ മുതലാളിവർഗ്ഗത്തിന്റെയും തൊഴിലാളിവർഗ്ഗത്തിന്റെയും സാഹചര്യങ്ങളിൽ, മുതലാളിത്തത്തിന്റെ തന്നെ അവസ്ഥയിൽ മാറ്റങ്ങൾ ഉണ്ടായിട്ടുണ്ടെന്നത് സംശയാതീതമാണ്. എന്നാൽ അതിന്റെ അന്തഃസത്തയിൽ, അടിസ്ഥാന സ്വഭാവത്തിൽ - ചുരുക്കം ചിലരുടെ കൊള്ളലാഭത്തിനായി മഹാഭൂരിപക്ഷത്തെ ചൂഷണം ചെയ്യുക, ചൂഷണം പരമാവധിയാക്കുക എന്ന സ്വഭാവത്തിൽ - മാറ്റമുണ്ടാകാതെ തുടരുന്നുവെന്നതാണ് ലോകത്തെങ്ങും അനുദിനം നാം കാണുന്നത്. അതുകൊണ്ടുതന്നെ മുതലാളിത്തത്തിൽനിന്നും സോഷ്യലിസത്തിലേക്കുള്ള മാറ്റവും അനിവാര്യമാണെന്നതും പ്രസക്തമാണ്. റോസ ലക്സംബർഗ് ചൂണ്ടിക്കാണിച്ചതുപോലെ ഒന്നുകിൽ സോഷ്യലിസം അല്ലെങ്കിൽ അരാജകത്വം എന്ന അവസ്ഥയാണ് ഇന്നത്തെ ലോകത്തെ തുറിച്ചു നോക്കുന്നത്. മുതലാളിത്തം സ്വമേധയാ തകരില്ലെന്നും അതിനെ തകർക്കേണ്ടത് തൊഴിലാളിവർഗ്ഗത്തിന്റെ രാഷ്ട്രീയ ദൗത്യമാണെന്നുമുള്ള മാർക്സിന്റെ കാഴ്ചപ്പാടും ഇന്നും പ്രസക്തമായി നിലനില്ക്കുന്നു. തൊഴിലാളിവർഗ്ഗത്തിന്റെ കരുത്തുറ്റ സംഘടനയിലൂടെ മാത്രമേ അത് സാദ്ധ്യമാകൂ എന്ന തിരിച്ചറിവാണ് മാർക്സിനെ കമ്യൂണിസ്റ്റു ലീഗിലേക്കും പിന്നീട് ഒന്നാം ഇന്റർനാഷണലിലേക്കുമെല്ലാം കൊണ്ടെത്തിക്കുന്നത്.

മുതലാളിത്തത്തിന്റെ തകർച്ച സ്വമേധയാ ഉണ്ടാവില്ലെന്നിരിക്കെ, അതിന്റെ ഓരോ അതിജീവന നീക്കവും കൂടുതൽ അക്രാമകമാകും എന്നതും ചരിത്ര യാഥാർത്ഥ്യമാണ്. സാമ്രാജ്യത്വ യുദ്ധങ്ങളും ഫാസിസവുമെല്ലാം അതാണ് കാണിക്കുന്നത്. അതിജീവനത്തിനായുള്ള മുത

ലാളിത്തത്തിന്റെ ഓരോ നീക്കവും അതിന്റെ നിതാന്ത ശത്രുവായ തൊഴിലാളിവർഗ്ഗത്തെയും തൊഴിലാളിവർഗ്ഗത്തിന്റെ രാഷ്ട്രീയ ഉപകരണങ്ങളെയും ദുർബ്ബലപ്പെടുത്താനും തകർക്കാനും നടത്തുന്ന നീക്കങ്ങൾ കൂടി ഉൾപ്പെടുന്നതാണ്. വർഗ്ഗങ്ങളും വർഗ്ഗസമരവും യാഥാർത്ഥ്യമായിരിക്കെ, തൊഴിലാളിവർഗ്ഗവും അതിന്റെ രാഷ്ട്രീയപ്രസ്ഥാനവും നിതാന്തമായ ജാഗ്രത പുലർത്തേണ്ടതിന്റെയും സ്വന്തം ശക്തി വർദ്ധിപ്പിക്കേണ്ടതിന്റെയും ആവശ്യകതയാണ് 20-ാം നൂറ്റാണ്ടിലെ ചരിത്രാനുഭവം നമ്മെ ഓർമ്മിപ്പിക്കുന്നത്.

ഫ്രെഡറിക് എംഗൽസ് 1883 ൽ മാർക്സിന്റെ ശവസംസ്കാരത്തെത്തുടർന്ന് നടത്തിയ അനുസ്മരണത്തിൽ ചൂണ്ടിക്കാണിച്ചത്, ''മുതലാളിത്ത ഉല്പാദനരീതിയെ ഭരിക്കുന്ന പ്രത്യേക ചലന നിയമങ്ങൾ കണ്ടുപിടിക്കുകയായിരുന്നു'' മാർക്സ് എന്നാണ്. എംഗൽസ് തുടരുന്നു: '' എല്ലാത്തിനുമുപരി മാർക്സ് ഒരു വിപ്ലവകാരിയായിരുന്നു. മാർക്സിന്റെ യഥാർത്ഥ ജീവിതദൗത്യം തന്നെ മുതലാളിത്ത സമൂഹത്തിന്റെയും അതു സൃഷ്ടിച്ച ഭരണകൂട ഉപകരണങ്ങളുടെയും തകർച്ചയ്ക്ക് - (ഏതുവിധേനയും അതിനെ തകർക്കുന്നതിനുള്ള) സംഭാവന നല്കലാണ്; ആധുനിക തൊഴിലാളിവർഗ്ഗത്തിന്റെ മോചനത്തിനുവേണ്ട സംഭാവന നല്കലാണ്.''

യുവാവായിരുന്ന കാലത്ത് മാർക്സ് തന്റെ സുഹൃത്തായ ആർണോൾഡ് റൂജിനെഴുതിയ കത്തിൽ സമകാലിക ജർമ്മൻ രാഷ്ട്രീയ, ധൈഷണിക മണ്ഡലങ്ങളിലെ അവസ്ഥയെക്കുറിച്ച് സൂചിപ്പിച്ചുകൊണ്ടു പറഞ്ഞത്, ''നിലനില്ക്കുന്ന എല്ലാത്തിനെയും നിഷ്ഠുരമായി വിമർശിക്കണ"മെന്നാണ്. ഇത്തരം നിഷ്ഠുരമായ, നിശിതമായ വിമർശനങ്ങളിലൂടെയാണ്, ഓരോ ഘട്ടത്തിലും ഉയർന്നുവന്ന വ്യത്യസ്ത ആശയഗതികളോടുള്ള നിരന്തര സമരങ്ങളിലൂടെയാണ് മാർക്സ് തന്റെ സിദ്ധാന്തങ്ങൾ വികസിപ്പിച്ചത്. പ്രയോഗത്തിന്റെ രംഗത്തും - രാഷ്ട്രീയത്തിലും സംഘാടനത്തിലും - പ്രത്യയശാസ്ത്രരംഗത്തും മാർക്സ് നടത്തിയ നിരന്തര സമരങ്ങളാണ് മാർക്സിസത്തെ വികസിപ്പിച്ചത്. അങ്ങനെ ലോകത്തെ മാറ്റുക എന്ന ലക്ഷ്യത്തോടെ നടത്തപ്പെട്ട സമരങ്ങളിലൂടെ വികസിച്ചുവന്നതാണ് മാർക്സിസം എന്നതാണ് അതിനെ ഇന്നും പ്രസക്തമാക്കുന്നത്.

മാർക്സിന്റെ പ്രാധാന്യം, പ്രത്യേകതകൾ

ജർമ്മനിയിലെ റൈൻലാൻഡ് പ്രവിശ്യയിൽ ട്രയർ നഗരത്തിൽ 1818 മെയ് 5-നാണ് കാൾ മാർക്സ് ജനിച്ചത്. ഇപ്പോൾ 200 വർഷം പിന്നിട്ടിരിക്കുന്നു. അദ്ദേഹം അന്തരിച്ചത് 1883 മാർച്ച് 14 നും. 135 വർഷം മുമ്പ്. എന്നിട്ടും ഇന്നും അദ്ദേഹം മനുഷ്യമനസ്സുകളിൽ ജീവിക്കുന്നു. ലോകമെങ്ങും അദ്ദേഹവും അദ്ദേഹത്തിന്റെ ചിന്തകളും ചർച്ചചെയ്യപ്പെടുന്നു. രാഷ്ട്രീയത്തിന്റേയോ തത്ത്വചിന്തയുടെയോ സാമ്പത്തിക ശാസ്ത്രത്തിന്റേയോ മണ്ഡലങ്ങളിൽ മാത്രമല്ല, വിജ്ഞാനത്തിന്റെ സമസ്തമണ്ഡലങ്ങളുമായി ബന്ധപ്പെട്ടും മാർക്സിന്റെ ചിന്തകൾ ഈ 21-ാം നൂറ്റാണ്ടിലും ചർച്ച ചെയ്യപ്പെടുന്നുവെന്നത് അനിഷേദ്ധ്യമായ വസ്തുതയാണ്.

കാൾ മാർക്സിനെയും അദ്ദേഹത്തിന്റെ ആയുഷ്കാല സുഹൃത്തും സഹപ്രവർത്തകനുമായ ഫ്രെഡറിക് എംഗൽസിനെയും പോലെ കഴിഞ്ഞ ഒന്നരനൂറ്റാണ്ടിലേറെക്കാലമായി മനുഷ്യ ചിന്തയെയും ചരിത്രത്തെയും ഇത്രയേറെ സ്വാധീനിച്ച മറ്റു വ്യക്തികൾ ഉണ്ടാവില്ലെന്ന് നിസ്സംശയം പറയാവുന്നതാണ്. കൃത്യമായി പറഞ്ഞാൽ അവർ രണ്ടുപേരെയും പോലെ, പ്രത്യേകിച്ച് മാർക്സിന്റെ സിദ്ധാന്തങ്ങൾ സമഗ്രമായി അവതരിപ്പിച്ച *കമ്യൂണിസ്റ്റ് മാനിഫെസ്റ്റോ* പ്രസിദ്ധീകരിച്ച 1848 ഫെബ്രുവരിക്കുശേഷമുള്ള 170 വർഷത്തെ ചരിത്രത്തെ അഗാധമായി സ്വാധീനിച്ച, മറ്റൊരു ചിന്തകനും ഇല്ല തന്നെ. *കമ്യൂണിസ്റ്റു മാനിഫെസ്റ്റോ*യുടെ പ്രസിദ്ധീകരണം മുതലുള്ള കാലത്ത് ഇത്രയേറെ ആക്രമണവും മറ്റാരും നേരിട്ടിട്ടുണ്ടാവില്ല. ഭരണവർഗ്ഗങ്ങൾ പലവട്ടം മാർക്സിന്റേയും എംഗൽസിന്റേയും ചിന്തകളുടെ ചരമക്കുറിപ്പെഴുതിയിട്ടുണ്ട്. ഭരണാധികാരികളുടെ അത്തരം മോഹചിന്തകളെയെല്ലാം അപ്രസക്തമാക്കി കൂടുതൽ കരുത്തോടെ ആ വിപ്ലവചിന്തകൻ മാനവരാശിയെ സ്വാധീനിക്കുന്നതും അവർക്കുതന്നെ അം

ഗീകരിക്കേണ്ടതായി വന്നിട്ടുണ്ട്. ഇന്നത്തെ ലോകത്ത് മാർക്സിനെ, മഹാനായ ആ തൊഴിലാളിവർഗ്ഗ വിപ്ലവകാരിയെ ആർക്കും അവഗണിക്കാനാവില്ല എന്നതാണ് സത്യം. ചൂഷണാധിഷ്ഠിതമായ മുതലാളിത്ത വ്യവസ്ഥ നിലനില്ക്കുന്നിടത്തോളംകാലം അന്തസ്സുള്ള ലോകം, മാനവരാശിക്കാകെ അല്ലലില്ലാതെ ജീവിക്കാനാവുന്ന ഒരു ലോകം കെട്ടിപ്പടുക്കുന്നതിനു മാർക്സിന്റേതല്ലാതെ പര്യാപ്തമായ മറ്റൊരു സിദ്ധാന്തവും ഇന്നേവരെ ആരും മുന്നോട്ടു വച്ചിട്ടില്ലാത്ത സ്ഥിതിക്ക് അദ്ദേഹം എക്കാലത്തും അനിവാര്യനായിരിക്കും.

1883 മാർച്ച് 17 നു ലണ്ടനിലെ ഹൈഗേറ്റ് സെമിത്തേരിയിൽ മാർക്സിന്റെ ശവകുടീരത്തിനരികിൽ വെച്ച് നടത്തിയ പ്രസംഗത്തിൽ എംഗൽസ് പറഞ്ഞു:

‘‘ഡാർവിൻ ജൈവപ്രകൃതിയുടെ വികാസനിയമങ്ങൾ കണ്ടുപിടിച്ചതു പോലെ തന്നെ മാർക്സ് മാനവ ചരിത്രത്തിന്റെ വികാസനിയമം കണ്ടുപിടിച്ചു. പ്രത്യയശാസ്ത്രത്തിന്റെ അതിപ്രസരം മൂലം ഇതേവരെ മറഞ്ഞുകിടന്നിരുന്ന ലളിതമായൊരു വസ്തുതയുണ്ട്. രാഷ്ട്രീയവും ശാസ്ത്രവും കലയും മതവും മറ്റും പിന്തുടരാൻ കഴിയുന്നതിനുമുമ്പ് മാനവരാശിക്ക് ഭക്ഷണവും കിടപ്പാടവും ഉടുതുണിയും വേണം. അതുകൊണ്ട് നേരിട്ടുള്ള ഉപജീവനോപാധികളുടെ ഉല്പാദനവും തല്ഫലമായി അതത് ജനതകൾ, അല്ലെങ്കിൽ അതത് കാലത്ത്, കൈവരിച്ചിട്ടുള്ള സാമ്പത്തിക വികാസനിലവാരവുമാണ് ആ ജനതകളുടെ ഭരണസ്ഥാപനങ്ങളും നിയമസങ്കല്പങ്ങളും കലയുമെന്നു മാത്രമല്ല, മതധാരണകൾപ്പോലും രൂപംകൊള്ളുന്നതിനാധാരമായ അടിത്തറയായി വർത്തിക്കുന്നത്; അതുകൊണ്ട് ഇതേവരെ ചെയ്തു പോന്നതിനു നേരെ വിപരീതമായി ഈ അടിത്തറയുടെ വെളിച്ചത്തിലാണ് അവയെ വിശദീകരിക്കേണ്ടത്. ഇതാണ് ലളിതമായ ആ വസ്തുത.’’

എംഗൽസ് തുടരുന്നു: ‘‘താൻ അന്വേഷണം നടത്തിയ ഓരോ രംഗത്തും, എന്തിനു ഗണിതശാസ്ത്ര രംഗത്തുപോലും, മാർക്സ് സ്വതന്ത്രമായ കണ്ടുപിടുത്തങ്ങൾ നടത്തി. അദ്ദേഹം അനേകരംഗങ്ങളിൽ അന്വേഷണം നടത്തുകയുണ്ടായി. അവയിൽ ഒന്നുപോലും ഉപരിപ്ലവമായിട്ടായിരുന്നില്ല...... മാർക്സിനെ സംബന്ധിച്ചിടത്തോളം ശാസ്ത്രം ചരിത്രപരമായ ഒരു ചാലകശക്തിയായിരുന്നു.... വ്യവസായത്തിലും പൊതുവിൽ ചരിത്രവികാസത്തിലും വിപ്ലവപരമായ മാറ്റങ്ങൾ ഉടനടി വരുത്തുന്ന കണ്ടുപിടുത്തം നടക്കുമ്പോൾ അദ്ദേഹത്തിന്റെ ആഹ്ലാദം ഒന്നുവേറെ തന്നെയായിരുന്നു.... എന്തുകൊണ്ടെന്നാൽ മാർക്സ് സർവ്വോപരി ഒരു വിപ്ലവകാരിയായിരുന്നു. മുതലാളിത്ത സമൂഹത്തെയും അത് നിലവിൽകൊണ്ടുവന്ന ഭരണസ്ഥാപനങ്ങളെയും തകിടം മറിക്കുന്നതിനു ഒരു തരത്തിലല്ലെങ്കിൽ മറ്റൊരു തരത്തിൽ സഹായിക്കുക, ആധുനിക തൊഴിലാളിവർഗ്ഗത്തെ മോചിപ്പിക്കുന്നതിനു സഹായിക്കുക ഇതായിരുന്നു അദ്ദേഹത്തിന്റെ യഥാർത്ഥ ജീവിതദൗത്യം.

''സ്വന്തം സ്ഥിതിയെയും ആവശ്യങ്ങളെയും വിമോചനോപാധികളെയും കുറിച്ച് തൊഴിലാളി വർഗ്ഗത്തിനു ആദ്യമായി ശാസ്ത്രീയമായ ബോധമുണ്ടാക്കിക്കൊടുത്തത് അദ്ദേഹമാണ്. സമരം അദ്ദേഹത്തിന്റെ രക്തത്തിലുണ്ടായിരുന്നു. മറ്റനേകം പേർക്ക് കിടപിടിക്കാനാവാത്തത്ര വാശിയോടെയും വീറോടെയും വിജയകരമായും അദ്ദേഹം സമരം ചെയ്തു...

''അക്കാരണംകൊണ്ടുതന്നെ മാർക്സ് തന്റെ ജീവിതകാലത്ത് ഏറ്റവും കടുത്ത വിദ്വേഷത്തിനും അപവാദത്തിനും പാത്രമായിത്തീർന്നു. സ്വേച്ഛാധിപത്യ ഗവൺമെന്റുകളെന്നപോലെതന്നെ റിപ്പബ്ലിക്കൻ ഗവൺമെന്റുകളും അദ്ദേഹത്തെ നാടുകടത്തി. അദ്ദേഹത്തിനുമേൽ അപവാദങ്ങൾ ചൊരിയാൻ യാഥാസ്ഥിതികരും അതിജനാധിപത്യവാദികളുമായ ബൂർഷ്വാകൾ ഒരുപോലെ പരസ്പരം മത്സരിച്ചു. എന്നാൽ അദ്ദേഹം അവയെയെല്ലാം ഒരു ചിലന്തിവലയെന്നോണം തൂത്തെറിഞ്ഞു.

"അദ്ദേഹത്തിന്റെ നാമധേയവും കൃതികളും ചിരകാലം ജീവിക്കും" എന്ന വാക്കുകളോടെയാണ് എംഗൽസ് തന്റെ വാക്കുകൾ അവസാനിപ്പിച്ചത്.

മാർക്സുമായി ഏറ്റവും അടുത്ത് പ്രവർത്തിച്ചിരുന്നയാളും അദ്ദേഹത്തിന്റെ രണ്ടാമത്തെ പുത്രി ലോറയുടെ ഭർത്താവും, ഫ്രഞ്ച് തൊഴിലാളി പ്രസ്ഥാനത്തിലെ പ്രമുഖ നേതാവുമായിരുന്ന പോൾ ലഫാർഗ് മാർക്സിനെക്കുറിച്ചുള്ള തന്റെ അനുസ്മരണ ലേഖനത്തിൽ എഴുതുന്നു:

''അദ്ധ്വാനിക്കുന്ന വർഗ്ഗങ്ങളുടെ കഷ്ടപ്പാടുകളോട് മാർക്സിന് അഗാധമായ അനുഭാവമുണ്ടായിരുന്നു. പക്ഷേ, വൈകാരിക പരിഗണനകളല്ല, ചരിത്രത്തെയും അർത്ഥശാസ്ത്രത്തെയും കുറിച്ചുള്ള പഠനമാണ് അദ്ദേഹത്തെ കമ്മ്യൂണിസ്റ്റ് കാഴ്ചപ്പാടിൽ കൊണ്ടെത്തിച്ചത്. സ്വകാര്യ താല്പര്യങ്ങൾ സ്വാധീനിക്കാത്ത, വർഗ്ഗ മുൻവിധികളാൽ അന്ധനാവാത്ത, ഏതൊരു നിഷ്പക്ഷമതിക്കും ഇതേ നിഗമനങ്ങളിൽ എത്തിച്ചേരാതെ തരമില്ലെന്ന് അദ്ദേഹം വിശ്വസിച്ചു."

ലഫാർഗ് തുടരുന്നു: ''ശാസ്ത്രരംഗത്തും പൊതുജീവിതത്തിലും ഒരേ സമയത്ത് നായകത്വം വഹിക്കാൻ കഴിവുള്ള അപൂർവ്വം മനുഷ്യരിലൊരാളായിരുന്നു കാൾ മാർക്സ്. അദ്ദേഹത്തെ ഒരേ സമയം ഒരു പണ്ഡിതനായും സോഷ്യലിസ്റ്റു പോരാളിയായും കണ്ടാൽ മാത്രമേ അദ്ദേഹത്തെ ശരിക്കും മനസിലാക്കാൻ കഴിയൂ. ഈ രണ്ടു വശങ്ങളും അദ്ദേഹത്തിൽ അത്രയേറെ ഗാഢമായി ഒന്നു ചേർന്നിരിക്കുന്നു''.

പൊതു ജീവിതത്തിൽ സജീവ ഇടപെടൽ കൂടാതെ കൂപമണ്ഡൂകങ്ങളെപ്പോലെ സ്വന്തം പരീക്ഷണശാലയിലോ പഠനമുറിയിലോ അടച്ചിരുന്ന് സമകാലിക ജീവിതത്തിൽനിന്നും രാഷ്ട്രീയ സമരങ്ങളിൽനിന്നും അകന്നുമാറി നില്ക്കുന്ന പണ്ഡിതരെയും ശാസ്ത്രജ്ഞരെയും മാർക്സ് നിശിതമായി വിമർശിച്ചിരുന്നു. ''മാനവരാശിക്കുവേണ്ടി പ്രവർത്തിക്കുക" എന്നതായിരുന്നു അദ്ദേഹം എന്നും ഉയർത്തിപ്പിടിച്ചിരുന്ന ആപ്തവാക്യം.

പോൾ ലഫാർഗ് അനുസ്മരിക്കുന്നു: ''മാർക്സ് അദ്ദേഹത്തിന്റെ പ്രവർത്തനത്തെ തന്റെ ജന്മരാജ്യത്ത് മാത്രമായി ഒതുക്കിനിർത്തിയില്ല. 'ഞാനൊരു വിശ്വപൗരനാണ്' എന്നദ്ദേഹം സദാപറയാറുണ്ടായിരുന്നു. 'എവിടെച്ചെന്നാലും ഞാൻ കർമ്മ നിരതനാണ്'... എന്നാൽ അക്ഷീണനും അനുപമനുമായ ഒരു സോഷ്യലിസ്റ്റ് പ്രക്ഷോഭകാരിയെയല്ല, ഒരു ശാസ്ത്രജ്ഞനെയാണ് മെയ്റ്റ്ലാൻഡ് പാർക്ക് റോഡിലെ അദ്ദേഹത്തിന്റെ പഠനമുറിയിൽവെച്ച് ഞാൻ ആദ്യമായി കണ്ടത്. വിവിധ പ്രശ്നങ്ങളെപ്പറ്റി സോഷ്യലിസ്റ്റ് ചിന്തയുടെ ആ ആചാര്യന്റെ അഭിപ്രായമറിയാൻ നാഗരികലോകത്തിന്റെ നാനാഭാഗങ്ങളിൽനിന്നും പാർട്ടി സഖാക്കൾ വന്നെത്തിയ കേന്ദ്രവുമായിരുന്നു ആ മുറി.''

അർത്ഥശാസ്ത്രത്തിലും തത്ത്വശാസ്ത്രത്തിലും ചരിത്രത്തിലും മാത്രമായിരുന്നില്ല അദ്ദേഹത്തിന്റെ അഗാധമായ പാണ്ഡിത്യം ഒതുങ്ങിനിന്നത്. ഗണിതം ഉൾപ്പെടെയുള്ള ശാസ്ത്രശാഖകളിലും ഒതുങ്ങുന്നതായിരുന്നില്ല ആ മഹാമനീഷിയുടെ അറിവിന്റെ ലോകം, മറിച്ച് ഹൈനെയെയും ഷേക്സ്പിയറെയും ഡാന്റേയെയും ഗൊയ്ഥെയെയും ബൽസാക്കിനെയും എമിലിസോളയെയും പോലുള്ള മഹാസാഹിത്യകാരന്മാരുടെ കൃതികളും അദ്ദേഹത്തിനു ഹൃദിസ്ഥമായിരുന്നു. തന്റെ കൃതികളിലെല്ലാം അവയിൽ നിന്നുള്ള ഉദ്ധരണികൾ ഉപയോഗിച്ച് സ്വന്തം വാദഗതികൾ സമർത്ഥിക്കുന്നത് മാർക്സിന്റെ സവിശേഷതയായിരുന്നു. ''എസ്കിലസ്സിന്റെ കൃതികൾ ഗ്രീക്ക് മൂലഭാഷയിൽത്തന്നെ മാർക്സ് വായിക്കാറുണ്ടായിരുന്നു" എന്ന് ലഫാർഗ് ഓർമ്മിക്കുന്നു.

എല്ലാ യൂറോപ്യൻ ഭാഷകളും വായിക്കാനും ജർമ്മൻ, ഫ്രഞ്ച്, ഇംഗ്ലീഷ് എന്നീ മൂന്നു ഭാഷകളിൽ എഴുതാനും മാർക്സിനു അനായാസം കഴിയുമായിരുന്നു. ഭാഷകൾ പഠിക്കാനുള്ള അദ്ദേഹത്തിന്റെ കഴിവ് ഒന്നുവേറെതന്നെയായിരുന്നു. അമ്പതുവയസ്സായ ശേഷമാണ് മാർക്സ് റഷ്യൻ ഭാഷ പഠിക്കാൻ തുടങ്ങിയത്. ആറു മാസംകൊണ്ട് അദ്ദേഹം ആ ഭാഷ വശമാക്കി. രാഷ്ട്രീയ കാരണങ്ങളാൽ റഷ്യൻ ഗവൺമെന്റ് പരസ്യപ്പെടുത്താതിരുന്ന ചില ഔദ്യോഗിക അന്വേഷണ റിപ്പോർട്ടുകൾ വായിക്കാൻ വേണ്ടിയാണ് അദ്ദേഹം റഷ്യൻ ഭാഷ പഠിച്ചത്. എന്നാൽ റഷ്യൻ ഭാഷയിലെ അദ്ദേഹത്തിന്റെ അറിവ് അവിടെ ഒതുങ്ങുന്നതായിരുന്നില്ല. പുഷ്ക്കിനും ഗൊഗോളും അലക്സാണ്ടർ ഷ്ചെദ്രിനും ഉൾപ്പെടെയുള്ള റഷ്യൻ സാഹിത്യകാരന്മാരുടെയും പണ്ഡിതരുടെയും കൃതികളും അദ്ദേഹം ഹൃദിസ്ഥമാക്കി.

മാർക്സിന്റെ മറ്റൊരു സവിശേഷതയെക്കുറിച്ച്, അദ്ദേഹത്തെ അടുത്തറിഞ്ഞിരുന്ന ലഫാർഗ് എഴുതിയിരിക്കുന്നത് ഇങ്ങനെയാണ്: ''കവിതകളും നോവലുകളും വായിക്കുന്നതിനു പുറമേ ബുദ്ധിക്കു വിശ്രമം കൊടുക്കാൻ അസാധാരണമായ മറ്റൊരു മാർഗ്ഗം കൂടി മാർക്സ് അവലംബിച്ചിരുന്നു. അദ്ദേഹത്തിനു പ്രിയപ്പെട്ട ഗണിതശാസ്ത്രമായിരുന്നു ആ മാർഗ്ഗം. ബീജഗണിതം അദ്ദേഹത്തിൽ മാനസികാശ്വാസം പോലുമ

രുളി; തന്റെ സംഭവബഹുലമായ ജീവിതത്തിലെ ഏറ്റവും ക്ലേശകരമായ നിമിഷങ്ങളിൽ അദ്ദേഹം അഭയം തേടിയത് അതിലാണ്. ഭാര്യക്ക് ഏറ്റവുമൊടുവിൽ രോഗം ബാധിച്ച സമയത്ത് അദ്ദേഹത്തിനു തന്റെ പതിവുള്ള ശാസ്ത്രീയ പ്രവർത്തനത്തിലേർപ്പെടാൻ കഴിഞ്ഞില്ല. അവരുടെ യാതനകൾ ഉളവാക്കിയ മനോവ്യഥയിൽനിന്നു രക്ഷപ്പെടാൻ അദ്ദേഹം കണ്ട ഒരേയൊരു വഴി ഗണിതശാസ്ത്രത്തിൽ ആമഗ്നനാവുകയെന്നതാണ്. ഏറെ മാനസിക പീഡനമനുഭവിച്ചിരുന്ന അക്കാലത്താണ് അദ്ദേഹം അനന്ത സൂക്ഷ്മകലനത്തെ (Infinitesimal Calculus) സംബന്ധിച്ച് ഒരു ലേഖനമെഴുതിയത്... ഉപരിഗണിതത്തിൽ വൈരുദ്ധ്യാത്മക ചലനത്തിന്റെ ഏറ്റവും യുക്തിയുക്തവും അതേ സമയം ഏറ്റവും ലളിതവുമായ രൂപം അദ്ദേഹം കണ്ടു.''

ലഫാർഗ് തുടരുന്നു: ''സ്വന്തം പഠനവിഷയമായ അർത്ഥശാസ്ത്രത്തിൽ മാത്രമല്ല, സർവ്വരാജ്യങ്ങളുടെയും ചരിത്രം, തത്ത്വശാസ്ത്രം, സാഹിത്യം എന്നിവയിലും മാർക്സിനുണ്ടായിരുന്ന വിശാലവും അഗാധവുമായ പാണ്ഡിത്യം അദ്ദേഹത്തിന്റെ എതിരാളികൾക്കുപോലും സമ്മതിക്കേണ്ടി വന്നിട്ടുണ്ട്.'' ഇന്ത്യയെക്കുറിച്ച്, ഏഷ്യയെക്കുറിച്ചാകെ, ആഫ്രിക്കയെക്കുറിച്ച്, അമേരിക്കയിലെ ആഫ്രിക്കൻ വംശജരുടെ ജീവിതത്തെക്കുറിച്ചെല്ലാം ലഭ്യമായേടത്തോളം അറിവുകൾ സമാഹരിക്കാനും വിശകലനം ചെയ്യാനും അദ്ദേഹം നിതാന്ത ജാഗ്രത പുലർത്തിയിരുന്നു. "ഏറ്റവും വിപ്ലവകരമായ ആയുധം അറിവാ"ണെന്ന് മാർക്സ് വിശ്വസിച്ചിരുന്നതായി മാർക്സിന്റെ ജീവചരിത്രമെഴുതിയ മേരി ഗബ്രിയേൽ സൂചിപ്പിക്കുന്നുണ്ട്. (*പ്രണയവും മൂലധനവും*. പേജ് 578)

അദ്ദേഹം അറിവിനെ അടഞ്ഞ അദ്ധ്യായമായല്ല കണ്ടത്; താൻ അറിഞ്ഞതും എഴുതിയതും അവസാനവാക്കായി മാർക്സ് ഒരിക്കലും കണ്ടിരുന്നില്ല. *കമ്യൂണിസ്റ്റ് മാനിഫെസ്റ്റോ*യ്ക്ക് അദ്ദേഹം വിവിധ കാലങ്ങളിൽ എഴുതിയ മുഖവുരകൾ, *മൂലധന*ത്തിന്റെ ഒന്നാം വോള്യത്തിന്റെ ജർമ്മൻ ഭാഷയിലെ വിവിധ പതിപ്പുകൾക്കും മറ്റു ഭാഷകളിലേക്കുള്ള പരിഭാഷകൾക്കും അദ്ദേഹം എഴുതിയ മുഖവുരകൾ എന്നിവയെല്ലാം ഇത് സാക്ഷാൽക്കരിക്കുന്നു.

ബ്രിട്ടീഷ് മാദ്ധ്യമപ്രവർത്തകനും ചലച്ചിത്ര സംവിധായകനുമായ പോൾ മേസൺ, മാർക്സിന്റെ സിദ്ധാന്തങ്ങൾ എങ്ങനെയാണ് ഉരുവം കൊണ്ടത് എന്ന് ചിത്രീകരിക്കുന്ന, 21-ാം നൂറ്റാണ്ടിൽ മാർക്സ് എന്താണെന്ന് വ്യക്തമാക്കുന്ന, 5 എപ്പിസോഡുകളുള്ള ഒരു ഹ്രസ്വചലച്ചിത്രം മാർക്സിന്റെ 200-ാം ജന്മവാർഷികാചരണത്തിന്റെ ഭാഗമായി തയ്യാറാക്കുകയുണ്ടായി. K is for Karl എന്നാണ് ആ ചിത്രത്തിന്റെ പേര്. Alienation (അന്യവല്ക്കരണം), കമ്യൂണിസം, Revolution (വിപ്ലവം), Exploitation (ചൂഷണം), The future of Machines (യന്ത്രങ്ങളുടെ ഭാവി) എന്നീ ശീർഷകങ്ങളിലാണ് പോൾ മേസൺ മാർക്സിന്റെ ചിന്തകളെ സംബന്ധിച്ച് ഹ്രസ്വചിത്രങ്ങൾ അവതരിപ്പിക്കുന്നത്. ''ഇന്ന് എന്തുകൊ

ണ്ട് മാർക്സ് പ്രസക്തനാകുന്നു?'' എന്ന ചോദ്യം മുന്നോട്ടുവയ്ക്കുന്ന മേസൺ വ്യക്തമാക്കുന്നത് ആധുനിക ലോകത്തെ അഗാധമായി സ്വാധീനിച്ച ചിന്തകനാണ് മാർക്സ് എന്നാണ്. 1836 ൽ ബെർലിൻ സർവ്വകലാശാലയിൽ മാർക്സ് പഠിച്ചിരുന്ന കാലത്തുനിന്നാണ് പോൾ മേസൺ തന്റെ ചിത്രം തുടങ്ങുന്നത്.

മാർക്സിന്റെ ദർശനത്തെയും അദ്ദേഹം ആശയരംഗത്തും പ്രയോഗത്തിന്റെ രംഗത്തും നടത്തിയ സമരങ്ങളെയും കുറിച്ചറിയാൻ, വിപ്ലവകാരിയായ മാർക്സിനെക്കുറിച്ചറിയാൻ അദ്ദേഹം ജനിച്ച കുടുംബത്തെക്കുറിച്ചും കാലത്തെക്കുറിച്ചും അറിയേണ്ടത് അനിവാര്യമാണ്.

കുടുംബം, സമൂഹം

"**വാ**ട്ടർലൂ യുദ്ധത്തിന്റെ മൂന്നുവർഷത്തിനുശേഷമാണ്, 1818 മെയ് 5 നു കാൾ മാർക്സ് റൈൻലാൻഡിൽ ജനിച്ചത്. അദ്ദേഹത്തിനു ചുറ്റും എവിടെയും, ഫ്രഞ്ച് വിപ്ലവവും നെപ്പോളിയന്റെ യുദ്ധങ്ങളും കൊണ്ടു വന്ന വിനാശത്തിന്റേതും പരിവർത്തനത്തിന്റേതുമായ 30 വർഷത്തിനു ശേഷം യൂറോപ്പ് പുനർനിർമ്മിക്കുന്നതിനും പുനഃസ്ഥാപിക്കുന്നതിനുമുള്ള നീക്കത്തിന്റെ സൂചനകളായിരുന്നു; ഈ സ്ഥിതി മറ്റെവിടെത്തേയുംകാൾ കൂടുതൽ ബാധിച്ചിരുന്നത് റൈൻലാൻഡിലുമായിരുന്നു. ഫ്രാൻസിനും ജർമ്മൻ കോൺഫെഡറേഷനും ഇടയ്ക്ക് സ്ഥിതി ചെയ്തിരുന്ന റൈൻ ലാൻഡിലെ ജനസംഖ്യയിൽ മഹാഭൂരിപക്ഷവും കത്തോലിക്ക മതവി ശ്വാസികളായിരുന്നു - മൊത്തം 20 ലക്ഷം ആളുകളുണ്ടായിരുന്നതിൽ 15 ലക്ഷവും കത്തോലിക്കർ... ഈ പ്രദേശം 1794 ൽ വിപ്ലവ ഫ്രാൻസിന്റെ ഭാഗമാക്കപ്പെട്ടു; 1815 നുശേഷം പ്രഷ്യയിലെ പ്രൊട്ടസ്റ്റന്റ് രാജവാഴ്ച യ്ക്കു കീഴിലുമായി.''

Karl Marx: Greatness and Illusion (*കാൾ മാർക്സ്: മഹത്ത്വവും വ്യാമോഹവും*) എന്ന 2016 ൽ പ്രസിദ്ധീകരിച്ച മാർക്സിന്റെ ജീവചരിത്രം സംബന്ധിച്ച കൃതി ഗാരെത് സ്റ്റെഡ്മാൻ ജോൺസ് ആരംഭിക്കുന്നതു ഇങ്ങനെയാണ്. ഫ്രഞ്ച് വിപ്ലവാനന്തരമുള്ള ഇളകിമറിഞ്ഞ യൂറോപ്യൻ പശ്ചാത്തലത്തിലാണ് റൈൻലാൻഡിലെ ട്രയറിൽ ഒരു ജൂത കുടുംബ ത്തിൽ കാൾ മാർക്സ് പിറന്നത്. റൈൻലാൻഡിലെ തെക്കു പടിഞ്ഞാറൻ മേഖലയാണ് ട്രയർ. ചുരുക്കം ചില ഇരുമ്പ് മാനുഫാക്ചറിങ് കേന്ദ്രങ്ങ ളൊഴിച്ചാൽ ട്രയർ പ്രധാനമായും ആശ്രയിച്ചിരുന്നത് മുന്തിരി കൃഷിയെയും മരവ്യവസായത്തെയുമാണ്. റൈൻലാൻഡ് ഫ്രാൻസിന്റെ അധീനതയി ലായിരുന്നപ്പോൾ ട്രയർ നഗരം ട്രിവ്സ് എന്നാണറിയപ്പെട്ടത്.

ജൂത പുരോഹിതനായിരുന്ന (റാബി) മെയെർ ഹലേവി മാർക്സിന്റെ മൂന്നാമത്തെ പുത്രനായ ഹെൻറിച്ച് ആയിരുന്നു കാൾ മാർക്സിന്റെ പിതാവ്. മാതാവ് ഹെൻറിത്തെ നെതർലാന്റ്സിലെ ആംസ്റ്റർഡാമിനടുത്ത ഒരു പ്രദേശത്ത് താമസിച്ചിരുന്ന ഒരു ജൂതകുടുംബാംഗമായിരുന്നു. 17-ാം നൂറ്റാണ്ടിൽ ഹംഗറിയിലെ പ്രെസ്ബർഗ് എന്നറിയപ്പെട്ടിരുന്ന ഒരു നഗരത്തിൽനിന്ന് ആംസ്റ്റർ ഡാമിലേക്ക് കുടിയേറിയ ഒരു കുടുംബത്തിലെ പിൻമുറക്കാരിയുമായിരുന്നു ഹെൻറിത്തെ. ഹെൻറിത്തെയുടെ പിതാവ് കച്ചവടക്കാരനായിരുന്നു. കാൾ മാർക്സ് ജന്മം കൊള്ളുന്നതിനടുത്ത സമയത്ത് - തൊട്ടു മുൻപോ പിൻപോ - അദ്ദേഹത്തിന്റെ പിതാവ് ഹെൻറിച്ച് ക്രിസ്തുമതം സ്വീകരിച്ച് പ്രഷ്യയിലെ ക്രിസ്ത്യൻ ഇവാഞ്ചലിക്കൽ സഭയിൽ ചേർന്നു. 1824 ഓടുകൂടി ഹെൻറിച്ച് തന്റെ മക്കളെയും മാമോദീസ മുക്കി ക്രിസ്ത്യൻ സഭാംഗങ്ങളാക്കി; ഏറ്റവും ഒടുവിലായി 1825 ൽ അദ്ദേഹത്തിന്റെ ഭാര്യ ഹെൻറിത്തെയും ക്രിസ്തീയ സഭാംഗമായി മാറി.

1789 ലെ ഫ്രഞ്ച് വിപ്ലവത്തെയും തുടർന്ന് 1794 ൽ നെപ്പോളിയൻ ബോണപ്പാർട്ട് ഫ്രാൻസിന്റെ ഭരണം പിടിച്ചെടുത്ത് സ്വന്തം സാമ്രാജ്യം സ്ഥാപിക്കുകയും ചെയ്തത് റൈൻലാൻഡിന്റെ പൊതുവിലും മാർക്സ് കുടുംബത്തിന്റെ പ്രത്യേകിച്ചും ജീവിതത്തെ സ്വാധീനിച്ചു. ഫ്രഞ്ച് വിപ്ലവത്തിന്റെ സ്വാധീനമുണ്ടാവുകയും റൈൻലാൻഡ് നെപ്പോളിയന്റെ ഫ്രഞ്ച് സാമ്രാജ്യത്തിൻ കീഴിലാവുകയും ചെയ്തിരുന്നില്ലെങ്കിൽ കാൾ മാർക്സിന്റെ പിതാവ് ഹെൻറിച്ച് മാർക്സിനു നിയമപഠനം നടത്താനോ അഭിഭാഷകനായി തിളങ്ങാനോ കഴിയുമായിരുന്നില്ല. ഫ്രഞ്ച് വിപ്ലവം ഉയർത്തിവിട്ട 'മനുഷ്യാവകാശം' സംബന്ധിച്ച ഉദ്ബുദ്ധാശയങ്ങളുടെ സ്വാധീനത്തിൻകീഴിലാണ് ഹെൻറിച്ച് മാർക്സ് വളർന്നത്. അത്തരമൊരു ഉദ്ബുദ്ധാന്തരീക്ഷം മാർക്സ് കുടുംബത്തിൽ നിലനിന്നത് കാൾ മാർക്സിന്റെ ബാല്യ - കൗമാര ജീവിതത്തിലും ഗണ്യമായ സ്വാധീനം ചെലുത്തിയിരുന്നു, കാൾ മാർക്സ് ജനിക്കുന്ന കാലത്ത് റൈൻലാൻഡ് പ്രഷ്യയുടെ കീഴിലായിരുന്നുവെങ്കിലും.

പ്രഷ്യൻ നിയമപ്രകാരം അഭിഭാഷകരായി പ്രാക്ടീസ് ചെയ്യുന്നതിൽ നിന്ന് ജൂതരെ വിലക്കിയിരുന്നു. ആ വിലക്കിൽനിന്ന് അഭിഭാഷകരായി നിലവിൽ പ്രാക്ടീസ് ചെയ്തിരുന്ന ഹെൻറിച്ച് ഉൾപ്പെടെയുള്ള മൂന്നു ജൂതരെ ഒഴിവാക്കണമെന്ന് ജില്ലാ കോടതി ജൂറി അദ്ധ്യക്ഷൻ പ്രഷ്യൻ നീതിന്യായ വകുപ്പിനും ആഭ്യന്തര വകുപ്പിനും കത്തെഴുതിയെങ്കിലും അത് നിരാകരിക്കപ്പെടുകയാണുണ്ടായത്. തന്റെ തൊഴിലിൽ പിടിച്ചുനില്ക്കാനും മുന്നോട്ടുപോകാനും ജൂതമതത്തിൽനിന്നും ഇവാഞ്ചലിക്കൽ ക്രിസ്തീയ സഭയിൽ ചേരേണ്ടത് അനിവാര്യമായതിനാലാണ് ഹെൻറിച്ച് ക്രിസ്തുമതത്തിൽ ചേർന്നത്. എന്നാൽ ജൂതമതത്തിൽ ആയിരിക്കുമ്പോഴും, തന്റെ പിതാവും പിതാവിന്റെ മരണശേഷം മൂത്ത സഹോദരൻ സാമുവൽ മാർക്സും പിന്തുടർന്ന മതജീവിതവും ഭക്തിയും ഉൾപ്പെടുന്ന റാബി (പൗരോഹിത്യ) പാരമ്പര്യം ഹെൻറിച്ച് പിൻതുടർന്നിരുന്നില്ല.

മാത്രമല്ല ഫ്രഞ്ച് വിപ്ലവത്തിന്റെയും വോൾട്ടയർ, റൂസോ തുടങ്ങിയ പുരോഗമന ചിന്തകരുടെയും യുക്തിചിന്ത അദ്ദേഹത്തെ അഗാധമായി സ്വാധീനിച്ചിരുന്നു. വായനയിൽ അതീവ തല്പരനായിരുന്നു ഹെൻറിച്ച് മാർക്സ്. തന്റെ പിതാവിനെ കാൾ ഏറെ സ്നേഹിക്കുകയും ബഹുമാനിക്കുകയും ചെയ്തിരുന്നെങ്കിലും അന്ധമായി അനുസരിക്കുന്ന ശീലമുണ്ടായിരുന്നില്ല. ഇങ്ങനെ പിതാവിൽനിന്നു ലഭ്യമായ ഈ ലിബറൽ പാരമ്പര്യം കാൾ മാർക്സ് എന്ന വിപ്ലവകാരിയെ സൃഷ്ടിച്ചതിൽ വലിയ പങ്കു വഹിച്ചതായി കാണാം.

ഏതൊരു മനുഷ്യനും ഒരു നിശ്ചിത സാമൂഹിക പശ്ചാത്തലത്തിന്റെ ഉല്പന്നമായിരിക്കും. പ്രതിഭാശാലികളായ വ്യക്തികൾ, മഹാന്മാർ പുതിയ ആശയങ്ങളും പ്രസ്ഥാനങ്ങളും കരുപ്പിടിപ്പിക്കുന്നത് തനിക്കു മുന്നിൽ ലഭ്യമാകുന്നവയെ അടിസ്ഥാനപ്പെടുത്തിയാണ്. ശൂന്യതയിൽനിന്നും ഒന്നും പൊട്ടിമുളച്ചു വരുന്നില്ല. ആയതിനാൽ മഹാനായ, വിപ്ലവകാരിയായ, പ്രതിഭാശാലിയായ കാൾ മാർക്സിനെക്കുറിച്ചറിയാൻ അദ്ദേഹം ജനിച്ചു വളർന്ന സാമൂഹിക ചുറ്റുപാടുകളെക്കുറിച്ചും ചരിത്ര പശ്ചാത്തലത്തെക്കുറിച്ചും അറിയേണ്ടതുണ്ട്.

പത്തൊമ്പതാം നൂറ്റാണ്ടിലെ കലാപകലുഷിതമായ മുപ്പതുകളുടെ ആദ്യപകുതിയിലായിരുന്നു മാർക്സിന്റെ കൗമാരകാലം. 1830 ലാണ് ഫ്രാൻസിലെ ജൂലൈ വിപ്ലവം. അത് യൂറോപ്പിന്റെ പടിഞ്ഞാറുനിന്ന് കിഴക്കേ അറ്റം വരെ പടർന്നുപിടിച്ചു. റഷ്യയിൽവരെ ആ വിപ്ലവത്തിന്റെ അലകൾ ചെന്നെത്തി, 1831 ലെ പോളീഷ് വിപ്ലവത്തിൽ കലാശിച്ചു. 19-ാം നൂറ്റാണ്ടിന്റെ ആദ്യദശകങ്ങളിൽ, വിശിഷ്യാ, മൂന്നാം ദശകത്തിൽ തങ്ങളുടെ യൗവനാരംഭത്തിലെത്തിയ ഏതൊരു യുവാവിനെയുംപോലെ കാൾ മാർക്സിനെയും ഏറെ സ്വാധീനിച്ച രണ്ടു വിശേഷ സംഭവങ്ങളായിരുന്നു ഇംഗ്ലണ്ടിലെ വ്യവസായ വിപ്ലവവും ഫ്രാൻസിലെ വിപ്ലവവും.

18-ാം നൂറ്റാണ്ടിന്റെ രണ്ടാം പകുതിയോടുകൂടി ഇംഗ്ലണ്ട് ഒരു മുതലാളിത്ത രാജ്യമായി വികസിച്ചു കഴിഞ്ഞിരുന്നു. സ്വത്തുടമകളായ മുതലാളിവർഗ്ഗത്തോടൊപ്പം ഒരു ചരക്കെന്ന നിലയിൽ വില്ക്കാൻ സ്വന്തം അദ്ധ്വാനമല്ലാതെ മറ്റൊരു സ്വത്തും സ്വന്തമായില്ലാത്ത തൊഴിലാളിവർഗ്ഗവും നിലവിൽ വന്നു കഴിഞ്ഞിരുന്നു, ഇംഗ്ലണ്ടിലെ മുതലാളിത്ത ഉല്പാദനം കൈത്തൊഴിൽ ദശയിൽനിന്ന് മാനുഫാക്ചറിങ് ദശയിലേക്ക് എത്തിയിരുന്നു. അതേവരെ അഞ്ചോ ആറോ ആളുകൾ ഒരു കെട്ടിടത്തിൽ പണിയെടുത്തിരുന്ന അവസ്ഥ മാറി. മുതലാളിമാർ ഇരുന്നൂറോ മുന്നൂറോ തൊഴിലാളികളെ (കൈത്തൊഴിലുകാർ) ഒരു കൂരയ്ക്കു കീഴിൽ ഒരുമിച്ച് കൊണ്ടുവരികയും അവർക്കിടയിൽ പ്രവൃത്തി വിഭജനം വരികയും ചെയ്തിരുന്നു.

1760 കളായപ്പോൾ പഴയ തൊഴിലുപകരണങ്ങളുടെ സ്ഥാനത്ത് യന്ത്രങ്ങൾ വന്നു തുടങ്ങി. പ്രധാനമായും ടെക്സ്റ്റൈൽ രംഗത്തായിരുന്നു തുടക്കത്തിൽ യന്ത്രങ്ങൾ ആധിപത്യം സ്ഥാപിച്ചത്. 1785 ൽ ജയിംസ്

വാട്ട് ആവിയന്ത്രം കണ്ടുപിടിച്ചതോടെ അതേവരെ പുഴകളുടെ തീരത്ത് മാത്രം പ്രവർത്തിച്ചിരുന്ന മാനുഫാക്ചറിങ് കേന്ദ്രങ്ങൾ നഗരകേന്ദ്രങ്ങളിലേക്ക് മാറാൻ തുടങ്ങി. ടെക്സ്റ്റൈൽ മേഖലയിൽനിന്നും ആവിയന്ത്രത്തിന്റെ ഉപയോഗം മറ്റു വിവിധ വ്യവസായങ്ങളിലും എത്തിച്ചേർന്നു. ഇതോടെ ഉല്പാദനത്തിന്റെ കേന്ദ്രീകരണത്തിനും സാന്ദ്രീകരണത്തിനും അനുയോജ്യമായ സാഹചര്യവും നിലവിൽ വന്നു. കൈത്തൊഴിലുകാരുടെ സ്ഥാനത്ത് നിരന്തരം പെരുകിവരുകയായിരുന്ന വ്യവസായത്തൊഴിലാളികളായി. 18-ാം നൂറ്റാണ്ടിന്റെ അവസാനവും 19-ാം നൂറ്റാണ്ടിന്റെ ആദ്യവും ആയപ്പോൾ ജനസംഖ്യയിൽ ഗണ്യമായ ഒരു വിഭാഗമായി തൊഴിലാളികൾ മാറിക്കഴിഞ്ഞു. ഇത് അക്കാലത്തെ സാമൂഹിക ബന്ധങ്ങളിലും സാമ്പത്തിക ബന്ധങ്ങളിലും കാതലായ മാറ്റം വരുന്നതിനിടയാക്കി. കൈത്തൊഴിൽ കാലത്തെ തൊഴിലുടമയും തൊഴിലാളിയും തമ്മിലുള്ള ബന്ധമല്ല മാനുഫാക്ചറിങ് കാലത്തെ സാമൂഹിക - സാമ്പത്തിക ബന്ധങ്ങൾ. യന്ത്രങ്ങളുടെ വരവോടെ ഫാക്ടറികളിൽനിന്നു നൂറുകണക്കിനും ആയിരക്കണക്കിനും തൊഴിലാളികൾ പുറന്തള്ളപ്പെടുന്ന അവസ്ഥയും സംജാതമായി.

സ്വാഭാവികമായും ഈ അവസ്ഥയോടുള്ള തൊഴിലാളികളുടെ പ്രതികരണങ്ങളും പ്രതിഷേധവും അക്രാമകമായി. തങ്ങളുടെ ദുരവസ്ഥയ്ക്കു കാരണമായി തൊട്ടുമുൻപിൽ തൊഴിലാളികൾ കണ്ടത്, യന്ത്രങ്ങളെയായിരുന്നു. 19-ാം നൂറ്റാണ്ടിന്റെ ആദ്യദശകങ്ങളിൽ യന്ത്രങ്ങൾക്കും അതുമായി ബന്ധപ്പെട്ട പുത്തൻ സാങ്കേതിക വിദ്യക്കുമെതിരായ തൊഴിലാളികളുടെ കലാപങ്ങൾ വ്യാപകമായിത്തുടങ്ങി. 1813 ലാണ് ഇംഗ്ലണ്ടിൽ ആദ്യമായി നെയ്ത്ത് യന്ത്രം സ്ഥാപിക്കപ്പെട്ടത്. 1815 ആയപ്പോൾ ഇംഗ്ലണ്ടിൽ യന്ത്രങ്ങൾക്കെതിരായ തൊഴിലാളി കലാപങ്ങൾ അപ്രതിരോദ്ധ്യമാംവിധം വ്യാപകമായി. എല്ലാ വ്യവസായ കേന്ദ്രങ്ങളിലും ഇതെത്തി. വ്യക്തികളുടെ ചെറുത്തുനില്പ് എന്നതുമാറി സംഘടിതമായ ചെറുത്തുനില്പായി. അനുയോജ്യമായ പുതിയ മുദ്രാവാക്യങ്ങളും കാര്യശേഷിയുള്ള നേതാക്കളും ഉയർന്നുവന്നു. യന്ത്രങ്ങൾ സ്ഥാപിക്കുന്നതിനെതിരെ ഇംഗ്ലണ്ടിൽ ഉയർന്നുവന്ന, യന്ത്രങ്ങളെ തല്ലിത്തകർക്കുന്ന ഈ പ്രസ്ഥാനം ലുഡൈറ്റ്സ് (Luddites) എന്നാണറിയപ്പെട്ടത്. ഭരണവർഗ്ഗം, മുതലാളിമാർ തൊഴിലാളികളുടെ ഈ കൂട്ടായ്മയെ തകർക്കാൻ, ചോരയിൽ മുക്കിക്കൊല്ലാൻ സർവ്വമർദ്ദന നടപടികളും കൈക്കൊണ്ടു. യന്ത്രങ്ങൾക്കു കേടുപാടുകൾ വരുത്തുന്നവർക്ക് വധശിക്ഷയായിരുന്നു നല്കിയത്. നൂറുകണക്കിനു തൊഴിലാളികളാണ് ആ കാലത്ത് അങ്ങനെ തൂക്കിലേറ്റപ്പെട്ടത്.

തൊഴിലാളികളുടെ ഈ പ്രസ്ഥാനത്തെ കൂടുതൽ ഉയർന്ന തലത്തിലേക്ക് വികസിപ്പിക്കേണ്ടത് ആവശ്യമായിരുന്നു. അതിനു യുക്തിയുക്തവും വിപ്ലവപരവുമായ പ്രചരണം വേണമായിരുന്നു. യന്ത്രങ്ങളല്ല, അവ ഉപയോഗിക്കപ്പെടുന്ന സാമൂഹിക സാഹചര്യങ്ങളാണ് പ്രശ്നങ്ങൾക്ക് നിദാ

നമായത് എന്ന് തൊഴിലാളികളെ ബോദ്ധ്യപ്പെടുത്തേണ്ടതുണ്ടായിരുന്നു. അങ്ങനെ അക്കാലത്ത് ഇംഗ്ലണ്ടിൽ വികസിച്ചുവരാൻ തുടങ്ങിയിരുന്ന വ്യക്തമായ സാമൂഹ്യ - രാഷ്ട്രീയ പ്രശ്നങ്ങളെ നേരിടാൻ അനുയോജ്യമായവിധം തൊഴിലാളികളെ വർഗ്ഗബോധമുള്ള ഒരു വിപ്ലവശക്തിയായി കരുപ്പിടിപ്പിക്കാൻ ശേഷിയുള്ള ഒരു പ്രസ്ഥാനം ഉയർന്നുവരാനും തുടങ്ങിയിരുന്നു. ഈ പ്രസ്ഥാനത്തിന്റെ ഉരുവം കൊള്ളലിൽ ഫ്രഞ്ച് വിപ്ലവത്തിന്റെ സ്വാധീനം വളരെ വലുതായിരുന്നു.

1789 ൽ ആരംഭിച്ച ഫ്രഞ്ച് വിപ്ലവം 1793 ൽ അതിന്റെ പാരമ്യത്തിലെത്തി. 1794 നുശേഷം വിപ്ലവത്തിന്റെ കരുത്ത് ചോരാൻ തുടങ്ങി. ഇത് 1799 ൽ നെപ്പോളിയന്റെ അട്ടിമറിയിലാണ് കലാശിച്ചത്. അഞ്ചുവർഷത്തോളം കോൺസൽ ആയി സേവനമനുഷ്ഠിച്ച നെപ്പോളിയൻ സ്വയം ചക്രവർത്തിയായി പ്രഖ്യാപനം നടത്തി 1815 വരെ ഫ്രാൻസ് ഭരിക്കുകയുമുണ്ടായി.

18-ാം നൂറ്റാണ്ടിന്റെ അവസാന ദശകങ്ങളിൽ ഫ്രാൻസ് ഭരിച്ചിരുന്നത് ബൂർബോൺ രാജവംശമായിരുന്നെങ്കിലും ഭരണത്തിന്റെ യഥാർത്ഥ ചുക്കാൻ പിടിച്ചിരുന്നത് പ്രഭുക്കളും പുരോഹിതരുമായിരുന്നു. ഈ വിഭാഗമാകട്ടെ വളർന്നുകൊണ്ടിരുന്ന പണമിടപാടുകാരും കച്ചവടക്കാരുമായ ബൂർഷ്വാസിയുമായി അധികാരം പങ്കിടുകയും പകരം പണം കൈപ്പറ്റുകയും ചെയ്തിരുന്നു. യാതൊരുവിധ പ്രത്യേക അധികാരവും അവകാശവുമൊന്നുമില്ലാതിരുന്ന ചെറുകിട ഉല്പാദകരും കർഷകരും കൈത്തൊഴിലുകാരും ഉൾപ്പെടുന്ന ജനസാമാന്യത്തിനിടയിൽ ഉരുവംകൊണ്ട ശക്തമായ ഒരു വിപ്ലവ പ്രസ്ഥാനം ജനങ്ങൾക്കാകെ ചില ആനുകൂല്യങ്ങൾ അനുവദിക്കാൻ ഫ്രഞ്ച് ചക്രവർത്തിയെ നിർബ്ബന്ധിതനാക്കി. 1790 ആഗസ്ത് 10 നായിരുന്നു ഇത്. ജക്കൊബിൻ ക്ലബ്ബുകൾ എന്നറിയപ്പെട്ടിരുന്ന, ജനാധിപത്യവും റിപ്പബ്ലിക്കൻ ഭരണവും സ്ഥാപിക്കാനായി രൂപീകരിക്കപ്പെട്ട, തുടക്കത്തിൽ അന്റോയിൻ ബാർണവെയുടെയും ഒടുവിൽ റോബെസ്പിയറുടെയും നേതൃത്വത്തിൽ പ്രവർത്തിച്ചിരുന്ന ''സൊസൈറ്റി ഓഫ് ജാക്കൊബിൻസ്, ഫ്രൻഡ്സ് ഓഫ് ഫ്രീഡം ആന്റ് ഇക്വാളിറ്റി'' എന്ന സമിതിയായിരുന്നു ഈ വിപ്ലവമുന്നേറ്റത്തിനു നേതൃത്വം നല്കിയത്. 1792 - 94 കാലത്ത് റോബെസ് പിയറിന്റെയും കൂട്ടരുടെയും പിടിയിലായിരുന്നു ഫ്രാൻസിന്റെ ഭരണം. പാരീസിലെ വിപ്ലവകാരികളായ പെറ്റീബൂർഷ്വാ ജനാധിപത്യവാദികളുടെ പ്രസ്ഥാനമായിരുന്നു പൊതുവിൽ ജാക്കോബിനുകൾ. "സ്വാതന്ത്ര്യം, സമത്വം, സാഹോദര്യം" എന്ന വിപ്ലവ മുദ്രാവാക്യം കൊടിയടയാളമാക്കിയ ജാക്കോബിനുകൾ, പക്ഷേ, സ്വകാര്യസ്വത്ത് സമ്പ്രദായത്തിനെതിരല്ലായിരുന്നു. പാരീസിൽ രാജവാഴ്ചയ്ക്കെതിരെ നടന്ന ജനമുന്നേറ്റത്തിൽ സജീവ പങ്കാളിത്തം വഹിച്ച സ്ത്രീകൾക്ക് അധികാര പങ്കാളിത്തമോ സമത്വമോ നല്കിയതുമില്ല. ബൂർഷ്വാ ജനാധിപത്യത്തിന്റെ പരിമിതി അപ്പോൾ തന്നെ വ്യക്തമായിരുന്നു.

ഫ്രഞ്ച് വിപ്ലവ ഭരണകൂടം തുടക്കത്തിൽ തന്നെ പ്രഷ്യൻ അധീന

തയിലായിരുന്ന റൈൻലാൻഡ് കൈയടക്കുകയുണ്ടായി. ഇവിടെയും ജക്കോബിൻ സൊസൈറ്റികൾ രൂപീകരിക്കപ്പെട്ടു; നിരവധി ജർമ്മൻകാർ ഫ്രഞ്ച് സൈന്യത്തിൽ സ്വമേധയാ ചേരാൻ തയ്യാറായി. ചുരുക്കത്തിൽ ഫ്രഞ്ച് വിപ്ലവം റൈൻലാൻഡിനുമേൽ വലിയ സ്വാധീനം ചെലുത്തി. യുവതലമുറയിൽ ഫ്രഞ്ച് വിപ്ലവത്തിന്റെ പാരമ്പര്യം വലുതായി സ്വാധീനിച്ചു. രാജവാഴ്ചയ്ക്കെതിരെയും ഫ്യൂഡൽ യൂറോപ്പിനെതിരെയും യുദ്ധം നടത്തിയ നെപ്പോളിയനുപോലും പ്രഷ്യ ഉൾപ്പെടെയുള്ള യൂറോപ്യൻ രാജ്യങ്ങളിലെ പുതുതലമുറയെ സ്വാധീനിക്കാനായി. ഫ്രഞ്ച് വിപ്ലവത്തിന്റെ പൈതൃകം പേറുന്നതായതുകൊണ്ടാണ് വേണ്ടത്ര ആയുധങ്ങളോ പരിശീലനമോ ഇല്ലാത്ത ഫ്രഞ്ച് സേനയ്ക്ക് കരുത്തുറ്റ പ്രഷ്യൻ സൈന്യത്തെ പരാജയപ്പെടുത്താനായത്. ഫ്രഞ്ച് സേന ആയുധം പ്രയോഗിക്കുന്നതിലുപരി വിപ്ലവ പ്രചാരണത്തിലൂടെ - മാനിഫെസ്റ്റോകളും ലഘുലേഖകളും എതിരാളികൾക്കിടയിൽ വിതരണം ചെയ്തുകൊണ്ട് - ധാർമ്മികമായി മേധാവിത്തം ഉറപ്പിച്ചാണ് വിജയം വരിച്ചത്. യൂറോപ്പിന്റെ കിഴക്കേയറ്റത്ത് റഷ്യയിൽവരെ ഫ്രഞ്ച് വിപ്ലവത്തിന്റെ സന്ദേശമെത്തിയിരുന്നു. അതിൽ ആവേശം പൂണ്ട് രാജവാഴ്ചയ്ക്കെതിരായ വിപ്ലവ ഗ്രൂപ്പുകൾ ഇംഗ്ലണ്ട് മുതൽ റഷ്യവരെ രൂപം കൊള്ളുകയുമുണ്ടായി.

ഇംഗ്ലണ്ടിൽ ഫ്രഞ്ച് വിപ്ലവാനന്തരം രൂപംകൊണ്ട കറസ്പോണ്ടിങ് സൊസൈറ്റി പോലുള്ള വിപ്ലവ ഗ്രൂപ്പുകൾക്ക് യന്ത്രങ്ങളെ തങ്ങളുടെ ശത്രുക്കളായി കണ്ടിരുന്ന ലുഡൈറ്റ്സ് പ്രസ്ഥാനത്തിലെ തൊഴിലാളികളെ രാഷ്ട്രീയമായി ബോധവല്ക്കരിച്ച് സംഘടിക്കാനും യോഗം ചേരാനും പത്ര സ്വാതന്ത്ര്യം നേടാനും വേണ്ട മുദ്രാവാക്യങ്ങൾക്കുപിന്നിൽ അണിനിരത്താനായി. തങ്ങളുടെ തൊഴിൽസുരക്ഷയ്ക്കൊപ്പം ഇത്തരം മുദ്രാവാക്യങ്ങളുമുയർത്തി തൊഴിലാളികൾ ശക്തമായ പ്രക്ഷോഭത്തിലേക്ക് അണിനിരന്നപ്പോൾ ഭരണകൂടം അതിന്റെ സർവ്വശക്തിയുമെടുത്ത് ആ തൊഴിലാളിവർഗ്ഗമുന്നേറ്റത്തെ ചെറുക്കാനാണ് ശ്രമിച്ചത്. നൂറുകണക്കിനു തൊഴിലാളികൾ കൊല്ലപ്പെട്ട 1819 ലെ ''മാഞ്ചെസ്റ്റർ കൂട്ടക്കുരുതി''യിലാണ് ഭരണകൂടവും തൊഴിലാളികളും തമ്മിലുള്ള ഏറ്റുമുട്ടൽ കലാശിച്ചത്. മാത്രമല്ല ബ്രിട്ടീഷ് ഗവൺമെന്റ് തൊഴിലാളികളെ അടിച്ചമർത്താനുള്ള കരിനിയമങ്ങൾക്ക് രൂപം നല്കുകയുമുണ്ടായി. എന്നാൽ തൊഴിലാളികൾ ഭയന്നു പിന്മാറുകയല്ല, കൂടുതൽ ഉശിരോടെ മുന്നേറുകയാണുണ്ടായത്. തൊഴിലാളികളുടെ ഈ വിപ്ലവ മുന്നേറ്റത്തിന്റെ ഫലമായി തൊഴിലാളികൾക്കനുകൂലമായ ചില നിയമനിർമ്മാണങ്ങൾക്ക് ബ്രിട്ടീഷ് പാർലമെന്റ് നിർബ്ബന്ധിതമായി. സാർവ്വത്രിക വോട്ടവകാശം പോലുള്ള രാഷ്ട്രീയ മുദ്രാവാക്യങ്ങൾ മുന്നോട്ടുവച്ച് സംഘടിക്കാൻ ഇത് തൊഴിലാളികൾക്ക് പ്രചോദനവുമേകി.

ഇതേ സമയം 1815 ജൂണിൽ വാട്ടർലൂവിൽ ബ്രിട്ടീഷ് - പ്രഷ്യൻ സേനകളോട് ഏറ്റുമുട്ടി പരാജയപ്പെട്ടതോടെ നെപ്പോളിയൻ ബോണപ്പാർട്ട് ഫ്രാൻസിന്റെ ചക്രവർത്തിസ്ഥാനത്തുനിന്ന് പുറത്താക്കപ്പെടുകയും ലൂയി

പതിനെട്ടാമൻ രാജാവായി ബൂർബോൺ രാജവംശത്തിന്റെ ഭരണം പുനഃസ്ഥാപിക്കപ്പെടുകയുമുണ്ടായി. റഷ്യയിലെ സാർ ചക്രവർത്തിയുടെ അടക്കം ഇടപെടൽ അതിലുണ്ടായി. അധികാരത്തിൽ തിരിച്ചെത്തിയ ബൂർബോൺ രാജവംശം ഫ്യൂഡൽ പ്രഭുക്കൾക്ക് വിപ്ലവത്തെ തുടർന്ന് നഷ്ടപ്പെട്ട ഭൂമി തിരിച്ചുനല്കാൻ ഉത്തരവിട്ടു. എന്നാൽ കർഷകർ ഭൂമി നല്കാതെ ചെറുത്തുനിന്നത് സംഘർഷങ്ങൾ വർദ്ധിക്കുന്നതിനിടയാക്കി. ഇതാണ് 1830 ജൂലൈ കലാപങ്ങളിലേക്ക് നയിച്ചത്. ഫ്രാൻസിലെ 1830 ലെ വിപ്ലവം ബൂർബോൺ രാജവംശത്തിനു അധികാരം നഷ്ടമാക്കിയെങ്കിലും വിപ്ലവ സംഘടനകൾ ലക്ഷ്യമിട്ടതുപോലെ റിപ്പബ്ലിക് സ്ഥാപിക്കുന്നതിലല്ല പര്യവസാനിച്ചത്. ഓർലിയൻസ് രാജവംശത്തിൽപ്പെട്ട ലൂയി ഫിലിപ്പിന്റെ ഭരണഘടനാധിഷ്ഠിത രാജവാഴ്ച സ്ഥാപിക്കുന്നതിലാണ് അത് കലാശിച്ചത്. പാരീസിലെ പുതുതായി വളർന്നുകൊണ്ടിരുന്ന ബൂർഷ്വാസിയുടെ പ്രതിനിധിയായിരുന്നു ലൂയി ഫിലിപ്പ്.

1830 കളുടെ തുടക്കത്തിൽ വിപ്ലവ സംഘടനകളിൽ മുഖ്യപങ്ക് വഹിച്ചിരുന്നത് വിദ്യാർത്ഥികളും ബുദ്ധിജീവികളുമായിരുന്നു. തൊഴിലാളികളുടെ എണ്ണം തുലോം കുറവായിരുന്നു. എന്നാലും ബൂർഷ്വാസിയുടെ വഞ്ചനയ്ക്കെതിരെ 1831 ൽ തന്നെ സിൽക്ക് വ്യവസായകേന്ദ്രമായിരുന്ന ലിയോൺസിൽ തൊഴിലാളികളുടെ കലാപം പൊട്ടിപ്പുറപ്പെട്ടിരുന്നു. ' 'പണിയെടുത്ത് ജീവിക്കുക അല്ലെങ്കിൽ പൊരുതി മരിക്കുക'' എന്ന മുദ്രാവാക്യമുയർത്തിയ ലിയോൺസ് തൊഴിലാളികളുടെ പോരാട്ടം അടിച്ചമർത്തപ്പെട്ടെങ്കിലും അത് വീണ്ടും 1834 ൽ കൂടുതൽ ശക്തമായി ഉയർന്നുവന്നു. ഈ ഘട്ടത്തിൽ ചില പെറ്റീ ബൂർഷ്വാ വിഭാഗങ്ങളും കൂടി തൊഴിലാളികൾക്കൊപ്പം ചേർന്നെങ്കിലും ലിയോൺസ് കലാപം വിപ്ലവ പ്രസ്ഥാനത്തിൽ തൊഴിലാളിവർഗ്ഗത്തിന്റെ സ്ഥാനം അടയാളപ്പെടുത്തുന്നതായിരുന്നു. ലിയോൺസിലെ തൊഴിലാളികൾ മുതലാളിത്ത വ്യവസ്ഥയുടെ അടിത്തറ തകർക്കുന്ന മുദ്രാവാക്യങ്ങൾ മുന്നോട്ടുവച്ചിരുന്നില്ലെങ്കിലും അവർ മുതലാളിമാർക്കും ചൂഷണത്തിനും എതിരായ ആവശ്യങ്ങൾ ഉന്നയിച്ചിരുന്നു.

ഏറക്കുറെ ഇതേ കാലഘട്ടത്തിലാണ് സാർവ്വത്രിക വോട്ടവകാശം ഉൾപ്പെടെയുള്ള ജനാധിപത്യപരമായ ആവശ്യങ്ങൾ മുന്നോട്ടുവെച്ച് ഇംഗ്ലണ്ടിൽ ചാർട്ടിസ്റ്റ് പ്രസ്ഥാനവും രൂപംകൊണ്ടത്. 1830 കളുടെ രണ്ടാം പകുതിയോടെ ഇംഗ്ലണ്ടിലും ഫ്രാൻസിലും ഒരു വിപ്ലവ വർഗ്ഗമെന്ന നിലയിലുള്ള തൊഴിലാളിവർഗ്ഗത്തിന്റെ ഉയർന്നുവരവ് ദൃശ്യമായി. ലിയോൺസ് കലാപത്തെ തുടർന്ന് ഫ്രാൻസിൽ വ്യാപകമായി തൊഴിലാളികളുടെ വിപ്ലവ സംഘങ്ങൾ രൂപീകരിക്കപ്പെട്ടു തുടങ്ങി. ആ കാലത്തെ ഫ്രഞ്ച് വിപ്ലവകാരികളിൽ പ്രമുഖനായിരുന്നു അഗസ്ത് ബ്ലാങ്കി.

ബ്ലാങ്കിയും സുഹൃത്തുക്കളും പാരീസിൽ തൊഴിലാളികളെ സംഘടിപ്പിക്കാനും പുതിയ വിപ്ലവ മുന്നേറ്റങ്ങൾക്കു മുൻകൈയെടുക്കാനും തുടങ്ങി. ഭരണാധികാരം പിടിച്ചെടുത്ത് തൊഴിലാളികൾക്കനുകൂലമായ

തീരുമാനങ്ങളെടുക്കുകയായിരുന്നു ലക്ഷ്യം. ബ്ലാങ്കിയുടെയും കൂട്ടരുടെയും പ്രവർത്തനങ്ങൾ അക്കാലത്ത് ഫ്രാൻസിലുണ്ടായിരുന്ന ജർമ്മൻകാരും ബൽജിയംകാരും ഉൾപ്പെടെയുള്ള തൊഴിലാളികളെയും ആവേശം കൊള്ളിച്ചിരുന്നു. അവരും ഈ വിപ്ലവ പ്രവർത്തനങ്ങളിൽ പങ്കാളികളായി. 1839 മെയ് മാസത്തിൽ നടന്ന പാരീസ് കലാപം അടിച്ചമർത്തപ്പെടുകയും ബ്ലാങ്കിയും കൂട്ടരും തുറുങ്കിലടയ്ക്കപ്പെടുകയുമുണ്ടായി. ജർമ്മൻകാരനായ കാറൽ ഷാപ്പറും മറ്റും ഇതോടെ പാരീസിൽനിന്ന് ഇംഗ്ലണ്ടിലേക്ക് കുടിയേറി, അവിടെ തൊഴിലാളി വിദ്യാഭ്യാസ സൊസൈറ്റി രൂപീകരിച്ച് പ്രവർത്തനം തുടങ്ങി.

ജർമ്മനിയിലും ഈ ഘട്ടത്തിൽ വിപ്ലവ മുന്നേറ്റങ്ങൾക്കുള്ള നീക്കങ്ങൾ സജീവമായി. 1840 കളുടെ തുടക്കത്തിൽ കാൾ മാർക്സ് പൊതുരംഗത്തേക്ക് ചുവടുവയ്ക്കുമ്പോഴത്തെ പൊതുസ്ഥിതി ഇതായിരുന്നു. തൊഴിലാളിവർഗ്ഗവിപ്ലവ പ്രസ്ഥാനം കരുത്താർജ്ജിച്ചു മുന്നേറാനാരംഭിച്ച ഈ ഘട്ടത്തിലായിരുന്നു മാർക്സിന്റെ രംഗപ്രവേശം.

വിദ്യാർത്ഥിയായ മാർക്സ്

ഫ്രഞ്ച് വിപ്ലവത്തെയും നെപ്പോളിയൻ നടത്തിയ യുദ്ധങ്ങളെയും തുടർന്ന് യൂറോപ്പിന്റെ ഭൗമരാഷ്ട്രീയ സ്ഥിതിയാകെ മാറിമറിഞ്ഞിരുന്നു. നെപ്പോളിയന്റെ വാട്ടർലൂവിലെ പരാജയം ഫ്രാൻസിന്റെ കൈവശമുണ്ടായിരുന്ന ഭൂപ്രദേശമാകെ നഷ്ടപ്പെടുന്നതിനിടയാക്കി. ഫ്രഞ്ച് കോളനികൾ മിക്കതും ഇംഗ്ലണ്ട് കൈവശപ്പെടുത്തി. യുദ്ധാനന്തരം ജർമ്മനിയുടെ ഏകീകരണം പ്രതീക്ഷിച്ചവർക്ക് അത് യാഥാർത്ഥ്യമാകുന്നത് കാണാനായില്ലെന്നു മാത്രമല്ല, ജർമ്മനി രണ്ടായി വിഭജിക്കപ്പെടുന്നതിന് സാക്ഷ്യം വഹിക്കേണ്ടതായും വന്നു - വടക്ക് ജർമ്മനിയും തെക്ക് ആസ്ട്രിയയും.

ജർമ്മൻ പ്രദേശങ്ങളിൽനിന്നുള്ള ഫ്രാൻസിന്റെ പിന്മാറ്റത്തെ തുടർന്ന് ഏകീകൃത ജർമ്മനി രൂപീകരിക്കണമെന്ന ലക്ഷ്യത്തോടെ ജർമ്മൻ പ്രദേശങ്ങളിലെ ഒരു കൂട്ടം ബുദ്ധിജീവികളും വിദ്യാർത്ഥികളും ചേർന്ന് ഒരു പ്രസ്ഥാനത്തിനു തുടക്കംകുറിച്ചു. റഷ്യയെയായിരുന്നു ഈ യുവസംഘം കടുത്ത ശത്രുവായി കണ്ടത്. കാരണം, റഷ്യയിലെ സാർ അലക്സാണ്ടർ ഒന്നാമൻ മുൻകൈയെടുത്ത് പ്രഷ്യയുമായും ആസ്ട്രിയയുമായും ചേർന്ന് അക്കാലത്ത് ഉയർന്നുവന്നിരുന്ന എല്ലാ വിപ്ലവ പ്രസ്ഥാനങ്ങൾക്കും എതിരായി, ഒരു 'വിശുദ്ധ സഖ്യ'ത്തിനു രൂപം നല്കിയിരുന്നു. റഷ്യൻ സാർ ചക്രവർത്തിക്കൊപ്പം ഈ 'വിശുദ്ധ സഖ്യത്തിന്' രൂപം നല്കുന്നതിൽ പ്രധാന പങ്കു വഹിച്ചത് ആസ്ട്രിയയിലെ ചക്രവർത്തി ആയിരുന്നില്ല, മറിച്ച് ആസ്ട്രിയൻ രാഷ്ട്രീയത്തിലെ കരുത്തനായി അറിയപ്പെട്ടിരുന്ന മെറ്റേർണിക്ക് ആയിരുന്നു. എന്നിരുന്നാലും ആ കാലത്തെ പിന്തിരിപ്പൻ പ്രവണതകളുടെയെല്ലാം കേന്ദ്ര ബിന്ദുവായി കരുതപ്പെട്ടത് റഷ്യയും സാർ ചക്രവർത്തിയുമായിരുന്നു. അതുകൊണ്ടായിരു

ന്നു പുരോഗമന ചിന്താഗതിക്കാരായ ജർമ്മൻ വിദ്യാർത്ഥികളുടെയും ബുദ്ധിജീവികളുടെയും വെറുപ്പും ശത്രുതയും റഷ്യക്കുമേൽ കേന്ദ്രീകരിച്ചത്.

1819 ൽ, കാൾ മാർക്സ് ജനിച്ചതിന്റെ അടുത്ത വർഷം കാറൽ സാൻഡ് എന്ന ഒരു വിദ്യാർത്ഥി അക്കാലത്തെ പ്രമുഖ ജർമ്മൻ എഴുത്തുകാരിലൊരാളായ അഗസ്ത് കോട്സെബ്യുവിനെ (റഷ്യൻ ചാരനെന്ന് ആരോപിക്കപ്പെട്ടിരുന്ന ആൾ) വെടിവെച്ചു കൊന്നു. ഈ സംഭവം റഷ്യൻ സാമ്രാജ്യത്തിനുള്ളിലും ശക്തമായ അനുരണനങ്ങളുണ്ടാക്കി; ഭാവിയിൽ 1825 ഡിസംബറിൽ റഷ്യയിലെ നിക്കൊളാസ് ഒന്നാമൻ ചക്രവർത്തിക്കെതിരായ കലാപത്തിൽ അണിനിരന്ന യുവവിപ്ലവകാരികൾ കാറൽ സാൻഡിനെ തങ്ങളുടെ ആദർശനായകനായി സ്വീകരിക്കുകയുണ്ടായി. അതേ സമയം കാറൽ സാൻഡിന്റെ നടപടി ജർമ്മൻ ബുദ്ധിജീവികളുടെയും വിദ്യാർത്ഥികളുടെയും പ്രസ്ഥാനത്തെ അടിച്ചമർത്താനുള്ള ഒഴികഴിവായി ജർമ്മൻ ഗവൺമെന്റും ആസ്ട്രിയയിലെ മെറ്റേർണിക്കും ഉപയോഗിക്കുകയുമുണ്ടായി.

1825 ലെ റഷ്യൻ ഡിസംബ്രിസ്റ്റ് പ്രസ്ഥാനം കേവലം റഷ്യയിൽ മാത്രം ഒതുങ്ങിനിന്ന പ്രതിഭാസമായിരുന്നില്ല. പോളണ്ടിലെയും ആസ്ട്രിയയിലെയും ഫ്രാൻസിലെയും സ്പെയിനിലെയുമെല്ലാം ബുദ്ധിജീവികൾക്കിടയിൽ ശക്തമായ വിപ്ലവ സ്വാധീനം വളർന്നുവന്നു. സാഹിത്യത്തിലും ആ സ്വാധീനം കടന്നുവന്നിരുന്നു. 1818–30 കാലത്തെ ഈ പുരോഗമന പ്രവണതയുടെ പ്രതിഫലനം ജർമ്മൻ സാഹിത്യകാരനായ ലുദ്വിഗ് ബോണിൽ കാണാം. ജർമ്മൻ രാഷ്ട്രീയചിന്തയിലുണ്ടാകുന്ന മാറ്റം ലുദ്വിഗ് ബോണിന്റെ കൃതികളിൽ കൃത്യമായി പ്രതിഫലിച്ചിരുന്നു. ജനങ്ങൾക്ക് രാഷ്ട്രീയ സ്വാതന്ത്ര്യം ലഭിച്ചാൽ മറ്റെല്ലാ സ്വാതന്ത്ര്യങ്ങളും സ്വാഭാവികമായും ലഭ്യമാകും എന്നാണ് ലുദ്വിഗ് ബോൺ ചിന്തിച്ചത്. 1830 വരെ സാംസ്കാരിക രംഗത്തെ ഇത്തരം ആശയപ്രചരണങ്ങളല്ലാതെ മറ്റു ചലനങ്ങളൊന്നും ഉണ്ടായില്ല.

1830 ൽ ഫ്രാൻസിലെ ജൂലൈ വിപ്ലവവും അതിന്റെ പ്രതിഫലനമായി തുടർന്നു 1831 ൽ പോളണ്ടിലുണ്ടായ വിപ്ലവവും ജർമ്മനിയുടെ പല പ്രദേശങ്ങളിലും ചില കലാപങ്ങൾക്കും വിപ്ലവ മുന്നേറ്റങ്ങൾക്കും വഴിതെളിച്ചു. എന്നാൽ അവയൊന്നുംതന്നെ ചില ഭരണഘടനാപരമായ സൗജന്യങ്ങൾ നേടുന്നതിനപ്പുറം മുന്നോട്ടുപോയില്ല. സാധാരണ ജനങ്ങൾക്കിടയിൽ ഈ പ്രസ്ഥാനങ്ങൾക്ക് ആഴത്തിൽ വേരൂന്നാനായില്ല എന്നതാണ് വാസ്തവം. എന്നാൽ റഷ്യൻ അധീനതയിലായിരുന്ന പോളണ്ടിലെ വിപ്ലവം പരാജയപ്പെടുത്തപ്പെട്ടത് ജർമ്മൻ ബുദ്ധിജീവികൾക്കിടയിൽ റഷ്യയോടുള്ള വെറുപ്പും വിദ്വേഷവും വീണ്ടും വർദ്ധിക്കുന്നതിനിടയാക്കി.

1830–32 കാലത്തെ ഫ്രഞ്ച് – പോളിഷ് വിപ്ലവങ്ങളെ തുടർന്നു ജർമ്മനിയിലുണ്ടായ വിപ്ലവ ചലനങ്ങളെല്ലാം തെക്കൻ ജർമ്മനിയിലെ പലാറ്റിനേറ്റ് പ്രവിശ്യയിൽ ഒതുങ്ങിനിന്നിരുന്നു; റൈൻലാൻഡിൽ അതൊന്നും കാര്യമായ ചലനമുണ്ടാക്കിയില്ല. റൈൻലാൻഡ് എന്നപോലെ പലാറ്റി

നേറ്റും 1815 വരെ ഫ്രാൻസിന്റെ അധീനതയിലായിരുന്നു. റൈൻലാൻഡിനെ പ്രഷ്യയുടെ ഭാഗമായി വിട്ടുകൊടുത്ത ഫ്രഞ്ചുകാർ പലാറ്റിനേറ്റിനെ താരതമ്യേന യാഥാസ്ഥിതികത്വം കുറവായിരുന്ന ബവേറിയ പ്രവിശ്യയുടെ ഭാഗമാക്കി മാറ്റിയിരുന്നു. ഫ്രാൻസിലുണ്ടായ വിപ്ലവമുന്നേറ്റങ്ങൾ ജർമ്മനിയിലെ ഈ രണ്ടു പ്രവിശ്യകളിലും ഏറിയും കുറഞ്ഞും പ്രതിഫലിച്ചത് ഫ്രഞ്ച് ഭരണകാലത്തുണ്ടായ മാറ്റങ്ങളുടെ സ്വാധീനത്തിലായിരുന്നു.

1832 ൽ പലാറ്റിനേറ്റിലെ പുരോഗമന ചിന്താഗതിക്കാരായ ഒരു സംഘം ബുദ്ധിജീവികളും അഭിഭാഷകരും എഴുത്തുകാരും ചേർന്ന് ഹാംബക്കിൽ വലിയൊരു സാംസ്കാരികോത്സവം സംഘടിപ്പിച്ചു. അക്കാലത്ത് വിപ്ലവകാരികളായി അറിയപ്പെട്ടിരുന്ന പ്രഭാഷകരും ആക്ടിവിസ്റ്റുകളുമെല്ലാം അവിടെ അണിനിരന്നു. സ്വതന്ത്ര, ഏകീകൃത ജർമ്മനി രൂപീകരിക്കപ്പെടേണ്ടതിന്റെ ആവശ്യകതയാണ് ആ സമ്മേളനത്തിൽ മുഴങ്ങിയത്. സാഹിത്യകാരനായ ലുദ്വിഗ് ബോൺ അവിടെ സന്നിഹിതരായവരിൽ ഒരാളായിരുന്നു. തൊഴിലാളിയായ ജോഹാൻ ഫിലിപ്പ് ബെക്കർ എന്ന യുവാവ് ആ മഹാസമ്മേളനത്തിൽ ശ്രദ്ധയാകർഷിച്ചവരിൽ ഒരാളായിരുന്നു. പില്ക്കാലത്ത് കാൾ മാർക്സിന്റെ സൗഹൃദ വലയത്തിൽ എത്തുകയും ഒന്നാം ഇന്റർനാഷണലിൽ സജീവമായി ഇടപെടുകയും ചെയ്തിരുന്ന ബെക്കർ സൈദ്ധാന്തികനായിരുന്നില്ലെങ്കിലും നല്ലൊരു എഴുത്തുകാരനും പ്രഭാഷകനും വിപ്ലവകാരിയുമായിരുന്നു.

ഹാംബക്ക് ആഘോഷാനന്തരം ജോഹാൻ ഫിലിപ്പ് ബെക്കർ വർഷങ്ങളോളം ജർമ്മനിയിൽ തന്നെ വിപ്ലവ പ്രവർത്തനങ്ങളിൽ - പ്രധാനമായും പ്രചരണ പ്രക്ഷോഭരംഗങ്ങളിൽ - ഏർപ്പെട്ടും ജയിലുകളിൽ അടയ്ക്കപ്പെട്ടിരുന്ന വിപ്ലവകാരികളുടെ മോചനത്തിനായുള്ള സായുധ ആക്രമണങ്ങളടക്കം നടത്തിയും സജീവമായി. 1833 ൽ ബെക്കറുമായി അടുത്ത ബന്ധമുണ്ടായിരുന്ന ഒരു സംഘം ചെറുപ്പക്കാർ ഫ്രാങ്ക്ഫർട്ടിലെ കാവൽപ്പുര (guard house) ആക്രമിച്ചു. ആയുധങ്ങൾ തട്ടിയെടുക്കലായിരുന്നു ലക്ഷ്യം. ആ സമയത്ത് ഫ്രാങ്ക്ഫർട്ടിൽ ഡയറ്റ് (രാജകീയസഭ) യോഗം ചേരുകയായിരുന്നു. ആ അവസരത്തിൽ ഫ്രാങ്ക്ഫർട്ടിൽ വിജയകരമായ ഒരു സായുധ മുന്നേറ്റം നടത്താനായാൽ അത് ജർമ്മനിയിലുട നീളം ആവേശം സൃഷ്ടിക്കുമെന്ന ആത്മവിശ്വാസമായിരുന്നു വിപ്ലവകാരികളായ വിദ്യാർത്ഥികൾക്കും തൊഴിലാളികൾക്കുമുണ്ടായിരുന്നത്. എന്നാൽ അത് തുടക്കത്തിലേ തന്നെ തകർക്കപ്പെട്ടു. ആ ആക്രമണത്തിൽ സജീവ പങ്കാളിയായിരുന്ന ധീരനായ പോരാളിയായിരുന്നു പില്ക്കാലത്ത് കമ്യൂണിസ്റ്റ് ലീഗിൽ മാർക്സിനൊപ്പം പ്രവർത്തിച്ച കാറൽ ഷാപ്പർ. തലനാരിഴയ്ക്കാണ് ജർമ്മൻ സൈന്യത്തിന്റെ കൈയിലകപ്പെടാതെ ഷാപ്പർക്ക് ഫ്രാൻസിലേക്ക് രക്ഷപ്പെടാനായത്.

ജർമ്മനിയിലെ ഹെസ്സെ പ്രവിശ്യയിലും ഇതേ കാലത്ത് ഒരു വിപ്ലവ പ്രസ്ഥാനം രൂപപ്പെട്ടിരുന്നു. ഉറച്ച മതവിശ്വാസിയായിരിക്കെ തന്നെ

രാഷ്ട്രീയ സ്വാതന്ത്ര്യത്തിന്റെയും ജർമ്മൻ ഏകീകരണത്തിന്റെയും ശക്തനായ വക്താക്കളിലൊരാളും ആ പ്രവിശ്യയിലെ മന്ത്രിയുമായിരുന്ന വെയ്ഡിഗ് ആയിരുന്നു ഈ പ്രസ്ഥാനത്തിന്റെ പ്രമുഖ നേതാക്കളിലൊരാൾ. അദ്ദേഹം രഹസ്യമായി ഒരച്ചടിശാല സ്ഥാപിക്കുകയും വിപ്ലവാശയങ്ങൾ ഉൾക്കൊള്ളുന്ന ലഘുലേഖകളും ഗ്രന്ഥങ്ങളും പ്രസിദ്ധീകരിക്കുകയും ചെയ്തിരുന്നു. ഈ പ്രസ്ഥാനത്തിൽ ശ്രദ്ധേയമായ പങ്കു വഹിച്ചിരുന്നവരിൽ ഒരാളായിരുന്നു *ഡാന്റൺന്റെ മരണം* എന്ന നാടകമെഴുതിയ ഗ്യോർഗി ബുക്ക്നർ. 1837 ൽ അകാലത്തിൽ അന്തരിച്ച (24-ാം വയസ്സിൽ) ബുക്ക്നർ കർഷകജനതയുടെ പിന്തുണ വിപ്ലവ പ്രസ്ഥാനത്തിനു അനിവാര്യമാണെന്നു കരുതുകയും അതിനായി കർഷകർക്കിടയിൽ പ്രചരണം സംഘടിപ്പിക്കുകയും ചെയ്തു. വെയ്ഡിഗിന്റെ പ്രസിൽ അച്ചടിച്ച് നിരവധി ലഘുലേഖകൾ ഈ ലക്ഷ്യത്തോടെ ബുക്ക്നർ പ്രസിദ്ധീകരിക്കുകയുണ്ടായി. കർഷകജനതയെ കേന്ദ്രീകരിച്ചുള്ള ഈ പ്രചരണം ആദ്യപരീക്ഷണമായിരുന്നു. എന്നാൽ ശക്തമായി മുന്നോട്ടുപോകുന്നതിനുമുൻപ് വെയ്ഡിഗ് അറസ്റ്റ് ചെയ്യപ്പെട്ടു; ബുക്ക്നർ തലനാരിഴയ്ക്ക് അറസ്റ്റിൽനിന്നു രക്ഷപ്പെട്ട് സ്വിറ്റ്സർലണ്ടിലേക്ക് കടന്നു; അവിടെ വെച്ചാണ് അദ്ദേഹം അന്തരിച്ചത്. പില്ക്കാലത്ത് കാൾ മാർക്സിന്റെ ഉറ്റ ചങ്ങാതിമാരിൽ ഒരാളും വിപ്ലവ പ്രവർത്തനങ്ങളിലെ പങ്കാളിയുമായ വിൽഹെം ലീബ്നെക്ടിന്റെ അമ്മാവനായിരുന്നു വെയ്ഡിഗ്. ലീബ്നെക്ടിൽ വെയ്ഡിഗ് അഗാധമായ സ്വാധീനം ചെലുത്തിയിരുന്നു.

ഫ്രാൻസിലേക്ക് കടന്ന കാറൽ ഷാപ്പർ, മുൻപു തന്നെ ജയിലിൽ നിന്നു ബെക്കറിന്റെ സഹായത്തോടെ പുറത്തുകടന്ന് ഫ്രാൻസിൽ പ്രവാസിയായി കഴിഞ്ഞിരുന്ന തിയൊഡോർ ഷൂസ്റ്ററർ ഉൾപ്പെടെയുള്ളവരെ ചേർത്ത് നാടുകടത്തപ്പെട്ടവരുടെ സംഘം (The Society of the Exile) രൂപീകരിച്ചു. അംഗങ്ങൾ ഏറെയും തൊഴിലാളികളായിരുന്നുവെന്നു മാത്രമല്ല സംഘടനയ്ക്ക് പൊതുവിൽ സോഷ്യലിസ്റ്റ് സ്വഭാവവുമായിരുന്നു. ഇതിൽ സോഷ്യലിസ്റ്റ് ചിന്താഗതിക്കാരും വിരുദ്ധരും തമ്മിലുള്ള ഏറ്റുമുട്ടലിനൊടുവിൽ കാറൽഷാപ്പറും തിയൊഡോർ ഷൂസ്റ്ററും മറ്റും ചേർന്ന് ലീഗ് ഓഫ് ജസ്റ്റ് (നീതിമാന്മാരുടെ ലീഗ്) രൂപീകരിച്ചു. മൂന്നു വർഷത്തോളം പാരീസിൽ പ്രവർത്തിച്ച ഈ സംഘടനയിലെ അംഗങ്ങളിൽ പലരും ബ്ലാങ്കിയുടെ നേതൃത്വത്തിൽ നടന്ന കലാപത്തിൽ പങ്കെടുക്കുകയും ജയിലിൽ അടയ്ക്കപ്പെടുകയുമുണ്ടായി. ജയിൽമോചിതരായ ഇവർ ലണ്ടനിലേക്ക് കുടിയേറുകയും അവിടെ വർക്കേഴ്സ് എഡ്യൂക്കേഷണൽ സൊസൈറ്റി രൂപീകരിച്ച് പ്രവർത്തനം തുടരുകയും ചെയ്തു. ഈ സംഘടനയാണ് പില്ക്കാലത്ത് കമ്യൂണിസ്റ്റ് സംഘടനയായി മാറ്റപ്പെട്ടത്.

കാൾ മാർക്സ് ജനിച്ച ട്രയർ നഗരം ഉൾപ്പെടുന്ന റൈൻലാൻഡ് ജർമ്മനിയിലെ ഏറെ വ്യവസായവൽകൃതമായ മേഖലയായിരുന്നു. ഈ പ്രവിശ്യ ഉരുക്കുല്പന്നങ്ങളുടെയും തുണി ഉല്പാദനത്തിന്റെയും തുകൽ

വ്യവസായത്തിന്റെയും മറ്റും കേന്ദ്രമായിരുന്നു അക്കാലത്ത്. ഇതിൽ ട്രയർ പ്രധാനമായും തുകൽ വ്യവസായ കേന്ദ്രമായി വളർന്നുവരികയായിരുന്നു. കത്തോലിക്ക മതസ്വാധീനംമൂലം ട്രയർ രണ്ടാം റോം എന്നറിയപ്പെട്ടിരുന്നു. പ്രധാന വൈൻ നിർമ്മാണ കേന്ദ്രവുമായിരുന്ന റൈൻലാൻഡിൽ അക്കാലത്ത് ഭൂമിക്കുമേൽ കൂട്ടുടമസ്ഥത (communal ownership) നിലനിന്നിരുന്നു. മാർക്സ് കുട്ടിക്കാലത്ത് ഏറെ ശ്രദ്ധ ചെലുത്തിയിരുന്നത് ട്രയറിനു ചുറ്റുപാടുമുള്ള കൃഷിക്കാരുടെ ജീവിതാവസ്ഥയെക്കുറിച്ച് മനസ്സിലാക്കാനായിരുന്നു. അതിനായി ട്രയർ നഗരപ്രാന്തത്തിലുള്ള ഗ്രാമങ്ങളിലേക്ക് കുട്ടിക്കാലത്ത് മാർക്സ് ഇടയ്ക്കിടെ യാത്ര നടത്തിയിരുന്നു. ഈ കാലത്ത് ഗ്രാമീണ ജീവിതത്തിൽനിന്നും വ്യവസായ തൊഴിലാളികളുടെ ജീവിതാനുഭവത്തിൽനിന്നും മനസ്സിലാക്കിയ കാര്യങ്ങൾ പില്ക്കാലത്ത് മാർക്സിന്റെ രചനകളിലാകെ പ്രതിഫലിച്ചിട്ടുണ്ട്.

കാൾ മാർക്സ് കുട്ടിക്കാലത്ത് സ്വന്തം നഗരത്തിലെ ഗ്രാമർ സ്കൂളിലാണ് പഠിച്ചിരുന്നത്. മികച്ച റിക്കാർഡോടുകൂടിയാണ് അവിടത്തെ പഠനം പൂർത്തിയാക്കിയത്. പൊതുവിൽ ഹൈസ്കൂൾ പഠനകാലത്ത് സമർത്ഥനായ വിദ്യാർത്ഥിയായിരുന്നു, സമൂഹത്തോട് പ്രതിബദ്ധതയും ദീർഘവീക്ഷണവുമുള്ള വിദ്യാർത്ഥിയായിരുന്നു കാൾ എന്ന് അദ്ദേഹത്തിന്റെ അദ്ധ്യാപകർ തന്നെ രേഖപ്പെടുത്തിയിട്ടുണ്ട്. എന്നാൽ ഗണിതശാസ്ത്രത്തിലും ചരിത്രത്തിലും സ്കൂൾ പഠനകാലത്ത് അദ്ദേഹം വലിയ മികവു പ്രകടിപ്പിച്ചിരുന്നില്ല. ലോകത്തെ അറിയാനും പഠിക്കാനുമുള്ള ഇച്ഛാശക്തി ഒന്നുകൊണ്ടു മാത്രമാണ് ഈ വിഷയങ്ങളിലും വൈദഗ്ദ്ധ്യം വികസിപ്പിച്ചെടുക്കുന്നതിൽ വിജയിക്കാൻ അദ്ദേഹത്തിനായത്.

ഹൈസ്കൂളിൽ (ജിംനേഷ്യം) "ഒരു ചെറുപ്പക്കാരൻ തൊഴിൽ തെരഞ്ഞെടുക്കുന്നതെങ്ങനെ?'' എന്ന വിഷയത്തിൽ കോംപൊസിഷൻ എഴുതാൻ അദ്ദേഹത്തോട് അദ്ധ്യാപകർ നിർദ്ദേശിച്ചു. മാർക്സ് അന്ന് ഈ വിഷയത്തെക്കുറിച്ച് എഴുതിയതിൽ അനിതരസാധാരണമായ പ്രതിഭ പ്രകടിപ്പിച്ചിരുന്നു. സ്വതന്ത്രമായി, സ്വന്തം ഇഷ്ടാനുസരണം ഒരു തൊഴിൽ തെരഞ്ഞെടുക്കാനാവില്ല എന്നും അതെങ്ങനെ സാദ്ധ്യമാകും എന്നുമായിരുന്നു കാൾ മാർക്സിന്റെ ചോദ്യം. മനുഷ്യൻ അവന്റെ ചുറ്റുപാടുകൾക്കനുസരിച്ച് ജീവിക്കാൻ നിർബ്ബന്ധിതനാണ് എന്നായിരുന്നു കാൾ മാർക്സ് രേഖപ്പെടുത്തിയത്. ഹൈസ്കൂൾ ക്ലാസിൽവെച്ച് എഴുതിയ ഈ പ്രബന്ധത്തിൽ തന്നെ ചരിത്രത്തിന്റെ ഭൗതിക വ്യാഖ്യാനത്തിന്റെ ബീജം കാണാനാവും എന്നാണ് മാർക്സിന്റെ ജീവിതത്തെക്കുറിച്ചെഴുതിയ ഡേവിഡ് റിയാസനോവ് രേഖപ്പെടുത്തിയിരിക്കുന്നത്. പിതാവിൽനിന്ന് ആർജ്ജിച്ച ഫ്രഞ്ച് ഭൗതികവാദത്തിന്റെ അടിസ്ഥാനാശയങ്ങളുടെ സ്വാധീനവും ഈ സ്കൂൾ പ്രബന്ധത്തിൽ കാണാനാവും.

കുടുംബത്തിൽനിന്നും സ്കൂളിൽനിന്നും ലഭിച്ച അറിവിനും കാഴ്ചപ്പാടിനും ഉപരിയായ അറിവും വിശാലമായ കാഴ്ചപ്പാടും മാർക്സിനു ലഭിച്ചതാകട്ടെ, പ്രഷ്യൻ ഗവൺമെന്റിൽ ഉന്നത ഉദ്യോഗസ്ഥനായിരു

ന്ന, സംസ്കാരസമ്പന്നനും പ്രതിഭാശാലിയുമായിരുന്ന ലുദ്വിഗ് വോൺ വെസ്റ്റ്ഫാലൻ പ്രഭുവിൽനിന്നായിരുന്നു. തന്റെ കാലഘട്ടത്തിലെ ധൈഷണിക പ്രവണതകളെ സസൂക്ഷ്മം പിന്തുടർന്നിരുന്ന അദ്ദേഹത്തിന്റെ ഇഷ്ട കവികൾ ഹോമറും ഷേക്സ്പിയറുമായിരുന്നു. തന്റെ ഇളയപുത്രന്റെ പ്രായം മാത്രമുണ്ടായിരുന്ന കാൾ മാർക്സിനെ വെസ്റ്റ് ഫാലൻ പ്രഭു ഉറ്റ ചങ്ങാതിയെപ്പോലെയായിരുന്നു പരിഗണിച്ചിരുന്നത്. മാർക്സാകട്ടെ തന്റെ പിതാവിനെയെന്നപോലെ അദ്ദേഹത്തെ സ്നേഹിക്കുകയും ബഹുമാനിക്കുകയും ചെയ്തിരുന്നു. പ്രഭാത - സായാഹ്ന സവാരികളിൽ വെസ്റ്റ്ഫാലനൊപ്പം കൂടിയിരുന്ന ആ ഹൈസ്കൂൾ വിദ്യാർത്ഥിക്ക് അദ്ദേഹത്തിൽനിന്ന് ആ കാലഘട്ടത്തിലെ ഉദ്ബുദ്ധമായ ആശയങ്ങൾ പകർന്നു കിട്ടിയിരുന്നു. യഥേഷ്ടം ഉപയോഗിക്കപ്പെട്ട വെസ്റ്റ്ഫാലൻ പ്രഭുവിന്റെ ഗ്രന്ഥശേഖരവും കാൾ മാർക്സിന്റെ ധൈഷണിക വളർച്ചയിൽ പ്രധാന പങ്കുവഹിച്ചിരുന്നു.

കാൾ മാർക്സ് തന്റെ ഡോക്ടറേറ്റിനായുള്ള തീസിസിന്റെ സമർപ്പണത്തിൽ കുറിച്ചിരുന്ന ഈ വാക്കുകൾ വെസ്റ്റ്ഫാലൻ പ്രഭുവിനോടുള്ള ആദരവും സ്നേഹബഹുമാനങ്ങളും പ്രകടമാക്കുന്നു: ''അദ്ദേഹം തന്റെ കാലഘട്ടത്തിലെ ഓരോ പുരോഗമന പ്രസ്ഥാനത്തെയും ആവേശപൂർവ്വം സ്വാഗതം ചെയ്തിരുന്നു. ഗൗരവപൂർണ്ണമായ അദ്ദേഹത്തിന്റെ നിഗമനങ്ങൾ സത്യാന്വേഷിയുടേതായിരുന്നു; സത്യത്തെ പ്രേമിച്ചിരുന്ന ഒരാളുടേതായിരുന്നു. ആദർശനിഷ്ഠ വെറും സങ്കല്പമല്ലെന്നും തികഞ്ഞ സത്യമാണെന്നുമുള്ളതിന്റെ ജീവിക്കുന്ന തെളിവാണദ്ദേഹം.''

1830 മുതൽ 1835 വരെ ട്രയറിലെ ഒരു ജിംനേഷ്യത്തിലായിരുന്നു മാർക്സ് പഠിച്ചിരുന്നത്. കാളിന്റെ സ്കൂൾ വിദ്യാഭ്യാസകാലത്തെക്കുറിച്ച് *Karl Marx: His Life and Work* എന്ന കൃതിയിൽ (1929) ഓട്ടോ റൂൾ എഴുതുന്നു: ''കൊച്ചു കാൾ അനായാസം പാഠങ്ങൾ പഠിച്ചിരുന്നു, പക്ഷേ, സുഹൃത്തുക്കളാരുമുണ്ടായിരുന്നില്ല. പില്ക്കാലത്ത് തന്റെ സഹപാഠികളെക്കുറിച്ച് ഒരു വാക്കുപോലും പറയാൻ അദ്ദേഹത്തിനുണ്ടായിരുന്നില്ല. ധൈഷണികമായി അദ്ദേഹം തന്റെ സ്കൂൾ പഠനത്തിൽ ഗംഭീര പുരോഗതി നേടി. എന്നാൽ സഹപാഠികൾ ആരും അദ്ദേഹത്തിന്റെ സുഹൃദ് വലയത്തിലെത്തുകയോ അടുപ്പം പുലർത്തുകയോ ചെയ്തിരുന്നില്ല. പഠനത്തിൽ മികച്ച പ്രകടനം കാഴ്ചവയ്ക്കുന്നതിലും വിജയം വരിക്കുന്നതിലുമായിരുന്നു അദ്ദേഹത്തിന്റെ മാനസിക ഊർജ്ജം മുഴുവൻ കേന്ദ്രീകരിച്ചത്'' (പേജ് 13).

ട്രയറിലെ ജിംനേഷ്യത്തിൽ മാർക്സ് പഠിച്ചിരുന്ന കാലത്തെ ഡയറക്ടർ ജോഹാൻ ഹ്യൂഗോ വൈറ്റൻബക്കായിരുന്നു. ചരിത്രാദ്ധ്യാപകൻ കൂടി ആയിരുന്ന വൈറ്റൻബക്ക് സംസ്കാര സമ്പന്നനും പുരോഗമനവാദിയുമായിരുന്നു. ഫ്രഞ്ച് വിപ്ലവത്തെ ആവേശപൂർവ്വം സ്വാഗതം ചെയ്തിരുന്ന അദ്ദേഹം ഇമ്മാനുവൽ കാന്റിന്റെ തത്ത്വചിന്തയും പിന്തുടർന്നിരുന്നു. മാർക്സിന്റെ ധൈഷണിക വളർച്ചയിൽ സ്വാധീനം ചെലുത്തി

യവരിൽ ഒരാളായിരുന്നു ഈ ചരിത്രാദ്ധ്യാപകനും. എന്നാൽ വിദ്യാർത്ഥികളുടെ രാഷ്ട്രീയ ചിന്താഗതികളെക്കുറിച്ചുള്ള സൂക്ഷ്മ നിരീക്ഷണത്തിനായി വിറ്റ്സ് ലോയേഴ്സ് എന്ന കടുത്ത യാഥാസ്ഥിതികനായ ഒരു സഹഡയറക്ടറെക്കൂടി അധികൃതർ ആ വിദ്യാലയത്തിൽ നിയോഗിച്ചിരുന്നു. ആ കാലത്തെ വിദ്യാലയാന്തരീക്ഷത്തിന്റെ ഒരു പൊതുസവിശേഷതയായിരുന്നു വിറ്റ്സ് ലോയേഴ്സിനെപ്പോലുള്ളവരും.

ഈ ജിംനേഷ്യത്തിലെ പഠനം പൂർത്തിയാക്കി 17-ാം വയസ്സിൽ 1835 ൽ പിതാവിന്റെ ആഗ്രഹം മാനിച്ച് നിയമപഠനത്തിനായി മാർക്സ് ബോൺ സർവ്വകലാശാലയിൽ ചേർന്നു. സ്കൂൾ പഠനത്തിനിടയിൽ ചങ്ങാതിമാരാരും ഇല്ലാതിരുന്ന മാർക്സ് ഇക്കാലത്തുതന്നെ തന്റെ സഹോദരി സോഫിയയുടെ സുഹൃത്തും അതിലേറെ താൻ പിതാവിനെപ്പോലെ സ്നേഹിച്ചിരുന്ന സുഹൃത്ത് വെസ്റ്റ്ഫാലൻ പ്രഭുവിന്റെ മകളുമായ ജെന്നി വോൺവെസ്റ്റ്ഫാലനുമായി പ്രണയത്തിലായിക്കഴിഞ്ഞിരുന്നു. സർവ്വകലാശാല പഠനത്തിനായി പോകുംമുൻപു തന്നെ അവർ ഇരുവരും വിവാഹിതരാകാനും തീരുമാനിച്ചു കഴിഞ്ഞിരുന്നു. പ്രഭു കുടുംബത്തിൽ പിറന്ന, മാർക്സിനേക്കാൾ നാലു വയസ്സ് കൂടുതലുള്ള ജെന്നി ബുദ്ധിമതിയും അതിസുന്ദരിയുമായിരുന്നു. തന്റെ പില്ക്കാല ജീവിതത്തിലുടനീളം എന്തു കാര്യവും അന്തിമമായി തീരുമാനിക്കുംമുൻപ് മാർക്സ് ജെന്നിയുമായി ചർച്ച ചെയ്തിരുന്നു.

അക്കാദമികമായ ശേഷിയും വിജ്ഞാനവും ആർജ്ജിച്ചു കഴിഞ്ഞ മാർക്സ് ജീവിതസമരത്തിന്റെ ആദ്യപടിയിൽ എത്തി, ബോൺ സർവ്വകലാശാലയിലെ പഠനം തുടങ്ങുന്നതോടെ ജീവിതത്തിൽ തന്റെ കടമകൾ പൂർത്തീകരിക്കേണ്ടതെങ്ങനെയെന്ന തീരുമാനമെടുക്കേണ്ട വഴിത്തിരിവിലുമായിരുന്നു. എന്നാൽ അക്കാലത്ത് വേണ്ടത്ര ആത്മവിശ്വാസം അദ്ദേഹത്തിനുണ്ടായിരുന്നില്ല എന്നാണ് ജീവചരിത്രകാരനായ ഓട്ടോ റൂൾ എഴുതുന്നത്. ബോൺ സർവ്വകലാശാലയിലെ അദ്ദേഹത്തിന്റെ ആദ്യവർഷം നിരാശാജനകമായിരുന്നു. രക്ഷിതാക്കളുടെയും സുഹൃത്തുക്കളുടെയും പ്രതീക്ഷയ്ക്കൊത്തുയരാൻ അദ്ദേഹത്തിനു കഴിഞ്ഞില്ല. നിയമപഠനമുപേക്ഷിച്ച് ഇഷ്ടമുള്ള മറ്റേതെങ്കിലും വിഷയത്തിലേക്കു മാറാനുള്ള ആഗ്രഹത്തിനു പിതാവിന്റെ സ്നേഹം നിറഞ്ഞ അനുമതി ലഭിച്ചതും വെസ്റ്റ്ഫാലൻ പ്രഭുവിന്റെ പ്രോത്സാഹനവും സർവ്വോപരി തന്റെ പ്രണയിനിയുടെ ഇടപെടലും മാർക്സിനെ ഭാവിയെ സംബന്ധിച്ച് ആത്മവിശ്വാസമുള്ളവനാക്കി മാറ്റി. തുടർന്ന് 1836 ൽ കാൾ മാർക്സ് അക്കാലത്തെ ജർമ്മൻ ധൈഷണികതയുടെ കേന്ദ്രമായിരുന്ന ബെർലിൻ സർവ്വകലാശാലയിൽ ചേർന്ന് പഠനം തുടർന്നു.

ബെർലിൻകാലം

ബെർലിൻ സർവ്വകലാശാലയിൽ മാർക്സ് തത്ത്വശാസ്ത്രം, നിയമം, ചരിത്രം, ഭൂമിശാസ്ത്രം, സാഹിത്യം, കലാചരിത്രം തുടങ്ങിയ വിഷയങ്ങൾ സംബന്ധിച്ച പഠനത്തിൽ മുഴുകി. നിയമത്തിൽ ബിരുദം നേടുക എന്ന ലക്ഷ്യംതന്നെ ആയിരുന്നു വിപുലമായ വിഷയങ്ങളുടെ എല്ലാം പഠനത്തിൽ ഏർപ്പെടുമ്പോഴും മാർക്സിനുണ്ടായിരുന്നത്.

ബെർലിൻ സർവ്വകലാശാലയെക്കുറിച്ച് ഹെഗൽ പറഞ്ഞത് സംസ്കാരത്തിന്റെയും സത്യത്തിന്റെയും കേന്ദ്രമാണത് എന്നാണ്. ജർമ്മൻ സംസ്കാരത്തിന്റെയും പ്രവർത്തനങ്ങളുടെയും കേന്ദ്രബിന്ദുവായാണ് ജർമ്മൻസാഹിത്യ നിരൂപകനും യുവ ഹെഗലിയൻമാരിലൊരാളുമായ എഡ്വേർഡ് മെയ്ൻ രേഖപ്പെടുത്തിയിട്ടുള്ളത് (*ഗാരറ്റ് സ്റ്റെഡ്മാൻ ജോൺസ്*, പേജ് 56). ബെർലിൻ ജീവിതത്തിൽ കാൾ മാർക്സ് അതിവേഗം പൂർണ്ണമായും മുഴുകുകയാണുണ്ടായത്. മാധ്യമസ്വാതന്ത്ര്യം നിലവിലില്ലാതിരുന്ന ആ കാലത്ത് ബെർലിനിൽ നൂതനാശയങ്ങൾ ചർച്ചചെയ്യപ്പെട്ടിരുന്നതും പ്രസരിച്ചിരുന്നതും അതിന് അവസരം ലഭിച്ചിരുന്നതും നാടകശാലകളിലായിരുന്നു. കോഫിഹൗസുകളും പബ്ബുകളും മറ്റുമായിരുന്നു അനൗപചാരിക വാർത്താവിതരണ ഏജൻസികളായി പ്രവർത്തിച്ചിരുന്നത്. ചില പ്രമുഖ കഫേകളിൽ ജർമ്മനിയുടെ ഇതര ഭാഗങ്ങളിൽ പ്രസിദ്ധീകരിച്ചിരുന്നവയും വിദേശങ്ങളിൽനിന്നുള്ളവയും ഉൾപ്പെടെയുള്ള പത്രങ്ങളും മാഗസിനുകളും ലഭിച്ചിരുന്നു.

ബെർലിനിലെ അന്തരീക്ഷം ശരിക്കും പ്രയോജനപ്പെടുത്തി മാർക്സ് തന്റെ പഠനത്തിൽ മുഴുകി. ഈ ഘട്ടത്തിൽ സാമൂഹ്യ സമ്പർക്കങ്ങളിൽ നിന്നും വ്യക്തിബന്ധങ്ങളിൽനിന്നുപോലും ഏറക്കുറെ ഒഴിഞ്ഞുനിന്ന് അദ്ദേഹം തന്റെ പഠനങ്ങളിൽ ഏർപ്പെടുകയായിരുന്നു. പ്രസിദ്ധ മാർക്

സിയൻ ചരിത്രകാരനായ മാക്സ് ബീർ, മാർക്സിന്റെ 100-ാം ജന്മവാർഷികാചരണവേളയിൽ എഴുതിയ *കാൾ മാർക്സിന്റെ ജീവിതവും സിദ്ധാന്തവും* (The Life and Teachings of Karl Marx) എന്ന കൃതിയിൽ എഴുതിയിരിക്കുന്നു. ''എല്ലാ സാമൂഹിക ബന്ധങ്ങളും കൈവെടിഞ്ഞ് അദ്ദേഹം രാപ്പകൽ പണിയെടുത്തു; വായിച്ചവയുടെ എല്ലാം ചുരുക്കം എഴുതിവെച്ചു; ഗ്രീക്കിൽനിന്നും ലാറ്റിനിൽനിന്നും പരിഭാഷപ്പെടുത്തി; തത്ത്വശാസ്ത്ര സംഹിതകളെക്കുറിച്ച് പഠിച്ചു; അദ്ദേഹത്തിന്റെ തന്നെ നിരവധി ചിന്തകൾ രേഖപ്പെടുത്തിവെച്ചു; തത്ത്വശാസ്ത്രത്തിന്റെയും നിയമസംഹിതയുടെയും രൂപരേഖകൾ തയ്യാറാക്കി; ഇതിനൊപ്പം മൂന്നു വോള്യം കവിതകളും രചിച്ചു. മാർക്സിന്റെ ധൈഷണിക ജീവിതത്തിന്റെ നിർണ്ണായകമായ ഒരു ഘട്ടത്തെയാണ് 1837 അടയാളപ്പെടുത്തുന്നത്; ചാഞ്ചാട്ടത്തിന്റെയും ക്ഷോഭത്തിന്റെയും ആന്തരിക സമരത്തിന്റെയും കാലഘട്ടം; ഇതിന്റെ അവസാനമാണ് അദ്ദേഹം ഹെഗലിയൻ വൈരുദ്ധ്യവാദത്തിൽ അഭയംകണ്ടെത്തിയത്." (പേജ് 4, 1921 ലെ ഇംഗ്ലീഷ് പതിപ്പിന്റെ റീപ്രിന്റ് 2018, Routledge)

ഓട്ടോ റൂൾ ഇതേ കാലത്തെക്കുറിച്ച് എഴുതിയത് നോക്കാം: "അദ്ദേഹം വായിച്ചു; ചുരുക്കം എഴുതിവെച്ചു; പരിഭാഷപ്പെടുത്തി; ഭാഷകൾ പഠിച്ചു; ഏകാന്തമായ വഴികളിലൂടെ അലഞ്ഞുതിരിഞ്ഞു: അകലെനിന്നുള്ള പ്രതിദ്ധ്വനികൾക്ക് കാതോർത്തു; വിസ്തൃതമായ വസന്തങ്ങൾ ത്തേടി; കയറിപ്പറ്റാൻ പ്രയാസമുള്ള ഉയരങ്ങളിലേക്ക് വലിഞ്ഞുകയറി. വിശ്രമവേളകളിൽ അകലെയകലെ റൈൻലാൻഡിൽ കഴിയുന്ന തന്റെ പ്രിയപ്പെട്ടവളോടുള്ള അഭിവാഞ്ഛകൾക്ക് പ്രകടരൂപം നല്കുന്ന അസംഖ്യം കവിതകൾ അദ്ദേഹം രചിച്ചു." (*Karl Marx: His Life and Work* 1929 ലെ ഇംഗ്ലീഷ് പതിപ്പിന്റെ റീപ്രിന്റ് 2018 പ്രസാ: Routledge. Page 14-15)

1836 ആദ്യം ബോണിൽ പഠിക്കുന്ന കാലത്തുതന്നെ ഒരുപക്ഷേ, ജിംനേഷ്യം കാലത്തുതന്നെ, മാർക്സിന് കവിതയിൽ കമ്പമുണ്ടായിരുന്നു. ബോണിലെ പഠനകാലത്ത് താൻ കവികളുടെ ഒരു സഭയിൽ ചേർന്നതായി മാർക്സ് പിതാവിന് എഴുതിയിരുന്നു. മാർക്സിന്റെ പിതാവിനെ അത് സന്തോഷിപ്പിക്കുകയുമുണ്ടായി. ജെന്നിയോടുള്ള പ്രണയം കവിതയെഴുത്തിലുള്ള അദ്ദേഹത്തിന്റെ താല്പര്യത്തെ ഉത്തേജിപ്പിച്ചു. ബെർളിനിൽനിന്ന് മാർക്സ് തന്റെ പിതാവിനെഴുതിയ കത്തിൽ രേഖപ്പെടുത്തുന്നു: ''ഒരു പുതിയ ലോകം, പ്രണയത്തിന്റേതായ ഒരു പുതുലോകം, എന്റെ ജീവിതത്തിൽ വന്നിരിക്കുന്നു; വാസ്തവത്തിൽ അത് തുടക്കത്തിൽ വികാരതരളിതമായ ഒരു അഭിലാഷമായിരുന്നു, പ്രതീക്ഷാരഹിതമായ ഒരു പ്രണയം. തല്ഫലമായി, എന്റെ അപ്പോഴത്തെ മാനസികാവസ്ഥപ്രകാരം ഭാവഗാനങ്ങൾക്കായിരുന്നു പ്രഥമ പരിഗണന; ചുരുങ്ങിയപക്ഷം ഏറ്റവും ആഹ്ലാദകരവും അടിയന്തരവുമായത്... എന്റെ സ്വർഗ്ഗം, എന്റെ കല എല്ലാംഎന്റെ പ്രണയംപോലെ വിദൂരസ്ഥമായ ഒന്നാ

യി, അതിനുമപ്പുറമുള്ള ഒരു ലോകമായി മാറിക്കഴിഞ്ഞിരുന്നു.''

1837 അവസാനമായപ്പോൾ കവിതയോടുള്ള അദ്ദേഹത്തിന്റെ ഭ്രമം അവസാനിക്കുകയും തത്ത്വചിന്തയുടെ ലോകത്തേക്ക് ഗൗരവപൂർവ്വം കടക്കുകയും ഗൊയ്ഥെയെപ്പോലെ, ഹൈനെയെപ്പോലെ ഒരു കവിയാവുക എന്ന അഭിലാഷം മാർക്സ് ഉപേക്ഷിക്കുകയും ചെയ്തതായി ഗാരെത്ത് സ്റ്റെഡ്മാൻ ജോൺസ് രേഖപ്പെടുത്തുന്നു. (*Karl Marx: Greatness and Illusion*. പേജ് 42 Penguin Books 2017). അതിനകം അദ്ദേഹം ജെന്നിക്കായി മൂന്നു വോള്യം കവിത രചിച്ചിരുന്നു. പുറമെ തന്റെ പിതാവിന് സമർപ്പിച്ചുകൊണ്ട് ഒരു വോള്യം കവിതാസമാഹാരവും എഴുതിയിരുന്നു. ഇതിനുംപുറമെ ആ കാലത്ത് *Scorpion and Felix* എന്ന ഒരു ഹാസ്യ നോവലും *Oulanem* എന്ന കാവ്യനാടകവും രചിച്ചതായും സ്റ്റെഡ്മാൻ ജോൺസ് രേഖപ്പെടുത്തുന്നു.

അതേവരെ ഹെഗലിന്റെ കൃതികളെക്കുറിച്ച് മാർക്സിന് ഒരു പൊതു ധാരണയ്ക്കപ്പുറം കൂടുതൽ അറിയുമായിരുന്നില്ല. ഹെഗലിന്റെ കൃതികളിൽനിന്നുള്ള ചില ഭാഗങ്ങൾ മാത്രമാണ് അദ്ദേഹം വായിച്ചിട്ടുണ്ടായിരുന്നത്. ഹെഗലിയൻ വൈരുദ്ധ്യവാദത്തിലേക്ക് കടന്നതോടുകൂടി മാർക്സ്, ഇമ്മാനുവൽ കാന്റിന്റെയും ഫിഷ്ത്തെയുടെയും കേവല ആശയവാദത്തോട് വിടപറയുകയും യാഥാർത്ഥ്യത്തിന്റെ ലോകത്തേക്ക് ചുവടുവയ്ക്കുകയും ചെയ്തു. യാഥാർത്ഥ്യത്തിന്റെ ഭാഗത്താണ് ഹെഗൽ നില്ക്കുന്നത് എന്ന് മാർക്സ് ഉറച്ച് വിശ്വസിച്ചിരുന്നു.

തുടക്കത്തിൽ ഹെഗലിൽ മാർക്സ് ഏറെയൊന്നും ആകൃഷ്ടനായില്ലെന്നുമാത്രമല്ല, ഹെഗലിൽനിന്ന് അകന്നുനില്ക്കാനാണ് അദ്ദേഹം താല്പര്യപ്പെട്ടിരുന്നത്. എന്നാൽ ക്രമേണ അബോധപൂർവ്വമെന്നുതന്നെ പറയാം മാർക്സ് ഹെഗലിൽ എത്തിച്ചേരുകയാണുണ്ടായത്. 1837 നവംബർ 10 ന് മാർക്സ് തന്റെ പിതാവിനെഴുതിയ കത്തിൽ ഹെഗലിയൻ ദർശനത്തിന്റെ വ്യക്തമായ സൂചന കാണാവുന്നതാണ്. ഏറെ പ്രശസ്തമായ ഈ കത്ത് ജീവചരിത്രകാരെല്ലാം പൂർണ്ണമായോ പ്രസക്ത ഭാഗങ്ങളോ ഉദ്ധരിച്ചിട്ടുണ്ട്.

ബെർലിനിലെത്തിയ ആദ്യനാളുകൾക്കുശേഷം കുറെക്കാലത്തേക്ക് പിതാവിനോ മറ്റാർക്കെങ്കിലുമോ കത്തെഴുതുകയോ ക്ഷേമാന്വേഷണം നടത്തുകയോ പിതാവിന്റെ കത്തുകൾക്ക് മറുപടി അയക്കുകയോപോലും ചെയ്യാതെ വായനയിലും പഠനത്തിലും മുഴുകിയിരുന്ന മാർക്സ് വളരെക്കാലത്തിനുശേഷം എഴുതിയ സുദീർഘമായ ആ കത്തിൽ എഴുതുന്നു. (1837 നവംബർ 10)

''ഒരു കാലഘട്ടത്തിന്റെ അന്ത്യം അടയാളപ്പെടുത്തുന്ന അതിർത്തിക്കല്ലുകൾപോലെ ജീവിതത്തിൽ ചില സന്ദർഭങ്ങൾ ഉണ്ടായിരിക്കും; എന്നാൽ അതേസമയംതന്നെ അത് നിശ്ചയമായും പുതിയ ദിശ സൂചിപ്പിക്കുന്നതുമായിരിക്കും. അത്തരമൊരു വഴിത്തിരിവിൽ, നമ്മുടെ കൃത്യമായ സ്ഥാനത്തെക്കുറിച്ച് വ്യക്തമായ അറിവുണ്ടാകുന്നതിന് ഭൂത-വർ

ത്തമാനങ്ങളെക്കുറിച്ച് വിമർശനപരമായ ഒരവലോകനം നടത്താൻ നാം നിർബ്ബന്ധിതമാകും...

''....ബെർലിനിൽ എത്തിയതോടെ നിലനിന്നിരുന്ന എല്ലാ ബന്ധങ്ങളും ഞാൻ വിച്ഛേദിച്ചു; വളരെ കുറച്ച് സന്ദർശനങ്ങൾ മാത്രമേ നടത്തിയുള്ളൂ; അതുതന്നെ മനസ്സില്ലാ മനസ്സോടെയും; ശാസ്ത്രത്തിലും കലയിലും ആണ്ടിറങ്ങാനാണ് ഞാൻ സ്വയം ശ്രമിച്ചത്.

''അപ്പോഴത്തെ എന്റെ മാനസികാവസ്ഥയിൽ കവിതയായിരുന്നു, ഭാവഗീതങ്ങളായിരുന്നു ഞാൻ പ്രഥമ പരിഗണന നല്കിയ ഇഷ്ട വിഷയം; പിന്നീട് എനിക്ക് നിയമസംഹിതകളെക്കുറിച്ചുള്ള പഠനത്തിൽ മുഴുകേണ്ടതായി വന്നു; സർവ്വോപരി തത്ത്വശാസ്ത്രവുമായി മല്ലിടുന്നതിനുള്ള ശക്തമായ ഒരു പ്രചോദനം, ആവേശം എനിക്ക് അനുഭവപ്പെട്ടു...... നിയമ സംഹിതയുടെ മണ്ഡലത്തിൽ നിയമത്തിന്റെ തത്ത്വശാസ്ത്രം രൂപപ്പെടുത്തിയെടുക്കാൻ ഞാൻ ശ്രമിച്ചു. അതിന്റെ ആദ്യപടിയെന്ന നിലയിൽ ആത്മജ്ഞാനപരമായ ചില തത്ത്വങ്ങൾക്ക് ഞാൻ രൂപംനല്കി;..... ഏകദേശം 300 കടലാസുകളിലായിട്ടാണ് അത് രേഖപ്പെടുത്തിയത്.

''എന്നാൽ, മറ്റെന്തിലുമുപരി ഇതിൽ നിലവിൽ എന്താണെന്നതും എന്തായിത്തീരണം എന്നതും സംബന്ധിച്ച സംഘർഷമായിരുന്നു ഉണ്ടായിരുന്നത്; ആദർശാത്മകത്വത്തിന്റെ (Idealism) സവിശേഷതയാണത്; അസഹ്യമാംവിധം അത് പ്രാമുഖ്യം നേടുകയുമുണ്ടായി. ആദ്യമേതന്നെ അതിന് ഞാൻ വളരെ ആദരവോടെ നിയമത്തിന്റെ ആത്മജ്ഞാനം (Metaphysics of Law) എന്ന് നാമകരണം ചെയ്തു; അതായത്, ആദ്യതത്ത്വങ്ങൾ, പ്രതിഫലനങ്ങൾ, നിർവ്വചനങ്ങൾ, നിലവിലുള്ള എല്ലാ നിയമസംഹിതകളിൽനിന്നും നിയമ നടപടികളുടെ ഓരോ യഥാർത്ഥ രൂപത്തിൽ നിന്നും വേറിട്ടു നില്ക്കൽ.

''ഒരു ഗണിതശാസ്ത്രജ്ഞന് ഒരു ത്രികോണം നിർമ്മിക്കുകയും അതിന്റെ ഗുണധർമ്മങ്ങൾ അവതരിപ്പിക്കുകയും ചെയ്യാവുന്നതാണ്; എന്നാൽ അത് അന്തരീക്ഷത്തിൽ നില്ക്കുന്ന ഒരു കേവലാശയത്തിനപ്പുറം ഒന്നുമല്ല; അതിന് കൂടുതൽ വികാസ സാദ്ധ്യതയുമില്ല. നമുക്ക് ഒരു ത്രികോണത്തോട് ചേർത്ത് മറ്റൊന്നിനെ വയ്ക്കാം; അപ്പോൾ അത് വ്യത്യസ്ത സ്ഥാനങ്ങൾ കൈവരിക്കും, ഈ വ്യത്യസ്തതകളിലാണ്, അനുപേക്ഷണീയമായ ഈ അധികാരം നല്കുമ്പോഴാണ് ത്രികോണത്തിന് വ്യത്യസ്തബന്ധങ്ങളും സത്യങ്ങളും ഉണ്ടാകുന്നത്. നേരെമറിച്ച്, സജീവലോകത്തെ സംബന്ധിച്ച ചിന്തയുടെ മൂർത്തമായ പ്രകടനത്തിൽ - നിയമത്തിലും ഭരണകൂടത്തിലും പ്രകൃതിയിലും തത്ത്വശാസ്ത്രത്തിലാകെയും എന്നപോലെ-അതിന്റെ ലക്ഷ്യത്തെയും പ്രയോജനത്തെയും സംബന്ധിച്ച് അതിന്റെ വികാസത്തിന്റെ അടിസ്ഥാനത്തിൽ പഠിക്കണം; ഒരിക്കലും ഏകപക്ഷീയമായി വർഗ്ഗീകരണങ്ങൾ നടത്തരുത്... വ്യക്തിയുടെ യുക്തി, സ്വന്തം ഏകത്വം (unity) സ്വയം കണ്ടെത്തുന്നതുവരെ അതിന്റെ ആന്തരിക വൈരുദ്ധ്യവുമായി തന്നെ അതിന് മുന്നോട്ടുപോകേ

ണ്ടിവരും.”

ഹെഗലിയൻ വൈരുദ്ധ്യവാദത്തിന്റെ ആദ്യ അടയാളങ്ങളാണ് മാർക്സിന്റെ ഈ വരികളിൽ കാണുന്നത്. മാക്സ് ബീർ ഈ വരികളെ വിശകലനംചെയ്ത് എഴുതുന്നു: ‘‘അല്പവും അയവില്ലാത്ത ജ്യോമട്രിക്കൽ രൂപങ്ങളെ നിരന്തരം പരിണമിച്ചുകൊണ്ടിരിക്കുന്ന ജൈവരൂപങ്ങളുമായും സാമൂഹിക രൂപങ്ങളുമായും മാനവിക സ്ഥാപനങ്ങളുമായും താരതമ്യപ്പെടുത്തുന്നത് ഇവിടെ നാം കാണുന്നു. ഹെഗലിയൻ തത്ത്വശാസ്ത്രത്തിന്റെ സ്വാധീനത്തിനെതിരെ മാർക്സ് കടുത്ത ചെറുത്തുനില്പ് നടത്തിയിരുന്നു. മാത്രമല്ല, അദ്ദേഹം അതിനെ വെറുക്കുകപോലും ചെയ്തിരുന്നു; തന്റെ ഐഡിയലിസത്തിൽ കടിച്ചുതൂങ്ങി നില്ക്കാൻ അദ്ദേഹം ശക്തമായി ശ്രമിക്കുകയുമുണ്ടായി; എന്നാൽ ഒടുവിൽ അദ്ദേഹത്തിന് പടിപടിയായുള്ള വികാസം (Evolution) സംബന്ധിച്ച ആശയത്തിന്റെ ആകർഷണീയതയിൽപ്പെടേണ്ടതായി വന്നു; ജർമ്മനിയിൽ ഹെഗലിയൻ അനുമാനപ്രകാരം ഈ ആശയം കൈവരിച്ച രൂപത്തിൽ മാർക്സിസം എത്തിപ്പെടേണ്ടതായി വന്നു.” (*The Life and Teachings of Karl Marx - Page 7*).

തന്റെ നിയമപഠനത്തെയും കവിത എഴുത്തിനെയും കുറിച്ചെല്ലാം വിശദമായി പ്രതിപാദിച്ചശേഷം മാർക്സ് തന്റെ പിതാവിനുള്ള ആകത്തിൽ (1837 നവംബർ 10) ഇങ്ങനെ തുടരുന്നു:

‘‘വിവിധ പ്രവർത്തനങ്ങളുടെ ഫലമായി എന്റെ ആദ്യടേമിൽ നിദ്രാവിഹീനങ്ങളായ നിരവധി രാത്രികൾ കടന്നുപോയി. ഒട്ടേറെ പോരാട്ടങ്ങളിൽ ഏർപ്പെട്ടു; മാനസികവും ശാരീരികവുമായ ഏറെ ബുദ്ധിമുട്ടുകൾ സഹിക്കേണ്ടതായി വന്നു....

....ഹെഗലിന്റെ തത്ത്വശാസ്ത്ര ശകലങ്ങൾ ഞാൻ വായിച്ചിട്ടുണ്ടായിരുന്നു. അതിന്റെ വിചിത്രവും പരുക്കനുമായ രീതി എന്നെ ഒട്ടും ആകർഷിച്ചില്ല. കടലിന്റെ ആഴങ്ങളിൽ മുങ്ങിത്തപ്പാൻ വീണ്ടും ഞാൻ ആഗ്രഹിച്ചു; പക്ഷേ, ഇത്തവണ അനുപേക്ഷണീയവും മൂർത്തവും കൃത്യവുമായ ഭൗതികവും ഒപ്പം ആത്മീയവുമായ പ്രകൃതിയെ കണ്ടെത്തുകയെന്ന ദൃഢനിശ്ചയത്തോടെയായിരുന്നു അത്; ധൈഷണികമായ അഭ്യാസങ്ങളിൽ ഏർപ്പെടുന്നതിനുപകരം ശുദ്ധമായ മുത്തുകൾ തപ്പിയെടുത്ത് വെളിച്ചത്തിലേക്ക് കൊണ്ടുവരിക എന്ന ലക്ഷ്യത്തോടെയായിരുന്നു അത്.

‘‘വിശുദ്ധ ആത്മാവ് (cleantes) അഥവാ തത്ത്വശാസ്ത്രത്തിന്റെ ഉറവിടവും വികാസവും എന്ന ശീർഷകത്തിൽ 24 താളുകളിലായി എന്റെ മനസ്സിൽ ഉയർന്നുവന്ന ആശയങ്ങൾ ഞാൻ എഴുതി. ഇതിൽ, കലയും ശാസ്ത്രവുമുണ്ട്; ഇതേവരെ അവ പരസ്പര ബന്ധമില്ലാത്ത അവസ്ഥയിലായിരുന്നു; ഒരു പരിധിവരെ കൂടിക്കുഴഞ്ഞ അവസ്ഥയിലായിരുന്നു. എന്നെപ്പോലൊരാളിനെ സംബന്ധിച്ച് സാഹസികമായ ഉദ്യമം എന്ന നിലയിൽ ദൈവത്തെ (Deity) സംബന്ധിച്ച് മതത്തിലും പ്രകൃതിയിലും ചരിത്രത്തിലും ശുദ്ധ സങ്കല്പനത്തിലും പ്രകടമാക്കപ്പെട്ടപോലെ തത്ത്വശാ

സ്ത്രപരമായ, വൈരുദ്ധ്യാത്മകമായ ഒരു വിശദീകരണം രൂപപ്പെടുത്തുക എന്ന കടമയിൽ ഞാൻ മുഴുകി. എന്റെ ഒടുവിലത്തെ തീസിസ് ഹെഗലിയൻ വ്യവസ്ഥയുടെ ആരംഭമായിരുന്നു. ഈ ജോലിക്കിടയിൽ എനിക്ക് ശാസ്ത്രവുമായും ഷെല്ലിങ്ങുമായും ചരിത്രവുമായും കുറച്ചേറെ ഇടപഴകേണ്ടതായി വന്നു; അത് പലപ്പോഴും എന്നെ കഠിനമായ ചിന്തയിൽ മുഴുകാൻ പ്രേരിപ്പിച്ചു; ശത്രുവിന്റെ കരങ്ങളിൽപ്പെട്ട അവിശ്വസ്തയായ ഒരു അപ്സരസിനെപ്പോലെ മനസ്സിനെ മഥിച്ചുകൊണ്ടിരുന്നു....''

മാർക്സ് ഈ കത്തിൽ തന്റെ പഠനത്തെക്കുറിച്ചും തത്ത്വചിന്തയിലെ നിലപാടിനെക്കുറിച്ചും മാത്രമല്ല, കുടുംബാംഗങ്ങളെക്കുറിച്ചുള്ള ക്ഷേമാന്വേഷണങ്ങൾക്കൊപ്പം തനിക്കേറെ പ്രിയപ്പെട്ട പ്രണയിനിയെക്കുറിച്ച്, ജെന്നിയെക്കുറിച്ച് വികാര തരളിതനായി എഴുതുന്നുണ്ട്. മാർക്സ് ഈ കത്തെഴുതി ആറേഴ് മാസത്തിനുശേഷം, 1838 മെയ് മാസത്തിൽ 56-ാം വയസ്സിൽ അദ്ദേഹത്തിന്റെ പിതാവ് അന്തരിച്ചു. കാൾ മാർക്സിന്റെ ദീർഘമായ ഈ കത്ത് ആ പിതാവിനെ ഏറെ സന്തോഷിപ്പിച്ചിരുന്നു. മകന്റെ ഭാവിയെക്കുറിച്ച് അല്പവും അല്ലലില്ലാതെയാണ് ആ പിതാവ് ലോകത്തോട് വിടപറഞ്ഞത്. ഈ കത്തിൽ നമുക്ക് വ്യക്തമാകുന്നത് മാർക്സ് ആ കാലത്ത് ഔപചാരികതകൾക്കെതിരെയും പരമ്പരാഗതമായ ആശയവാദ തത്ത്വശാസ്ത്രത്തിന്റെ കേവല അനുമാനങ്ങൾക്കെതിരെയും കലാപത്തിലേർപ്പെടുകയായിരുന്നു എന്നതാണ്. ആശയവാദപരമായ തത്ത്വശാസ്ത്രത്തിന്റെ നിലപാടുകൾ കൈവെടിഞ്ഞ് മാർക്സ് നേരെ ഹെഗലിലേക്ക് എത്തിച്ചേരുകയായിരുന്നു.

ചുറ്റുപാടുമുള്ള ലോകത്തെക്കുറിച്ച് മാർക്സ് വിമർശനപരമായി പഠിക്കാൻ തുടങ്ങി. താൻ ജീവിച്ചിരുന്നതിനു ചുറ്റുമുള്ള യാഥാർത്ഥ്യങ്ങളെക്കുറിച്ച് അദ്ദേഹം പരിശോധിച്ചു. ഹെഗലിൽ ഒതുങ്ങി നില്ക്കുകയായിരുന്നില്ല മാർക്സ്. മറിച്ച് ഹെഗലിയൻ സംവിധാനത്തിന്റെ സാദ്ധ്യതയെക്കുറിച്ചും അദ്ദേഹം പരിശോധന തുടങ്ങി.

മാർക്സ് ഹെഗലിലേക്ക്

"എനിക്കു വേണ്ടാ ശാന്ത -
സ്വച്ഛജീവിതം - ഭൂമി
നടുക്കും കൊടുങ്കാറ്റിൻ
കരുത്താണെന്നാത്മാവിൽ;
എന്റെ ജീവിതം സംഘർ
ഷങ്ങളാൽ നിറയട്ടെ
ഉന്നതമാകും മഹാ-
ലക്ഷ്യമൊന്നണഞ്ഞിടാൻ
മർത്ത്യവർഗ്ഗസഞ്ചിത -
മായ നിങ്ങടെയീടു-
വെയ്പുകൾ തുറന്നെന്നെ
കാട്ടുവിൻ കലകളെ,
എന്റെ ബുദ്ധിയാലിന്ദ്രി-
യങ്ങളാൽ പ്രപഞ്ചത്തെ
ഒന്നാകെ സമാശ്ലേഷി-
ച്ചിന്നു ഞാനുണർന്നാവൂ!"

കൗമാര പ്രായത്തിൽ മാർക്സ് എഴുതിയ കവിതകളിൽ ഒന്നിലെ ചില വരികളാണിത്. തന്നിലേക്ക് ഒതുങ്ങിക്കൂടാതെ വിശാലമായ ലോകത്തിന്റെ, മാനവരാശിയുടെ മോചനം ലക്ഷ്യമാക്കിയ, സംഘർഷഭരിതമായ ജീവിതം നയിക്കാൻ അകമേ തയ്യാറായിക്കഴിഞ്ഞ ഒരു കരുത്തുറ്റ മനസ്സിന്റെ ഉടമയെയാണ് ഈ വരികളിൽ കാണാനാവുന്നത്.

ജർമ്മൻ ബൂർഷ്വാസിയുടെ ഉദയത്തോടെയാണ് ഹെഗലിയൻ തത്ത്വശാസ്ത്രത്തിന്റെ ഉല്പത്തിയും. ബൂർഷ്വാ വർഗ്ഗത്തിന്റെ സാമ്പത്തികശക്തി വളർന്നതോടെ സമൂഹത്തിൽ ബൂർഷ്വാസിയുടെ സാമൂഹിക അംഗീകാരവും ഉറപ്പായി; ബൂർഷ്വാസിയുടെ ആത്മബോധവും ഇതോടെ ഉണർന്നു

തുടങ്ങി. ഹെഗലിന്റെ ചിന്താപദ്ധതിയിൽ ഈ മാറ്റങ്ങളുടെ പ്രതിഫലനവും പ്രാതിനിദ്ധ്യവും വ്യക്തമായി കാണാം. പ്രഷ്യൻ രാജവംശം ഹെഗലിയനിസത്തെ തങ്ങളുടെ ഔദ്യോഗിക തത്ത്വശാസ്ത്രമായി ഉയർത്തിയിരുന്നെങ്കിലും ഹെഗലിയൻ സങ്കല്പനപ്രകാരമുള്ള യഥാർത്ഥ ഭരണകൂടമായി മാറാൻ അത് സന്നദ്ധമായില്ല.

എന്നാൽ ഈ സാമൂഹിക വൈരുദ്ധ്യങ്ങളും രാഷ്ട്രീയ വൈപരീത്യങ്ങളുമൊന്നുമായിരുന്നില്ല ഹെഗലിലേക്ക് കാൾ മാർക്സിന്റെ ശ്രദ്ധ ക്ഷണിച്ച ഘടകം. അദ്ദേഹം മനഃശാസ്ത്രത്തിന്റെയും തത്ത്വശാസ്ത്രത്തിന്റെയും മണ്ഡലത്തിലെ ഹെഗലിന്റെ മൗലികമായ ആശയങ്ങളുടെ പ്രയോഗത്തിൽനിന്ന് ഉരുത്തിരിഞ്ഞ പൊരുത്തക്കേടുകളും പിശകുകളുമെല്ലാം വ്യക്തമായി മനസ്സിലാക്കിയിരുന്നു. അതിനും പുറമെ ഡോക്ടേഴ്സ് ക്ലബ് എന്നറിയപ്പെട്ടിരുന്ന ഹെഗലിന്റെ ശിഷ്യഗണങ്ങൾക്കിടയിൽ ഉരുവം കൊണ്ടുവന്നിരുന്ന വിമർശനപരമായ ധാരകളെക്കുറിച്ച് മാർക്സിനു വ്യക്തമായ അറിവും ധാരണയും ഉണ്ടായിരുന്നു. ഹെഗലിയൻ ചിന്തയോടടുത്ത് ഏറെക്കഴിയും മുൻപ് അദ്ദേഹം അതിൽനിന്ന് വേറിട്ട നിലപാട് സ്വീകരിക്കാനുമാരംഭിച്ചിരുന്നു. ഒരു സ്വതന്ത്ര ചിന്താഗതി അപ്പോഴേക്കും മാർക്സിൽ രൂപംകൊള്ളാൻ തുടങ്ങി എന്നു നമുക്ക് കാണാനാകും. സത്യം കണ്ടെത്താനുള്ള, ലോകത്തെ മാറ്റിമറിക്കാനുള്ള വഴിയേതെന്നുള്ള അന്വേഷണത്തിലായിരുന്ന മാർക്സിനെ സംബന്ധിച്ചിടത്തോളം ഹെഗൽ അവസാനവാക്കുമായിരുന്നില്ല. ഇമ്മാനുവൽ കാന്റിന്റെയും ജോഹാൻ ഗോത്ത്ലീബ് ഫിഷെയുടെയും പിന്തുടർച്ചയാണ് ഹെഗൽ എന്ന സ്ഥിതിക്ക് സത്യാന്വേഷണത്തിൽ ഇനിയും ഏറെ മുന്നോട്ടുപോകേണ്ടതുണ്ടെന്ന് മാർക്സ് മനസ്സിലാക്കിയിരുന്നു. അദ്ദേഹത്തിന്റെ ഈ കവിതാശകലം അത് വ്യക്തമാക്കുന്നു:

"കാന്റും ഫിഷേയും
വിദൂര തീരങ്ങൾ തേടി
വിണ്ണിലേക്കു പറന്നു
ഞാനോ, തേടുന്നു
തെരുവിൽ ഞാൻ കാണുന്ന
ശരിയെ, സത്യത്തെയറിയാൻ"

കേവലമായ തത്ത്വശാസ്ത്രാന്വേഷണമായിരുന്നില്ല, തത്ത്വശാസ്ത്രപരമായ ശരി കണ്ടെത്തലിലായിരുന്നില്ല മാർക്സിന്റെ വ്യാകുലത. മറിച്ച് അനീതി നിറഞ്ഞ ലോകത്തെ, വ്യവസ്ഥിതിയെ മാറ്റുന്നതിനുള്ള വഴി തേടുകയാണ്, നീതിപൂർണ്ണമായ ഒരു വ്യവസ്ഥിതി സൃഷ്ടിക്കുന്നതിനുള്ള വഴിയൊരുക്കലാണ് തന്റെ ദൗത്യം എന്ന് ഈ കവിതാശകലത്തിൽ അദ്ദേഹം വ്യക്തമാക്കുന്നു.

ജർമ്മൻ തത്ത്വശാസ്ത്രത്തിലെ വഴിത്തിരിവായിരുന്നു ഇമ്മാനുവൽ കാന്റ് (1724 - 1804) സൃഷ്ടിച്ചത്. തന്റെ സമകാലികരായിരുന്ന യാഥാസ്ഥിതിക തത്ത്വചിന്തകരിൽനിന്നും പാടെ വ്യത്യസ്തമായ നിലപാടായിരുന്നു കാന്റിന്റേത്. ഭൗതികവാദം ദൈവനിഷേധവും അധാർമ്മികവുമാണെന്ന നിലപാടായിരുന്നു യാഥാസ്ഥിതികരുടേത്. എന്നാൽ കാന്റ്

ഇത്തരമൊരു ലളിത സമവാക്യത്തിൽ ഒതുങ്ങിനിന്നില്ല. പരമ്പരാഗതമായ മതധാരണകളിലെ യുക്തിരാഹിത്യവും ദൗർബല്യവും അദ്ദേഹത്തിനു നന്നായി അറിയാമായിരുന്നെങ്കിലും അതുമായി തുറന്ന് ഏറ്റുമുട്ടാനോ വിച്ഛേദിച്ചു മാറാനോ വേണ്ട ധൈര്യം പ്രകടിപ്പിച്ചതുമില്ല. അനുഭവത്തിൽനിന്നാണ് എല്ലാ വിജ്ഞാനവും ഉണ്ടാകുന്നതെന്നും ആ നിലയിൽ ദൈവം ഉണ്ടെന്നതിനു വേണ്ട തെളിവില്ലെന്നുമാണ് കാന്റ് വ്യക്തമാക്കിയത്. ആത്മാവിന്റെ അനശ്വരത, കേവല ആശയം എന്നിവയെയും അദ്ദേഹം തെളിയിക്കാനാവാത്തതെന്ന നിലയിൽ നിരാകരിച്ചു. പദാർത്ഥങ്ങളുടെ (noumenon) സത്ത അതിന്റെ സ്വരൂപത്തിനുള്ളിൽ (form - Phenomenon) മറയ്ക്കപ്പെട്ടിരിക്കുന്നുവെന്നും അത് അജ്ഞേയമായിത്തന്നെ തുടരുമെന്നുമായിരുന്നു അദ്ദേഹത്തിന്റെ വാദം - ഭൗതികവാദവും ആശയവാദവും തമ്മിലും, സയൻസും മതവും തമ്മിലുമുള്ള അന്തരം പൊരുത്തപ്പെടുത്താനാകുമെന്നതാണ് കാന്റിന്റെ കാഴ്ചപ്പാട്. പ്രതിഭാസ (Phenomenon) ങ്ങളെക്കുറിച്ചുള്ള പഠനത്തിലും അവയ്ക്ക് വിശദീകരണം നല്കുന്നതിലും സയൻസിന്റെ പ്രാധാന്യം ഉദ്ഘോഷിച്ച കാന്റ് ദൈവശാസ്ത്രത്തെയും (Theology) ഒപ്പം ഉൾക്കൊണ്ടിരുന്നു.

1781 ലാണ് കാൻറ് തന്റെ പ്രധാന കൃതിയായ *Critique of Pure Reason* (ശുദ്ധ യുക്തിയുടെ ഖണ്ഡന വിമർശനം) പ്രസിദ്ധീകരിച്ചത്. 1785 ൽ പ്രസിദ്ധീകരിച്ച *Critique of Practical Reason* എന്ന കൃതിയിൽ ദൈവം, ആത്മാവിന്റെ അനശ്വരത എന്നീ സങ്കല്പനങ്ങൾ തെളിയിക്കാനാവാത്തതാണെങ്കിലും, അവ അനുപേക്ഷണീയമല്ലെങ്കിലും പ്രായോഗിക ജീവിതത്തിൽ അവയെ സ്വീകരിക്കേണ്ടിവരുന്നുവെന്നും അവ കൂടാതെയുള്ള മാനുഷിക പ്രവർത്തനങ്ങൾക്ക് ധാർമ്മികമായ അടിത്തറയുടെ അഭാവമുണ്ടാകുമെന്നുമാണ് കാന്റ് മുന്നോട്ടുവെച്ച ആശയം. ആദ്യ കൃതിയിൽ മുന്നോട്ടുവച്ച ആശയങ്ങളെ പൂർണ്ണമായല്ലെങ്കിലും ഏറക്കുറെ നിരാകരിക്കുകയാണ് തന്റെ രണ്ടാമത്തെ കൃതിയിൽ ചെയ്തത്. എന്തുകൊണ്ട് കാന്റ് ഇത്തരമൊരു നിലപാടെടുത്തുവെന്ന് പ്രശസ്ത ജർമ്മൻ കവി ഹെൻറിച്ച് ഹൈനെ (ഇദ്ദേഹം മാർക്സിന്റെ സുഹൃത്തുമായിരുന്നു) വിശദീകരിക്കുന്നതിങ്ങനെ:

“ദുരന്ത നാടകത്തിനു (Tragedy) പിന്നാലെ പ്രഹസനം (Farce) വരുന്നു. ഇമ്മാനുവൽ കാന്റ് കർക്കശക്കാരനായ, വിട്ടുവീഴ്ചയില്ലാത്ത തത്ത്വചിന്തകനായാണ് ഇതേവരെ കരുതപ്പെട്ടത്. അദ്ദേഹം സ്വർഗ്ഗത്തെ കടന്നാക്രമിച്ചു; കാവൽപ്പടയാളികളെയാകെ വാളിനിരയാക്കി; ലോകത്തിന്റെ നിയന്താവ് സ്വന്തം ചോരയിൽ അസ്തപ്രജ്ഞനായി നീന്തിത്തുടിച്ചു; അല്പംപോലും ദയയോ പിതൃനിർവ്വിശേഷമായ നന്മയോ ഇപ്പോഴത്തെ പരാധീനതകൾക്ക് ഭാവിയിലെ സമ്മാനമോ ഒന്നുമല്ല. ആത്മാവിന്റെ അനശ്വരതയാകട്ടെ മരണവേദനയിലാണ് - മരണത്തിന്റെ ആകുലതയിലും വേവലാതിയിലുമാണ്. വൃദ്ധനായ ലാമ്പേയാകട്ടെ (40 വർഷത്തോളം കാന്റിനൊപ്പം കഴിഞ്ഞ വിശ്വസ്തനായ ഭൃത്യനാണ് ലാമ്പേ. മതത്തെ കൂടാതെ, മതത്തിന്റെ താങ്ങില്ലാതെ ജീവിക്കാനാകാത്ത മനുഷ്യന്റെ മൂർത്തിമദ്ഭാവമാണ് കാന്റിനെ സംബന്ധിച്ചിടത്തോളം ലാമ്പേ)

സങ്കടപ്പെടുന്ന ഒരു കാഴ്ചക്കാരനെപ്പോലെ കുടയും ചൂടി അരികിൽനിന്നു; ലാമ്പേയുടെ കവിളിലൂടെ വേദനകൊണ്ടുള്ള വിയർപ്പും കണ്ണീരും ചാലിട്ടൊഴുകിയിരുന്നു. ഇത് കാന്റിന്റെ മനസ്സലിയിച്ചു; ഇത് കാണിക്കുന്നത് അദ്ദേഹം മഹാനായൊരു തത്ത്വചിന്തകൻ മാത്രമല്ല; നന്മ നിറഞ്ഞ, നല്ലൊരു മനുഷ്യനുമാണെന്നാണ്. അദ്ദേഹം വീണ്ടുവിചാരം നടത്തി; പകുതി സ്വാഭാവികമായും തന്മയത്വത്തോടെയും ഒപ്പം പകുതി പരിഹാസമായും അദ്ദേഹം പറയുന്നു: 'വൃദ്ധനായ ലാമ്പേക്ക് ഒരു ദൈവത്തെ കൂടിയേ കഴിയൂ; അല്ലെങ്കിൽ ആ പാവത്തിനു സന്തോഷിക്കാനാവില്ല; ആളുകൾ ഈ ലോകത്ത് യഥാർത്ഥമായും സന്തുഷ്ടരായിരിക്കണം. പ്രയോഗത്തിലുള്ള സാമാന്യബോധം (commonsense) അതാണ് പ്രഖ്യാപിക്കുന്നത്. ഞാനാകെ കാര്യമായെടുക്കുന്നത് പ്രായോഗിക യുക്തി ദൈവത്തിന്റെ അസ്തിത്വം അംഗീകരിക്കട്ടെ എന്നാണ്". (ഹൈനെയുടെ വാക്കുകൾ ഡേവിഡ് റിയാസനോവ് *Karl Marx & Frederick Engels: An Introduction to their Lives and Work* എന്ന കൃതിയിൽ ഉദ്ധരിച്ചതിൽ നിന്ന്).

ശാസ്ത്രീയമായ വീക്ഷണം കാന്റ് സദാ ഉയർത്തിപ്പിടിച്ചിരുന്നു; ഫ്രഞ്ച് ജ്യോതിശാസ്ത്രജ്ഞനായ പിയറി ലാപ്ലേസിന്റെ നിഗമനങ്ങൾ സ്വാംശീകരിച്ച് കാന്റ് ലോകത്തിന്റെ സൃഷ്ടി സംബന്ധിച്ച *ബൈബിൾ* വ്യാഖ്യാനം നിരാകരിക്കുകയും നെടുനാളത്തെ വികാസപരിണാമങ്ങളുടെ ഉല്പന്നമാണ് ഭൂമി എന്ന നിലപാടെടുക്കുകയും ചെയ്തു. ജർമ്മൻ തത്ത്വചിന്തയിലെ പഴയതും പുതിയതുമായ ധാരകളിലെ ഇടനിലക്കാരനായിരുന്നു യഥാർത്ഥത്തിൽ കാന്റ്. പഴയ ധാരയുമായി കണക്കുപറഞ്ഞ് വഴിപിരിയാൻ തയ്യാറായിരുന്നില്ലെങ്കിലും മുന്നോട്ടേക്ക് വലിയൊരു ചുവടുവയ്ക്കാൻ അദ്ദേഹത്തിനു കഴിഞ്ഞു. അദ്ദേഹത്തിന്റെ ഉറച്ച അനുയായികളാകട്ടെ *Critique of Practical Reason* ൽ കാന്റ് മുന്നോട്ടുവച്ച ആശയങ്ങൾ നിരാകരിക്കുകയും *Critique of Pure Reason* ൽ ഉറച്ചു നില്ക്കുകയും ചെയ്തു.

കാന്റിന്റെ സിദ്ധാന്തം തീർത്തും അവഗണിച്ചിരുന്ന ഒരു ഘടകം ഫിഷെയുടെ (1762 - 1814) സിദ്ധാന്തത്തിൽ ഉണ്ടായിരുന്നു. ജീവിതത്തിന്റെ പ്രായോഗിക തലങ്ങളിൽ ഏറെ സജീവമായി വ്യവഹരിച്ചിരുന്നുവെന്നതാണ് ഫിഷെയുടെ സവിശേഷത. പ്രക്ഷോഭത്തിന്റേതായ, പ്രവർത്തനത്തിന്റേതായ ഈ ഘടകത്തെയാണ് ഫിഷെയെ കാന്റ് ഉൾപ്പെടെയുള്ള ഇതര ചിന്തകരിൽനിന്നു വേറിട്ടയാളാക്കിയത്. മനുഷ്യന്റെ പ്രവർത്തനങ്ങൾക്ക് വഴികാട്ടിയിരുന്ന ബാഹ്യശക്തിയെക്കുറിച്ചുള്ള പഴയ സങ്കല്പനത്തെ, കേവല അഹംബോധം (Absolute Ego) എന്ന ആശയത്തെ, എതിർത്തിരുന്ന ഫിഷെ സിദ്ധാന്തത്തിന്റെയും പ്രയോഗത്തിന്റെയും മുഖ്യ ആഭിമുഖ്യത്തിലേക്ക് മനുഷ്യവ്യക്തിത്വത്തെയും അവന്റെ പ്രവൃത്തിയെയും മാറ്റിയെടുത്തു.

എന്നാൽ ശ്രദ്ധേയമായ സംഗതി കാന്റോ ഫിഷെയോ ആയിരുന്നില്ല മാർക്സിൽ ഏറ്റവുമധികം സ്വാധീനം ചെലുത്തിയ തത്ത്വചിന്തകൻ; മറിച്ച് അത് ഹെഗലായിരുന്നു. കാന്റിന്റെയും ഫിഷെയുടെയും ചിന്താ പദ്ധതി

കളുടെ വിമർശനത്തെ ആധാരമാക്കിയതാണ് ഹെഗലിന്റെ തത്ത്വചിന്ത. തന്റെ ചെറുപ്പകാലത്ത് ഹെഗൽ ഫ്രഞ്ച് വിപ്ലവത്തിന്റെ ആരാധകനായിരുന്നു; എന്നാൽ പില്ക്കാലത്ത് അത് ഉപേക്ഷിച്ച് അദ്ദേഹം പ്രഷ്യൻ രാജവാഴ്ചയുടെ കടുത്ത ഭക്തനുമായിത്തീർന്നു. മാത്രമല്ല, ഹെഗലിന്റെ തത്ത്വചിന്തയെ പ്രഷ്യൻ ഭരണാധികാരികളിൽ ഏറ്റവുമധികം ഉദ്ബുദ്ധരായവർപോലും സർവ്വാത്മനാ സ്വീകരിക്കുകയും ചെയ്തിരുന്നു.

ഒന്നുകൂടി വ്യക്തമാക്കട്ടെ. കാന്റിന്റെ (ഫിഷെയുടെയും) തത്ത്വചിന്തയുടെ പ്രധാന ആശയസ്രോതസ്സ് ഫ്രഞ്ച് വിപ്ലവമായിരുന്നു; അത് ഉയർത്തിവിട്ട യുക്തിചിന്തയുടെ ആശയപരിസരമായിരുന്നു. കാന്റിന്റെ ജീവിതാന്ത്യത്തോടടുത്ത കാലത്തായിരുന്നു ഫ്രഞ്ച് വിപ്ലവം തുടങ്ങിയത്. ആയതിനാൽ ചെറുപ്പത്തിന്റെ ആവേശംകൊണ്ട് കാന്റ് വിപ്ലവത്തോട് ആഭിമുഖ്യം പുലർത്തിയതായി പറയാനുമാവില്ല.

എന്നാൽ ഹെഗലിന്റെ സ്ഥിതി അതായിരുന്നില്ല. അതിഭയങ്കരമായ സാമ്പത്തിക - രാഷ്ട്രീയ മാറ്റങ്ങൾ സംഭവിച്ച പതിനെട്ടാം നൂറ്റാണ്ടിന്റെ ഒടുവിലും പത്തൊമ്പതാം നൂറ്റാണ്ടിന്റെ തുടക്കത്തിലുമായിരുന്നു പ്രപഞ്ചത്തിന്റെ വികാസം (unfoldment) ഒരു നിരന്തര പ്രക്രിയയെന്ന നിലയിൽ ഹെഗൽ വീക്ഷിക്കുകയും വിശദീകരിക്കുകയും ചെയ്തത്. അനുസ്യൂതമായ (uninterrupted) ചലനം - വികാസം - എന്ന പ്രക്രിയയിൽ മാത്രമാണ് കേവല ആശയം (Absolute Idea) സ്വയം പ്രകടിപ്പിക്കപ്പെടുന്നത്. സർവ്വതും ഒഴുകുകയും മാറുകയും അപ്രത്യക്ഷമാവുകയുമാണ്. കേവല ആശയത്തിന്റെ അനാദ്യന്തമായ ഈ പ്രകടനമാണ് ലോകത്തിന്റെ പരിണാമത്തെ അതിന്റെ സമസ്ത വശങ്ങളിലും നിർണ്ണയിക്കുന്നത്. ഈ സർവ്വതല സ്പർശിയായ പ്രതിഭാസത്തെ സമഗ്രമായി മനസ്സിലാക്കാൻ അവ എങ്ങനെയാണോ സ്ഥിതി ചെയ്യുന്നത് അതേ വിധത്തിൽ മാത്രം അതിനെക്കുറിച്ച് പഠിച്ചാൽ പോര, മറിച്ച് അവ എങ്ങനെയാണ് വികാസം പ്രാപിക്കുന്നത് എന്നു കൂടി മനസ്സിലാക്കിയിരിക്കണം. അതിനും പുറമെ ഒറ്റ നോട്ടത്തിൽ ഒരു വസ്തു കാണപ്പെടുന്നത് ചലനശേഷിയുള്ള ഒരു അവസ്ഥയിലായിരിക്കാം; എന്നാൽ സൂക്ഷ്മപരിശോധനയിൽ അതിനുള്ളിൽ തന്നെ നിരന്തരമായ ഇടമുറിയാതെയുള്ള (incessant) ചലനവും സംഘർഷവും നടക്കുന്നതായി കാണാം; അസംഖ്യം സ്വാധീനതകളെയും ശക്തികളെയും കാണാനാവും. അവയിൽ ചിലത് അതിനെ അങ്ങനെ തന്നെ നിലനിർത്താൻ ശ്രമിക്കുമ്പോൾ മറ്റു ചിലതാകട്ടെ അവയെ മാറ്റത്തിനു വിധേയമാക്കാനാണ് ശ്രമിക്കുന്നത്. ഓരോ പ്രതിഭാസത്തിലും ഓരോ വസ്തുവിലും രണ്ട് പ്രധാന സംഗതികളുടെ - പൂർവ്വപക്ഷത്തിന്റെയും എതിർപക്ഷത്തിന്റെയും (thesis, and antithesis), യാഥാസ്ഥിതികമായതിന്റെയും നാശഹേതുവായതിന്റെയും (conservative and destructive) ഏറ്റുമുട്ടൽ ഉണ്ടായിരിക്കും. പരസ്പരം എതിരിട്ടു നില്ക്കുന്ന ഈ രണ്ട് പ്രധാന സംഗതികളുടെ ഈ പോരാട്ടമാണ് ആത്യന്തികമായി അവ രണ്ടിന്റെയും അനുയോജ്യമായ സമന്വയത്തിൽ (harmonious synthesis) എത്തിച്ചേരുന്നത്.

ഹെഗലിയൻ ശൈലിയിൽ ഇങ്ങനെയാണ് ഇത് പ്രകടിപ്പിക്കപ്പെടു

ന്നത്. പ്രജ്ഞ (Reason), ചിന്ത (thought), ആശയം(Idea) - ഇതൊന്നും ചലനരഹിതമായിരിക്കുന്നില്ല; ഇത് ഒരു പ്രമേയത്തിൽ (Proposition) നിശ്ചലമായി നില്ക്കുന്നില്ല. ഒരേ പൂർവ്വപക്ഷത്തുതന്നെ മാറ്റമില്ലാതെ തുടരുന്നില്ല. നേരെമറിച്ച്, പൂർവ്വപക്ഷം - ചിന്ത പരസ്പരവിരുദ്ധമായ രണ്ട് ആശയങ്ങളായി - അനുകൂലവും പ്രതികൂലവും (positive and negative) ആയ രണ്ട് ആശയങ്ങളായി - സ്വയം വേർപെടുന്നു. പരസ്പരം ഏറ്റുമുട്ടുന്ന എതിർപക്ഷത്തിൽ (antithesis) ഉൾപ്പെടുന്ന ഈ രണ്ടു ഘടകങ്ങൾ തമ്മിലുള്ള ഏറ്റുമുട്ടലാണ് ചലനം സൃഷ്ടിക്കുന്നത്. ഇതിനെയാണ് ഹെഗൽ വൈരുദ്ധ്യവാദം (dialectics) എന്നു വിശേഷിപ്പിച്ചത്. ഈ ഏറ്റുമുട്ടലിന്റെ, വൈരുദ്ധ്യത്തിന്റെ ഫലമാണ് അനുരഞ്ജനം അഥവാ സമതുലനം. പരസ്പരവിരുദ്ധമായ രണ്ട് ആശയങ്ങളുടെ കൂടിച്ചേരൽ ഒരു പുതിയ ആശയത്തിനു രൂപം നല്കുന്നു - ഈ രണ്ട് ആശയങ്ങളുടെയും സമന്വയം. ഇതു പിന്നെയും പരസ്പര വിരുദ്ധമായ രണ്ടാശയങ്ങളായി വേർപിരിയുന്നു - പൂർവ്വപക്ഷം എതിർപക്ഷമായി മാറ്റപ്പെടുന്നു, ഇവ വീണ്ടും പുതിയൊരു സമന്വയത്തിൽ ഇടകലരുന്നു.

ഓരോ പ്രതിഭാസത്തെയും സദാ മാറിക്കൊണ്ടിരിക്കുന്ന, സദാ വികസിച്ചുകൊണ്ടിരിക്കുന്ന പ്രക്രിയ എന്ന നിലയിലാണ് ഹെഗൽ പരിഗണിച്ചത്. ഓരോ പ്രതിഭാസവും മുൻപുണ്ടായ മാറ്റത്തിന്റെ ഫലം മാത്രമല്ല, ആ പ്രതിഭാസത്തിനു ഭാവിയിൽ ഉണ്ടാകാൻ പോകുന്ന മാറ്റത്തിന്റെ വിത്തുകൂടി പേറുന്നതാണ്. അത് ഒരിക്കലും ഒരു ഘട്ടത്തിലും നിലയ്ക്കുന്നില്ല - നിലയ്ക്കാത്ത ചലനം. കൈവരിക്കപ്പെട്ട സമതുലിതാവസ്ഥ പുതിയ സംഘർഷത്തിനായി ചുരമാന്തുന്നു. അത് കൂടുതൽ ഉയർന്ന അനുരഞ്ജനത്തിലേക്ക് (reconciliation) കൂടുതൽ ഉയർന്ന സമന്വയത്തിലേക്ക് നയിക്കപ്പെടുകയാണ്. അത് പിന്നെയും മുന്നോട്ടേക്കുള്ള, കൂടുതൽ ഉയർന്ന തലത്തിലുള്ള വേർപിരിയലിന് ഇടയാക്കുന്നു. അങ്ങനെ, വിപരീതങ്ങളുടെ ഈ ഏറ്റുമുട്ടലാണ് സമസ്ത വികാസങ്ങളുടെയും ഉറവിടം.

ഹെഗലിയൻ തത്ത്വശാസ്ത്രത്തിലെ വിപ്ലവപരമായ സാദ്ധ്യതകൾ ഇതിലാണ് കാണാനാവുന്നത്. ലോകത്തെ മാറ്റിമറിക്കാൻ, ഒരു പുതുലോകം സൃഷ്ടിക്കാൻ വെമ്പിയിരുന്ന മാർക്സിനെ ഹെഗലിയൻ തത്ത്വശാസ്ത്രത്തിലെ ഈ വിപ്ലവ സാദ്ധ്യതയാണ് ആകർഷിച്ചത്. എന്തുകൊണ്ട് മാർക്സ് കാന്റിലും ഫിഷെയിലും ''ആധുനികകാലത്തെ ഏറ്റവും മഹാനായ ജൂതൻ'' എന്നു കൂടി വിശേഷിപ്പിക്കപ്പെടാറുള്ള ഡച്ച് തത്ത്വചിന്തകനായ ബറൂച്ച് സ്പിനോസയിലും ഒതുങ്ങിനില്ക്കാതെ ഹെഗലിലേക്ക്, അക്കാലത്തെ കടുത്ത രാജപക്ഷപാതിയായ ഹെഗലിലേക്ക് തിരിഞ്ഞുവെന്നതിന്റെ ഉത്തരം ഹെഗലിന്റെ തത്ത്വചിന്തയിലെ ഈ വിപ്ലവ സാദ്ധ്യതയിലാണ് സ്ഥിതിചെയ്യുന്നത്.

യുവഹെഗലിയന്മാർക്കൊപ്പം

ഹെഗൽ തികഞ്ഞ ആശയവാദിയായിരുന്നു. ആശയവാദപരമായ ഒരു ചട്ടക്കൂടിലും ആശയവാദത്തിന്റേതായ പദാവലികളിലുമാണ് ഹെഗലിന്റെ തത്ത്വശാസ്ത്രപരമായ നിലപാടുകൾ പ്രകടിപ്പിക്കപ്പെട്ടിട്ടുള്ളത്. അദ്ദേഹത്തിന്റെ സൈദ്ധാന്തിക നിലപാട് ആത്മാവിനെ (spirit) അടിസ്ഥാനമാക്കിയുള്ളതായിരുന്നു. പ്രകൃതിയെയല്ല അദ്ദേഹം പ്രാഥമികമായും പരിഗണിച്ചത്. പദാർത്ഥത്തെ (Matter) അടിസ്ഥാനമാക്കിയുള്ളതായിരുന്നില്ല, ആശയത്തെ അടിസ്ഥാനമാക്കിയുള്ളതാണ് ഹെഗലിയൻ തത്ത്വശാസ്ത്രം. എന്നിരുന്നാലും സാമൂഹിക ശാസ്ത്രത്തിന്റെ മണ്ഡലങ്ങളിൽ മാത്രമല്ല, ചരിത്രദർശനത്തിൽ മാത്രമല്ല, പ്രകൃതിശാസ്ത്രങ്ങൾക്കുമേൽപ്പോലും ഹെഗലിന്റെ സ്വാധീനം അഗാധമായുണ്ടായിരുന്നു. ഉണ്മ (Reality) യെക്കുറിച്ചുള്ള പഠനത്തെ അത് പ്രോത്സാഹിപ്പിച്ചു.

എന്നാൽ ഹെഗലിന്റെ ശിഷ്യർക്ക് അദ്ദേഹംതന്നെ അവതരിപ്പിച്ച വൈരുദ്ധ്യവാദത്തിന്റെ രീതിശാസ്ത്രപ്രകാരം, ഉണ്മയെക്കുറിച്ച് കൂടുതൽ പഠിക്കുന്തോറും അദ്ദേഹത്തിന്റെ തത്ത്വശാസ്ത്രത്തിലെ മൗലികമായ പോരായ്മയെക്കുറിച്ച് കൂടുതൽ വ്യക്തമാവുകയുണ്ടായി. അദ്ദേഹത്തിന്റേത് ആശയവാദ തത്ത്വശാസ്ത്രമായിരുന്നു എന്നതാണ് അതിന്റെ കാരണം. അതായത് ഹെഗലിയൻ തത്ത്വശാസ്ത്രപ്രകാരം പ്രേരകശക്തി (motivating force) യായി ഒരു സ്രഷ്ടാവുണ്ട് (creator) അതായത് കേവല ആശയം (Absolute Idea): അതാണ് നിലനില്പ് നിർണ്ണയിക്കുന്ന ഘടകം. ഹെഗലിയൻ തത്ത്വശാസ്ത്രത്തിലെ ഈ ദൗർബല്യം അദ്ദേഹത്തിന്റെതന്നെ പിൻഗാമികളിൽനിന്നുള്ള വിമർശനത്തിനിടയാക്കി. പില്ക്കാലത്ത് എംഗൽസ് ചൂണ്ടിക്കാണിച്ചിട്ടുള്ളതുപോലെ ഹെഗലിയൻ തത്ത്വചിന്തയിൽ ആശയവാദത്തിന് നല്കുന്ന പ്രാമുഖ്യം വൈരുദ്ധ്യാത്മ

ക ചിന്താപദ്ധതിയുടെ മൗലികമായ അടിസ്ഥാനവുമായിത്തന്നെ പൊരുത്തപ്പെടുന്നതല്ല.

ഇത് ഹെഗലിന്റെ മരണാനന്തരം അദ്ദേഹത്തിന്റെ ശിഷ്യർക്കിടയിൽ രണ്ടു ചിന്താധാരകൾ ഉയർന്നുവരുന്നതിനിടയാക്കി. ഒരു വിഭാഗം ക്രിസ്തുമതത്തിന്റെയും പ്രഷ്യൻ ഭരണകൂടത്തിന്റെയും ഔദ്യോഗിക പ്രത്യയശാസ്ത്രമായി ഹെഗലിനെ ഒതുക്കി. ഹെഗലിന്റെ ശിഷ്യർ എന്നറിയപ്പെട്ടിരുന്നവരിലെ യാഥാസ്ഥിതികധാരയാണിത്.

യുവ ഹെഗലിയന്മാർ ഹെഗലിന്റെ വൈരുദ്ധ്യാത്മക രീതിശാസ്ത്രത്തെ നിലവിലുള്ള സ്ഥാപനങ്ങളെ-ഭരണകൂടത്തെയും പള്ളിയെയുമെല്ലാം-യുക്തിരഹിതവും അതുകൊണ്ടുതന്നെ ചരിത്രപരമായ അസ്തിത്വം നഷ്ടപ്പെട്ടവയും മാറ്റപ്പെടേണ്ടവയുമെന്ന് വിമർശിച്ചു. ഉണ്മയുടെ വ്യത്യസ്തതലങ്ങളിൽനിന്ന് അവർ മതപരമായ ആശയങ്ങളെ (dogma) വിശദീകരിക്കാൻ ശ്രമിച്ചു; മതത്തെ, മതചിന്തകളെ നിഷേധിക്കുകയുമായിരുന്നില്ല അവർ.

പില്ക്കാലത്ത് മാർക്സിന്റെ സൈദ്ധാന്തികമായ വികാസത്തിൽ പ്രധാന പങ്കുവഹിച്ചത് മൂന്ന് പ്രമുഖ യുവഹെഗലിയന്മാരായിരുന്നു. 1835 ൽ *Life of Jesus* എന്ന കൃതി പ്രസിദ്ധീകരിച്ച ഡേവിഡ് സ്ട്രൗസ് (1808–1874) ഇവരിൽ ഒരാളായിരുന്നു. ലിബറൽ പ്രൊട്ടസ്റ്റന്റ് മതചിന്തകൻ ആയിരുന്ന സ്ട്രൗസ് ഈ കൃതിയിൽ ക്രിസ്തുവിനെ കൃത്യമായും ചരിത്രപരമായ പശ്ചാത്തലത്തിൽ അവതരിപ്പിക്കുകയായിരുന്നു. അദ്ദേഹം സുവിശേഷങ്ങളെ മൂടിയിരുന്ന വിശുദ്ധ പരിവേഷത്തെ, പ്രഭാവലയത്തെ നിർദ്ദയം പിച്ചിച്ചീന്തി. ക്രിസ്ത്യൻ പാരമ്പര്യം ഇതിഹാസത്തിന്റേതോ പുരാണങ്ങളുടേതോ അല്ലെന്നും ആദ്യകാല ക്രിസ്ത്യൻ സമൂഹം ഭക്തിസാന്ദ്രമായ ആനന്ദലഹരിയിൽ ബോധപൂർവ്വം രചിച്ച ഒരു മഹാകാവ്യത്തിന്റേതാണ് എന്നും അദ്ദേഹം വ്യക്തമാക്കി. ഭയപ്പെടുത്തപ്പെട്ട വിശ്വാസികളുടെ കൺമുന്നിലായിരുന്നു സ്ട്രൗസിന്റെ കൃതി അവതരിപ്പിക്കപ്പെട്ടത്. അമ്പരപ്പിക്കുന്നതായിരുന്നു ഫലം. മതത്തെ സംബന്ധിച്ച വിമർശനപരമായ പഠനം എന്ന നിലയിൽ വലിയൊരു ചുവടുവയ്പായി അത് അടയാളപ്പെടുത്തപ്പെട്ടു.

എന്നാൽ ഡേവിഡ് സ്ട്രൗസിന്റെ പുസ്തകം ഒരു തുടക്കം മാത്രമായിരുന്നു. യുവ ഹെഗലിയന്മാരെ സംബന്ധിച്ചിടത്തോളം സ്ട്രൗസിന്റേത് വേണ്ടത്ര ലക്ഷ്യബോധത്തോടെയുള്ളതല്ലാത്ത ഒരു വെടിപൊട്ടിക്കൽ മാത്രമായിരുന്നു. ദീർഘകാലം മാർക്സിന്റെ അടുത്ത സുഹൃത്തുക്കളിൽ ഒരാളായിരുന്ന, ബെർലിൻ സർവ്വകലാശാലയിലെ അദ്ധ്യാപകനും യുവ ഹെഗലിയന്മാർക്കിടയിലെ അതിസമർത്ഥരിൽ ഒരാളായി പരിഗണിക്കപ്പെട്ടിരുന്ന ആളുമായ ബ്രൂണോ ബോവർ (1809–1882) സ്ട്രൗസിന്റെ നിലപാടുകളിലെ ദൗർബല്യങ്ങളും വൈരുദ്ധ്യങ്ങളും തുറന്നുകാണിച്ച് രംഗത്തുവന്നു. പില്ക്കാലത്ത് *ലുദ്വിഗ് ഫോയർബാഹും ക്ലാസിക്കൽ ജർമ്മൻ തത്വചിന്തയുടെ അന്ത്യവും* എന്ന കൃതിയിൽ എംഗൽസ്

എഴുതി: "ഇവർ രണ്ടുപേരും തമ്മിലുള്ള വാഗ്വാദം (contest) 'ആത്മബോധ'വും (Self Consciousness) 'പൊരുളും' (Substance) തമ്മിലുള്ള വാഗ്വാദത്തിന്റെ തത്ത്വശാസ്ത്രപരമായ പുറംമോടിയിലാണ് നടന്നിരുന്നത്" മനുഷ്യമനസ്സിനെ വിമർശനത്തിലൂടെ മാറ്റിയെടുക്കുന്നതിനുള്ള (ശുദ്ധീകരിക്കുന്നതിനുള്ള) ശ്രമത്തിലായിരുന്നു ബോവർ കേന്ദ്രീകരിച്ചത്. ആത്യന്തികമായ സത്യം തിരിച്ചറിയുന്നതിലുള്ള പരാജയമാണ് എല്ലാ സാമൂഹ്യ തിന്മകളുടെയും ഉറവിടം എന്നാണ് ബോവർ വിശ്വസിച്ചത്. ബോധത്തെ (consciousness) ആശ്രയിച്ചാണ് അസ്തിത്വം (Existence) എന്നും അതുകൊണ്ട് മനുഷ്യമനസ്സിലെ തിന്മകളെ വിമർശനംകൊണ്ട് ശുദ്ധീകരിക്കണമെന്നുമാണ് ബ്രൂണോ ബോവർ വാദിച്ചത്. എന്നാൽ ഇടതുപക്ഷ ഹെഗലിയൻമാർക്കിടയിലെ വാഗ്വാദവും ഭിന്നതകളും യാഥാസ്ഥിതികർക്കെതിരായ വിമർശനത്തിൽ അയവുവരുന്നതിനോ വിട്ടുവീഴ്ചചെയ്യുന്നതിനോ കാരണമായതുമില്ല.

യുവഹെഗലിയൻമാരിൽ ഏറ്റവും ശ്രദ്ധേയൻ താനൊരു ഹ്യൂമനിസ്റ്റും പ്രകൃതിവാദിയും (Naturalist) ആണെന്നു സ്വയം കരുതിയിരുന്ന ലുദ്വിഗ് ഫൊയർബാഹായിരുന്നു (1804-1872). 1824 ലാണ് ഫൊയർബാഹ് ബെർലിൻ സർവ്വകലാശാലയിൽ എത്തിയത്. അവിടെ അദ്ദേഹം തുടക്കത്തിൽ ഹെഗലിന്റെ അടുത്ത ശിഷ്യരിൽ ഒരാളായി. സ്ട്രൗസിനെപോലെ ബ്രൂണോ ബോവറും പ്രധാനമായും ക്രിസ്തുമതത്തിന്റെ ഉല്പത്തിയെക്കുറിച്ചുള്ള അന്വേഷണത്തിലാണ് ഏർപ്പെട്ടിരുന്നത്. എന്നാൽ ഫൊയർബാഹ് ആകട്ടെ ഒരുപടികൂടി മുന്നോട്ടുപോയി ക്രിസ്തുമതത്തിന്റെ സത്തയെക്കുറിച്ചുള്ള ചർച്ചയ്ക്ക് വഴിതുറന്നു - *The Essence of Christianity* എന്ന അദ്ദേഹത്തിന്റെ കൃതിയിൽ. ആ കാലത്തെ സംബന്ധിച്ചിടത്തോളം വിപ്ലവകരമായ ആശയങ്ങൾ മുന്നോട്ടുവെച്ച ലേഖനങ്ങളും ഗ്രന്ഥങ്ങളും പ്രസിദ്ധീകരിച്ചതിനെത്തുടർന്ന് ഫൊയർബാഹിനു സർവ്വകലാശാലയിലെ അദ്ധ്യാപനവൃത്തിതന്നെ കൈവെടിയേണ്ടതായി വന്നു.

ഹെഗലിന്റെ ശിഷ്യരിൽ ഏറ്റവും പ്രതിഭാശാലിയായിരുന്നു ഫൊയർബാഹ്. ഹെഗലിയൻ തത്ത്വചിന്തയെക്കുറിച്ച് ആഴത്തിൽ വിശകലനം ചെയ്ത ഫൊയർബാഹ് അതിന്റെ വിപ്ലവകരമായ വശത്തിൽ വൈദഗ്ദ്ധ്യം നേടി. എന്നാൽ അദ്ദേഹം സ്വാഭാവികവും യുക്തിസഹവുമായ ഒരു ചോദ്യം മുന്നോട്ടുവച്ചു. കേവലം ആശയത്തിന് (Absolute Idea) അതിന്റെ വികാസത്തിൽ എല്ലാ സത്തയും (being) നിർണ്ണയിക്കാനാകുമോ? നിഷേധാത്മകമായ ഉത്തരമാണ് ഫൊയർബാഹ് അതിന് നല്കിയത്. സത്യം നേർ വിപരീതമാണെന്ന് ചൂണ്ടിക്കാണിച്ച ഫൊയർബാഹ് ഹെഗലിന്റെ അടിസ്ഥാന സങ്കല്പനത്തെ കീഴ്മേൽമറിച്ചു-സത്തയാണ് ബോധത്തെ നിർണ്ണയിക്കുന്നത്. ബോധത്തെ (consciousness) കൂടാതെതന്നെ സത്ത നിലനിന്നിരുന്ന ഒരു കാലമുണ്ടായിരുന്നു. മനസ്സ് അഥവാ ആശയം എന്നതുതന്നെ സത്തയുടെ ഉല്പന്നമാണ്. ഏറ്റവും പുതിയ

ദൈവശാസ്ത്ര സിദ്ധാന്തമായാണ് ഹെഗലിന്റെ തത്ത്വശാസ്ത്രത്തെ ഫൊയർബാഹ് കണക്കാക്കിയത്; ഹെഗൽ ദൈവത്തിന്റെ സ്ഥാനത്ത് മറ്റൊരു പ്രാഥമിക സത്തയെ, കേവലാശയത്തെ പ്രതിഷ്ഠിച്ചുവെന്നേയുള്ളൂ! ക്രിസ്തുമതത്തിൽ ഉൾപ്പെടെ വിവിധ മതങ്ങളിലുള്ള ദൈവം എന്ന സങ്കല്പം മനുഷ്യന്റെതന്നെ സൃഷ്ടിയാണെന്ന് ഫൊയർബാഹ് സൂചിപ്പിച്ചു; മറിച്ച് ദൈവമല്ല മനുഷ്യനെ സൃഷ്ടിച്ചതെന്നും അദ്ദേഹം വ്യക്തമാക്കി. സ്വന്തം പ്രതിരൂപത്തിൽ മനുഷ്യൻ ദൈവത്തെ സൃഷ്ടിക്കുകയാണുണ്ടായത്. അങ്ങനെ ഫൊയർബാഹിന്റെ തത്ത്വശാസ്ത്രത്തിന്റെ അടിസ്ഥാനതത്ത്വം മനുഷ്യനായി മാറി. മാനവലോകത്തിലെ പരമമായ നിയമം ദൈവീകമായ നിയമമല്ല, മറിച്ച് മനുഷ്യന്റെ സന്തോഷത്തെയും ക്ഷേമത്തെയും ആധാരമാക്കിയുള്ള നിയമങ്ങളാണ് എന്നതാണ് ഫൊയർബാഹിന്റെ സിദ്ധാന്തം.

മാർക്സിന്റെ അടുത്ത സുഹൃത്തുക്കളിലൊരാളും റൈൻലാൻഡ്കാരനുമായ, ഫ്രഞ്ച് ജൂത വിഭാഗത്തിൽപ്പെട്ട മോസസ് ഹെസ് (1812–1875) ഈ ധാരയിലെ മറ്റൊരു പ്രമുഖനാണ്. ഫൊയർബാഹിനൊപ്പം ഫിഷെയുടെയും ഹെഗലിന്റെയും ഡച്ച് തത്ത്വചിന്തകനായ സ്പിനോസ (1632–1677) യുടെയും സ്വാധീനം ഹെസ്സിലുണ്ടായിരുന്നു. മനുഷ്യൻ ആത്മാവിന്റേതായ ഒരു സാങ്കല്പിക ലോകം സൃഷ്ടിക്കുകയും അങ്ങനെ അന്യവല്ക്കരിക്കപ്പെട്ട അവസ്ഥയിലേക്ക് അവൻ എത്തുകയുമായിരുന്നുവെന്ന ഫൊയർബാഹിന്റെ സിദ്ധാന്തത്തെ അടിസ്ഥാനമാക്കുമ്പോൾ ഫ്രഞ്ച് സാങ്കല്പിക സോഷ്യലിസ്റ്റുകളായ സെന്റ് സൈമന്റേയും ഫ്യൂരിയയുടെയും മനുഷ്യന്റെ കഷ്ടപ്പാടുനിറഞ്ഞ ജീവിതത്തിന് അഥവാ അന്യവല്ക്കരിക്കപ്പെട്ട ജീവിതത്തിന്, കാരണം ചൂഷണമാണെന്ന നിഗമനവും യാഥാർത്ഥ്യമാണെന്ന് മോസസ് ഹെസ്സ് കരുതി.

അങ്ങനെ ഫൊയർബാഹിന്റെ തത്ത്വശാസ്ത്ര വിപ്ലവത്തെ സാമൂഹിക വിപ്ലവത്തിലൂടെ പൂർത്തീകരിക്കാൻ മോസസ് ഹെസ്സ് ശ്രമിച്ചു; അങ്ങനെ മാത്രമേ മനുഷ്യന്റെ ആത്മബോധത്തെ (self- consciousness) ഫൊയർബാഹ് പുനഃസ്ഥാപിച്ചത് യാഥാർത്ഥ്യമാക്കാനാവൂ. പ്രായോഗികതലത്തിൽ, തന്റേതായ മാർഗ്ഗത്തിലൂടെ ഹെസ്സ് സോഷ്യലിസത്തിന്റെ ലോകത്തിലേക്ക് ഒരു വഴി തുറക്കാനാണ് ശ്രമിച്ചത്. ഈ ആശയമാണ് മാർക്സിന്റെയും എംഗൽസിന്റെയും മുന്നിലെത്തിയത്. പില്ക്കാലത്ത് മാർക്സ് തന്റെ ഈ സുഹൃത്തിന്റെ ആശയത്തെ “ശരിക്കുള്ള സോഷ്യലിസം” (True Socialism) എന്നു വിശേഷിപ്പിക്കുകയും അതിനെ രൂക്ഷമായി വിമർശിക്കേണ്ടതുണ്ടെന്ന് നിരീക്ഷിക്കുകയും ചെയ്തു. പക്ഷേ, പിന്നെയും ദീർഘകാലം ഹെസ്സ് മാർക്സിന്റെ അടുത്ത സഹപ്രവർത്തകനായി തുടർന്നു; ഒന്നാം ഇന്റർനാഷണലിലും ഹെസ്സ് സജീവമായി സഹകരിച്ചിരുന്നു.

ഫൊയർബാഹ് 1841 ൽ പ്രസിദ്ധീകരിച്ച *The Essence of Christianity* (*ക്രിസ്തുമതസാരം*) എന്ന കൃതിയോടുകൂടി യുവ ഹെഗലിയ

ന്മാർ മതത്തെ തിരസ്കരിക്കുന്ന അവസ്ഥയിലെത്തി. ഹെഗലിന്റെ ആശയവാദത്തിന്റെ സ്ഥാനത്ത് ഫൊയർബാഹ് പുരോഗമനപരമായ മാനവികതയെ (Humanism) പ്രതിഷ്ഠിച്ചു. പ്രഷ്യയിലും ജർമ്മനിയിലെ മറ്റു സ്വേച്ഛാധിപത്യ രാഷ്ട്രങ്ങളിലും ഈ ഘട്ടത്തിൽ അതുകൊണ്ടുതന്നെ പരമ്പരാഗതമായ സാമൂഹ്യക്രമം മതപരമായ അടിത്തറയിൻമേലായിരുന്നു അതിന്റെ ആധികാരികത ഉറപ്പിച്ചിരുന്നത്. യുക്തിവാദപരമായ വിമർശനത്തിന്റെ ആരംഭബിന്ദു സ്വാഭാവികമായും മതമായിരുന്നു. മാർക്സുതന്നെ അത്യാവേശപൂർവ്വമാണ് മതവിമർശനത്തിൽ ഏർപ്പെട്ടത്.

അക്കാലത്ത് ''മനുഷ്യന്റെ യഥാർത്ഥ ജീവിതം'' വെളിപ്പെടുത്തുകയായിരുന്നു ഫൊയർബാഹ് എന്നാണ് എംഗൽസ് എഴുതിയത്. എംഗൽസ് *Essence of Christianity* എന്ന കൃതിയെക്കുറിച്ച് എഴുതുന്നു: ''എന്തൊരനുഭവമായിരുന്നു അതെന്ന് ഒരു ധാരണ ലഭിക്കാൻ ഈ കൃതിയുടെ വിമോചനപരമായ സ്വാധീനം ഒരാൾ സ്വയം അനുഭവിച്ചുതന്നെ അറിയണം. ആവേശം സാർവ്വത്രികമായിരുന്നു. ആ സമയത്ത് ഞങ്ങളെല്ലാം ഫൊയർബാഹിയൻമാരായിരുന്നു.'' മാർക്സും ഈ കൃതിയെ ആവേശപൂർവ്വമാണ് സ്വാഗതംചെയ്തത്. ''തത്ത്വചിന്തകർക്കുമാത്രം അറിയാമായിരുന്ന ദൈവങ്ങളുടെ പോര് എന്ന ആശയത്തിലെ വൈരുദ്ധ്യത്തെ പൊളിച്ചടുക്കിയത് ആരാണ്? ഫൊയർബാഹ്. പഴയ ചപ്പുചവറുകളുടെ സ്ഥാനത്ത് മനുഷ്യനെ പ്രതിഷ്ഠിച്ചതാരാണ്? അതുപോലെ അമേയമായ ബോധത്തിന്റെ (പ്രജ്ഞയുടെ) സ്ഥാനത്ത് മനുഷ്യനെ പ്രതിഷ്ഠിച്ചത് ആരാണ്? ഫൊയർബാഹ് അല്ലാതെ മറ്റൊരുമല്ല. ഹെഗലിയൻ നിലപാടിൽനിന്നുതന്നെ ഹെഗലിനെ വിമർശിച്ചത്, അത് പൂർണ്ണമായും നിർവ്വഹിച്ചത് ഫൊയർബാഹ് ആയിരുന്നു. പ്രകൃതിയുടെ അടിത്തറയിന്മേൽ കാലുറപ്പിച്ച് നില്ക്കുന്ന യഥാർത്ഥ മനുഷ്യനിലേക്ക് അതീന്ദ്രിയമായ (Metaphysical) കേവല ആത്മാവിനെ ഉറപ്പിച്ച ഫൊയർബാഹ് ആയിരുന്നു മത വിമർശനത്തെ ആദ്യമായി പൂർണ്ണതയിൽ എത്തിച്ചത്. അതുപോലെ തന്നെ, അതേസമയംതന്നെ ഹെഗലിയൻ ചിന്തയുടെ വിമർശനാത്മക പരിശോധനയിലും അദ്ദേഹം ഏർപ്പെട്ടു; അതിലൂടെ മായികമായ, അതീന്ദ്രിയമായ എല്ലാത്തിന്റെയും മഹത്തും സമർത്ഥവുമായ രൂപരേഖ അവതരിപ്പിക്കുകയുമുണ്ടായി'' (ഓട്ടോറൂളിന്റെ *Karl Marx* ൽ ഉദ്ധരിച്ചിട്ടുള്ളത്. (പേജ് 32-33)

മാർക്സ് 1839 ന്റെ ആരംഭംമുതൽത്തന്നെ തത്ത്വശാസ്ത്രത്തിൽ പൂർണ്ണമായും മുഴുകിക്കഴിഞ്ഞിരുന്നു. പൗരാണികകാലത്തെ തത്ത്വശാസ്ത്രപരമായ ചിന്തയെ സംബന്ധിച്ച പ്രത്യേകിച്ചും എപ്പിക്യൂറിയനിസം, സ്റ്റോയിസിസം, സ്കെപ്റ്റിസിസം എന്നിവ സംബന്ധിച്ച-വിപുലമായ പഠനത്തിന് അദ്ദേഹം തുടക്കംകുറിച്ചു. ധാർമ്മിക പ്രശ്നങ്ങളും ചുറ്റുപാടുമുള്ള ലോകത്തോടുള്ള മനുഷ്യന്റെ സമീപനങ്ങളും കൈകാര്യംചെയ്യുന്ന തത്ത്വശാസ്ത്രപരമായ പ്രവണതകളിൽ മാർക്സിന് അഗാധമായ താല്പര്യമുണ്ടായിരുന്നു. ഒടുവിൽ തത്ത്വശാസ്ത്രത്തിന്റെ ചരിത്രത്തെ

ക്കുറിച്ചുള്ള മാർക്സിന്റെ ഗവേഷണം ബാഹ്യലോകത്തെ തത്ത്വശാസ്ത്രം എങ്ങനെയാണ് കൈകാര്യംചെയ്യുന്നതെന്ന, നിലനില്ക്കുന്നതെല്ലാം യുക്തിസഹവും അനിവാര്യവുമാണെന്ന് അത് അംഗീകരിക്കുന്നുണ്ടോ അതോ നിലവിലുള്ളവ അങ്ങനെതന്നെ എതിർക്കപ്പെടേണ്ടവയാണ് എന്നതിൽ അത് ഒതുങ്ങിയോ എന്ന പ്രധാന ചോദ്യത്തിന് ഉത്തരം കണ്ടെത്താൻ അദ്ദേഹത്തെ സഹായിച്ചു. മനുഷ്യനെ കെട്ടുപാടുകളിൽനിന്ന് എങ്ങനെ മോചിപ്പിക്കാം, എങ്ങനെ അവനെ സ്വതന്ത്രനാക്കാം എന്ന ചോദ്യത്തിന് ഉത്തരം കണ്ടെത്താനും തത്ത്വശാസ്ത്രത്തിലെ ഗവേഷണം മാർക്സിനെ സഹായിച്ചു.

മാർക്സിന്റെ തീവ്രമായ പഠനത്തിന്റെ ഗവേഷണത്തിന്റെ ആദ്യഫലം 1839 ൽ എഴുതിയ, ഏഴ് നോട്ടുബുക്കുകളിലായി അവതരിപ്പിച്ച, *Note Books on the Epicurean, Stoic and Sceptic Philosophies* എന്ന കൃതിയായിരുന്നു. തത്ത്വശാസ്ത്രം മതവുമായി പൊരുത്തപ്പെടുന്നതല്ല എന്നും ലോകത്തിനുമേൽ ശക്തമായ സ്വാധീനംചെലുത്താൻ ശേഷിയുള്ള ഒരു ക്രിയാത്മക ശക്തിയാണ് തത്ത്വശാസ്ത്രമെന്നും മാർക്സ് വ്യക്തമാക്കി. മാർക്സ് എഴുതി: ''സ്വർഗ്ഗത്തിൽനിന്നും അഗ്നി മോഷ്ടിച്ച പ്രൊമിത്യൂസ് കെട്ടിടങ്ങൾ നിർമ്മിക്കാനും ഭൂമിയിൽ പാർപ്പുറപ്പിക്കാനും എങ്ങനെയാണോ തുടങ്ങിയത് അങ്ങനെതന്നെയാണ് ഈ ലോകത്തെയാകെ വാരിപ്പുണരുന്നതിന് തത്ത്വശാസ്ത്രം വിപുലമാക്കപ്പെട്ടതും; പ്രത്യക്ഷത്തിൽ കാണുന്ന ലോകത്തിനെതിരായി തത്ത്വശാസ്ത്രം തിരിഞ്ഞു" (*collected works* vol I page 49). എപ്പിക്യൂറസിന്റെ തത്ത്വശാസ്ത്രത്തോടുള്ള സമീപനത്തിൽതന്നെ യുവാവായ മാർക്സിന്റെ ഉൽപ്പതിഷ്ണുത്വവും സ്വതന്ത്ര ചിന്തയും മുഴച്ചു നില്ക്കുന്നുണ്ട്. സ്വാതന്ത്ര്യത്തിന്റെ പ്രശ്നം സംബന്ധിച്ച് എപ്പിക്യൂറസിന്റെ കാഴ്ചപ്പാടിന് മാർക്സ് പ്രത്യേക പ്രാധാന്യം നല്കിയിരുന്നു. മതത്തിന്റെയും അന്ധവിശാസങ്ങളുടെയും ചങ്ങലക്കെട്ടിൽനിന്നുമുള്ള മോചനം, അവസാന ന്യായവിധിയെക്കുറിച്ചുള്ള, ദൈവശിക്ഷയെക്കുറിച്ചുള്ളഭയത്തിൽനിന്നുള്ള മോചനത്തിനായി വ്യക്തിയുടെ സ്വാതന്ത്ര്യത്തിനായി എപ്പിക്യൂറസ് മുന്നോട്ടുവെച്ച വാദഗതികളെ മാർക്സ് ശ്ലാഘിച്ചു. എപ്പിക്യൂറസിന്റെ നിരീശ്വരവാദപരമായ എല്ലാ തീരുമാനങ്ങളോടും അദ്ദേഹം യോജിച്ചു.

1839-40 കാലത്ത് പൗരാണിക തത്ത്വശാസ്ത്രത്തിന്റെ ചരിത്രത്തെക്കുറിച്ച് മാർക്സ് സമഗ്രമായി പഠിച്ചു. 1841 ൽ Differences between the Democritean and Epicurean Philosophy of Nature (ഡെമോക്രാറ്റസിന്റെയും എപ്പിക്യൂറസിന്റെയും പ്രകൃതി തത്ത്വശാസ്ത്രങ്ങൾ തമ്മിലുള്ള വ്യത്യസ്തതകൾ) എന്ന ഗവേഷണ പ്രബന്ധം തയ്യാറാക്കാനാരംഭിച്ചു. 1839 ലെ നോട്ടുബുക്കുകളിലെ ആശയങ്ങൾക്ക് കൂടുതൽ വ്യക്തത വരുത്തുകയും അവ കൂടുതൽ വികസിപ്പിക്കുകയുമായിരുന്നു മാർക്സ് തന്റെ ഗവേഷണ പ്രബന്ധത്തിൽ. ഹെഗലിനെതിരായ ഒരു ചർച്ചതന്നെയാണ് അക്ഷരാർത്ഥത്തിൽ മാർക്സിന്റെ ഈ ഡോക്ടറൽ തീസി

സ്. തന്റെ വിശ്വാസ സംഹിത നിരീശ്വരവാദംതന്നെയാണെന്ന് മാർക്സ് ഈ ഗവേഷണ പ്രബന്ധത്തിന്റെ ആമുഖത്തിൽ തറപ്പിച്ചുപറയുന്നുണ്ട്. എന്നാൽ അതേസമയംതന്നെ, മതപരമായ കാഴ്ചപ്പാട് അശാസ്ത്രീയവും യുക്തിക്ക് നിരക്കാത്തതും ആണ് എന്ന് ബോദ്ധ്യമുള്ളപ്പോൾത്തന്നെ, അത് ആവർത്തിച്ചും തറപ്പിച്ചും പറയുമ്പോൾത്തന്നെ മതം ഒരു യഥാർത്ഥ ശക്തി ഉൾക്കൊള്ളുന്ന ഒന്നാണെന്നും മാർക്സിന് നല്ല ബോദ്ധ്യമുണ്ടായിരുന്നു. ദൈവവിശ്വാസം ഉയർന്നുവന്നത് മനുഷ്യന്റെ പ്രജ്ഞ വികസിച്ചതിന്റെ ആദ്യഘട്ടത്തിന്റെ പ്രതിഫലനമായാണ്-മനുഷ്യ ചിന്തയുടെ പ്രാഥമിക തലമാണത്. "ദൈവത്തിന്റെ നിലനില്പ് സംബന്ധിച്ച എല്ലാ തെളിവുകളും ദൈവം നിലനില്ക്കുന്നില്ല എന്ന് വ്യക്തമാക്കുന്നതാണ്'' എന്ന നിഗമനത്തിലാണ് മാർക്സ് തന്റെ ഗവേഷണ പ്രബന്ധത്തിന്റെ മുഖവുര ഉപസംഹരിച്ചത്. എപ്പിക്യൂറസിന്റെ നിരീശ്വരവാദ സിദ്ധാന്തത്തിന്റെ സഹായത്താലാണ് മാർക്സ് തന്റെ പ്രബന്ധത്തിൽ ദൈവത്തിന്റെ അസ്തിത്വം സംബന്ധിച്ച വിശ്വാസത്തെ തള്ളിപ്പറഞ്ഞത്.

ഹെഗലിന്റെ ചിന്തകൾക്ക് വിരുദ്ധമായ, ഇത്തരത്തിൽ വിപ്ലവകരമായ ആശയങ്ങൾ ഉയർത്തിപ്പിടിക്കുന്ന ഒരു തീസിസിന് ബെർലിൻ സർവ്വകലാശാലയുടെ അംഗീകാരം നേടിയെടുക്കുന്നത് തീർത്തും അസാദ്ധ്യമായിരുന്നു. അതുകൊണ്ട് മാർക്സ് തന്റെ തീസിസ് സമർപ്പിച്ചത് ജെന സർവ്വകലാശാലയിലായിരുന്നു. 1841 ഏപ്രിൽ 15 ന് ജെന സർവ്വകലാശാല ആ പ്രബന്ധം അംഗീകരിച്ച് മാർക്സിന് ഡോക്ടർ ഓഫ് ഫിലോസഫി ബിരുദം നല്കി.

ജൂതപ്രശ്നവും മതത്തെ സംബന്ധിച്ച കാഴ്ചപ്പാടും

"ജർമ്മൻ ധൈഷണികതയുടെ ചരിത്രത്തിൽ, ജർമ്മൻ ചിന്തയുടെ ചരിത്രത്തിൽ തന്നെ നാല് ജൂതർ അവിസ്മരണീയമായ പങ്ക് വഹിച്ചിട്ടുണ്ട്. മാർക്സും ലസ്സാലും ഹെയ്നെയും ബോണുമായിരുന്നു അവർ. ഇനിയും ഏറെ പേരുകൾ ചേർക്കാനാകും. എന്നാൽ ഇവരാണ് ഏറ്റവും ശ്രദ്ധേയർ. മാർക്സും ഹെയ്നെയും ജൂതരായിരുന്നുവെന്ന വസ്തുത അവരുടെ രാഷ്ട്രീയ വളർച്ചയുടെ ദിശയിൽ വലിയ സ്വാധീനം ചെലുത്തിയിട്ടുണ്ട് എന്നു പ്രസ്താവിക്കേണ്ടതുണ്ട്. ജർമ്മനിയിൽ നിലനിന്നിരുന്ന സാമൂഹ്യ - രാഷ്ട്രീയ വ്യവസ്ഥയ്ക്കെതിരെ സർവ്വകലാശാലകളിലെ ബുദ്ധിജീവികൾ പ്രതിഷേധിക്കുകയും പ്രതികരിക്കുകയും ചെയ്തിരുന്നെങ്കിലും ജൂതരായ ബുദ്ധിജീവികൾ മറ്റുള്ളവരെക്കാളേറെ ഈ നുകത്തിന്റെ ഭാരം പേറിയിരുന്നു. ജർമ്മൻ സെൻസർഷിപ്പിന്റെ കാഠിന്യം അറിയണമെങ്കിൽ നാം ബോണിനെ വായിക്കണം. അപരിഷ്കൃതമായ (ഫിലിസ്റ്റൈൻ - Philistine) ജർമ്മൻ പ്രദേശത്ത് നിലനിന്നിരുന്ന പൊലീസ് മനോഭാവം ഒരു വ്യക്തിക്ക്, അല്പമെങ്കിലും ഉദ്ബുദ്ധനായ ഒരു വ്യക്തിക്ക് ഈ മ്ലേച്ഛതകൾക്കെതിരെ പ്രതിഷേധിക്കാതിരിക്കാനാവാത്തവിധം എത്രത്തോളം മ്ലേച്ഛമായിരുന്നു എന്നറിയണമെങ്കിൽ നാം ബോണിന്റെ ലേഖനങ്ങൾ വായിക്കണം. ജൂതരെ സംബന്ധിച്ചിടത്തോളം, അപ്പോൾ സ്ഥിതി പ്രത്യേകിച്ചും അസഹ്യമായിരുന്നു. ഫ്രാങ്ക്ഫർട്ടിലെ ജൂത ജില്ലയിലാണ് ഇരുളടഞ്ഞ മദ്ധ്യകാലഘട്ടത്തിൽ ജീവിച്ചിരുന്ന ജൂതരുടേതിനു സമാനമായ സാഹചര്യങ്ങളിൽ ബോൺ തന്റെ ചെറുപ്പകാലം ചെലവിട്ടിരുന്നത്. ഹെയ്നെയും അല്പവും മെച്ചപ്പെട്ട സാഹചര്യങ്ങളിലായിരുന്നില്ല. ഏറക്കുറെ വ്യത്യസ്തമായ സാഹചര്യത്തിലായിരുന്നു മാർക്സ് കഴിഞ്ഞിരുന്നത്.'' (ഡേവിഡ് റിയാസനോവ്, *Karl*

Marx and Frederick Engels: An Introduction to their lives and work എന്ന കൃതിയിൽ. പേജ് 22-23).

പിതാവിന്റെയും മാതാവിന്റെയും പാരമ്പര്യപ്രകാരം ജൂതപുരോഹിതരുടെ കുടുംബത്തിലാണ് മാർക്സ് ജനിച്ചത്. എന്നാൽ കാൾ മാർക്സിന്റെ പിതാവ് ഹെൻറിച്ച് മാർക്സ് ഉന്നത വിദ്യാഭ്യാസം നേടിയ സംസ്കാര സമ്പന്നനും മതത്തിന്റെ ചട്ടക്കൂടുകൾക്കു പുറത്ത് സ്വതന്ത്രമായി ചിന്തിക്കുന്ന അഭിഭാഷകനുമായിരുന്നു. 18-ാം നൂറ്റാണ്ടിലെ ഫ്രഞ്ച് ഉദ്ബുദ്ധതയുടെ സാംസ്കാരികാന്തരീക്ഷമായിരുന്നു മാർക്സ് കുടുംബത്തിൽ നിലനിന്നിരുന്നത്. ദിദറൊയെയും വോൾട്ടയറെയും പോലുള്ള ഫ്രഞ്ച് എഴുത്തുകാർക്കൊപ്പം ഇംഗ്ലീഷ് ഉദ്ബുദ്ധതയുടെ കാലത്തെ തത്ത്വചിന്തകനായിരുന്ന, ലിബറലിസത്തിന്റെ പിതാവെന്നറിയപ്പെടുന്ന ജോൺ ലോക്കിന്റെ (1632-1704) കൃതികളും കാൾ മാർക്സ് സ്കൂൾ വിദ്യാഭ്യാസ കാലത്തുതന്നെ വായിച്ചിരുന്നു.

മഹത്തായ രണ്ടാം ഇംഗ്ലീഷ് വിപ്ലവത്തിന്റെ പ്രത്യയശാസ്ത്രകാരനുമായിരുന്നു ജോൺ ലോക്ക്. സഹജാവബോധം സംബന്ധിച്ച തത്ത്വത്തെ എതിർത്ത തത്ത്വശാസ്ത്രകാരനുമാണ് ലോക്ക്. അദ്ദേഹം അറിവിന്റെ ഉറവിടത്തെക്കുറിച്ച് ഗവേഷണം നടത്തുകയുമുണ്ടായി. നാം അറിയുന്ന എല്ലാത്തിന്റെയും സമസ്ത വിജ്ഞാനത്തിന്റെയും സ്രോതസ്സ് അനുഭവമാണെന്ന, അറിവ് പൂർണ്ണമായും അനുഭവമാത്രമാണെന്ന (Empirical)സിദ്ധാന്തമാണ് ലോക്ക് മുന്നോട്ടുവെച്ചത്. ഫ്രഞ്ച് ഭൗതികവാദത്തിന്റെ അടിവേര് ലോക്കിലാണ് സ്ഥിതി ചെയ്യുന്നത്. അങ്ങനെ ഇംഗ്ലീഷ് - ഫ്രഞ്ച് ഭൗതികവാദത്തിന്റെ സ്വാധീനം കാൾ മാർക്സിൽ മാത്രമല്ല അദ്ദേഹത്തിന്റെ പിതാവിലും കാണാവുന്നതാണ്. കാൾ മാർക്സിന്റെ ഭൗതികവാദ ചിന്തയിലേക്കുള്ള നടന്നടുക്കൽ ഫൊയർബാഹിൽനിന്നുമാത്രം ആരംഭിക്കുന്നതല്ല, ഫ്രഞ്ച് ഭൗതികവാദത്തിനൊപ്പം ലോക്കിന്റെയും ഡച്ചു ചിന്തകനായ സ്പിനോസെയുടെയുമെല്ലാം സ്വാധീനത്തിന്റെ കൂടി ഫലമായിട്ടായിരുന്നു. എന്നാൽ മാർക്സ് കേവലം ഭൗതികവാദത്തിൽ ഒതുങ്ങിനിന്നിരുന്നില്ലെന്നു മാത്രം.

ഹെൻറിച്ച് മാർക്സ് ക്രിസ്തുമതത്തിലേക്ക് പരിവർത്തനം നടത്തുന്നതിനു മുൻപുതന്നെ ജൂതമതവിശ്വാസവുമായി കടുത്ത കെട്ടുപാടൊന്നും പുലർത്തിയിരുന്നില്ല. പ്രഷ്യയിലെ ഔദ്യോഗികമതമായ പ്രൊട്ടസ്റ്റന്റ് ക്രിസ്തുമതത്തിൽ ചേർന്നെങ്കിലും അദ്ദേഹം കടുത്ത മതഭക്തിയുള്ള ആളായിരുന്നില്ല. ഔദ്യോഗിക വൃത്തങ്ങളുമായി ബന്ധം സ്ഥാപിക്കാനുള്ള ഒരു ഉപാധിക്കൊപ്പം ഫ്രഞ്ചുകാരിൽനിന്ന് 1815 ൽ റൈൻലാൻഡ് പ്രവിശ്യ ജർമ്മൻ ഭരണത്തിൻകീഴിലായതിനെത്തുടർന്ന് ജൂതർ നേരിട്ടിരുന്ന അടിച്ചമർത്തലിൽനിന്നും തനിക്കും തന്റെ കുടുംബത്തിനും തെല്ലെങ്കിലും ആശ്വാസം ലഭിക്കുമെന്ന പ്രതീക്ഷയിലും കൂടിയാണ് ഹെൻറിച്ച് മാർക്സ് മതപരിവർത്തനം നടത്തിയത്.

കാൾ മാർക്സാകട്ടെ ജൂതമത വിശ്വാസിയായിരുന്നില്ലെങ്കിലും ജൂത

സമൂഹവുമായി ഉറ്റബന്ധം പുലർത്തിയിരുന്നു. തങ്ങൾ നേരിടുന്ന വിവേചനത്തിനും അടിച്ചമർത്തലിനും പരിഹാരം കാണുന്നതിനായി ജർമ്മനിയിലെ ജൂത സമൂഹം ഭരണാധികാരികൾക്ക് നിരവധി പരാതികൾ നല്കിയിരുന്നെങ്കിലും അവയൊന്നുംതന്നെ ഗൗരവത്തിലെടുക്കപ്പെട്ടിരുന്നില്ല.

പ്രഷ്യയിൽത്തന്നെ ജൂതർക്കെതിരായ പതിനെട്ടോളം നിയമങ്ങൾ അക്കാലത്ത് നിലവിലുണ്ടായിരുന്നു. ജൂതമതത്തിൽ തന്നെ തുടർന്നിരുന്ന ബന്ധുക്കളും ട്രയറിലെ ജൂത സമൂഹവും ഭരണാധികാരികൾക്ക് നല്കാനുള്ള നിവേദനം തയ്യാറാക്കാൻ കാൾ മാർക്സിനെ സമീപിക്കുന്നത്രത്തോളം ജൂത സമൂഹവുമായി അദ്ദേഹത്തിനു ബന്ധമുണ്ടായിരുന്നു. ജൂതരുടെ മോചനത്തിനായുള്ള സമരത്തിൽ ആ രീതിയിൽ ഭാഗഭാക്കാവുകയും ജൂതപ്രശ്നത്തിൽ താല്പര്യം പ്രകടിപ്പിക്കുകയും ചെയ്തിരുന്നു. എന്നാൽ ദരിദ്രരായ ജൂതരെയും പണമിടപാടിലും കച്ചവടത്തിലുമെല്ലാം ഏർപ്പെട്ടിരുന്ന സമ്പന്നരായ ജൂതരെയും മാർക്സ് വേർതിരിച്ചുതന്നെ കണ്ടിരുന്നു.

മനുഷ്യ ജീവിതവുമായി അഭേദ്യമായി ബന്ധപ്പെട്ടിരിക്കുന്ന മതത്തെ സംബന്ധിച്ച വ്യക്തമായ ധാരണ കാൾ മാർക്സ് തന്റെ ആദ്യകാല രചനകളിൽ പ്രാധാന്യമർഹിക്കുന്ന *Jews Question (ജൂത പ്രശ്നം), A Contribution to the Critique of Hegels Philosophy of Law* (ഹെഗലിന്റെ നിയമദർശനത്തെ സംബന്ധിച്ച വിമർശനപരമായ വിലയിരുത്തലിനൊരു സംഭാവന) എന്നീ കൃതികളിൽ അവതരിപ്പിച്ചിരുന്നു.

ജൂതപ്രശ്നം കാലിക പ്രാധാന്യമുള്ള ഒന്നായിരുന്നു. നിയമത്തിനു മുന്നിൽ ജർമ്മൻ ജൂതർ മദ്ധ്യകാലത്തെ, കുരിശു യുദ്ധങ്ങളുടെ കാലത്തെ അടിച്ചമർത്തലുകൾക്ക് സമാനമായ അവസ്ഥയിലായിരുന്നു. ഈ അവസ്ഥയിൽനിന്നു ജൂത ജനതയെ രാഷ്ട്രീയമായും പൗരരെന്ന നിലയിലും മോചിപ്പിക്കലായിരുന്നു മാർക്സിന്റെ ലക്ഷ്യം. ഈ വിഷയത്തിൽ 1843 ൽ മാർക്സ് ''ഡ്യൂഷെ ജാർബുഹറി''ലും ''ഡ്യൂഷെ ഫ്രങ്ഷാ ജാർബുഹറി''ലും ഓരോ ലേഖനങ്ങൾ പ്രസിദ്ധീകരിച്ചു. സോഷ്യലിസ്റ്റ് കാഴ്ചപ്പാടുമായി ഏറ്റവും അടുത്തുനില്ക്കുന്നതാണ് ഈ ലേഖനങ്ങൾ, പ്രത്യേകിച്ചും രണ്ടാമത്തെ ലേഖനം.

സ്വന്തം മോചനത്തിനായി ജർമ്മൻ ജൂത സമൂഹം നടത്തിയിരുന്ന പ്രവർത്തനങ്ങളെയും അതു സംബന്ധിച്ച ബ്രൂണോ ബോവറിന്റെ നിലപാടുകളെയും വിമർശനപരമായും ആഴത്തിലും പരിശോധിക്കുന്ന ഈ കൃതിയിൽ ഒരു മതന്യൂനപക്ഷത്തിന്റെ രാഷ്ട്രീയമായ മോചനവും പൗരാവകാശ സംരക്ഷണവും സംബന്ധിച്ച വിലപ്പെട്ട നിരീക്ഷണങ്ങൾ മാർക്സ് നടത്തുന്നുണ്ട്. മതത്തിൽനിന്നുള്ള ഭരണകൂടത്തിന്റെ വിമോചനവും മതത്തിൽനിന്നുള്ള മനുഷ്യന്റെ വിമോചനവും ഒന്നല്ലെന്ന് മാർക്സ് ചൂണ്ടിക്കാണിക്കുന്നു. ആത്മീയതയുടെ വികാസത്തിലെ തുടർഘട്ടങ്ങളെന്ന നിലയിൽ ജൂത മതത്തെയും ക്രിസ്തുമതത്തെയും പരിഗണി

ച്ചിരുന്ന ബോവറിന്റെ ആശയത്തെ മാർക്സ് ഖണ്ഡിക്കുന്നു. ബോവറിന്റെ 'ദൈവശാസ്ത്രപരമായ' സമീപനത്തിനു ബദലായി, ദൈവശാസ്ത്രത്തിന്റെ മണ്ഡലത്തിനു പുറത്തുനിന്നുകൊണ്ട്, ഭൗതികവാദപരമായ അടിസ്ഥാനത്തിൽ മാർക്സ് ജൂതമതത്തെയും ക്രിസ്തുമതത്തെയും വേറിട്ട് പരിശോധിക്കുകയുമാണ് ഈ കൃതിയിൽ.

ജർമ്മൻ ജൂതരുടെ വിമോചനത്തിന്റെ പ്രശ്നം സംബന്ധിച്ച ബ്രൂണോ ബോവറിന്റെ നിരീക്ഷണങ്ങളെ മാർക്സ് ഇങ്ങനെയാണ് സംഗ്രഹിച്ചിരിക്കുന്നത്: ''ജൂതരും ക്രിസ്ത്യാനികളും തമ്മിലുള്ള വൈരുദ്ധ്യത്തിന്റെ അല്പവും അയവില്ലാത്ത രൂപമാണ് മതപരമായ വൈരുദ്ധ്യം. എങ്ങനെയാണ് ഈ വൈരുദ്ധ്യം പരിഹരിക്കുന്നത്? വൈരുദ്ധ്യത്തെ തന്നെ അസാദ്ധ്യമാക്കിക്കൊണ്ട്. മതപരമായ വൈരുദ്ധ്യത്തെ എങ്ങനെയാണ് അസാദ്ധ്യമാക്കുന്നത്? മതത്തെ തന്നെ നിർമ്മാർജ്ജനം ചെയ്തുകൊണ്ട്. മനുഷ്യമനസ്സിന്റെ വികാസത്തിലെ വ്യത്യസ്ത ദശകൾക്കപ്പുറം ഒന്നുമല്ല തങ്ങളുടെ മതങ്ങളെന്ന്, പാമ്പിന്റെ പടം പൊഴിക്കൽപോലെ ചരിത്രത്തിന്റെ പടം പൊഴിക്കലാണ് തങ്ങളുടെ വ്യത്യസ്തങ്ങളായ മതങ്ങളെന്ന്, മനുഷ്യർ മതമെന്ന പടം പൊഴിക്കുന്ന പാമ്പ് മാത്രമാണെന്ന് ജൂതരും ക്രിസ്ത്യാനികളും അംഗീകരിക്കുന്നതോടെ, ജൂതരും ക്രിസ്ത്യാനികളും തമ്മിലുള്ള ബന്ധം മതപരം അല്ലാതാകുന്നു; മറിച്ച് അത് വിമർശനപരവും ശാസ്ത്രീയവും മാനുഷികവുമായ ബന്ധമായി മാറുന്നു. അപ്പോൾ സയൻസ് അവരുടെ ഐക്യത്തിനു അടിത്തറയാകുന്നു. എന്നാൽ സയൻസിലെ വൈരുദ്ധ്യങ്ങൾക്ക് അത് സ്വയം പരിഹാരം കാണുന്നു". (*On Jews Question, Marx, Engels Collected Works*, vol 3 page 147-148).

പൊതുവും മൗലികവുമായ കാര്യങ്ങളാണ് ബ്രൂണോ ബോവർ വ്യക്തമാക്കിയത്. എന്നാൽ മാർക്സാകട്ടെ, ജർമ്മനിയിൽ ന്യൂനപക്ഷ മതവിഭാഗമായി കഴിഞ്ഞിരുന്ന ജൂതരുടെ സവിശേഷമായ പ്രശ്നത്തെയാണ് പരിശോധിച്ചത്. ബോവറിന്റെ പൊതുവല്ക്കരണത്തെ ഏകപക്ഷീയമായതെന്ന നിലയിൽ മാർക്സ് നിശിതമായി വിമർശിച്ചു. പൗരരെന്ന നിലയിലുള്ള മോചനം കൈവരിക്കുന്നതിനു ജൂതർ ജൂതമതത്തെ കൈവെടിയണമെന്നും മാനവരാശി പൊതുവിൽ മതങ്ങളെ കൈവെടിയണമെന്നുമാണ് ബോവർ നിർദ്ദേശിക്കുന്നത്. അതേസമയം തന്നെ ബോവർ മതത്തെ രാഷ്ട്രീയമായി ഇല്ലാതാക്കുന്നതിനെ, മതമെന്ന നിലയിൽ അങ്ങനെതന്നെ ഇല്ലാതാക്കുന്നതായി കണക്കാക്കുകയും ചെയ്യുന്നുവെന്ന് മാർക്സ് ചൂണ്ടിക്കാണിക്കുന്നു. യുവ ഹെഗലിയൻമാരിൽനിന്നുള്ള മാർക്സിന്റെ വേറിട്ടുപോകൽ വ്യക്തമാക്കുന്നതാണ് *ജൂതപ്രശ്നം* എന്ന കൃതി.

ജൂതപ്രശ്നം അടിസ്ഥാനപരമായും ഒരു പൗരാവകാശ പ്രശ്നവും രാഷ്ട്രീയമായ മോചനത്തിന്റെ പ്രശ്നവുമായിരിക്കെ, രാഷ്ട്രീയമായ മോചനവും മതവും തമ്മിലുള്ള ബന്ധത്തിന്റെ പ്രശ്നം യഥാർത്ഥത്തിൽ

രാഷ്ട്രീയമായ മോചനവും മാനവികമായ മോചനവും തമ്മിലുള്ള ബന്ധത്തിന്റെ പ്രശ്നമാണെന്നാണ് മാർക്സ് അഭിപ്രായപ്പെടുന്നത്. അങ്ങനെയാകുമ്പോൾ മാത്രമേ ഭരണകൂടവും ഏതെങ്കിലുമൊരു പ്രത്യേക മതവും തമ്മിലുള്ള വൈരുദ്ധ്യത്തിനു മാനുഷികമായ ഒരു രൂപം കൈവരിക്കാനാകൂ എന്നും മാർക്സ് ചൂണ്ടിക്കാട്ടുന്നു. ''ജൂതരുടെയും ക്രിസ്ത്യാനികളുടെയും പൊതുവിൽ എല്ലാ മതവിഭാഗങ്ങളിലുംപെട്ട മനുഷ്യരുടെയും രാഷ്ട്രീയമായ മോചനം എന്നാൽ, ജൂതമതത്തിൽനിന്നും ക്രിസ്തുമതത്തിൽനിന്നും പൊതുവിൽ എല്ലാ മതങ്ങളിൽനിന്നുമുള്ള ഭരണകൂടത്തിന്റെ മോചനമാണ്.'' മതത്തിൽനിന്നുള്ള രാഷ്ട്രീയമായ മോചനം മതപരമായ ഒരു വിമോചനമാകുന്നില്ല, അതേപോലെ രാഷ്ട്രീയമായ മോചനം മാനുഷികമായ മോചനത്തിന്റെ ഒരു രൂപവുമാകുന്നില്ല എന്നാണ് മാർക്സ് വ്യക്തമാക്കുന്നത്.

മാർക്സ് എത്തിച്ചേരുന്ന നിഗമനം ഇങ്ങനെയാണ്: ''ആയതിനാൽ മഹാഭൂരിപക്ഷം പേരും മതവിശ്വാസികളായിരിക്കുമ്പോൾത്തന്നെ ഭരണകൂടത്തെ സംബന്ധിച്ചിടത്തോളം അതിനു മതത്തിൽനിന്നു സ്വതന്ത്രമായി നില്ക്കാൻ കഴിയും. മതം സ്വകാര്യ ഏർപ്പാടായതിനാൽ മഹാഭൂരിപക്ഷത്തിനും മതവിശ്വാസം ഉപേക്ഷിക്കേണ്ടതായും വരുന്നില്ല''. (*Marx, Engels Collected Works*, vol 3 page 152)

രാഷ്ട്രീയമായ മോചനം എന്നത് പൊതുവിൽ മാനവികമായ മോചനത്തിന്റെ അന്തിമരൂപം അല്ലെങ്കിൽപ്പോലും നിശ്ചയമായും അത് മുന്നോട്ടേക്കുള്ള പ്രയാണത്തിലെ വലിയൊരു ചുവടുവയ്പ് തന്നെയാണെന്നാണ് മാർക്സ് കണക്കാക്കിയത്. ''ഇപ്പോൾ നിലനില്ക്കുന്ന ലോകക്രമത്തിനുള്ളിലുള്ള മാനവമോചനത്തിന്റെ അന്തിമരൂപമായാണ്" മാർക്സ് രാഷ്ട്രീയമായ മോചനത്തെ കണ്ടത്. ''മനുഷ്യൻ മതത്തിൽനിന്ന് രാഷ്ട്രീയമായി സ്വയം മോചനം നേടുന്നു; എന്നാൽ അത് പൊതുനിയമത്തിന്റെ മണ്ഡലത്തിൽനിന്നും സ്വകാര്യ നിയമത്തിന്റെ മണ്ഡലത്തിലേക്കുള്ള മാറ്റം മാത്രമാണ്.'' (ടി പേജ് 155)

മാനവികമായ മോചനം എന്നത് വളരെ ഉയർന്ന ഒരു അവസ്ഥയാണ്. അതുകൊണ്ട് രാഷ്ട്രീയമായ മോചനം എന്നാൽ മാനവികമായ മോചനം ആകുന്നില്ല. ആ സ്ഥിതിക്ക് മനുഷ്യന്റെ മതവിശ്വാസം രാഷ്ട്രീയമായ മോചനം നേടിക്കഴിഞ്ഞാലും നിലനില്ക്കും. ഇതിനെ മാർക്സ് ഇങ്ങനെയാണ് വിശദീകരിക്കുന്നത്: ''മനുഷ്യനെ പൊതുമനുഷ്യനായും (Public man) സ്വകാര്യ മനുഷ്യനായും (Private man) വേർതിരിക്കുന്നത്, ഭരണകൂടത്തിൽനിന്നു മതത്തെ വേർപെടുത്തി സിവിൽ സമൂഹത്തെ സ്ഥാപിക്കുന്നത് രാഷ്ട്രീയമായ മോചനത്തിന്റെ ഒരു ദശയല്ല; മറിച്ച് അതിന്റെ പൂർണ്ണതയാണ്. ആയതിനാൽ രാഷ്ട്രീയമായ ഈ മോചനം മനുഷ്യന്റെ യഥാർത്ഥ മതവിശ്വാസത്തെ ഇല്ലാതാക്കുകയോ അതിനായി ശ്രമം നടത്തുകയോ ചെയ്യുന്നില്ല'' (ടി പേജ് 155).

മാർക്സ് തുടരുന്നു - ''മനുഷ്യനെ ജൂതൻ എന്നും പൗരൻ എന്നും

വേർതിരിക്കുന്നത്, പ്രൊട്ടസ്റ്റന്റ് വിശ്വാസി എന്നും പൗരൻ എന്നും വേർതിരിക്കുന്നത്, മതവിശ്വാസിയായും പൗരനായും വേർപെടുത്തുന്നത്, പൗരത്വത്തിനെതിരായ തെറ്റിദ്ധാരണ സൃഷ്ടിക്കലോ രാഷ്ട്രീയ മോചനത്തെ ചതിക്കലോ അല്ല; അത് രാഷ്ട്രീയ മോചനം തന്നെയാണ്. മതത്തിൽ നിന്ന് മനുഷ്യനെ മോചിപ്പിക്കുന്നതിനുള്ള രാഷ്ട്രീയമായ രീതിയാണത്" (പേജ് 156).

അങ്ങനെയാകുമ്പോൾ മതത്തെ ഇല്ലാതാക്കുന്നത് എപ്പോഴാണ് സാദ്ധ്യമാകുന്നത്? സിവിൽ സമൂഹത്തിൽനിന്നും ബലപ്രയോഗത്തിലൂടെ രാഷ്ട്രീയ ഭരണകൂടം ജന്മം കൊള്ളുമ്പോൾ, മോചനത്തിനായുള്ള മാർഗ്ഗമെന്ന നിലയിൽ മനുഷ്യർ രാഷ്ട്രീയമോചനത്തിനായി ശ്രമിക്കുമ്പോൾ മതത്തെ നിർമ്മാർജ്ജനം ചെയ്യുന്നതിനു ഭരണകൂടത്തിനു കഴിയും; അത്തരമൊരു ഘട്ടത്തിൽ ഭരണകൂടം മതത്തെ ഇല്ലാതാക്കുക തന്നെ വേണം എന്നും മാർക്സ് പ്രസ്താവിക്കുന്നുണ്ട്. സ്വകാര്യ സ്വത്ത് ഇല്ലാതാക്കുന്നതിലേക്ക് നീങ്ങുന്ന അതേ മാർഗ്ഗത്തിലൂടെ മാത്രമേ മതത്തേയും ഉന്മൂലനം ചെയ്യാനാകൂ. അതായത്, ആദ്യഘട്ടത്തിൽ ഭരണകൂടം മതത്തിൽ നിന്നും വേറിട്ടു നില്ക്കണം; മനുഷ്യരുടെ സ്വകാര്യജീവിതം മാത്രമേ മതത്തിന്റെ പരിഗണനാ വിഷയമാകാവൂ; പൊതുജീവിതത്തിൽ മതത്തിന്റെ ഇടപെടൽ അനുവദിക്കാനാവില്ല. അടുത്ത ഘട്ടത്തിൽ, ബലപ്രയോഗത്തിലൂടെയുള്ള വിപ്ലവത്തിന്റെ ഘട്ടത്തിൽ മതത്തെ ഇല്ലാതാക്കാനാകും. മതത്തെ ഭരണകൂടത്തിൽനിന്നും വേർപെടുത്തണമെന്ന ആശയം, ഭരണകൂടത്തിന്റെ മതനിരപേക്ഷത സംബന്ധിച്ച ആശയം ആദ്യമായി അവതരിപ്പിച്ചത് 1789 ലെ ഫ്രഞ്ച് വിപ്ലവത്തിലാണ്. 1843 ൽ ''ജൂതപ്രശ്നം'' സംബന്ധിച്ച ലഘുലേഖയിൽ മാർക്സ് ഈ ആശയത്തെ ഒരു പടികൂടി മുന്നോട്ടുകൊണ്ടുപോയി. മാനവരാശിയുടെ പുരോഗതിയുടെ ഗതിക്രമത്തിൽ മതത്തിൽനിന്നും വേർപെടുത്തപ്പെട്ട മതനിരപേക്ഷ ഭരണകൂടം ആദ്യം സ്ഥാപിക്കപ്പെടണമെന്നും ഒടുവിൽ ആത്യന്തികമായി മതത്തെ തന്നെ ഇല്ലാതാക്കണമെന്നുമാണ് അദ്ദേഹം വ്യക്തമാക്കിയത്.

ജാതി - മത - ഭാഷാ - വംശീയ സ്വത്വങ്ങളുടെ ബാഹുല്യമുള്ള ഇന്ത്യയെ സംബന്ധിച്ചിടത്തോളം ഏറെ പ്രാധാന്യമർഹിക്കുന്ന മാർക്സിസ്റ്റ് ക്ലാസിക്കുകളിൽ ഒന്നാണ് മാർക്സിന്റെ *ജൂത പ്രശ്നം* എന്ന കൃതി. സമകാലിക ചർച്ചകളിൽ ഉയർന്നുവരുന്ന സ്വത്വരാഷ്ട്രീയത്തിനെതിരായ ശക്തമായ ആയുധമാണിത്.

1844 ൽ *A Contribution to the Critique of Hegels Philosophy of Law* (ഹെഗലിന്റെ നിയമദർശനത്തെ സംബന്ധിച്ച വിമർശനപരമായ അവലോകനത്തിന് ഒരു സംഭാവന) എന്ന കൃതിയിൽ മാർക്സ് മതത്തെ സംബന്ധിച്ച ദുരൂഹതയ്ക്ക് കൂടുതൽ വിശദീകരണം നല്കുന്നു. മനുഷ്യനാണ് മതത്തെ സൃഷ്ടിച്ചത്, മറിച്ച് മതം മനുഷ്യനെ സൃഷ്ടിക്കുകയായിരുന്നില്ല എന്ന്, ദൈവം മനുഷ്യനെ സൃഷ്ടിക്കുകയായിരുന്നില്ല, മനുഷ്യനാണ് ദൈവത്തിന്റെ സ്രഷ്ടാവ് എന്ന് മാർക്സ് ആവർത്തിച്ച്

ഉറപ്പിക്കുന്നു, ഈ കൃതിയിൽ.

ഹെഗലിന്റെ ആശയവാദപരമായ തത്ത്വശാസ്ത്രത്തെ വിമർശനപരമായി പരിശോധിക്കുന്നതിന്റെ വിശദമായ ഒരു മുഖവുര എന്ന നിലയിലാണ് ഈ കൃതി രചിക്കാൻ മാർക്സ് ലക്ഷ്യമിട്ടത്. എന്നാൽ, അക്കാലത്ത് നിലനിന്നിരുന്ന പ്രത്യയശാസ്ത്രപരമായ പ്രവണതകളെക്കുറിച്ചാകെ പരിശോധിക്കുകയും ജർമ്മനിയിലെ യഥാർത്ഥ വിപ്ലവ പ്രക്രിയയെക്കുറിച്ച് ചർച്ച ചെയ്യുകയും ചെയ്യുന്ന ഒന്നായി ഈ കൃതി മാറുകയാണുണ്ടായത്.

ക്രിസ്തുമതം ഉൾപ്പെടെ എല്ലാ മതദർശനങ്ങളും മുന്നോട്ടുവയ്ക്കുന്ന ആശയം ലോകത്തെയും മനുഷ്യജീവിതത്തെ സംബന്ധിക്കുന്ന സമസ്ത പ്രതിഭാസങ്ങൾക്കുമുള്ള വിശദീകരണം മതത്തിലൂടെ മാത്രമേ നല്കാനാവൂ എന്നാണ്. മനുഷ്യരുടെ നിലവിലുള്ള ലോകവീക്ഷണത്തെ വിമർശിക്കുന്നതിനു മതത്തെത്തന്നെ വിമർശിക്കേണ്ടതുണ്ട്, കാരണം ഈ ലോക വീക്ഷണം മതത്തെ അടിസ്ഥാനമാക്കിയുള്ളതാണ് എന്നാണ് മാർക്സിന്റെ അഭിപ്രായം. മനുഷ്യൻ മതത്തെ സൃഷ്ടിക്കുകയും ആ മതം പിന്നീട് ലോകത്തെ സംബന്ധിച്ച പൊതുസിദ്ധാന്തം മുന്നോട്ടുവയ്ക്കുകയുമാണുണ്ടായത്.

മനുഷ്യനാണ് മതത്തെ സൃഷ്ടിച്ചതെങ്കിലും ഒടുവിൽ ഇതേ മതം തന്നെ മനുഷ്യന്റെ അസ്തിത്വത്തിനു സാക്ഷ്യം വഹിക്കുന്ന അവസ്ഥ ഉണ്ടാകുന്നു. മനുഷ്യനുമേൽ ധാർമ്മികമായ അധികാരിയായി ചമയുന്നതും ഇതേ മതം തന്നെ. അതുകൊണ്ടാണ് മാർക്സ് മതത്തെ തലതിരിഞ്ഞലോകം (inverted world) എന്നു നിർവ്വചിച്ചത്. മാർക്സ് മുന്നോട്ടുവയ്ക്കുന്ന നിഗമനം ഇതാണ്: ''ആയതിനാൽ, മതത്തിനെതിരായ സമരം പരോക്ഷമായി മതം ആത്മീയമായ ആകർഷണ ശക്തിയാകുന്ന ലോകത്തിനെതിരായ സമരമാണ്.'' ഇതാണ് മതത്തിനെതിരായ പോരാട്ടത്തിന്റെ പ്രാധാന്യവും പ്രസക്തിയും. പക്ഷേ, ഇക്കാര്യത്തിൽ വിജയകരമായ ഒരു പോരാട്ടത്തിന് ജനങ്ങളിൽ ഉയർന്ന ബോധനിലവാരം സൃഷ്ടിക്കേണ്ടതാവശ്യമാണ്; ജീവിതത്തോട് വൈരുദ്ധ്യാത്മക ഭൗതികവാദ സമീപനവും വേണം. സ്വന്തം സൃഷ്ടിക്കെതിരെ - മതത്തിനെതിരെ - മനുഷ്യൻ കലാപം ചെയ്യുന്നത് അനിവാര്യമായ ഒരു ലോകത്തിലാണ് ഈ പോരാട്ടം വിജയിപ്പിക്കാനാകുന്നത്. മാർക്സ് തന്റെ യൗവനാരംഭത്തിൽ തന്നെ മുന്നോട്ടുവച്ച മതത്തെ സംബന്ധിച്ച ശാസ്ത്രീയ വീക്ഷണത്തിന്റെ അന്തസ്സത്ത ഇതാണ്.

ചൂഷണാധിഷ്ഠിതമായ ഒരു സമൂഹത്തിൽ മനുഷ്യർ ദുഃഖിതരാണ്. ചൂഷകർപോലും തങ്ങൾ ആഗ്രഹിക്കാത്തതെന്തെങ്കിലും സംഭവിക്കുമ്പോൾ ദുഃഖിക്കാറുണ്ട്; അവർക്കോ അവരുടെ വേണ്ടപ്പെട്ടവർക്കോ രോഗം ബാധിക്കുകയോ മരിക്കുകയോ ചെയ്യുമ്പോൾ ദുഃഖം അനുഭവിക്കാറുണ്ട്. അപ്പോൾ മനുഷ്യർ ആശ്വാസത്തിനായി മതത്തെ അഭയം പ്രാപിക്കുന്നു. മാർക്സ് ചൂണ്ടിക്കാണിക്കുന്നു - ''മതപരമായ ദുഃഖം അതേസ

മയം തന്നെ യഥാർത്ഥ ദുഃഖത്തിന്റെ പ്രകടനമാണ്; അതോടൊപ്പം യഥാർത്ഥ കഷ്ടപ്പാടിനെതിരായ പ്രതിഷേധവുമാണത്. മർദ്ദിതന്റെ നെടുവീർപ്പാണ് മതം; ഹൃദയശൂന്യമായ ലോകത്തിന്റെ ഹൃദയമാണത്; ആത്മാവില്ലാത്ത അവസ്ഥയിലെ ആത്മാവുമാണത്". (*Marx, Engels Collected Works*, vol 3) മനുഷ്യൻ മതത്തെ സൃഷ്ടിച്ചതിനെ സംബന്ധിച്ചും മനുഷ്യസമൂഹത്തിൽ മതം വഹിച്ച പങ്കിനെ സംബന്ധിച്ചും വ്യക്തമായി വിശദീകരിച്ച ശേഷമാണ് മാർക്സ് ഏറെ പ്രസിദ്ധമായതും സന്ദർഭത്തിൽനിന്ന് അടർത്തിയെടുത്ത് തെറ്റായി ഉദ്ധരിക്കപ്പെട്ടിട്ടുള്ളതുമായ ഈ നിഗമനം അവതരിപ്പിക്കുന്നത്: ''മതം മനുഷ്യന് കറപ്പാണ്'' (Religion is the opium of the people)

മതത്തെ നിർമ്മാർജ്ജനം ചെയ്യണമെന്ന് മാർക്സ് വാദിച്ചത് ഒരു വിപ്ലവകാരി എന്ന നിലയിൽ മാർക്സ് മാനവരാശിയുടെ യഥാർത്ഥ സന്തോഷം ആഗ്രഹിച്ചതുകൊണ്ടാണ്. മതത്തെ ഇല്ലാതാക്കുക എന്നതിനർത്ഥം സങ്കല്പ സ്വർഗ്ഗത്തിന്റെ സ്ഥാനത്ത് ഈ ജീവിതത്തിൽ തന്നെ യഥാർത്ഥമായ സന്തോഷം, സ്വർഗ്ഗീയാനുഭൂതി - വ്യാമോഹത്തിന്റെ സ്ഥാനത്ത് യാഥാർത്ഥ്യം സൃഷ്ടിക്കുക എന്നതാണ് എന്ന് മാർക്സ് സംശയാതീതമായി ഈ കൃതിയിൽ വ്യക്തമാക്കുന്നു. മതം സൃഷ്ടിച്ച വ്യാമോഹത്തിൽനിന്നും ജനങ്ങളെ മോചിതരാക്കേണ്ടത്, യഥാർത്ഥ ജീവിതത്തിൽ സന്തോഷവും സുഖവും നേടിയെടുക്കുന്നതിനായുള്ള പോരാട്ടത്തിൽ പ്രധാനപ്പെട്ട കാര്യമാണ് എന്നാണ് മാർക്സ് വ്യക്തമാക്കിയത്.

A Contribution to the Critique of the Hegels Philosophy of Law എന്ന കൃതിയിൽ മാർക്സ് സമൂഹത്തെ മൗലികമായി തന്നെ മാറ്റം വരുത്തേണ്ടതിന്റെ ആവശ്യകതയെക്കുറിച്ച് വ്യക്തമായി പറയുന്നുണ്ട്; അതോടൊപ്പം സാമൂഹ്യപരിവർത്തനം എന്ന ദൗത്യം ഏറ്റെടുക്കാൻ കെല്പുള്ളത് തൊഴിലാളിവർഗ്ഗത്തിനാണെന്നും ഇതാദ്യമായി മാർക്സ് വ്യക്തമാക്കുന്നു. വിപ്ലവപരമായ ഈ കടമ ഏറ്റെടുക്കേണ്ടത് തൊഴിലാളി വർഗ്ഗമാണെന്ന് തറപ്പിച്ചു പറയുന്ന മാർക്സ് സിവിൽ സമൂഹത്തിലെ മറ്റൊരു വർഗ്ഗത്തിനും പൊതുവിൽ മോചനം നേടേണ്ടത് ആവശ്യമായി വരുന്നില്ല എന്നും മറ്റൊരു വർഗ്ഗത്തിനും പൊതുമോചനം യാഥാർത്ഥ്യമാക്കുക എന്ന ദൗത്യം ഏറ്റെടുക്കാനും ആവില്ല എന്നും വ്യക്തമാക്കുന്നു. അതോടൊപ്പം സമൂഹത്തിന്റെയാകെ മോചനം എന്ന ദൗത്യം ഏറ്റെടുക്കാതെ തൊഴിലാളിവർഗ്ഗത്തിനു സ്വന്തം മോചനം അസാദ്ധ്യമാണെന്നും മാർക്സ് വ്യക്തമാക്കി. വിപ്ലവ സിദ്ധാന്തത്തെ പ്രായോഗികമായി ഉപയോഗിക്കാനും അത് മനുഷ്യജീവിതത്തിൽ പകർത്താനും കെല്പുള്ള ഒരേയൊരു സാമൂഹ്യശക്തി തൊഴിലാളിവർഗ്ഗമാണെന്ന കണ്ടെത്തൽ ഈ കൃതിയിലൂടെ മാർക്സ് അവതരിപ്പിച്ചു. അങ്ങനെ വിപ്ലവപരമായ തൊഴിലാളിവർഗ്ഗ ലോകവീക്ഷണം, ശാസ്ത്രീയ കമ്യൂണിസം സംബന്ധിച്ച കാഴ്ചപ്പാട് മാർക്സ് ഈ കൃതിയിൽ ആദ്യമായി അവതരിപ്പിക്കുന്നു.

പത്രാധിപരായ മാർക്സ്

ജെന സർവ്വകലാശാലയിൽനിന്നും 1841 ഏപ്രിൽ മാസത്തിൽ ഡോക്ടറേറ്റ് നേടിയ കാൾ മാർക്സിന് ഭാവിജീവിതം കരുപ്പിടിപ്പിക്കുന്നതിനുള്ള പോരാട്ടമാണ് ആദ്യമായി നടത്തേണ്ടിവന്നത്. ആജീവനാന്തം ജീവിതസഖിയായി ഒപ്പം കൂട്ടാൻ, നിശ്ചയിച്ചുറപ്പിച്ചിരുന്ന പ്രണയിനി ജെന്നിയുമൊത്ത് ജീവിതം തുടങ്ങാൻ ഒരു തൊഴിൽ കണ്ടെത്തണമായിരുന്നു മാർക്സിന്. അതിനു മുൻപുതന്നെ സുഹൃത്തായ ബ്രൂണോ ബോവർ മാർക്സിനെ ബേൺ സർവ്വകലാശാലയിലേക്ക്, അദ്ധ്യാപകനായി ജോലി ചെയ്യാൻ ക്ഷണിച്ചിട്ടുണ്ടായിരുന്നു. സർവ്വകലാശാല അദ്ധ്യാപകനായി ജോലി ചെയ്തുകൊണ്ട് പിന്തിരിപ്പൻ ശക്തികൾക്കെതിരായ പോരാട്ടം തുടരാമെന്ന ധാരണയും പ്രതീക്ഷയുമായിരുന്നു മാർക്സിനുണ്ടായിരുന്നത്. അക്കാലത്ത് ജീവിച്ചിരുന്ന ''ഒരേയൊരു യഥാർത്ഥ തത്ത്വചിന്തകനെ"ന്നും ''പ്രസംഗപീഠത്തിലായാലും എഴുത്തിലായാലും ജർമ്മനിയുടെയാകെ കണ്ണും കാതും തന്നിലേക്കാകർഷിക്കാൻ കഴിയുന്ന''യാളെന്നും റൂസ്സോയും വോൾട്ടയറും ഹെഗലും ഹൈനെയുമെല്ലാം ഒരു വ്യക്തിയിൽ സംയോജിച്ചാൽ എന്താകുമോ ആ വ്യക്തിത്വമെന്നും മോസസ് ഹെസ് വിശേഷിപ്പിച്ച മാർക്സിനു സാധാരണഗതിയിൽ സർവ്വകലാശാല അദ്ധ്യാപകനായി ജോലി ലഭിക്കുക ബുദ്ധിമുട്ടുള്ള കാര്യമാകില്ല.

എന്നാൽ സംഭവിച്ചത് മറിച്ചാണ്. മാർക്സ് ബേണിൽ എത്തുന്നതിനു മുൻപു തന്നെ, അദ്ദേഹത്തെ അങ്ങോട്ടു ക്ഷണിച്ച ബ്രൂണോ ബോവർ സർവ്വകലാശാലയിൽനിന്നും പുറത്താക്കപ്പെട്ടു. 1840 ൽ ഫ്രെഡറിക് വില്യം നാലാമൻ പ്രഷ്യയിൽ രാജാവായതോടെ സ്ഥിതിഗതികൾ കൂടുതൽ വഷളാവുകയാണുണ്ടായത്. സ്വന്തം താല്പര്യങ്ങൾ സംരക്ഷിക്കാ

നുതകുംവിധം നിയമനിർമ്മാണത്തിലും ഭരണത്തിലും പങ്കാളിത്തം ആവശ്യപ്പെട്ട് പ്രഷ്യയിലെ വളർന്നുവന്നുകൊണ്ടിരുന്ന മുതലാളിത്ത സമൂഹം - വ്യവസായികളും വ്യാപാരികളും ബാങ്കർമാരും - രാജാവിനെ സമീപിച്ചെങ്കിലും ആ ആവശ്യം നിരസിക്കപ്പെടുകയാണുണ്ടായത്. ഇതോടെ ബൂർഷ്വാസിയും ഫ്യൂഡൽ വർഗ്ഗവും തമ്മിലുള്ള ഏറ്റുമുട്ടൽ പുതിയ തലത്തിലെത്തി. ഫ്യൂഡൽ ശക്തികൾ തങ്ങളുടെ അധികാരത്തിന്റെ ഹുങ്ക് കൂടുതൽ രൂക്ഷമായി പ്രയോഗിക്കാൻ തുടങ്ങി. മറുവശത്ത് ഫ്യൂഡൽ വാഴ്ചയ്ക്കെതിരായി സാധാരണ ജനങ്ങളിൽ ഉണ്ടായ ഉണർവ്വ് ബൂർഷ്വാസിയുടെ അഭിലാഷങ്ങൾക്ക് കരുത്തു പകർന്നു.

രാഷ്ട്രീയത്തിന്റെ മേഖലയിൽ എന്നപോലെ പ്രത്യയശാസ്ത്ര രംഗത്തും ഫ്യൂഡൽ പിന്തിരിപ്പൻ ശക്തികൾ പുരോഗമന വിഭാഗങ്ങൾക്കെതിരെ കടുത്ത നിലപാടിലേക്കു നീങ്ങി. യുവ ഹെഗലിയന്മാർ ബൂർഷ്വാസിയിലെ തന്നെ പുരോഗമനചേരിയിൽ അണിനിരന്നതിനാൽ ഭരണകൂടവുമായി അവർക്ക് ഏറ്റുമുട്ടേണ്ടതായി വന്നു. അതിൽത്തന്നെ പ്രഷ്യൻ ഭരണകൂടത്തിനെതിരെയും അത് പിന്തുണച്ചിരുന്ന മതതത്ത്വശാസ്ത്രത്തിനെതിരെയും വിട്ടുവീഴ്ച കൂടാതെ പൊരുതിയവർക്ക് ഏറ്റവും കൂടുതൽ കെടുതികൾ നേരിടേണ്ടതായി വന്നിരുന്നു. അങ്ങനെയാണ്, പ്രഷ്യൻ ഭരണകൂടത്തിനെതിരായ പക്ഷത്ത് നിലയുറപ്പിച്ചിരുന്ന ബ്രൂണോ ബോവർക്ക് സർവ്വകലാശാലയിലെ അദ്ധ്യാപക ജോലി നഷ്ടപ്പെട്ടത്. ആ സ്ഥിതിക്ക് അതിനകംതന്നെ, പ്രത്യേകിച്ചും ഗവേഷണ പ്രബന്ധത്തിലടക്കം, പുരോഗമന നിലപാടുകാരനെന്ന് തെളിയിക്കപ്പെട്ടിരുന്ന കാൾ മാർക്സ് സർവ്വകലാശാലയിൽ അദ്ധ്യാപകനാവുന്നതിനെക്കുറിച്ച് ചിന്തിക്കാൻ പോലും അധികാരികൾക്ക് സാദ്ധ്യമായിരുന്നില്ല. അങ്ങനെ അക്കാദമിക സ്വാതന്ത്ര്യം തരിമ്പുപോലും ഇല്ലാതിരുന്ന പ്രഷ്യയിൽ സർവ്വകലാശാല അദ്ധ്യാപക ജോലി നേടുക എന്ന ആഗ്രഹം അദ്ദേഹം കൈവെടിഞ്ഞു. അതോടെ ഒരുമിച്ചുള്ള ജീവിതത്തിനു പിന്നെയും കാത്തിരിക്കാൻ മാർക്സും ജെന്നിയും നിർബ്ബന്ധിതരായി.

പ്രഷ്യയിൽ ഫ്യൂഡൽ വിരുദ്ധ മനോഭാവം അനുദിനം ശക്തിപ്പെട്ടു വരികയായിരുന്നു അക്കാലത്ത്. തന്മൂലം പുരോഗമന ചിന്താഗതിക്കാരും പ്രഷ്യൻ ഫ്യൂഡൽ ഭരണകൂടത്തിന്റെ ശിങ്കിടികളായ പിന്തിരിപ്പൻ ശക്തികളും തമ്മിലുള്ള ഏറ്റുമുട്ടലും രൂക്ഷമായി. ഈ ഏറ്റുമുട്ടലിന്റെ രംഗത്തേക്ക് സ്വാഭാവികമായും മാർക്സ് അതിവേഗം എത്തിപ്പെടുകയുണ്ടായി. ബ്രൂണോ ബോവറുമായി ചേർന്ന് മതത്തെയും കലയെയും മറ്റും സംബന്ധിച്ച ഗ്രന്ഥങ്ങളും ചരിത്ര ഗ്രന്ഥങ്ങളും മറ്റും വായിച്ചും ചർച്ച ചെയ്തും അവയെക്കുറിച്ചുള്ള അവലോകനങ്ങൾ എഴുതിയും തുടങ്ങിയിരുന്ന മാർക്സിനു തത്ത്വശാസ്ത്ര മണ്ഡലത്തിൽ ഒതുങ്ങിക്കൂടി നിന്ന് പ്രഷ്യൻ ഭരണകൂടത്തിനെതിരായ വിമർശനം കൊണ്ടുമാത്രം കാര്യമില്ലെന്ന് അതിവേഗം അനുഭവത്തിലൂടെ ബോദ്ധ്യമായി. തുടർന്ന് തത്ത്വചിന്തയുടെ മണ്ഡലത്തിൽനിന്നും അല്പവും സമയം കളയാതെ രാഷ്

ട്രീയ സമരങ്ങളുടെ പോർക്കളത്തിലേക്ക് മാർക്സ് കുതിച്ചു ചാടുകയായിരുന്നു.

ഇതേ കാലത്ത്, റൈൻലാൻഡിലെ ലിബറൽ ചിന്താഗതിക്കാർ ഒരു പത്രം തുടങ്ങുന്നതിനുള്ള പരിപാടി തയ്യാറാക്കുകയായിരുന്നു. കൂടുതൽ ജനാധിപത്യവും കൂടുതൽ സ്വാതന്ത്ര്യവും ലഭ്യമാകുന്നതിനുള്ള അന്തരീക്ഷം ഒരുക്കലായിരുന്നു, അതിനുള്ള പ്രചരണം നടത്തലായിരുന്നു ലക്ഷ്യം. അതിനാവശ്യമായ ധനസമാഹരണവും നടത്തി. രാജവാഴ്ചയുമായി ഏറ്റുമുട്ടി തങ്ങളുടെ സ്ഥാനമുറപ്പിക്കാൻ തയ്യാറെടുത്തിരുന്ന വ്യവസായികളും ബാങ്കർമാരും പത്രം തുടങ്ങുന്നതിനുവേണ്ട സാമ്പത്തികമായ പിന്തുണ നല്കി. സ്വാഭാവികമായും യുവ ഹെഗലിയന്മാർ അതിന്റെ എഡിറ്റർമാരും എഴുത്തുകാരുമായി നിശ്ചയിക്കപ്പെട്ടു. അങ്ങനെ 1842 ജനുവരി ഒന്നിന് കൊളോണിൽനിന്ന് *റൈനിഷെ സൈത്തുങ്* എന്ന പത്രത്തിന്റെ പ്രസിദ്ധീകരണം ആരംഭിച്ചു. ബെർലിൻ സർവ്വകലാശാല കാലം മുതൽ മാർക്സിന്റെ ഉറ്റസുഹൃത്തുക്കളിലൊരാളായ ഡോ. റൂട്ടൻ ബെർഗായിരുന്നു പത്രാധിപർ. പത്രം തുടങ്ങുന്ന കാലത്ത് ബോണിലായിരുന്ന കാൾ മാർക്സിനെയും ഇതിൽ തുടർച്ചയായി ലേഖനങ്ങൾ എഴുതാൻ അദ്ദേഹം ക്ഷണിച്ചു. അങ്ങനെ *റൈനിഷെ സൈത്തുങ്ങിൽ* ലേഖനങ്ങൾ എഴുതി മാർക്സ് തന്റെ പത്രപ്രവർത്തന ജീവിതത്തിനു തുടക്കംകുറിച്ചു. പ്രഷ്യൻ രാഷ്ട്രീയത്തിലെ സജീവമായ ഇടപെടലുമായിരുന്നു അത്.

മിഷേൽ ലോവി *The Theory of Revolution in the Young Marx* എന്ന കൃതിയിൽ കൃത്യമായി ചൂണ്ടിക്കാണിക്കുംപോലെ *റൈനിഷെ സൈത്തുങ്* ഇടതുപക്ഷ ഹെഗലിയന്മാരും (യുവഹെഗലിയന്മാർ) പ്രഷ്യൻ ലിബറൽ ബൂർഷ്വാസിയും തമ്മിലുള്ള അല്പകാലം മാത്രം നിലനിന്ന "വിവാഹത്തിന്റെ ഉല്പന്ന"മായിരുന്നു. റൈൻലാൻഡിലെ ബൂർഷ്വാസിയിൽനിന്നും ഉയർന്നുവന്നവരാണ് ഇടതുപക്ഷ ഹെഗലിയന്മാരും എന്നിരിക്കെ ഇടതു ഹെഗലിയന്മാരും ലിബറൽ ബൂർഷ്വാസിയും ചേർന്ന് ഒരു പ്രസിദ്ധീകരണം ആരംഭിക്കുന്നതിൽ അസ്വാഭാവികത ഇല്ല. എന്നാൽ അതേ സമയം തന്നെ ഇടത്തരക്കാരിൽനിന്നും ഉയർന്നുവന്ന ഇടതുപക്ഷ ഹെഗലിയന്മാരുടെ തത്ത്വശാസ്ത്രപരമായ ധാരണകളും റൈൻലാൻഡിലെ വ്യവസായികളുടെയും വ്യാപാരികളുടെയും താല്പര്യങ്ങളും തമ്മിൽ പൊരുത്തക്കേടുകളും നിലനിന്നിരുന്നു. എന്നിരുന്നാലും പ്രഷ്യയിലെ ഫ്യൂഡൽ ബ്യൂറോക്രാറ്റിക് ഭരണകൂടവുമായുള്ള പോരാട്ടത്തിൽ ഇരുവിഭാഗവും പൊതുവായ ചില ലക്ഷ്യങ്ങൾ മുൻനിർത്തി യോജിക്കുകയായിരുന്നു. എന്നാൽ കഷ്ടിച്ച് ഒരു വർഷക്കാലം മാത്രമേ ഈ ബന്ധം നിലനിന്നുള്ളൂ.

1838-40 കാലത്ത് യുവഹെഗലിയൻമാർ പൊതുവെ മതവിമർശനത്തിന്റെ മണ്ഡലത്തിൽ ഒതുങ്ങിനില്ക്കുകയായിരുന്നു. അതിൽത്തന്നെ അർനോൾഡ് റൂജിനെപ്പോലുള്ള കുറച്ചുകൂടി ''രാഷ്ട്രീയവല്ക്കരിക്ക''

പ്പെട്ട വിഭാഗവും അവരുടെ പ്രസിദ്ധീകരണമായിരുന്ന *ഹാലിഷെൻ ജാർബുഹറും* തത്ത്വശാസ്ത്രവും പ്രൊട്ടസ്റ്റന്റു മതവും തമ്മിലുള്ള യോജിപ്പിനും ദേശീയ പ്രഷ്യൻ ഭരണകൂടത്തിന്റെ സൈദ്ധാന്തികരാകാനും സ്വാഭാവികമായും കത്തോലിക്കാവിരുദ്ധ നിലപാടിനുമാണ് ശ്രമിച്ചത്.

1840 ൽ ഫ്രെഡറിക് വില്യം നാലാമൻ അധികാരത്തിൽ വന്നതിനെ ഈ വിഭാഗത്തിൽപ്പെട്ട യുവഹെഗലിയന്മാർ ഒരു ദേശീയ രാഷ്ട്രമെന്ന നിലയിൽ പ്രഷ്യ മാറുന്നതിനുള്ള ആദ്യ ചുവടുവയ്പായി, വ്യക്തമായ സൂചനയായി കണ്ട് സ്വാഗതം ചെയ്യുകയായിരുന്നു. ബ്രൂണോ ബോവറിന്റെ വാക്കുകളിൽ - ''എല്ലാപേരുടെയും മുഖഭാവങ്ങളിൽ പ്രതീക്ഷയുടെ അരുണോദയം പ്രതിഫലിച്ചിരുന്നു'' - ഈ ചിന്താഗതി പ്രകടവും വ്യക്തവുമായിരുന്നു. പത്രസ്വാതന്ത്ര്യം ഉൾപ്പെടെ വാഗ്ദാനം നല്കിയിരുന്ന, ലിബറൽ ചിന്താഗതിക്കാരനായി കരുതിയിരുന്ന രാജാവ് തന്റെ പിന്തിരിപ്പൻ നിലപാടുകൾ പുറത്തെടുക്കാൻ അല്പവും വൈകിയില്ല. പത്രങ്ങൾക്കെതിരെ നടപടി സ്വീകരിച്ചും യുവഹെഗലിയന്മാരായ പ്രൊഫസർമാരെ സർവ്വകലാശാലകളിൽനിന്നും പുറത്താക്കിയുമാണ് രാജാവ് തന്റെ തനിനിറം വെളിപ്പെടുത്തിയത്. റൂജിന്റെ *ഹാലിഷെൻ ജാർബുഹർ* 1841 ജൂണിൽ അടച്ചുപൂട്ടിയതും 1842 മാർച്ചിൽ ബ്രൂണോ ബോവറെ സർവ്വകലാശാലയിൽനിന്നും പിരിച്ചുവിട്ടതും അവർ തന്നെ പ്രതീക്ഷയർപ്പിച്ചിരുന്ന രാജകീയ ഭരണത്തിന്റെ തൽസ്വരൂപത്തിന്റെ പ്രതിഫലനങ്ങളായിരുന്നു. ഇത് സങ്കല്പ സ്വർഗ്ഗത്തിൽനിന്നും യാഥാർത്ഥ്യത്തിന്റെ മണ്ണിൽ കാലുറപ്പിക്കാൻ അവരെ നിർബ്ബന്ധിതരാക്കി.

ഈ പൊതുപശ്ചാത്തലത്തിലാണ് മാർക്സിലും മാറ്റങ്ങൾ സംഭവിച്ചത്. *റൈനിഷെ സൈത്തുങ്* തുടങ്ങുന്നത് സംബന്ധിച്ച പ്രാരംഭ ചർച്ചകളിൽത്തന്നെ മാർക്സ് സജീവമായി ഇടപെട്ടിരുന്നു. അക്കാലത്തുതന്നെ പ്രഷ്യയിലെ പുതിയ രാജാവിന്റെ സെൻസർഷിപ്പ് നിയമത്തിനെ രൂക്ഷമായി വിമർശിച്ചുകൊണ്ട് റൂജിന്റെ പ്രസിദ്ധീകരണത്തിനായി മാർക്സ് എഴുതിയ ലേഖനം സെൻസർ തടഞ്ഞതുമൂലം പ്രഷ്യയിൽ പ്രസിദ്ധീകരിക്കാനായില്ല. പിന്നീടത് സ്വിറ്റ്സർലന്റിൽനിന്ന് റൂജ് തന്നെ 'അനക്സോട്ട' എന്ന ലേഖനസമാഹാരത്തിൽ ഉൾപ്പെടുത്തി 1843 ൽ പ്രസിദ്ധീകരിക്കുകയാണുണ്ടായത്. അങ്ങനെ തന്റെ ആദ്യ ലേഖനം തന്നെ സെൻസറുടെ കത്തിക്കു വിധേയമായി പ്രഷ്യയിൽ വെളിച്ചം കാണാനാകാത്ത അനുഭവവും മാർക്സിനുണ്ടായി. ''ഏറ്റവും ഒടുവിലത്തെ പ്രഷ്യൻ സെൻസർഷിപ്പ് ഉത്തരവിനെ സംബന്ധിച്ച പരാമർശങ്ങൾ'' എന്ന ആ ലേഖനം പക്ഷേ, ''ഒരു റൈൻലാൻഡുകാരൻ'' എന്ന തൂലികാനാമത്തിലായിരുന്നു പ്രസിദ്ധീകരിക്കപ്പെട്ടത്.

യുവാവായിരുന്ന മാർക്സിന്റെ ജനാധിപത്യവാദിയിൽനിന്ന് വിപ്ലവകാരിയിലേക്കുള്ള പരിണാമത്തിൽ, തത്ത്വചിന്തകനിൽനിന്നും രാഷ്ട്രീയ പ്രക്ഷോഭകാരിയായുള്ള പരിണാമത്തിൽ, *റൈനിഷെ സൈത്തുങ്* കാലം നിർണ്ണായകമായ പങ്കുവഹിച്ചു. പല ഭൗതിക പ്രശ്നങ്ങളോ

ടും മുഖാമുഖം നേരിടേണ്ടിവന്നതാണ് ഈ മാറ്റത്തിനു വഴിതെളിച്ചത്. തന്റെ ഉശിരൻ ലേഖനങ്ങളിലൂടെ വായനക്കാരുടെ ശ്രദ്ധയാകർഷിച്ച ഡോ. മാർക്സ് 1842 ഒക്ടോബറിൽ റൂട്ടൻബെർഗ് മുഖ്യ പത്രാധിപസ്ഥാനത്തു നിന്നു വിരമിച്ചതിനെ തുടർന്ന് തന്റെ 24-ാമത്തെ വയസ്സിൽ *റൈനിഷെ സൈത്തുങ്ങി*ന്റെ മുഖ്യപത്രാധിപരായി നിയോഗിക്കപ്പെട്ടു. 1859 ൽ എഴുതിയ ഒരു ലേഖനത്തിൽ മാർക്സ് തന്നെ പില്ക്കാലത്ത് *റൈനിഷെ സൈത്തുങ്* കാലത്തെക്കുറിച്ച് ഓർക്കുന്നത്, ''1842-43 ൽ, *റൈനിഷെ സൈത്തുങ്* പത്രാധിപരെന്ന നിലയിൽ ഭൗതിക താല്പര്യങ്ങൾ എന്നറിയപ്പെടുന്ന കാര്യങ്ങളെക്കുറിച്ച് ചർച്ച ചെയ്ത് ഉള്ളുലയ്ക്കുന്ന നിലപാടുകളിൽ ഞാൻ ആദ്യമായി എത്തുകയുണ്ടായി'' എന്നാണ്.

1893 ഏപ്രിൽ 15 ന് ആർ ഫിഷർക്ക് എഴുതിയ ഒരു കത്തിൽ എംഗൽസ് ഒരു പടി കൂടി മുന്നോട്ടുപോകുന്നു: ''വിറക് മോഷണം സംബന്ധിച്ച നിയമത്തെയും മൊസേലിലെ കർഷകരുടെ ജീവിത സാഹചര്യങ്ങളെയും സംബന്ധിച്ച പഠനമാണ് തന്നെ ശുദ്ധ രാഷ്ട്രീയത്തിൽനിന്നും സാമ്പത്തിക പ്രശ്നങ്ങളിലേക്കും അവിടെനിന്ന് സോഷ്യലിസത്തിലേക്കുപോലും കൊണ്ടെത്തിച്ചത് എന്ന് മാർക്സ് പലപ്പോഴും പറയുന്നത് ഞാൻ കേട്ടിട്ടുണ്ട്''. ലെനിനാകട്ടെ, കുറച്ചുകൂടി തറപ്പിച്ചു പറയുന്നു : ''ആശയവാദത്തിൽനിന്നും ഭൗതികവാദത്തിലേക്കുള്ള, വിപ്ലവ ജനാധിപത്യത്തിൽനിന്നും കമ്യൂണിസത്തിലേക്കുള്ള മാർക്സിന്റെ മാറ്റത്തിന്റെ സൂചനകൾ ഇവിടെ നമുക്ക് കാണാനാവും''. എന്നാൽ ചില സൂചനകൾ എന്നതിനപ്പുറം യുവഹെഗലിയനിസത്തിൽനിന്നുള്ള മാർക്സിന്റെ വ്യക്തമായ വഴിതിരിയൽ, ശാസ്ത്രീയ സോഷ്യലിസത്തിലേക്ക്, കമ്യൂണിസത്തിലേക്കുള്ള ചുവടുവയ്പ് വ്യക്തമായും തെളിഞ്ഞു വരുന്നത് പിന്നെയും ചില വർഷങ്ങൾ കഴിഞ്ഞാണ്. *ജർമ്മൻ ഐഡിയോളജി* എന്ന എംഗൽസുമായി ചേർന്നെഴുതിയ കൃതിയിലാണ് മാർക്സ് വ്യക്തതയിലെത്തുന്നത്.

സ്വകാര്യ താല്പര്യം, ദാരിദ്ര്യം, കമ്യൂണിസം, തത്ത്വശാസ്ത്രവും ലോകവും തമ്മിലുള്ള ബന്ധം എന്നിങ്ങനെ ചില പ്രശ്നങ്ങളിലെ മാർക്സിന്റെ സമീപനം വ്യക്തമാകുന്നതാണ് അദ്ദേഹത്തിന്റെ *റൈനിഷെ സൈത്തുങ്* ലേഖനങ്ങൾ എന്നാണ് മിഷേൽ ലോവി ചൂണ്ടിക്കാണിക്കുന്നത്. റൈനിഷ് പാർലമെന്റിൽ പത്രസ്വാതന്ത്ര്യം സംബന്ധിച്ച് നടന്ന ചർച്ചയെക്കുറിച്ചാണ് മാർക്സ് *റൈനിഷെ സൈത്തുങ്ങി*ലെ ആദ്യലേഖനത്തിൽ കൈകാര്യം ചെയ്തത്. അതിൽത്തന്നെ റൈൻലാൻഡിലെ ബൂർഷ്വാ ലിബറലിസത്തിൽനിന്നുള്ള മാർക്സിന്റെ വേറിട്ട നിലപാട് വ്യക്തമാണ്. നിയമനിർമ്മാണ വേദിയിലെ ചർച്ചകളിൽ പത്രസ്വാതന്ത്ര്യത്തിന്റെ എതിരാളികളും അതിന്റെ വക്താക്കളെന്നവകാശപ്പെടുന്നവരും തമ്മിൽ ഏറെ വ്യത്യാസമില്ലെന്നാണ് വ്യക്തമാകുന്നത് എന്നാണ് മാർക്സ് ചൂണ്ടിക്കാണിച്ചത്. എട്ടിൽ മൂന്നു ഭാഗം സ്വാതന്ത്ര്യം മാത്രമേ ബൂർഷ്വാ ലിബറലുകൾ കാംക്ഷിക്കുന്നുള്ളൂ എന്നും "പാതിമനസ്സോടെയുള്ള ലി

ബറലിസത്തിന്റെ സ്വാഭാവികമായ ഷണ്ഡത്വത്തിന്റെ'' ഉത്തമദൃഷ്ടാന്ത മാണിതെന്നും മാർക്സ് വ്യക്തമാക്കുന്നു.

ലിബറൽ ബൂർഷ്വാസിയുടെ ഉറപ്പില്ലായ്മയും ഷണ്ഡത്വവും യാദൃ ച്ഛികമല്ലെന്നു വ്യക്തമാക്കിക്കൊണ്ട് 'വിറക് മോഷണം' സംബന്ധിച്ച *റൈനിഷെ സൈത്തുങ്* ലേഖനത്തിൽ എഴുതുന്നു - ''സ്വകാര്യ താല്പ ര്യമെന്നതിന്റെ സത്ത നിന്ദ്യവും വിലക്ഷണവും പ്രാകൃതവും സ്വാർത്ഥ വുമാണ്; അത് എന്നും എപ്പോഴും ഭീരുത്വം നിറഞ്ഞതുമാണ്; കാരണം അതിന്റെ ചങ്ക്, അതിന്റെ ആത്മാവ് ഒരു ബാഹ്യവസ്തുവാണ്; എപ്പോൾ വേണമെങ്കിലും അതിൽ തിരിമറി നടത്താം; അതിനെ മുറിവേല്പിക്കാം." (കാടുകളിൽനിന്ന് സാധാരണ മനുഷ്യർ വിറകുശേഖരിക്കുന്നതും കാലി മേയ്ക്കുന്നതും വേട്ടയാടുന്നതും നിരോധിക്കുന്ന ഒരു കരടു നിയമത്തിന് രൂപം നല്കിയ പ്രഷ്യൻ സർക്കാർ അത് പാർലമെന്റിൽ (ലാൻഡ്താഗ്) ചർച്ചചെയ്തു. ഭൂഉടമകളുടെ പ്രതിനിധിസഭയാണ് ലാൻഡ്താഗ്. വന ങ്ങളും ഭൂഉടമകളുടെ കൈവശമായിരുന്നു. അതുകൊണ്ടാണ് വനപ്രദേ ശത്ത് കാലി മേയ്ക്കുന്നതും വേട്ടയാടുന്നതും അവിടെനിന്നും വിറകു ശേഖരിക്കുന്നതും തടവുശിക്ഷ നല്കാൻ പര്യാപ്തമായ കടുത്ത കുറ്റ മായി കണക്കാക്കുന്ന നിയമം കൊണ്ടുവന്നത്). [*സമാഹൃത കൃതികൾ*, വോള്യം ഒന്ന്, പേജ് 236]. പില്ക്കാലത്ത് *Contribution to the Critique of Hegel's Philosophy of Law* എന്ന കൃതിയിൽ സ്വകാര്യ സ്വത്തുടമ സ്ഥൻ എപ്പോഴും ഭീരുവും സ്വാർത്ഥനുമായിരിക്കും; സ്വന്തമായി ഒന്നുമി ല്ലാത്തവനു മാത്രമേ, ഒന്നും നഷ്ടപ്പെടാനില്ലാത്തവനു മാത്രമേ ധൈര്യ മുണ്ടാവുകയുള്ളൂ; വിപ്ലവപരമായ ഊർജ്ജമുണ്ടാവുകയുള്ളൂ; അവർക്കു മാത്രമേ പൊതുതാല്പര്യത്തോട് സ്വയം താദാത്മ്യം പ്രാപിക്കാനാവൂ എന്ന് മാർക്സ് കൃത്യമായി അവതരിപ്പിച്ച ആശയത്തിന്റെ ബീജരൂപം ഈ *റൈനിഷെ സൈത്തുങ്* ലേഖനത്തിൽ കാണാവുന്നതാണ്.

യുക്തിഭദ്രമായ ഭരണകൂടം (Rational State) എന്ന ഹെഗലിയൻ സങ്കല്പനത്തെ തള്ളിപ്പറയാൻ അന്ന് തയ്യാറായിരുന്നില്ലെങ്കിലും പ്രഷ്യ യിലെ ബ്യൂറോക്രാറ്റിക് - ഫ്യൂഡൽ ഭരണകൂടത്തെ വിമർശിക്കുന്നതിൽ തന്നെ ഹെഗലിൽനിന്നു പൂർണ്ണമായും വേർപിരിഞ്ഞ 1843 ലേക്കുള്ള പാതിവഴിയിൽ, കമ്യൂണിസത്തിലേക്ക് ചെന്നെത്തിയ വഴിയിലേക്ക് മാർ ക്സ് ഈ ലേഖനത്തിൽ എത്തുന്നതായി നിസ്സംശയം കാണാനാകും.

ആവശ്യങ്ങൾ അടിസ്ഥാനമാക്കിയ വ്യവസ്ഥിതിയുടെ വികാസ ത്തിന്റെ ഫലമായി സിവിൽ സമൂഹത്തിൽ രണ്ട് ധ്രുവങ്ങൾ - ആഡംബ രത്തിന്റെയും ദാരിദ്ര്യത്തിന്റെയും ധ്രുവങ്ങൾ - നിലനില്ക്കുന്നതായി ഹെഗൽ വ്യക്തമാക്കിയിരുന്നു. സമ്പന്നരായ സ്വത്തുടമസ്ഥരുടെ സ്വാർത്ഥ തയെ വിമർശിച്ച മാർക്സ് ജർമ്മനിയിലെ ദാരിദ്ര്യത്തിന്റെ പ്രശ്നത്തെ ക്കുറിച്ച് പര്യാലോചിക്കുന്നു. പക്ഷേ, ഹെഗലിൽനിന്നു വ്യത്യസ്തമായി മാർക്സ്, ദരിദ്രരുടെ പക്ഷത്ത് വ്യക്തമായും ഉറച്ചുനില്ക്കുകയും ദരിദ്ര ജനതയുടെ അവകാശങ്ങൾക്കുനേരെ ഉയരുന്ന വെല്ലുവിളികൾക്കെതിരെ

കൃത്യമായ നിലപാടെടുക്കുകയുമുണ്ടായി. പത്രസ്വാതന്ത്ര്യം സംബന്ധിച്ച ആദ്യലേഖനത്തിൽ പത്രസ്വാതന്ത്ര്യത്തിന്റെ അഭാവത്തെ ഒരു ധാർമ്മിക പ്രശ്നമെന്ന നിലയിൽ കണ്ടതുപോലെ തന്നെ ''വിറകു മോഷ്ടാക്കളു' 'ടെയും മൊസേലിലെ മുന്തിരി കർഷകരുടെയും കഷ്ടപ്പാടുകളോടുള്ള സഹാനുഭൂതി വ്യക്തമാക്കി അവർക്കൊപ്പം നിലനില്ക്കുന്നു എന്നതിനപ്പുറം, മാർക്സ് ആ ഘട്ടത്തിൽ യുവഹെഗലിയൻ നിലപാടിൽനിന്നും പൂർണ്ണമായി വേർപിരിഞ്ഞിരുന്നില്ല. മാർക്സ് ദരിദ്രരുടെ പക്ഷത്ത് ഉറച്ചുനില്ക്കുകയും വിറകു മോഷണം കാടിന്റെ ഉടമകളുടെ ചൂഷണത്തിനും മർദ്ദനത്തിനും വിധേയരായിരുന്ന ദരിദ്രജനതയുടെ ധീരവും രോഷാകുലവും ഉജ്ജ്വലവുമായ ചെറുത്തുനില്പാണെന്ന് ചൂണ്ടിക്കാണിക്കുകയും ചെയ്യുമ്പോഴും, അദ്ദേഹം സ്വകാര്യമണ്ഡലത്തിന്റെ ഭൗതികവും സവിശേഷവുമായ താല്പര്യങ്ങൾക്കുമേൽ ഭരണകൂടത്തിന്റെ ധാർമ്മികവും പൊതുവായതുമായ താല്പര്യങ്ങൾക്കുള്ള ആധിപത്യം എന്ന ഹെഗലിയൻ നിലപാടിന്റെ പരിമിതിക്കപ്പുറം കടന്നിരുന്നില്ല.

മിഷേൽ ലോവി ചൂണ്ടിക്കാണിക്കുന്നതുപോലെ, അതിലും പ്രധാനപ്പെട്ട സംഗതി, *റൈനിഷെ സൈത്തുങ്* ലേഖനങ്ങളിൽ മാർക്സ് ചർച്ച ചെയ്തത്, കർഷകജനതയുടെ ദാരിദ്ര്യത്തെക്കുറിച്ചു മാത്രമാണ്; തൊഴിലാളികളുടെ ദാരിദ്ര്യത്തെക്കുറിച്ചായിരുന്നില്ല. മാത്രമല്ല, ഈ ലേഖനങ്ങളിൽ 'തൊഴിലാളിവർഗ്ഗം' (proletariat) എന്ന പദം പ്രയോഗിക്കുന്നിടത്തും മാർക്സ് എത്തിയിരുന്നില്ല. മാർക്സ് തന്നെ പില്ക്കാലത്ത്, 1859 ൽ രേഖപ്പെടുത്തിയിട്ടുള്ളതുപോലെ 1842 ൽ *റൈനിഷെ സൈത്തുങ്* ലേഖനങ്ങൾ എഴുതുമ്പോൾ സോഷ്യലിസത്തെയും കമ്യൂണിസത്തെയും സംബന്ധിച്ച ഫ്രഞ്ച് സൈദ്ധാന്തികരുടെ കൃതികളുമായി അദ്ദേഹം പരിചിതനായിരുന്നില്ല. എന്നാൽ മോസസ് ഹെസ്സിന്റെയും അക്കാലത്ത് ഫ്രാൻസിലെ കമ്യൂണിസ്റ്റായി അറിയപ്പെട്ടിരുന്ന പ്രൂധോണിന്റെയും സ്വാധീനം മാർക്സിനെ കമ്യൂണിസത്തിലേക്ക് അടുപ്പിക്കുകയായിരുന്നു. 1843 ജനുവരിയിൽ *റൈനിഷെ സൈത്തുങ്ങിൽ* എഴുതിയ ലേഖനത്തിലും പത്രാധിപക്കുറിപ്പിലുമാണ് ഫ്രഞ്ച് കമ്യൂണിസ്റ്റ് സൈദ്ധാന്തികരെക്കുറിച്ചുള്ള, പ്രത്യേകിച്ചും ബബൂവിസ്റ്റ് കമ്യൂണിസ്റ്റു വിഭാഗത്തിന്റെ പ്രസിദ്ധീകരണമായ 'ലെ ഫ്രറ്റേണിറ്റി'യെപ്പറ്റിയുള്ള സൂചനകൾ ആദ്യമായി കാണാനാവുന്നത്. എന്നാൽ, തത്ത്വശാസ്ത്രപരമായ വിമർശനങ്ങൾക്കപ്പുറം അതിനെ രാഷ്ട്രീയ സമരവുമായി ബന്ധപ്പെടുത്താതിരുന്ന മറ്റു യുവ ഹെഗലിയന്മാരിൽനിന്ന് മാർക്സ് അതിവേഗം അകലുകയായിരുന്നു.

മാർക്സിന്റെ *റൈനിഷെ സൈത്തുങ്ങിലെ* ലേഖനങ്ങൾ, പത്രമാരണ നിയമം സംബന്ധിച്ച ആദ്യ ലേഖനവും പിന്നീട് റൈൻലാൻഡ് പാർലമെന്റിൽ 'വിറകുമോഷണ'ത്തിനെതിരായ നിയമനിർമ്മാണത്തിന്റെ കാര്യത്തിൽ നടന്ന ചർച്ചയെക്കുറിച്ചും മൊസേലിലെ ചെറുകിട മുന്തിരിക്കർഷകരുടെ ദുരിത ജീവിതത്തെക്കുറിച്ചും എഴുതിയ ലേഖനങ്ങളുമെല്ലാം, വലിയ ചലനം തന്നെ പ്രഷ്യൻ സമൂഹത്തിൽ സൃഷ്ടിക്കുകയുണ്ടായി.

പത്രപ്രവർത്തനത്തെ ഒരു കച്ചവടമാക്കി മാറ്റുന്നതിനെതിരെ നിശിതമായി ആഞ്ഞടിച്ച മാർക്സ് സാമൂഹ്യപുരോഗതിക്കുവേണ്ടി പത്രസ്വാതന്ത്ര്യം അനിവാര്യമാണെന്നും രാജ്യത്തിന് ഒരു ഭരണഘടന വേണമെന്നും ഭരണ കൂടത്തിന്റെ നടത്തിപ്പിൽ വിശേഷിച്ച് സാമ്പത്തിക നയങ്ങൾ നിശ്ചയി ക്കുന്നതിൽ പങ്കാളിത്തം വേണമെന്നുമുള്ള ബൂർഷ്വാസിയുടെ ന്യായമായ ആവശ്യത്തോടൊപ്പം ഉറച്ചുനിന്നു. ഒപ്പം ദരിദ്രരായ കർഷകരുടെയും സാധാരണക്കാരുടെയും ജീവിതം മെച്ചപ്പെടുത്തുന്നതിനും അവരുടെ അവകാശങ്ങൾക്കുവേണ്ടിയും മാർക്സ് വിട്ടുവീഴ്ചയില്ലാതെ പൊരുതി. ലിബറൽ ജനാധിപത്യത്തിന്റെ നിലപാടിലേക്കല്ല അദ്ദേഹം എത്തിയത്; വിപ്ലവകാരിയായ ജനാധിപത്യവാദിയായി മാർക്സ് ഉയരുകയായിരുന്നു.

1842 ഒക്ടോബറിലാണ് മാർക്സ് കൊളോണിലെത്തി *റൈനിഷെ സൈത്തുങ്ങി*ന്റെ മുഖ്യപത്രാധിപരുടെ ചുമതലയേറ്റത്. മാർക്സിന്റെ ലേഖനങ്ങളും പത്രാധിപക്കുറിപ്പുമെല്ലാം ജർമ്മനിയിലെ പുരോഗമനശ ക്തികളെ ആവേശം കൊള്ളിക്കുകയും പ്രതിലോമകാരികളെ വിറകൊ ള്ളിക്കുകയും ചെയ്തു. സാധാരണക്കാരെ അത് ആവേശം കൊള്ളിച്ച തിന്റെ പ്രതിഫലനം പത്രത്തിന്റെ വരിക്കാരുടെ എണ്ണത്തിൽ വന്ന വർദ്ധ നവിൽ കാണാവുന്നതാണ്. 1842 ഒക്ടോബറിൽ 885 വരിക്കാർ മാത്രമു ണ്ടായിരുന്ന *റൈനിഷെ സൈത്തുങ്*, നാലാഴ്ച പിന്നിട്ടപ്പോൾ വരിക്കാ രുടെ എണ്ണം 1800 ആയും 8 ആഴ്ച കഴിഞ്ഞപ്പോൾ അത് 3400 ആയും വർദ്ധിച്ചു. വിപ്ലവ ജനാധിപത്യത്തിന്റെ വക്താവായി ആ പ്രസിദ്ധീകര ണത്തെ മാർക്സ് മാറ്റുകയാണുണ്ടായത്.

രണ്ടു മഹാവിപ്ലവകാരികളുടെ സമാഗമം

റൈ*നിഷെ സൈത്തുങ്ങി*ന്റെ മുഖ്യ പത്രാധിപരായി കഷ്ടിച്ച് ആറു മാസത്തോളമേ മാർക്സിന് പ്രവർത്തിക്കാൻ അവസരമുണ്ടായുള്ളൂ. അപ്പോഴേക്കും ആ പ്രസിദ്ധീകരണംതന്നെ അടച്ചുപൂട്ടപ്പെട്ടു. മൊത്തം *റൈനിഷെ സൈത്തുങ്ങി*ന്റെ ആയുസ്സ് കഷ്ടിച്ച് ഒരു വർഷത്തിലധികവും.

മാർക്സ് മുഖ്യ പത്രാധിപരായി ഒരു മാസം പിന്നിട്ടപ്പോൾത്തന്നെ അധികാരികളിൽനിന്നുള്ള ഇടപെടൽ തുടങ്ങിയിരുന്നു. പത്രത്തിന്റെ നയം മാറ്റണമെന്നും പ്രതികരണങ്ങളുടെ സ്വരം മയത്തിലാക്കണമെന്നും അങ്ങനെ ചെയ്യാൻ തയ്യാറല്ലെങ്കിൽ നിരോധനം നേരിടേണ്ടതായി വരുമെന്നുമുള്ള ഭീഷണിയും താക്കീതും സർക്കാരിന്റെ ഭാഗത്തുനിന്നുണ്ടായി. മുഖ്യ പത്രാധിപരാകുന്നതിനുമുമ്പുതന്നെ അതിലെ ശ്രദ്ധേയനായ സ്ഥിരം ലേഖകനെന്ന നിലയിൽ അധികാരികളുടെ ദൃഷ്ടി മാർക്സിൽ പതിഞ്ഞിരുന്നു. സെൻസർഷിപ്പ് സംബന്ധിച്ചും കൊളോണിലെ കത്തോലിക്ക സഭയുടെ ആർച്ചുബിഷപ്പിനെ തടവിലാക്കിയതു സംബന്ധിച്ചും മൊസേൽ കർഷകരുടെ പ്രശ്നം സംബന്ധിച്ചും 'വിറകുമോഷണ' നിരോധന നിയമം സംബന്ധിച്ചുമെല്ലാം മാർക്സ് എഴുതിയ ലേഖന പരമ്പരകൾ അധികൃതരെ വല്ലാതെ ചൊടിപ്പിച്ചിരുന്നു.

സർക്കാരിൽനിന്നും സർക്കാരിന്റെ സെൻസറിൽനിന്നും മാത്രമല്ല, മാർക്സിന് എതിർപ്പ് നേരിടേണ്ടതായി വന്നത്; ബ്രൂണോ ബോവറിനെപ്പോലെയുള്ള യുവ ഹെഗലിയന്മാരിൽ ഒരു വിഭാഗത്തിന്റെ എതിർപ്പും അദ്ദേഹത്തിന് അഭിമുഖീകരിക്കേണ്ടതായി വന്നു. ഈ വിഭാഗത്തിന്റെ ആവശ്യം തങ്ങളുടെ നയത്തിന്റെ വക്താവായി, ജിഹ്വയായി *റൈനിഷെ സൈത്തുങ്* നില്ക്കണമെന്നതായിരുന്നു. 'സ്വതന്ത്രർ' എന്നും 'നിഷ്പക്ഷർ' എന്നുമുള്ള നാട്യത്തിലായിരുന്ന ഒരു വിഭാഗം യുവ ഹെഗലിയ

ന്മാർ പത്രം പാവപ്പെട്ടവരുടെ പക്ഷംപിടിക്കുന്നതും ഗവൺമെന്റുമായി ഏറ്റുമുട്ടുന്നതും ഇഷ്ടപ്പെട്ടിരുന്നില്ല. ഈ വിഭാഗം നടത്തിയ ഇടങ്കോലിടലുകളും ഗവൺമെന്റിൽനിന്നുള്ള സമ്മർദ്ദവുംമൂലം ഓഹരി ഉടമകളും മാർക്സിനെതിരെ തിരിയാൻ തുടങ്ങി. ഇങ്ങനെ ഈ വിഭാഗങ്ങളോടെല്ലാം നിരന്തരം പൊരുതിയാണ് *റൈനിഷെ സൈത്തൂങ്ങി*ലെ തന്റെ പത്രാധിപ ജീവിതം മാർക്സ് നയിച്ചത്. പക്ഷേ, ഈ എതിർപ്പുകൾ ഒന്നുംതന്നെ തന്റെ നിലപാടുകളിൽനിന്ന് മാർക്സിനെ പിൻതിരിപ്പിച്ചില്ല. 1843 ജനുവരി മദ്ധ്യത്തിൽ മൊസേലിലെ കർഷകരെ ഗവൺമെന്റ് നിഷ്ഠുരമായി ചൂഷണംചെയ്യുന്നതിനും അടിച്ചമർത്തുന്നതിനും എതിരായി മാർക്സ് അതിരൂക്ഷമായി പ്രതികരിച്ചു. കർഷക ജനസാമാന്യത്തിന്റെ ശത്രുവായ പ്രഷ്യൻ ഗവൺമെന്റിനെ അദ്ദേഹം തൊലിയുരിച്ചു കാണിച്ചു. പ്രഷ്യൻ ഭരണവർഗ്ഗത്തിനുനേരെയുള്ള ഉഗ്രൻ ചാട്ടവാറടിയായിരുന്നു മാർക്സിന്റെ ആ ലേഖനം. അതോടെ 1843 മാർച്ച് 31 മുതൽ പത്രം നിരോധിക്കാൻ ജനുവരി 21 ന് ഗവൺമെന്റ് തീരുമാനിച്ചു.

പത്രം ഉടമകളുടെ മനോഭാവവും അല്പവും സഹകരണാത്മകമായിരുന്നില്ല. ഈ പശ്ചാത്തലത്തിൽ നിരോധനം നിലവിൽ വരുന്നതിന് മുമ്പുതന്നെ പത്രാധിപസ്ഥാനം രാജിവയ്ക്കാൻ മാർക്സ് തീരുമാനിച്ചു. മാർച്ച് 18 ന്റെ പത്രത്തിൽ തന്റെ രാജി പ്രഖ്യാപിക്കുന്ന ഒരു കുറിപ്പ് മാർക്സ് പ്രസിദ്ധീകരിച്ചു. അങ്ങനെ അദ്ദേഹത്തിന് ഒട്ടേറെ അനുഭവങ്ങൾ പ്രദാനംചെയ്ത രാഷ്ട്രീയ വീക്ഷണത്തിന്റെ വളർച്ചയുടെ സുപ്രധാനമായ ഒരു ഘട്ടം അവസാനിച്ചു. മനുഷ്യസമൂഹത്തിൽ ഭൗതിക താല്പര്യങ്ങൾ എത്ര വലിയ പങ്കാണ് വഹിക്കുന്നതെന്ന് അദ്ദേഹത്തിന് ബോദ്ധ്യമായത് ഈ പത്രപ്രവർത്തനകാലത്തെ അനുഭവങ്ങളിൽനിന്നാണ്. ദരിദ്രരിൽ ദരിദ്രരായ ജനകോടികളുടെ താല്പര്യങ്ങൾ സംരക്ഷിക്കാൻ, അതിനായുള്ള പോരാട്ടങ്ങളിൽ ബൂർഷ്വാ ജനാധിപത്യവും ആശയവാദ തത്ത്വശാസ്ത്രവും തികച്ചും അപര്യാപ്തമാണെന്നും ഒപ്പം ഭരണകൂടം സാമാന്യ ജനങ്ങളോട് എത്രമാത്രം വിദ്വേഷവും മൃഗീയതയുമാണ് പ്രത്യക്ഷത്തിൽത്തന്നെ പ്രകടമാക്കുന്നതെന്നുമുള്ള വ്യക്തമായ തിരിച്ചറിവാണ് ഈ കാലത്ത് അദ്ദേഹത്തിന് ലഭിച്ചത്-പ്രത്യേകിച്ചും മൊസേൽ കർഷകരുടെ അവസ്ഥയെക്കുറിച്ചുള്ള അന്വേഷണത്തിൽനിന്നും 'വിറകുമോഷണ' നിരോധന നിയമത്തെക്കുറിച്ചുള്ള ചർച്ചയിൽനിന്നും.

നിലനില്പിനുവേണ്ടി, ഭരണകൂടത്തിനുമുന്നിൽ മുട്ടുമടക്കേണ്ടിവരുന്ന ജർമ്മനിയിലെ അവസ്ഥയോടുള്ള വെറുപ്പും മടുപ്പും പ്രകടിപ്പിച്ചുകൊണ്ട് ആർനോൾഡ് റൂജിനെഴുതിയ കത്തിൽ മാർക്സ് ഇങ്ങനെ വ്യക്തമാക്കി - ''ജർമ്മനിയിൽ ഇനി എനിക്ക് പുതുതായി ഒന്നും ആരംഭിക്കുക സാദ്ധ്യമല്ല. ഇവിടെ നാം നമ്മുടെതന്നെ വിലയില്ലാതാക്കുകയാണ്." തന്റെ ആശയങ്ങളും അഭിപ്രായങ്ങളും സ്വതന്ത്രമായി പ്രകടിപ്പിക്കാനാവുന്ന, തുറന്നെഴുതാൻ കഴിയുന്ന ഒരിടമായി അന്ന് അദ്ദേഹം പാരീസിലേക്കാണ് നോക്കിയത്. റൂജുമായി ചേർന്ന് പുതിയൊരു പത്രം തുടങ്ങു

കയായിരുന്നു ലക്ഷ്യം.

1843 മെയ് മാസത്തോടെ കൊളോൺ വിട്ട മാർക്സ് ആദ്യം ഡ്രെസ്ഡെനിലെത്തി റൂജുമായി ഭാവികാര്യങ്ങളെക്കുറിച്ച് ചർച്ചചെയ്തു. അവിടെനിന്ന് അദ്ദേഹം തന്റെ പ്രിയസഖിയായ ജെന്നിയെ കാണാൻ ക്രോയ്ത്സ്നാഖിലേക്കു പോയി. പിതാവിന്റെ മരണാനന്തരം, ഒരു വർഷത്തോളമായി മാതാവിനൊപ്പം ജെന്നി അവിടെയായിരുന്നു പാർത്തിരുന്നത്. ആ സന്ദർശനം ഇരുവരുടെയും വിരഹത്തിന്റെ ഏഴു വർഷങ്ങൾക്ക് അറുതിവരുത്തി; ദീർഘകാലത്തെ പ്രണയത്തിന് സാക്ഷാൽക്കാരവുമായി. 1843 ജൂൺ 19ന് അവർ വിവാഹിതരായി. മാർക്സിന്റെ തുടർന്നുള്ള ജീവിതത്തിന്റെ അഭേദ്യഭാഗമായിരുന്നു ജെന്നി. സ്വന്തം ജീവിതസഖി എന്നതിനപ്പുറം മാർക്സിന്റെ സെക്രട്ടറിയും ഉപദേഷ്ടാവും കത്തിടപാടുകളുടെ ചുമതലക്കാരിയും പോരാട്ടങ്ങളിൽ എക്കാലത്തും ജീവിതാവസാനംവരെ മാർക്സിനൊപ്പം തോളോടു തോളുരുമ്മിനിന്ന സമരസഖാവുമായിരുന്നു ജെന്നി.

വിവാഹാനന്തരം ജെന്നിയുടെ മാതാവിനൊപ്പം ക്രൊയ്ത്സ്നാഖിൽ കഴിഞ്ഞിരുന്ന മാർക്സിനെതേടി പ്രഷ്യൻ ഗവൺമെന്റിന്റെ ഒരു ദൂതൻ എത്തി -പ്രഷ്യൻ ഗവൺമെന്റിൽ പ്രധാനപ്പെട്ട ഒരു ഉദ്യോഗം വാഗ്ദാനംചെയ്തുകൊണ്ട്. പ്രഷ്യൻ ഗവൺമെന്റിൽ ഉന്നത പദവി വഹിച്ചിരുന്ന, ജെന്നിയുടെ സഹോദരന്റെ ഇടപെടലും അതിനുപിന്നിലുണ്ടായിരുന്നു. പദവികൾ നല്കി തന്നെ വിലയ്ക്കെടുക്കാനുള്ള ഭരണവർഗ്ഗത്തിന്റെ ഈ നീക്കത്തെ മാർക്സ് പുച്ഛിച്ചുതള്ളി.

1843 നവംബറിൽ മാർക്സ് തന്റെ പ്രിയ സഖിയുമൊത്ത് പാരീസിലെത്തി. തന്റെ പ്രവർത്തനമണ്ഡലം പ്രഷ്യയിൽനിന്ന് പാരീസിലേക്കു മാറ്റാനുള്ള മാർക്സിന്റെ തീരുമാനത്തിനുപിന്നിൽ *റൈനിഷെ സൈത്തുങ്ങി*ന്റെ കാലത്തെ ഒരനുഭവവുംകൂടി ഉണ്ടായിരുന്നു. അക്കാലത്ത് ചർച്ചചെയ്യപ്പെട്ടിരുന്ന, ശ്രദ്ധേയമായ ഒരു രാഷ്ട്രീയ പ്രശ്നത്തിൽ, ഫ്രഞ്ച് സോഷ്യലിസ്റ്റുകളുടെ ആശയങ്ങൾ സംബന്ധിച്ച് വ്യക്തമായ ധാരണയോ വേണ്ടത്ര അറിവോ അന്ന് മാർക്സിനുണ്ടായിരുന്നില്ല. അന്നത്തെ വിവാദവിഷയത്തിൽ അഗാധമായ അറിവുനേടാൻ സോഷ്യലിസ്റ്റ് ചിന്തയുടെ ഉറവിടമായ പാരീസിലേക്ക് പോകണമെന്ന് മാർക്സ് നിശ്ചയിക്കുകയായിരുന്നു. 1837 കാലത്ത് ഹെഗലിനെക്കുറിച്ച്, ഹെഗലിയൻ തത്ത്വശാസ്ത്രത്തെക്കുറിച്ച് ആഴത്തിലുള്ള പഠനത്തിൽ മുഴുകിയതുപോലെതന്നെ മാർക്സ് 1843-44 കാലം ഫ്രഞ്ച് സോഷ്യലിസത്തെക്കുറിച്ചുള്ള അറിവ് നേടുന്നതിനായി മുഴുകി. ക്രോയ്ത്സനാഖിലെ താമസത്തിനിടയിൽത്തന്നെ മാർക്സ് ഫ്യൂരിയേയുടെയും പ്രൂധോണിന്റെയും കാബേയുടെയും വെയ്റ്റ്ലിങ്ങിന്റെയും മറ്റും സോഷ്യലിസത്തെ സംബന്ധിച്ച രചനകൾ, റൂസോയുടെ കൃതികൾ എന്നിവയെല്ലാം വായിച്ചിരുന്നു. 1843 സെപ്തംബറിൽ റൂജിനെഴുതിയ ഒരു കത്തിൽ മാർക്സ് സൂചിപ്പിച്ചത്, കാബേയും ദെസെമിയും വെയ്റ്റ്ലിങ്ങും പഠിപ്പിക്കുന്നപ്രകാരമുള്ള

കമ്യൂണിസം കേവലം പ്രമാണമാത്രപരമായ അമൂർത്തീകരണം (dogmatic abstraction) ആണെന്നാണ്.

മാർക്സിനെ സംബന്ധിച്ചിടത്തോളം സാമ്പത്തിക രാഷ്ട്രീയ പ്രശ്നങ്ങൾ സംബന്ധിച്ച്, വിശിഷ്യാ സോഷ്യലിസം സംബന്ധിച്ച് ആഴത്തിലുള്ള പഠനത്തിന്റെയും ശാസ്ത്രീയ സോഷ്യലിസം സംബന്ധിച്ച ആശയ വ്യക്തതയുടെയും കാലമായി പാരീസ്വാസം. മാർക്സ് പാരീസിൽ എത്തുന്നതിനുമുമ്പുതന്നെ ആർനോൾഡ് റൂജ് പാരീസിലെത്തി വേണ്ട ക്രമീകരണങ്ങൾ ചെയ്തിരുന്നു. റൂജിനൊപ്പം മോസസ് ഹെസ്സും പാരീസിലെത്തിയിരുന്നു. *റൈനിഷെ സൈത്തുങ്* സ്ഥാപിക്കുന്നതിൽ പ്രധാന പങ്കുവഹിച്ചിരുന്നവരിൽ ഒരാളായ മോസസ് ഹെസ്സ് അക്കാലംമുതൽ തന്നെ മാർക്സിന്റെ അടുത്ത സുഹൃദ്വലയത്തിൽപ്പെട്ടിരുന്നു. റൈൻലാൻഡിലെ ഒരു സമ്പന്ന വ്യവസായിയുടെ പുത്രനായ ഹെസ്സ് തന്റെ പിതാവുമായി കലഹിച്ചാണ് സത്യാന്വേഷണത്തിന്റെ പാതയിലും അങ്ങനെ യുവ ഹെഗലിയന്മാർക്കൊപ്പവും എത്തിയതെന്നാണ് ഓട്ടോറൂൾ മാർക്സിന്റെ ജീവചരിത്രകൃതിയിൽ രേഖപ്പെടുത്തുന്നത്. ജർമ്മനിയിലെ തത്ത്വശാസ്ത്രപരമായ സംഭവവികാസങ്ങളിലും ഇംഗ്ലണ്ടിലെ സാമ്പത്തിക ശാസ്ത്രരംഗത്തെ സംഭവവികാസങ്ങളിലും ഫ്രാൻസിലെ രാഷ്ട്രീയ സംഭവവികാസങ്ങളിലും ഹെസ്സിന് നല്ല അറിവുണ്ടായിരുന്നു. അങ്ങനെ ഹെഗലിനെ മാർഗ്ഗദർശകനായി കണ്ടിരുന്ന, ഫൊയർബാഹിന്റെ കൃതികളിലൂടെ രാഷ്ട്രീയത്തിലേക്കും സോഷ്യലിസത്തിലേക്കും നീങ്ങിക്കൊണ്ടിരുന്ന യുവ ഹെഗലിയന്മാരുടെ വഴികാട്ടിയും ഇടനിലക്കാരനുമായി ഹെസ്സ് മാറിയിരുന്നു. ഹെഗലിയൻ ചിന്താഗതി അനിവാര്യമായും കമ്യൂണിസത്തിലെത്തിക്കുമെന്ന അതിലെ ആന്തരിക യുക്തി എംഗൽസിനെ ബോദ്ധ്യപ്പെടുത്തിയതും ഹെസ്സായിരുന്നു. പാരീസിൽ ഫ്രഞ്ച് സോഷ്യലിസ്റ്റുകളുമായി അടുത്തു ബന്ധപ്പെടാൻ മാർക്സിനെയും റൂജിനെയും സഹായിച്ചതും ഹെസ്സ് തന്നെയായിരുന്നു. ലൂയിബ്ലാങ്, ദെസമി, കോൺസിദറാങ്, ലെറോ, പ്രൂധോൺ തുടങ്ങിയ അക്കാലത്തെ പ്രമുഖ സോഷ്യലിസ്റ്റുകളുമായെല്ലാം അടുത്തു പരിചയപ്പെടാനും അവരുമായി ആശയവിനിമയം നടത്താനും അങ്ങനെ അവർക്ക് കഴിഞ്ഞു.

പാരീസിൽ എത്തുംമുമ്പുതന്നെ, മാർക്സും റൂജും തമ്മിൽ ആലോചിച്ചുറപ്പിച്ചപ്രകാരം *ഡ്യൂഷെ-ഫ്രാങ്ഷാ-ജാർബുഹർ* (ജർമ്മൻ-ഫ്രഞ്ച് ഇയർബുക്ക്') എന്ന പ്രസിദ്ധീകരണം ആരംഭിക്കാനാണ് പ്രധാനമായും ശ്രദ്ധചെലുത്തിയത്. മാർക്സ്, റൂജ്, ഫൊയർബാഹ്, ബക്കുനിൻ എന്നിവർ തമ്മിൽ നടത്തിയ കത്തിടപാടുകളുടെ അനന്തരഫലമായിട്ടായിരുന്നു പാരീസിൽനിന്ന് ഈ പ്രസിദ്ധീകരണം ആരംഭിക്കുക എന്ന ആശയം രൂപംകൊണ്ടത്. മാർക്സ് ഹോളണ്ടിൽ താമസിച്ചുകൊണ്ട് എഴുതുക എന്നതായിരുന്നു ആദ്യ ധാരണ. പിന്നീട് ആ ധാരണയിൽ മാറ്റംവരുത്തിയാണ് അദ്ദേഹവും പാരീസിലെത്തിയത്. 1844 ജനുവരി മുതൽ ഒരു മാസം ഒന്നെന്ന നിലയിൽ 12 ലക്കങ്ങൾ പ്രസിദ്ധീകരിക്കാൻ നിശ്ചയിച്ചിരുന്നെ

ങ്കിലും 1844 ഫെബ്രുവരിയിൽ ഒരു ഇരട്ടലക്കം പ്രസിദ്ധീകരിച്ചതിനപ്പുറം തുടർന്നുള്ള പ്രസിദ്ധീകരണം മുടങ്ങിപ്പോയി. മാർക്സിന്റെ പ്രസിദ്ധമായ രണ്ടു കൃതികൾ - *On Jewish Question, Contribution to the Critique of Hegel's Philosophy of Law-* ഈ പ്രസിദ്ധീകരണത്തിലൂടെയാണ് വെളിച്ചം കണ്ടത്.

*ജർമ്മൻ-ഫ്രഞ്ച് ഇയർബുക്കെ*ന്ന പേരുതന്നെ അക്കാലത്തെ സംബന്ധിച്ചിടത്തോളം വിപ്ലവകരമായിരുന്നു. ആർനോൾഡ് റൂജ് ഈ പ്രസിദ്ധീകരണത്തിനെഴുതിയ ആമുഖ ലേഖനത്തിൽ വ്യക്തമാക്കുന്നതുപോലെ, ''ഫ്രാൻസിനോടുള്ള വെറുപ്പ് ജർമ്മനിയിൽ രാഷ്ട്രീയ സ്വാതന്ത്ര്യത്തോടുള്ള അന്ധമായ വിരോധത്തിനു സമമായിരുന്നു.'' മറിച്ച്, ജർമ്മനിയിൽ ഫ്രഞ്ച് ഭാഷ അറിയുകയും ഫ്രഞ്ചുകാരുടെ നേട്ടങ്ങൾ അംഗീകരിക്കുകയും ചെയ്തിരുന്നവരെ ആ വസ്തുതകൊണ്ടുമാത്രം സംസ്കാരസമ്പന്നരായവർ എന്ന് പുരോഗമന ചിന്താഗതിക്കാർ കരുതുകയും ചെയ്തിരുന്നു. അങ്ങനെ അക്കാലത്ത് ജർമ്മനിയിൽ കട്ടപിടിച്ചിരുന്ന യാഥാസ്ഥിതികത്വത്തോടുള്ള പുരോഗമനപക്ഷത്തിന്റെ വെല്ലുവിളിയായിരുന്നു ഈ പ്രസിദ്ധീകരണം.

ബിസിനസ് എന്ന നിലയിൽ പരാജയമായിരുന്നെങ്കിലും സോഷ്യലിസ്റ്റ് കാഴ്ചപ്പാടിലേക്കുള്ള പരിണാമത്തിന്റെ നിലപാടിൽ നോക്കിയാൽ ഈ പ്രസിദ്ധീകരണം പ്രാഥമികമായും സ്വയം അറിവാർജ്ജിക്കുന്നത് ആവശ്യമായിട്ടുള്ള ലോകത്തേക്കുള്ള ധീരമായ ഒരു മുന്നേറ്റമായിരുന്നു എന്നാണ് ഓട്ടോ റൂൾ നിരീക്ഷിക്കുന്നത്. പക്ഷേ, ആ തള്ളിക്കയറ്റത്തിനൊടുവിൽ അതിന്റെ നായകർ ഇരുപക്ഷത്തായി പിരിഞ്ഞുവെന്നതാണ് മറ്റൊരു സത്യം. റൂജ് വലതുപക്ഷത്തേക്ക് നീങ്ങിയപ്പോൾ മാർക്സ് കൂടുതൽ വ്യക്തതയോടെ, കൂടുതൽ തെളിമയോടെ സോഷ്യലിസത്തിലേക്ക്; കമ്യൂണിസത്തിലേക്ക് നീങ്ങുകയാണുണ്ടായത്. ആശയപരമായ ഒരു തർക്കത്തിൽ ആ രീതിയിൽ മറുപടി പറയുന്നതിനുപകരം റൂജ് മാർക്സിനെ വ്യക്തിപരമായി കടന്നാക്രമിക്കാനും അധിക്ഷേപിക്കാനും തുനിഞ്ഞപ്പോൾ മാർക്സാകട്ടെ, ഓട്ടോ റൂൾ ചൂണ്ടിക്കാണിക്കുന്നതുപോലെ, "കൂടുതൽ ഗൗരവമുള്ള, പ്രാധാന്യമർഹിക്കുന്ന പ്രശ്നങ്ങളിൽ തന്റെ ശ്രദ്ധ കേന്ദ്രീകരിക്കുകയായിരുന്നു.''

*ജാർബുഹറി*ന്റെ ആകെ പുറത്തിറങ്ങിയ ആ ഇരട്ടലക്കത്തിൽ Outlines for a Criticism of Political Economy (അർത്ഥശാസ്ത്ര വിമർശനത്തിനൊരു രൂപരേഖ), The Position of England (ഇംഗ്ലണ്ടിന്റെ സ്ഥാനം) എന്നിങ്ങനെ ശ്രദ്ധേയമായ രണ്ടു ലേഖനങ്ങൾ ഉണ്ടായിരുന്നു -മറ്റു പലരുടെയും കൃതികൾക്കൊപ്പം. ആ കാലത്ത് ഇംഗ്ലണ്ടിലെ മാഞ്ചസ്റ്ററിൽ കഴിഞ്ഞിരുന്ന ജർമ്മൻകാരനായ ഒരു യുവ വ്യവസായിയായിരുന്നു അതെഴുതിയത്. ഫ്രെഡറിക് എംഗൽസ് എന്നായിരുന്നു അദ്ദേഹത്തിന്റെ പേര്. *റൈനിഷെ സൈത്തുങ്ങി*ന്റെ കാലം മുതൽ എംഗൽസുമായി മാർക്സ് കത്തിടപാടുകൾ തുടങ്ങിയിരുന്നു. പ്രത്യയശാസ്ത്രപര

മായ നിലപാടുകളിലെ യോജിപ്പാണ് ഇരുവരെയും ബന്ധിപ്പിച്ചത്. ഒടുവിൽ 1844 സെപ്തംബറിൽ ഐതിഹാസികമായ ആ കൂടിക്കാഴ്ച പാരീസിൽവെച്ച് നടന്നു. മാഞ്ചസ്റ്ററിൽനിന്ന് തന്റെ ജന്മദേശമായ ജർമ്മനിയിലെ ബാർമനിലേക്കുള്ള യാത്രാമദ്ധ്യേ എംഗൽസ് പാരീസിൽ പത്തുദിവസത്തോളം താമസിച്ച് മാർക്സുമായി സുദീർഘമായി ചർച്ചകൾ നടത്തി. ഈ രണ്ട് മഹാ വിപ്ലവകാരികൾ തമ്മിലുള്ള ജീവിതകാലം മുഴുവൻ നീണ്ടുനിന്ന ഉറ്റ സൗഹൃദത്തിനു തുടക്കംകുറിക്കുകയായിരുന്നു 1844 സെപ്തംബറിൽ പാരീസിൽ.

മാക്സ് ബീർ ഇരുവരെയും വിലയിരുത്തുന്നത് ഇങ്ങനെ: ''അത്യന്തം അനുഗൃഹീതനായ ഒരു സൈദ്ധാന്തികനായിരുന്നു മാർക്സ്, ചിന്തയുടെ മണ്ഡലത്തിലെ ഒരതികായൻ; പക്ഷേ, നിത്യജീവിത പ്രശ്നങ്ങൾ കൈകാര്യംചെയ്യുന്ന കാര്യത്തിൽ അദ്ദേഹം തീർത്തും അപ്രായോഗികനായിരുന്നു. തന്റെ ജീവിതകാലത്തുടനീളം ഒരു സ്ഥിര വരുമാനം ലഭ്യമാക്കാൻ അദ്ദേഹത്തിന് കഴിഞ്ഞിരുന്നെങ്കിൽ എംഗൽസിന്റെ സഹായം കൂടാതെപോലും അദ്ദേഹം തന്റെ ലക്ഷ്യം കൈവരിക്കുമായിരുന്നു. മറിച്ച് എംഗൽസ് അത്യന്തം കഴിവുള്ള, ഊർജ്ജസ്വലനായ, അത്യന്തം സംസ്കാര സമ്പന്നനായ ഒരാളായിരുന്നു; അതിശയകരമാംവിധം പ്രായോഗികവാദിയും ഏറ്റെടുത്ത സർവ്വകാര്യങ്ങളിലും വിജയംവരിച്ചയാളുമായിരുന്നു; പക്ഷേ, ധൈഷണിക പ്രതിസന്ധികളെ അതിജീവിക്കാനും പുതിയ ചക്രവാളങ്ങൾ തുറക്കാനുമുള്ള ജന്മസിദ്ധമായ കഴിവുകളുള്ളയാളായിരുന്നില്ല അദ്ദേഹം. എന്നാൽ മാർക്സുമായി ധൈഷണിക ബന്ധം സ്ഥാപിച്ചിരുന്നില്ലെങ്കിൽ അദ്ദേഹം ഏതുവിധത്തിൽ നോക്കിയാലും മോസസ്ഹെസ്സിനെക്കാൾ അല്പം മുകളിൽ മാത്രമേ ആകുമായിരുന്നുള്ളൂ. മാർക്സ് ഒരിക്കലും ഒരു ഉടോപ്യൻ ആയിരുന്നില്ല. ഹെഗലിയൻ വൈരുദ്ധ്യവാദത്തിൽ പൂർണ്ണമായും അലിഞ്ഞുചേർന്നിരുന്ന അദ്ദേഹത്തിന്റെ മനസ്സ് എല്ലാ സനാതന സത്യങ്ങൾക്കും അന്തിമ സാമൂഹിക രൂപങ്ങൾക്കും അതീതമായിരുന്നു. നേരെമറിച്ച്, 1844 വരെ എംഗൽസ് ഉട്ടോപ്യനായിരുന്നു; രാഷ്ട്രീയ-സാമൂഹ്യ സംഘർഷങ്ങളുടെ അർത്ഥത്തെക്കുറിച്ച്, അടിത്തറയെയും ചാലകശക്തിയെയുംകുറിച്ച്, പരിഷ്കൃതരായ മാനവരാശിയുടെ ചരിത്രത്തിലെ നിശ്ചലതയെയും ചലനാത്മകതയെയും സംബന്ധിച്ച് മാർക്സ് അദ്ദേഹത്തിന് വിശദീകരിച്ചുകൊടുക്കുന്നതുവരെയും" (*Life and Teaching of Karl Marx*. Page-19,20) എന്നാൽ ഈ പറഞ്ഞത് എംഗൽസിന്റെ മഹത്ത്വമോ പ്രാധാന്യമോ അല്പവും കുറയ്ക്കുന്നതുമല്ല.

1820 നവംബർ 28ന് പ്രഷ്യയിൽ റൈൻലാൻഡിൽത്തതന്നെ ബാർമ്മെനിലെ ഒരു ടെക്സ്റ്റൈൽ മില്ലുടമയുടെ മകനായി ഫ്രെഡറിക് എംഗൽസ് പിറന്നു. കടുത്ത മതഭക്തനും യാഥാസ്ഥിതികനുമായിരുന്നു എംഗൽസിന്റെ പിതാവ്. റൈൻലാൻഡിലെ പരുത്തി വ്യവസായത്തിന്റെയും കമ്പിളി വ്യവസായത്തിന്റെയും കേന്ദ്രമായിരുന്ന ബാർമ്മെനിലെ

സമ്പന്നവും ഒപ്പം മില്ലുടമകളുടെ കുടുംബമെന്ന നിലയിൽ റൈൻലാൻഡിലാകെ അറിയപ്പെടുകയും ആദരിക്കപ്പെടുകയും ചെയ്തിരുന്നതായിരുന്നു എംഗത്സിന്റെ കുടുംബം. വ്യവസായികൾ എന്ന നിലയിൽ മാത്രമല്ല, സൈനികസേവന പാരമ്പര്യമുള്ളതുമായിരുന്നു എംഗൽസിന്റെ കുടുംബം. 17-ാം നൂറ്റാണ്ടുമുതൽ പരുത്തി ഉല്പാദനത്തിലും വസ്ത്ര നിർമ്മാണത്തിലും പേരെടുത്തതും അന്താരാഷ്ട്ര ബന്ധങ്ങളുള്ളതുമായ കുടുംബമായിരുന്നു എംഗൽസിന്റേത്. ഫ്രെഡറിക് എംഗൽസിന്റെ പിതാവ് തന്റെ സുഹൃത്ത് എർമനുമായി ചേർന്ന് റൈൻലാൻഡിലും ഒപ്പം മാഞ്ചെസ്റ്ററിലും ടെക്സ്റ്റൈൽ മില്ലുകൾ സ്ഥാപിച്ചിരുന്നു. അദ്ദേഹത്തിന്റെ മാതാവ് ഒരു ഹൈസ്കൂൾ ഹെഡ്മാസ്റ്ററുടെ മകളായിരുന്നു. സംസ്കാര സമ്പന്നയുമായിരുന്നു. അമ്മയുടെ പേര് എലിസബത്ത്; അച്ഛന്റെ പേര് ഫ്രെഡറിക് എന്നുതന്നെ.

എംഗൽസിന്റെ കുടുംബം അറിയപ്പെടുന്ന പ്രൊട്ടസ്റ്റന്റ് മതവിശ്വാസികളുടേതാണ്. കാൽവിനിസ്റ്റ് പാരമ്പര്യമുള്ള കടുത്ത മതഭക്തനായിരുന്നു അദ്ദേഹത്തിന്റെ പിതാവ്-ഒരു മതഭ്രാന്തൻ എന്നുതന്നെ പറയാവുന്നത്ര കടുത്ത മതവിശ്വാസി. അതോടൊപ്പംതന്നെ വ്യവസായത്തിലും കച്ചവടത്തിലും ഏർപ്പെട്ട് പണം സമ്പാദിക്കുന്ന കാര്യത്തിലും ഭ്രാന്തമായ ആവേശമായിരുന്നു അദ്ദേഹത്തിന്. കർക്കശമായ ബൂർഷ്വാ രീതികൾക്കും യാഥാസ്ഥിതിക വിശ്വാസങ്ങൾക്കുമനുസരിച്ചാണ് എംഗൽസിന്റെ പിതാവ് തന്റെ 8 മക്കളെയും വളർത്തിയത്. എന്നാൽ കുട്ടിക്കാലംമുതൽത്തന്നെ ഫ്രെഡറിക്കിൽ ഈ കുടുംബാന്തരീക്ഷം ഒരു കലാപകാരിയെ സൃഷ്ടിച്ചിരുന്നു. ഇത് പലപ്പോഴും അച്ഛന്റെയും മകന്റെയും ആശയങ്ങൾ തമ്മിൽ ഏറ്റുമുട്ടുന്നതിനും ഇടയാക്കിയിരുന്നു. അതായത് മാർക്സിന്റെ കുടുംബാന്തരീക്ഷത്തിൽനിന്നും തീർത്തും വ്യത്യസ്തമായിരുന്നു എംഗൽസിന്റേത് എന്നർത്ഥം.

14 വയസ്സുവരെ ബാർമ്മെനിലെ സ്കൂളിലായിരുന്നു എംഗൽസിന്റെ വിദ്യാഭ്യാസം. സ്കൂൾ അന്തരീക്ഷത്തിലും കടുത്ത മതവിശ്വാസം അടിച്ചേല്പിക്കുന്ന അവസ്ഥയായിരുന്നു. 1834 ൽ അക്കാലത്ത് പ്രഷ്യയിലെ ഏറ്റവും മികച്ച വിദ്യാലയങ്ങളിലൊന്നായ എൽബെർഫെൽഡിലെ ജിംനേഷ്യത്തിലേക്ക് അയക്കപ്പെട്ടു. അവിടെ അദ്ദേഹം സയൻസ്, ചരിത്രം, പുരാതന ഭാഷകൾ, ക്ലാസിക്കൽ ജർമ്മൻ സാഹിത്യം എന്നിവ അതീവ താല്പര്യത്തോടെ പഠിച്ചു. ഗ്രീക്കിലും ലാറ്റിനിലും അദ്ദേഹം ശരിക്കും പ്രാഗത്ഭ്യം നേടി. ഹോമറിന്റെയും യൂറിപ്പിഡീസിന്റെയും ഹോറെയുടെയും സിസെറോവിന്റെയും മറ്റും കൃതികൾ അനായാസം പരിഭാഷപ്പെടുത്താനാകുംവിധം ഭാഷയിലും സാഹിത്യത്തിലും ചെറുപ്രായത്തിൽത്തന്നെ ഫ്രെഡറിക്കിന് പ്രാവീണ്യമുണ്ടായിരുന്നു.

എംഗൽസ് ജനിച്ചുവളർന്ന ബാർമ്മെൻ നഗരം മിൽ തൊഴിലാളികളുടെ കേന്ദ്രവുമായിരുന്നു. കടുത്ത ദാരിദ്ര്യവും ദുരിതങ്ങളും അനുഭവിക്കുന്ന തൊഴിലാളികളുടെ ജീവിതം, കുട്ടികൾപ്പോലും കടുത്ത ചൂഷണം

അനുഭവിക്കുന്ന അവസ്ഥ, ജീവിതത്തിൽ നല്ലതൊന്നും പ്രതീക്ഷിക്കാനില്ലാത്ത ആ തൊഴിലാളികൾ മദ്യപിച്ച് കൂത്താടുന്നതും കുടുംബങ്ങളിൽ തല്ലുകൂടുന്നതുമെല്ലാം കണ്ടാണ് ഫ്രെഡറിക് എംഗൽസ് വളർന്നത്. തൊഴിലാളികളുടെ ജീവിതം പഠിക്കാനും അവരുമായി ഇടപഴകാനും ഇത് എംഗൽസിനെ പ്രേരിപ്പിച്ചു. അദ്ദേഹത്തിന്റെ പിതാവ് തന്റെ മകനെയും തന്നെപ്പോലെ വ്യവസായിയായി വളർത്താനാണ് ആഗ്രഹിച്ചത്. അതുകൊണ്ടുതന്നെ 17-ാം വയസ്സിൽ ഫ്രെഡറിക്കിന്റെ വിദ്യാഭ്യാസം അവസാനിപ്പിച്ച് ആ പിതാവ് ബാർമ്മെനിലെ തന്റെ ബിസിനസ് സ്ഥാപനത്തിൽ അവനെ പരിശീലനത്തിനായി നിയോഗിച്ചു. മൂന്നു വർഷത്തോളം അവിടെ തുടരാൻ ആ ചെറുപ്പക്കാരൻ നിർബ്ബന്ധിതനായി. എന്നാൽ ഈ കച്ചവടാന്തരീക്ഷത്തിൽനിന്നും മോചനം നേടാൻ ഓരോ നിമിഷവും അദ്ദേഹം ശ്രമിച്ചു. പിതാവ് തന്റെ മകനെ എത്രത്തോളം ബിസിനസിലും മതഭക്തിയിലും ഒതുക്കിനിർത്താൻ ശ്രമിച്ചോ അതിലേറെ ശക്തിയായി അതിൽനിന്ന് പുറത്തുകടക്കാൻ ആ മകനും ശ്രമിച്ചു. അതിവേഗം ആ മകൻ ഹെൻറിച്ച് ഹൈനെയുടെയും എഡ്ഗാർ ബോണിന്റെയും സ്വാധീനവലയത്തിൽപ്പെട്ടു.

19-ാം വയസ്സിൽ 1839 ൽ എംഗൽസ് എഴുത്തുകാരനായി അറിയപ്പെട്ടുതുടങ്ങി. അതിനുമുമ്പുതന്നെ തന്റെ സുഹൃത്തുക്കൾക്കും മുൻ സഹപാഠികൾക്കും പ്രിയ സഹോദരി മേരിക്കുമെല്ലാം എഴുതിയ കത്തുകളിൽ യാഥാസ്ഥിതികത്വത്തോടുള്ള എതിർപ്പും തന്റെ ജനാധിപത്യബോധവും പ്രകടമാക്കിയിരുന്നു. ഓസ്വാൾഡ് എന്ന തൂലികാനാമത്തിൽ എഴുതിയിരുന്ന ആദ്യകാല ലേഖനങ്ങളിൽത്തതന്നെ ഫ്രെഡറിക് എംഗൽസ് യാഥാസ്ഥിതികത്വത്തെയും മതഭ്രാന്തിനെയും പുരോഹിതരുടെ കൊള്ളരുതായ്മകളെയും അതിരൂക്ഷമായി തുറന്നുകാണിച്ചിരുന്നു. സ്വതന്ത്ര ജനാധിപത്യ ജർമ്മനിയുടെ വക്താവായി, അതിനായുള്ള ഉശിരൻ പോരാളിയായി ഈ ലേഖനങ്ങളിൽ എംഗൽസ് തിളങ്ങി. ലേഖനങ്ങൾക്കൊപ്പം ആ കാലത്ത് അദ്ദേഹം നിരവധി കവിതകളും എഴുതിയിരുന്നു. ബാർമ്മെനിലെ ഈ ജീവിതത്തിനിടയിൽ എംഗത്സ് മത വിശ്വാസത്തിന്റെയും യാഥാസ്ഥിതികത്വത്തിന്റെയും കെട്ടുപാടുകളെ പൂർണ്ണമായി പൊട്ടിച്ചെറിയുകയും ഫ്രഞ്ച് വിപ്ലവകാലത്തെ ജക്കൊബിൻ പോരാളികളെപ്പോലുള്ള ഒരു വ്യക്തിത്വമായി വളരുകയും ചെയ്തു.

1841 ൽ ഒരു സന്നദ്ധ സേവനം എന്ന നിലയിൽ സൈന്യത്തിൽ ചേർന്നു. അവിടെ അദ്ദേഹം കാൾ മാർക്സിനെപ്പോലെത്തന്നെ യുവ ഹെഗലിയന്മാരുടെ സംഘത്തിൽ ചേർന്നു. ഹെഗലിയൻ തത്ത്വശാസ്ത്രത്തിലെ തീവ്ര ഇടതുപക്ഷ നിലപാടുകാർക്കൊപ്പമായിരുന്നു എംഗൽസ്. മാർക്സിനെപ്പോലെ യുവ ഹെഗലിയൻമാരുടെ ഡോക്ടേഴ്സ്ക്ലബ്ബിൽ എംഗൽസും 'ഡോ. ഓസ്വാൾഡ്' എന്ന പേരിൽ അറിയപ്പെട്ടിരുന്നു. എന്നാൽ മാർക്സ് സർവ്വകലാശാലാ വിദ്യാഭ്യാസത്തിലും ഗവേഷണത്തിലും മുഴുകിയിരുന്ന 1839-40 കാലത്തുതന്നെ എംഗൽസ് അറിയപ്പെ

ടുന്ന പുരോഗമനപക്ഷ എഴുത്തുകാരനായി. 1842 ൽ ഹെഗലിന്റെ എതിരാളിയായി അറിയപ്പെട്ടിരുന്ന ഫ്രെഡറിക് ഷില്ലിങ്ങിന്റെ തത്ത്വശാസ്ത്രത്തെ രൂക്ഷമായി വിമർശിച്ചുകൊണ്ട് എംഗൽസ് എഴുതിയ ലേഖനം ഏറെ ശ്രദ്ധയാകർഷിച്ചിരുന്നു. ഹെഗലിയൻ തത്ത്വശാസ്ത്രത്തിന്റെ ആകർഷണ വലയത്തിലായിരിക്കവെത്തന്നെ ഹെഗലിന്റെ സാമൂഹ്യ-രാഷ്ട്രീയ കാര്യങ്ങളിലെ യാഥാസ്ഥിതിക ചിന്തകളിൽനിന്നും എംഗൽസ് കൃത്യമായി അകലംപാലിക്കുകയും ചെയ്തിരുന്നു. ഫൊയർബാഹിന്റെ *Essence of Christianity* (ക്രിസ്തുമതസാരം) എന്ന കൃതി എംഗൽസിനെയും ആകർഷിച്ചിരുന്നു. അങ്ങനെ വ്യത്യസ്ത ഇടങ്ങളിൽ കഴിഞ്ഞുകൊണ്ട്, പരസ്പരം കാണാതെയും ബന്ധപ്പെടാതെയും തന്നെ മാർക്സും എംഗൽസും ഒരേ പോയിന്റിലേക്ക് അടുത്തുകൊണ്ടിരുന്നു.

1842 സെപ്തംബറോടുകൂടി ഫ്രെഡറിക് എംഗൽസ് തന്റെ പിതാവിന്റെ വ്യവസായ സംരംഭത്തിൽ പങ്കാളിയായി പ്രവർത്തിക്കാൻ ഇംഗ്ലണ്ടിലെ മാഞ്ചസ്റ്ററിലേക്ക് നിയോഗിക്കപ്പെട്ടു. രണ്ടുവർഷക്കാലം അദ്ദേഹം അവിടെ ചെലവഴിച്ചു. ഈ കാലത്തിനുള്ളിൽ അദ്ദേഹം ഇംഗ്ലണ്ടിലെ മുതലാളിത്തത്തിന്റെ പ്രവർത്തനത്തെക്കുറിച്ച് പഠിക്കുന്നതിനും ശ്രമിച്ചു. മുതലാളിത്തത്തിൽ അന്തർല്ലീനമായ സർവ്വ വൈരുദ്ധ്യങ്ങളും അതിന്റെ തീവ്രതയിൽത്തന്നെ, ഏറ്റവും വികസിതരൂപത്തിൽത്തന്നെ നിലനിന്നിരുന്ന സമൂഹമാണ് ഇംഗ്ലണ്ടിലെ മുതലാളിത്ത സമൂഹം. റോബർട്ട് ഓവനെപ്പോലെയുള്ള ഉട്ടോപ്യൻ സോഷ്യലിസ്റ്റുകളെക്കുറിച്ചും ഇംഗ്ലീഷ് അർത്ഥശാസ്ത്രത്തെക്കുറിച്ചും അദ്ദേഹം അക്കാലത്തിനിടയിൽ വ്യക്തമായ അറിവ് ആർജ്ജിച്ചു. ഇംഗ്ലണ്ടിലെ തൊഴിലാളിവർഗ്ഗത്തിന്റെ മുൻനിര പ്രസ്ഥാനമായിരുന്ന ചാർട്ടിസത്തിന്റെ പ്രവർത്തകരുമായി ബന്ധപ്പെടാനും ആ പ്രവർത്തനങ്ങളെക്കുറിച്ച് നേരിട്ട് മനസ്സിലാക്കാനും അക്കാലത്ത് എംഗൽസിന് കഴിഞ്ഞിരുന്നു. സമൂഹത്തെ പുനഃസൃഷ്ടിക്കുന്നതിനു ശേഷിയുള്ള ഒരേയൊരു വർഗ്ഗമായി അദ്ധ്വാനിക്കുന്നവരെ മാർക്സിനെപ്പോലെ എംഗൽസും കരുതിയിരുന്നു. എന്നാൽ പ്രത്യയശാസ്ത്രപരമായി എംഗത്സിൽ ഉട്ടോപ്യൻ സോഷ്യലിസ്റ്റുകളുടെ ശക്തമായ സ്വാധീനം നിലനിന്നു. റോബർട്ട് ഓവന്റെ *ന്യൂ മോറൽ വേൾഡ്* എന്ന പ്രസിദ്ധീകരണത്തിൽ സ്ഥിരമായി എഴുതിയിരുന്ന എംഗൽസിന്റെ *ജർമ്മൻ, ഫ്രഞ്ച് ഇയർ ബുക്കിൽ* എഴുതിയ ലേഖനങ്ങളിലും ഓവന്റെ സ്വാധീനം നിലനിന്നിരുന്നു. എന്നാൽ ഇംഗ്ലണ്ടിലായിരുന്നപ്പോൾത്തന്നെ അവിടെ അന്ന് പ്രവർത്തിച്ചിരുന്ന കമ്യൂണിസ്റ്റ് വർക്കേഴ്സ് എഡ്യൂക്കേഷണൽ സൊസൈറ്റിയുമായും എംഗൽസ് ബന്ധപ്പെട്ടിരുന്നു. ആ സംഘടനയാകട്ടെ ശാസ്ത്രീയമായ നിലപാടിൽ അന്നെത്തിക്കഴിഞ്ഞിട്ടുമുണ്ടായിരുന്നില്ല. മാർക്സുമായി 1844 ൽ നടന്ന കൂടിക്കാഴ്ചയാണ് എംഗൽസിനെ പ്രത്യയശാസ്ത്ര വ്യക്തത വരുത്താൻ സഹായിച്ചത്.

1844 ലെ സാമ്പത്തികവും തത്ത്വശാസ്ത്രപരവുമായ കൈയെഴുത്തുപ്രതികൾ

മാർക്സും എംഗൽസും പ്രതിഭാശാലികളായിരുന്നെങ്കിലും അവർ സർവ്വോപരി ഒരു സവിശേഷ ചരിത്രഘട്ടത്തിലെ മനുഷ്യരാണ്. ഇരുവരുടെയും വ്യത്യസ്തമായ കുടുംബപശ്ചാത്തലം അവരുടെ വളർച്ചയിൽ വ്യത്യസ്തമായ സ്വാധീനവും ചെലുത്തിയിട്ടുണ്ട്. ജർമ്മനിയിലെ ജൂലൈ വിപ്ലവം (1831), ശാസ്ത്രത്തിന്റെയും തത്ത്വശാസ്ത്രത്തിന്റെയും മണ്ഡലങ്ങളിലുണ്ടായ ആ കാലഘട്ടത്തിലെ വൻമുന്നേറ്റം, തൊഴിലാളിപ്രസ്ഥാനങ്ങളുടെയും വിപ്ലവപ്രസ്ഥാനങ്ങളുടെയും വളർച്ച എന്നിവയെല്ലാം അവർ ഇരുവരുടെയും വളർച്ചയിൽ, മാർക്സിസം എന്ന തത്ത്വശാസ്ത്രത്തിലേക്കുള്ള അവരുടെ ചിന്താഗതിയുടെ വളർച്ചയിൽ സ്വാധീനം ചെലുത്തിയ പൊതുഘടകങ്ങളാണ്. രണ്ടുപേരുടെയും ജന്മനാട് പ്രഷ്യയിലെ റൈൻ പ്രവിശ്യയാണ്. ഈ പ്രവിശ്യയാകട്ടെ ജർമ്മനിയുടെ മറ്റെല്ലാ പ്രദേശങ്ങളിൽനിന്നും വേറിട്ടതുമായിരുന്നു - ഫ്രഞ്ചു വിപ്ലവത്തിന്റെ സ്വാധീനം ഏറെയുള്ള, ഏറ്റവുമധികം വ്യവസായവൽകൃതമായ പ്രദേശം. അതുപോലെ മാർക്സിന്റെ കുടുംബത്തിൽ ഫ്രഞ്ച് ഭൗതികവാദത്തിന്റെ സ്വാധീനമുണ്ടായിരുന്നതുകൊണ്ടുതന്നെ അത്തരം ദാർശനിക കൃതികളുമായി ബാല്യ - കൗമാര കാലത്തു തന്നെ പരിചിതമാകാൻ അദ്ദേഹത്തിനു സാധിക്കുകയും ചെയ്തിരുന്നു. എംഗൽസാകട്ടെ ഒരു മത ചട്ടക്കൂടിനുള്ളിലായിരുന്നു വളർത്തപ്പെട്ടത്. എങ്കിലും അവർ ഇരുവരും പഠനത്തിലൂടെ, ചുറ്റുപാടുകളിൽനിന്നു ലഭിച്ച അറിവുകളിലൂടെ, ഒടുവിൽ പരസ്പരം നടത്തിയ ആശയവിനിമയങ്ങളിലൂടെ ഒരേ ദിശയിൽ, ഒരേ നിഗമനങ്ങളിൽ എത്തിച്ചേരുകയായിരുന്നു.

*ജർമ്മൻ ഫ്രഞ്ച് ഇയർ ബുക്കി*ന്റെ കാലത്ത്, അതിലെഴുതിയ ലേഖനങ്ങളിലാണ് മാർക്സിന്റെ കാഴ്ചപ്പാടിനു കൂടുതൽ തെളിമ വരുന്നത്,

മാർക്സിസം എന്ന പേരിൽ പില്ക്കാലത്തറിയപ്പെട്ട സിദ്ധാന്തത്തിന്റെ ബീജരൂപം കാണാനാവുന്നത്. ലോകത്തെ എങ്ങനെ മാറ്റാം എന്ന ചിന്തയായിരുന്നു തത്ത്വശാസ്ത്ര പഠന കാലത്തുതന്നെ മാർക്സിനെ മഥിച്ചത്. ജർമ്മൻ സാമൂഹ്യപശ്ചാത്തലത്തിലായിരുന്നു അദ്ദേഹം അത് പരിശോധിച്ചത്. ആ സമൂഹത്തിൽ നിലനിന്നിരുന്ന പ്രധാന സാമൂഹ്യവർഗ്ഗങ്ങളെ - പ്രഭുക്കൾ, ബ്യൂറോക്രസി, ബൂർഷ്വാസി - സൂക്ഷ്മനിരീക്ഷണം നടത്തിയ അദ്ദേഹം എത്തിച്ചേർന്ന നിഗമനം ഈ വിഭാഗങ്ങൾക്കൊന്നിനുംതന്നെ ജർമ്മനിയിൽ സാമൂഹ്യമാറ്റം കൊണ്ടുവരാൻ കഴിയില്ലെന്നാണ്. ഫ്രാൻസിൽ വിപ്ലവപരമായ മാറ്റത്തിൽ പങ്കു വഹിച്ച ഫ്രഞ്ച് ബൂർഷ്വാസിയിൽനിന്നും വ്യത്യസ്തമായി ജർമ്മൻ ബൂർഷ്വാസിക്ക്, സാമൂഹിക വ്യവസ്ഥിതിയിൽ പാടെ മാറ്റം വരുത്താനാകുന്ന വിമോചനപരമായ ദൗത്യം നിർവ്വഹിക്കാനാവില്ലെന്ന് അദ്ദേഹത്തിനു ബോദ്ധ്യമായി. അപ്പോൾ ബൂർഷ്വാസിക്കു കഴിയില്ലെങ്കിൽ പിന്നെ ആർക്കാണ് ഈ ചരിത്രപ്രധാനമായ ദൗത്യം ഏറ്റെടുക്കാൻ കഴിയുന്നത് എന്നതിലാണ് പിന്നീട് മാർക്സിന്റെ ശ്രദ്ധ കേന്ദ്രീകരിച്ചത്.

ഫ്രാൻസിന്റെയും ഇംഗ്ലണ്ടിന്റെയും ചരിത്രത്തെക്കുറിച്ചുള്ള ആഴത്തിലുള്ള പഠനവും ഈ രണ്ടു രാജ്യങ്ങളിലും അക്കാലത്ത് നിലനിന്നിരുന്ന സാമൂഹിക സാഹചര്യങ്ങളെക്കുറിച്ചുള്ള നിരീക്ഷണവുമാണ് തൊഴിലാളിവർഗ്ഗത്തിനു മാത്രമേ യഥാർത്ഥ സാമൂഹ്യപരിവർത്തനം സാദ്ധ്യമാക്കാനാകൂ എന്ന നിഗമനത്തിൽ മാർക്സിനെ എത്തിച്ചത്. 1844 ൽ തന്നെ തന്റെ ഈ സിദ്ധാന്തം, അതിന്റെ ആദ്യരൂപത്തിൽ അവതരിപ്പിക്കുകയുണ്ടായി. ജർമ്മനിയുടെ എന്നല്ല ലോകത്തിന്റെ തന്നെ സാമൂഹ്യക്രമത്തിൽ മാറ്റം വരുത്താൻ ശേഷിയുള്ള ഒരേയൊരു വിപ്ലവവർഗ്ഗം തൊഴിലാളിവർഗ്ഗമാണെന്ന ആശയം അദ്ദേഹം മുന്നോട്ടുവെച്ചു. അത് എന്തുകൊണ്ട് എന്ന ചോദ്യത്തിന്റെ ഉത്തരവും അദ്ദേഹം അവതരിപ്പിച്ചു. സാമൂഹ്യശ്രേണിയിലെ ഏറ്റവും അടിത്തട്ടിൽ നില്ക്കുന്നത്, അതിനുമേലുള്ള സമൂഹത്തിലെ മറ്റെല്ലാ വിഭാഗങ്ങളുടെയും ഭാരം പേറുന്നത് തൊഴിലാളിവർഗ്ഗമാണെന്ന് മാർക്സ് കണ്ടെത്തി. സമൂഹത്തിലെ മറ്റെല്ലാ വർഗ്ഗങ്ങളുടെയും നിലനില്പ് സ്വകാര്യസ്വത്തിന്റെ അടിത്തറയിലായിരിക്കുമ്പോൾ തൊഴിലാളിവർഗ്ഗത്തിന്റെ നിലനില്പ് ഈ അടിത്തറയിൽ അല്ലാത്തതിനാൽ സ്വകാര്യസ്വത്തിനെ അടിസ്ഥാനമാക്കിയ സാമൂഹ്യവ്യവസ്ഥയെ സംരക്ഷിക്കാനും നിലനിർത്താനും തീരെ താല്പര്യമില്ലാത്തത് തൊഴിലാളിവർഗ്ഗത്തിനായിരിക്കും. എന്നാൽ തങ്ങളുടെ ദൗത്യത്തെക്കുറിച്ച് തൊഴിലാളിവർഗ്ഗത്തിനു വേണ്ടത്ര അറിവോ ബോദ്ധ്യമോ തത്ത്വശാസ്ത്രപരമായ ധാരണയോ ഇല്ല. തൊഴിലാളിവർഗ്ഗത്തിനു ഈ ബോദ്ധ്യം ഉണ്ടാക്കുന്നതാണ് സമൂഹത്തിന്റെയാകെ മോചനത്തിനു അനിവാര്യമായ മുന്നുപാധി എന്നു മാർക്സ് കണ്ടെത്തി.

തൊഴിലാളിവർഗ്ഗത്തിന്റെ അധഃസ്ഥിതാവസ്ഥയും അവരെ ഉയർത്തിക്കൊണ്ടുവരേണ്ടതിന്റെ പ്രാധാന്യവും മാർക്സിനു മുൻപു തന്നെ

സെയ്ന്റ് സൈമണെയും (1760-1835), ചാൾസ് ഫ്യൂരിയെയും (1772-1887), റോബർട്ട് ഓവനെയും (1771-1858) പോലുള്ള 'സാങ്കല്പിക സോഷ്യലിസ്റ്റുകൾ' (Utopian Socialists) വ്യക്തമായി കണ്ടിരുന്നു. എണ്ണത്തിൽ കൂടുതലുള്ളവരും സ്വന്തം ജീവിതം മെച്ചപ്പെടുത്തണമെങ്കിൽ സാമൂഹ്യമാറ്റം അനിവാര്യമായവരുമാണ് തൊഴിലാളികൾ എന്നവർ നിരീക്ഷിച്ചിരുന്നു. എന്നാൽ ഏറ്റവും ദുരിതം അനുഭവിക്കുന്നവരും പരമദരിദ്രരുമെന്ന നിലയിൽ തൊഴിലാളികൾ പ്രത്യേക സംരക്ഷണവും പരിഗണനയും ആവശ്യമായ വിഭാഗമാണെന്നും ഈ ദൗത്യം സമൂഹത്തിലെ കൂടുതൽ ഉയർന്ന, അറിവുള്ള, സംസ്കാരസമ്പന്നരായ വിഭാഗം ഏറ്റെടുക്കേണ്ടതാണെന്നുമുള്ള സങ്കല്പനത്തിലാണ് അവരെത്തിയത്. അതനുസരിച്ചുള്ള പ്രായോഗിക നടപടികൾക്കും - പ്രത്യേകിച്ച് റോബർട്ട് ഓവൻ - രൂപം നല്കുകയുണ്ടായി. എന്നാൽ, തൊഴിലാളിയുടെ ദാരിദ്ര്യത്തിൽ, ആ ദാരിദ്ര്യം ബൂർഷ്വാ സമൂഹത്തിന്റെ അനീതിയുടെയും കൊള്ളരുതായ്മയുടെയും ജീർണ്ണതയുടെയും ഉല്പന്നമായിരിക്കെ ആ തൊഴിലാളി വർഗ്ഗത്തിൽ സഹജമായിട്ടുള്ള വിപ്ലവ സാദ്ധ്യത അവർക്കു കാണാനായില്ല. അതാദ്യം കണ്ടതു മാർക്സ് തന്നെയായിരുന്നു.

മാർക്സിന്റെ ഈ കണ്ടെത്തലും ദരിദ്രരോടുള്ള പക്ഷപാതിത്വവും തൊഴിലാളിവർഗ്ഗത്തെ സാമൂഹ്യമാറ്റത്തിന്റെ കർത്തൃത്വത്തിലേക്കുയർത്തിയ അദ്ദേഹത്തിന്റെ നിലപാടുമായിരുന്നു ബ്രൂണോ ബോവറെയും ആർനോൾഡ് റൂജിനെയുംപോലുള്ള സുഹൃത്തുക്കളിൽനിന്ന് അദ്ദേഹത്തെ അകറ്റിയതും അവരുമായി ഏറ്റുമുട്ടാൻ, പോരടിക്കാൻ അദ്ദേഹത്തെ പ്രേരിപ്പിച്ചതും. പാരീസ് വാസക്കാലത്ത് ഫ്രഞ്ച് - ഇംഗ്ലീഷ് സോഷ്യലിസ്റ്റുകളുടെ കൃതികൾ പഠിക്കുകയും അവരുമായി ഇടപഴകുകയും ചെയ്തതിനെത്തുടർന്ന് സാമ്പത്തികശാസ്ത്രത്തിൽ കൂടുതൽ അറിവു നേടേണ്ടതിന്റെ ആവശ്യകത മാർക്സ് കണ്ടെത്തി. അതനുസരിച്ചുള്ള പഠനത്തിന് അദ്ദേഹം തുടക്കംകുറിക്കുകയും തത്ത്വശാസ്ത്രത്തിലെ അന്യവല്ക്കരണം എന്ന പരികല്പന സാമൂഹ്യബന്ധങ്ങളുടെ മണ്ഡലത്തിൽ പ്രസക്തമാകുന്നതെങ്ങനെയെന്നു കണ്ടെത്തുകയും ചെയ്തു. ഒപ്പം ബാർമ്മെനിലെ വ്യവസായത്തൊഴിലാളികളുടെ ജീവിതം അടുത്തുകാണുകയും പില്ക്കാലത്ത് ഇംഗ്ലണ്ടിലെ മാഞ്ചെസ്റ്ററിൽ തുണിമിൽ ഉടമ എന്ന നിലയിൽ ആധുനികതൊഴിലാളിവർഗ്ഗത്തിന്റെ ജീവിതവുമായി ഇടപഴകുകയും ഇംഗ്ലണ്ടിലെ ചാർട്ടിസ്റ്റുകളെപ്പോലെയുള്ള ആദ്യകാല തൊഴിലാളിപ്രസ്ഥാനവുമായും അതിന്റെ നേതാക്കളുമായും ബന്ധപ്പെടുകയും ചെയ്ത എംഗത്സുമായി നടത്തിയ ആശയവിനിമയവും മാർക്സിന്റെ നിഗമനങ്ങൾക്ക് കൂടുതൽ വ്യക്തത വരുത്താൻ സഹായകമായി.

ജർമ്മനിയിലെ സൈലേഷ്യൻ പ്രദേശത്തെ നെയ്ത്തുകാർ നടത്തിയ സമരത്തെക്കുറിച്ച് അർനോൾഡ് റൂജ് എഴുതിയ ലേഖനത്തിലെ നിഗമനങ്ങളെ ഖണ്ഡിച്ചുകൊണ്ട് 1844 ൽ പാരീസിൽനിന്നു പ്രസിദ്ധീകരിച്ചിരുന്ന *വൊർവാർട്സ്* എന്ന ജർമ്മൻ പ്രസിദ്ധീകരണത്തിൽ "Marginal

Notes" എന്ന പേരിൽ സാമാന്യം ദീർഘമായ ഒരു ലേഖനം മാർക്സ് പ്രസിദ്ധീകരിച്ചിരുന്നു. അതിൽ അദ്ദേഹം തത്ത്വശാസ്ത്രത്തിന്റെയും അർത്ഥശാസ്ത്രത്തിന്റെയും സോഷ്യലിസ്റ്റു രാഷ്ട്രീയത്തിന്റെയും പ്രാധാന്യത്തിൽ ഊന്നുകയും അവയുടെ ഒത്തുചേരലിനായി വാദിക്കുകയും ചെയ്തു. മാർക്സ് പറഞ്ഞത്, "ഇംഗ്ലീഷ് തൊഴിലാളിവർഗ്ഗം യൂറോപ്യൻ തൊഴിലാളിവർഗ്ഗത്തിന്റെ അർത്ഥശാസ്ത്രജ്ഞരും ഫ്രഞ്ച് തൊഴിലാളിവർഗ്ഗം അതിന്റെ രാഷ്ട്രീയ നായകരും ആയതുപോലെ ജർമ്മൻ തൊഴിലാളിവർഗ്ഗം അതിന്റെ തത്ത്വശാസ്ത്രജ്ഞരാണ്'' എന്നാണ്. ഇതിലൂടെ തത്ത്വശാസ്ത്രത്തിന്റെയും അർത്ഥശാസ്ത്രത്തിന്റെയും സോഷ്യലിസ്റ്റു രാഷ്ട്രീയത്തിന്റെയും ഒത്തുചേരലിനെക്കുറിച്ചാണ്, മാർക്സിസത്തിന്റെ മൂന്ന് ഉറവിടങ്ങളെക്കുറിച്ചാണ് മാർക്സ് വ്യക്തമാക്കുന്നത്.

1843 ഒക്ടോബർ അവസാനം പാരീസിലെത്തിയ മാർക്സ് 1845 ജനുവരിയിൽ അവിടെനിന്ന് പുറത്താക്കപ്പെട്ടു. *ജർമ്മൻ ഫ്രഞ്ച് ഇയർബുക്കി*ലും *വൊർവാർട്സി*ലും എഴുതിയ ലേഖനങ്ങളിലെ ശക്തമായ നിലപാടിൽ പ്രകോപിതരായ ജർമ്മൻ ഗവൺമെന്റിന്റെ സമ്മർദ്ദംമൂലമാണ് ഫ്രാൻസിലെ ഗവൺമെന്റ് അവിടെനിന്ന് അദ്ദേഹത്തെ നാടുകടത്തിയത്. 1845 ഫെബ്രുവരിയിൽ കുടുംബത്തോടൊപ്പം അദ്ദേഹം ബ്രസൽസ്സിലെത്തി. കുറച്ചുകാലം അവിടെ പാർപ്പുറപ്പിച്ചു. ഈ കാലഘട്ടത്തിനിടയിൽ, അതായത് പാരിസ് വാസത്തിനിടയിൽ മാർക്സ് *ജർമ്മൻ - ഫ്രഞ്ച് ഇയർബുക്കി*ലെയും *വൊർവാർട്സി*ലെയും ലേഖനങ്ങൾക്കുപുറമെ അർത്ഥശാസ്ത്രത്തിലും തത്ത്വശാസ്ത്രത്തിലും നടത്തിയ പഠനവും ആ പഠനത്തിലൂടെ ഉരുവംകൊണ്ട ആശയങ്ങൾ രേഖപ്പെടുത്തിയതും മാർക്സിന്റെ സംഭാവനകളിൽ ശ്രദ്ധേയമായ ഒന്നാണ്. Economic and Philosophical Manuscripts, 1844 (സാമ്പത്തികവും തത്ത്വശാസ്ത്രപരവുമായ കൈയെഴുത്ത് പ്രതികൾ, 1844) എന്നാണതറിയപ്പെടുന്നത്. Paris Manuscripts എന്നും അതറിയപ്പെടുന്നുണ്ട്. എംഗൽസുമായി ചേർന്ന് എഴുതിയ *Holy Family* (വിശുദ്ധ കുടുംബം) ആണ് ഈ കാലത്തെ മറ്റൊരു ശ്രദ്ധേയമായ, മാർക്സിസത്തിലേക്കുള്ള മാർക്സിന്റെ പ്രധാന ചുവടുവയ്പുകളിലൊന്നായ ഗ്രന്ഥം.

പാരീസ് കൈയെഴുത്ത് പ്രതികളിൽ മാർക്സ് പരസ്പരബന്ധിതമായ മൂന്നു വിഷയങ്ങൾ ചർച്ച ചെയ്യുന്നുണ്ട്. ഒന്ന്, കൂലി, ലാഭം, മത്സരം, പാട്ടം എന്നീ വിഷയങ്ങൾ സംബന്ധിച്ച പഠനം. രണ്ടാമത്, കൂലിവേല സമ്പ്രദായത്തിൻകീഴിൽ മനുഷ്യന്റെ അന്യവല്ക്കരണം സംബന്ധിച്ച പ്രശ്നം മാർക്സ് ഇതിൽ ചർച്ച ചെയ്യുന്നു. മൂന്ന്, അന്യവല്ക്കരണം സംബന്ധിച്ച വിഷയത്തെ ഹെഗലിന്റെ *The Phenomenology of Mind* (മനസ്സിന്റെ പ്രാതിഭാസിക വിജ്ഞാനം) എന്ന കൃതിയുമായി ബന്ധപ്പെടുത്തി ചർച്ച ചെയ്യുകയും അന്യവല്ക്കരണം (alienation) എന്നാൽ വൈരുദ്ധ്യാത്മക പ്രക്രിയയുടെ ഒരു ഘട്ടമാണെന്ന് വ്യക്തമാക്കുകയും ചെയ്യുന്നു. അങ്ങനെ മാർക്സ് തത്ത്വചിന്തയുമായി അർത്ഥശാസ്ത്രത്തെ

കൃത്യമായി ബന്ധിപ്പിക്കുന്നു. ഈ കൈയെഴുത്ത് പ്രതികളിൽ മാർക്സ് അർത്ഥശാസ്ത്രത്തിൽ ഫൊയർബാഹിന്റെ വിമർശനാത്മകരീതി പ്രയോഗിക്കുകയാണുണ്ടായത്. അദ്ധ്വാനവും മൂലധനവും തമ്മിലുള്ള യഥാർത്ഥ ബന്ധത്തെ ബൂർഷ്വാ സാമ്പത്തിക വ്യവസ്ഥയും അതിന്റെ വക്താക്കളും കീഴ്മേൽ മറിക്കുകയാണ് എന്ന വിമർശനമാണ് ഈ കുറിപ്പുകളിൽ മാർക്സ് നടത്തുന്നത്.

അദ്ധ്വാനത്തെ അന്യവല്ക്കരിക്കുന്നതിനു മുതലാളിത്ത സംവിധാനം എങ്ങനെയാണ് പ്രവർത്തിക്കുന്നതെന്ന് മാർക്സ് ഇതിൽ വിശദീകരിക്കുന്നുണ്ട്: ''തൊഴിലാളികൾ എത്രത്തോളം ദരിദ്രരായി തീരുന്നുവോ അത്രത്തോളം സമ്പത്ത് അവർ ഉല്പാദിപ്പിക്കുന്നു; അത്രത്തോളം അവരുടെ ഉല്പാദനത്തിന്റെ വലിപ്പവും ശക്തിയും വർദ്ധിക്കുന്നു. തൊഴിലാളി എത്രത്തോളം കൂടുതൽ ചരക്ക് ഉല്പാദിപ്പിക്കുന്നുവോ അത്രത്തോളം അയാൾ വിലകുറഞ്ഞ ചരക്കായി മാറുന്നു. മനുഷ്യരുടെ ലോകത്തിലെ മൂല്യശോഷണവും (devaluation) സാധനങ്ങളുടെ (things) ലോകത്തിലെ വർദ്ധിച്ചുവരുന്ന മൂല്യവും (increasing value) തമ്മിൽ പ്രത്യക്ഷത്തിൽ ഒരനുപാതത്തിലായിരിക്കും.... തൊഴിലാളി ഉല്പാദിപ്പിക്കുന്ന വസ്തു (object) - തൊഴിലാളിയുടെ ഉല്പന്നം - അന്യമായത് എന്തോ എന്ന നിലയിൽ അവനെ അഭിമുഖീകരിക്കുന്നു, ഉല്പാദകനിൽനിന്നും (തൊഴിലാളിയിൽ നിന്നും) സ്വതന്ത്രമായ ഒരു ശക്തിയായാണ് അത് തൊഴിലാളിയെ തന്നെ അഭിമുഖീകരിക്കുന്നത്. അദ്ധ്വാനത്തിന്റെ (തൊഴിലാളിയുടെ) ഉല്പന്നം പദാർത്ഥമായിക്കഴിഞ്ഞ ഒരു വസ്തുവിൽ (object) ഉൾച്ചേർക്കപ്പെട്ടിട്ടുള്ള ഒരു ഉല്പന്നമാണ്; അത് അദ്ധ്വാനത്തിന്റെ വസ്തുവല്ക്കരണമാണ്. അദ്ധ്വാനത്തിന്റെ സാക്ഷാൽക്കാരം അതിന്റെ വസ്തുവല്ക്കരണമാണ്. ഈ സാമ്പത്തിക അവസ്ഥയിൽ, അദ്ധ്വാനത്തിന്റെ സാക്ഷാൽക്കാരം തൊഴിലാളികളെ സംബന്ധിച്ച് സാക്ഷാൽക്കാരത്തിന്റെ നഷ്ടം (loss of realisation) എന്ന നിലയിലാണ് വരുന്നത്.'' (മാർക്സ്, എംഗൽസ് collected works Vol:III പേജ് 271-272).

അദ്ധ്വാനം ചരക്കുല്പാദനം നടത്തുക മാത്രമല്ല ചെയ്യുന്നതെന്നും അത് ഒരു ചരക്ക് എന്ന നിലയിൽ തൊഴിലാളിയെയും അദ്ധ്വാനത്തെ തന്നെയും സൃഷ്ടിക്കുന്നുവെന്നും മാർക്സ് വ്യക്തമാക്കുന്നു. ഇതാകട്ടെ പൊതുവിൽ ചരക്കുല്പാദനം നടത്തുന്ന അതേ നിരക്കിൽ തന്നെയുമാണ്. 'അന്യവല്ക്കരണം' (alienation) എന്ന പദപ്രയോഗം മാർക്സ് കണ്ടെത്തിയ ഒന്നല്ല. അത് മാർക്സിനും മുൻപു തന്നെ തത്ത്വശാസ്ത്രപരമായ കൃതികളിൽ കാണപ്പെട്ടിരുന്നതാണ്. സ്വയം അന്യവല്ക്കരിക്കപ്പെടുന്ന ആത്മാവിന്റെ (spirit) ലോകത്തെക്കുറിച്ച് ഹെഗൽ പറയുന്നുണ്ട്. ഫൊയർബാഹും 'അന്യവല്ക്കരണം' എന്ന സംജ്ഞ വ്യത്യസ്തമായ വിധത്തിലാണെങ്കിലും ഉപയോഗിക്കുന്നുണ്ട്. ഹെഗൽ തികച്ചും ആശയവാദപരമായി അത് പ്രയോഗിക്കുമ്പോൾ ഫൊയർബാഹ് അത് ഭൗതികമായ അർത്ഥത്തിലാണ് പ്രയോഗിച്ചത്. മനുഷ്യന്റെ സൃഷ്ടിയാണ് ദൈവം

എന്നിരിക്കിലും മനുഷ്യൻതന്നെ സ്വന്തം സൃഷ്ടിയായ ദൈവത്തെ ലോകത്തിന്റെ സ്രഷ്ടാവായി അവരോധിച്ചു കഴിയുമ്പോൾ ദൈവം അതിനെ സൃഷ്ടിച്ച മനുഷ്യനിൽനിന്നും അന്യവല്ക്കരിക്കപ്പെടുന്നു എന്ന അർത്ഥത്തിൽ ഫൊയർബാഹ് തത്ത്വശാസ്ത്രപരമായി വിശദീകരിക്കുന്നു.

ഹെഗലിന്റെയും ഫൊയർബാഹിന്റെയും അന്യവല്ക്കരണം സംബന്ധിച്ച സങ്കല്പനത്തെ മാർക്സ് വേർപ്പെടുത്തി എടുക്കുകയും മനുഷ്യന്റെ സാമൂഹിക ജീവിതത്തിലേക്ക് അതിനെ മാറ്റുകയുമാണുണ്ടായത്. ഉല്പാദനോപാധികളുടെ സ്വകാര്യ ഉടമസ്ഥതയാണ് അതിനെ നിർണ്ണയിക്കുന്നത്. മനുഷ്യർ തമ്മിലുള്ള സാമൂഹിക ബന്ധത്തിന്റെ ഒരു രൂപം എന്ന നിലയിലാണ്, സ്വകാര്യ സ്വത്തുടമാ സമ്പ്രദായത്തിന്റെ നേരിട്ടുള്ള അനന്തരഫലം എന്ന നിലയിലാണ്, മാർക്സ് അന്യവല്ക്കരണത്തെ കണ്ടത്. മാർക്സ് ഏറെ പൂർണ്ണമായി വികസിപ്പിച്ച ഒരു സംവർഗ്ഗമാണ് (category) അന്യവല്ക്കരിക്കപ്പെട്ട അദ്ധ്വാനം (alienated labour) എന്നത്.

"1844 ലെ സാമ്പത്തികവും തത്ത്വശാസ്ത്രപരവുമായ കൈയെഴുത്തു പ്രതികളി''ൽ മാർക്സ് മുന്നോട്ടുവച്ച അന്യവല്ക്കരിക്കപ്പെട്ട അദ്ധ്വാനമെന്ന സങ്കല്പനമാണ് മറ്റുള്ളവരുടെ, തൊഴിലാളിയുടെ അദ്ധ്വാനത്തെ മുതലാളി കവർന്നെടുക്കുകയാണെന്ന മാർക്സിന്റെ സിദ്ധാന്തത്തിന്റെ ബീജരൂപം. പില്ക്കാല പഠനങ്ങളിലൂടെ അദ്ദേഹം വികസിപ്പിച്ചെടുത്തതും 'മൂലധന'ത്തിൽ (Capital) ശാസ്ത്രീയമായി സ്ഥാപിച്ചതുമായ അതിപ്രധാന ആശയത്തിന്റെ ആദ്യ രൂപരേഖയാണ് മാർക്സ് ഈ "കൈയെഴുത്തു പ്രതികളി''ൽ അവതരിപ്പിച്ചത്. എല്ലാ സ്വത്തിന്റെയും മൂലാധാരം, സത്ത (substance) എന്ന നിലയിൽ അദ്ധ്വാനത്തെ പൊതുവിൽ മാർക്സിനു മുൻപുതന്നെ ക്ലാസിക്കൽ അർത്ഥശാസ്ത്രകാരന്മാരായ ആദം സ്മിത്തും ഡേവിഡ് റിക്കാർഡോയും കണക്കാക്കിയിരുന്നു. ബൂർഷ്വാ സാമ്പത്തികശാസ്ത്രത്തിന്റെ പരിമിതികളെ വിമർശനപരമായി പരിശോധിച്ച മാർക്സ് അതിൽനിന്നു മുന്നോട്ടുപോവുകയാണുണ്ടായത്.

Paris Manuscripts 1844 ൽ മാർക്സ് അദ്ധ്വാനത്തിനു ലഭിക്കുന്ന കൂലിയെ സംബന്ധിച്ച സിദ്ധാന്തത്തിലേക്കുള്ള ആദ്യചുവടുറപ്പിക്കുകയാണുണ്ടായത്. തൊഴിലാളിയുടെ കൂലി മുതലാളിമാരും തൊഴിലാളികളും തമ്മിലുള്ള, ശത്രുതാപരമായ പോരാട്ടത്തിന്റെ (antagonistic struggle) ഉല്പന്നമാണ് എന്നാണ് മാർക്സ് ഇതിൽ പറഞ്ഞുവെച്ചത്. മാർക്സ് തുടർന്നു വിശദീകരിക്കുന്നത് മുതലാളിമാർ തമ്മിൽ തമ്മിൽ കൂട്ടുകെട്ടുണ്ടാക്കുമ്പോൾ, അതേസമയം തൊഴിലാളികളുടെ കൂട്ടായ്മയെ അവർ ചെറുക്കുന്നു, നിരോധിക്കുന്നു. തൊഴിലാളികളെ സംബന്ധിച്ചിടത്തോളം ഈ കൂലിയല്ലാതെ മറ്റൊരു വരുമാനവുമില്ലാത്ത സ്ഥിതിക്ക്, അവനവന്റെ ഉപജീവനം ഉറപ്പിക്കാനായി ''തൊഴിലാളികൾക്കിടയിലെ മത്സരത്തിന്റെ രൂക്ഷത" വർദ്ധിക്കുന്നതിനാണ് ഇത് ഇടയാക്കുന്നത് എന്നാണ് മാർക്സ് നിരീക്ഷിച്ചത്. അതായത് കുറഞ്ഞ കൂലിക്കാണെങ്കിലും സ്വന്തം നിലനില്പിനായി തൊഴിൽ നേടിയെടുക്കാൻ തൊഴിലാളികൾ

പരസ്പരം മത്സരിക്കുന്നു എന്നർത്ഥം. ഈ ''കൈയെഴുത്തു പ്രതികളു''ടെ ഒരു സവിശേഷത തന്റെ വാദഗതികൾ സ്ഥാപിക്കുന്നതിനായി മാർക്സ് വ്യാപകമായി ഷേക്സ്പിയറിന്റെയും ഗൊയ്ഥെയുടെയും വരികൾ ഉദ്ധരിക്കുന്നുവെന്നതാണ്. പില്ക്കാലത്ത് അദ്ദേഹത്തിന്റെ മാസ്റ്റർപീസായ *മൂലധന*ത്തിൽ കാണുന്ന ഈ സവിശേഷതയുടെ, അങ്ങനെ ആ കൃതിയുടെ സാഹിത്യപരമായ മൂല്യം വർദ്ധിപ്പിക്കുന്ന സവിശേഷതയുടെ, തുടക്കം 1844 ലെ കൈയെഴുത്തു പ്രതികളിൽ കാണാവുന്നതാണ്.

ഹെഗലിന്റെ ആശയവാദപരമായ നിലപാടിൽനിന്നുള്ള മാർക്സിന്റെ വ്യക്തമായ വഴിതിരിയലുമാണ് ഈ ''കൈയെഴുത്തു പ്രതികൾ!'' ഹെഗലിൽനിന്നു വ്യത്യസ്തമായ ഫൊയർബാഹിന്റെ വൈരുദ്ധ്യവാദത്തിൽ ആകൃഷ്ടനായ മാർക്സിനെയാണ് ഈ കൃതിയിൽ നാം കാണുന്നത്. മാർക്സ് നിരീക്ഷിക്കുന്നത് ഇങ്ങനെയാണ്: ''ഹെഗലിയൻ വൈരുദ്ധ്യവാദത്തോട് ഗൗരവപൂർണ്ണമായ, വിമർശനപരമായ സമീപനമുള്ള ഒരേയൊരാൾ ഫൊയർബാഹ് മാത്രമാണ്; ഈ രംഗത്ത് അദ്ദേഹം കലർപ്പറ്റ, യഥാതഥമായ (genuine) കണ്ടെത്തലുകളാണ് നടത്തിയത്" (Collected works Vol III. Page 328). അങ്ങനെ മാർക്സ് ഹെഗലിന്റെ ആശയവാദപരമായ നിലപാടുകളെ തള്ളിക്കളഞ്ഞ് വൈരുദ്ധ്യാത്മക ഭൗതികവാദത്തിൽ എത്തിച്ചേരുകയാണിവിടെ. സ്വത്തുടമകളും സ്വത്തില്ലാത്ത തൊഴിലാളികളും എന്ന നിലയിൽ സമൂഹമൊന്നാകെ രണ്ടു വർഗ്ഗങ്ങളായി, ശത്രുതാപരമായ നിലപാടുള്ള, പരസ്പരം എതിരിടുന്ന, അതേസമയം പരസ്പരം ബന്ധപ്പെടാൻ നിർബ്ബന്ധിതരാകുന്ന രണ്ടു വർഗ്ഗങ്ങളായി ചേരിതിരിഞ്ഞിരിക്കുകയാണെന്ന കൃത്യമായ നിരീക്ഷണം മാർക്സ് മുന്നോട്ടുവെയ്ക്കുന്നതും ''1844 ലെ കൈയെഴുത്തുപ്രതികളി''ലാണ്.

പില്ക്കാലത്ത് പരിപൂർണ്ണത കൈവരിച്ച, പക്വമാക്കപ്പെട്ട സിദ്ധാന്തത്തിന്റെ അടിസ്ഥാനപരമായ പ്രമേയത്തിൽ (theme) മാർക്സ് എത്തിച്ചേർന്നതിന്റെ വ്യക്തമായ സൂചന നല്കുന്നതാണ് ഈ ''കൈയെഴുത്തു പ്രതികൾ". മിച്ചമൂല്യം സംബന്ധിച്ച മാർക്സിന്റെ പില്ക്കാല വിശകലനത്തിന്റെ ആദിരൂപവും ഇതിലുണ്ട്. മുതലാളിത്തത്തിലെ സാമൂഹിക വൈരുദ്ധ്യത്തിനുള്ള പരിഹാരം എന്ന നിലയിൽ കമ്യൂണിസത്തെ മാർക്സ് വ്യക്തമായി അവതരിപ്പിക്കുന്നതും ഈ കൃതിയിലാണ്. മാർക്സ് ഈ കൃതിയിൽ അവതരിപ്പിക്കുന്ന ഏറെ പ്രസക്തവും ശ്രദ്ധേയവുമായ ഒരു നിരീക്ഷണം ഇങ്ങനെയാണ്: ''മനുഷ്യനും പ്രകൃതിയും തമ്മിലുള്ള, മനുഷ്യനും മനുഷ്യനും തമ്മിലുള്ള സംഘർഷത്തിന്റെ (conflict) യഥാർത്ഥ പരിഹാരം ഇതാണ് (കമ്യൂണിസം) - അസ്തിത്വവും (existence) സത്തയും (essence) തമ്മിലുള്ള, വസ്തുവല്ക്കരണവും (objectification) സ്വയം സ്ഥിരീകരണവും (self confirmation) തമ്മിലുള്ള, സ്വാതന്ത്ര്യവും ആവശ്യവും (freedom and necessity) തമ്മിലുള്ള, വ്യക്തിയും ജീവിവർഗ്ഗവും തമ്മിലുള്ള വൈരുദ്ധ്യത്തിന്റെ ദശയുടെ ശരിക്കുമുള്ള പരിഹാരവും ഇതുതന്നെ. നിർദ്ധാരണം ചെയ്യപ്പെട്ട (solved)

ചരിത്രത്തിന്റെ പ്രഹേളികയാണ് കമ്യൂണിസം; അതുതന്നെയാണ് പരിഹാരമെന്ന് അതിനുതന്നെ കൃത്യമായി അറിയാം.''

മനുഷ്യനും മനുഷ്യനും തമ്മിലെന്നപോലെ, തൊഴിലാളിയും മുതലാളിയും തമ്മിലെന്നപോലെ പ്രകൃതിയും മനുഷ്യനും തമ്മിലും മുതലാളിത്ത സമൂഹത്തിൽ വൈരുദ്ധ്യവും സംഘർഷവും നിലനില്ക്കുന്നുവെന്നും ഇതിനു പരിഹാരം കമ്യൂണിസമാണെന്നും മുതലാളിത്തം കൊള്ളലാഭമുണ്ടാക്കുന്നതിനായി തൊഴിലാളിയെ ചൂഷണം ചെയ്യുന്നതുപോലെ തന്നെ മനുഷ്യർ പ്രകൃതിയെയും ചൂഷണം ചെയ്യുകയാണെന്ന, കൊള്ളയടിക്കുകയാണെന്ന *മൂലധന*ത്തിൽ പില്ക്കാലത്ത് വികസിപ്പിച്ച ആശയവും ഈ ''കൈയെഴുത്തു പ്രതികളി''ൽ മാർക്സ് ആദ്യമായി അവതരിപ്പിക്കുന്നു. ശത്രുതാപരമായ ഈ വൈരുദ്ധ്യങ്ങളുടെയെല്ലാം പരിഹാരം കമ്യൂണിസമാണെന്ന സങ്കല്പനവും ഇവിടെ മാർക്സ് കൃത്യമായി മുന്നോട്ടുവയ്ക്കുന്നു. മാർക്സിന്റെ കൃതികളിലെ ആദ്യത്തെ സൃഷ്ടിപരമായ ഒരു ഘട്ടം എന്ന് ''1844 ലെ കൈയെഴുത്തു പ്രതികളെ'' നിസ്സംശയം വിശേഷിപ്പിക്കാവുന്നതാണ്.

വിശുദ്ധ കുടുംബം

പാരീസിൽ മാർക്സും എംഗൽസും കണ്ടുമുട്ടിയപ്പോൾ അവരുടെ മുഖ്യ സംഭാഷണവിഷയം ഹെഗലിയൻ തത്ത്വശാസ്ത്രത്തെക്കുറിച്ചുള്ള വിമർശനത്തിന് എങ്ങനെ ഫലപ്രദമായും സ്ഥിരമായും രാഷ്ട്രീയ ദിശ നല്കാനാകും എന്നതായിരുന്നു. തുടർച്ചയായി പത്ത് ദിവസം നീണ്ട ഗൗരവമുള്ള ചർച്ചയായിരുന്നു അവർ തമ്മിൽ നടന്നത്. യുവഹെഗലിയന്മാരെ സംബന്ധിച്ച് ഇരുവരുടെയും വിമർശനങ്ങൾ ഒരേ ദിശയിലുള്ളതുമായിരുന്നു. എംഗൽസ് പാരീസിൽ എത്തുന്നതിനുമുൻപുതന്നെ യുവഹെഗലിയന്മാരെ തുറന്നു കാണിച്ചുകൊണ്ട് ഒരു ഗ്രന്ഥരചനയ്ക്കുള്ള തയ്യാറെടുപ്പിലായിരുന്നു മാർക്സ്.

ബ്രൂണോ ബോവറും എഡ്ഗാർ ബോവറും ആർനോൾഡ് റൂജും ഉൾപ്പെടെയുള്ള യുവഹെഗലിയന്മാർ ഹെഗലിയൻ തത്ത്വശാസ്ത്രത്തിന്റെ പിടിയിൽനിന്നു പൂർണ്ണമായും മോചിതരായിരുന്നില്ല. മാർക്സ് *റൈനിഷെ സൈത്തുങ്ങിൽ* എഴുതിത്തുടങ്ങിയതുമുതൽ മാർക്സും ബ്രൂണോ ബോവറും തമ്മിലുള്ള സൗഹൃദത്തിൽ ഇടിവുതട്ടിത്തുടങ്ങിയിരുന്നു. മാർക്സിന്റെ തീവ്രമായ രാഷ്ട്രീയ നിലപാടുകളും തൊഴിലാളികളും കൃഷിക്കാരും ഉൾപ്പെടെയുള്ള ദരിദ്ര ജനവിഭാഗങ്ങളോടുള്ള പക്ഷപാതിത്വവും ഇരുവരും തമ്മിൽ അടിസ്ഥാനപരമായ അഭിപ്രായഭിന്നത രൂപപ്പെടുന്നതിനിടയാക്കി. അതോടൊപ്പം തന്റെ രക്ഷാവലയത്തിലും സൗഹൃദപരമായ സഹായത്തോടെയും അല്ലാതെ തന്റെ പിന്തുണയില്ലാതെ മാർക്സ് സ്വന്തം നിലയിൽ സ്വതന്ത്രമായി, വളർന്നുവന്നതിൽ ബ്രൂണോ ബോവർ വല്ലാതെ അസ്വസ്ഥനുമായിരുന്നു.

ജർമ്മൻ - ഫ്രഞ്ച് ഇയർ ബുക്കിലേക്ക് എഴുതുന്നതിന് മാർക്സ് ക്ഷണിച്ചെങ്കിലും ബോവർ അതിനു തയ്യാറായില്ലെന്നു മാത്രമല്ല, തന്റെ

സഹോദരൻ എഡ്ഗാർ ബോവറുമായി ചേർന്ന്, *ആൾഗമൈൻ ലിറ്ററേച്ചർ സൈത്തുങ്* എന്ന പേരിൽ ഒരു പ്രസിദ്ധീകരണം ആരംഭിക്കുകയും ചെയ്തു. യുവഹെഗലിയന്മാരിലെ വലതുപക്ഷത്തിന്റെ പ്രസിദ്ധീകരണം എന്ന നിലയിലാണ് അതറിയപ്പെട്ടത്. ''ശുദ്ധ തത്ത്വശാസ്ത്ര സിദ്ധാന്തത്തിലേക്ക്, അനന്തമായ ആത്മബോധത്തിലേക്കുള്ള തിരിച്ചുപോക്ക്" എന്ന നിലയിൽ അവതരിപ്പിക്കപ്പെട്ട ബോവർമാരുടെ ഈ പ്രസിദ്ധീകരണം ജർമ്മനിയെ, ലോകത്തെത്തന്നെയും, മാറ്റുകയെന്ന, സോഷ്യലിസം സ്ഥാപിക്കുകയെന്ന ലക്ഷ്യമുള്ളതായിരുന്നില്ല.

ഇതിനോട് മാർക്സിന്റെയും എംഗൽസിന്റെയും പ്രതികരണം എങ്ങനെയായിരുന്നുവെന്നതു സംബന്ധിച്ച് ഓട്ടോറൂൾ രേഖപ്പെടുത്തുന്നതിങ്ങനെ: ''ഈ പോർവിളി ഏറ്റെടുക്കുന്നതിൽ മാർക്സും എംഗൽസും തെല്ലും അമാന്തിച്ചില്ല. ഉരുളയ്ക്കുപ്പേരി പോലെ തിരിച്ചടി നല്കാൻ അവർ നിശ്ചയിച്ചു. തങ്ങളുടെ എതിരാളി ചുവടുറപ്പിക്കുന്നതിനു മുൻപുതന്നെ കൃത്യമായും പൊളിച്ചടുക്കുന്നതിന് അവർ തയ്യാറായി. ഉശിരൻ പോരാളികളായിരുന്നു അവർ രണ്ടുപേരും. ധൈഷണികതയുടെ ആയുധത്താൽ സജ്ജരായ അവർ ഉശിരന്മാരും ധീരരും പോരാട്ടവീറുള്ളവരുമായിരുന്നു. ഇപ്പോൾ പോരാട്ടത്തിനായി അവർ ഇരുവരും ഒത്തുചേർന്നിരിക്കുകയാണ്; ഏറക്കുറെ അതിസാഹസികരുമായിരുന്നു അവർ. അവരുടെ തത്ത്വശാസ്ത്ര പരിശീലനം സമാനമായിരുന്നു; രണ്ടുപേർക്കും ഒരേപോലെ ഫൊയർബാഹിനോട് ആവേശകരമായ അടുപ്പമുണ്ടായിരുന്നു. രണ്ടുപേരും പുരോഗമനപരമായ തത്ത്വശാസ്ത്ര നിലപാടിൽനിന്നും പ്രായോഗിക രാഷ്ട്രീയത്തിലേക്ക് കടന്നുവന്നവരായിരുന്നു; അതാകട്ടെ, അവർ ഓരോരുത്തരും തങ്ങളുടേതായ തനത് വഴികളിലൂടെ എത്തിയതുമായിരുന്നു; ഒരേ യുക്തിയുക്തതയോടെയും ആശയദൃഢതയോടെയും ഒരേ അനുപേക്ഷണീയതയോടെയുമായിരുന്നു അവർ ഒരേ വഴിയിലൂടെ മുന്നോട്ടുനീങ്ങിയത്. ഒടുവിൽ അവർ സോഷ്യലിസത്തിന്റെയും കമ്യൂണിസത്തിന്റെയും കാര്യത്തിലുള്ള ഒരേ താല്പര്യത്താൽ ഒത്തുചേർന്നിരിക്കുന്നു." (*Karl Marx: Life and teaching* - പേജ് 78)

ഈ രണ്ടു പോരാളികളുടെയും ആദ്യ സമാഗമത്തിന്റെയും സുദീർഘമായി അവർ നടത്തിയ ചർച്ചയുടെയും ഫലമായി, മാർക്സ് എഴുതാൻ നിശ്ചയിച്ചിരുന്ന ബോവർ സഹോദരന്മാർക്കും മറ്റ് യുവ ഹെഗലിയന്മാർക്കുമെതിരായ വിമർശനപരമായ കൃതി ഉടൻ പൂർത്തിയാക്കാൻ തീരുമാനിച്ചു. എംഗൽസ് തന്നെ അതിനു തുടക്കമിട്ടു. മുപ്പതിലേറെ പേജുകൾ എഴുതി ഏല്പിച്ചിട്ടാണ് എംഗൽസ് പാരീസ് വിട്ടത്. പാരീസിൽ വച്ച് ഇരുവരും എത്തിച്ചേർന്ന ധാരണയുടെ അടിസ്ഥാനത്തിൽ മാർക്സ് അതിന്റെ കൈയെഴുത്തുപ്രതി പൂർത്തിയാക്കുകയാണുണ്ടായത്. 1844 നവംബർ അവസാനത്തോടെ എഴുതി പൂർത്തിയാക്കിയെങ്കിലും *Holy Family or a Critique of Critical Criticism against Bruno Bauer and Co* (വിശുദ്ധ കുടുംബം അഥവാ ബ്രൂണോ ബോവറിനും കൂട്ടർക്കുമെതി

രായ വിമർശനാത്മക വിമർശനത്തിന്റെ ഒരപഗ്രഥനം) എന്ന പേരിൽ 1845 ഫെബ്രുവരിയിൽ മാത്രമേ അത് പ്രസിദ്ധീകരിക്കാനായുള്ളൂ.

പ്രാഥമികമായും തത്ത്വശാസ്ത്രപരമായ ഒരു വിശകലനമാണ് അത്. പ്രധാനപ്പെട്ട ചില ദാർശനിക പ്രശ്നങ്ങൾ സംബന്ധിച്ചുള്ള ഭൗതികവാദപരമായ വ്യാഖ്യാനമാണ് അതിന്റെ ഉള്ളടക്കത്തിൽ പ്രധാനം. തങ്ങൾ മുന്നോട്ടുവയ്ക്കുന്ന പുതിയ ലോകവീക്ഷണം ''വിശുദ്ധ കുടുംബം'' പിന്തിരിപ്പൻ നിലപാടുള്ള തത്ത്വശാസ്ത്രകാരന്മാരായ എതിരാളികൾക്കുനേരെ തൊടുത്തുവിടപ്പെട്ട ശക്തമായ ആക്രമണമായിരുന്നു. തന്റെ പഴയ സുഹൃത്തുമായുള്ള എല്ലാ അടുപ്പവും അവസാനിപ്പിക്കുംവിധം നിശിത വിമർശനമായിരുന്നു മാർക്സ് ഈ കൃതിയിൽ നടത്തിയത്. രാഷ്ട്രീയമായ ശത്രുതയും വ്യക്തിഗതമായ സൗഹാർദ്ദവും ഒരുമിച്ചുകൊണ്ടുപോകാനാകില്ലെന്ന ദൃഢവിശ്വാസമായിരുന്നു മാർക്സിനുണ്ടായിരുന്നത്. ആശയരംഗത്തെ മാർക്സിന്റെ പോരാട്ടത്തിലെ നിർണ്ണായകമായ ഒരു ചുവടുവയ്പായിരുന്നു *വിശുദ്ധ കുടുംബം*.

17-ാം നൂറ്റാണ്ടുമുതൽ 19-ാം നൂറ്റാണ്ടുവരെയുള്ള തത്ത്വശാസ്ത്ര ചരിത്രത്തെ സംബന്ധിച്ച ആദ്യത്തെ ഭൗതികവാദപരമായ അപഗ്രഥനമാണ് *വിശുദ്ധ കുടുംബം* മുന്നോട്ടുവെച്ചത്. തത്ത്വശാസ്ത്രത്തിലെ രണ്ട് മുഖ്യധാരകളായ ഭൗതികവാദവും ആശയവാദവും തമ്മിലുള്ള പോരാട്ടമായാണ് അത് അവതരിപ്പിക്കപ്പെട്ടത്. ഭൗതികവാദ ദർശനവും ഉട്ടോപ്യൻ സോഷ്യലിസവും കമ്യൂണിസവും തമ്മിൽ സഹജമായുള്ള പരസ്പരബന്ധവും പ്രകൃതിശാസ്ത്രങ്ങളുടെ വളർച്ചയും ഭൗതികവാദത്തിന്റെ ചരിത്രവും തമ്മിലുള്ള ബന്ധവും ഈ കൃതിയിൽ വിശകലനവിധേയമാക്കിയിരിക്കുന്നു.

വിശുദ്ധ കുടുംബം വിമർശനപരമായ ഒരു കൃതി എന്നതിലുപരി ഗഹനമായ ചിന്തകളുടെയും മൗലികമായ സങ്കല്പനങ്ങളുടെയും അടിസ്ഥാനപരമായ പല ആശയങ്ങളുടെയും വ്യക്തമാക്കലും വിശദീകരണവുമായിരുന്നു. ആ അടിത്തറയിൻമേലാണ് പില്ക്കാലത്ത് നൂറ്റാണ്ടുകളെ അതിജീവിക്കാൻ ശേഷിയുള്ള മാർക്സിന്റെ ധൈഷണികമായ സംഭാവനകൾ, മൗലികമായ സിദ്ധാന്തങ്ങൾ വികസിപ്പിച്ച് സ്ഥാപിച്ചത്.

മനുഷ്യനെ കർത്തൃത്വത്തിൽ നിർത്തി, ആശയങ്ങളല്ല മനുഷ്യനാണ് സത്ത എന്ന നിലയിൽ ചരിത്രത്തെ സംബന്ധിച്ച വൈരുദ്ധ്യാത്മക ഭൗതികവാദ കാഴ്ചപ്പാടിന് മാർക്സും എംഗൽസും ആദ്യമായി രൂപം നല്കിയത് ഈ കൃതിയിലാണ്. ചരിത്രത്തെ സംബന്ധിച്ചുള്ള ഹെഗലിന്റെ ആശയവാദപരമായ സങ്കല്പനത്തെ നിരാകരിച്ചാണ് ഈ പുതിയ കാഴ്ചപ്പാട് മുന്നോട്ടുവയ്ക്കപ്പെട്ടത്. ചരിത്രത്തിൽ ബഹുജനങ്ങൾ വഹിക്കുന്ന നേതൃത്വപരമായ പങ്കിനെ സംബന്ധിച്ച, പ്രത്യേകിച്ചും വിപ്ലവങ്ങളുടെ ഘട്ടങ്ങളിലുള്ള പങ്കിനെ സംബന്ധിച്ച സുപ്രധാന സങ്കല്പനമാണ് മാർക്സും എംഗൽസും *വിശുദ്ധ കുടുംബ*ത്തിൽ കൃത്യമായി മുന്നോട്ടുവയ്ക്കുന്നത്. ചരിത്രത്തിന്റെ മുന്നോട്ടുള്ള ഗതിക്രമത്തിൽ സാമൂഹ്യവിപ്ലവങ്ങളിലെ

ചാലകശക്തി എന്ന നിലയിൽ തൊഴിലാളിവർഗ്ഗത്തിന്റെ പ്രധാന പങ്കിനെക്കുറിച്ച് മാർക്സ് അടയാളപ്പെടുത്തുന്നതും ഇതിലാണ്. മുതലാളിത്തം ഏറ്റവുമധികം വികാസം പ്രാപിച്ച ഇംഗ്ലണ്ടിലെ തൊഴിലാളികൾക്കിടയിലെ എംഗൽസിന്റെ അനുഭവവും തൊഴിലാളി സംഘടനകളും ട്രേഡ് യൂണിയൻ നേതാക്കളുമായുള്ള അടുപ്പവും സംബന്ധിച്ച് അദ്ദേഹം മാർക്സുമായി നടത്തിയ ആശയവിനിമയമാണ് സാമൂഹ്യവിപ്ലവത്തിൽ സംഘടിത തൊഴിലാളിവർഗ്ഗത്തിനുള്ള പ്രാമുഖ്യത്തെക്കുറിച്ച് വ്യക്തത വരുത്താൻ മാർക്സിനു സഹായകമായത്.

സാമൂഹ്യവിപ്ലവത്തിന്റെ സാക്ഷാൽക്കാരത്തിൽ തൊഴിലാളിവർഗ്ഗത്തിനുള്ള പങ്കിനെയും അതിന്റെ പ്രത്യേക സവിശേഷതയെയും സംബന്ധിച്ച് *വിശുദ്ധ കുടുംബ*ത്തിൽ മാർക്സും എംഗൽസും വ്യക്തമായി അവതരിപ്പിക്കുന്നു. സ്വകാര്യസ്വത്തിനൊപ്പം തൊഴിലാളിവർഗ്ഗവും ഇല്ലാതാകുന്ന ഒരു വർഗ്ഗരഹിത സമൂഹം എന്ന സങ്കല്പനം *വിശുദ്ധ കുടുംബം* മുന്നോട്ടുവയ്ക്കുന്നു. വർഗ്ഗരഹിത സമൂഹത്തിന്റെ സൃഷ്ടിയിൽ എന്തുകൊണ്ട് തൊഴിലാളിവർഗ്ഗം നേതൃത്വപരമായ പങ്കു വഹിക്കുന്നുവെന്നും ഇതിൽ അവർ അവതരിപ്പിക്കുന്നു. മാർക്സും എംഗൽസും എഴുതുന്നു: ‘‘തൊഴിലാളിവർഗ്ഗത്തെ ദൈവം എന്ന നിലയിൽ പരിഗണിച്ചല്ല സോഷ്യലിസ്റ്റ് എഴുത്തുകാർ തൊഴിലാളിവർഗ്ഗത്തിനു ഇത്തരത്തിൽ ഐതിഹാസികമായ പങ്കുണ്ടെന്ന് എഴുതുന്നത്. നേരെ മറിച്ചാണ് കാര്യം. തൊഴിലാളിവർഗ്ഗം പൂർണ്ണതയിലെത്തിയതുമുതൽ, മാനവരാശിയുടെയാകെ അമൂർത്തീകരണം മുതൽ, അത് മാനവരാശിയുടെയാകെ പ്രതിരൂപം പോലുമായതു മുതൽ തൊഴിലാളി വർഗ്ഗം പ്രായോഗികമായി പൂർണ്ണതയിലെത്തിയിരിക്കുന്നു. തൊഴിലാളിവർഗ്ഗത്തിന്റെ ജീവിതാവസ്ഥ ഇന്ന് അവയുടെ ഏറ്റവും മനുഷ്യത്വരഹിതമായ രൂപത്തിൽ സമൂഹത്തിന്റെയാകെ ജീവിതാവസ്ഥയായിരിക്കുന്നു. മനുഷ്യൻ സ്വയം തൊഴിലാളി വർഗ്ഗമായി അലിഞ്ഞു ചേർന്നിരിക്കുമ്പോൾ... ഈ മനുഷ്യത്വമില്ലായ്മയ്ക്കെതിരായ കലാപത്തിലേക്ക് അവർ നേരിട്ട് വലിച്ചിഴയ്ക്കപ്പെടുന്നു. ഇതിനർത്ഥം തൊഴിലാളിവർഗ്ഗത്തിനു സ്വയംമോചിതരാകാൻ കഴിയുമെന്നാണ്; അങ്ങനെ സ്വയംമോചിതരാകണമെന്നാണ്’’ (*മാർക്സ്, എംഗൽസ് സമാഹൃതകൃതികൾ വോള്യം 4*, പേജ് 36, 37).

എന്നാൽ അതേസമയംതന്നെ മാർക്സും എംഗൽസും *വിശുദ്ധ കുടുംബം* എന്ന അവരുടെ കൃതിയിൽ സംശയാതീതമായി വ്യക്തമാക്കുന്നത് സ്വന്തം ജീവിതാവസ്ഥയിൽ മാറ്റം വരുത്താതെ തൊഴിലാളി വർഗ്ഗത്തിനു സ്വയം മോചിതരാകാനാവില്ലെന്നാണ്; സാമൂഹ്യ ജീവിതത്തിലെ മനുഷ്യത്വരഹിതമായ അവസ്ഥയെയാകെ നിർമ്മാർജ്ജനം ചെയ്യാതെ തൊഴിലാളിവർഗ്ഗത്തിനു സ്വന്തം ജീവിതാവസ്ഥയെ മാറ്റാനാകില്ലെന്നും വ്യക്തമാക്കുന്നു. സാമൂഹ്യപരിവർത്തനത്തിന്റെ ആത്മനിഷ്ഠത (subjectivity)യെയും വസ്തുനിഷ്ഠത (objectivity)യെയും സംബന്ധിച്ച് *വിശുദ്ധ കുടുംബ*ത്തിൽ അതിപ്രധാനമായ ഒരു നിരീക്ഷണമുണ്ട്. തൊഴി

ലാളിവർഗ്ഗത്തിനു വ്യക്തിഗതമായോ തൊഴിലാളിവർഗ്ഗത്തിനൊന്നാകെയോ ഈ മാറ്റത്തിന്റെ ആവശ്യകത ഒരു നിശ്ചിത ഘട്ടത്തിൽ ബോദ്ധ്യം വരുക സാദ്ധ്യമല്ല; അതുകൊണ്ടുതന്നെ അങ്ങനെ ഒന്നിനായി അവർക്ക് സ്വയം സജ്ജമാകാനും ആവില്ല.

തൊഴിലാളിവർഗ്ഗത്തിലെ ഏതെങ്കിലുമൊരു വിഭാഗത്തിന്റെയോ തൊഴിലാളിവർഗ്ഗത്തിന്റെയാകെയോ മാത്രം ലക്ഷ്യമായി കരുതപ്പെടുന്ന ഒരു ഘട്ടത്തിലെ പ്രശ്നമല്ല. മറിച്ച് തൊഴിലാളിവർഗ്ഗം എന്നാൽ എന്തെന്നതിന്റെ പ്രശ്നമാണെന്നും ചരിത്രപരമായി ഈ സത്ത (being)യുടെ അടിസ്ഥാനത്തിൽ എന്തു ചെയ്യാനാണ് അത് നിർബ്ബന്ധിതമായിരിക്കുന്നത് എന്നുമാണ് ചോദ്യം എന്നതാണ് *വിശുദ്ധ കുടുംബം* ഉന്നയിക്കുന്നത്. അതിന്റെ ലക്ഷ്യവും ചരിത്രപരമായ നടപടിയും അതിന്റെ ജീവിതസാഹചര്യങ്ങളിലെന്നപോലെ ബൂർഷ്വാ സമൂഹത്തിന്റെ ഘടനയിലുമാകെ ആർക്കും കാണാവുന്ന വിധവും ആർക്കും തടയാനാകാത്ത വിധവും നിഴൽ പരത്തിയിരിക്കുകയാണ്.

സാമൂഹ്യജീവിതാവസ്ഥയിൽ, അതായത് ബഹുജനങ്ങളുടെ ജീവിതാവസ്ഥയിൽ, തൊഴിലാളിവർഗ്ഗത്തിന്റെ അവസ്ഥ പ്രതിഫലിക്കുന്നതുകൊണ്ട് ഹെഗലിയൻ 'ആത്മാവി'ലേക്കുള്ള (spirit) സാമൂഹ്യപരിവർത്തനത്തിന്റെ വാഹനമെന്ന നിലയിലാണ് മാർക്സ് ബഹുജനങ്ങളെ അവതരിപ്പിക്കുന്നത്. സാമൂഹ്യജീവിതത്തെക്കുറിച്ച് അദ്ദേഹം പറയുമ്പോൾ യഥാർത്ഥത്തിൽ അതിനർത്ഥം ഇതുപ്രകാരം മനുഷ്യന്റെ ജീവിതം എന്നാകുന്നു. അത് തൊഴിലാളിവർഗ്ഗത്തിന്റെ മനുഷ്യോചിതമല്ലാത്ത (inhuman) ജീവിതാവസ്ഥയ്ക്കു സമവുമാണ്. അപ്പോൾ വിപ്ലവപരമായ സാമൂഹ്യപരിവർത്തനം സാദ്ധ്യമാക്കാൻ സമൂഹത്തിലെ മഹാഭൂരിപക്ഷത്തെ പ്രതിനിധീകരിക്കുന്ന മനുഷ്യർക്കു മാത്രമേ കഴിയൂ എന്നാണ് മാർക്സ് മുന്നോട്ടുവയ്ക്കുന്ന ആശയം. ചരിത്രത്തിൽ ബഹുജനങ്ങൾ (Masses) വഹിക്കുന്ന നേതൃത്വപരമായ പങ്ക്, പ്രത്യേകിച്ചും വിപ്ലവത്തിന്റെ ഘട്ടത്തിൽ വഹിക്കുന്ന പങ്ക് സംബന്ധിച്ച പരികല്പനയാണ് *വിശുദ്ധ കുടുംബ*ത്തിൽ മുന്നോട്ടുവയ്ക്കുന്നത്. എല്ലാ വിപ്ലവങ്ങളിലും ഇങ്ങനെതന്നെയായിരുന്നു, എന്നാൽ ഇതേവരെ നടന്ന വിപ്ലവങ്ങളെല്ലാം ഫലത്തിൽ ന്യൂനപക്ഷത്തിന്റെ താല്പര്യം സംരക്ഷിക്കുന്നതായി മാറുകയുണ്ടായി. അതുകൊണ്ട് ചരിത്രത്തിന്റെ ഗതിക്രമത്തെ പരിമിതമായി സ്വാധീനിക്കാനേ ബഹുജനങ്ങൾക്ക് ഇതേവരെ കഴിഞ്ഞിരുന്നുള്ളൂ.

*വിശുദ്ധ കുടുംബ*ത്തിൽ വ്യക്തമായും രേഖപ്പെടുത്തിയിരിക്കുന്നത് ഇങ്ങനെയാണ് - "മഹത്തായ എല്ലാ ചരിത്രപരമായ 'നടപടി'കളെയും (actions) പരാജയത്തിന്റെ ദൃഷ്ടാന്തങ്ങളാക്കാൻ കഴിയുന്നതാണ് വിപ്ലവമെങ്കിൽ, അതിനു കാരണം ബഹുജനങ്ങൾക്കുള്ളിലെ ജീവിതാവസ്ഥ അതിനെ അനിവാര്യമായും ഒരു വിരാമത്തിലേക്ക് (stop) കൊണ്ടെത്തിക്കുന്നതാണ്; അത് ബഹുജനങ്ങളിൽ പരിമിതമായ ഒരു വിഭാഗം മാത്രമായി ഒതുങ്ങുന്നതുമൂലമാണ്; ബഹുജനങ്ങളാകെ ഒന്നിച്ച് ഒരൊറ്റ ശക്തി

യായി മാറാത്തതുമൂലമാണ്.......... വിപ്ലവം പരാജയമാകുന്നെങ്കിൽ, ബഹുജനങ്ങളിൽ വലിയൊരു വിഭാഗം, ബൂർഷ്വാസി ഒഴികെയുള്ള വിഭാഗങ്ങൾക്കാകെ വിപ്ലവത്തിന്റെ തത്വത്തിൽ യഥാർത്ഥ താല്പര്യമുണ്ടാകാത്തതുകൊണ്ടാണ്; ബഹുജനങ്ങളുടേതായ ഒരു വിപ്ലവ സിദ്ധാന്തം ഇല്ലാത്തതുമൂലമാണ്.'' (*സമാഹൃത കൃതികൾ*, വോള്യം IV പേജ് 82).

മുതലാളിത്ത സമൂഹത്തെ പരിവർത്തനപ്പെടുത്താനുള്ള ഭാവിയിലെ വിപ്ലവത്തിൽ, സോഷ്യലിസ്റ്റ് വിപ്ലവത്തിൽ ബഹുജനപങ്കാളിത്തത്തിന്റെ വലിപ്പവും (size) അതിന്റെ സജീവതയും വർദ്ധിക്കുമെന്നാണ്, വർദ്ധിക്കണമെന്നാണ് മാർക്സ് വ്യക്തമാക്കുന്നത്. വിപ്ലവം സമഗ്രതയിൽ (thoroughness) എത്താൻ, വിപ്ലവം സമ്പൂർണ്ണമാകാൻ ബഹുജനമുന്നേറ്റം ആവശ്യമാണെന്ന ഈ ആശയമാണ് സാമൂഹ്യവികാസം സംബന്ധിച്ച് മാർക്സ് അവതരിപ്പിച്ച അതിഗംഭീരമായ ആശയം. മാർക്സും എംഗൽസും രൂപപ്പെടുത്തിയ ചരിത്രവികാസത്തെ സംബന്ധിച്ച ഈ വൈരുദ്ധ്യാത്മക ഭൗതികവാദ വീക്ഷണം ശാസ്ത്രീയ കമ്യൂണിസം സംബന്ധിച്ച സിദ്ധാന്തവുമായി ഒത്തുപോകുന്നതാണ്. തൊഴിലാളിവർഗ്ഗത്തെ സോഷ്യലിസ്റ്റ് വിപ്ലവത്തിൽ മുഖ്യ പങ്കു വഹിക്കുന്ന ശക്തിയെന്ന നിലയിൽ, അതിന്റെ നായകസ്ഥാനത്ത് പ്രതിഷ്ഠിക്കുന്നതാണ് മാർക്സും എംഗൽസും *വിശുദ്ധ കുടുംബ*ത്തിൽ കൃത്യമായി അവതരിപ്പിക്കുന്നത്. മാർക്സിസ്റ്റ് വിപ്ലവ സിദ്ധാന്തത്തിന്റെ വളർച്ചയിലെ പ്രധാനപ്പെട്ട ഒരു ചുവടുവയ്പായി അങ്ങനെ ഈ കൃതി മാറുന്നു. ''1844 ലെ പാരീസ് കൈയെഴുത്തു പ്രതി''കളിൽ മാർക്സ് വ്യക്തമാക്കിയ നിലപാടുകളിൽനിന്ന് കൂടുതൽ വ്യക്തതയോടെ അദ്ദേഹം മുന്നോട്ടുപോകുന്നത് ഈ കൃതിയിൽ കാണാം.

വിശുദ്ധ കുടുംബം പ്രസിദ്ധീകരിക്കപ്പെട്ടതോടെ മാർക്സും എംഗൽസും പൂർണ്ണമായി തന്നെ ഉട്ടോപ്യൻ സിദ്ധാന്തങ്ങളുടെ പരിമിതികൾ മുറിച്ചുകടക്കുകയാണ്. ഉട്ടോപ്യൻ സോഷ്യലിസ്റ്റുകൾ സോഷ്യലിസത്തെ സദ്പ്രവൃത്തി, ഒരു ധാർമ്മികമായ നടപടി, ചാരിറ്റി എന്ന നിലയിലാണ് കണ്ടിരുന്നത്. ചരിത്രപരമായ പരിവർത്തനത്തിലൂടെ വളർന്നുവരുന്നതാണ്, തൊഴിലാളിവർഗ്ഗത്തിന്റെ സ്വയം ബോദ്ധ്യത്തിന്റെ അടിസ്ഥാനത്തിൽ, തൊഴിലാളിവർഗ്ഗത്തിന്റെ ഭാഗത്തുനിന്നുയർന്നുവരുന്ന അതിന്റേതായ തനത് (independent) പ്രസ്ഥാനത്തിന്റെ പ്രവർത്തനഫലമായാണ് സോഷ്യലിസ്റ്റ് വിപ്ലവം നടക്കുന്നത്, അങ്ങനെ ചരിത്രത്തിന്റെ വളർച്ചയിലെ അനിവാര്യമായ ഒരു ഘട്ടമാണ്. സോഷ്യലിസം എന്ന ഭൗതികവാദപരമായ നിഗമനമാണ് ഇതാദ്യമായി മാർക്സും എംഗൽസും *വിശുദ്ധ കുടുംബ*ത്തിൽ മുന്നോട്ടുവയ്ക്കുന്നത്. ചരിത്രപരമായ ഭൗതികവാദം എന്ന വടവൃക്ഷം അതിന്റെ തരുണാവസ്ഥയിലേ അപ്പോഴും എത്തിയിട്ടുള്ളൂവെങ്കിലും അത് ഊർജ്ജസ്വലതയോടെ, കൂടുതൽ കരുത്തോടെ തഴച്ചുവളരാൻ തുടങ്ങുന്നതായാണ് ഈ കൃതി സംശയാതീതമായി വ്യക്തമാക്കുന്നത്.

ഹെഗലിയൻ ആശയവാദത്തിന്റെ എല്ലാ സ്വാധീനവും കുടഞ്ഞെറി

യുകയും ഹെഗലിന്റെ വൈരുദ്ധ്യവാദത്തോടൊപ്പം ഭൗതികവാദത്തെ ഉൾച്ചേർക്കുകയുമാണ് മാർക്സ് ചെയ്തത്. ഹെഗലിനെ പാടെ നിരാകരിക്കുകയല്ല ചെയ്തത്. *വിശുദ്ധ കുടുംബ*ത്തിൽ മാർക്സും എംഗൽസും കൃത്യമായും ഭൗതികവാദത്തിന്റെ ചരിത്രം, അതിന്റെ വളർച്ച അടയാളപ്പെടുത്തുന്ന കൂട്ടത്തിലാണ് ഡച്ച് ചിന്തകനായ സ്പിനോസയെക്കുറിച്ച് പരാമർശിക്കുന്നത്. 1841–42 കാലത്തുതന്നെ, അതായത് 'ഹെഗലിന്റെ നിയമദർശനത്തെക്കുറിച്ചുള്ള *വിമർശന*വും *വിശുദ്ധ കുടുംബ*വുമെല്ലാം എഴുതുന്നതിനുമുൻപുതന്നെ മാർക്സ് സ്പിനോസയുടെ തത്ത്വശാസ്ത്രത്തെക്കുറിച്ച് വ്യക്തമായും പഠിച്ചിരുന്നു. മാർക്സിന്റെ കൈയെഴുത്തു പ്രതികളുടെ കൂട്ടത്തിൽ അദ്ദേഹം സ്പിനോസയെ വായിച്ച് തയ്യാറാക്കിയ കുറിപ്പുകളടങ്ങിയ രണ്ട് നോട്ട്ബുക്കുകൾ സമീപകാലത്ത് പ്രസിദ്ധീകരിക്കപ്പെട്ടിട്ടുണ്ട്. 1841–42 കാലത്താണ് ഈ നോട്ട്ബുക്കുകൾ എഴുതപ്പെട്ടത്. അതിൽനിന്നു വ്യക്തമാകുന്നത് സ്പിനോസയെ കാണാതെയല്ല മാർക്സ് ഹെഗലിന്റെ വൈരുദ്ധ്യവാദ തത്ത്വശാസ്ത്രത്തിനു ഊന്നൽ നല്കിയത് എന്നാണ്. സ്പിനോസ തീർത്തും തെറ്റാണെന്ന നിഗമനത്തിലല്ല മാർക്സ് എത്തിച്ചേർന്നത്. മറിച്ച് ലിബറലിസത്തിന്റെ വളർച്ചയിലെ അനുപേക്ഷണീയമായ ഒരു കാഴ്ചപ്പാടായാണ്, ഒരു ഘട്ടമായാണ് മാർക്സ് സ്പിനോസയുടെ രാഷ്ട്രീയ ദർശനത്തെ കണ്ടത്. ഹെഗലിന്റെ രാഷ്ട്രീയ സിദ്ധാന്തത്തിന്റെ, ഹെഗലിയൻ ലിബറലിസത്തിന്റെ അത്ര തന്നെ വളർച്ചയെത്താത്തതെന്ന നിലയിലാണ് മാർക്സ് സ്പിനോസയുടെ ദർശനത്തെ പരിഗണിച്ചത്.

എന്നാൽ ഭൗതികവാദിയും നിരീശ്വരവാദിയും രാഷ്ട്രീയമായി രാജവാഴ്ചയ്ക്കെതിരായ തുറന്ന നിലപാടുമുണ്ടായിരുന്ന സ്പിനോസയുടെ ആ നിലയ്ക്കുള്ള പ്രാധാന്യത്തെ മാർക്സ് നിരാകരിച്ചതുമില്ല. അതാണ് റഷ്യൻ മാർക്സിസ്റ്റായ പ്ലെഹാനോവും പിന്നീട് ഡെബോറിനെപ്പോലെയുള്ള സോവിയറ്റ് അക്കാദമീഷ്യരും സ്പിനോസയുടെ ചിന്തയിലെ പുരോഗമനപരമായ ഉള്ളടക്കത്തെ ഉയർത്തിപ്പിടിച്ചത്. എന്നാൽ ഹെഗലിയൻ വൈരുദ്ധ്യവാദത്തിലാണ് മാർക്സിസത്തിന്റെ അടിത്തറ ഉറപ്പിച്ചിട്ടുള്ളത് എന്ന മൗലികമായ വിഷയത്തെ അവഗണിച്ചുകൊണ്ട്, സ്പിനോസയിൽ ഊന്നുന്നത് മാർക്സിസത്തിന്റെ വിപ്ലവപരമായ സത്തയെ തന്നെ കൈവെടിയലാണ്. മാർക്സിസത്തെ ബൂർഷ്വാ ലിബറലിസത്തിൽകൊണ്ട് തളയ്ക്കലാണ്.

ആശയവാദപരമായ തത്ത്വശാസ്ത്രത്തിൽനിന്നു വ്യത്യസ്തമായി മാർക്സ് ഊന്നൽ നല്കിയത് നിലനില്ക്കുന്ന യാഥാർത്ഥ്യത്തെ (reality) മാറ്റുന്നതിനു വെറും സൈദ്ധാന്തികമായ വിമർശനം മാത്രം പോര എന്നതിലാണ്. പ്രയോഗത്തിന്റെ തലത്തിലുള്ള വിമർശനം, അതായത് വിപ്ലവപ്രവർത്തനം അനുപേക്ഷണീയമായ ഘടകമായി മാർക്സ് കണ്ടു. ചിന്ത (thinking) യിൽ മാത്രം മാറ്റം വരുത്തിയാൽ പോര, മറിച്ച് സത്തയിലും (being) മാറ്റം വരുത്തേണ്ടതുണ്ടെന്നാണ് മാർക്സ് വ്യക്തമാക്കി

യത്. വിപ്ലവ പ്രവർത്തനത്തിന്റേതായ പ്രക്രിയയിലൂടെ മാത്രമേ മനുഷ്യനു തന്റെ ചുറ്റുപാടുകളിലും തന്നിൽത്തന്നെയും മാറ്റം വരുത്താനാകൂ എന്ന ആശയമാണ് അദ്ദേഹം അവതരിപ്പിച്ചത്.

തന്റെ സിദ്ധാന്തങ്ങൾ ലേഖനങ്ങളിലൂടെയും ഗ്രന്ഥങ്ങളിലൂടെയും അവതരിപ്പിക്കുക മാത്രമല്ല, അത് സ്വയം ജനങ്ങൾക്കിടയിൽ പ്രചരിപ്പിക്കാനും മാർക്സ് തയ്യാറായി. പാരീസ് വാസകാലത്ത് പാരീസിലെ തൊഴിലാളികൾക്കിടയിൽ, പ്രത്യേകിച്ചും ജർമ്മൻ പ്രവാസികളായ തൊഴിലാളികൾക്കിടയിൽ മാർക്സ് സജീവമായി പ്രചരണം നടത്തി. യഥാർത്ഥത്തിൽ ആശയപ്രചരണത്തിനപ്പുറം ആ പ്രചരണത്തിലൂടെ തൊഴിലാളികളെ ബോധവല്ക്കരിക്കുകയും സംഘടിപ്പിക്കുകയും ചെയ്യുന്നതിനുള്ള ആദ്യ നടപടിയിലായിരുന്നു അക്കാലത്ത് മാർക്സ് ഏർപ്പെട്ടിരുന്നത്. വിവിധ തൊഴിലാളി ഗ്രൂപ്പുകളുമായും അദ്ദേഹം സജീവമായ ബന്ധം സ്ഥാപിച്ചിരുന്നു. അതേപോലെ ജർമ്മനിയിലെ സൈലേഷ്യയിലെ നെയ്ത്തുതൊഴിലാളികളുടെ ഉശിരൻ സമരത്തിനും മാർക്സ് ഉറച്ച പിന്തുണ നല്കുകയുണ്ടായി. കേവലം സിദ്ധാന്തത്തിനുപരിയായി അദ്ദേഹത്തിന്റെ സജീവ വിപ്ലവ പ്രവർത്തനങ്ങളായിരുന്നു ജർമ്മൻ ഭരണാധികാരിവർഗ്ഗത്തെ വിറളി പിടിപ്പിച്ചത്. അതാണ് അവർ ഫ്രാൻസിലെ ഗവൺമെന്റിനുമേൽ സമ്മർദ്ദം ചെലുത്തി അവിടെനിന്നു അദ്ദേഹത്തെ നാടുകടത്തിച്ചത്.

ബ്രസൽസിലും മാഞ്ചസ്റ്ററിലും

ആയിരത്തി എണ്ണൂറ്റി നാല്പത്തിയഞ്ച് ഫെബ്രുവരിയിലാണ് മാർക്സ് പാരീസിൽനിന്ന് ബൽജിയത്തിന്റെ തലസ്ഥാനമായ ബ്രസൽസിലേക്ക് താമസം മാറ്റിയത്. പ്രഷ്യൻ ഗവൺമെന്റിന്റെ സമ്മർദ്ദം ശക്തമായപ്പോൾ ഫ്രഞ്ച് അധികാരികൾ പാരീസിൽ തുടർന്നു തങ്ങുന്നതിനു മാർക്സിനു മുന്നിൽ ചില വ്യവസ്ഥകൾ മുന്നോട്ടു വച്ചു. തന്റെ രാഷ്ട്രീയ പ്രവർത്തനത്തെ നിയന്ത്രിക്കുകയെന്ന ലക്ഷ്യത്തോടെ മുന്നോട്ടുവയ്ക്കപ്പെട്ട വ്യവസ്ഥകൾ അംഗീകരിക്കാൻ അദ്ദേഹം കൂട്ടാക്കിയില്ല. അങ്ങനെയാണ് പാരീസിൽനിന്ന് അദ്ദേഹം ബ്രസൽസിലേക്ക് പോയത്.

1830 ലാണ് ഹോളണ്ടിൽനിന്നു വേർപെട്ട് ബെൽജിയം സ്വതന്ത്ര രാജ്യമായത്. യൂറോപ്പിലെ മറ്റു രാജ്യങ്ങളുമായി താരതമ്യപ്പെടുത്തുമ്പോൾ കൂടുതൽ ഉദാരമായ ഭരണസംവിധാനമായിരുന്നു ബെൽജിയത്തിനുണ്ടായിരുന്നത്. അതുകൊണ്ടുതന്നെ പല യൂറോപ്യൻ രാജ്യങ്ങളിലെയും രാഷ്ട്രീയ അഭയാർത്ഥികളുടെ താവളമായിരുന്നു അത്. എന്നാൽ കരുത്തരായ അയൽരാജ്യങ്ങളെ പ്രകോപിപ്പിക്കുന്ന വിധത്തിൽ നേരിട്ടുള്ള രാഷ്ട്രീയ പ്രവർത്തനങ്ങളും പ്രചരണങ്ങളും നടത്തരുതെന്ന വ്യവസ്ഥയ്ക്കു വിധേയമായാണ് ബെൽജിയം ഗവൺമെന്റ് മറ്റു രാജ്യങ്ങളിൽനിന്നുള്ള രാഷ്ട്രീയ അഭയാർത്ഥികൾക്ക് അവിടെ താമസിക്കാൻ അനുമതി നല്കിയത്. ഫ്രാൻസിൽ വ്യവസ്ഥകൾക്കു വിധേയമായി തുടരാൻ വിസമ്മതിച്ച കാൾ മാർക്സ് പക്ഷേ, ബെൽജിയം ഗവൺമെന്റിന്റെ വ്യവസ്ഥകൾ അംഗീകരിക്കാൻ തയ്യാറായി. ''സമകാലിക രാഷ്ട്രീയത്തെപ്പറ്റിയുള്ള ഒന്നും ബെൽജിയത്തിൽ പ്രസിദ്ധീകരിക്കില്ലെന്ന് വാക്കുതരുന്നു''വെന്ന വ്യവസ്ഥ അംഗീകരിച്ചാണ് മാർക്സ് ഒരു പ്രവാസിയായി അവിടെ പാർപ്പുറപ്പിച്ചത്.

വ്യവസ്ഥകൾക്കു വിധേയമായിട്ടായാലും എവിടെയെങ്കിലും ഒരിടത്ത് പാർപ്പുറപ്പിച്ചേ പറ്റൂ എന്ന സ്ഥിതിയിലുമായിരുന്നു അദ്ദേഹം അന്ന്. അദ്ദേഹത്തിനു ഭാര്യയെയും കുഞ്ഞിനെയും കൊണ്ടുവരണമായിരുന്നു. മാത്രമല്ല, രണ്ടാമതൊരു കുഞ്ഞുകൂടി പിറക്കാനിരിക്കയാണെന്നതിനാൽ സ്വസ്ഥമായൊരിടത്ത് പാർപ്പുറപ്പിക്കേണ്ടത് അനിവാര്യമായി തീർന്നിരുന്നു. അതിനുപുറമേ അർത്ഥശാസ്ത്രത്തെക്കുറിച്ചുള്ള ഒരു പുസ്തകം എഴുതാൻ പാരീസിൽ വെച്ചു തന്നെ അദ്ദേഹം തീരുമാനിച്ചിരുന്നു. ഒരു പ്രസാധകനിൽനിന്ന് അഡ്വാൻസും വാങ്ങിയിരുന്നു. അതെഴുതാൻ സ്വസ്ഥമായൊരിടം ആവശ്യമാണെന്നതിനാലാണ് മാർക്സ് പ്രധാനമായും വ്യവസ്ഥകൾക്കു വഴങ്ങാൻ നിശ്ചയിച്ചത്.

ബെൽജിയത്തിലെത്തിയ ആദ്യനാളുകളിൽ ആ വാക്കു പാലിക്കാൻ അദ്ദേഹം പരമാവധി ശ്രദ്ധിച്ചിരുന്നു. എങ്കിലും ബ്രസൽസിലെ താമസത്തിനിടെയാണ്, അതിന്റെ അവസാന നാളുകളിലായാണ്, അദ്ദേഹം എംഗൽസിനൊപ്പം 19-ാം നൂറ്റാണ്ടിലെ ഏറ്റവും സ്ഫോടനാത്മകമായ, വിപ്ലവകരമായ, പിന്തിരിപ്പൻ കേന്ദ്രങ്ങളിലാകെ കോളിളക്കം സൃഷ്ടിച്ച *കമ്യൂണിസ്റ്റ് മാനിഫെസ്റ്റോ* എഴുതി പ്രസിദ്ധീകരിച്ചത്. മാർക്സും എംഗൽസും ചേർന്നെഴുതിയ *ജർമ്മൻ ഐഡിയോളജി*യും *Poverty of Philosophy* (തത്ത്വശാസ്ത്രത്തിന്റെ ദാരിദ്ര്യം) എന്ന മാർക്സിന്റെ കൃതിയും രചിച്ചത് ഈ ബ്രസൽസ് വാസക്കാലത്തിനിടയിലാണ്. എന്നാൽ അർത്ഥശാസ്ത്രം (Political Economy) സംബന്ധിച്ച ഗ്രന്ഥരചന പൂർത്തിയാക്കാൻ അക്കാലത്ത് അദ്ദേഹത്തിനു കഴിഞ്ഞതുമില്ല.

ബ്രസൽസിലെ ആദ്യമാസങ്ങളിൽ മാർക്സ് സജീവമായി രാഷ്ട്രീയ കാര്യങ്ങളിൽ ഇടപെടുകയോ ആനുകാലിക വിഷയങ്ങളെക്കുറിച്ച് എഴുതുകയോ ചെയ്യാതിരുന്നിട്ടും അദ്ദേഹത്തെ അവിടെനിന്നും പുറത്താക്കുന്നതിനു പ്രഷ്യൻ ഗവൺമെന്റ് ബൽജിയത്തിനുമേൽ നയതന്ത്രപരമായ സമ്മർദ്ദം തുടർന്നു. ഇതിനോടുള്ള ദേഷ്യംമൂലം മാർക്സ് 1845 ഡിസംബറിൽ തന്റെ പ്രഷ്യൻ പൗരത്വം ഉപേക്ഷിച്ചു. അങ്ങനെ അതിനു ശേഷം ജീവിതാന്ത്യംവരെ അദ്ദേഹം ''രാഷ്ട്രരഹിതനാ''യി (Stateless) കഴിഞ്ഞു; ഒരു ദേശീയതയുടെ, ഒരു ദേശരാഷ്ട്രത്തിന്റെ കുടയില്ലാതെ ശരിക്കും ഒരു വിശ്വപൗരനായി മാർക്സ് ജീവിച്ചു.

ജർമ്മൻ പത്രപ്രവർത്തകനും വിപ്ലവകാരിയും തന്റെ അടുത്ത ചങ്ങാതിമാരിലൊരാളുമായ ഹെൻറിച്ച് ബർഗേഴ്സുമൊത്താണ് (1820-1878) മാർക്സ് പാരീസിൽനിന്ന് ബ്രസൽസിലെത്തിയത്. ബ്രസൽസിലെത്തിയ മാർക്സ് ആദ്യം തനിക്കും കുടുംബത്തിനും പാർപ്പുറപ്പിക്കുന്നതിനുള്ള സ്ഥലം കണ്ടെത്താനായിരുന്നില്ല, മറിച്ച് അക്കാലത്ത് അവിടെ പ്രവാസിയായി കഴിഞ്ഞിരുന്ന യുവഹെഗലിയന്മാരിലൊരാളായ പ്രസിദ്ധ ജർമ്മൻ യുവകവി ഫെർഡിനാൻഡ് ഫ്രെയ്ലിഗ്രാത്തിനെ (1810-1874) സന്ദർശിക്കാനും അദ്ദേഹത്തിന്റെയും കുടുംബത്തിന്റെയും ക്ഷേമം അന്വേഷിക്കാനുമായിരുന്നു ശ്രമിച്ചത്.

അപ്പോഴും പാരീസിലായിരുന്ന ജെന്നി തന്റെ ആദ്യ പുത്രിയായ ജെന്നിയുമൊത്ത് (1844 മെയ് ഒന്നിനാണ് മാർക്സിന്റെ ആദ്യ പുത്രി പിറന്നത്. ജെന്നിയെന്നു തന്നെ ആദ്യ സന്താനത്തിനു പേരിടണമെന്നത് മാർക്സിന്റെ നിർബ്ബന്ധമായിരുന്നു) മാർക്സിനടുത്തേക്ക്, ബ്രസൽസിലേക്കുള്ള യാത്രയ്ക്കുവേണ്ട പണമുണ്ടാക്കാൻ വീട്ടുപകരണങ്ങളും വസ്ത്രങ്ങളും മറ്റും വില്ക്കുകയാണുണ്ടായത്. ബ്രസൽസിൽ മാർക്സ് കുടുംബം പാർപ്പുറപ്പിച്ച വീടിനടുത്തായി തന്നെ പിന്നീട് മോസസ് ഹെസും ഭാര്യയും ഫ്രെഡറിക് എംഗൽസും ഹെൻറിച്ച് ബർഗേഴ്സും മറ്റുമെല്ലാം താമസമാക്കിയതോടെ ആ സ്ഥലം ഒരു 'ജർമ്മൻ കോളനി' ആയി മാറപ്പെട്ടു എന്നാണ് ജെന്നി രേഖപ്പെടുത്തുന്നത്. പുരോഗമനവാദികളായ ചില ബെൽജിയംകാരും പോളണ്ടിൽനിന്നുള്ള ചില രാഷ്ട്രീയ അഭയാർത്ഥികളും അക്കൂട്ടത്തിൽ എത്തിയിരുന്നു. 1845 സെപ്തംബർ 26 ന് മാർക്സ് ദമ്പതികൾക്ക് രണ്ടാമത്തെ കുഞ്ഞു പിറന്നു - ലോറ. അതിനു മുൻപു തന്നെ ജെന്നിയുടെ മാതാവ് കരോലിൻ ആ കുടുംബത്തിനു സഹായിയായി വിശ്വസ്തയായ 'വേലക്കാരി' ലെഞ്ചെനെ (ഹെലെൻ ഡിമത്ത് - കൊച്ച്ലെൻ എന്നും വിളിക്കപ്പെട്ടിരുന്നു) ബ്രസൽസിലേക്കയച്ചു. ജീവിതാവസാനംവരെ ഒരു കുടുംബാംഗമായി തന്നെ ലെഞ്ചെൻ അവരോടൊപ്പം സുഖദുഃഖങ്ങളിലെല്ലാം ഒത്തുചേർന്നിരുന്നു. പതിനൊന്ന് വയസ്സുമുതൽ വെസ്റ്റ്ഫാലൻ കുടുംബത്തിൽ വീട്ടുപണിക്കാരിയായി കഴിഞ്ഞിരുന്ന ലെഞ്ചെൻ ഫലത്തിൽ ജെന്നിക്കും ഇളയ സഹോദരൻ എഡ്ഗാറിനുമൊപ്പം, ആ കുടുംബത്തിലെ നിത്യ സന്ദർശകനായ മാർക്സിനുമൊപ്പവുമാണ് വളർന്നത് - പണിക്കാരി എന്നതിലുപരി സുഹൃത്തായി.

ഹെലൻ ഡിമത്തിനെക്കുറിച്ച് മേരി ഗബ്രിയേൽ എഴുതുന്നു: ''മാർക്സിനും ജെന്നിക്കും ചുറ്റുമുള്ള കമ്യൂണിസ്റ്റുകളുടെയും സോഷ്യലിസ്റ്റുകളുടെയും മണ്ഡലത്തിലേക്ക് അവൾ ക്ഷിപ്രം സ്വാംശീകരിക്കപ്പെട്ടു. അവരുടെ സാമൂഹികജീവിതത്തിൽ സജീവ ഭാഗഭാക്കായി. 1845 ലെ വസന്തകാലം മുതൽ കൊച്ച്ലെൻ മാർക്സ് കുടുംബത്തിലെ ജന്മനാലുള്ള ഒരംഗത്തെപോലെയായി. അവളാകട്ടെ, തന്നെ അവർക്കു അന്ധമായി സമർപ്പിച്ചു. എത്ര കല്യാണാലോചനകൾ വന്നിട്ടും അവൾ അതിലൊരാളെ തെരഞ്ഞെടുക്കുന്നതിനുപകരം മാർക്സ് കുടുംബത്തോടൊത്ത് കഴിയാനാണ് താല്പര്യപ്പെട്ടതെന്ന് ഒരു സഹപ്രവർത്തകൻ പറയുകയുണ്ടായി." (*പ്രണയവും മൂലധനവും*, മലയാള പരിഭാഷ. പേജ് 115)

മാർക്സും കുടുംബവും ബ്രസൽസിൽ ജീവിതമാരംഭിച്ച 1845 യൂറോപ്പിനാകെ ദുരിതം പിടിച്ച കാലമായിരുന്നു. ധാന്യവിളവ് മോശമായിരുന്നതിനൊപ്പം അയർലണ്ടിലെ ഉരുളക്കിഴങ്ങു കൃഷിയെ ബാധിച്ച രോഗം കൂടിയായപ്പോൾ ഭക്ഷ്യവിതരണത്തെത്തന്നെ തകർക്കുന്ന സ്ഥിതിയായി. ഗ്രാമീണർ ഉള്ളതെല്ലാം വിറ്റുപെറുക്കി പട്ടണങ്ങളിലേക്കും അന്യനാടുകളിലേക്കും ചേക്കേറുകയായിരുന്നു. അമേരിക്കവരെ ചെന്നെത്താൻ

വേണ്ട പണമുണ്ടാക്കാനായവർ അവിടേക്ക് കുടിയേറി. മറ്റുള്ളവർ സ്വന്തം രാജ്യത്തുതന്നെ അല്ലെങ്കിൽ അയൽരാജ്യങ്ങളിലെ നഗരങ്ങളിൽ ദുരിത ജീവിതം പങ്കിട്ടു കഴിഞ്ഞുകൂടി. കൃഷിക്കാരുടെ എണ്ണത്തിലുണ്ടായ കുറവ് ഭക്ഷ്യക്ഷാമം വർദ്ധിപ്പിച്ചു. കാർഷിക മേഖല തകർച്ചയെ നേരിട്ട ഇതേ സമയം വ്യവസായരംഗം അമിതോല്പാദന പ്രതിസന്ധിയിലായി. കുറഞ്ഞ കൂലിക്ക് പണിയെടുക്കാൻ ആളെ കിട്ടുമെന്ന ഈ അവസ്ഥ പരമാവധി മുതലെടുത്ത വ്യവസായികൾ ഉല്പാദനം വർദ്ധിപ്പിച്ചു. വാങ്ങാനാളില്ലാതെ കുമിഞ്ഞു കൂടിയ ചരക്കുകൾ ലോകത്താകെ എത്തിച്ച് ലാഭം കുന്നുകൂട്ടി. നഗരങ്ങളിൽ ക്രമാതീതമായി വർദ്ധിച്ചുവന്ന ജനങ്ങളുടെ എണ്ണം കുറ്റകൃത്യങ്ങൾ പെരുകുന്നതിനിടയാക്കിയതിനൊപ്പം ദുരിത ജീവിതം കലാപങ്ങളുണ്ടാകാനുള്ള സാദ്ധ്യതയും വർദ്ധിപ്പിച്ചു. ഈ കാലഘട്ടത്തിലെ (1800 കളിലെ) യൂറോപ്യൻ ജീവിതത്തിന്റെ യഥാതഥമായ ചിത്രീകരണം ചാൾസ് ഡിക്കൻസിന്റെയും എമിലി സോളയുടെയും വിക്ടർ ഹ്യൂഗോയുടെയും ബൽസാക്കിന്റെയും മറ്റും സാഹിത്യസൃഷ്ടികളിൽ കാണാം.

ഈയൊരു സാമൂഹികാന്തരീക്ഷത്തിലാണ് മാർക്സ് തന്റെ സുഹൃത്തായ എംഗൽസിനൊപ്പം മാഞ്ചസ്റ്ററിലേക്ക് പോയത്. 1845 ജൂലൈ - ആഗസ്ത് മാസങ്ങളിൽ മാർക്സും എംഗൽസും മാഞ്ചസ്റ്ററിലേക്ക് പോയപ്പോൾ മാർക്സിന്റെ കുടുംബം (ജെന്നിയും ലെഞ്ചെനും കൊച്ചു ജെന്നിയും) ജെന്നിയുടെ മാതാവിനൊപ്പം കുറച്ചുനാൾ കഴിയുന്നതിനായി ട്രയറിലേക്കും പോയി. മാഞ്ചസ്റ്ററിലേക്കുള്ള മാർക്സിന്റെ യാത്രയെ, 1842 - 44 കാലത്തെ എംഗൽസിന്റെ ഇംഗ്ലണ്ടിലെ, മാഞ്ചസ്റ്ററിലെ ജീവിതത്തെ ''ഇരട്ടജീവിതം'' എന്നു വിശേഷിപ്പിച്ച ഗാരെത് സ്റ്റെഡ്മാൻ ജോൺസ് ''ഗവേഷണ യാത്ര'' എന്നാണ് വിശേഷിപ്പിക്കുന്നത്. ഈ രണ്ടു നിരീക്ഷണങ്ങളും ശരിയുമാണ്. (*കാൾ മാർക്സ്: ഗ്രേറ്റ്നസ് ആന്റ് ഇല്യൂഷൻ*. പേജ് 169, 183).

മാഞ്ചസ്റ്ററിൽ ഓഫീസ് സമയത്ത് എംഗൽസ് കൃത്യമായും ഒരു ബിസിനസുകാരനായിരുന്നു. എന്നാൽ മനുഷ്യപ്പറ്റുള്ള ഒരു ബിസിനസുകാരൻ. ഓഫീസ് സമയം കഴിഞ്ഞാൽ അദ്ദേഹം ജർമ്മനിയിലെയും ഇംഗ്ലണ്ടിലെയും പുരോഗമനപരമായ പ്രസിദ്ധീകരണങ്ങളിലേക്ക് നിരന്തരം എഴുതിയിരുന്നു. പിന്നീട്, 1845 ൽ പ്രസിദ്ധീകരിച്ച *The Conditions of the Working Class in England* എന്ന കൃതിയുടെ രചനയ്ക്കുവേണ്ട വിവരങ്ങൾ എംഗൽസ് ശേഖരിച്ചതും ഈ കാലത്തായിരുന്നു. മാഞ്ചസ്റ്ററിലും ചുറ്റുപാടുമുള്ള ഉട്ടോപ്യൻ സോഷ്യലിസ്റ്റായ റോബർട്ട് ഓവന്റെ അനുയായികളുമായും ഇംഗ്ലണ്ടിലെ തൊഴിലാളി പ്രസ്ഥാനമായിരുന്ന ചാർട്ടിസ്റ്റു പ്രസ്ഥാനത്തിന്റെ പ്രവർത്തകരുമായും ബന്ധം സ്ഥാപിക്കുകയും ചെയ്തു. അയർലണ്ടുകാരിയായ മിൽത്തൊഴിലാളി പെൺകുട്ടിയുമായി - മേരി ബേൺസ് - എംഗൽസ് അടുത്തിടപഴകിയതും ഈ പെൺകുട്ടിയുമായുള്ള ബന്ധം ശക്തിപ്പെട്ടതും ഈ ആദ്യ മാഞ്ചസ്റ്റർ ജീവിതകാല

ത്തായിരുന്നു.

1844 ൽ പാരീസിൽവെച്ച് മാർക്സുമായി നടത്തിയ കൂടിക്കാഴ്ചയെ തുടർന്നായിരുന്നു എംഗൽസ് തന്റെ ധാരണകളിൽ കൂടുതൽ വ്യക്തത വരുത്തിയത്. പ്രസിദ്ധമായ ഈ കൂടിക്കാഴ്ചയെത്തുടർന്നാണ് പ്രഷ്യയിലെത്തിയശേഷം എംഗൽസ് *The Conditions of the Working Class in England* എന്ന കൃതി രചിച്ചത്. ഈ കൃതിയിൽ എംഗൽസിന്റെ മാഞ്ചസ്റ്ററിലെ ജീവിതാനുഭവങ്ങൾക്കും ഇംഗ്ലണ്ടിലെ ഓവനിസ്റ്റ് - ചാർട്ടിസ്റ്റു പ്രസ്ഥാനങ്ങളിൽനിന്നും അർത്ഥശാസ്ത്ര പഠനത്തിൽനിന്നും ലഭിച്ച അറിവും അതിലുപരി മാർക്സിൽനിന്നു പാരീസ് സന്ദർശനവേളയിൽ ലഭിച്ച ദാർശനികമായ വ്യക്തതയും പ്രതിഫലിക്കുന്നുണ്ട്. അതുപോലെ തന്നെ ഈ കൃതി മാർക്സിന് അർത്ഥശാസ്ത്രപഠനത്തിൽ സഹായകമാവുകയും ചെയ്തു.

പ്രഷ്യയിൽ തിരിച്ചെത്തിയ എംഗൽസ് ഇംഗ്ലണ്ടിലെ തൊഴിലാളിവർഗ്ഗത്തിന്റെ സ്ഥിതിയെക്കുറിച്ചുള്ള ഗ്രന്ഥരചനയിൽ ഒതുങ്ങിക്കൂടുകയായിരുന്നില്ല. മോസസ് ഹെസ്സുമായി ചേർന്ന് അദ്ദേഹം *ഗെസെൽഷാഫ്ട് സ്പീഗൽ* എന്ന ഒരു സോഷ്യലിസ്റ്റു മാസികയുടെ പ്രസിദ്ധീകരണമാരംഭിച്ചു. 1845 ജൂലൈ ഒന്നിന് ''നിസ്വവർഗ്ഗത്തിന്റെ പ്രതിനിധിയും ഇന്നത്തെ സാമൂഹ്യ അവസ്ഥയിലേക്ക് വെളിച്ചം വീശുന്നതുമായ'' ഈ മാസികയുടെ ആദ്യലക്കം പുറത്തിറങ്ങി. ജർമ്മനിയിലെ ''ആദ്യ കമ്യൂണിസ്റ്റാണ് ഹെസ്സെ എന്ന പോലെ ഒരു കമ്യൂണിസ്റ്റ് പത്രം സ്ഥാപിക്കാനുള്ള ആദ്യത്തെ ശക്തമായ നീക്കമാണ്'' ഈ മാസികയുടെ പ്രസിദ്ധീകരണത്തിലൂടെ നടന്നത് എന്നാണ് ഓട്ടോറൂൾ എഴുതുന്നത്. ഈ മാസികയുടെ പ്രസിദ്ധീകരണത്തിലും ഒതുങ്ങിനിന്നില്ല എംഗൽസിന്റെ പ്രവർത്തനം. കമ്യൂണിസത്തിന്റെ പ്രചരണത്തിനായി അദ്ദേഹം നിരവധി യോഗങ്ങൾ സംഘടിപ്പിക്കുകയുമുണ്ടായി. ഇതോടെ പ്രഷ്യൻ ഗവൺമെന്റിന്റെ നോട്ടപ്പുള്ളിയായി അദ്ദേഹം മാറി. ഏതു നിമിഷവും ജയിലിലടയ്ക്കപ്പെട്ടേക്കാം എന്ന അവസ്ഥയിൽ, അങ്ങനെ സംഭവിച്ചാൽ അതു കുടുംബത്തിനാകെ നാണക്കേടാകും എന്നതിനാൽ അദ്ദേഹത്തിന്റെ പിതാവ് അദ്ദേഹത്തിനു പ്രഷ്യ വിട്ട് ബെൽജിയത്തിലേക്ക് പോകാൻ ആവശ്യമായ പണം നല്കി. എംഗൽസിനെ സംബന്ധിച്ചിടത്തോളം മാർക്സിന്റെ സമീപത്ത് എത്താനും താൻ ഗുരുതുല്യനായി കരുതിയ മാർക്സിനൊപ്പം പ്രവർത്തിക്കാനുമുള്ള സുവർണ്ണാവസരമായി കരുതി അല്പവും വൈകാതെ ബ്രസൽസിലെത്തി. മാർക്സ് താമസിച്ച വീടിനു തൊട്ടടുത്തായി തന്നെ എംഗൽസും പാർപ്പുറപ്പിച്ചു.

1845 ജൂലൈ - ആഗസ്ത് കാലത്ത് എംഗൽസ് മാർക്സിനെയും ഒപ്പം കൂട്ടി ഇംഗ്ലണ്ടിലേക്ക് യാത്രയായി. ആറാഴ്ചക്കാലം അവർ ഇംഗ്ലണ്ടിൽ, പ്രധാനമായും മാഞ്ചസ്റ്ററിൽ ചെലവഴിച്ചു. എംഗൽസിനെ സംബന്ധിച്ചിടത്തോളം തന്റെ പുസ്തകശേഖരം ബ്രസൽസിലേക്ക് കൊണ്ടുവരുന്നതുൾപ്പെടെ ചില സ്വകാര്യ ആവശ്യങ്ങൾ നിറവേറ്റാനുണ്ടായിരുന്നു. എന്നാൽ ഇംഗ്ലണ്ടുമായി, ബ്രിട്ടീഷ് സാഹചര്യങ്ങളുമായി, ഇംഗ്ലീഷ് സാഹി

ത്യവുമായി, ബ്രിട്ടീഷ് തൊഴിലാളി പ്രസ്ഥാനത്തിലെ പ്രമുഖ വ്യക്തികളുമായി മാർക്സിനെ നേരിട്ട് പരിചയപ്പെടുത്തുക എന്നതായിരുന്നു അത്തരമൊരു യാത്ര ആസൂത്രണം ചെയ്തതിൽ എംഗൽസിന്റെ പ്രധാന ലക്ഷ്യം. മാർക്സിനെ സംബന്ധിച്ചിടത്തോളം ഈ യാത്ര ഏറെ മൂല്യവത്തുമായി.

ഈ സന്ദർശനവേളയിൽ മാർക്സ് മുതലാളിത്ത സമൂഹത്തിന്റെ സവിശേഷതകൾ സംബന്ധിച്ച് കൂടുതൽ വ്യക്തമായ കാഴ്ചപ്പാടും അറിവും സ്വായത്തമാക്കി. കാരണം ഇംഗ്ലണ്ട് അന്ന് മറ്റേതൊരു യൂറോപ്യൻ രാജ്യത്തേക്കാളും മുതലാളിത്ത വികസനം നടന്ന രാജ്യമായിരുന്നു. ഇംഗ്ലണ്ടിലെ വളർന്നു വന്നുകൊണ്ടിരുന്ന തൊഴിലാളിവർഗ്ഗ പ്രസ്ഥാനത്തെ സംബന്ധിച്ച് നേരിട്ടുള്ള അറിവ് നേടേണ്ടതും പ്രസ്ഥാനത്തിന്റെ നേതാക്കളുമായി നേരിട്ട് ബന്ധം സ്ഥാപിക്കേണ്ടതും മാർക്സിനെ സംബന്ധിച്ചിടത്തോളം ഏറെ പ്രാധാന്യമുള്ള കാര്യമായിരുന്നു. ആ കാലമായപ്പോൾ ഇംഗ്ലീഷ് തൊഴിലാളിവർഗ്ഗം താരതമ്യേന ഉയർന്ന രാഷ്ട്രീയ ബോധവും മികച്ച സംഘടനാരൂപവും കൈവരിച്ചു കഴിഞ്ഞിരുന്നു. മാർക്സ് എത്തുന്നതിനും ഏതാനും വർഷം മുൻപു തന്നെ ആറ് ആവശ്യങ്ങളടങ്ങിയ ഒരു ജനകീയ അവകാശ പത്രിക (People's Charter) യ്ക്കായുള്ള ശക്തമായ ഒരു തൊഴിലാളിവർഗ്ഗ സമരത്തിന്റെ രംഗവേദിയായി ഇംഗ്ലണ്ട് മാറിയിരുന്നു; 1840 ൽ സ്ഥാപിതമായ നാഷണൽ ചാർട്ടർ അസോസിയേഷനായിരുന്നു ഈ സമരം നയിച്ചത്; ഈ സംഘടനയ്ക്ക് പ്രാദേശിക ഘടകങ്ങളുടെ ഒരു ശൃംഖല തന്നെ ഉണ്ടായിരുന്നു. ഒരു ഘട്ടത്തിൽ ചാർട്ടിസ്റ്റ് പ്രസ്ഥാനത്തിന്റെ അംഗസംഖ്യ 5 ലക്ഷത്തോളമായി വർദ്ധിച്ചിരുന്നു. പൊതുയോഗങ്ങളും പ്രകടനങ്ങളും പതിവായി സംഘടിപ്പിച്ചിരുന്നു; പ്രചരണത്തിനായി പല ആനുകാലികങ്ങളും ചാർട്ടിസ്റ്റുകൾ പ്രസിദ്ധീകരിച്ചിരുന്നു. എല്ലാ തൊഴിൽ മേഖലകളിലെയും തൊഴിലാളികളെ ഒരു സംഘടനയ്ക്കുള്ളിൽ അണിനിരത്താനും സാർവ്വത്രിക ആൺവോട്ടവകാശമടക്കമുള്ള രാഷ്ട്രീയ പരിഷ്കരണങ്ങൾക്കുവേണ്ടി സമ്മർദ്ദം ചെലുത്താനും 1830 കളിൽ തന്നെ ചാർട്ടിസ്റ്റുകൾ പ്രക്ഷോഭത്തിലായിരുന്നു. ഫ്രാൻസിലും പോളണ്ടിലും അക്കാലത്ത് ശക്തിപ്പെട്ടുവന്നിരുന്ന തൊഴിലാളി പ്രസ്ഥാനങ്ങളുമായും ചാർട്ടിസ്റ്റുകൾ സജീവമായ ബന്ധം സ്ഥാപിച്ചിരുന്നു. 1842 ൽ ചാർട്ടിസ്റ്റുകൾ ഒരു പണിമുടക്ക് നടത്തിയെങ്കിലും അത് വിജയിപ്പിക്കാനായില്ല; ഈ പരാജയത്തെ തുടർന്നുണ്ടായ തിരിച്ചടിയിൽനിന്നു ചാർട്ടിസ്റ്റു പ്രസ്ഥാനം കരകയറി വരുന്നതേ ഉണ്ടായിരുന്നുള്ളൂ, മാർക്സ് ഇംഗ്ലണ്ടിലെത്തിയ 1845 ൽ.

മാർക്സും എംഗൽസും തങ്ങളുടെ തത്ത്വശാസ്ത്രപരവും രാഷ്ട്രീയവുമായ വീക്ഷണത്തിന്റെ അടിസ്ഥാനത്തിൽ ചാർട്ടിസ്റ്റു പ്രസ്ഥാനത്തെ സംബന്ധിച്ചു വിശദമായ പഠനമാണ് ആ സന്ദർശനവേളയിൽ നടത്തിയത്. അതിനുമുൻപുതന്നെ എംഗൽസ് *ഇംഗ്ലണ്ടിലെ തൊഴിലാളിവർഗ്ഗത്തിന്റെ സ്ഥിതി* എന്ന കൃതിയിൽ ആഴത്തിൽ വേരോടിയിട്ടുള്ളതും മു

തലാളിത്തത്തിനെതിരെ കൃത്യമായി ലക്ഷ്യംവച്ചിട്ടുള്ളതുമായ തൊഴിലാളിവർഗ്ഗ രാഷ്ട്രീയ പ്രസ്ഥാനം എന്ന നിലയിൽ ചാർട്ടിസ്റ്റു പ്രസ്ഥാനത്തെ ശാസ്ത്രീയമായി നിർവ്വചിച്ചിരുന്നു. ചരിത്രത്തിന്റെ ചാലകശക്തി എന്ന നിലയിൽ തൊഴിലാളിവർഗ്ഗത്തിന്റെ പങ്കിനെക്കുറിച്ചുള്ള സങ്കല്പനത്തിനു കൃത്യമായ രൂപം നല്കാൻ ചാർട്ടിസ്റ്റു പ്രസ്ഥാനത്തിന്റെ അനുഭവങ്ങളെ ആയിരുന്നു മാർക്സും എംഗൽസും ഉപയോഗപ്പെടുത്തിയത്. മുതലാളിത്ത മർദ്ദന സംവിധാനത്തിൽനിന്നു സമൂഹത്തിനു മോചനം നേടാൻ വേണ്ട പ്രായോഗികമായ മാർഗ്ഗങ്ങളെയും സമരരൂപങ്ങളെയും സംബന്ധിച്ച് വ്യക്തത വരുത്താനും ഈ അവസരത്തിൽ അവർ ശ്രമിച്ചു.

ഇംഗ്ലണ്ടിലെ സാമൂഹിക ഘടനയിൽ ഗണ്യമായ പ്രസക്തിയും പ്രാധാന്യവും കൈവരിച്ചുകൊണ്ടിരുന്ന ട്രേഡ് യൂണിയനുകളുടെ അനുഭവത്തോടൊപ്പം മാർക്സും എംഗൽസും അക്കാലത്ത് ഇംഗ്ലണ്ടിൽ പ്രവാസികളായി കഴിഞ്ഞിരുന്ന ജർമ്മൻകാരുടെ വിപ്ലവ പ്രവർത്തനങ്ങളെക്കുറിച്ചും ആ അവസരത്തിൽ പഠിച്ചു. ജർമ്മനിയിൽ പ്രവർത്തിച്ചിരുന്ന ലീഗ് ഓഫ് ജസ്റ്റിന്റെ (നീതിമാന്മാരുടെ ലീഗ്) ഒരു ഘടകത്തിനും ലണ്ടനിലെ ഈ പ്രവാസികൾ രൂപം നല്കിയിരുന്നു. 1840 ൽ ലണ്ടനിൽ അവർ ജർമ്മൻ വർക്കേഴ്സ് എഡ്യൂക്കേഷണൽ സൊസൈറ്റിക്കും രൂപം നല്കിയിരുന്നു. ഈ സംഘടനകളുടെയെല്ലാം പ്രവർത്തനങ്ങളെക്കുറിച്ചും അവയുടെ അനുഭവത്തെ സംബന്ധിച്ചും വിശകലനം നടത്താനും മാർക്സും എംഗൽസും ഈ അവസരം പ്രയോജനപ്പെടുത്തി. ഇംഗ്ലണ്ടിലെ ഈ സൈദ്ധാന്തികവും പ്രായോഗികവുമായ പ്രവർത്തനങ്ങളിൽ മാർക്സിന് എംഗൽസിന്റെ മുൻ അനുഭവം ഏറെ സഹായകമായി.

1842-44 കാലത്തെ ഇംഗ്ലണ്ടിലെ ജീവിതകാലത്ത് എംഗൽസ് നന്നായി ഇംഗ്ലീഷ് ഭാഷ പഠിച്ചിരുന്നു. ഇംഗ്ലണ്ടിലെ സാമൂഹ്യ ജീവിതത്തെക്കുറിച്ച് പൊതുവിലും തൊഴിലാളിവർഗ്ഗ പ്രസ്ഥാനത്തെക്കുറിച്ച് പ്രത്യേകിച്ചും എംഗൽസിന് അനുഭവവും അറിവും കൈവരിക്കാൻ കഴിഞ്ഞിരുന്നു. ചാർട്ടിസ്റ്റു നേതാക്കളുമായി വ്യക്തിപരമായ അടുപ്പവും എംഗൽസിനുണ്ടായിരുന്നു. *നോർതേൺ സ്റ്റാർ* എന്ന ചാർട്ടിസ്റ്റ് പത്രത്തിലും മറ്റു നിരവധി സോഷ്യലിസ്റ്റ് പ്രസിദ്ധീകരണങ്ങളിലും എംഗൽസ് തന്റെ ആദ്യ മാഞ്ചസ്റ്റർ വാസക്കാലത്ത് തുടർച്ചയായി എഴുതിയിട്ടുമുണ്ടായിരുന്നു. 1843 ൽ തന്നെ എംഗത്സ് ലണ്ടനിലെ ലീഗ് ഓഫ് ജസ്റ്റിന്റെ നേതാക്കളുമായും പരിചയപ്പെട്ടിരുന്നു. ഈ രണ്ടു വിഭാഗങ്ങളിലെയും നേതാക്കളുമായെല്ലാം പരിചയപ്പെടാൻ മാർക്സിന് എംഗത്സിന്റെ ഈ മുൻ അനുഭവം ഏറെ സഹായകമായി. തൊഴിലാളിവർഗ്ഗത്തിൽനിന്നുയർന്നുവന്ന എഴുത്തുകാരനും മികച്ച സംഘാടകനും പ്രക്ഷോഭകാരിയും ഉജ്ജ്വല പ്രഭാഷകനുമായ ഇടതുപക്ഷ ചാർട്ടിസ്റ്റ് നേതാവ് ജോർജ്ജ് ഹാർനെയുമായി (1817-1897) മാർക്സും എംഗൽസും കൂടിക്കാഴ്ച നടത്തി. താനൊരു കമ്യൂണിസ്റ്റാണെന്ന് സ്വയം കരുതുകയും പ്രഖ്യാപിക്കുകയും ചെയ്തിരുന്ന ഹാർനെ *നോർത്തേൺ സ്റ്റാറി*ന്റെ പത്രാധിപരിലൊരാളുമായിരുന്നു. മറ്റു ചാർട്ടിസ്റ്റു

നേതാക്കളിൽനിന്നു വ്യത്യസ്തമായി ഹാർനെ ഒരു സാർവ്വദേശീയ വാദിയും മറ്റു രാജ്യങ്ങളിലെ വിപ്ലവ പ്രസ്ഥാനങ്ങളുമായി സഹകരിച്ചു പ്രവർത്തിക്കാൻ തയ്യാറുള്ള ആളുമായിരുന്നു. ഹാർനെയിലൂടെ മാർക്സും എംഗൽസും ചാർട്ടിസ്റ്റു പ്രസ്ഥാനത്തിന്റെ വിപ്ലവകാരികളായ നേതാക്കളിലൊരാളായ ഏണസ്റ്റ് ജോണുമായും (1819-1869) പരിചയപ്പെടുകയുണ്ടായി.

ചാർട്ടിസ്റ്റുകളിലെ ഇടതുപക്ഷ വിഭാഗവും ലീഗ് ഓഫ് ജസ്റ്റിലെ അംഗങ്ങളും തമ്മിൽ ഐക്യമുണ്ടാക്കാൻ മാർക്സും എംഗൽസും ഈ അവസരം വിനിയോഗിച്ചു. ഇംഗ്ലണ്ടിൽനിന്നു മടങ്ങുന്നതിനുമുമ്പ് അവർ, 1845 ആഗസ്തിൽ വിപ്ലവകാരികളായ പ്രവാസികളുടെയും ചാർട്ടിസ്റ്റുകളുടെയും ഒരു സംയുക്ത യോഗം വിളിച്ചു ചേർത്തു. ലണ്ടൻ കേന്ദ്രീകരിച്ച് ഒരു അന്താരാഷ്ട്ര വിപ്ലവ സംഘടനയ്ക്ക് രൂപം നല്കുക എന്ന ആശയത്തിനും അവർ പിന്തുണ നല്കി. തൊഴിലാളിവർഗ്ഗത്തിന്റെ സമരസംഘടനയ്ക്ക് രൂപം നല്കുന്നതും അതിനു അന്താരാഷ്ട്ര മുഖം നല്കുന്നതും ഉൾപ്പെടെയുള്ള പ്രായോഗിക പ്രവർത്തനങ്ങൾക്കൊപ്പം അക്കാലത്തുതന്നെ വികസിത മുതലാളിത്ത രാജ്യമായി കഴിഞ്ഞിരുന്ന ഇംഗ്ലണ്ടിലെ തൊഴിലാളിവർഗ്ഗത്തിന്റെ ജീവിതാനുഭവങ്ങൾ കേന്ദ്രീകരിച്ച് മുതലാളിത്ത വികാസത്തിന്റെ അനന്തരഫലങ്ങളെക്കുറിച്ച് മാർക്സ് ഗൗരവപൂർണ്ണമായ പഠനവും നടത്തി. ആദം സ്മിത്തിനെയും ഡേവിഡ് റിക്കാർഡോയെയും പോലെയുള്ള പ്രാമാണികരായ ക്ലാസിക്കൽ ബ്രിട്ടീഷ് സാമ്പത്തിക ശാസ്ത്രജ്ഞരുടെ കൃതികൾക്കൊപ്പം ജോൺ സ്റ്റുവർട്ട് മില്ലിന്റേയും ജയിംസ് മില്ലിന്റെയും സ്വിസ് സാമ്പത്തിക ശാസ്ത്രജ്ഞനായ സിസ്മോണ്ടിയുടെയും കൃതികളും മാർക്സ് ആഴത്തിൽ പഠിക്കുകയുണ്ടായി. ‘‘1844 ലെ സാമ്പത്തികശാസ്ത്രപരവും തത്ത്വശാസ്ത്രപരവുമായ കൈയെഴുത്ത് പ്രതി”കളിൽ പ്രകടിപ്പിക്കപ്പെട്ട ആശയങ്ങളിൽനിന്ന് ഏറെ മുന്നോട്ടുപോകാൻ ഇംഗ്ലണ്ടിലെ ആറ് ആഴ്ചക്കാലത്തെ അനുഭവങ്ങളും സൈദ്ധാന്തിക പഠനവും മാർക്സിനെ സഹായിച്ചു.

ഇംഗ്ലണ്ട് വാസം കഴിഞ്ഞ് മടങ്ങിയ മാർക്സിനെയും എംഗൽസിനെയും കുറിച്ച് മേരി ഗബ്രിയേൽ എഴുതിയിരിക്കുന്നത് ഇങ്ങനെയാണ്: ‘‘മാർക്സും എംഗൽസും അനുഭവജ്ഞാനികളായ ജർമ്മൻ വിപ്ലവകാരികളിൽനിന്നും ഇംഗ്ലീഷ് വിപ്ലവകാരികളിൽനിന്നും ഏറെ പഠിച്ചു. അവർ മാർക്സിനും എംഗൽസിനും തങ്ങളുടെ പ്രസ്ഥാനങ്ങളുടെ ചരിത്രം മാത്രമല്ല പറഞ്ഞുകൊടുത്തത്, സംഘടനയുണ്ടാക്കുന്നതിന്റെ പ്രായോഗിക വശങ്ങൾകൂടിയാണ്. ബ്രസൽസിനും അതിനപ്പുറവുമുള്ള തൊഴിലാളികളെ വിപ്ലവവീര്യമുള്ളവരാക്കി മാറ്റാനുള്ള ആശയങ്ങളാൽ ആവേശഭരിതരായി രണ്ടുപേരും ബെൽജിയത്തിലേക്ക് മടങ്ങി..... യാത്ര കഴിഞ്ഞ് തിരിച്ചെത്തിയത് മറ്റൊരു മാർക്സായിരുന്നു. പുസ്തകങ്ങളിൽ അദ്ദേഹം വായിച്ച വാക്കുകൾക്ക് പുതിയ അർത്ഥം ഉണ്ടായിരിക്കുന്നു. വാക്കുകൾക്കിപ്പോൾ മുഖങ്ങളുണ്ടായിരിക്കുന്നു. യാത്രയുടെ പരാമർശമർഹിക്കുന്ന

മറ്റൊരു പ്രധാന ഫലം മാർക്സിന്റെയും എംഗൽസിന്റെയും സൗഹൃദം ദൃഢമായി എന്നതാണ്.... ഇപ്പോൾ അവർ ആത്മമിത്രങ്ങളായിക്കഴിഞ്ഞു. പുതിയൊരു ഉണർവ്വും ലക്ഷ്യബോധവുമായിട്ടാണ് അവർ ബ്രസൽസിലേക്ക് മടങ്ങിയത്. വെളിപാടുകൾക്ക് കൂട്ടായി വരുന്ന രൂക്ഷമായ വ്യക്തതയോടെയാണ് മാർക്സ് തിരിച്ചെത്തിയത്'' (*പ്രണയവും മൂലധനവും*. പേജ് 125)

മാർക്സിന്റെയും എംഗൽസിന്റെയും ഈ ഇംഗ്ലണ്ട് സന്ദർശനത്തെക്കുറിച്ച് പറയുമ്പോൾ തൊഴിലാളികളുടെ ദുരിതം നിറഞ്ഞ ജീവിതാവസ്ഥയെക്കുറിച്ച് മനസ്സിലാക്കുന്നതിനും അവർക്കിടയിലെ സംഘബോധം വളർന്നുവരുന്നതു സംബന്ധിച്ച് അറിയുന്നതിനും മാർക്സിനെ സഹായിച്ച എംഗൽസിന്റെ പ്രണയിനിയായി അതിനകം മാറിക്കഴിഞ്ഞിരുന്ന മേരി ബേൺസിനെക്കുറിച്ചു കൂടി ഓർക്കേണ്ടതുണ്ട്. മേരി ബേൺസിനൊപ്പമാണ് മനുഷ്യപ്പുഴുക്കളെപ്പോലെ തൊഴിലാളികൾ ജീവിച്ചിരുന്ന ചേരികളിൽ അവർ പോയത്. ബ്രസൽസിലേക്കുള്ള മടക്കയാത്രയിൽ മേരി ബേൺസിനെയും എംഗൽസ് കൂടെക്കൂട്ടി.

ജർമ്മൻ പ്രത്യയശാസ്ത്രം

ഇംഗ്ലീഷ് തൊഴിലാളിവർഗ്ഗത്തിന്റെ ജീവിതാനുഭവങ്ങളും അവിടത്തെ തൊഴിലാളി പ്രസ്ഥാനത്തിന്റെയും സോഷ്യലിസ്റ്റുകളുടെയും പ്രവർത്തനങ്ങളും കാഴ്ചപ്പാടും മനസ്സിലാക്കി പുതിയ അനുഭവപാഠങ്ങൾ ഉൾക്കൊണ്ടും ഒപ്പം ഇംഗ്ലീഷ് ക്ലാസിക്കൽ അർത്ഥശാസ്ത്രത്തെക്കുറിച്ച് കൂടുതൽ അറിവുനേടിയും ലണ്ടൻ യാത്രകഴിഞ്ഞ് ബ്രസൽസിൽ മടങ്ങിയെത്തിയ മാർക്സും എംഗൽസും തങ്ങളുടെ പുതിയ പുസ്തകത്തിന്റെ പണിപ്പുരയിലേക്ക് നീങ്ങി. മാർക്സ് ലണ്ടനിൽ പോയ അവസരത്തിൽ ട്രയറിൽ തന്റെ മാതാവിനൊപ്പം കുറച്ചുകാലം ചെലവിടാൻ പോയ ജെന്നിയും സെപ്തംബർ രണ്ടാം വാരത്തോടെ മടങ്ങിയെത്തി. സെപ്തംബർ 26 ന് അവർ തന്റെ രണ്ടാമത്തെ മകളെ പ്രസവിച്ചു - ലോറ. അങ്ങനെ മാർക്സിന്റെ ദുരിത ജീവിതത്തിൽ പങ്കാളിയാകാൻ ഒരംഗം കൂടി കുടുംബത്തിലെത്തി.

അർത്ഥശാസ്ത്രം (Political Economy) സംബന്ധിച്ച കൃതിയുടെ പ്രസിദ്ധീകരണത്തിനായി പ്രസാധകനിൽനിന്നും അഡ്വാൻസ് വാങ്ങിയിരുന്നതിനാൽ അതിന്റെ രചനയിൽ ആയിരിക്കും മാർക്സ് ഏർപ്പെടുക എന്നായിരുന്നു ജെന്നിയുടെ ധാരണ. അതിൽ നിന്നുണ്ടാകുന്ന വരുമാനം തല്ക്കാലത്തേക്കെങ്കിലും അല്പം ആശ്വാസമാകും എന്നവർ കരുതി. എന്നാൽ, മേരി ഗബ്രിയേൽ എഴുതിയതുപോലെ, ‘‘ലോറയുടെ പിറവി കാലത്ത്, വീട്ടിൽ കുഞ്ഞു കരച്ചിൽ മുഴങ്ങുന്നതിനിടയിൽ, *ജർമ്മൻ പ്രത്യയശാസ്ത്രം* എന്നു തങ്ങൾ പേരിട്ട പുസ്തകമെഴുതാൻ ഒരുക്കം കൂട്ടുകയായിരുന്നു മാർക്സും എംഗൽസും.’’ (*പ്രണയവും മൂലധനവും*. പേജ് 129).

ബ്രസൽസിൽ മാർക്സിനൊപ്പം എത്തുംമുൻപ് ബാർമെനിൽനിന്ന്

1845 ൽ *വിശുദ്ധ കുടുംബം* പുറത്തിറങ്ങിയശേഷം മാർക്സിനെഴുതിയ കത്തിൽ എംഗത്സ് പറയുന്നു: ''കുറേക്കൂടി പ്രൗഢവും ബൃഹത്തുമായ കൃതികളാണ് നമുക്കിപ്പോൾ അടിയന്തരമായി ആവശ്യമായിട്ടുള്ളത്. അർദ്ധജ്ഞരായ ജനങ്ങൾക്ക് കാലുറപ്പിച്ചു നില്ക്കാൻ അത്തരം കൃതികൾ കൂടിയേ തീരൂ. ഈ ജനങ്ങൾ പഠിക്കാൻ സന്നദ്ധരാണ്. പക്ഷേ, എല്ലാം സ്വയം ചെയ്യാൻ അവരെക്കൊണ്ടാവില്ല.... ഇരുമ്പ് പഴുത്തിരിക്കുകയാണ്. ഇപ്പോൾ തന്നെ അടിക്കണം.'' ചരിത്രത്തെ സംബന്ധിച്ച ഭൗതികവാദപരമായ കാഴ്ചപ്പാട് എന്ന *വിശുദ്ധ കുടുംബ*ത്തിൽ അവർ മുന്നോട്ടുവെച്ച ആശയങ്ങൾക്ക് കൂടുതൽ വ്യക്തത വരുത്തുകയും അവയുടെ ആഴം വർദ്ധിപ്പിക്കുകയുമായിരുന്നു ലക്ഷ്യം. ഇംഗ്ലണ്ടിൽനിന്നു തിരിച്ചെത്തിയപ്പോൾ തന്നെ, അതിന്റെ ഉന്മേഷത്തിലും ആവേശത്തിലും മാർക്സും എംഗൽസും *German Ideology* (ജർമ്മൻ പ്രത്യയശാസ്ത്രം) എന്ന കൃതിയുടെ രചനയിൽ ഏർപ്പെട്ടു.

ഹെഗലിനും ബ്രൂണോ ബോവറിനും ഫൊയർബാഹിനും അപ്പുറം പോവുകയായിരുന്നു, മാർക്സ്. മനുഷ്യനെ, യഥാർത്ഥ മനുഷ്യനെ, ജീവിക്കുന്ന മനുഷ്യനെ, ചരിത്രം സൃഷ്ടിക്കുന്ന മനുഷ്യനെ കണ്ടെത്തുകയായിരുന്നു, മാർക്സ്. *ജർമ്മൻ പ്രത്യയശാസ്ത്ര*ത്തിനു മുൻപായി നോട്ട്ബുക്കിൽ മാർക്സ് ഫൊയർബാഹിനെക്കുറിച്ചുള്ള തന്റെ അതേവരെയുള്ള പഠനത്തിന്റെ ഫലമായി ഉരുവംകൊണ്ട ആശയങ്ങൾ കുറിച്ചിട്ടിരുന്നു. പില്ക്കാലത്ത് *Theses on Feuerbach* (ഫൊയർബാഹിനെ സംബന്ധിച്ച തീസിസ്) എന്ന പേരിൽ പ്രസിദ്ധമായ ആ കുറിപ്പുകൾ സമ്പൂർണ്ണമായ ഒരു ഗ്രന്ഥരചനയ്ക്ക് മാർക്സ് വിഷയമാക്കുകയോ അത് പ്രസിദ്ധീകരിക്കുകയോ ചെയ്തിരുന്നില്ല. *ലുദ്‌വിഗ് ഫൊയർബാഹും ക്ലാസിക്കൽ ജർമ്മൻ തത്ത്വശാസ്ത്രത്തിന്റെ അന്ത്യവും* എന്ന കൃതിയുടെ അനുബന്ധമായി എംഗൽസാണ് ഈ തീസിസുകൾ ആദ്യമായി പ്രസിദ്ധീകരിച്ചത്.

ഫൊയർബാഹിനെ സംബന്ധിച്ച മാർക്സിന്റെ തീസിസ് ആ നിലയിൽത്തന്നെ പുതിയ കണ്ടെത്തലിന്റെയും മാർക്സിന്റെ അന്വേഷണങ്ങളുടെ വളർച്ചയിലെ ഒരു കുതിച്ചുചാട്ടത്തിന്റെയും അളവറ്റ വലിപ്പം പ്രകടമാക്കുന്നുവെന്നാണ് ഓട്ടോ റൂൾ (*Karl Marx: His Life and Work.* Page 90) വ്യക്തമാക്കുന്നത്. ''ഈ പ്രപഞ്ചത്തെ സംബന്ധിച്ച പുതിയ ലോകവീക്ഷണത്തിലെ അതിമനോഹരമായ ഒരു മുത്താണി''ത് എന്നാണ് എംഗൽസ് ഈ തീസിസിനെക്കുറിച്ച് എഴുതിയിട്ടുള്ളത്. ഫൊയർബാഹിനെ സംബന്ധിച്ച തീസിസുകളിലൂടെ മാർക്സ് മുന്നോട്ടുവച്ച കാഴ്ചപ്പാടിനെയാണ് ലൂയി അൽത്തൂസർ 'ജ്ഞാനമീമാംസാപരമായ വിച്ഛേദം" (Episteomological break) എന്ന് വിശേഷിപ്പിച്ചത്.

ഇതിൽ 11-ാമത്തെയും അവസാനത്തെയുമായ തീസിസാണ് ഏറെ ചർച്ച ചെയ്യപ്പെട്ടിട്ടുള്ളത്. ''തത്ത്വശാസ്ത്രജ്ഞർ ഈ ലോകത്തെ പല വിധത്തിലും വ്യാഖ്യാനിച്ചിട്ടേയുള്ളൂ; നമുക്കു വേണ്ടത് ഈ ലോകത്തെ

മാറ്റിത്തീർക്കലാണ്'' എന്ന തീസിസ്. ഭൗതികവാദത്തെ സംബന്ധിച്ച 10-ാം തീസിസ് ഇങ്ങനെ: ''പഴയ ഭൗതികവാദത്തിന്റെ നിലപാടുതറ ബൂർഷ്വാ സമൂഹമാണ്. പുതിയ ഭൗതികവാദത്തിന്റെ നിലപാടുതറയാകട്ടെ, മാനവ സമൂഹമാണ്. അഥവാ സാമൂഹികവൽകൃതമായ മാനവികതയാണ്.'' ഒന്നാമത്തെ തീസിസു മുതൽ 10-ാമത്തെ തീസിസുവരെ അവതരിപ്പിക്കപ്പെട്ടിട്ടുള്ള കാഴ്ചപ്പാടിന്റെ തുടർച്ചയും വളർച്ചയുമാണ്, ലോകത്തെ വ്യാഖ്യാനിക്കലല്ല, ലോകത്തെ മാറ്റിത്തീർക്കലാണ് പ്രധാനം എന്ന വീക്ഷണം. ഫൊയർബാഹ് വരെയുള്ള തത്ത്വചിന്തകർ, അവർ ആശയവാദികളായാലും ഭൗതികവാദികളായാലും ലോകത്തെ വ്യാഖ്യാനിക്കുക എന്ന തലത്തിൽ, അതായത് സൈദ്ധാന്തികമായി ഭൗതികവാദം മുന്നോട്ടുവയ്ക്കുന്നവർപോലും പ്രയോഗത്തിന്റെ കാര്യത്തിൽ ആശയതലത്തിൽ മാത്രം, ചുറ്റിത്തിരിയുകയാണെന്ന നിലപാടാണ് മാർക്സ് സ്വീകരിച്ചത്. സാമൂഹിക ജീവിതമാകെ പ്രായോഗികതലത്തിലുള്ളതാണെന്ന 8-ാമത്തെ തീസിസിന്റെ സ്വാഭാവിക പരിണതിയാണ് ലോകത്തെ മാറ്റുക എന്ന നിലപാട്. അതാണ് മാർക്സിന്റെ ചിന്തകളെ വേറിട്ടതാക്കുന്നത്, വിപ്ലവകരവുമാക്കുന്നത്. മാർക്സിസം പ്രയോഗത്തിന്റെ തത്ത്വശാസ്ത്രമായി, വിപ്ലവ പ്രയോഗത്തിനുള്ള ഉപകരണമായി മാറുന്നത് ഈ പശ്ചാത്തലത്തിലാണ്. ഫൊയർബാഹ് വിമർശനത്തിന്റെ മുന്നോട്ടുപോക്കാണ് മാർക്സും എംഗൽസും ചേർന്നെഴുതിയ *ജർമ്മൻ പ്രത്യയശാസ്ത്രം.*

യുവഹെഗലിയന്മാരുടെ, പ്രത്യേകിച്ച് ഫൊയർബാഹിന്റെ തത്ത്വശാസ്ത്രപരമായ പിശകുകളെക്കുറിച്ചു മാത്രമല്ല, മോസസ് ഹെസ്സിന്റെയും മറ്റും 'സോഷ്യലിസ'ത്തെയും മാക്സ് സ്റ്റേർണറുടെ 'വ്യക്തിമാഹാത്മ്യവാദത്തെയും (Individualism) ഈ കൃതിയിൽ മാർക്സും എംഗൽസും കീറിമുറിച്ച് പരിശോധിക്കുന്നു.

ജർമ്മനിയുടെ തത്ത്വശാസ്ത്ര പാരമ്പര്യത്തെയാകെ പൊളിച്ചടുക്കിക്കൊണ്ട്, ആ അടിത്തറമേൽ തങ്ങളുടെ കണ്ടെത്തലുകൾ പടുത്തുയർത്താൻ അവർ നിശ്ചയിച്ചു; തത്ത്വശാസ്ത്രത്തെ മാത്രമല്ല, ജർമ്മനിയിൽ പ്രചാരത്തിലുണ്ടായിരുന്ന 'യഥാർത്ഥ' സോഷ്യലിസം എന്നറിയപ്പെട്ടിരുന്നതിനെയും തൊലിയുരിച്ചു കാണിക്കേണ്ടതുണ്ടെന്ന് അവർ കരുതി. യുവഹെഗലിയന്മാരെ പൊളിച്ചടുക്കാതെ അർത്ഥശാസ്ത്രത്തെക്കുറിച്ച് ഒന്നും എഴുതാനാവില്ലെന്നാണ്, ആ ഗ്രന്ഥം അച്ചടിക്കാനുള്ള കാത്തിരിപ്പിലായിരുന്ന പ്രസാധകനെ മാർക്സ് അറിയിച്ചത്. 1845 സെപ്തംബർ അവസാനം മുതൽ 1846 ആഗസ്ത് വരെയുള്ള കാലം അവർ ഇരുവരും *ജർമ്മൻ പ്രത്യയശാസ്ത്ര*ത്തിന്റെ രചനയിൽ പൂർണ്ണമായും മുഴുകി. അഞ്ഞൂറിലധികം പേജുകളും രണ്ടു വോള്യങ്ങളുമുള്ള ഒരു ഗ്രന്ഥം അവർ പൂർത്തിയാക്കി. മാർക്സിന്റെയും എംഗൽസിന്റെയും കൂട്ടായ ചർച്ചയുടെയും എഴുത്തിന്റെയും പൂർണ്ണമായ ഉല്പന്നമായിരുന്നു ആ കൃതി. അവരും ജർമ്മനിയിലുള്ള അവരുടെ സുഹൃത്തുക്കളും ഈ കൃതി പ്രസി

ദ്ധീകരിക്കുന്നതിന് എട്ടോളം പ്രസാധകരെ സമീപിച്ചെങ്കിലും ആരും അതേറ്റെടുക്കാൻ തയ്യാറായില്ല. മാർക്സിന്റെ ഉറ്റസുഹൃത്തുക്കളിലൊരാളും ജർമ്മനിയിലെ വിപ്ലവ പ്രസ്ഥാനത്തിലെ മുൻനിരക്കാരിലൊരാളുമായ വെയ്ഡെമെയർ തന്റെ ബന്ധുവായ ഒരു പ്രസാധകനെ ഈ ഗ്രന്ഥത്തിന്റെ പ്രസിദ്ധീകരണത്തിനായി സമീപിച്ചു. ''മാറിയ സാഹചര്യത്തിൽ ഇത് അച്ചടിക്കുക അസാദ്ധ്യമാണ്'' എന്ന മറുപടിയാണ് ആ പ്രസാധകനിൽ നിന്നുണ്ടായത്. ഭരണവർഗ്ഗം മാർക്സിന്റെ ആശയങ്ങൾ പൊതുമണ്ഡലത്തിൽ പ്രചാരത്തിലാകുന്നതിനെ എത്രത്തോളം ഭയന്നിരുന്നു എന്നതാണിത് വ്യക്തമാക്കുന്നത്. ഒടുവിൽ സ്വയം വ്യക്തത വരുത്തുക എന്ന ലക്ഷ്യം നിറവേറ്റാൻ കഴിഞ്ഞു എന്ന ആത്മസംതൃപ്തിയോടെ ആ കൈയെഴുത്തുപ്രതി, പില്ക്കാലത്ത് മാർക്സ്ത്തന്നെ സൂചിപ്പിച്ചതുപോലെ 'എലികൾക്ക് കരളാനായി, അവയുടെ വിമർശനത്തിനായി' വിട്ടുകൊടുക്കുകയാണുണ്ടായത്. ഒടുവിൽ സോവിയറ്റ് യൂണിയനിൽ 1932 ൽ ആണ് ആ ഗ്രന്ഥം പ്രസിദ്ധീകരിക്കപ്പെട്ടത്.

മാർക്സും എംഗൽസും ചേർന്നെഴുതിയ എക്കാലത്തെയും അർത്ഥഗർഭവും സമഗ്രവുമായ സൈദ്ധാന്തിക കൃതിയാണ് *ജർമ്മൻ പ്രത്യയശാസ്ത്രം*. ഈ കൃതിയിൽ ആദ്യമായി സമഗ്രമായി അവതരിപ്പിച്ച അടിസ്ഥാന തത്ത്വങ്ങളാണ് പില്ക്കാലത്തെ അവരുടെ രചനകളിലെല്ലാം പ്രതിഫലിക്കുന്നത്. സൈദ്ധാന്തിക വീക്ഷണത്തിൽ നോക്കിയാൽ ഒന്നാം വോള്യത്തിലെ ആദ്യ അദ്ധ്യായമാണ് ഈ കൃതിയിലെ ഏറ്റവും പ്രധാനപ്പെട്ട ഭാഗം. രണ്ടാം വോള്യം മാക്സ് സ്റ്റെർണറുടെ അരാജകവാദപരമായ വ്യക്തിമാഹാത്മ്യവാദത്തെയും 'യഥാർത്ഥ സോഷ്യലിസ'ത്തിന്റെ വക്താക്കളെയും കണക്കിനു കളിയാക്കുന്നുണ്ട്.

അക്കാലത്ത് ജർമ്മനിയിൽ തത്ത്വശാസ്ത്ര രംഗത്ത് കൊടികുത്തിവാണിരുന്ന നാനാതരം ആശയവാദത്തോടും കണക്കുതീർക്കുന്ന "ജർമ്മൻ പ്രത്യയശാസ്ത്രം'' ഫൊയർബാഹിന്റെ ഭൗതികവാദത്തിലെ ദൗർബല്യങ്ങളെ തുറന്നുകാണിക്കുകയും ചെയ്യുന്നു. സംവാദാത്മകമായ ഈ കൃതിയിൽ പക്ഷേ, അതിനൊപ്പം മാർക്സിന്റെയും എംഗൽസിന്റെയും പുതിയ ലോകവീക്ഷണം സുവ്യക്തമായി അവതരിപ്പിക്കുകയും ചെയ്തു. വൈരുദ്ധ്യാത്മക ഭൗതികവാദത്തിന്റെയും ചരിത്രപരമായ ഭൗതികവാദത്തിന്റെയും അടിസ്ഥാനതത്ത്വങ്ങൾ, സോഷ്യലിസത്തിന്റെയും കമ്യൂണിസത്തിന്റെയും ശാസ്ത്രീയമായ നിർവ്വചനം എന്നിവയെല്ലാം ഈ കൃതിയിൽ അവതരിപ്പിക്കുന്നു. ജർമ്മൻ ക്ലാസിക്കൽ തത്ത്വശാസ്ത്രത്തിന്റെയും ഇംഗ്ലീഷ് ക്ലാസിക്കൽ അർത്ഥശാസ്ത്രത്തിന്റെയും ഫ്രഞ്ച് സാങ്കല്പിക സോഷ്യലിസത്തിന്റെയും വർഗ്ഗസമരം സംബന്ധിച്ച ഫ്രഞ്ച് കാഴ്ചപ്പാടിന്റെയും അടിത്തറമേലാണ് - അതായത് യൂറോപ്പിൽ അന്നേവരെ ലഭ്യമായ പുരോഗമന കാഴ്ചപ്പാടുകളുടെയാകെ അടിത്തറമേലാണ് മാർക്സും എംഗൽസും തങ്ങളുടെ ഈ പുതിയ ദർശനം പടുത്തുയർത്തിയത്.

സ്വകാര്യ സ്വത്തിന്റെ വളർച്ചയിലൂടെ മനുഷ്യ സമൂഹത്തിന്റെ വികാസത്തെക്കുറിച്ച് വിശദീകരിക്കുകയും സാമ്പത്തിക ഘടനയും ആ ഘടനയ്ക്കൊപ്പവും അതിനെ ആശ്രയിച്ചു നിലനില്ക്കുന്ന രാഷ്ട്രീയ - സൈദ്ധാന്തിക രൂപങ്ങളും തമ്മിലുള്ള വിവിധ ദശകളിലെ ബന്ധങ്ങളെക്കുറിച്ചുള്ള കാഴ്ചപ്പാടുകൾ അവതരിപ്പിക്കുകയുമാണ്, അങ്ങനെ ചരിത്രവികാസത്തിന്റെ ഗതിക്രമത്തെ പരസ്പരബന്ധിതമായ ഒരു തുടർച്ചയെന്ന നിലയിൽ അവതരിപ്പിക്കുകയുമാണ് മാർക്സും എംഗൽസും ഈ കൃതിയിൽ ചെയ്തിരിക്കുന്നത്. സാമൂഹിക വികാസത്തിന്റെ വിവിധ ഘട്ടങ്ങളിലെ തൊഴിൽ വിഭജനത്തെക്കുറിച്ച് മാർക്സും എംഗൽസും ഈ കൃതിയിൽ കൈകാര്യം ചെയ്തിരിക്കുന്നത് സ്വത്തിന്റെ വിവിധ രൂപങ്ങളെ സംബന്ധിച്ച അവരുടെ പഠനത്തെ അടിസ്ഥാനമാക്കിയാണ്. സ്വത്തിന്റെ ആദ്യരൂപം ഗോത്രവർഗ്ഗ സ്വത്താണെന്നും ഉല്പാദനത്തിന്റെ അവികസിത രൂപമാണിതെന്നും അവർ വ്യക്തമാക്കുന്നു. ഈ ഘട്ടത്തിൽ വേട്ടയാടിയും മീൻപിടിച്ചും കന്നുകാലികളെ മേച്ചും കുറെയൊക്കെ കൃഷി ചെയ്തുമാണ് ആളുകൾ ജീവിച്ചിരുന്നത്. ഈ ഘട്ടത്തിൽ തൊഴിൽ വിഭജനം അതിന്റെ പ്രാഥമികഘട്ടത്തിലായിരുന്നു. ഈ ഘട്ടത്തിലെ സാമൂഹിക ഘടന കുടുംബത്തിന്റെ വിപുലീകരണത്തിൽ ഒതുങ്ങി നില്ക്കുന്നു - ഗോത്രത്തലവന്മാരും അവർക്കുകീഴിൽ ഗോത്രത്തിലെ അംഗങ്ങളും അതിനും താഴെയായി അടിമകളും എന്നതാണ് ഈ ഘട്ടത്തിലെ സാമൂഹിക ഘടനയുടെ പൊതുസ്വഭാവം.

രണ്ടാമത്തെ രൂപം പൗരാണിക സമൂഹത്തിന്റെയും ഭരണകൂടത്തിന്റെയും സ്വത്ത് എന്നതാണ്. ഈ ഘട്ടത്തിൽ പല ഗോത്രങ്ങൾ പരസ്പര സമ്മതത്തിലൂടെയോ അതിനു വഴങ്ങാത്തവയെ ആക്രമിച്ചു കീഴ്പ്പെടുത്തിക്കൊണ്ടോ കൂടിച്ചേർന്ന് നഗര രാഷ്ട്രങ്ങൾക്ക് (City States) രൂപം നല്കുന്നു. ഈ ഘട്ടത്തിലും അടിമത്തം നിലനില്ക്കുന്നുണ്ട്. സമൂഹസ്വത്തിനൊപ്പം (Communal property) ക്രമേണ സ്വകാര്യ സ്വത്ത് (സ്ഥാവര - ജംഗമ സ്വത്തുക്കൾ) വികാസം പ്രാപിക്കുന്നതായും ഈ ഘട്ടത്തിൽ നമുക്കു കാണാം. പക്ഷേ, ഇവിടെ സ്വകാര്യ സ്വത്ത് സമൂഹസ്വത്തിനു കീഴ്പ്പെട്ടാണ് നില്ക്കുന്നത്. മാർക്സും എംഗൽസും ചൂണ്ടിക്കാണിക്കുന്ന സ്വത്തിന്റെ മൂന്നാമത്തെ രൂപമാണ് ഫ്യൂഡൽ സ്വത്ത് അഥവാ എസ്റ്റേറ്റ് സ്വത്ത്. മദ്ധ്യകാലഘട്ടത്തിൽ ഇതാരംഭിക്കുന്നത് നാട്ടിൻപുറങ്ങളിൽ നിന്നാണ്. ഭൂഉടമസ്ഥതയുടേതായ ഈ ഫ്യൂഡൽ ഘടനയ്ക്കു സമാന്തരമായി പട്ടണങ്ങളിൽ കോർപ്പറേറ്റീവ് സ്വത്ത് വ്യാപാരികളുടെ ഫ്യൂഡൽ സംഘടനകൾ എന്ന നിലയിൽ രൂപം പ്രാപിക്കുന്നു. മാർക്സും എംഗൽസും പറയുന്നു: ‘‘ഫ്യൂഡൽ കാലഘട്ടത്തിലെ സ്വത്ത് പ്രാഥമികമായും ഒരുവശത്ത് ഭൂസ്വത്തും അതുമായി കണ്ണിചേർക്കപ്പെട്ട സ്വന്തം അദ്ധ്വാനവും (self labour) ഉൾപ്പെട്ടതായിരിക്കുമ്പോൾ മറുവശത്ത് ഭൂസ്വത്തിനും സ്വന്തം അദ്ധ്വാനത്തിനുമൊപ്പം തന്റെ കൈവശമുള്ള ചെറിയ മൂലധനംകൊണ്ട് കൂലിവേലക്കാരുടെ (journeymen) അദ്ധ്വാന

ത്തെ സ്വന്തമാക്കിയുമാണ് രൂപം കൊള്ളുന്നത്. ഇതു രണ്ടിന്റേയും സംഘാടനം നിർണ്ണയിക്കപ്പെടുന്നത് ഉല്പാദനത്തിന്റെ നിയന്ത്രിതാവസ്ഥകളാലാണ് - ഭൂമിയിൽ അപര്യാപ്തവും പ്രാകൃതവുമായ അവസ്ഥയിലുള്ള കൃഷിയും കൈത്തൊഴിൽ രീതിയിലുള്ള വ്യവസായവും'' (*സമാഹൃത കൃതികൾ*, വോള്യം 5 പേജ് 33-34). ഈ ഘട്ടത്തിലെ ഭരണവർഗ്ഗം ഭൂപ്രഭുക്കളാണ്; അവരുടെ തലവനായി രാജാവും. ഒരു നിശ്ചിത മാർഗ്ഗത്തിൽ ഉല്പാദനപരമായി സജീവമായിരിക്കുന്ന നിശ്ചിത വ്യക്തികൾ ഒരു നിശ്ചിത സാമൂഹിക - രാഷ്ട്രീയ ബന്ധങ്ങളിലേക്ക് കടക്കുന്നുവെന്നും നിശ്ചിത വ്യക്തികളുടെ ജീവിതപ്രക്രിയയിൽനിന്നും നിരന്തരം ഉരുവംകൊണ്ടു വരുന്നതാണ് സാമൂഹികഘടനയും രാഷ്ട്രവും എന്നുമുള്ള നിഗമനത്തിലാണ് മാർക്സും എംഗൽസും എത്തിച്ചേരുന്നത്.

തങ്ങളുടെ അടിസ്ഥാനാവശ്യങ്ങൾ നിറവേറ്റുന്നതിനു മനുഷ്യർ പ്രകൃതിയുമായി മല്ലടിക്കുന്നു; ഈ പോരാട്ടത്തിന്റെ ഓരോ ഘട്ടത്തിലും അവർ ഓരോ സാങ്കേതികവിദ്യ പ്രയോഗിക്കുന്നു - കല്ലുകൊണ്ടുള്ള മഴു, കൈത്തറി, ആവി എഞ്ചിൻ എന്നിങ്ങനെ. ഓരോ സാമൂഹിക രൂപത്തിലും വ്യത്യസ്തമായിരിക്കും ഈ സാങ്കേതികവിദ്യയും. മനുഷ്യർ സാങ്കേതികവിദ്യ അഭിവൃദ്ധിപ്പെടുത്തുന്നതിനനുസരിച്ച്, പുതിയ ഊർജ്ജസ്രോതസ്സുകൾ കണ്ടെത്തുന്നതിനനുസരിച്ച്, യന്ത്രങ്ങളുടെ കണ്ടെത്തലുകൾക്കനുസരിച്ച് സാമൂഹിക വികാസവും സംഭവിക്കുന്നു. ഉല്പാദനത്തെ വിപ്ലവവല്ക്കരിക്കുന്നതിനൊപ്പം ഇത് പുതിയ തൊഴിൽ സംഘാടനരീതികളും ഉല്പാദനത്തിൽ ഏർപ്പെട്ടിട്ടുള്ള മനുഷ്യർ തമ്മിൽ പുതിയ ബന്ധങ്ങളും അനിവാര്യമാക്കിത്തീർക്കുന്നു. അങ്ങനെ സാമൂഹികവും ഭൗതികവുമായ പുതിയൊരു ബാഹ്യലോകം അഥവാ പരിതഃസ്ഥിതി നിലവിൽ വരുന്നു. മനുഷ്യൻ സൃഷ്ടിക്കുന്ന, ഉല്പാദനത്തിന്റെ ഈ രൂപമാണ്, മനുഷ്യൻ സൃഷ്ടിക്കുന്ന ഈ ലോകമാണ് മനുഷ്യന്റെ സത്ത (Essence) എന്തെന്ന് നിശ്ചയിക്കുന്നത്. ആയതിനാൽ മനുഷ്യന്റെ ഈ സത്ത നിശ്ചലാവസ്ഥയിലുള്ള ഒന്നല്ല, മറിച്ച് നിരന്തരം മാറിക്കൊണ്ടിരിക്കുന്നതാണ്. മാറ്റങ്ങളുടെ ഈ നൈരന്തര്യമാണ് സാമൂഹിക വികാസത്തിന്റെ ഉറവിടം എന്നും മാർക്സും എംഗൽസും വ്യക്തമാക്കുന്നു.

തുടർന്ന് ഉല്പാദനശക്തികളുടെ വികാസവുമായി ബന്ധപ്പെട്ട് കമ്യൂണിസത്തിന്റെ ഭൗതികപരിസരത്തെക്കുറിച്ച് ഈ കൃതി ചർച്ച ചെയ്യുന്നു. ഒരു വിപ്ലവം നടക്കുന്നതിനുള്ള രണ്ടു പ്രായോഗിക പരിസരങ്ങൾ മാർക്സും എംഗൽസും ചൂണ്ടിക്കാണിക്കുന്നുണ്ട് - ഒന്ന് അസ്സഹനീയമായ ശക്തി; അതായത് കടുത്ത ചൂഷണം, അതിനെതിരെയാണ് വിപ്ലവം സംഘടിപ്പിക്കപ്പെടുന്നത്. രണ്ടാമത്തേത് സ്വത്തിനെ അടിസ്ഥാനമാക്കിയുള്ള നിലനില്ക്കുന്ന ലോകത്തിൽനിന്നു വിരുദ്ധമായി സ്വത്തില്ലാത്ത, നിസ്വരായ ജനത. അതേസമയം ഈ രണ്ടുപരിസരവും സൃഷ്ടിക്കപ്പെടുന്നതിന് ഉല്പാദനശക്തിയിലെ വലിയ വർദ്ധനവ് മുന്നുപാധിയായി ആവശ്യമായി വരുന്നു. ഉല്പാദനശക്തികളുടെ ഈ വികാസം ബഹുജനങ്ങ

ളുടെ ഇല്ലായ്മകൾക്കും ബുദ്ധിമുട്ടുകൾക്കും കാരണമാകുന്നു. ഇത് ലോകമാകെ സംഭവിക്കുന്നു. അങ്ങനെ ഉല്പാദനശക്തികളുടെ ഈ സാർവ്വത്രികമായ വികാസം മനുഷ്യർ തമ്മിൽ സാർവ്വത്രികമായി ഇടപെടുന്നതിന് ഇടയാക്കുന്നു. ഇത് എല്ലാ രാജ്യങ്ങളിലെയും സ്വത്തില്ലാത്ത, നിസ്വരായ മനുഷ്യർ തമ്മിലുള്ള സാർവ്വത്രികമായ ഇടപെടലിന് ഇടയാക്കുന്നു. അങ്ങനെ ഓരോ രാജ്യത്തെയും വിപ്ലവം ഇതര രാജ്യങ്ങളുടെ വിപ്ലവവുമായി ബന്ധപ്പെട്ടിരിക്കുന്നു. ആയതിനാൽ കമ്യൂണിസത്തിന് ഒരു പ്രാദേശിക പ്രതിഭാസമായി മാത്രം നിലനില്ക്കാനാവില്ല. തൊഴിലാളിവർഗ്ഗത്തിനു ലോകചരിത്രത്തിനൊപ്പം മാത്രമേ നിലനില്ക്കാനാവൂ എന്നതുപോലെ കമ്യൂണിസത്തിനും ലോകചരിത്രത്തിനൊപ്പം മാത്രമേ നിലനില്പുള്ളൂ. മാർക്സും എംഗൽസും ലോകചരിത്രത്തിൽ വിപ്ലവത്തിനുള്ള പ്രാധാന്യത്തിനും തൊഴിലാളിവർഗ്ഗത്തിന്റെ പങ്കിനും ഊന്നൽ നല്കുന്നു.

കമ്യൂണിസം ആദർശലോകത്തെക്കുറിച്ചുള്ള ഒരു സ്വപ്നം മാത്രമാണോ എന്ന ചോദ്യത്തിനും മാർക്സും എംഗൽസും കൃത്യമായി മറുപടി നല്കുന്നുണ്ട്. ഇന്നു നിലനില്ക്കുന്ന അവസ്ഥയെ ഉന്മൂലനം ചെയ്യുന്ന ഒരു യഥാർത്ഥ പ്രസ്ഥാനമാണ് കമ്യൂണിസം എന്നാണ് *ജർമ്മൻ പ്രത്യയശാസ്ത്ര*ത്തിൽ അവർ വ്യക്തമാക്കുന്നത്. ഉല്പാദനശക്തികളുടെ വളർച്ചയിലെ ഒരു സവിശേഷഘട്ടത്തിലാണ് വിപ്ലവം നടക്കുന്നത്. ഉല്പാദനശക്തികളുടെ നിലവിലുള്ള രൂപത്തിൽ മാറ്റം അനിവാര്യമായി തീരുമ്പോഴാണ് വിപ്ലവം സംഭവിക്കുന്നത്. മനുഷ്യരുടെ ബോധമല്ല (consciousness) അവരുടെ അസ്തിത്വത്തെ നിർണ്ണയിക്കുന്നത്, മറിച്ച് അസ്തിത്വമാണ് അവരുടെ ബോധത്തെ നിർണ്ണയിക്കുന്നത് എന്നാണ് ഈ കൃതിയിൽ മാർക്സും എംഗൽസും അടിവരയിട്ട് സ്ഥാപിക്കുന്നത്. ചരിത്രപരമായി തന്നെ എല്ലാ മാറ്റങ്ങളുടെയും സാമൂഹ്യപരിവർത്തനങ്ങളുടെയും ആത്യന്തികമായ അടിസ്ഥാനം മനുഷ്യന്റെ ഭൗതിക ജീവിത സാഹചര്യമാണ്; ഉല്പാദനശക്തികളുടെ വികാസമാണ്. കമ്യൂണിസ്റ്റ് വിപ്ലവത്തിന്റെ മുന്നുപാധിയായിട്ടുള്ള കമ്യൂണിസ്റ്റ് ബോധത്തെ സംബന്ധിച്ചും മാർക്സും എംഗൽസും വിശദീകരിക്കുന്നുണ്ട്.

കമ്യൂണിസ്റ്റ് വിപ്ലവം യാഥാർത്ഥ്യമാക്കുന്നതിൽ കമ്യൂണിസ്റ്റ് ബോധം (communist consciousness) വഹിക്കുന്ന പങ്കിനെക്കുറിച്ച് പറയുമ്പോൾ സാമൂഹിക മാറ്റത്തിന്റെ ഉല്പത്തി ആശയങ്ങളെ അടിസ്ഥാനമാക്കിയല്ല, അനുമാനപരമായ സിദ്ധാന്തത്തിൽ (speculative thought) നിന്ന് ഉരുവം കൊള്ളുന്ന ആശയത്തെയുമല്ല അത് അടിസ്ഥാനമാക്കിയിട്ടുള്ളത് എന്നു മാർക്സ് പറയുമ്പോൾ ആശയങ്ങൾ ഇല്ലാതെ തന്നെ സ്വമേധയാ സാമൂഹികമാറ്റം സംഭവിച്ചുകൊള്ളുമെന്നുമല്ല അദ്ദേഹം അർത്ഥമാക്കുന്നത്. മറിച്ച് സാമൂഹ്യമാറ്റത്തിന് ആശയങ്ങൾ നിശ്ചയമായും അനിവാര്യമാണ്; ഫലപ്രദവുമാണ്. ചരിത്രത്തിനു രൂപം നല്കുന്നതിൽ സിദ്ധാന്തത്തിനു സ്ഥാനമില്ലെന്നല്ല, മറിച്ച് സമകാലിക സമൂഹത്തിന്റെ അവസ്ഥയിൽ രൂപം

കൊള്ളുന്ന ചോദ്യങ്ങൾക്കുള്ള ഉത്തരം തേടലാണ് മൗലികമായും സിദ്ധാന്തം ചെയ്യുന്നത് എന്നാണ് മാർക്സും എംഗൽസും പറയുന്നത്. നിലവിലുള്ള സാഹചര്യങ്ങളെ സംബന്ധിച്ചും ആ സാഹചര്യത്തിൽ എന്താണ് ചെയ്യേണ്ടത് എന്നതിനെ സംബന്ധിച്ചും ശരിയായ ധാരണയിൽ എത്തിക്കഴിഞ്ഞാൽ ബഹുജനങ്ങളെ സിദ്ധാന്തം ആഴത്തിൽ സ്വാധീനിക്കുകയും അത് സാമ്പത്തികാടിത്തറയെ പുനഃക്രമീകരിക്കുന്നതിനിടയാക്കുകയും ചെയ്യുമെന്നും അവർ ഈ ഗ്രന്ഥത്തിൽ ചൂണ്ടിക്കാണിക്കുന്നു. മൊത്തം സമൂഹത്തിലെ ഭൂരിപക്ഷം വരുന്ന വിഭാഗത്തിൽ നിന്നാണ് ഈ 'കമ്യൂണിസ്റ്റ് ബോധം' രൂപംകൊള്ളുന്നത്. ഈ സാഹചര്യത്തിൽ നിലവിലുള്ള സമൂഹത്തിന്റെയാകെ ഭാരം പേറുന്ന, നിസ്വരായ തൊഴിലാളിവർഗ്ഗത്തിൽനിന്നാണ് 'കമ്യൂണിസ്റ്റ് ബോധം' രൂപംകൊള്ളുകയെന്നും എന്നാൽ ഈ വർഗ്ഗത്തിന്റേതിനു സമാന സാഹചര്യത്തിലുള്ള മറ്റു വർഗ്ഗങ്ങൾക്കിടയിലും നിശ്ചയമായും കമ്യൂണിസ്റ്റുബോധം ഉയർന്നുവരുമെന്നും വ്യക്തമാക്കപ്പെടുന്നുണ്ട്.

ഓരോ നിശ്ചിത വർഗ്ഗസമൂഹത്തിലും അതിനനുസരിച്ചുള്ള നിശ്ചിത ഉല്പാദനശക്തികൾ നിലനില്ക്കുന്നുവെന്നും ഓരോ സാമൂഹ്യവർഗ്ഗത്തിനും അധികാരം സ്വായത്തമാകുന്നത് ആ വർഗ്ഗത്തിന്റെ സ്വത്തിൽ നിന്നാണെന്നും ഈ കൃതിയിൽ വ്യക്തമാക്കുന്നുണ്ട്. ആധിപത്യം സ്ഥാപിക്കുന്ന വർഗ്ഗത്തിന്റെ അധികാരപ്രയോഗത്തിന്റെ രൂപമാണ് ഭരണകൂടം. അതുകൊണ്ട് വിപ്ലവ സമരത്തിന്റെ ദിശ അധികാരം കൈയടക്കിയിട്ടുള്ള വർഗ്ഗത്തിനെതിരായി, അതത് കാലത്തെ ഭരണവർഗ്ഗത്തിനെതിരായിട്ടായിരിക്കണം. ഇതേവരെ ഉണ്ടായിട്ടുള്ള എല്ലാ വിപ്ലവങ്ങളും ഒരു ചൂഷണ വ്യവസ്ഥയ്ക്കുപകരം മറ്റൊരു ചൂഷണ വ്യവസ്ഥ സ്ഥാപിക്കുക മാത്രമാണ് ചെയ്തത് എന്നും എന്നാൽ കമ്യൂണിസ്റ്റു വിപ്ലവം ഈ ചൂഷണ വ്യവസ്ഥയെയാകെത്തന്നെ ഉന്മൂലനം ചെയ്യുമെന്നുമാണ് ചൂണ്ടിക്കാണിക്കപ്പെടുന്നത്. വർഗ്ഗവാഴ്ചയെ തുടച്ചുനീക്കുന്നതാണ് കമ്യൂണിസ്റ്റുവിപ്ലവം. ചൂഷണരഹിതമായ, വർഗ്ഗരഹിതമായ ഒരു സമൂഹത്തിന്റെ സൃഷ്ടിയാണ് കമ്യൂണിസ്റ്റ് വിപ്ലവത്തിലൂടെ സാക്ഷാൽക്കരിക്കപ്പെടുന്നത്. ഈ വിപ്ലവം ശാശ്വതമായ വിജയത്തിൽ എത്തണമെങ്കിൽ, അതായത് ഒരു കമ്യൂണിസ്റ്റ് സമൂഹം നിലവിൽ വരണമെങ്കിൽ കമ്യൂണിസ്റ്റുബോധത്താൽ സമ്പൂർണ്ണമായും പരിവർത്തനം ചെയ്യപ്പെട്ട പുതിയ മനുഷ്യൻ രൂപപ്പെടണം. അത്തരത്തിൽ വൻതോതിൽ മനുഷ്യരിൽ കമ്യൂണിസ്റ്റുബോധം യാഥാർത്ഥ്യമാകുന്നില്ലെന്നുണ്ടെങ്കിൽ വിപ്ലവം വിജയിച്ചാലും അതിനു നിലനില്ക്കാനാവില്ല, ആ വിപ്ലവം കമ്യൂണിസ്റ്റ് സമൂഹത്തിന്റെ സൃഷ്ടിയിൽ എത്തിച്ചേരില്ല.

നിലവിലുള്ള ബൂർഷ്വാ ഉല്പാദന ബന്ധങ്ങൾക്ക് വികസിച്ചുവരുന്ന ഉല്പാദനശക്തികളെ ഉൾക്കൊള്ളാനാകാതെ വരുന്നതുകൊണ്ടാണ് കമ്യൂണിസ്റ്റുബോധം ഉയർന്നുവരുന്നത്. ചുരുക്കത്തിൽ, കമ്യൂണിസത്തിനു വേണ്ട ഭൗതിക പരിസരമാണ് കമ്യൂണിസ്റ്റുബോധം ഉരുവം കൊള്ളുന്ന

തിനും അങ്ങനെ സാമൂഹ്യപരിവർത്തനം സാക്ഷാൽക്കരിക്കപ്പെടുന്നതിനും ഇടയാക്കുന്നത്. സോവിയറ്റു യൂണിയന്റെയും സോഷ്യലിസ്റ്റു ചേരിയുടെയും പതനം മാർക്സിന്റെ ഈ നിരീക്ഷണത്തെ ആധാരമാക്കി കൂടിയാണ് പരിശോധിക്കപ്പെടേണ്ടത്.

*ജർമ്മൻ പ്രത്യയശാസ്ത്ര*ത്തിൽ മാർക്സും എംഗൽസും കൃത്യമായും ഫൊയർബാഹിന്റെ മാനവികതാവാദം (humanism) എന്ന സങ്കല്പനത്തെ പൊളിച്ചടുക്കുകയാണുണ്ടായത്. ആധുനിക മർദ്ദിതവർഗ്ഗമായ തൊഴിലാളിവർഗ്ഗത്തിന്റെ നേതൃത്വത്തിലുള്ള വിപ്ലവ പ്രസ്ഥാനത്തിനുമാത്രമേ, ഭരണവർഗ്ഗമായ ബൂർഷ്വാസിക്കെതിരായ വർഗ്ഗസമരത്തിനു മാത്രമേ, സമൂഹത്തിന്റെയാകെ മോചനം സാദ്ധ്യമാക്കാനാകൂ. ഇങ്ങനെ ശാസ്ത്രീയ കമ്യൂണിസത്തിന്റെ ദാർശനികമായ അടിത്തറയ്ക്കാണ് മാർക്സും എംഗൽസും *ജർമ്മൻ പ്രത്യയശാസ്ത്രം* എന്ന കൃതിയിൽ രൂപം നല്കിയത്. കമ്യൂണിസം കേവലം സ്വപ്നമല്ലെന്നും ആധുനിക സമൂഹത്തിലെ ഉല്പാദനശക്തികളുടെ വളർച്ചയുടെ അവശ്യഫലവും അന്തിമ ലക്ഷ്യവുമാണത് എന്നും അവർ ഈ കൃതിയിൽ സംശയാതീതമായി സ്ഥാപിക്കുന്നു. സമൂഹത്തിന്റെയാകെ മോചനം സാക്ഷാൽക്കരിക്കാനാകുന്ന വിപ്ലവപ്പോരാട്ടത്തെ നയിക്കാൻ കെല്പുള്ള ശക്തിയായി തൊഴിലാളിവർഗ്ഗത്തെ ഉയർത്തിക്കാട്ടുകയാണ് ഈ കൃതിയിൽ മാർക്സും എംഗൽസും.

1844 ലെ പാരീസ് കൈയെഴുത്തു പ്രതികളിൽ തുടങ്ങിയ, ഒരു സോഷ്യലിസ്റ്റ് സൈദ്ധാന്തികൻ എന്ന നിലയിലുള്ള പ്രവർത്തനത്തിന് 1846 ൽ *ജർമ്മൻ പ്രത്യയശാസ്ത്രം* എഴുതി പൂർത്തിയാക്കിയതോടെ കമ്യൂണിസത്തെയും തൊഴിലാളിവർഗ്ഗത്തിന്റെ പ്രാമുഖ്യത്തെയും സംബന്ധിച്ച് ആശയവ്യക്തത വരുത്തിക്കൊണ്ട് മാർക്സ് പൂർണ്ണതയിലെത്തിച്ചേരുകയാണുണ്ടായത്.

തൊഴിലാളിവർഗ്ഗ രാഷ്ട്രീയപ്പാർട്ടി രൂപീകരിക്കാനുള്ള നീക്കം

"**ആ**യിരത്തി എണ്ണൂറ്റി നാല്പത്തിയഞ്ചിലെ വസന്തകാലത്ത് ഞങ്ങൾ ബ്രസൽസിൽ വീണ്ടും ഒത്തുകൂടുന്നതിനുമുൻപ് തന്നെ മാർക്സ് ചരിത്രത്തെക്കുറിച്ചുള്ള ഭൗതികവാദ സിദ്ധാന്തം അതിന്റെ പ്രധാന സവിശേഷതകൾ ഉൾപ്പെടെ പൂർണ്ണമായും വികസിപ്പിച്ചു കഴിഞ്ഞിരുന്നു; തുടർന്നു പുതുതായി പിറവികൊണ്ട ലോക വീക്ഷണത്തെ വ്യത്യസ്ത ദിശകളിലേക്ക് വ്യാപിപ്പിക്കുന്നതിലായി ഞങ്ങളുടെ പ്രവർത്തനം. പുതിയ ശാസ്ത്രീയമായ കണ്ടെത്തലുകൾ 'പണ്ഡിത' ലോകത്ത് മാത്രമായി ഒതുങ്ങിനില്ക്കേണ്ടവയാണെന്ന അഭിപ്രായക്കാരായിരുന്നില്ല ഞങ്ങൾ.... ഞങ്ങളുടെ കാഴ്ചപ്പാടിനു ശാസ്ത്രീയമായ സമർത്ഥനം നല്കേണ്ടത് ഞങ്ങളുടെ കടമ ആയിരുന്നു; പക്ഷേ, അതേപോലെതന്നെ പ്രധാനപ്പെട്ടതായിരുന്നു യൂറോപ്പിലാകെയുള്ള, അതിന്റെ ഭാഗമായി ആദ്യമായി ജർമ്മനിയിലുള്ള, തൊഴിലാളിവർഗ്ഗത്തെ ഈ കാഴ്ചപ്പാട് ബോദ്ധ്യപ്പെടുത്തേണ്ടതും. ഇക്കാര്യം ബോദ്ധ്യപ്പെട്ട ഞങ്ങൾ അല്പവും വൈകാതെ അതിനുള്ള പണി തുടങ്ങി.'' (*കമ്യൂണിസ്റ്റ് ലീഗിന്റെ ചരിത്രം* (1885) എന്ന കൃതിയിൽ എംഗൽസ്).

*ഫൊയർബാഹ് തീസിസും ജർമ്മൻ ഐഡിയോളജി*യും എഴുതിക്കഴിഞ്ഞതോടെയാണ് മാർക്സും, എംഗൽസും കൃത്യമായ കമ്യൂണിസ്റ്റ് കാഴ്ചപ്പാടിൽ എത്തിച്ചേർന്നത്. അങ്ങനെ ഒരു വിപ്ലവ സിദ്ധാന്തത്തിനു രൂപം നല്കി സ്വസ്ഥമായിരിക്കുകയല്ല മറിച്ച് അത് പ്രയോഗത്തിലാക്കാനുള്ള പോരാട്ടത്തിൽ ഏർപ്പെടാനുള്ള നീക്കങ്ങളാണ് അവർ തുടർന്നു നടത്തിയത്.

മിഷേൽ ലോവി ഇങ്ങനെയാണ് ഈ ഘട്ടത്തിലെ മാർക്സിന്റെ പ്രവർത്തനത്തെ വിശേഷിപ്പിക്കുന്നത്: ''1846–1848 കാലത്തെ മാർക്സിന്റെ പ്രവർ

ത്തനം *ഫൊയർബാഹ് തീസിസിൽ* അദ്ദേഹം അവതരിപ്പിച്ച 'തീവ്രമായ പ്രായോഗിക നടപടി'കളിൽ ഏർപ്പെടുന്നതായിരുന്നു; ഓരോ പ്രായോഗിക തീരുമാനവും, ഓരോ കത്തും ഓരോ സർക്കുലറും ഓരോ പ്രസംഗവുംപോലും, സൈദ്ധാന്തികമായ പ്രാധാന്യമുള്ളവയായിരുന്നു. ഈ പ്രവൃത്തിക്ക് കൃത്യമായ ഒരു ലക്ഷ്യമുണ്ടായിരുന്നു - ഉട്ടോപ്യൻ സോഷ്യലിസത്തിൽനിന്നും അതിന്റെ വ്യത്യസ്ത വകഭേദങ്ങളായ ''ശരിക്കുള്ള" സോഷ്യലിസം, ഗൂഢാലോചനാപരമോ ''വൈകാരിക''മോ ആയ സോഷ്യലിസം എന്നിവയിൽനിന്നുമെല്ലാം മുക്തമായ ഒരു കമ്യൂണിസ്റ്റ് മുന്നണിപ്പട (Vanguard) രൂപപ്പെടുത്തുകയും സാർവ്വദേശീയതലത്തിൽ, എന്നാൽ ആദ്യം ജർമ്മനിയിലും, വിപ്ലവപരവും ശാസ്ത്രീയവുമായ ഒരു കമ്യൂണിസ്റ്റ് പാർട്ടി കെട്ടിപ്പടുക്കുകയുമായിരുന്നു ആ ലക്ഷ്യം; സൈദ്ധാന്തികമായി യോജിപ്പുള്ളതും ആശയദൃഢതയുള്ളതുമായിരിക്കണം ആ പാർട്ടി; എന്നാൽ അത് അദ്ധ്വാനിക്കുന്ന ജനവിഭാഗങ്ങളിൽനിന്നും വേറിട്ടു നില്ക്കുന്നതാകാനും പാടില്ല". (*The Theory of Revolution in the Young Marx*. page 120)

പാർട്ടിയെ സംബന്ധിച്ച മാർക്സിന്റെ കാഴ്ചപ്പാട് അതേവരെ നിലനിന്നിരുന്ന പാർട്ടികളിൽനിന്നും തികച്ചും വേറിട്ടത്, സൈദ്ധാന്തികമായി മാത്രമല്ല സംഘടനാപരമായും വേറിട്ടത് എന്ന നിലയിലായിരുന്നു. ഫ്രാൻസിലെ രഹസ്യസംഘടനകളുടെയും ബ്രിട്ടനിലെ ബഹുജന പ്രസ്ഥാനത്തിന്റെയും അനുഭവങ്ങളിൽനിന്നുള്ള പാഠം ഉൾക്കൊണ്ടും എന്നാൽ അവയിൽ നിന്നെല്ലാം വേറിട്ടതും ആയ ഒന്ന് എന്നതായിരുന്നു അദ്ദേഹത്തിന്റെ കാഴ്ചപ്പാട്. ഇത്തരമൊരു സംഘടനയുടെ ആദിരൂപമായിരുന്നു കമ്യൂണിസ്റ്റ് ലീഗ് എന്നു വിശേഷിപ്പിച്ച മിഷേൽ ലോവി എഴുതുന്നു: "പാരീസിൽ പിറന്ന, ലണ്ടനിൽ വളർന്ന, ജർമ്മൻകാരാൽ നിർമ്മിക്കപ്പെട്ടത്; പ്രധാന യൂറോപ്യൻ രാജ്യങ്ങളിലെ വിപ്ലവ മുന്നണിപ്പടയുടെയെല്ലാം അനുഭവങ്ങളെ കൂട്ടിയോജിപ്പിക്കാൻ കഴിവുള്ളതായിരുന്നു ഈ പാർട്ടി."

ജർമ്മനിയിലെ ''യഥാർത്ഥ'' സോഷ്യലിസ്റ്റുകളുമായും ഫ്രാൻസിലെ ഉട്ടോപ്യൻ സോഷ്യലിസ്റ്റുകളുമായും ബബൂവിസ്റ്റുകൾ ഉൾപ്പെടെയുള്ള കമ്യൂണിസ്റ്റു സംഘങ്ങളുമായും ബ്രിട്ടനിലെ ചാർട്ടിസ്റ്റുകളുമായും ബന്ധപ്പെട്ടിരുന്നെങ്കിലും മാർക്സോ എംഗൽസോ ഇവയിലൊന്നിലും ചേർന്ന് പ്രവർത്തിച്ചിരുന്നില്ല. അവയുടെയെല്ലാം സിദ്ധാന്തങ്ങളെയും പ്രവർത്തനങ്ങളെയും നിരീക്ഷിക്കുകയും വിമർശനപരമായി വിലയിരുത്തുകയും ചെയ്താണ് മാർക്സും എംഗൽസും ഒരു സാർവ്വദേശീയ തൊഴിലാളിവർഗ്ഗ കമ്യൂണിസ്റ്റ് സംഘടനയ്ക്ക് അടിത്തറ പാകാനുള്ള നീക്കം ആരംഭിച്ചത്.

ഡേവിഡ് റിയാസനോവ് എഡിറ്റ് ചെയ്ത് പ്രസിദ്ധീകരിച്ച *കമ്യൂണിസ്റ്റ് മാനിഫെസ്റ്റോ*യുടെ അനുബന്ധത്തിൽ കമ്യൂണിസ്റ്റ് ആശയത്തിന്റെ ആരംഭമായി അടയാളപ്പെടുത്തുന്നത് 1516 ൽ സർ തോമസ് മൂർ പ്രസിദ്ധീകരിച്ച *ഉട്ടോപ്യ*യെയാണ്. 16-ാം നൂറ്റാണ്ടിൽ ജർമ്മനിയിലും ഇംഗ്ല

ണ്ടിലും നെതർലാൻഡ്സിലും മറ്റും നടന്ന കർഷകരുടെയും കൈത്തൊഴിൽക്കാരുടെയും കലാപങ്ങളിലും സമത്വപൂർണ്ണമായ ഒരു സമൂഹം, ചൂഷണരഹിതമായ ഒരു സമൂഹം എന്ന ആശയം ഉയർത്തപ്പെട്ടിരുന്നു. 17-ാം നൂറ്റാണ്ടിൽ, 1840 കളിൽ ഇംഗ്ലണ്ടിൽ നടന്ന ലെവെലേഴ്സ് കലാപത്തിൽ സ്വകാര്യ സ്വത്തുടമസ്ഥതയെ തന്നെ നിരാകരിച്ചിരുന്നു. സാർവ്വത്രിക വോട്ടവകാശത്തോടെയുള്ള സമ്പൂർണ്ണ ജനാധിപത്യം എന്ന ആവശ്യവും ഉന്നയിക്കപ്പെട്ടിരുന്നു. തോമസ് കമ്പാനെല്ലോയുടെ *The City of the Sun* (സൂര്യനഗരം), ജെറാർഡ് വിൻസ്റ്റാനെല്ലിയുടെ *Law of Freedom in a Platform* (സ്വാതന്ത്ര്യത്തിനായുള്ള വേദിക്കൊരു നിയമം), ജയിംസ് ഹാരിങ്ടണിന്റെ *Oceana* (ഓഷ്യാന), ജോൺ ബെല്ലേഴ്സിന്റെ ആശയങ്ങൾ - ഇവയെല്ലാം 17-ാം നൂറ്റാണ്ടിൽ സമത്വം എന്ന ആശയത്തെ സജീവമാക്കി നിർത്തിയിരുന്നു. (ജോൺ ബെല്ലേഴ്സിനെ അർത്ഥശാസ്ത്രത്തിന്റെ ചരിത്രത്തിലെ കൃത്യമായ ഒരു പ്രതിഭാസമെന്നാണ് മാർക്സ് വിശേഷിപ്പിച്ചിട്ടുള്ളത്)

ഫ്രഞ്ചുകാരനായ ക്രിസ്തുമത പുരോഹിതൻ ഴാങ് മെലിയെ (1664-1729), തന്റെ Testament ൽ (വിൽപ്പത്രം) - (1735 ൽ അദ്ദേഹത്തിന്റെ മരണാനന്തരമാണ് അതിന്റെ കൈയെഴുത്തുപ്രതി ലോകം കണ്ടത്; 1762 ൽ വോൾട്ടയറാണ് ഇതിലെ പ്രസക്തഭാഗങ്ങൾ ആദ്യമായി അച്ചടിച്ച് പ്രസിദ്ധീകരിച്ചത്) സ്വേച്ഛാധിപത്യവാഴ്ചകൾക്കെതിരെ പൊരുതുന്നതിനും സ്വത്തിന്റെ പൊതു ഉടമസ്ഥതയ്ക്കുംവേണ്ടി വാദിച്ചിരുന്നു. കമ്യൂണിസ്റ്റ് ഗ്രൂപ്പുകൾക്ക് രൂപം നല്കണമെന്നും മതങ്ങളെ നിർമ്മാർജ്ജനം ചെയ്യണമെന്നും ഈ പുരോഹിതൻ രേഖപ്പെടുത്തിയിരുന്നു.

18-ാം നൂറ്റാണ്ടിൽ ജനാധിപത്യത്തിനായുള്ള മുന്നേറ്റം ശക്തിപ്പെട്ടതിനൊപ്പം കമ്യൂണിസം എന്ന ആശയവും സജീവമായി ഉയർത്തപ്പെട്ടിരുന്നു. ഫ്രഞ്ച് വിപ്ലവ കാലത്ത് ബബൂഫും കൂട്ടരും മുന്നോട്ടുവച്ച ആശയങ്ങളും 1795 ൽ വിപ്ലവതൊഴിലാളിവർഗ്ഗ പ്രസ്ഥാനത്തിനു അവർ തുടക്കംകുറിച്ചതും ഇംഗ്ലണ്ടിൽ തോമസ് ഹാർഡിയും മറ്റും ചേർന്ന് ലണ്ടൻ കറസ്പോണ്ടിങ് സൊസൈറ്റിക്ക് രൂപം നല്കിയതും ഈ ദിശയിലെ മഹത്തായ ചുവടുവയ്പുകളായിരുന്നു. ഫ്രഞ്ച് ചിന്തകരായ എറ്റിനി മോർലിയുടെ *The Code of Nature's Law* (പ്രകൃതി നിയമസംഹിത), ഗബ്രിയേൽ മേബ്ലിയുടെ *Principles of Legislation* (നിയമനിർമ്മാണത്തിന്റെ തത്ത്വങ്ങൾ), ബ്രിട്ടീഷ് പത്രപ്രവർത്തകനും നോവലിസ്റ്റുമായിരുന്ന വില്യം ഗോഡ്വിന്റെ *Political Justice* (രാഷ്ട്രീയ നീതി) എന്നീ കൃതികളും സമത്വം, നീതി, സാർവ്വത്രിക ജനാധിപത്യം എന്നിങ്ങനെയുള്ള ആശയങ്ങൾ മുന്നോട്ടുവയ്ക്കുകയുണ്ടായി. ഫ്രാൻസിലും ബ്രിട്ടനിലും മറ്റും ഉയർന്നുവന്ന തൊഴിലാളി വർഗ്ഗത്തിന്റെ ഇത്തരം പ്രസ്ഥാനങ്ങളെയും ആശയങ്ങളെയുമെല്ലാം ജനാധിപത്യത്തിന്റെ പേരിൽ ആണയിട്ടിരുന്ന ബൂർഷ്വാ ഭരണാധികാരികൾ നേരിട്ടത് ക്രൂരമായ മർദ്ദന നടപടികളിലൂടെയായിരുന്നു. സമത്വം എന്ന ആശയത്തെക്കുറിച്ചുള്ള ചിന്ത തന്നെ അവരെ

വെറിപിടിപ്പിച്ചിരുന്നു.

പക്ഷേ, അതുകൊണ്ടൊന്നും സാമൂഹ്യനീതിക്കായുള്ള ആശയങ്ങളും പ്രസ്ഥാനങ്ങളും ഉയർന്നുവരുന്നത് തടയാൻ ബൂർഷ്വാസിക്ക് കഴിഞ്ഞില്ല. 19-ാം നൂറ്റാണ്ടിന്റെ തുടക്കത്തിൽ ഫ്രാൻസിൽ ചാൾസ് ഫ്യൂരിയെയുടെയും സെന്റ് സൈമണിന്റെയും ബ്രിട്ടനിൽ റോബർട്ട് ഓവന്റെയും ഉട്ടോപ്യൻ സോഷ്യലിസ്റ്റ് ആശയങ്ങളും പ്രസ്ഥാനങ്ങളും വ്യാപകമായ പ്രചാരം നേടി. ജർമ്മൻ ദാർശനികനായ ഹെഗലിന്റെ Logic (തർക്കശാസ്ത്രം, 1812) മുന്നോട്ടുവെച്ച വൈരുദ്ധ്യവാദ തത്ത്വശാസ്ത്രവും ബ്രിട്ടീഷ് ക്ലാസിക്കൽ അർത്ഥശാസ്ത്രജ്ഞരായ ആദം സ്മിത്തിന്റെ *Wealth of Nations* (രാഷ്ട്രങ്ങളുടെ സമ്പത്ത്, 1776) ഉം ഡേവിഡ് റിക്കാർഡോയുടെ *The Principles of Political Economy and Taxation* (അർത്ഥശാസ്ത്രത്തിന്റെയും നികുതി വ്യവസ്ഥയുടെയും തത്ത്വങ്ങൾ -1817) ഉം 1840 ൽ പുറത്തിറങ്ങിയ ലുദ്‌വിഗ് ഫൊയർബാഹിന്റെ *Essence of Christianity* (ക്രിസ്തുമതസാരം) എന്ന കൃതിയും പുതിയ ശാസ്ത്രീയ അന്വേഷണങ്ങൾക്ക് വഴി തുറന്നു. 19-ാം നൂറ്റാണ്ടിന്റെ ആദ്യദശകങ്ങൾ യൂറോപ്പിനെയാകെ, പ്രത്യേകിച്ചും ബ്രിട്ടനെയും ഫ്രാൻസിനെയും ജർമ്മനിയെയും, പിടിച്ചു കുലുക്കിയ നിരവധി ജനകീയ പ്രക്ഷോഭങ്ങൾക്ക് സാക്ഷ്യം വഹിക്കുകയുമുണ്ടായി.

ഈ പശ്ചാത്തലത്തിലാണ് മാർക്സും എംഗൽസും ശാസ്ത്രീയമായ അടിത്തറയോടുകൂടിയ കമ്യൂണിസ്റ്റ് പ്രത്യയശാസ്ത്രം അവതരിപ്പിക്കുകയും കമ്യൂണിസ്റ്റ് സംഘടനയ്ക്ക് രൂപം നല്കാൻ ആരംഭിക്കുകയും ചെയ്തത്. ''സോഷ്യലിസവും തൊഴിലാളിവർഗ്ഗപ്രസ്ഥാനവും തമ്മിലുള്ള ഒരു കൂട്ടുകെട്ടിനാണ് മാർക്സും എംഗൽസും രൂപം നല്കിയത്" എന്നാണ് മിഷേൽ ലോവി എഴുതുന്നത് (*The Theory or Revolution in the Young Marx*, page 63). കാരണം, തൊഴിലാളിവർഗ്ഗത്തിന് അന്യമായ ഒരു സാങ്കല്പിക സ്വർഗ്ഗരാജ്യം എന്ന നിലയിലാണ് അതേവരെ 'സോഷ്യലിസം' കരുതപ്പെട്ടിരുന്നത്. 'തൊഴിലാളി പ്രസ്ഥാന'മാകട്ടെ തൊഴിലാളികളുടെ ആവശ്യങ്ങൾ ഉന്നയിക്കുന്നതിനു മാത്രമായുള്ള ഒരു കൂട്ടായ്മ എന്ന നിലയിലും. ഈ പശ്ചാത്തലത്തിലാണ്, "തൊഴിലാളിവർഗ്ഗ പ്രസ്ഥാനത്തിലേക്ക് പുറമേനിന്ന് കൊണ്ടുവരപ്പെട്ടതാണ് സോഷ്യലിസം'' എന്ന് കാറൽ കൗട്സ്കിയും വിക്ടർ ആഡ്ലറും പറഞ്ഞത്. എംഗൽസ് *കമ്യൂണിസ്റ്റ് മാനിഫെസ്റ്റോ*യുടെ 1890 ലെ ജർമ്മൻ പതിപ്പിനുള്ള മുഖവുരയിൽ ഇത് സാധൂകരിക്കുകയാണ് ചെയ്യുന്നത്: ''1847 ൽ സോഷ്യലിസം ഒരു ബൂർഷ്വാ പ്രസ്ഥാനവും കമ്യൂണിസം തൊഴിലാളിവർഗ്ഗ പ്രസ്ഥാനവുമായിരുന്നു. യൂറോപ്പിലെങ്കിലും സോഷ്യലിസത്തിനു തികഞ്ഞ 'മാന്യത'യുണ്ടായിരുന്നു. കമ്യൂണിസത്തിന്റെ കാര്യമാകട്ടെ നേരെ മറിച്ചായിരുന്നു. മാത്രമല്ല, 'തൊഴിലാളിവർഗ്ഗത്തിന്റെ മോചനം തൊഴിലാളിവർഗ്ഗം തന്നെ സാധിക്കേണ്ടതായ ഒരു കൃത്യമാണെ'ന്ന ഉറച്ച ബോദ്ധ്യം ആദ്യം മുതല്ക്കേ ഞങ്ങൾക്കുണ്ടായിരുന്നതുകൊണ്ട് ഈ രണ്ടു

പേരുകളിൽ ഏതാണ് സ്വീകരിക്കേണ്ടതെന്ന കാര്യത്തിൽ ഞങ്ങൾക്ക് സംശയമേ ഇല്ലായിരുന്നു; പിന്നീട് ഈ പേര് നിരാകരിക്കണമെന്ന് ഞങ്ങൾക്ക് ഒരിക്കലും തോന്നിയിട്ടുമില്ല'' (*കമ്യൂണിസ്റ്റ് മാനിഫെസ്റ്റോ*, മലയാള പരിഭാഷ. ചിന്ത പബ്ലിഷേഴ്സ് (2011) പേജ് 27, 28)

പാരീസിലെ രഹസ്യ സംഘങ്ങൾ, 1839-40 കാലത്തോടെ മൗലിക മായ മാറ്റത്തിനു വിധേയമായി; പ്രത്യയശാസ്ത്രപരമായ തലത്തിലും അതിന്റെ മെമ്പർഷിപ്പിലെ തൊഴിലാളിവർഗ്ഗഘടനയിലും ഉണ്ടായ വളർച്ചയിൽ ഈ മാറ്റം പ്രതിഫലിച്ചിരുന്നു. സമഗ്രവും സമ്പൂർണ്ണവുമായ ഒരു വിദ്യാഭ്യാസ പ്രക്രിയയാണ് അവയുടെ യോഗങ്ങളിൽ നടന്നിരുന്നത്. സോഷ്യലിസ്റ്റുകളുടെയും ബബൂവിസ്റ്റുകളുടെയും കമ്യൂണിസ്റ്റുകാരുടെയും ലഘുലേഖകളും ആനുകാലിക പ്രസിദ്ധീകരണങ്ങളും ആ യോഗങ്ങളിൽ വായിക്കുകയും ചർച്ച ചെയ്യുകയും അവയെക്കുറിച്ച് അവലോകനം നടത്തുകയും ചെയ്തിരുന്നു. ഈ പ്രവർത്തനത്തിന്റെ അനന്തര ഫലം തൊഴിലിടങ്ങളിലും പ്രതിഫലിച്ചിരുന്നു. 1840 നുശേഷം ഒട്ടേറെ കമ്യൂണിസ്റ്റു സാഹിത്യം (ലഘുലേഖകളും ആനുകാലികങ്ങളും മറ്റും) തയ്യാറാക്കപ്പെട്ടിരുന്നു. ഇവയുടെ ലേഖകർ ഏറെയും തൊഴിലാളികൾ തന്നെയായിരുന്നു. പല കമ്യൂണിസ്റ്റു ആനുകാലികങ്ങളും എഡിറ്റ് ചെയ്ത് പ്രസിദ്ധീകരിച്ചിരുന്നതും തൊഴിലാളികളായിരുന്നു. അതുപോലെത്തന്നെ ശ്രദ്ധേയമായിരുന്നു കമ്യൂണിസ്റ്റുകാരായ തൊഴിലാളികളുടെ പ്രത്യയശാസ്ത്രപരമായി സ്വയം അറിവു നേടാനുള്ള ആഗ്രഹം - ''വിജ്ഞാനദാഹം.'' ഈ രഹസ്യസംഘങ്ങളിലെ അംഗങ്ങൾ പ്രധാനമായും വ്യാവസായിക തൊഴിലാളികളായിരുന്നില്ല, മറിച്ച് ദിവസക്കൂലിക്കാരായ കൈത്തൊഴിലുകാരായിരുന്നു - ചെരുപ്പുകുത്തികൾ, മരപ്പണിക്കാർ, ടെയ്ലർമാർ, അച്ചടിശാലകളിലെ ജോലിക്കാർ, ബാർബർമാർ, മെക്കാനിക്കുകൾ, കൽപ്പണിക്കാർ തുടങ്ങിയവർ.

ഫ്രാൻസിലെ രഹസ്യ സംഘങ്ങളിൽതന്നെ പ്രധാനമായും രണ്ടു പ്രവണതകൾ പ്രത്യയശാസ്ത്രതലത്തിൽ നിലനിന്നിരുന്നു. ബൗണറോത്തിയുടെയും കൂട്ടരുടെയും നവബബൂവിസ്റ്റു വിഭാഗമാണ് അതിലൊന്ന്. മാനവരാശിയെയും രാജ്യത്തെയും സ്നേഹിക്കുന്ന ധിഷണാശാലികളും ധീരരുമായ ആളുകൾ സായുധ അട്ടിമറിയിലൂടെ ഭരണം പിടിച്ചെടുത്ത് വിപ്ലവപരമായ സർവ്വാധിപത്യം സ്ഥാപിക്കുക എന്നതായിരുന്നു ഈ വിഭാഗത്തിന്റെ സിദ്ധാന്തം. 18-ാം നൂറ്റാണ്ടിലെ യാന്ത്രിക ഭൗതികവാദികളുടെ കാഴ്ചപ്പാടായിരുന്നു ഇവരുടേത് - മനുഷ്യന്റെ സ്വഭാവത്തെയും അഭിപ്രായങ്ങളെയും സ്വാധീനിക്കുന്നത് അവന്റെ ചുറ്റുപാടുകളാണ് എന്ന ധാരണ.

രണ്ടാമത്തെ പ്രവണത അലക്സാണ്ടർ തിയഡോർ ഡെസമിയും (1808-1850) മറ്റും പ്രചരിപ്പിച്ചിരുന്ന ഭൗതികവാദപരമായ കമ്യൂണിസമാണ്. *The Holy Family* യിൽ മാർക്സും എംഗൽസും ഈ വിഭാഗത്തെയാണ് ''കൂടുതൽ ശാസ്ത്രീയമായി ചിന്തിക്കുന്ന ഫ്രഞ്ച് കമ്യൂണിസ്റ്റുകാർ'' എന്ന്

സൂചിപ്പിക്കുന്നത്. ഫ്രഞ്ച് സാങ്കല്പിക സോഷ്യലിസ്റ്റ് ചിന്തകനായിരുന്ന എറ്റിനേ കാബെ (1788-1856)യുടെ സമാധാനപരമായ പ്രചരണങ്ങളിലൂടെ സമ്പന്നരിൽ മനം മാറ്റമുണ്ടാക്കി കമ്യൂണിസം സ്ഥാപിക്കുക എന്ന ആശയത്തിൽനിന്നും ഗൂഢാലോചനാ സംഘങ്ങൾ നടത്തുന്ന സായുധ അട്ടിമറിയിലൂടെ സർവ്വാധിപത്യം സ്ഥാപിക്കുകയെന്ന ബബൂവിസ്റ്റുകളുടെ ആശയത്തിൽനിന്നും വ്യത്യസ്തവും എന്നാൽ ആശയ പ്രചരണത്തോടൊപ്പം തൊഴിലാളികളുടെ സംഘടിതശക്തിയിൽ ഊന്നുന്നതുമായിരുന്നു ഡെസമിയുടെയും മറ്റും സിദ്ധാന്തം.

രഹസ്യസംഘങ്ങൾക്കുപുറമെ പാരീസിൽ പ്രവാസികളായി കഴിഞ്ഞിരുന്ന ജർമ്മൻകാരായ കൈത്തൊഴിലുകാരുടെ ലീഗ് ഓഫ് ജസ്റ്റും (നീതിമാന്മാരുടെ ലീഗ്) പ്രവർത്തിച്ചിരുന്നു. 1836 ലാണ് ഈ സംഘടന രൂപീകരിക്കപ്പെട്ടത്. നവ ബബൂവിസ്റ്റ് പ്രവണതയുള്ള രഹസ്യസംഘമായിട്ടാണ് ഇത് പ്രവർത്തിച്ചിരുന്നത്. വിൽഹം വൈറ്റ്ലിങ്ങായിരുന്നു ഈ സംഘത്തിന്റെ മുഖ്യ സൈദ്ധാന്തികൻ. ''ജർമ്മൻ തൊഴിലാളിവർഗ്ഗത്തിന്റെ ആദ്യത്തെ തനത് സൈദ്ധാന്തിക പ്രചോദന''മായിരുന്നു വൈറ്റ്ലിങ് എന്നാണ് എംഗൽസ് വിശേഷിപ്പിച്ചത്. മാർക്സും ''1844 ലെ കൈയെഴുത്തു പ്രതി''കളുടെ ആമുഖത്തിൽ വൈറ്റ്ലിങ്ങിനെക്കുറിച്ച് ആദരവോടെ പരാമർശിക്കുന്നുണ്ട്. ഒരു രണ്ടാം മിശിഹ വരുമെന്നും അവൻ ആദ്യമിശിഹയുടെ സിദ്ധാന്തങ്ങൾ സാക്ഷാൽക്കരിക്കുമെന്നും പഴയ സാമൂഹിക വ്യവസ്ഥയുടെ ജീർണ്ണാവസ്ഥയിലായ മന്ദിരത്തെ ഇടിച്ചു നിരത്തുമെന്നും ഈ ഭൂമുഖത്തെതന്നെ സ്വർഗ്ഗമാക്കി മാറ്റുമെന്നുമുള്ള ഒരു ക്രിസ്ത്യൻ സമത്വ ദർശനമായിരുന്നു വൈറ്റ്ലിങ് മുന്നോട്ടുവച്ചത്. എന്നിരുന്നാലും മറ്റു സാങ്കല്പിക സോഷ്യലിസ്റ്റുകളിൽനിന്നു വ്യത്യസ്തമായി വൈറ്റ്ലിങ് കമ്യൂണിസത്തിലേക്കുള്ള പരിവർത്തനം സമാധാനപരമായ മാർഗ്ഗത്തിൽ നടക്കുമെന്ന് വിശ്വസിച്ചിരുന്നില്ല. ബ്ലാങ്കിയുടെ സ്വാധീനമായിരുന്നു ഇതിനു പിന്നിൽ. 1840 കൾക്കുശേഷം ലീഗ് ഓഫ് ജസ്റ്റിന് കേന്ദ്രീകൃത നേതൃത്വമുണ്ടായിരുന്നില്ല. പാരീസിലും ലണ്ടനിലും സ്വിറ്റ്സർലണ്ടിലുമെല്ലാം സ്വതന്ത്ര സംഘങ്ങളായാണ് അത് പ്രവർത്തിച്ചിരുന്നത്. എന്നാൽ ഈ വിഭാഗങ്ങളിലാകെ വൈറ്റ്ലിങ്ങിന്റെ ആശയപരമായ സ്വാധീനം നിലനിന്നിരുന്നു; പാരീസിലെ ലീഗ് ഓഫ് ജസ്റ്റിന്റെ അംഗമായില്ലെങ്കിലും അതിന്റെ പരിപാടികളിൽ മാർക്സ് സജീവമായി പങ്കെടുത്തിരുന്നു.

മാർക്സിനെ പ്രചോദിപ്പിച്ച മറ്റൊരു പ്രധാന പ്രസ്ഥാനം ബ്രിട്ടനിലെ ചാർട്ടിസമായിരുന്നു. 1838 മുതൽ 1857 വരെ ബ്രിട്ടനിൽ നിലനിന്നിരുന്ന, തൊഴിലാളിവർഗ്ഗത്തിന്റേതായ ഒരു പരിഷ്കരണ പ്രസ്ഥാനമായിരുന്നു ഇത്. 1839 ലും 1842 ലും ലക്ഷക്കണക്കിനു തൊഴിലാളികൾ പങ്കെടുത്ത പ്രക്ഷോഭങ്ങൾ, സാർവ്വത്രിക വോട്ടവകാശം ഉൾപ്പെടെയുള്ള ആവശ്യങ്ങൾ മുന്നോട്ടുവച്ചുള്ള പ്രക്ഷോഭങ്ങൾ ചാർട്ടിസ്റ്റുകൾ നടത്തിയിരുന്നു. ചാർട്ടിസവും സോഷ്യലിസവും ഒരുമിച്ച് നീങ്ങേണ്ടതുണ്ടെന്ന് എംഗൽസ്

ബ്രിട്ടനിലെ തൊഴിലാളിവർഗ്ഗത്തിന്റെ സ്ഥിതി എന്ന കൃതിയിൽ പരാമർശിക്കുന്നുണ്ട് - സോഷ്യലിസ്റ്റു പരിപാടിയോടുകൂടിയ ഒരു ബഹുജന പ്രസ്ഥാനം, ഫ്രഞ്ച് കമ്യൂണിസത്തെ ഇംഗ്ലീഷ് ശൈലിയിലേക്ക് മാറ്റൽ എന്നിങ്ങനെയാണ് എംഗൽസ് പ്രത്യാശയോടെ അതിനെ വിശേഷിപ്പിച്ചത്. എംഗത്സിനൊപ്പം ആദ്യമായി മാഞ്ചസ്റ്ററും ലണ്ടനും സന്ദർശിച്ച മാർക്സും ചാർട്ടിസ്റ്റു പ്രസ്ഥാനത്തിന്റെ, പ്രത്യേകിച്ചും അതിലെ ഇടതുപക്ഷ വിഭാഗത്തിന്റെ നേതാക്കളുമായി ബന്ധപ്പെട്ടിരുന്നു.

സംഘടനാ പ്രവർത്തനത്തിന്റെ അനിവാര്യതയിലേക്ക് മാർക്സിന്റെ ശ്രദ്ധ ക്ഷണിച്ച പ്രധാന സംഭവമായിരുന്നു 1844 ജൂണിൽ ജർമ്മനിയിലെ സൈലേഷ്യയിൽ നടന്ന നെയ്ത്തുകാരുടെ സമരം. ‘‘പുതിയ ലോകത്തിന്റെ വരവ് ഉദ്ഘോഷിക്കുന്ന കാഹളധ്വനി’’ എന്നായിരുന്നു മാർക്സ് *വൊർവോർട്ട്സിൽ* എഴുതിയ ഒരു ലേഖനത്തിൽ സൈലേഷ്യൻ നെയ്ത്ത് തൊഴിലാളി സമരത്തെ വിശേഷിപ്പിച്ചത്. ഈ സംഭവവികാസങ്ങൾക്കും സംഘടനാ ബന്ധങ്ങൾക്കും അനുഭവങ്ങൾക്കും സമാന്തരമായിട്ടായിരുന്നു മാർക്സിന്റെ സൈദ്ധാന്തിക ധാരണകൾ വികസിച്ച് *ജർമ്മൻ പ്രത്യയശാസ്ത്രം* എന്ന കൃതിയിൽ മുന്നോട്ടുവച്ച ശാസ്ത്രീയ കമ്യൂണിസ്റ്റ് ആശയത്തിൽ എത്തിച്ചേർന്നത്.

ഈയൊരു സാഹചര്യത്തിലാണ് ചരിത്രത്തിൽ തൊഴിലാളിവർഗ്ഗത്തിന്, മാർക്സിന്റെ സിദ്ധാന്ത പ്രകാരം, നിറവേറ്റാനുള്ള കടമ ഏറ്റെടുക്കുന്നതിന് തൊഴിലാളിവർഗ്ഗത്തിന്റേതായ ഒരു രാഷ്ട്രീയ പാർട്ടിക്ക് രൂപം നല്കണമെന്ന് മാർക്സും എംഗൽസും നിഗമനത്തിലെത്തിയത്. സാമൂഹ്യ പരിവർത്തനം സാക്ഷാൽക്കരിക്കപ്പെടണമെങ്കിൽ അത്തരമൊരു രാഷ്ട്രീയ പാർട്ടി അധികാരം പിടിച്ചെടുക്കേണ്ടത് അനുപേക്ഷണീയമാണെന്ന ധാരണയാണ് മാർക്സ് അവതരിപ്പിച്ചത്. ആസന്നമായിരിക്കുന്ന ബൂർഷ്വാ വിപ്ലവത്തിൽപ്പോലും സ്വതന്ത്രമായ ഒരു നിലപാട് തൊഴിലാളിവർഗ്ഗത്തിനു കൈക്കൊള്ളണമെന്നുണ്ടെങ്കിൽ ബൂർഷ്വാ ജനാധിപത്യത്തിൽനിന്നും തൊഴിലാളിവർഗ്ഗത്തെ വേർപെടുത്തേണ്ടതുണ്ടെന്ന് മാർക്സ് കണ്ടു. അങ്ങനെ ആയാൽ മാത്രമേ തൊഴിലാളിവർഗ്ഗത്തിന് സ്വന്തം ലക്ഷ്യം, കമ്യൂണിസം സ്ഥാപിക്കുകയെന്ന ലക്ഷ്യം സാക്ഷാൽക്കരിക്കുന്നതിലേക്ക് നീങ്ങാനാകൂ. കൃത്യമായ വിപ്ലവ വീക്ഷണമുള്ള ഒരു തൊഴിലാളിവർഗ്ഗ പാർട്ടി സ്ഥാപിച്ചുകൊണ്ടു മാത്രമേ ഈ കടമ തൊഴിലാളിവർഗ്ഗത്തിനു പൂർത്തീകരിക്കാനാകൂ.

യൂറോപ്പിലെയും അമേരിക്കയിലെയും തൊഴിലാളിവർഗ്ഗ പ്രസ്ഥാനം അന്ന് സംഘടനാപരമായും പ്രത്യയശാസ്ത്രപരമായും ശൈശവാവസ്ഥയിലായിരുന്നു. തൊഴിലാളികളാകെ ബൂർഷ്വാ രാഷ്ട്രീയക്കാരുടെയോ ഉട്ടോപ്യൻ സോഷ്യലിസ്റ്റ് ആശയഗതിക്കാരുടെയോ സ്വാധീന വലയത്തിലായിരുന്നു. വളരെ ചുരുക്കം ചില മുൻനിരക്കാർക്കു മാത്രമേ ശാസ്ത്രീയ കമ്യൂണിസം സംബന്ധിച്ച മാർക്സിന്റെ ആശയങ്ങൾ ഉൾക്കൊള്ളാൻ കഴിഞ്ഞിരുന്നുള്ളൂ.

ഭാവിയിൽ രൂപപ്പെടേണ്ട തൊഴിലാളിവർഗ്ഗ പാർട്ടി ഒരു സാർവ്വദേശീയ സംഘടനയാകണം എന്ന കാഴ്ചപ്പാടാണ് മാർക്സിനും എംഗൽസിനും ഉണ്ടായിരുന്നത്. കൃത്യമായും ഈ ധാരണയോടെയാണ് മാർക്സും എംഗൽസും വിവിധ രാജ്യങ്ങളിലെ വിപ്ലവകാരികളായ തൊഴിലാളികളെ ഒരു സാർവ്വദേശീയ സംഘടനയ്ക്കുള്ളിൽ കൂട്ടിയോജിപ്പിച്ച് കൊണ്ടുവരാൻ ശ്രമിച്ചത്. എന്നാൽ പൊതുവായ സാർവ്വദേശീയ ലക്ഷ്യം മുന്നോട്ടു വച്ച് കൂട്ടായ സമരങ്ങൾ സംഘടിപ്പിക്കുന്നതിനൊപ്പം തൊഴിലാളിവർഗ്ഗത്തിന്റെ വ്യത്യസ്ത ദേശീയ ഘടകങ്ങൾ അതത് രാജ്യത്തെ ദേശീയ കടമകൾ നിറവേറ്റണമെന്ന അഭിപ്രായവും അവർ മുന്നോട്ടുവച്ചിരുന്നു. കൃത്യവും വ്യക്തവുമായ ഈ കാഴ്ചപ്പാട് മുന്നിൽവച്ചുകൊണ്ട് വിവിധ രാജ്യങ്ങളിലെ വിപ്ലവകാരികളായ തൊഴിലാളികളെയും ബുദ്ധിജീവികളെയും ഏകോപിപ്പിക്കുന്നതിനും അവരെ കമ്യൂണിസ്റ്റ് ആശയങ്ങൾ ബോദ്ധ്യപ്പെടുത്തുന്നതിനുമുള്ള ആശയവിനിമയം നടത്തുന്നതിനുള്ള നീക്കങ്ങളാണ് മാർക്സും എംഗൽസും ആദ്യം നടത്തിയത്.

അതിനായി നിലവിലുള്ള സംഘടനകളെയും അതിലെ പ്രവർത്തകരെയും മാർക്സും എംഗൽസും ഉപയോഗപ്പെടുത്തുന്നതായാണ് നാം കാണുന്നത്. ''എക്കാലത്തെയും ഒന്നാമത്തെ സാർവ്വദേശീയ തൊഴിലാളി പ്രസ്ഥാനം'' എന്ന് എംഗൽസ് വിശേഷിപ്പിച്ച, കൈവേലക്കാരായ ജർമ്മൻ പ്രവാസികൾ രൂപം നല്കിയ ലീഗ് ഓഫ് ജസ്റ്റ് മാത്രമായിരുന്നു, അതിലെ പ്രവർത്തകരിൽ ചിലരെയായിരുന്നു പ്രധാനമായും ആശ്രയിക്കാനുണ്ടായിരുന്നത്. ലണ്ടനിൽ ലീഗ് ഓഫ് ജസ്റ്റിന്റെ പ്രവർത്തനങ്ങൾക്കുള്ള ഒരു പൊതുവേദി എന്ന നിലയിൽ 1840 ൽ ജർമ്മൻ വർക്കേഴ്സ് എഡ്യൂക്കേഷണൽ സൊസൈറ്റി സ്ഥാപിക്കപ്പെട്ടു. ബ്രിട്ടനിലെ ചാർട്ടിസ്റ്റുകളുടെ അനുഭവത്തിൽനിന്നും തൊഴിലാളിവർഗ്ഗത്തിന്റെ ബഹുജന സംഘടനയുടെ സാദ്ധ്യത മനസ്സിലാക്കിയാണ് ലീഗ് ഓഫ് ജസ്റ്റിന്റെ നേതാക്കൾ ഇങ്ങനെയൊരു സംഘടനയ്ക്ക് രൂപം നല്കിയത്. മൗലികമായും ലീഗ് ഓഫ് ജസ്റ്റ് ഗൂഢാലോചനാപരമായ ഘടനയുള്ള ഒരു രഹസ്യ സംഘടനയായാണ് പ്രവർത്തിച്ചിരുന്നത്. അതിൽനിന്നുള്ള ഒരു വഴിത്തിരിവാണ് ലണ്ടനിലെ ഈ 'സൊസൈറ്റി'യുടെ രൂപീകരണം. ക്രമേണ ഈ സൊസൈറ്റി ഒരു സാർവ്വദേശീയ സംഘടനയുടെ രൂപം കൈവരിച്ചു. ജർമ്മൻകാർക്കു പുറമെ സ്വിറ്റ്സർലണ്ടിലും നെതർലൻഡിലും റഷ്യയിലും ഹങ്കറിയിലും മറ്റും നിന്നുള്ള പ്രവാസികളും ഈ 'സൊസൈറ്റി'യിൽ അംഗങ്ങളായി. അങ്ങനെ ജർമ്മൻ വർക്കേഴ്സ് എഡ്യൂക്കേഷണൽ സൊസൈറ്റി കമ്യൂണിസ്റ്റ് വർക്കേഴ്സ് എഡ്യൂക്കേഷണൽ അസോസിയേഷനായി അറിയപ്പെട്ടു തുടങ്ങി. അതിന്റെ മെമ്പർഷിപ്പ് കാർഡിൽ ഇരുപതോളം ഭാഷകളിൽ ''എല്ലാ മനുഷ്യരും സഹോദരങ്ങളാണ്'' എന്ന മുദ്രാവാക്യവും ചേർത്തിരുന്നു.

എന്നിരുന്നാലും വൈറ്റ്ലിങ്ങിന്റെ ആശയപരമായ സ്വാധീനം ആ സംഘടനയിൽ ആധിപത്യം പുലർത്തിയിരുന്നതിനാൽ, മാർക്സും

എംഗൽസും അതിനകം വ്യക്തമാക്കിക്കഴിഞ്ഞ ശാസ്ത്രീയ കമ്യൂണിസ്റ്റ് സിദ്ധാന്തം ഉൾക്കൊള്ളാൻ അതിനു കഴിയാതിരുന്നതിനാൽ അവർ ലീഗ് ഓഫ് ജസ്റ്റിൽ അംഗങ്ങളായില്ല. ശാസ്ത്രീയ കമ്യൂണിസ്റ്റ് പ്രത്യയശാസ്ത്ര അടിത്തറയോടുകൂടിയ ഒരു സംഘടനയ്ക്ക് രൂപം നല്കാനുള്ള ശ്രമം അവർ തുടർന്നു. അതിന്റെ ഭാഗമായി 1846 ഫെബ്രുവരിയിൽ ബ്രസൽസിൽ മാർക്സും എംഗൽസും ആദ്യമായി ഒരു രാഷ്ട്രീയ സംഘടനയ്ക്ക് രൂപം നല്കി - കമ്യൂണിസ്റ്റ് കറസ്പോണ്ടൻസ് കമ്മിറ്റി. യൂറോപ്പിലാകെയുള്ള കമ്യൂണിസ്റ്റുകാരുമായി - തൊഴിലാളികളുമായും ബുദ്ധിജീവികളുമായും - ബന്ധം സ്ഥാപിക്കാനുള്ള ഒരു പരിപാടിയുടെ ഭാഗമായിരുന്നു ഈ സംഘടനയുടെ രൂപീകരണം. ജർമ്മനിയിലും ഒപ്പം സാർവ്വദേശീയമായി പോലും സംഘടിതമായ ഒരു കമ്യൂണിസ്റ്റു പാർട്ടി രൂപീകരിക്കുക എന്ന ലക്ഷ്യമായിരുന്നു പ്രധാനമായും ഇതിനുണ്ടായിരുന്നത്. കേവലം ആശയവിനിമയത്തിനപ്പുറം കൃത്യമായ സംഘടനാ പ്രവർത്തനമാണ് ഈ കറസ്പോണ്ടൻസ് കമ്മിറ്റിയിലൂടെ മാർക്സും എംഗൽസും നടത്തിയത്. 1845 ൽ എംഗൽസിനൊപ്പം ലണ്ടൻ സന്ദർശിച്ച വേളയിൽ അവിടെ പ്രവർത്തിച്ചിരുന്ന ലീഗ് ഓഫ് ജസ്റ്റുമായും ജോർജ്ജ് ജൂലിയൻ ഹാർനെയെയും ഏണസ്റ്റ് ജോൺസിനെയും പോലെയുള്ള ഇടതുപക്ഷക്കാരായ ചാർട്ടിസ്റ്റുകളുമായും മാർക്സ് ബന്ധം സ്ഥാപിച്ചിരുന്നു. പാരീസിലുണ്ടായിരുന്ന ഔഗസ്ത് ഹെർമാൻ എവെർബെക്കുമായും (1816-1860) 1845 ആഗസ്ത് മുതൽ മാർക്സ് കത്തിടപാടുകൾ തുടങ്ങിയിരുന്നു. 1846 ഫെബ്രുവരിയിൽ കറസ്പോണ്ടൻസ് കമ്മിറ്റി രൂപീകരിക്കപ്പെട്ടശേഷം ഈ ബന്ധങ്ങളെല്ലാം ഔപചാരികമായി അതിന്റെ ഭാഗമായി മാറി.

കമ്മ്യൂണിസ്റ്റ് ലീഗ് രൂപീകരിക്കപ്പെടുന്നു

ഡേവിഡ് റിയാസനോവ് വിശദീകരണ കുറിപ്പുകൾ സഹിതം പ്രസിദ്ധീകരിച്ച *കമ്മ്യൂണിസ്റ്റ് മാനിഫെസ്റ്റോയ്ക്ക്* അദ്ദേഹം എഴുതിയ മുഖവുരയിൽ പറയുന്നത്, ഫ്രഞ്ച് വിപ്ലവകാലത്തെ ജാക്കൊബിൻ കറസ്പോണ്ടൻസ് കമ്മിറ്റികളെ ഓർമ്മിപ്പിക്കുംവിധവും ഒപ്പം 18-ാം നൂറ്റാണ്ടിന്റെ അവസാന ദശകങ്ങളിൽ ഇംഗ്ലണ്ടിൽ പ്രവർത്തിച്ചിരുന്ന കറസ്പോണ്ടിങ് സൊസൈറ്റീസ് എന്ന പേരിലുള്ള വിപ്ലവ സംഘങ്ങളെ അനുസ്മരിച്ചുമാണ് മാർക്സും എംഗൽസും ബ്രസൽസിൽ കമ്മ്യൂണിസ്റ്റു കറസ്പോണ്ടൻസ് കമ്മിറ്റിക്ക് രൂപം നല്കിയതെന്നാണ്. (*Communist Manifesto with Explanatory Notes* by David Riazanove, page 29)

മിഷേൽ ലോവി ഈ കറസ്പോണ്ടിങ് കമ്മിറ്റിയെ മാർക്സിസ്റ്റ് സിദ്ധാന്തപ്രകാരമുള്ള ആദ്യത്തെ തൊഴിലാളിവർഗ്ഗ രാഷ്ട്രീയ പാർട്ടി ആയാണ് അടയാളപ്പെടുത്തുന്നത്. അത്തരമൊരു നിഗമനത്തിൽ എത്തിച്ചേരാനുള്ള കാരണങ്ങളും അദ്ദേഹം അക്കമിട്ട് നിരത്തുന്നു. ഒന്നാമത്തേത്, യൂറോപ്പിലാകെയുള്ള കമ്മ്യൂണിസ്റ്റുകാരുമായി ബന്ധം സ്ഥാപിക്കുക എന്ന ലക്ഷ്യമായിരുന്നു അതിനുണ്ടായിരുന്നത്. അതായത് ഒരു അന്താരാഷ്ട്ര സ്വഭാവം അതിനുണ്ടായിരുന്നു. രണ്ടാമത്തേത്, ബുദ്ധിജീവികളും കൈവേലക്കാരും ഉൾപ്പെടെയുള്ള ജർമ്മൻ കമ്മ്യൂണിസ്റ്റുകാരെ സംഘടിപ്പിക്കലായിരുന്നു; മാർക്സിന്റെയും എംഗൽസിന്റെയും പ്രത്യയശാസ്ത്രപരവും സംഘടനാപരവുമായ പ്രവർത്തനത്തിന്റെ അടിയന്തര ലക്ഷ്യം ജർമ്മൻ കമ്മ്യൂണിസ്റ്റുകാരായിരുന്നു. മൂന്നാമത്തേത്, അക്കാലത്ത് കമ്മ്യൂണിസ്റ്റു - തൊഴിലാളി പ്രസ്ഥാനങ്ങൾ പ്രവർത്തിച്ചിരുന്ന പ്രധാന കേന്ദ്രങ്ങളിൽ നിന്ന് അകലെയായിരുന്നു ബ്രസൽസ്. കമ്മ്യൂണിസ്റ്റ് കറസ്പോണ്ടിങ് കമ്മിറ്റിയുടെ അനിവാര്യമായ ലക്ഷ്യങ്ങളിൽ ഒന്ന് ജർമ്മനിയിൽ, ഒപ്പം സാർ

വ്വദേശീയമായിപ്പോലും, സംഘടിതമായ ഒരു കമ്യൂണിസ്റ്റുപാർടിയുടെ രൂപീകരണം ത്വരിതപ്പെടുത്തലായിരുന്നു; അതിനുപുറമേ, കമ്യൂണിസ്റ്റു കാരെയും മുന്നണിയിൽ വന്ന തൊഴിലാളികളെയും മാർക്സ് മുന്നോട്ടു വച്ച പുതിയ സങ്കല്പനത്തിന്റെ സ്വാധീനവലയത്തിലാക്കുക എന്നതു മായിരുന്നു. യഥാർത്ഥ സോഷ്യലിസം, ഉട്ടോപ്യൻ സോഷ്യലിസം എ ന്നിവയ്ക്കെതിരെ മാർക്സും എംഗൽസും നിരന്തരം നടത്തിയ പ്രത്യയ ശാസ്ത്ര സമരങ്ങൾ ഈ ലക്ഷ്യത്തോടെയുമായിരുന്നു. (*The Theory of Revolution in the Young Marx*. Page 120)

മാത്രമല്ല, ഡേവിഡ് റിയാസനോവ് വളരെ കൃത്യമായി ചൂണ്ടിക്കാ ണിക്കുന്നതുപോലെ ഈ കറസ്പോണ്ടൻസ് കമ്മിറ്റി കേവലം അതിലെ അംഗങ്ങൾക്കിടയിൽ കത്തിടപാടുകൾ നടത്തുന്ന, അംഗങ്ങൾക്ക് സർ ക്കുലറുകളും ലഘുലേഖകളും അയച്ചുകൊടുക്കുക മാത്രം ചെയ്യുന്ന ഒന്നായിരുന്നില്ല. അംഗങ്ങൾക്കിടയിൽ മാർക്സിന്റെ സൈദ്ധാന്തികമാ യ നിലപാട് ഉറപ്പിക്കുന്നതിനും സംഘടന കെട്ടിപ്പടുക്കുന്നതിനുമുള്ള ആദ്യ ചുവടുവയ്പായിട്ടായിരുന്നു മാർക്സും എംഗൽസും കമ്യൂണിസ്റ്റ് കറസ്പോണ്ടൻസ് കമ്മിറ്റിക്ക് രൂപം നല്കിയത്. (*Karl Marx & Frederic Engels. An Introduction to their Lives and Work*. Page 51,52).

1846 വരെ മാർക്സിന്റെയും എംഗൽസിന്റെയും പ്രവർത്തനം പ്ര ധാനമായും കേന്ദ്രീകരിച്ചിരുന്നത് ബൂർഷ്വാ ബുദ്ധിജീവികൾക്കിടയിലാ യിരുന്നു. തുടർന്ന് അവർ നടത്തിയ തൊഴിലാളിവർഗ്ഗ ബുദ്ധിജീവികളു മായുള്ള ആശയസംവാദങ്ങളുടെ തുടർച്ചയായിരുന്നു തൊഴിലാളിവർഗ്ഗ ത്തിന്റേതായ രാഷ്ട്രീയ പാർട്ടി കെട്ടിപ്പടുക്കുന്നതിനുള്ള പ്രവർത്തനം. കൃത്യമായും തന്റെ ആശയഗതികൾക്കൊപ്പം നില്ക്കുന്നവരെ ഒരു സം ഘടനയ്ക്കുകീഴിൽ അണിനിരത്താനും അതേസമയം തൊഴിലാളിവർഗ്ഗ ബുദ്ധിജീവികൾക്കിടയിലെ വ്യത്യസ്ത ചിന്താഗതിക്കാരുമായി ആശയ സംവാദത്തിലേർപ്പെട്ട് അവരെ തന്റെ നിലപാടുകൾക്കൊപ്പം കൊണ്ടുവ രാനും അതിനു തയ്യാറാകാത്തവരെ ഈ പുതിയ സംഘടനാ സംവിധാ നത്തിൽനിന്നകറ്റി നിർത്താനുമാണ് മാർക്സ് ശ്രമിച്ചത്. തൊഴിലാളിവർഗ്ഗ രാഷ്ട്രീയ പാർട്ടിക്കുണ്ടാകേണ്ട പ്രത്യയശാസ്ത്ര ദൃഢതയ്ക്കും ഐ ക്യത്തിനും മാർക്സ് വളരെയേറെ പ്രാധാന്യം നല്കിയിരുന്നുവെന്നാ ണ് ഈ ഘട്ടത്തിൽ അദ്ദേഹം നടത്തിയ ആശയസമരങ്ങൾ സംശയാതീ തമായി വെളിപ്പെടുത്തുന്നത്.

ലീഗ് ഓഫ് ജസ്റ്റിനെ ഉറച്ച കമ്യൂണിസ്റ്റ് സിദ്ധാന്തം പിന്തുടരുന്ന ഒരു സംഘടനയായി മാറ്റിയെടുക്കാനാണ് മാർക്സും എംഗൽസും ശ്രമി ച്ചിരുന്നതെങ്കിലും അക്കാലത്ത് അതിനെ നയിച്ചിരുന്ന ഉട്ടോപ്യൻ കമ്യൂ ണിസ്റ്റായ വിൽഹം വൈറ്റ്ലിങ് അവർ മുന്നോട്ടുവച്ച ശാസ്ത്രീയ കമ്യൂ ണിസം സംബന്ധിച്ച ആശയം അംഗീകരിക്കാൻ തയ്യാറാകാത്തതുകൊണ്ട് വൈറ്റ്ലിങ്ങിന്റെ നേതൃത്വത്തിലുള്ള ആ സംഘടനയിൽ ചേരാൻ അവർ തയ്യാറായില്ല. ആ പശ്ചാത്തലത്തിലാണ് ബ്രസൽസ് കമ്യൂണിസ്റ്റ് കറസ്

പോണ്ടൻസ് കമ്മിറ്റിക്ക് അവർ രൂപം നല്കിയത്. ബ്രസൽസ് ആസ്ഥാന മായി പ്രവർത്തിച്ചിരുന്ന ഈ കമ്മിറ്റിയെ നയിച്ചത് മാർക്സും എംഗൽസു മായിരുന്നു. ബ്രസൽസിൽ പ്രവാസികളായി കഴിഞ്ഞിരുന്ന പത്ര പ്രവർ ത്തകരും എഴുത്തുകാരുമായിരുന്ന ലൂയി ഹെയ്ൽബെർഗ്, ഫെർഡി നാൻഡ് വുൾഫ്, വിൽഹെം വുൾഫ്, എഡ്ഗാർ വെസ്റ്റ്ഫാലൻ (ജെന്നി യുടെ ഇളയ സഹോദരൻ), സെബാസ്റ്റ്യൻ സീലർ, ജോസഫ് വെയ്ഡെ മെയർ എന്നിവർക്കുപുറമെ ബെൽജിയൻ കമ്യൂണിസ്റ്റായ ഫിലിപ്പ് ഗിഗാത്തും ഈ കമ്മിറ്റിയിലെ സജീവാംഗങ്ങളായിരുന്നു. കുറേക്കാലം വിൽഹെം വൈറ്റ്ലിങ്ങും കറസ്പോണ്ടൻസ് കമ്മിറ്റിക്കൊപ്പമുണ്ടായിരുന്നു. ഈ കമ്മിറ്റി രൂപംകൊണ്ട് ഏറെ കഴിയും മുമ്പ്, ജർമ്മൻ തൊഴിലാളി പ്രസ്ഥാനത്തിലെ ''യഥാർത്ഥ സോഷ്യലിസ''ത്തിനും ''കൈത്തൊഴിലു കാരുടെ കമ്യൂണിസ''ത്തിനും എതിരായി ധൈഷണികവും രാഷ്ട്രീയ വുമായ രൂക്ഷമായ പോരാട്ടത്തിൽ അതിന് ഏർപ്പെടേണ്ടതായി വന്നു. ഈ പോരാട്ടത്തിനിടെയാണ് വൈറ്റ്ലിങ് പ്രസ്ഥാനവുമായി വിട പറഞ്ഞു പോയതും ഹെർമാൻ ക്രീഗിനെതിരായ സർക്കുലർ പ്രസിദ്ധപ്പെടുത്തി യതും.

വിവിധ രാജ്യങ്ങളിൽ കമ്യൂണിസ്റ്റ് പ്രചാരണം നടത്തുന്നതിലാണ് ബ്രസൽസ് കമ്യൂണിസ്റ്റ് കറസ്പോണ്ടൻസ് കമ്മിറ്റി ശ്രദ്ധ ചെലുത്തിയത്. പല രാജ്യങ്ങളിലെയും തൊഴിലാളി നേതാക്കളുമായും സോഷ്യലിസ്റ്റ് നേതാക്കളുമായും കമ്മിറ്റി നിരന്തരം ആശയ വിനിമയം നടത്തി. വിപ്ലവ പ്രചരണത്തിനായി ഫണ്ട് സമാഹരണം നടത്താനുള്ള നീക്കങ്ങളും നടന്നു. മറ്റു സ്ഥലങ്ങളിൽ രൂപംകൊണ്ട ഗ്രൂപ്പുകൾ ബ്രസൽസ് കമ്മിറ്റി യുമായും നിരന്തരം ബന്ധപ്പെട്ടിരുന്നു. പത്രസ്വാതന്ത്ര്യത്തിനായുള്ള പോ രാട്ടം, ഭരണഘടനയ്ക്കായുള്ള ബൂർഷ്വാസിയുടെ പ്രക്ഷോഭം എന്നിത്യാ ദി കാര്യങ്ങളിൽ കമ്യൂണിസ്റ്റുകാർ സ്വീകരിക്കേണ്ട നിലപാടു സംബന്ധി ച്ചും ഇത്തരം ആവശ്യങ്ങൾ നേടിയെടുക്കുന്നതിനു കമ്യൂണിസ്റ്റുകാർ ബൂർ ഷ്വാസിയുമായി എങ്ങനെ കൈകോർക്കണമെന്നും മാർക്സ് വിവിധ പ്ര ദേശങ്ങളിലെ ഘടകങ്ങൾക്ക് കൃത്യമായ നിർദ്ദേശങ്ങൾ നല്കിയിരുന്നു. കമ്യൂണിസ്റ്റ് ആശയഗതികൾ പ്രചരിപ്പിക്കുന്നതിനു ബൂർഷ്വാ സ്വാതന്ത്ര്യം നേടിയെടുക്കേണ്ടതുണ്ടെന്ന് മാർക്സും എംഗൽസും കരുതിയിരുന്നു. 1846 ജൂൺ 15 നു ജി എ കോട്ട്ഗന് ബ്രസൽസ് കമ്മിറ്റിക്കുവേണ്ടി മാർക് സും എംഗത്സും എഴുതിയ കത്തിൽ, പത്രസ്വാതന്ത്ര്യത്തിനും ഭരണഘ ടനയ്ക്കുംവേണ്ടി ബൂർഷ്വാസി നടത്തുന്ന നിവേദനത്തിനും പ്രകടനത്തി നും പ്രക്ഷോഭത്തിനും പൂർണ്ണ മനസ്സോടെ പിന്തുണ നല്കണമെന്നും അവയിലെല്ലാം അണിനിരക്കണമെന്നും വ്യക്തമാക്കുന്നുണ്ട്. ബൂർഷ്വാ സി ഉന്നയിക്കുന്ന ഈ ആവശ്യങ്ങൾ നേടിക്കഴിഞ്ഞാൽ കമ്യൂണിസ്റ്റ് പ്ര ചരണത്തിനു കൂടുതൽ സൗകര്യമുണ്ടാകുമെന്നും അത്തരമൊരു സാ ഹചര്യത്തിൽ ബൂർഷ്വാസിയും തൊഴിലാളിവർഗ്ഗവും തമ്മിലുള്ള വൈ രുദ്ധ്യം മൂർച്ഛിക്കുമെന്നും പുരോഗതിയെ, അത് എത്രമാത്രം ചെറുതാ

ണെങ്കിൽപോലും, സഹായിക്കുന്ന എന്തിനെയും കമ്യൂണിസ്റ്റുകാർ പിന്തുണയ്ക്കണമെന്നുമാണ് മാർക്സും എംഗൽസും വ്യക്തമാക്കുന്നത്. അങ്ങനെ ആശയതലത്തിലും രാഷ്ട്രീയമായും സംഘടനാപരമായും മാർക്സും എംഗൽസും നിരന്തരം ശക്തമായ ഇടപെടലുകളാണ് നടത്തിയത്. ക്രമേണ കമ്യൂണിസ്റ്റ് കറസ്പോണ്ടൻസ് കമ്മിറ്റിയുടെ ആശയങ്ങൾക്ക് വ്യാപകമായ സ്വീകാര്യത ലഭിച്ചു തുടങ്ങി.

1846 ആഗസ്തിൽ എംഗൽസ് പാരീസിലെത്തി. അവിടെ അദ്ദേഹത്തിന്റെ നേതൃത്വത്തിൽ കമ്യൂണിസ്റ്റ് കറസ്പോണ്ടൻസ് കമ്മിറ്റിയുടെ ഘടകത്തിനു രൂപം നല്കി. ജോസഫ് മോളും കാറൽ ഷാപ്പറും ഹെൻറിച്ച് ബോവറും ലീഗ് ഓഫ് ജസ്റ്റിന്റെ ലണ്ടനിലുണ്ടായിരുന്ന മറ്റു നേതാക്കളും ചേർന്ന് കമ്യൂണിസ്റ്റ് കറസ്പോണ്ടൻസ് കമ്മിറ്റിയുടെ ലണ്ടൻ ഘടകവും രൂപീകരിച്ചു. വിഭാഗീയ പ്രവണതകൾക്കും തെറ്റായ ആശയഗതികൾക്കുമെതിരായ മാർക്സിന്റെ നിശിത വിമർശനം പലപ്പോഴും അവരെ അസ്വസ്ഥരാക്കിയിരുന്നു. എന്നാൽ ബ്രസ്സൽസ് കമ്മിറ്റിയാണ് ശരിയായ പ്രത്യയശാസ്ത്ര നിലപാട് പിന്തുടരുന്നതെന്ന് മാർക്സ് നിരന്തരം ക്ഷമയോടെ അവരെയെല്ലാം ബോദ്ധ്യപ്പെടുത്താൻ ശ്രമിച്ചിരുന്നു.

ബ്രസൽസ് കമ്മിറ്റിയുടെ പ്രവർത്തനത്തിൽ, പ്രത്യേകിച്ചും പ്രത്യയശാസ്ത്രപരമായ പ്രവർത്തനത്തിൽ ഗുരുതരമായ ചില പ്രതിബന്ധങ്ങൾ ഇതിനിടയ്ക്കുണ്ടായി. തൊഴിലാളിവർഗ്ഗ പ്രസ്ഥാനത്തിൽ നിരന്തരം ആശയക്കുഴപ്പവും വിഭാഗീയതയും സൃഷ്ടിച്ചിരുന്ന ഉട്ടോപ്യൻ സോഷ്യലിസ്റ്റ് ചിന്താഗതിക്കാരായിരുന്നു ഇത്തരം പ്രതിബന്ധങ്ങൾ സൃഷ്ടിച്ചിരുന്നത്. വിൽഹെം വൈറ്റ്ലിങ്ങായിരുന്നു മാർക്സിന്റെ വിപ്ലവ സിദ്ധാന്തങ്ങളുടെ പ്രധാന എതിരാളി.

1846 മാർച്ചിൽ ബ്രസൽസിൽ ചേർന്ന കറസ്പോണ്ടൻസ് കമ്മിറ്റിയുടെ യോഗം വൈറ്റ്ലിങ്ങും 'മാർക്സിസ്റ്റു'കളും തമ്മിലുള്ള വേർപിരിയലിന്റെ വേദിയായി. ആ യോഗത്തിൽ മാർക്സും എംഗൽസും ഗിഗോത്തും എഡ്ഗാർ വെസ്റ്റ്ഫാലനും വെയ്ഡെമെയറും സീലറും ഹെയ്ൽബെർഗും അന്നെങ്കോവും വൈറ്റ്ലിങ്ങുമാണ് പങ്കെടുത്തത്. അതിൽ ഒരു പരിധിവരെയെങ്കിലും വൈറ്റ്ലിങ്ങിന്റെ ആശയങ്ങളോട് യോജിച്ചത് ഹെയ്ൽബെർഗും സീലറും മാത്രമായിരുന്നു. ഔപചാരികമായ യോഗത്തിനു മുൻപായി മാർക്സും വൈറ്റ്ലിങ്ങും ഒരു പൊതുപരിപാടിക്കു രൂപം നല്കാനായി നേരിട്ട് കൂടിയാലോചന നടത്തിയെങ്കിലും അതുകൊണ്ട് ഒരു ഫലവുമുണ്ടായില്ല.

രാഷ്ട്രീയ പോരാട്ടത്തിൽ തൊഴിലാളിവർഗ്ഗത്തിന്റെ പങ്കാളിത്തമുണ്ടാകണമെന്ന ആശയം അംഗീകരിക്കാൻ വൈറ്റ്ലിങ് തയ്യാറായില്ല. മാത്രമല്ല, തൊഴിലാളിവർഗ്ഗത്തിന്റെ രാഷ്ട്രീയ പാർട്ടി കെട്ടിപ്പടുക്കണമെന്ന ആശയത്തോടും വൈറ്റ്ലിങ്ങിനു യോജിപ്പുണ്ടായിരുന്നില്ല. ഒരു കമ്യൂണിസ്റ്റ് പരിപാടി മുന്നോട്ടുവയ്ക്കുന്നതിനും ശാസ്ത്രീയമായും സൈദ്ധാന്തികമായും അതിനെ അംഗീകരിക്കുന്നതിനും അദ്ദേഹം എതിരായിരു

ന്നു. ആസന്ന ഭാവിയിലെ സോഷ്യലിസ്റ്റ് സ്വർഗ്ഗത്തെ സംബന്ധിച്ച മനോരാജ്യത്തിലായിരുന്നു വൈറ്റ്ലിങ്; അക്രമാസക്തമായ കലാപത്തിലൂടെ അധികം വൈകാതെ അത്തരമൊരു സമൂഹം സാദ്ധ്യമാകുമെന്നും അദ്ദേഹം കരുതി.

സമർത്ഥനും പ്രതിഭാശാലിയുമായ പ്രചാരകനായിരുന്നു വൈറ്റ്ലിങ് എന്ന കാര്യത്തിൽ മാർക്സിനു സംശയമേ ഉണ്ടായിരുന്നില്ല. അതുകൊണ്ടാണ് വൈറ്റ്ലിങ്ങിനെ സോഷ്യലിസം സംബന്ധിച്ച ശാസ്ത്രീയ സമീപനം ബോദ്ധ്യപ്പെടുത്താനും സംഘടനയ്ക്കൊപ്പം കൂട്ടാനും മാർക്സ് കിണഞ്ഞു ശ്രമിച്ചത്. ചരിത്രബോധമോ മൗലികമായ പ്രത്യയശാസ്ത്ര ധാരണയോ തനിക്ക് ഇല്ല എന്നതിന്റെ വെളിപ്പെടുത്തലായിരുന്നു വൈറ്റ്ലിങ് ബ്രസൽസ് യോഗത്തിൽ പ്രകടിപ്പിച്ചത്. 40,000 പേരുള്ള കൊള്ളക്കാരുടെ ഒരു സംഘത്തിനു സമൂഹത്തെയാകെ ഉടച്ചുവാർക്കാനാകുമെന്നു വാദിച്ച വൈറ്റ്ലിങ് സമൂഹത്തിന്റെ ചരിത്രപരമായ വികാസം സംബന്ധിച്ച മാർക്സിന്റെ സിദ്ധാന്തം അംഗീകരിച്ചില്ല. കള്ളന്മാരും ഭിക്ഷക്കാരും ഉൾപ്പെടെയുള്ള വിഭാഗങ്ങൾക്കാണ് വിപ്ലവം നടത്താൻ കഴിയുന്നത് എന്നാണ് വൈറ്റ്ലിങ് വാദിച്ചത്. അതിനു വിപ്ലവ സംഘടനയുടെ ആവശ്യമില്ല എന്നും അദ്ദേഹം അഭിപ്രായപ്പെട്ടു.

ഈ കമ്മിറ്റിയിൽ പങ്കെടുത്തവരിൽ ഒരാളായ റഷ്യൻ വിപ്ലവകാരി പി വി അന്നെങ്കോവ് തന്റെ ആത്മകഥയിൽ വൈറ്റ്ലിങ്ങിനെ അതിനിശിതമായി വിമർശിച്ചുകൊണ്ട് മാർക്സ് നടത്തിയ പരാമർശങ്ങൾ ഉദ്ധരിച്ചിട്ടുണ്ട്: ''പ്രത്യേകിച്ചും ജർമ്മനിയിൽ കൃത്യതയോടുകൂടിയ ശാസ്ത്രീയ ആശയം മുന്നോട്ടുവയ്ക്കാതെ, അസന്ദിഗ്ദ്ധമായ ഒരു സിദ്ധാന്തം കൂടാതെ തൊഴിലാളികളെ അഭിമുഖീകരിക്കുന്നത് അർത്ഥശൂന്യമായ ഉപദേശി പ്രസംഗത്തിനു സമാനമായിരിക്കും; ഒരു വശത്ത് കേൾവിക്കാരെ ആവേശം കൊള്ളിക്കുന്ന ഒരു പ്രഭാഷകനും മറുവശത്ത് വായും പൊളിച്ച് കേട്ടുകൊണ്ടിരിക്കുന്ന കുറേ മരക്കഴുതകളും എന്ന് സങ്കല്പിക്കുന്നവർക്കേ ഇതംഗീകരിക്കാനാവൂ. വൈറ്റ്ലിങ്ങിനുനേരെ വിരൽ ചൂണ്ടി മാർക്സ് ഇങ്ങനെ ആക്രോശിക്കുകയുമുണ്ടായി: ''അജ്ഞത ആരേയും സഹായിക്കില്ല; അത് ആർക്കും ഒരു നന്മയും വരുത്തില്ല.'' ഇതേത്തുടർന്ന് കമ്യൂണിസ്റ്റ് കറസ്പോണ്ടൻസ് കമ്മിറ്റിയുടെ യോഗത്തിൽനിന്നു ഇറങ്ങിപ്പോയ വൈറ്റ്ലിങ് ഫലത്തിൽ ജർമ്മൻ തൊഴിലാളി പ്രസ്ഥാനത്തിൽ നിന്നുതന്നെ അകന്നുപോവുകയാണുണ്ടായത്.

മിഷേൽ ലോവി ഈ സംഭവത്തെക്കുറിച്ച് ഇങ്ങനെ എഴുതുന്നു: "വൈറ്റ്ലിങ്ങിനോട് വിട പറഞ്ഞ ഈ സംഭവം ജർമ്മൻ കമ്യൂണിസത്തിലെ ഉട്ടോപ്യന്മാരുടേയും കൈത്തൊഴിലുകാരുടേയും നവക്രിസ്ത്യന്മാരുടേയും പ്രവണതകളെ പൊളിച്ചടുക്കാനുള്ള കമ്യൂണിസ്റ്റ് കറസ്പോണ്ടൻസ് കമ്മിറ്റിയുടെ പ്രത്യയശാസ്ത്ര സമരത്തിലെ പ്രധാനപ്പെട്ട ഒരു ഘട്ടമായിരുന്നു; വ്യാജ 'പ്രവാചക'ന്മാരുമായും 'പുത്തൻ മിശിഹ'മാരുമായുമുള്ള വിടപറയലുമായിരുന്നു അത്; കൃത്യതയോടുകൂടിയ, ശാസ്ത്രീ

യമായ, മൂർത്തമായ സിദ്ധാന്തത്തോടുകൂടി തൊഴിലാളിവർഗ്ഗ പോരാട്ടം നടത്തുന്നതിൽ ഇത് വലിയ സംഭാവനയാണ് നല്കിയത്" (*The Theory of Revolution in the Young Marx*. Page 122)

1846 മെയ് 11 നു ഹെർമാൻ ക്രീഗിനെതിരെ ബ്രസൽസ് കമ്മിറ്റി പുറപ്പെടുവിച്ച സർക്കുലറിന്റെ പശ്ചാത്തലവും ഇതാണ്. ന്യൂയോർക്കിൽ പ്രവാസിയായി കഴിഞ്ഞിരുന്ന ക്രീഗ് ഒരു ജർമ്മൻ 'യഥാർത്ഥ സോഷ്യലിസ്റ്റ്' പക്ഷക്കാരനായിരുന്നു. അമേരിക്കയിൽ പുതുതായി രൂപംകൊണ്ട തൊഴിലാളി പ്രസ്ഥാനമായിരുന്ന, ''യങ് അമേരിക്ക'' എന്ന തൊഴിലാളികളുടെയും കൈത്തൊഴിലുകാരുടെയും രഹസ്യസംഘം. 1845 ഒക്ടോബറിൽ രൂപീകരിച്ച നാഷണൽ റിഫോം അസോസിയേഷന്റെ ജർമ്മൻ ബ്രാഞ്ചായ സോഷ്യൽ റിഫോം അസോസിയേഷന്റെ നേതാക്കളിൽ ഒരാളുമായിരുന്ന ക്രീഗ് ഈ സംഘടനയുടെ മുഖവാരികയായിരുന്ന *ഡെർ വോക്സ് ട്രിബ്യൂണി*ന്റെ പത്രാധിപരുമായിരുന്നു. ഭൂമി വില്ക്കുന്നതിനെതിരെ കാംപെയ്ൻ ചെയ്തിരുന്ന നാഷണൽ റിഫോം അസോസിയേഷൻ അദ്ധ്വാനിക്കുന്ന ജനങ്ങൾക്ക് ഭൂമി സൗജന്യമായി വിതരണം ചെയ്യണമെന്ന് വാദിച്ചിരുന്നു. കമ്യൂണിസ്റ്റ് രീതിയിൽ സമൂഹത്തെ പരിവർത്തനപ്പെടുത്താൻ ഈ കാർഷിക പരിപാടിക്ക് കഴിയുമെന്ന അടിസ്ഥാനത്തിൽ ക്രീഗ് ഈ വാരികയിൽ പ്രചരണം നടത്തി; 'യഥാർത്ഥ സോഷ്യലിസം' ഉൾക്കൊണ്ടുള്ള സാർവ്വത്രിക സ്നേഹവും സാഹോദര്യവുമാണ് 'കമ്യൂണിസം' എന്നാണ് ക്രീഗ് ഈ വാരികയിൽ ഉദ്ഘോഷിച്ചത്.

ഹെർമാൻ ക്രീഗിനെതിരായ സർക്കുലർ മാർക്സിന്റെ നേതൃത്വത്തിൽ ബ്രസൽസ് കമ്മിറ്റി നടത്തിയ ആശയസമരത്തിൽ വലിയ പ്രാധാന്യമുള്ളതാണ്. കൈത്തൊഴിലുകാർക്കും തൊഴിലാളികൾക്കും ഭൂമി സൗജന്യമായി വിതരണം ചെയ്യുന്നത് സമത്വത്തിലേക്ക് നയിക്കുമെന്നും അത് ചൂഷണം അവസാനിപ്പിക്കുമെന്നുമുള്ള ക്രീഗിന്റെയും 'യഥാർത്ഥ സോഷ്യലിസ്റ്റു'കളുടെയും പ്രചാരണം വെറും വ്യാമോഹം മാത്രമാണെന്നും പെറ്റി ബൂർഷ്വാസിയുടെ പ്രത്യയശാസ്ത്രപരമായ പാപ്പരത്തമാണത് പ്രകടമാക്കുന്നതെന്നും ഈ സർക്കുലർ വ്യക്തമാക്കുന്നു. 14000 ഏക്കർ ഭൂമി സൗജന്യമായി എല്ലാവർക്കുമായി വിതരണം ചെയ്താൽ എല്ലാവരും സ്വകാര്യ സ്വത്തുടമകളായി മാറുമെന്നല്ലാതെ എങ്ങനെയത് കമ്യൂണിസമാകും എന്നു മാർക്സ് ചോദിക്കുന്നു. എല്ലാ പേരെയും ചക്രവർത്തിയോ പോപ്പോ ആക്കി സമത്വം സ്ഥാപിക്കാമെന്നതുപോലെ പരിഹാസ്യമാണിത് എന്ന് അദ്ദേഹം ചൂണ്ടിക്കാട്ടി. എന്നാൽ ആ കാലത്ത് അമേരിക്കയിൽ വൻകിടക്കാർ കുത്തകയായി കൈവശം വച്ചിട്ടുള്ള ഭൂമി തൊഴിലാളികൾക്കും ഇടത്തരക്കാർക്കുമായി വിതരണം ചെയ്യണമെന്ന ആവശ്യം ഉന്നയിച്ച് നടന്നിരുന്ന പ്രക്ഷോഭത്തെ പുരോഗമനപരമായ ഒരു പ്രസ്ഥാനമെന്നു തന്നെ മാർക്സ് അംഗീകരിച്ചിരുന്നു. പക്ഷേ, അതാണ് കമ്യൂണിസമെന്നോ അത് കമ്യൂണിസത്തിലേക്കു നയിക്കുമെന്നോ ഉള്ള ആശയത്തെയാണ് അദ്ദേഹം നിശിതമായി എതിർത്തത്.

മതവുമായും 'സ്നേഹസാമ്രാജ്യ'വുമായും ആ അർത്ഥത്തിൽ സ്ത്രീ - പുരുഷ പ്രണയവുമായും കമ്യൂണിസം ബന്ധപ്പെട്ടിരിക്കുന്നുവെന്നല്ലാമുള്ള ക്രീഗിന്റെ പരിഹാസ്യമായ സങ്കല്പനങ്ങളെ ഈ സർക്കുലർ പിച്ചിച്ചീന്തിയെറിയുന്നു. അനീതികൾക്കെതിരെ പൊരുതുന്നതിനുള്ള മനുഷ്യന്റെ ഇച്ഛാശക്തിയെ മതം തളർത്തുകയാണെന്നും ആത്യന്തികമായി അത് നിലനില്ക്കുന്ന വ്യവസ്ഥിതിയെ സ്വീകരിക്കുന്നതിനിടയാക്കുമെന്നും ഈ സർക്കുലറിൽ മാർക്സ് ചൂണ്ടിക്കാട്ടി. സ്വന്തം ശക്തിയിലുള്ള അദ്ധ്വാനിക്കുന്ന ജനതയുടെ വിശ്വാസമാണ് അവർക്ക് ആത്മാഭിമാനവും ആത്മവിശ്വാസവും പ്രദാനം ചെയ്യുന്നതെന്നും ലോകത്തെ മാറ്റുന്നതിന് കമ്യൂണിസ്റ്റുകാർക്ക് ആവശ്യമായ വിപ്ലവപരമായ യോഗ്യത സ്വതന്ത്രവും വിശാലവുമായ കാഴ്ചപ്പാടാണെന്നും അദ്ദേഹം വ്യക്തമാക്കി.

ക്രീഗും കൂട്ടരും കമ്യൂണിസത്തിന്റെ പേരിൽ മുന്നോട്ടുവെച്ച തെറ്റായ ആശയങ്ങളെ തുറന്നു കാണിച്ചതിലൂടെ ഉയർന്നുവരുന്ന തൊഴിലാളിവർഗ്ഗ പാർട്ടിയുടെ പ്രത്യയശാസ്ത്രപരമായ അടിത്തറ മാർക്സ് ബലപ്പെടുത്തുകയാണുണ്ടായത്. പല തൊഴിലാളിവർഗ്ഗ നേതാക്കളും തങ്ങളുടെ വ്യക്തതയില്ലാത്ത കാഴ്ചപ്പാടുകൾ കൈവെടിയാനും കമ്യൂണിസത്തിന്റെ ശരിയായ വിപ്ലവ സിദ്ധാന്തം സ്വീകരിക്കാനും ഇതിടയാക്കി.

തൊഴിലാളി സംഘടനാപ്രവർത്തകരും ബുദ്ധിജീവികളും ഉൾപ്പെടെയുള്ള ചില സുഹൃത്തുക്കളുടെ സഹായത്തോടെ മാർക്സും എംഗൽസും സംഘടന കെട്ടിപ്പടുക്കുക എന്ന കടമ തുടർന്നു. ബ്രസ്സൽസിൽ ഇതിന്റെ ഭാഗമായി ഒരു തൊഴിലാളി വിദ്യാഭ്യാസ സംഘം (Workers Educational Society) രൂപീകരിച്ചു. ഇതിലെ അംഗങ്ങളോട് അർത്ഥശാസ്ത്രം സംബന്ധിച്ച് മാർക്സ് പ്രഭാഷണങ്ങൾ നടത്തി. വിൽഹെം വുൾഫിനെ (1809-1864) പോലെയുള്ള ബുദ്ധിജീവികളും സ്റ്റീഫൻ ബോണിനെ (1824-1899) പോലെയുള്ള തൊഴിലാളി സംഘടനാ പ്രവർത്തകരും ഈ പ്രവർത്തനത്തിൽ സജീവമായി സഹകരിച്ചു. ജർമ്മനി, ലണ്ടൻ, പാരീസ്, സ്വിറ്റ്സർലണ്ട് എന്നിവിടങ്ങളിലെല്ലാം സംഘടനാ ബന്ധങ്ങൾ സ്ഥാപിച്ചു. പാരീസിൽ ഈ ദൗത്യം എംഗൽസ് തന്നെയാണ് നിർവ്വഹിച്ചത്. മാർക്സിന്റെ ശാസ്ത്രീയ കാഴ്ചപ്പാടിലേക്ക് ക്രമേണ കൂടുതൽ ആളുകൾ വന്നു തുടങ്ങി. ഇങ്ങനെ ശാസ്ത്രീയ കമ്യൂണിസ്റ്റ് സിദ്ധാന്തത്തിന്റെ പക്ഷത്തേക്ക് അണിനിരന്നു തുടങ്ങിയവരെ ഒരു ദേശീയ സംഘടനയിൽ ഒതുക്കുന്നതിനുപകരം അവരെ അണിനിരത്തി അന്താരാഷ്ട്ര സംഘടന രൂപപ്പെടുത്താനാണ് മാർക്സ് ശ്രമിച്ചത്.

1846 ന്റെ രണ്ടാം പകുതിയായപ്പോൾ ബ്രസൽസിൽ മാർക്സിന്റെ നേതൃത്വത്തിൽ സുസംഘടിതമായ ഒരു കേന്ദ്ര കറസ്പോണ്ടൻസ് കമ്മിറ്റി രൂപപ്പെട്ടു കഴിഞ്ഞിരുന്നു; മറ്റെല്ലാ കേന്ദ്രങ്ങളിൽനിന്നും ബ്രസൽസിലേക്ക് റിപ്പോർട്ടുകൾ അയക്കുന്ന സ്ഥിതിയും വന്നു. അംഗങ്ങളിൽ ഗണ്യമായ വിഭാഗം തൊഴിലാളികളുമായി. എംഗൽസ് സംഘടിപ്പിച്ച പാരീസ് കമ്മിറ്റി പ്രധാനമായും ജർമ്മൻ പ്രവാസികളായ കൈത്തൊഴിലുകാർക്കിട

യിൽ പ്രവർത്തിച്ചു. ലണ്ടനിൽ കാറൽ ഷാപ്പറുടെയും ഹെൻറിച്ച് ബോവറുടെയും ജോസഫ് മോളിന്റെയും നേതൃത്വത്തിൽ ലണ്ടൻ കമ്മിറ്റിയും പ്രവർത്തിച്ചു. 1847 ആദ്യം മോൾ ബ്രസൽസിലെത്തി ലണ്ടൻ കമ്മിറ്റി ഏറക്കുറെ പൂർണ്ണമായും വൈറ്റ്‌ലിങ്ങിന്റെ സ്വാധീനത്തിൽനിന്നും മുക്തമായതായി മാർക്സിനെ ബോദ്ധ്യപ്പെടുത്തി. ഈ കൂടിക്കാഴ്ചയിലാണ് ബ്രസൽസ് കമ്മിറ്റിയുടെ മുൻകൈയോടെ ലണ്ടനിൽ ഒരു സമ്മേളനം വിളിച്ചു ചേർക്കാൻ തീരുമാനിച്ചത്.

1847 ജൂണിൽ ലണ്ടനിൽ ചേർന്ന സമ്മേളനത്തിൽ മാർക്സ് പങ്കെടുത്തിരുന്നില്ല. എങ്കിലും മാർക്സിന്റെ പിന്തുണ പൂർണ്ണമായും അതിനുണ്ടായിരുന്നു. ബ്രസൽസ് കമ്മിറ്റിയെ പ്രതിനിധീകരിച്ച വിൽഹെം വുൾഫായിരുന്നു കമ്യൂണിസ്റ്റ് ലീഗ് എന്ന പേരിൽ പ്രവർത്തിച്ചു തുടങ്ങിയ സംഘടനയുടെ ഒന്നാം കോൺഗ്രസിൽ പങ്കെടുത്തത്. പാരീസ് കമ്മിറ്റിയെ പ്രതിനിധീകരിച്ച് എംഗൽസാണ് പങ്കെടുത്തത്. ഈ ഒന്നാമത്തെ കോൺഗ്രസിൽ വളരെ കുറച്ച് പ്രതിനിധികൾ മാത്രമാണ് പങ്കെടുത്തത്. ലീഗ് ഓഫ് ജസ്റ്റിന്റെ പുനഃസംഘാടനം എന്നതിലുപരി കമ്യൂണിസ്റ്റ് ലീഗിന്റെ ഈ ഒന്നാം കോൺഗ്രസിനെ വിവിധ രാജ്യങ്ങളിലെ കമ്യൂണിസ്റ്റുകാരെ ഒരു പാർട്ടിയായി സംഘടിപ്പിക്കുന്നതിനുള്ള മാർക്സിന്റെ നേതൃത്വത്തിൽ നടന്ന ശ്രമത്തിന്റെ വിജയം എന്നാണ് ഡേവിഡ് റിയാസനോവ് വിശേഷിപ്പിക്കുന്നത്.

കമ്യൂണിസ്റ്റ് ലീഗിന്റെ ഒന്നാം കോൺഗ്രസ് (1847 ജൂൺ 1, 2) ആ സംഘടനയ്ക്ക് ഒരു ഭരണഘടന തയ്യാറാക്കി. ഇത് താല്ക്കാലികമായി അംഗീകരിച്ചെങ്കിലും ഓരോ കമ്മിറ്റിയുടെയും ചർച്ചകൾക്കും പരിശോധനകൾക്കുംശേഷം അടുത്ത സമ്മേളനത്തിൽ അന്തിമമായി അംഗീകാരത്തിനു സമർപ്പിക്കണമെന്നും തീരുമാനിച്ചു. ഈ ഭരണഘടനയുടെ ആദ്യ ഖണ്ഡികതന്നെ വിപ്ലവ കമ്യൂണിസത്തിന്റെ അടിസ്ഥാനാശയത്തിനു കൃത്യമായും വ്യക്തമായും രൂപം നല്കുന്നു:

''ബൂർഷ്വാ വാഴ്ചയെ തകർത്തെറിയുകയും തൊഴിലാളിവർഗ്ഗത്തിന്റെ ഭരണം സ്ഥാപിക്കുകയും വർഗ്ഗവൈരുദ്ധ്യങ്ങളെ അടിസ്ഥാനമാക്കിയുള്ള പഴയ ബൂർഷ്വാ സമൂഹത്തെ നിർമ്മാർജ്ജനം ചെയ്യുകയും വർഗ്ഗങ്ങളോ സ്വകാര്യസ്വത്തോ ഇല്ലാത്ത ഒരു പുതിയ സമൂഹത്തെ സൃഷ്ടിക്കുകയുമാണ് ലീഗിന്റെ ലക്ഷ്യം''.

'ജനാധിപത്യ കേന്ദ്രീകരണം' എന്ന തത്ത്വത്തെ ആധാരമാക്കിയാണ് ഈ ആദ്യ കമ്യൂണിസ്റ്റ് പാർട്ടിക്ക് മാർക്സും എംഗൽസും രൂപം നല്കിയതെന്ന് ഈ ഭരണഘടന സംശയാതീതമായി വ്യക്തമാക്കുന്നു. അംഗങ്ങൾ കമ്യൂണിസ്റ്റ് വിശ്വാസപ്രമാണമനുസരിച്ചും ലീഗിന്റെ ലക്ഷ്യങ്ങൾക്കനുസൃതമായും ജീവിക്കണമെന്നും ഭരണഘടനയിൽ രേഖപ്പെടുത്തുന്നു. ഒരു നിശ്ചിത എണ്ണം അംഗങ്ങൾ ഉൾക്കൊള്ളുന്ന ഒരു ഗ്രൂപ്പാണ് സംഘടനയുടെ അടിസ്ഥാന ഘടകം - ന്യൂക്ലിയസ്. ഇതിനെ കമ്യൂൺ എന്നാണ് വിളിച്ചിരുന്നത്. കമ്യൂണുകൾ ചേർന്ന ജില്ലകളുണ്ട്; അതിനെ നയിക്കാൻ

ജില്ലാ കമ്മിറ്റികളും. കുറേ ജില്ലകൾ ചേർന്ന് ഒരു സവിശേഷ ഉന്നത ജില്ലയുടെ (ഇന്നത്തെ നിലയിൽ അതിനെ പ്രവിശ്യാകമ്മിറ്റിയെന്നോ, സംസ്ഥാനകമ്മിറ്റിയെന്നോ വിളിക്കാം), നിയന്ത്രണത്തിൻ കീഴിലായിരിക്കും. ഈ ഉന്നത ജില്ലകൾ കേന്ദ്ര കമ്മിറ്റിക്കു വിധേയമായി പ്രവർത്തിക്കണമെന്നും ഭരണഘടന അനുശാസിക്കുന്നു. (ഡേവിഡ് റിയാസനോവ് വിശദീകരണക്കുറിപ്പുകളോടെ പ്രസിദ്ധീകരിച്ച *കമ്യൂണിസ്റ്റ് മാനിഫെസ്റ്റോ*യുടെ അനുബന്ധമായി കമ്യൂണിസ്റ്റ് ലീഗിന്റെ ഭരണഘടന ഉൾപ്പെടുത്തിയിട്ടുണ്ട്).

'ജനാധിപത്യ കേന്ദ്രീകരണം' എന്നത് റഷ്യൻ പശ്ചാത്തലത്തിൽ ലെനിൻ അവതരിപ്പിച്ച ഒരാശയം മാത്രമാണെന്നും അത് മാർക്സിസത്തിന്റെ സംഘടനാ രീതി സംബന്ധിച്ച അടിസ്ഥാന ആശയങ്ങളുമായി പൊരുത്തപ്പെടാത്തതാണെന്നുമുള്ള വാദഗതികൾ ഇന്നുയരുന്നുണ്ട്. അത് നിരാകരിക്കുന്നതാണ് കമ്യൂണിസ്റ്റ് ലീഗിന്റെ ഭരണഘടന.

തത്ത്വശാസ്ത്രത്തിന്റെ ദാരിദ്ര്യം

"തെറ്റായ ആശയങ്ങൾക്കുനേരെ കണ്ണടയ്ക്കുന്നത്, ധൈഷണികമായ അധാർമ്മികതയെ പ്രോത്സാഹിപ്പിക്കലാണ്.'' മാർക്സ് എക്കാലത്തും ഉയർത്തിപ്പിടിച്ചിരുന്ന ഒരു നിലപാടാണിത്. വൈറ്റ്ലിങ്ങിനെയും ക്രീഗിനെയും പോലെയുള്ള ജർമ്മൻ 'യഥാർത്ഥ സോഷ്യലിസ്റ്റുകളെ' തുറന്നുകാണിക്കുകയും അവരുമായുള്ള ആശയസമരത്തിൽ മേൽക്കൈ നേടുകയും ചെയ്തശേഷം മാർക്സിനു നേരിടേണ്ടിവന്നത് പ്രൂധോണിസത്തെയാണ്.

1844 ലാണ് മാർക്സ് പാരീസിൽ വച്ച് പിയേർ ജോസഫ് പ്രൂധോണുമായി (1809–1865) പരിചയപ്പെടുന്നത്. പ്രൂധോണിന്റെ ആദ്യ കൃതിയായ *What is Property?* (എന്താണ് സ്വത്ത്?) 1840 ൽ പ്രസിദ്ധീകരിക്കപ്പെട്ടപ്പോൾ തന്നെ മാർക്സിന്റെ ശ്രദ്ധ ആകർഷിച്ചിരുന്നു; പ്രൂധോണുമായി കത്തിടപാടുകളും നടത്തിയിരുന്നു. ആദ്യകാലത്ത് മാർക്സിനെ പ്രൂധോൺ സ്വാധീനിച്ചിരുന്നു. വൈറ്റ്ലിങ്ങിനെപ്പോലെതന്നെ തൊഴിലാളിയായിരുന്ന പ്രൂധോണും സ്വയം പഠനത്തിലൂടെ തൊഴിലാളി പ്രസ്ഥാനത്തിന്റെ ആദ്യകാലത്തെ പ്രമുഖ പ്രചാരകരിൽ ഒരാളായി ഉയർന്നുവന്നതാണ്. അദ്ദേഹത്തിന്റെ നൈസർഗ്ഗികമായ ബുദ്ധികൂർമ്മതയും എഴുത്തിലുള്ള പ്രാഗത്ഭ്യവും മാർക്സിനെ ആകർഷിച്ചിരുന്നു.

മുതലാളിത്ത വ്യവസ്ഥിതിയുടെ നിശിത വിമർശകനായിരുന്ന പ്രൂധോൺ തൊഴിലാളി പ്രസ്ഥാനത്തിൽ അതിവേഗം ശ്രദ്ധേയനായി മാറിയിരുന്നു. *എന്താണ് സ്വത്ത്?* എന്ന ആദ്യ കൃതിയിൽ പ്രൂധോൺ സ്വകാര്യസ്വത്ത് സംവിധാനത്തെ അതിരൂക്ഷമായി വിമർശിച്ചു. സ്വകാര്യസ്വത്ത് എന്നാൽ കവർച്ചയാണ് എന്ന നിഗമനമാണ് പ്രൂധോൺ അവതരിപ്പിച്ചത്. *വിശുദ്ധ കുടുംബം* എന്ന കൃതിയിൽ മാർക്സ് പ്രൂധോണിനെ പ്രശംസി

ക്കുന്നുമുണ്ട്. എന്നാൽ ഏറെ കഴിയുംമുൻപ് പ്രൂധോണിന്റെ കടുത്ത വിമർശകനായി മാർക്സ് മാറുകയാണുണ്ടായത്. ചരിത്രത്തിന്റെ ഭൗതിക വ്യാഖ്യാനം സംബന്ധിച്ച് മാർക്സിന്റെ കാഴ്ചപ്പാടിൽവന്ന വ്യക്തതയാണ് പ്രൂധോണിന്റെ ആശയങ്ങൾക്കെതിരായ നിലപാടിൽ മാർക്സിനെ കൊണ്ടെത്തിച്ചത്.

മാർക്സിനെ സംബന്ധിച്ചിടത്തോളം തൊഴിലാളിവർഗ്ഗ വിപ്ലവത്തിന്റെയും വർഗ്ഗരഹിത സമൂഹത്തിന്റെയും അടിത്തറ സ്വകാര്യ സ്വത്തിന്റെ ഉന്മൂലനമാണ്. പ്രൂധോണാകട്ടെ പ്രത്യക്ഷത്തിൽ മുതലാളിത്ത രൂപത്തിലുള്ള സ്വത്തിനെ മാത്രമാണ് എതിർത്തിരുന്നത്. ഉല്പാദനോപാധികളിലെ സ്വകാര്യ സ്വത്തിനെ ഒരു തത്ത്വമെന്ന നിലയിൽ പ്രൂധോൺ വിമർശിച്ചിരുന്നില്ല. വൻകിട മുതലാളിമാർ ചെറുകിട ഉല്പാദകരെ ചൂഷണം ചെയ്യുന്നതിനെ അടിസ്ഥാനപ്പെടുത്തിയുള്ള വ്യവസ്ഥിതി എന്ന നിലയിലാണ് പ്രൂധോൺ മുതലാളിത്തത്തെ കണ്ടത്. സ്വകാര്യ സ്വത്തിന്റെ നിർമ്മാർജ്ജനം പ്രൂധോണിന്റെ അജണ്ടയിലേ ഉണ്ടായിരുന്നില്ല. സ്വകാര്യ സ്വത്തിന്റെ ഉറവിടത്തെക്കുറിച്ച് മനസ്സിലാക്കാൻ പ്രൂധോണിനു കഴിഞ്ഞിരുന്നില്ല. ചരക്കുല്പാദനം വികസിക്കുകയും മുതലാളിത്തം വളരുകയും ചെയ്യുന്നതോടെ അനിവാര്യമായും സ്വത്ത് ചുരുക്കം ചിലരിൽ കുന്നുകൂടുമെന്ന കാര്യം പ്രൂധോൺ കണ്ടിരുന്നില്ല. അതുകൊണ്ടുതന്നെ കമ്യൂണിസം എന്ന ആശയത്തെ, സ്വകാര്യ സ്വത്ത് സമ്പ്രദായത്തെ നിർമ്മാർജ്ജനം ചെയ്യണമെന്ന ആശയത്തെ പ്രൂധോൺ അംഗീകരിച്ചില്ല.

കൃഷിക്കാരുടെയും കൈത്തൊഴിലുകാരുടെയും ക്ഷേമം ഉറപ്പാക്കാൻ അവരുടെ കൈവശമുള്ള സ്വത്തിന്റെ സംരക്ഷണവും അഭിവൃദ്ധിപ്പെടുത്തലുമാണ് വേണ്ടത് എന്ന ആശയമാണ് പ്രൂധോൺ അവതരിപ്പിച്ചത്. തൊഴിലാളികളുടെ അവസ്ഥ മെച്ചപ്പെടുത്താൻ പണിമുടക്കുകളും സാമ്പത്തികമായ ക്ഷേമപദ്ധതികൾ നേടിയെടുക്കലുമല്ല വേണ്ടത്, മറിച്ച് തൊഴിലാളികളെയാകെ സ്വത്തുടമകളാക്കി മാറ്റുക എന്നതാണ് പ്രൂധോൺ മുന്നോട്ടുവച്ച ആശയം.

എന്താണ് സ്വത്ത്? എന്ന കൃതിയിൽ 1840 ൽ പ്രകടമാക്കിയ ആശയത്തിൽനിന്ന് പ്രൂധോൺ മുന്നോട്ടുപോവുകയല്ല, പെറ്റി ബൂർഷ്വാ അരാജകവാദത്തിലേക്ക് പിന്നോട്ടു പോവുകയാണുണ്ടായത്. 1844 ൽ പാരീസിൽ പ്രവാസിയായിരുന്ന കാലത്ത് മാർക്സും പിന്നീട് പാരീസിൽ കമ്യൂണിസ്റ്റ് കറസ്പോണ്ടൻസ് കമ്മിറ്റിയുടെ ഘടകം സംഘടിപ്പിക്കുന്ന പ്രവർത്തനത്തിലേർപ്പെട്ടിരുന്നപ്പോൾ എംഗൽസും പ്രൂധോണിനെ ശാസ്ത്രീയമായ തൊഴിലാളിവർഗ്ഗ കാഴ്ചപ്പാടിലേക്ക് കൊണ്ടുവരാൻ ഒട്ടേറെ ചർച്ചകൾ നടത്തിയെങ്കിലും അതുൾക്കൊള്ളാൻ അദ്ദേഹത്തിനു കഴിഞ്ഞില്ല.

മുതലാളിത്തത്തെ അതിന്റെ ചരിത്ര പശ്ചാത്തലത്തിൽ കാണാനോ വിലയിരുത്താനോ പ്രൂധോണിനായില്ല എന്നതാണ് വാസ്തവം. മുതലാളിത്തത്തിന്റെ ലാഭക്കൊതിയെയും കൊള്ളയെയും ചൂഷണത്തെയും

പ്രൂധോണും അനുയായികളും വിമർശിക്കുകയും അപലപിക്കുകയും ചെയ്തിരുന്നെങ്കിലും സ്വകാര്യ സ്വത്തുടമ സമ്പ്രദായം അവസാനിപ്പിക്കണമെന്ന കമ്യൂണിസ്റ്റ് ആശയത്തോട് തെല്ലും യോജിച്ചിരുന്നില്ല. തത്ത്വശാസ്ത്രരംഗത്ത് കൂടുതൽ അറിവ് ആർജ്ജിക്കുന്നതോടെ തന്റെ കാഴ്ചപ്പാടിലെ പോരായ്മകൾ പ്രൂധോൺ തിരിച്ചറിയുമെന്ന പ്രതീക്ഷയിലായിരുന്നു മാർക്സ്. സ്വന്തം ലോകവീക്ഷണത്തെ വിശാലമാക്കാൻ പ്രൂധോണിനെ മാർക്സ് നിരന്തരം സഹായിച്ചിരുന്നു; പ്രത്യേകിച്ചും ഹെഗലിന്റെ വൈരുദ്ധ്യവാദത്തിന്റെ പ്രാധാന്യം ബോദ്ധ്യപ്പെടുത്താൻ ശ്രമിച്ചിരുന്നു. അതുമാത്രമല്ല, പ്രൂധോണിനെ കമ്യൂണിസ്റ്റ് കറസ്പോണ്ടൻസ് കമ്മിറ്റിയുമായി നിരന്തരം ബന്ധപ്പെടുന്നതിനും ഫ്രഞ്ച് സോഷ്യലിസ്റ്റ് പ്രസ്ഥാനത്തിന്റെ പ്രതിനിധിയായി പ്രവർത്തിക്കുന്നതിനും മാർക്സും എംഗൽസും ഏറെ പ്രേരണ ചെലുത്തിയിട്ടും അതനുസരിച്ചു നീങ്ങാൻ പ്രൂധോൺ തയ്യാറായില്ല.

പ്രൂധോൺ സ്വന്തം വാക്കുകളെ സുവിശേഷങ്ങളായാണ് സ്വയം കരുതിയത്; തത്ത്വചിന്തയിലെയും അർത്ഥശാസ്ത്രത്തിലെയും അവസാന വാക്കാണ് തന്റെ കൃതികളിൽ വ്യക്തമാക്കപ്പെട്ടത് എന്നും പ്രൂധോൺ ചിന്തിച്ചു. എന്നാൽ, ഹെഗലിന്റെ വൈരുദ്ധ്യാത്മക രീതിയുടെയോ ഇംഗ്ലീഷ് ക്ലാസിക്കൽ അർത്ഥശാസ്ത്രത്തിന്റെയോ അന്തസ്സത്ത പ്രൂധോൺ മനസ്സിലാക്കിയിരുന്നില്ല എന്നതാണ് വാസ്തവം. എത്ര ചർച്ച നടത്തിയിട്ടും ശരിയായ സൈദ്ധാന്തിക നിലപാട് സ്വീകരിക്കാൻ വിസമ്മതിച്ച പ്രൂധോണിന്റെ പരിഷ്കരണവാദപരമായ സിദ്ധാന്തങ്ങളെ തുറന്നുകാണിക്കാതെ മുന്നോട്ടുപോകാനാവില്ല എന്നു മാർക്സിനു ബോദ്ധ്യമായി.

സാമൂഹികവികാസ നിയമങ്ങളെക്കുറിച്ചോ തൊഴിലാളിവർഗ്ഗം മുതലാളിത്തത്തിനെതിരെ നടത്തുന്ന വർഗ്ഗസമരത്തിന്റെ പ്രാധാന്യത്തെ സംബന്ധിച്ചോ പ്രൂധോൺ മനസ്സിലാക്കിയിരുന്നില്ല എന്നാണ് മാർക്സ് വ്യക്തമാക്കുന്നത്. മാർക്സ് 1846 ഡിസംബർ 28നു റഷ്യൻ വിപ്ലവകാരിയും ബ്രസൽസ് കമ്മിറ്റി അംഗവുമായ പി വി അന്നെങ്കോവിനെഴുതിയ കത്തിൽ പറയുന്നു: ''തലമുതൽ പാദംവരെ മൊസ്യേ പ്രൂധോൺ പെറ്റി ബൂർഷ്വാസിയുടെ തത്ത്വചിന്തകനും അർത്ഥശാസ്ത്രജ്ഞനുമാണ്''. അതുകൊണ്ടുതന്നെ പ്രൂധോണിന്റെ ഈ വിനാശകരമായ കാഴ്ചപ്പാടിനെ സന്ധിയില്ലാത്ത സമരത്തിലൂടെ ചെറുത്തുതോല്പിക്കേണ്ടത് തൊഴിലാളിവർഗ്ഗത്തെ സംബന്ധിച്ചിടത്തോളം പരമപ്രധാനമായ കാര്യമാണെന്ന് മാർക്സ് മനസ്സിലാക്കി; മാത്രമല്ല, കമ്യൂണിസം സംബന്ധിച്ച തൊഴിലാളിവർഗ്ഗ കാഴ്ചപ്പാടിന്റെ പ്രത്യയശാസ്ത്രപരമായ അടിത്തറ സംരക്ഷിക്കേണ്ടതുമുണ്ട്. യൂറോപ്പിലാകെ ഒരു വിപ്ലവമുന്നേറ്റം ആസന്നമായിരിക്കുകയാണെന്ന് മാർക്സ് കണ്ടു. അത്തരമൊരു സമരത്തിൽ പെറ്റീ ബൂർഷ്വാസിയല്ല, തൊഴിലാളിവർഗ്ഗമാണ് നേതൃത്വപരമായ പങ്ക് വഹിക്കേണ്ടതെന്നും മാർക്സ് ചൂണ്ടിക്കാണിച്ചു. അന്നെങ്കോവിനെഴുതിയ ക

ത്തിൽ മാർക്സ് പ്രൂധോണിന്റെ *എന്താണ് സ്വത്ത്?* എന്ന കൃതിയെ കീറിമുറിച്ച് പരിശോധിക്കുന്നു.

മാർക്സ് എഴുതുന്നു:

> തീർച്ചയായും എല്ലാ നല്ല ബൂർഷ്വാകളും ചെയ്യുന്നതാണ് പ്രൂധോണും ചെയ്യുന്നത്. അവരെല്ലാം നമ്മോട് പറയുന്നത്, അമൂർത്ത ആശയങ്ങളായി പരിഗണിക്കുമ്പോൾ കുത്തകയും മത്സരവും മറ്റുമാണ് ജീവിതത്തിന്റെ ഏക അടിസ്ഥാനം. പക്ഷേ, പ്രായോഗികമാക്കപ്പെടുമ്പോൾ അവയിലെല്ലാം ഒട്ടേറെ പ്രശ്നങ്ങളുണ്ട്. അവർക്കെല്ലാം മത്സരം വേണം; എന്നാൽ മത്സരത്തിന്റെ മാരകമായ ദോഷഫലങ്ങളില്ലാതിരിക്കുകയും വേണം. അസാദ്ധ്യമായവയെല്ലാം അവർക്കുവേണം; അതായത്, ബൂർഷ്വാ നിലനില്പിന്റെ (Existence) സാഹചര്യങ്ങളുടെ അനിവാര്യമായ അനന്തരഫലങ്ങൾ ഒഴിവാക്കിക്കൊണ്ടുള്ള ബൂർഷ്വാ നിലനില്പിന്റെ തന്നെ സാഹചര്യങ്ങൾ അവർക്ക് വേണം. ബൂർഷ്വാ ഉല്പാദന രൂപം ചരിത്രപരവും പരിവർത്തനാത്മകവുമാണെന്ന് - എങ്ങനെയാണോ ഫ്യൂഡൽ രൂപം ആയിരുന്നത് അതുപോലെതന്നെയാണിതെന്നതും - അവരാരും മനസ്സിലാക്കുന്നതേയില്ല. അവരെ സംബന്ധിച്ചിടത്തോളം ബൂർഷ്വാ മനുഷ്യൻ മാത്രമാണ് എല്ലാ സമൂഹത്തിന്റെയും സാദ്ധ്യമായ ഏക അടിസ്ഥാനമെന്ന വസ്തുതയിൽനിന്നാണ് ഈ തെറ്റ്ഉയർന്നുവരുന്നത്. മനുഷ്യൻ ബൂർഷ്വാ ആകുന്നത് അവസാനിക്കുന്ന ഒരു സമൂഹത്തെപ്പറ്റി സങ്കല്പിക്കാൻ പോലും അവർക്കാവില്ല.

(*തത്വശാസ്ത്രത്തിന്റെ ദാരിദ്ര്യം* എന്ന മാർക്സിന്റെ കൃതിയുടെ അനുബന്ധമായി ഈ കത്ത് ചേർത്തിട്ടുണ്ട്. മലയാള പരിഭാഷ, ചിന്ത പബ്ലിഷേഴ്സ് പേജ് 204, 205).

മാർക്സ് തുടരുന്നു:

> എന്തുകൊണ്ടാണ് മൊസ്യേ പ്രൂധോൺ എല്ലാ രാഷ്ട്രീയ പ്രസ്ഥാനങ്ങളുടെയും പ്രഖ്യാപിത ശത്രുവായിരിക്കുന്നതെന്ന് ഇപ്പോൾ നിങ്ങൾക്ക് മനസ്സിലായിരിക്കും. അദ്ദേഹത്തെ (പ്രൂധോണിനെ) സംബന്ധിച്ചിടത്തോളം നിലവിലുള്ള പ്രശ്നങ്ങളുടെയെല്ലാം പരിഹാരംപൊതുപ്രക്ഷോഭങ്ങളിലല്ല, മറിച്ച് അദ്ദേഹത്തിന്റെ സ്വന്തം തലയുടെ വൈരുദ്ധ്യാത്മകമായ ചുറ്റിത്തിരിയലിലാണ് സ്ഥിതി ചെയ്യുന്നത്.

വിപ്ലവം കൂടാതെ, അദ്ധ്വാനിക്കുന്ന ജനവിഭാഗങ്ങളെ അണിനിരത്തിയുള്ള പ്രക്ഷോഭങ്ങൾപ്പോലും കൂടാതെ ചില്ലറ പരിഷ്കാരങ്ങളിലൂടെ മുതലാളിത്തത്തെ മെരുക്കിയെടുത്ത് സോഷ്യലിസ്റ്റ് പരിവർത്തനം സാ

ദ്ധ്യമാക്കാമെന്ന പ്രൂധോണിന്റെ പരിഷ്കരണവാദത്തെയാണ് മാർക്സ് ഇവിടെ കശക്കിയെറിയുന്നത്. 170 വർഷത്തിനുമുൻപ് മാർക്സ് തിരസ്കരിച്ച ഇതേ പരിഷ്കരണവാദപരമായ ആശയങ്ങൾ ഇന്നും മാർക്സിസത്തിന്റെ പേരിൽ ചിലർ വിറ്റഴിക്കാൻ ശ്രമിക്കുമ്പോൾ മാർക്സിന്റെ *തത്ത്വശാസ്ത്രത്തിന്റെ ദാരിദ്ര്യം* എന്ന കൃതിയുടെ പ്രസക്തി വർദ്ധിക്കുന്നു. മാർക്സിന്റെ കാലത്ത് പ്രൂധോൺ ആയിരുന്നെങ്കിൽ, തുടക്കത്തിൽ മാർക്സിനൊപ്പം നിന്നിരുന്ന ബേൺസ്റ്റിനും പിന്നീട് കൗട്സ്ക്കിയും റഷ്യൻ മെൻഷെവിക്കുകളും ക്രൂഷ്ചേവും സോഷ്യൽ ഡെമോക്രാറ്റുകളും യൂറോ കമ്യൂണിസ്റ്റുകാരുമെല്ലാം മാർക്സ് തിരസ്കരിച്ച പ്രൂധോണിന്റെ ആശയങ്ങളുടെ വ്യത്യസ്ത കാലങ്ങളിലെ വകഭേദങ്ങളാണെന്ന് കാണാനാവും. തൊഴിലാളിവർഗ്ഗ വിപ്ലവ പ്രസ്ഥാനത്തിന്റെയും കമ്യൂണിസത്തിന്റെയും അന്തകനായാണ് പ്രൂധോൺ പ്രവർത്തിക്കുന്നതെന്ന മാർക്സിന്റെ നിരീക്ഷണം ഈ പരിഷ്കരണവാദങ്ങൾക്കെല്ലാം (Reformism) ബാധകമാണ്.

മാർക്സിനെ സംബന്ധിച്ചിടത്തോളം കമ്യൂണിസം കേവലമൊരു സിദ്ധാന്തമല്ല (Doctrine), മറിച്ച് ഒരു പ്രസ്ഥാനമാണ്. ഒരു സിദ്ധാന്തമെന്ന നിലയിൽ പരിശോധിച്ചാൽത്തന്നെ അത് തൊഴിലാളിവർഗ്ഗവും മുതലാളിവർഗ്ഗവും തമ്മിലുള്ള വർഗ്ഗസമരത്തിൽ തൊഴിലാളിവർഗ്ഗ നിലപാടിന്റെ സൈദ്ധാന്തികമായ പ്രകടനമാണ്; തൊഴിലാളിവർഗ്ഗത്തിന്റെ മോചനത്തിനായുള്ള സാഹചര്യങ്ങളെക്കുറിച്ചുള്ള, സമഗ്രമായ ദർശനമാണ്.

പ്രൂധോൺ 1846 ൽ പ്രസിദ്ധീകരിച്ച *The Philosophy of Poverty* (ദാരിദ്ര്യത്തിന്റെ തത്ത്വശാസ്ത്രം) എന്ന കൃതിക്കുള്ള മറുപടിയായാണ്, അതിന്റെ കൃത്യമായ വിമർശനപരമായ പരിശോധനയായാണ് മാർക്സ് 1847 ൽ *The Poverty of Philosophy* (തത്ത്വശാസ്ത്രത്തിന്റെ ദാരിദ്ര്യം) എന്ന കൃതി പ്രസിദ്ധീകരിച്ചത്. 1846 ഡിസംബർ 28 ന് പി വി അന്നെങ്കോവിന് എഴുതിയ കത്തിലെ ഉള്ളടക്കത്തിന്റെ കൂടുതൽ സുവ്യക്തമായ വിശദീകരണം മാർക്സ് ഈ കൃതിയിൽ അവതരിപ്പിക്കുന്നു. ജർമ്മൻ ഭാഷയിലല്ല, മറിച്ച് പ്രൂധോണിന്റെ ആശയങ്ങൾക്ക് മേധാവിത്വമുണ്ടായിരുന്ന, അത് പ്രചരിച്ചിരുന്ന ഫ്രഞ്ച് ഭാഷയിലാണ് മാർക്സ് ഈ കൃതി രചിച്ചത്. ഇതിന്റെ ആമുഖത്തിൽ മാർക്സ് ഇങ്ങനെ എഴുതിയിരിക്കുന്നു:

> യൂറോപ്പിൽ വളരെ സവിശേഷമായ രീതിയിൽ തെറ്റിദ്ധരിക്കപ്പെട്ടുവെന്നത് പ്രൂധോണിന്റെ ഒരു ദൗർഭാഗ്യമാണ്. ഫ്രാൻസിൽ ഒരു കൊള്ളരുതാത്ത സാമ്പത്തിക ശാസ്ത്രജ്ഞനായിരിക്കാൻ പ്രൂധോണിന് അവകാശമുണ്ട്; എന്തെന്നാൽ, ഒരു നല്ല ജർമ്മൻ തത്ത്വചിന്തകനെന്ന നിലയിൽ പേരുകേട്ടയാളാണ് അദ്ദേഹം. ജർമ്മനിയിൽ ഒരു കൊള്ളരുതാത്ത തത്ത്വചിന്തകനായിരിക്കാനും അദ്ദേഹത്തിന് അവകാശമുണ്ട്; എന്തുകൊണ്ടെന്നാൽ, ഏറ്റവും കഴിവുറ്റ ഫ്രഞ്ച് സാമ്പത്തിക ശാസ്ത്രജ്ഞരിൽ ഒരാളെന്ന നിലയിൽ അവിടെ

> വിഖ്യാതനാണ് അദ്ദേഹം. എന്നാൽ ഒരു ജർമ്മൻകാരനും അതേ സമയം തന്നെ ഒരു സാമ്പത്തികശാസ്ത്രജ്ഞനും കൂടി ആകയാൽ ഈ ഇരട്ടത്തെറ്റിനെതിരായി പ്രതിഷേധിക്കാൻ ഞാൻ ആഗ്രഹിക്കുന്നു.

രൂക്ഷമായ പരിഹാസത്തിലൂടെയാണെങ്കിലും തികഞ്ഞ ആശയ വ്യക്തതയോടെ, അർത്ഥശാസ്ത്രത്തിന്റെയും തത്ത്വശാസ്ത്രത്തിന്റെയും മണ്ഡലങ്ങളിൽ പ്രൂധോൺ കൈക്കൊണ്ടിരുന്ന പരസ്പരവിരുദ്ധമായ നിലപാടുകളെ മാർക്സ് തുറന്നു കാണിക്കുകയാണ് ഈ കൃതിയിൽ. എന്നാൽ പ്രൂധോണിനെ വിമർശിക്കുന്നതിൽ മാത്രം ഒതുങ്ങിനില്ക്കുകയല്ല മാർക്സ് ഇവിടെ. കമ്യൂണിസം സംബന്ധിച്ച് താൻ പൂർണ്ണമായും വികസിപ്പിച്ച ആശയങ്ങൾ ഈ കൃതിയിൽ കൃത്യമായി അവതരിപ്പിക്കുകയുമാണ്. അതാണ് *തത്ത്വശാസ്ത്രത്തിന്റെ ദാരിദ്ര്യം* എന്ന കൃതിയുടെ പ്രാധാന്യം.

ഡേവിഡ് റിയാസനോവ് ചൂണ്ടിക്കാണിക്കുന്നു:

> ബൗദ്ധികമായ തീക്ഷ്ണതകൊണ്ടും ചിന്തയുടെ തിളക്കംകൊണ്ടും വിവരണങ്ങളുടെ കൃത്യതകൊണ്ടും ഈ കൃതിയെ *കമ്യൂണിസ്റ്റ് മാനിഫെസ്റ്റോയുടെ* വിലപ്പെട്ട അവതാരികയായി കാണാവുന്നതാണ്. Political Indifference (രാഷ്ട്രീയമായ അലംഭാവം) എന്ന 1874 ൽ എഴുതിയ ലേഖനത്തിൽ പ്രൂധോണിനെ സംബന്ധിച്ച് മാർക്സ് നടത്തിയ അവസാനത്തെ പരാമർശത്തേക്കാൾ പ്രാധാന്യം കുറഞ്ഞതുമല്ല ഈ കൃതി. ഇത് തെളിയിക്കുന്നത് 1847 ഓടുകൂടി തന്നെ മാർക്സ് തന്റെ മൗലികമായ കാഴ്ചപ്പാട് വികസിപ്പിച്ചു കഴിഞ്ഞുവെന്നാണ്.

(*Karl Marx & Frederick Engels: An Introduction to their Lives and Work*. Page 59).

ഓട്ടോ റൂൾ പറയുന്നതുകൂടി നോക്കാം:

> *തത്ത്വശാസ്ത്രത്തിന്റെ ദാരിദ്ര്യം* എന്ന കൃതിയിലെ ചില ഖണ്ഡികകൾ വായിച്ചാൽ അത് *കമ്യൂണിസ്റ്റ് മാനിഫെസ്റ്റോയുടെ* ആദ്യ കരട് പോലെ തോന്നാം. ആ ക്ലാസിക്കൽ (അടിസ്ഥാന) രേഖയുടെ പ്രാഥമിക രൂപരേഖയാണ് *തത്ത്വശാസ്ത്രത്തിന്റെ ദാരിദ്ര്യം* (പ്രാഥമികരൂപമാണെങ്കിലും അത് പക്വതയാർജ്ജിച്ചു കഴിഞ്ഞിരുന്നു) എന്ന കാര്യത്തിൽ സംശയത്തിനവകാശമില്ല; ആറുമാസത്തിനുശേഷം, 1848 ലെ വിപ്ലവത്തിനു തൊട്ടുമുൻപുള്ള ദിവസങ്ങളിലെ തീക്ഷ്ണമായ അന്തരീക്ഷത്തിൽ സ്വർഗ്ഗത്തിൽനിന്നു വരദാനം പോലെ മാനിഫെസ്റ്റോ സംശയാലുക്കളല്ലാത്ത തൊഴിലാളിവർഗ്ഗത്തിന്റെ മടിത്തട്ടിൽ പതിക്കുകയാണുണ്ടായത്.
>
> (*Karl Marx: His Life and Work*, Page 116).

1845 ലാണ് മാർക്സ് തന്റെ ആശയങ്ങൾക്ക് ഏകദേശം വ്യക്തത വരുത്തിയത്. പിന്നെയും രണ്ടു വർഷത്തെ കഠിനാദ്ധ്വാനത്തിന്റെ ഫലമാണ് *തത്ത്വശാസ്ത്രത്തിന്റെ ദാരിദ്ര്യം* എന്ന കൃതി. തൊഴിലാളി വർഗ്ഗം രൂപംകൊണ്ടതിന്റെയും ബൂർഷ്വാ സമൂഹത്തിൽ അത് വികസിച്ചുവന്നതിന്റെയും സാഹചര്യങ്ങളെക്കുറിച്ച് പഠിച്ചുകൊണ്ടിരിക്കവെ തന്നെ, മുതലാളിത്ത വ്യവസ്ഥയിലെ ഉല്പാദനത്തിന്റെയും വിതരണത്തിന്റെയും നിയമങ്ങളെക്കുറിച്ചും അദ്ദേഹം ആഴത്തിൽ പഠനം നടത്തി. ബൂർഷ്വാ സാമ്പത്തിക ശാസ്ത്രജ്ഞരുടെ സിദ്ധാന്തങ്ങളെ വൈരുദ്ധ്യാത്മക രീതിശാസ്ത്രത്തിന്റെ അടിസ്ഥാനത്തിൽ അദ്ദേഹം പുനഃപരിശോധനയ്ക്ക് വിധേയമാക്കി. ചരക്ക്, മൂല്യം, പണം, മൂലധനം എന്നിങ്ങനെയുള്ള ബൂർഷ്വാ സമൂഹത്തിലെ മൗലികമായ സംവർഗ്ഗങ്ങൾ എക്കാലവും നിലനിന്നിരുന്ന, ശാശ്വതമായ പ്രതിഭാസങ്ങളായിരുന്നില്ല എന്നും അവ താല്ക്കാലികവും പരിവർത്തനാത്മകവുമായ പ്രതിഭാസങ്ങളാണെന്നും അദ്ദേഹം വ്യക്തമാക്കി. മുതലാളിത്ത ഉല്പാദന പ്രക്രിയയുടെ വികാസത്തിലെ സുപ്രധാന ഘട്ടങ്ങളെക്കുറിച്ച് ആദ്യമായി മാർക്സ് സൂചിപ്പിക്കുന്നത് *തത്ത്വശാസ്ത്രത്തിന്റെ ദാരിദ്ര്യം* എന്ന കൃതിയിലാണ്. ശരിയായ ദിശയിലൂടെ തന്നെയാണ് മാർക്സ് മുന്നോട്ടു നീങ്ങിയിരുന്നത് എന്ന് നമ്മെ ബോദ്ധ്യപ്പെടുത്തുന്നതാണ് ഈ കൃതി. ഇതിൽ അവതരിപ്പിച്ച ആശയങ്ങൾക്ക് *കമ്യൂണിസ്റ്റ് മാനിഫെസ്റ്റോ*യിലെത്തുമ്പോൾ കൂടുതൽ വ്യക്തത വരുന്നതായി കാണാം. തന്റെ മാസ്റ്റർപീസായ *മൂലധന*ത്തിൽ അദ്ദേഹം അവതരിപ്പിച്ച ആശയങ്ങളുടെ ആദ്യരൂപവും *തത്ത്വശാസ്ത്രത്തിന്റെ ദാരിദ്ര്യം* എന്ന കൃതിയിൽ കാണാനാവും.

തത്ത്വശാസ്ത്രത്തിന്റെ ദാരിദ്ര്യം എന്ന കൃതിയിലാണ് മാർക്സ് ആദ്യമായി ചരിത്രത്തിന്റെ ഭൗതിക വ്യാഖ്യാനം സംബന്ധിച്ച മൂർത്തവും സമഗ്രവുമായ വിവരണം നല്കുന്നത്. ഇതിനുമുൻപുള്ള അദ്ദേഹത്തിന്റെ കൃതികളിൽ ഇതു സംബന്ധിച്ച ഒഴുക്കൻമട്ടിലുള്ളതും പൂർണ്ണത പ്രാപിക്കാത്തതുമായ പരാമർശങ്ങൾ മാത്രമാണുണ്ടായിരുന്നത്. സാമ്പത്തിക ഉല്പാദനവും അതിന്റെ അവശ്യ പരിണതഫലമായുണ്ടാകുന്ന സാമൂഹ്യമായ തട്ടുതിരിക്കലും (Stratification) ഓരോ ചരിത്ര കാലഘട്ടത്തിലും ആ കാലഘട്ടത്തിന്റെ രാഷ്ട്രീയവും പ്രത്യയശാസ്ത്രപരവുമായ ചരിത്രത്തിനു അടിത്തറ പാകുന്നു. ഇന്നേവരെയുള്ള ചരിത്രമാകെ വർഗ്ഗസമരങ്ങളുടെ ചരിത്രമാണ്. ഇന്ന് ഈ വർഗ്ഗസമരം അതിന്റെ വികാസത്തിന്റെ ഒരു പ്രത്യേക ഘട്ടത്തിലെത്തിയിരിക്കുകയാണ് - അതായത്, ചൂഷിതരും മർദ്ദിതരുമായ തൊഴിലാളിവർഗ്ഗത്തിന് സമൂഹത്തിലാകെ വിപ്ലവപരമായ പരിവർത്തനം വരുത്താതെ ബൂർഷ്വാസിയിൽനിന്നും സ്വന്തം മോചനം അസാദ്ധ്യമായിരിക്കുകയാണ്. ഇതാണ് മാർക്സ് *തത്ത്വശാസ്ത്രത്തിന്റെ ദാരിദ്ര്യം* എന്ന കൃതിയിൽ അവതരിപ്പിക്കുന്ന ചരിത്രപരമായ ഭൗതികവാദം എന്ന സിദ്ധാന്തത്തിന്റെ രൂപരേഖ. അതിന്റെ അടിസ്ഥാനത്തിലാണ് മാർക്സ് പ്രൂധോണിന്റെ വികലമായ പെറ്റിബൂർഷ്വാ

ആശയങ്ങളെ ഖണ്ഡിക്കുന്നത്. ചരിത്രത്തെ സംബന്ധിച്ച പുതിയൊരു വ്യാഖ്യാനത്തിന്റെയും സമൂഹത്തെ സംബന്ധിച്ച പുതിയൊരു സിദ്ധാന്തത്തിന്റെയും മഹാസൗധം പടുത്തുയർത്താനാകുന്ന ശാസ്ത്രീയമായ ഉറച്ച അടിത്തറയ്ക്കാണ് ഇതിൽ മാർക്സ് വ്യക്തത വരുത്തിയത്.

തത്ത്വശാസ്ത്രത്തിന്റെ ദാരിദ്ര്യം എന്ന ഈ കൃതിയിലാണ് മാർക്സ് തൊഴിലാളിവർഗ്ഗത്തിന്റെ രാഷ്ട്രീയ സംഘടന സംബന്ധിച്ച പ്രക്രിയയെക്കുറിച്ച് ആദ്യമായി വിശകലനം ചെയ്തത്. ഇംഗ്ലീഷ് തൊഴിലാളി പ്രസ്ഥാനത്തിന്റെ ഉദാഹരണത്തിൽനിന്നാണ് ഇതു സംബന്ധിച്ച ആശയത്തിനു മാർക്സ് രൂപം നല്കുന്നത്. തൊഴിലാളികൾ സ്വയം സഹകരിച്ച് ഒന്നിച്ചുചേരാൻ നടത്തിയ ആദ്യനീക്കങ്ങളെന്ന നിലയിലുള്ള സംഘംചേരലുകളെക്കുറിച്ചുള്ള വിശകലനത്തോടെയാണ് ഈ കൃതി ആരംഭിക്കുന്നത്. ബൂർഷ്വാ സാമ്പത്തിക ശാസ്ത്രജ്ഞരും പെറ്റിബൂർഷ്വാ ഉട്ടോപ്യൻ സോഷ്യലിസ്റ്റുകളും (പ്രൂധോണിനെപ്പോലെയുള്ളവർ) ഒരേപോലെ തൊഴിലാളികൾ സംഘം ചേരുന്നതിനെ ഭയക്കുകയാണെന്ന് മാർക്സ് ചൂണ്ടിക്കാണിക്കുന്നു.

മാർക്സ് വ്യക്തമാക്കുന്നു:

> ഒരു വർഗ്ഗമെന്ന നിലയിലുള്ള തങ്ങളുടെ സംഘടിക്കലിനുവേണ്ടി തൊഴിലാളികൾ നമ്മുടെ കൺമുന്നിൽ വെച്ചുതന്നെ നടത്തുന്ന പണിമുടക്കുകൾ, സംഘംചേരലുകൾ ആദിയായ രൂപങ്ങളെപ്പറ്റിയുള്ള കൃത്യമായ പഠനം നടത്തുന്നതിന്റെ പ്രശ്നം വരുമ്പോൾ ചിലർ (ബൂർഷ്വാസി) യഥാർത്ഥത്തിൽ ഭയംകൊണ്ടു വിറയ്ക്കുകയും മറ്റു ചിലർ അതീന്ദ്രിയപരമായൊരു അവജ്ഞ പ്രകടമാക്കുകയും ചെയ്യുന്നു.

(*തത്ത്വശാസ്ത്രത്തിന്റെ ദാരിദ്ര്യം*. പേജ് 190. ചിന്ത പബ്ലിഷേഴ്സ്)

വർഗ്ഗസമര പ്രക്രിയ സംഘടനാരൂപങ്ങളെ കൂടുതൽ ഉയർന്ന തലങ്ങളിലേക്കും കൂടുതൽ വിശാലമായ സംഘം ചേരലുകളിലേക്കും നിരന്തരം ഉയർത്തിക്കൊണ്ടിരിക്കുന്നതായും മാർക്സ് വ്യക്തമാക്കുന്നു:

> മൂലധനത്തിന്റെ ആധിപത്യം ഈ ബഹുജന സമൂഹത്തിന്റെ (തൊഴിലാളികളുടെ) മുന്നിൽ പൊതുവായ ഒരു സ്ഥിതി, പൊതുതാല്പര്യങ്ങൾ സംജാതമാക്കിയിരിക്കുന്നു. അങ്ങനെ ഈ ബഹുജനസമൂഹം മൂലധനത്തിനെതിരായി ഒരു വർഗ്ഗമാകുന്നുണ്ടെങ്കിലും സ്വന്തം നിലയിൽ അതിനിയും ഒരു വർഗ്ഗമായിട്ടില്ല. സമരത്തിനിടയിൽ ഈ ബഹുജന സമൂഹത്തിന്റെ ഐക്യം കൂടുതൽ ശക്തിപ്പെടുകയും അത് സ്വന്തം നിലയിൽ ഒരു വർഗ്ഗമായിത്തീരുകയും ചെയ്യുന്നു.
>
> (പേജ് 190)

ബൂർഷ്വാസിക്കെതിരായി തൊഴിലാളിവർഗ്ഗം നടത്തുന്ന ചരിത്രപ്രധാനമായ സമരത്തിനിടയിൽ അതിന്റെ ബോധനിലവാരം ഉയരുകയും കൂടുതൽ സംഘടിതരാവുകയും ചെയ്യുന്നു; അതനുസരിച്ചു തന്നെ സംഘടനാരൂപത്തിലും നിരന്തരം പരിവർത്തനം ഉണ്ടായിക്കൊണ്ടിരിക്കുന്നുവെന്നുമാണ് മാർക്സ് കൃത്യമായും നിരീക്ഷിക്കുന്നത്.

മിഷേൽ ലോവി ചൂണ്ടിക്കാണിക്കുന്നു:

> ചുരുക്കത്തിൽ, മാർക്സ് പറയുന്ന കമ്യൂണിസ്റ്റു പാർട്ടി, ബൂർഷ്വാസിയുടെയും ഉട്ടോപ്യൻമാരുടെയും 'മുകളിൽനിന്നുള്ള രക്ഷകന്റെ'യും പിൻഗാമിയല്ല. സ്വയം വിമോചിതരാകുന്നതിനായുള്ള സമരത്തിൽ തൊഴിലാളിവർഗ്ഗത്തിന്റെ മുന്നണിപ്പടയാണത്. ഉയർന്ന ബോധനിലവാരത്തിലെത്തുന്നതിനും വിപ്ലവ പ്രവർത്തനം നടത്തുന്നതിനുമുള്ള ബഹുജനങ്ങളുടെ ഉപകരണമാണത്. തൊഴിലാളിവർഗ്ഗത്തിന്റെ പകരക്കാരനോ അതിനെ 'മുകളിൽ'നിന്നു നയിക്കുന്നതോ ആയ ഒന്നായല്ല കമ്യൂണിസ്റ്റു പാർട്ടിയുടെ പങ്ക്; മറിച്ച് സ്വന്തം മോചനത്തിന്റെ പാതയിലേക്ക്, കമ്യൂണിസ്റ്റ് 'ബഹുജന' വിപ്ലവത്തിന്റെ പാതയിലേക്ക് തൊഴിലാളിവർഗ്ഗത്തിനു വഴികാട്ടുക എന്ന പങ്കാണ് പാർട്ടിക്ക് നിറവേറ്റാനുള്ളത്.
>
> (*The Theory of Revolution in the Young Marx*, പേജ് 137).

കമ്യൂണിസ്റ്റ് മാനിഫെസ്റ്റോ

മാർക്സിന്റെ *തത്ത്വശാസ്ത്രത്തിന്റെ ദാരിദ്ര്യം* എന്ന കൃതി എല്ലാത്തരം പരിഷ്കരണവാദങ്ങൾക്കും കനത്ത ആഘാതമാണ് ഏല്പിച്ചത് - മർദ്ദിത ജനവിഭാഗങ്ങളുടെ കഷ്ടപ്പാടുകൾ ലഘൂകരിക്കാൻ നിലവിലുള്ള ബൂർഷ്വാ വ്യവസ്ഥയെ, മുതലാളിത്തത്തെ പരിഷ്കരിച്ചാൽ മതി എന്നതായിരുന്നു പരിഷ്കരണവാദികളുടെ കാഴ്ചപ്പാട്. വൈറ്റ്ലിങ്ങിന്റെ പ്രത്യയശാസ്ത്ര നിലപാടുകൾക്കെതിരായി മാർക്സ് നടത്തിയ സമരത്തിന്റെ സ്വാഭാവിക തുടർച്ച തന്നെയാണ് പ്രൂധോണിനെതിരെയും നടത്തിയത്. പരിഷ്കരണവാദത്തിനെന്നപോലെ വിഭാഗീയ ചിന്താഗതിയുടെയും (sectarianism) സാഹസികതയുടെയും (adventurism) പ്രത്യയശാസ്ത്രങ്ങൾക്കും എതിരായി നിരന്തരം നടത്തിയ പോരാട്ടങ്ങളിലൂടെയാണ് മാർക്സിസം വികസിച്ചുവന്നത്. വിൽഹെം വൈറ്റ്ലിങ്ങിനും ഹെർമാൻ ക്രീഗിനും പ്രൂധോണിനും മറ്റും എതിരെ കമ്യൂണിസ്റ്റ് ലീഗിന്റെ കാലത്ത് നടത്തിയ പ്രത്യയശാസ്ത്ര സമരം പിന്നീട് ഒന്നാം ഇന്റർനാഷണലിന്റെ കാലത്ത് ലസ്സാലിനും ബക്കുനിനും ബ്ലാങ്കിക്കും മറ്റുമെതിരെയും മാർക്സ് തുടർന്നു. മാർക്സ് ഈ ആശയസമരങ്ങളിലൂടെ പൊളിച്ചടുക്കിയ പരിഷ്കരണവാദത്തിന്റെയും അരാജകവാദത്തിന്റെയും കാഴ്ചപ്പാടുകൾ ഇന്നും പല പേരുകളിൽ, മാർക്സിന്റെ പേരിൽ ആണയിട്ടുകൊണ്ടുപോലും അവതരിപ്പിക്കപ്പെടുന്നുവെന്നത് തൊഴിലാളിവർഗ്ഗ പ്രസ്ഥാനത്തിൽ നിരന്തരം നടത്തേണ്ട തീക്ഷ്ണമായ പ്രത്യയശാസ്ത്ര സമരത്തിന്റെ അനിവാര്യതയിലേക്കും പ്രാധാന്യത്തിലേക്കുമാണ് വിരൽചൂണ്ടുന്നത്.

തൊഴിലാളിവർഗ്ഗം സ്വയം സംഘടിക്കേണ്ടതിന്റെ പ്രാധാന്യത്തെക്കുറിച്ചും തൊഴിലാളിവർഗ്ഗത്തിന്റെ രാഷ്ട്രീയ പാർട്ടി രൂപീകരണത്തിൽ

വർഗ്ഗസമരം വഹിക്കുന്ന പങ്കിനെക്കുറിച്ചും മാർക്സ് തറപ്പിച്ചും ആവർത്തിച്ചും വ്യക്തമാക്കിയപ്പോൾ, ഉട്ടോപ്യൻമാരും പരിഷ്കരണവാദികളും ഗൂഢാലോചനാ സംഘങ്ങളും അരാജകവാദികളുമെല്ലാം തൊഴിലാളി വർഗ്ഗത്തിന്റെ രാഷ്ട്രീയ പാർട്ടിയുടെ രൂപീകരണത്തെയും അതിൽ വർഗ്ഗ സമരം വഹിക്കുന്ന പങ്കിനെയും പാടെ അവഗണിക്കുകയാണുണ്ടായത്. ബൂർഷ്വാ പശ്ചാത്തലത്തിൽ നിന്നുള്ളവർ തൊഴിലാളിവർഗ്ഗ വിപ്ലവത്തിന്റെ പക്ഷത്തേക്ക് അണിചേരുന്നതിനെ മാർക്സ് അവതരിപ്പിക്കുന്നത് ഈ രണ്ടു വിഭാഗങ്ങൾ തമ്മിലുള്ള സഖ്യം എന്ന നിലയിലല്ല മറിച്ച് ചില വ്യക്തികൾ വിപ്ലവ വർഗ്ഗത്തിൽ ചേരുന്നതായയാണ്; അവരും വിപ്ലവകാരികളായ തൊഴിലാളിവർഗ്ഗത്തിന്റെ ഭാഗമാകുന്നതായാണ്.

സംഘാടനത്തിനൊപ്പം തന്നെ തൊഴിലാളികളെ വിദ്യാഭ്യാസം ചെയ്യിക്കുന്നതിന്റെ ഭാഗമായി, ബ്രസൽസിലെ വർക്കേഴ്സ് എഡ്യൂക്കേഷണൽ സൊസൈറ്റിയിൽ മാർക്സ് അർത്ഥശാസ്ത്രം സംബന്ധിച്ച് ഒരു പ്രഭാഷണ പരമ്പര നടത്തി. 1847 അവസാനം, *തത്ത്വശാസ്ത്രത്തിന്റെ ദാരിദ്ര്യം* എഴുതിയശേഷം നടത്തിയ ഈ പ്രഭാഷണ പരമ്പര 1849 ഏപ്രിൽ മാസത്തിൽ *ന്യൂ റൈനിഷെ സൈത്തുങ്* എന്ന വാരികയിൽ 'കൂലിവേലയും മൂലധനവും' എന്ന ശീർഷകത്തിൽ പ്രസിദ്ധീകരിക്കുകയുണ്ടായി. പില്ക്കാലത്ത് *മൂലധന*ത്തിൽ വിശദമായി അവതരിപ്പിച്ച അർത്ഥശാസ്ത്ര സിദ്ധാന്തങ്ങൾ ഈ കൃതിയിൽ മാർക്സ് ഹ്രസ്വമായും എന്നാൽ സമഗ്രമായും അവതരിപ്പിക്കുകയുണ്ടായി. മാർക്സിന്റെ സാമ്പത്തികശാസ്ത്രം സംബന്ധിച്ച സിദ്ധാന്തത്തിന്റെ വികാസത്തിലെ ഒരു ഘട്ടമായാണ് ''കൂലിവേലയും മൂലധനവും'' വിലയിരുത്തപ്പെടുന്നത്. ഇത്തരത്തിൽ തത്ത്വശാസ്ത്രത്തിനൊപ്പം അർത്ഥശാസ്ത്രത്തിലും തന്റെ പുതിയ സിദ്ധാന്തത്തിന്റെ അടിത്തറ ഉറപ്പിച്ചാണ് മാർക്സ് തൊഴിലാളിവർഗ്ഗത്തിന്റെ വിപ്ലവ പാർട്ടിയുടെ രൂപീകരണത്തിൽ ശ്രദ്ധയൂന്നിയത്.

1847 ജൂൺ 1, 2 തീയതികളിൽ ലണ്ടനിൽ ചേർന്ന കമ്യൂണിസ്റ്റ് ലീഗിന്റെ ഒന്നാം കോൺഗ്രസ് ലണ്ടനിൽനിന്ന് ലീഗിന്റേതായ ഒരു മുഖപത്രം പ്രസിദ്ധീകരിക്കണമെന്ന് തീരുമാനിക്കുകയുണ്ടായി. അതിനും ഒരു വർഷം മുൻപ് 1846 ജൂൺ 28ന് മാർക്സിനെഴുതിയ ഒരു കത്തിൽ വെയ്ഡെമെയർ ഇത്തരം ഒരു പ്രസിദ്ധീകരണത്തിന്റെ ആവശ്യകതയെക്കുറിച്ച് ചൂണ്ടിക്കാണിച്ചിരുന്നു. അതുപ്രകാരം ഒരു പ്രസിദ്ധീകരണം ആരംഭിക്കുന്നതിനുള്ള പ്രാരംഭ പ്രവർത്തനങ്ങൾ മാർക്സ് നടത്തിയെങ്കിലും അത് പൂർത്തീകരിക്കാനായില്ല. ഒടുവിൽ മാർക്സിന്റെയും സുഹൃത്തുക്കളുടെയും, പ്രത്യേകിച്ച് വില്യം വുൾഫിന്റെ, ഒത്താശയോടെ കമ്യൂണിസ്റ്റ് ലീഗിന്റെ ലണ്ടൻ ഘടകം ഒരു ജേണൽ പ്രസിദ്ധീകരിക്കാൻ തയ്യാറായി. 1847 സെപ്തംബറിൽ *കമ്യൂണിസ്റ്റിഷെ സൈത്ത് ഷ്രഫ്ട്* എന്ന മാസിക പ്രസിദ്ധീകരിച്ചു. ആ പ്രസിദ്ധീകരണത്തിലാണ്, ''സർവ്വരാജ്യ തൊഴിലാളികളേ ഒന്നിക്കുവിൻ'' എന്ന വിപ്ലവ മുദ്രാവാക്യം ആദ്യം അവതരിപ്പിച്ചത്. ആദ്യത്തെ കമ്യൂണിസ്റ്റ് പ്രസിദ്ധീകരണം എന്ന് അടയാളപ്പെടു

ത്താവുന്ന ഈ മാസികയുടെ രണ്ടാമതൊരു ലക്കം പുറത്തിറക്കാനായില്ല. ഫണ്ടിന്റെ അഭാവമായിരുന്നു അത് മുടങ്ങിയതിനു കാരണം. മാർക്സിന്റെയും എംഗൽസിന്റെയും ശക്തമായ ആശയ സ്വാധീനം ഈ പ്രസിദ്ധീകരണത്തിൽ വ്യക്തമായിരുന്നു. ഉട്ടോപ്യൻ സോഷ്യലിസ്റ്റ് ആശയങ്ങളെ വിമർശിക്കുന്നതിനൊപ്പം പുതിയ കമ്യൂണിസ്റ്റു സംഘടനയുടെ സവിശേഷതകളെ സംബന്ധിച്ചുമെല്ലാമുള്ള ലേഖനങ്ങൾ ഈ പ്രസിദ്ധീകരണത്തിന്റെ ആദ്യലക്കത്തിൽ വെളിച്ചം കണ്ടു. ഇതിൽ ലീഗ് ഓഫ് ജസ്റ്റിനെ സംബന്ധിച്ച പരാമർശംപോലും ഉണ്ടായിരുന്നില്ല. എംഗൽസിന്റെയും വില്യം വുൾഫിന്റെയും ലേഖനങ്ങളും പ്രസിദ്ധീകരിച്ചിരുന്നു. ഫ്രഞ്ച് സാങ്കല്പിക കമ്യൂണിസ്റ്റായ എറ്റിനേ കാബേയുടെ *ഇക്കാരിയ* എന്ന പ്രസിദ്ധ കൃതിയെ നിശിതമായി വിമർശിക്കുന്ന ഒരു ലേഖനവും അതിലുൾപ്പെടുത്തിയിരുന്നു. 1847 ൽ കാബേ യൂറോപ്പിൽനിന്ന് ആളുകളെ ശേഖരിച്ച് *ഇക്കാരിയ* എന്ന പേരിൽ അമേരിക്കയിൽ ഒരു കമ്യൂണിസ്റ്റ് കോളണി സ്ഥാപിക്കാൻ നീക്കം നടത്തവെയാണ് ഈ വിമർശനം എന്നതാണ് ശ്രദ്ധേയമായ സംഗതി. അമേരിക്കയിലേക്ക് ഒളിച്ചോടുകയല്ല, യൂറോപ്പിൽ കമ്യൂണിസം സ്ഥാപിക്കാൻ പൊരുതുകയാണ് വേണ്ടത് എന്ന് ഈ ലേഖനം തൊഴിലാളികളെ ആഹ്വാനം ചെയ്തു.

കമ്യൂണിസ്റ്റ് ലീഗിന്റെ മുഖപത്രം തുടർന്നു പ്രസിദ്ധീകരിക്കാൻ കഴിയാതായതോടെ, മാർക്സും എംഗൽസും കമ്യൂണിസ്റ്റ് ആശയ പ്രചരണത്തിനു മറ്റു മാർഗ്ഗങ്ങൾ തേടാൻ തുടങ്ങി. 1847 ജനുവരി മുതൽ ആഴ്ചയിൽ രണ്ട് ലക്കം എന്ന നിലയിൽ പ്രസിദ്ധീകരിച്ചിരുന്ന *ഡ്യൂഷെ - ബ്രസ്ലർ - സൈത്തുങ്* എന്ന പത്രത്തെ കമ്യൂണിസ്റ്റ് ലീഗിന്റെ മുഖപത്രമാക്കാൻ പറ്റുമോ എന്നായി മാർക്സിന്റെയും എംഗൽസിന്റെയും ആലോചന. പെറ്റിബൂർഷ്വാ ജനാധിപത്യവാദിയായ ബോൺസ്റ്റെഡ് എന്നയാളായിരുന്നു അതിന്റെ പത്രാധിപർ. വ്യക്തവും കൃത്യവുമായ ഒരു പ്രത്യയശാസ്ത്ര ഉള്ളടക്കം ആ പത്രത്തിനുണ്ടായിരുന്നില്ല. എങ്കിലും ജോർജ്ജ് വീർത്തിനെയും ഫെർഡിനാൻഡ് വുൾഫിനെയും വിൽഹെം വുൾഫിനെയും പോലെയുള്ള മാർക്സിന്റെ ചില അനുയായികൾ അതുമായി ബന്ധപ്പെടുകയും ക്രമേണ അതിനെ വിപ്ലവാശയങ്ങളുടെ പ്രചാരണത്തിനുള്ള ഉപകരണമാക്കി മാറ്റുകയും ചെയ്തു. മാർക്സിന്റെയും എംഗൽസിന്റെയും ലേഖനങ്ങളും ഇടയ്ക്കിടെ ഇതിൽ പ്രസിദ്ധീകരിച്ചു. മാർക്സിനും എംഗൽസിനും ഗണ്യമായ സ്വാധീനം ചെലുത്താനും കഴിഞ്ഞു. അങ്ങനെ 1848 ഫെബ്രുവരിയിൽ അവസാന ലക്കം പുറത്തിറങ്ങുന്നതുവരെ ഈ പത്രം കമ്യൂണിസ്റ്റു ലീഗിന്റെ അനൗപചാരിക മുഖപത്രമായി തുടർന്നു.

ഇതിനിടയ്ക്കുതന്നെ മാർക്സിനും എംഗൽസിനും കാറൽ ഹെയ്ൻസെനെപ്പോലെയുള്ള പെറ്റി ബൂർഷ്വാ ചിന്തകരുടെ കമ്യൂണിസ്റ്റുവിരുദ്ധ പ്രചാരണങ്ങളെയും നേരിടേണ്ടതായി വന്നു. 1847 മദ്ധ്യത്തോടുകൂടി കമ്യൂണിസ്റ്റുകാരുടെ നിലപാടുകൾക്കെതിരെ ഹെയ്ൻസെൻ നടത്തിയ അപവാദപ്രചാരണത്തിനെതിരെ അവർക്ക് അതിരൂക്ഷമായ വാദപ്രതിവാദ

ത്തിലേർപ്പെടേണ്ടതായി വന്നു. The Communists and Karl Heinzen (കമ്യൂണിസ്റ്റുകാരും കാറൽ ഹെയ്ൻസെനും) എന്ന ലേഖനത്തിൽ എംഗൽസ് ഹെയ്ൻസെന്റെ ദുഷ്പ്രചാരണങ്ങളെയാകെ പൊളിച്ചടുക്കി. "**കമ്യൂണിസം വെറുമൊരു സിദ്ധാന്തമല്ല; അതൊരു പ്രസ്ഥാനമാണ്. ചില തത്വങ്ങളിൽനിന്നും ഉരുത്തിരിയുന്നതല്ല അത്; മറിച്ച് അത് വസ്തുതകളിൽനിന്നാണ് ഉയർന്നുവരുന്നത്**" കമ്യൂണിസ്റ്റ് സിദ്ധാന്തം തൊഴിലാളിവർഗ്ഗത്തിന്റെ മോചനത്തിനായുള്ള പ്രവർത്തനപദ്ധതിയാണ്; അതിനായുള്ള വഴികാട്ടിയാണ് എന്നാണ് എംഗൽസ് വ്യക്തമാക്കിയത്. കമ്യൂണിസ്റ്റുകാരുടെ അടിയന്തര കടമ മാത്രമാണ് ജനാധിപത്യം സ്ഥാപിക്കലെന്നും അത് നേടാനായി ജനാധിപത്യവാദികളുമായി ഒന്നിച്ചു പ്രവർത്തിക്കുമെന്നും എന്നാൽ അതിന്റെ പേരിൽ പ്രത്യയശാസ്ത്രപരമായ കാര്യങ്ങളിൽ വിട്ടുവീഴ്ച ചെയ്യില്ലെന്നും എംഗൽസ് തറപ്പിച്ചു പറഞ്ഞു. (*Marx, Engels Collected Works*. Vol. VI, Page 303-304).

പൊതുശത്രുവിനെതിരെ - യൂറോപ്പിലെ ജനവിരുദ്ധ ശക്തികൾക്കെതിരെ - തൊഴിലാളിവർഗ്ഗവും ജനാധിപത്യശക്തികളും കൈകോർക്കണമെന്നാണ് മാർക്സ് ആവർത്തിച്ചു പറഞ്ഞത്. ജനാധിപത്യ സ്വാതന്ത്ര്യങ്ങൾക്കായുള്ള പൊതുപ്രക്ഷോഭത്തിൽ കമ്യൂണിസ്റ്റ് ലീഗ് സജീവമായി പങ്കെടുക്കണമെന്നും അദ്ദേഹം അഭിപ്രായപ്പെട്ടു. എന്നാൽ അതേസമയം തന്നെ തൊഴിലാളിവർഗ്ഗം സ്വതന്ത്ര നിലപാട് ഉയർത്തിപ്പിടിക്കേണ്ടതിന്റെയും തൊഴിലാളിവർഗ്ഗ പ്രസ്ഥാനം സ്വന്തം പ്രത്യയശാസ്ത്രപരവും രാഷ്ട്രീയവുമായ പരിശുദ്ധി കാത്തുസൂക്ഷിക്കേണ്ടതിന്റെയും ആവശ്യകതയെക്കുറിച്ച് മാർക്സ് ഊന്നിപ്പറഞ്ഞു. ഈ കാഴ്ചപ്പാടോടെയാണ് കമ്യൂണിസ്റ്റ് ലീഗിന്റെ വർഗ്ഗാധിഷ്ഠിതമായ തനത് പ്രവർത്തനങ്ങൾക്കൊപ്പം തന്നെ തൊഴിലാളിവർഗ്ഗത്തിന്റെയും ജനാധിപത്യശക്തികളുടെയും അന്താരാഷ്ട്ര സഖ്യം കെട്ടിപ്പടുക്കാൻ മാർക്സ് ശ്രമിച്ചത്. ഈ നീക്കത്തിന്റെ ഭാഗമായാണ് മാർക്സും എംഗൽസും മുൻകൈയെടുത്ത് 1847 നവംബർ 7 നു ബ്രസൽസ് ഡെമോക്രാറ്റിക് അസോസിയേഷൻ രൂപീകരിച്ചത്. പല യൂറോപ്യൻ രാജ്യങ്ങളിലെയും തൊഴിലാളിവർഗ്ഗ വിപ്ലവകാരികളെയും ജനാധിപത്യ വിശ്വാസികളെയും അതിൽ ഉൾപ്പെടുത്തി.

എന്നാൽ ഈ ഡെമോക്രാറ്റിക് അസോസിയേഷനിൽ തുടക്കത്തിൽ തന്നെ തൊഴിലാളിവർഗ്ഗ വിപ്ലവകാരികളും പെറ്റിബൂർഷ്വാ ജനാധിപത്യവാദികളും തമ്മിൽ അഭിപ്രായ സംഘട്ടനങ്ങൾ ഉരുവംകൊണ്ടിരുന്നു. എന്നിട്ടുപോലും മാർക്സും എംഗൽസും ഫ്രാൻസിലെ സോഷ്യലിസ്റ്റ് ഡെമോക്രാറ്റിക് പാർട്ടിയുമായി സഹകരിക്കാൻ ശ്രമിച്ചിരുന്നു. സാർവ്വത്രിക വോട്ടവകാശം, ജനാധിപത്യ റിപ്പബ്ലിക് സ്ഥാപിക്കൽ, തൊഴിലാളിവർഗ്ഗത്തിനായി ചില സാമൂഹിക പരിഷ്കരണങ്ങൾ നടപ്പാക്കൽ എന്നീ കാര്യങ്ങൾക്കായിട്ടാണ് സോഷ്യലിസ്റ്റുകളും പെറ്റിബൂർഷ്വാ ജനാധിപത്യവാദികളും അക്കാലത്ത് ഫ്രാൻസിൽ യോജിച്ചു നീങ്ങിയത്.

ഈ പശ്ചാത്തലത്തിലാണ് 1847 നവംബർ 29 മുതൽ ഡിസംബർ 8

വരെ ലണ്ടനിൽ കമ്യൂണിസ്റ്റ് ലീഗിന്റെ രണ്ടാം കോൺഗ്രസ് ചേർന്നത്. ഈ സമ്മേളനത്തിൽ എംഗൽസിനുപുറമെ മാർക്സും പങ്കെടുക്കുകയുണ്ടായി. രണ്ടാം കോൺഗ്രസിൽ നിർദ്ദിഷ്ട 'വിശ്വാസ പ്രമാണം' സംബന്ധിച്ച് ചൂടുപിടിച്ച ചർച്ചയും സംവാദങ്ങളും നടക്കുകയുണ്ടായി. മൂന്നു കരട് രേഖകൾ കോൺഗ്രസിനുമുന്നിൽ അവതരിപ്പിക്കപ്പെട്ടു. ഒന്നാമത്തേത് കാറൽ ഷാപ്പർ അവതരിപ്പിച്ച കരടാണ്. രണ്ടാമതൊന്ന് അവതരിപ്പിച്ചത് മോസസ് ഹെസ്സാണ്. ഈ രണ്ടു രേഖകളും ചരിത്രപരമായ ഭൗതികവാദത്തിന്റെ അടിസ്ഥാനത്തിലുള്ളതായിരുന്നില്ല. അതിനാൽ ഇവ രണ്ടിനെയും കമ്യൂണിസ്റ്റു ലീഗിന്റെ ആ സമ്മേളനം തിരസ്കരിച്ചു. മൂന്നാമത് ഒരെണ്ണം അവതരിപ്പിച്ചത് എംഗൽസാണ്. ചോദ്യോത്തര രൂപത്തിലായിരുന്നു എംഗൽസ് അത് തയ്യാറാക്കിയത്. (അക്കാലത്ത് ഇടതുപക്ഷ വിഭാഗങ്ങൾ തങ്ങളുടെ നയങ്ങൾ മുന്നോട്ടുവെച്ചിരുന്നത് ഈ രൂപത്തിലായിരുന്നു). 25 ചോദ്യങ്ങളും അവയ്ക്കുള്ള ഉത്തരങ്ങളും എന്ന നിലയിലായിരുന്നു എംഗൽസ് രേഖ തയ്യാറാക്കിയത്. പില്ക്കാലത്ത് ഇത് *കമ്യൂണിസത്തിന്റെ തത്ത്വങ്ങൾ* എന്ന പേരിൽ പ്രസിദ്ധീകരിക്കുകയുണ്ടായി.

1847 ഒക്ടോബറിലായിരുന്നു എംഗൽസ് ഈ കരടുരേഖ തയ്യാറാക്കിയത്. ഒന്നാം കോൺഗ്രസിന്റെ കാലത്ത് തയ്യാറാക്കിയ കരടിലുണ്ടായിരുന്ന പ്രത്യയശാസ്ത്രപരമായ വെള്ളം ചേർക്കലുകൾ ഒഴിവാക്കിയായിരുന്നു എംഗൽസ് ഒക്ടോബറിൽ ഇത് തയ്യാറാക്കിയത്. അത് പരിശോധിക്കാൻ മാർക്സിനു നല്കിയ എംഗൽസ്, *കമ്യൂണിസ്റ്റ് മാനിഫെസ്റ്റോ* എന്ന നിലയിൽ ഇതിനെ പുതുക്കി എഴുതണം എന്ന് ആവശ്യപ്പെടുകയും ചെയ്തിരുന്നു.

എന്തായാലും എംഗൽസിന്റെ ഈ കരട് രേഖയെ ആധാരമാക്കി കമ്യൂണിസ്റ്റ് ലീഗിന്റെ രണ്ടാം കോൺഗ്രസിൽ അതിരൂക്ഷമായ ചർച്ചകൾ നടന്നു. പ്രത്യയശാസ്ത്രപരമായ വിഷയങ്ങളിലെ ആശയസമരത്തിന്റെ വേദിയായി ആ കോൺഗ്രസ് മാറി. മാർക്സിന്റെ ഇടപെടൽ കോൺഗ്രസിൽ പങ്കെടുത്തവരെയാകെ അദ്ദേഹത്തിന്റെ പുതിയ കാഴ്ചപ്പാടിനൊപ്പം കൊണ്ടുവന്നു. അതിന്റെ അടിസ്ഥാനത്തിൽ കമ്യൂണിസ്റ്റ് ലീഗിന്റെ പരിപാടി തയ്യാറാക്കാൻ രണ്ടാം കോൺഗ്രസ് മാർക്സിനെയും എംഗത്സിനെയും ചുമതലപ്പെടുത്തി.

കോൺഗ്രസ് കഴിഞ്ഞതോടെ മാർക്സ് ബ്രസൽസിലേക്ക് മടങ്ങി; കോൺഗ്രസിൽ നടന്ന ചർച്ചകളുടെ റിപ്പോർട്ടും എംഗൽസിന്റെ കരടും (*കമ്യൂണിസത്തിന്റെ തത്ത്വങ്ങൾ*) മാർക്സ് കൊണ്ടുപോയി. എംഗൽസ് നിർദ്ദേശിച്ചതുപോലെ ഒരു മാനിഫെസ്റ്റോ ആയി കമ്യൂണിസ്റ്റു ലീഗിന്റെ പരിപാടി തയ്യാറാക്കുകയായിരുന്നു അദ്ദേഹത്തിന്റെ ലക്ഷ്യം. മാനിഫെസ്റ്റോ എഴുതുന്നതിന്റെ ഉത്തരവാദിത്വം കോൺഗ്രസ് ശരിക്കും മാർക്സിനെ തന്നെയായിരുന്നു ഏല്പിച്ചത്. അദ്ദേഹമാകട്ടെ പതിവുപോലെ അതീവജാഗ്രതയോടും ആശയവ്യക്തതയോടും കൂടി അതിന്റെ രചന

നടത്താനാണ് ശ്രമിച്ചത്. അതുകൊണ്ടുതന്നെ നിശ്ചിത സമയത്തിന് അതു പൂർത്തിയാക്കാൻ കഴിഞ്ഞില്ല. കാലതാമസം വരുന്നത് കാറൽ ഷാപ്പ റെയും കൂട്ടരെയും (ലണ്ടൻ കമ്മിറ്റിയെ) രോഷാകുലരാക്കി. അവർ 1848 ജനുവരി 26 നു ബ്രസൽസിലേക്ക് ഫെബ്രുവരി ആദ്യവാരത്തിനകം അത് പൂർത്തിയാക്കി നല്കണമെന്ന് അന്ത്യശാസനം നല്കുന്ന കത്തയച്ചു. പൂർത്തിയാക്കാനായില്ലെങ്കിൽ മാർക്സ് കൊണ്ടുപോയ രേഖകൾ ഉടൻ മടക്കി നല്കണമെന്നും ഷാപ്പറും ബോവറും മോളും ഒപ്പിട്ട ആ കത്തിൽ ആവശ്യപ്പെട്ടിരുന്നു. യൂറോപ്പിലാകെ ആഞ്ഞുവീശാനാരംഭിച്ച വിപ്ലവ കൊടുങ്കാറ്റിന്റെ പശ്ചാത്തലത്തിലാണ് മാനിഫെസ്റ്റോ തയ്യാറാക്കുന്നതിലെ കാലതാമസത്തിൽ അക്ഷമ പ്രകടിപ്പിച്ചതിനെ കാണേണ്ടത്.

എന്തായാലും ലണ്ടൻ കമ്മിറ്റിക്കാർ അന്ത്യശാസനം നല്കിയതു പോലെ തന്നെ ഫെബ്രുവരി ആദ്യത്തോടുകൂടി മാനിഫെസ്റ്റോയുടെ രചന പൂർത്തിയാക്കി മാർക്സ് അത് ലണ്ടനിലെത്തിച്ചു. അല്പവും വൈകാതെ ഫെബ്രുവരിയിൽ തന്നെ അവർ 'കമ്യൂണിസ്റ്റു പാർട്ടിയുടെ മാനിഫെസ്റ്റോ' എന്ന ശീർഷകത്തിൽ ജർമ്മൻ ഭാഷയിൽ തയ്യാറാക്കിയ ആ പ്രാമാണിക രേഖ അച്ചടിച്ച് പ്രസിദ്ധീകരിച്ചു. തുടർന്ന് ഏറെ വൈകാതെ വിവിധ യൂറോപ്യൻ ഭാഷകളിലേക്കും അത് മൊഴിമാറ്റം ചെയ്യപ്പെട്ടു.

മുതലാളിത്ത ചൂഷണത്തിൽനിന്നും അടിമത്തത്തിൽനിന്നും തൊഴി ലാളിവർഗ്ഗത്തിനു മോചനം നേടാനുള്ള, വിജയകരമായ ഒരു വിപ്ലവത്തി നുള്ള പാതയാണ് മാർക്സും എംഗൽസും 'കമ്യൂണിസ്റ്റു പാർട്ടിയുടെ മാനിഫെസ്റ്റോ'യിൽ അവതരിപ്പിച്ചത്. മുതലാളിത്ത സാമൂഹികക്രമത്തിലെ ചൂഷണത്തിന്റെ മൂലകാരണവും അടിസ്ഥാനവും തുറന്നു കാണിക്കുന്ന സുദൃഢമായ ഒരു സാമ്പത്തിക സിദ്ധാന്തത്തെയും ചരിത്രപരമായ ഭൗതി കവാദത്തിന്റെ ശക്തമായ ദാർശനിക അടിത്തറയെയും ആധാരമാക്കി യാണ് *മാനിഫെസ്റ്റോ* രചിക്കപ്പെട്ടത്. കമ്യൂണിസ്റ്റു സിദ്ധാന്തത്തിന്റെയും കമ്യൂണിസ്റ്റ് വിപ്ലവത്തിന്റെയും അടിസ്ഥാനതത്ത്വങ്ങൾ സമഗ്രമായും യുക്തിയുക്തമായും ശാസ്ത്രീയമായും ഈ കൃതിയിലാണ് ആദ്യമായി അവതരിപ്പിച്ചത്. ആകർഷകവും ഊർജ്ജസ്വലവും ഉള്ളിൽ തട്ടുന്നതു മായ ഭാഷയിലാണ് *മാനിഫെസ്റ്റോ* തയ്യാറാക്കപ്പെട്ടത്. അതിലെ ഓരോ വാക്കും അതീവ ജാഗ്രതയോടെയാണ് മാർക്സ് തെരഞ്ഞെടുത്ത് അവ തരിപ്പിച്ചത്.

കമ്യൂണിസ്റ്റു ലീഗിന്റെ ചരിത്രം എന്ന കൃതിയിൽ എംഗൽസ് ഇ ങ്ങനെ രേഖപ്പെടുത്തുന്നു:

> മാനിഫെസ്റ്റോയിലെ അടിസ്ഥാന ആശയം ഇങ്ങനെയാണ്. ഓ രോ ചരിത്ര കാലഘട്ടത്തിലും നിലനില്ക്കുന്ന ഉല്പാദന രീതി യും അനിവാര്യമായും അതിൽനിന്ന് ഉരുവം കൊള്ളുന്ന സാമൂ ഹിക സംഘടനയുമാണ് ആ കാലഘട്ടത്തിന്റെ രാഷ്ട്രീയവും ധൈഷണികവുമായ ചരിത്രത്തിനു രൂപം നല്കുന്ന അടിസ്ഥാന

ഘടകം; തല്ഫലമായി സാമൂഹിക വികാസത്തിന്റെ ഓരോരോ ദശയിലേയും (ആദിമ സാമൂഹിക വ്യവസ്ഥ മണ്ണടിഞ്ഞതിനെത്തുടർന്ന്) മാനവരാശിയുടെ ചരിത്രം വർഗ്ഗസമരങ്ങളുടെ ചരിത്രമാണ് - ചൂഷിതരും ചൂഷകരും തമ്മിലുള്ള, അടിച്ചമർത്തപ്പെട്ട വർഗ്ഗങ്ങളും ഭരണവർഗ്ഗങ്ങളും തമ്മിലുള്ള സമരങ്ങളുടെ ചരിത്രം; എന്നാൽ ഈ സമരം ഇന്ന് ഒരു പ്രത്യേക ദശയിലെത്തിയിരിക്കുകയാണ് - ഇവിടെ ഇപ്പോൾ ചൂഷിതരും മർദ്ദിതരുമായ വർഗ്ഗത്തിന് (തൊഴിലാളിവർഗ്ഗം) ചൂഷകരും മർദ്ദകരുമായ വർഗ്ഗത്തിൽനിന്ന് (ബൂർഷ്വാസി) മോചനം നേടണമെന്നുണ്ടെങ്കിൽ, അതോടൊപ്പം തന്നെ സമൂഹത്തെയാകെ എല്ലാ കാലത്തേക്കുമായി സർവ്വചൂഷണങ്ങളിൽനിന്നും അടിച്ചമർത്തലുകളിൽനിന്നും വർഗ്ഗസമരങ്ങളിൽനിന്നും മോചിപ്പിക്കേണ്ടതുണ്ട് - മൗലികമായ ഈ ആശയങ്ങളാകെ പൂർണ്ണമായും മാർക്സിന്റേതാണ്; മാർക്സിന്റേത് മാത്രമാണ്."

''യൂറോപ്പിനെയാകെ ഒരു ഭൂതം പിടികൂടിയിരിക്കുന്നു - കമ്യൂണിസം എന്ന ഭൂതം'' എന്ന് സംഭ്രമജനകമായാണ്, ശക്തമായാണ് *മാനിഫെസ്റ്റോ* ആരംഭിക്കുന്നത്. കമ്യൂണിസം എന്ന തൊഴിലാളിവർഗ്ഗ പ്രത്യയശാസ്ത്രത്തിന്റെ ആഗമനത്തോടെ വെറുപ്പും വിദ്വേഷവും ഭയവുംകൊണ്ട് നിറഞ്ഞ ബൂർഷ്വാസി കമ്യൂണിസ്റ്റുകാർക്കുമേൽ ചൊരിഞ്ഞ ദുഷ്പ്രചാരണങ്ങളുടെയും അപവാദങ്ങളുടെയും പശ്ചാത്തലത്തിൽ കമ്യൂണിസ്റ്റുകാരുടെ ലക്ഷ്യങ്ങളെന്തെന്ന് തുറന്ന് പ്രഖ്യാപിക്കേണ്ടത് അനിവാര്യമായ ചരിത്ര സന്ദർഭത്തെക്കുറിച്ചുള്ള ഹ്രസ്വമായ സൂചനയാണ് ഈ വാക്കുകളിലൂടെ പ്രകടിപ്പിക്കപ്പെട്ടിരിക്കുന്നത്.

ബൂർഷ്വാസിയെ സംബന്ധിച്ച, മുതലാളിത്ത സമൂഹത്തെ സംബന്ധിച്ച, ആ സമൂഹം സൃഷ്ടിച്ചതും ആ സമൂഹത്തിനുള്ളിൽ വികസിച്ചുകൊണ്ടിരിക്കുന്നതുമായ വർഗ്ഗസമരത്തെ സംബന്ധിച്ച കൃത്യവും വ്യക്തവും ശ്രദ്ധേയവുമായ ചിത്രമാണ് *മാനിഫെസ്റ്റോയു*ടെ ആദ്യ അദ്ധ്യായത്തിൽ അവതരിപ്പിക്കപ്പെടുന്നത്. ഫ്യൂഡൽ വ്യവസ്ഥിതിയുടെ ഗർഭപാത്രത്തിൽ അനിവാര്യമായും ബൂർഷ്വാസി ഉരുവം കൊണ്ടത് എങ്ങനെയെന്ന് നമുക്കിതിൽ കാണാനാവും. സാമ്പത്തിക ബന്ധങ്ങളിലുണ്ടാകുന്ന മാറ്റങ്ങൾക്കനുസരിച്ച് ബൂർഷ്വാസിയുടെ നിലനില്പിന്റെ കാര്യത്തിൽ മാറി വരുന്ന സ്ഥിതിഗതികളെക്കുറിച്ച് ഇതിൽ വ്യക്തമാക്കപ്പെട്ടിരിക്കുന്നു. ഫ്യൂഡലിസവുമായുള്ള പോരാട്ടത്തിൽ ബൂർഷ്വാസി വഹിച്ച വിപ്ലവപരമായ പങ്കിനെക്കുറിച്ച്, മാനവസമൂഹത്തിൽ ഉല്പാദനശക്തികളുടെ വികാസത്തെ ത്വരിതപ്പെടുത്തുന്നതിൽ ബൂർഷ്വാസി പ്രകടമാക്കിയ അസാധാരണമായ ശക്തിയെക്കുറിച്ച് അങ്ങനെ ചരിത്രത്തിലാദ്യമായി മാനവരാശിയുടെയാകെ മോചനത്തിനുള്ള ഭൗതിക സാഹചര്യം സൃഷ്ടിക്കപ്പെട്ടതിനെക്കുറിച്ചെല്ലാം പ്രതിപാദിച്ചിരിക്കുന്നു. ബൂർഷ്വാസിയെപ്പോലെ തന്നെ അനിവാര്യമായതെന്ന നിലയിലും അതിനോട് സമ

ന്വയിച്ചും തൊഴിലാളിവർഗ്ഗം വളർന്നുവന്നതെങ്ങനെയെന്ന് തുടർന്ന് വിവരിച്ചിരിക്കുന്നു. എങ്ങനെയാണ് ഒരു പ്രത്യേക വർഗ്ഗമായി ഉയർന്നുവന്നതെന്നും അതിനുമുമ്പും സ്വന്തം വർഗ്ഗസംഘടന സൃഷ്ടിക്കുന്നതിനു മുമ്പും തൊഴിലാളിവർഗ്ഗം ബൂർഷ്വാസിയുമായി നടത്തിയ ഏറ്റുമുട്ടലുകളെക്കുറിച്ചും വ്യക്തമാക്കപ്പെട്ടിരിക്കുന്നു. സോഷ്യലിസ്റ്റുകാർക്കും കമ്യൂണിസ്റ്റുകാർക്കുമിടയിൽ ആധിപത്യം സ്ഥാപിക്കാൻ ശ്രമിക്കുന്ന അസംഖ്യം പ്രവണതകളെക്കുറിച്ചും വിവരിക്കുന്നതിനൊപ്പം അവയെയെല്ലാം നിശിതമായ വിമർശനത്തിനു വിധേയമാക്കുകയും ചെയ്യുന്നു.

വിവിധ വിപ്ലവങ്ങളുടെ ഘട്ടങ്ങളിൽ കമ്യൂണിസ്റ്റുകാർ സ്വീകരിക്കേണ്ട അടവുകളെക്കുറിച്ചും *മാനിഫെസ്റ്റോ*യിൽ വ്യക്തമാക്കിയിട്ടുണ്ട്. ഓരോ രാജ്യത്തെയും ചരിത്ര സാഹചര്യങ്ങൾക്കനുസരിച്ച്, മൂർത്തമായ സാഹചര്യങ്ങളെ മൂർത്തമായി വിശകലനം ചെയ്തായിരിക്കണം ഓരോ ഘട്ടത്തിലും തൊഴിലാളിവർഗ്ഗ വിപ്ലവകാരികൾ അടവുകൾ സ്വീകരിക്കേണ്ടതെന്നും *മാനിഫെസ്റ്റോ* അടിവരയിട്ടുറപ്പാക്കുന്നു. മുതലാളിത്തം ആധിപത്യം സ്ഥാപിച്ച സമൂഹങ്ങളിലും മുതലാളിത്തം ആധിപത്യം സ്ഥാപിക്കാൻ ശ്രമിക്കുന്ന സമൂഹങ്ങളിലും കമ്യൂണിസ്റ്റുകാർ കൈക്കൊള്ളേണ്ട വ്യത്യസ്ത അടവുകളെക്കുറിച്ചും സൂചിപ്പിച്ചിരിക്കുന്നു.

മാനവസംസ്കാരത്തിന്റെ വികാസത്തിന്റെ ഗതിക്രമത്തെക്കുറിച്ച് ദാർശനികമായും ശാസ്ത്രീയമായും സാമ്പത്തികശാസ്ത്രപരമായും നടത്തിയ വിപുലമായ പഠനത്തിന്റെ, അഗാധമായ ധൈഷണിക പ്രവർത്തനത്തിന്റെ ഉല്പന്നമാണ് *മാനിഫെസ്റ്റോ* എന്ന് നിസ്സംശയം പറയാവുന്നതാണ്. "സാമൂഹിക അസ്തിത്വത്തെ സംബന്ധിച്ച് അഗാധമായ ഉൾക്കാഴ്ചയോടുകൂടിയ മാസ്റ്റർ പീസാണ് *കമ്യൂണിസ്റ്റ് മാനിഫെസ്റ്റോ"* എന്നാണ് *ന്യൂയോർക്ക് ടൈംസിൽ* മാനിഫെസ്റ്റോയുടെ 150-ാം വാർഷികത്തോടനുബന്ധിച്ച് എഴുതിയ ലേഖനത്തിൽ കൊളമ്പിയ സർവ്വകലാശാലയിലെ സ്റ്റീവൻ മാർക്കസ് രേഖപ്പെടുത്തുന്നത്. ''എന്താണ് ആഗോളവല്ക്കരണം?" എന്നത് സംബന്ധിച്ച ഏറ്റവും മികച്ച ഉത്തരങ്ങളിലൊന്നാണിത് എന്നും *ന്യൂയോർക്ക് ടൈംസ്* ലേഖനം പറയുന്നു.

> ഉല്പന്നങ്ങൾക്ക് അനുസ്യൂതം വിപുലപ്പെടുന്ന ഒരു കമ്പോളം കണ്ടുപിടിക്കേണ്ടതിന്റെ ആവശ്യം ബൂർഷ്വാസിയെ ഭൂമണ്ഡലമെങ്ങും ഓടിക്കുന്നു. അതിന് എല്ലായിടത്തും കൂടുകെട്ടണം, എല്ലായിടത്തും പാർപ്പുറപ്പിക്കണം, എല്ലായിടത്തും ബന്ധങ്ങൾ സ്ഥാപിക്കണം. ലോക കമ്പോളത്തെ ചൂഷണം ചെയ്യുന്നതിലൂടെ ബൂർഷ്വാസി ഓരോ രാജ്യത്തിലെയും ഉല്പാദനത്തിനും ഉപഭോഗത്തിനും ഒരു സാർവ്വ ലൗകിക സ്വഭാവം നല്കിയിട്ടുണ്ട്. പ്രതിലോമവാദികളെ വളരെയേറെ വേദനിപ്പിച്ചുകൊണ്ട് വ്യവസായത്തിന്റെ കാല്ക്കീഴിൽ നിന്ന് അത് നിലയുറപ്പിച്ചിരുന്ന ദേശീയാടിത്തറയെ ബൂർഷ്വാസി വലിച്ചുമാറ്റി. എല്ലാ പരമ്പരാഗത ദേശീയ

വ്യവസായങ്ങളെയും അതു നശിപ്പിച്ചു; അഥവാ പ്രതിദിനം നശിപ്പിച്ചുവരികയാണ്. തൽസ്ഥാനം പുതിയ വ്യവസായങ്ങൾ എടുക്കുന്നു. അവ ഏർപ്പെടുത്തേണ്ടത് എല്ലാ പരിഷ്കൃത രാജ്യങ്ങൾക്കും ഒരു ജീവന്മരണ പ്രശ്നമായി തീരുന്നു; ഈ പുതിയ വ്യവസായങ്ങൾ ഉപയോഗിക്കുന്ന അസംസ്കൃത സാധനങ്ങൾ തദ്ദേശീയമല്ല- അതിവിദൂര ദേശങ്ങളിൽനിന്നു കൊണ്ടുവരുന്നവയാണ്; അവയുടെ ഉല്പന്നങ്ങളാകട്ടെ, അതാതു നാട്ടിൽ മാത്രമല്ല, ലോകത്തിന്റെ ഏതു കോണിലും ഉപയോഗിക്കപ്പെടുന്നുമുണ്ട്. സ്വന്തം രാജ്യത്തെ ഉല്പന്നങ്ങൾ കൊണ്ട് നിറവേറിയിരുന്ന പഴയ ആവശ്യങ്ങളുടെ സ്ഥാനത്ത് വിദൂരസ്ഥങ്ങളായ രാജ്യങ്ങളിലേയും കാലാവസ്ഥകളിലേയും ഉല്പന്നങ്ങൾ കൊണ്ടുമാത്രം തൃപ്തിപ്പെടുത്താൻ കഴിയുന്ന പുതിയ ആവശ്യങ്ങൾ നാം കാണുന്നു. പ്രാദേശികവും ദേശീയവുമായ ഏകാന്തതയുടെയും സ്വയം പര്യാപ്തതയുടെയും സ്ഥാനത്ത് രാഷ്ട്രങ്ങൾ തമ്മിലുള്ള നാനാമുഖമായ ബന്ധങ്ങളും സാർവ്വത്രികമായ പരസ്പരാശ്രിതത്വവുമാണിന്നുള്ളത്. ഭൗതികോല്പാദനത്തിലെന്നപോലെ, ബുദ്ധിപരമായ ഉല്പാദനത്തിലും ഇതേ മാറ്റങ്ങളുണ്ടാകുന്നു. പ്രത്യേക രാഷ്ട്രങ്ങളുടെ ബുദ്ധിപരമായ സൃഷ്ടികൾ പൊതുസ്വത്തായിത്തീരുന്നു.....

(മാർക്സ്, എംഗൽസ്. *തിരഞ്ഞെടുത്ത കൃതികൾ*. വോള്യം1 പേജ് 154. പ്രോഗ്രസ് പബ്ലിഷേഴ്സ്, മോസ്കോ 1987)

*കമ്യൂണിസ്റ്റ് മാനിഫെസ്റ്റോ*യിലെ "ബൂർഷ്വാകളും തൊഴിലാളികളും" എന്ന ഭാഗത്തുനിന്നുള്ള ചില വരികളാണ് ഇവിടെ ഉദ്ധരിച്ചത്. ഇതിലെ ഓരോ വാക്കും വാക്യവും 170 വർഷം കഴിഞ്ഞിട്ടും ഇന്നും പ്രസക്തമായിരിക്കുന്നു എന്നാണ് *ന്യൂയോർക്ക് ടൈംസ്* പോലെയുള്ള ഒരു പത്രത്തിനു തന്നെ പറയേണ്ടതായി വരുന്നത്. 1995 ലെ ലോകബാങ്കിന്റെ വികസന റിപ്പോർട്ടിൽ ഇതിൽ ചില വരികൾ ഉദ്ധരിച്ചാണ് അന്നത് ആഗോള സമ്പദ്സ്ഥിതിയെ വ്യാഖ്യാനിച്ചിരിക്കുന്നത് എന്നതും ശ്രദ്ധേയമാണ്. കാലാതിവർത്തിയായ ആശയങ്ങളാണ് മാർക്സും എംഗൽസും *മാനിഫെസ്റ്റോ*യിലൂടെ മുന്നോട്ട് വയ്ക്കുന്നത് എന്ന് തൊഴിലാളി വർഗ്ഗത്തിന്റെ എതിർചേരിയിൽ നില്ക്കുന്നവർക്കുപോലും സമ്മതിക്കേണ്ടതായി വരുന്നു എന്നാണ് ഇതെല്ലാം നമ്മെ ഓർമ്മിപ്പിക്കുന്നത്.

1848 ലെ വിപ്ലവം

തൊഴിലാളിവർഗ്ഗത്തെക്കുറിച്ചുള്ള ഭയം; ഇതായിരുന്നു യൂറോപ്പിനെ വേട്ടയാടിയ 'കമ്യൂണിസം' എന്ന ഭൂതം; ലങ്കാഷെയറിലെയോ വടക്കൻ ഫ്രാൻസിലെയോ ഫാക്ടറി ഉടമകളെ മാത്രമല്ല ഈ ഭയം ബാധിച്ചത്, മറിച്ച് ഗ്രാമീണ ജർമ്മനിയിലെ സർക്കാർ ഉദ്യോഗസ്ഥരെയും റോമിലെ പുരോഹിതരെയും യൂറോപ്പിലാകെയുള്ള പ്രൊഫസർമാരെയും ഈ ഭയം പിടികൂടിയിരുന്നു... 1848 ലെ ആദ്യമാസങ്ങളിൽ പൊട്ടിപ്പുറപ്പെട്ട വിപ്ലവം വെറുമൊരു സാമൂഹ്യവിപ്ലവം മാത്രമായിരുന്നില്ല.... അക്ഷരാർത്ഥത്തിൽ അത് പശ്ചിമ യൂറോപ്പിലെയും മദ്ധ്യയൂറോപ്പിലെയും നഗരങ്ങളിലെ - വിശിഷ്യാ തലസ്ഥാന നഗരങ്ങളിലെ - അദ്ധ്വാനിക്കുന്നവരായ ദരിദ്രജനവിഭാഗങ്ങളുടെ ഉയർന്നുവരവായിരുന്നു. അവരുടേതായിരുന്നു, അവരുടേത് മാത്രമായിരുന്നു യൂറോപ്പിലാകെയുണ്ടായിരുന്ന പഴയ ഭരണ സംവിധാനങ്ങളെ തകർത്തെറിഞ്ഞ ശക്തി.... 1846 ൽ ഗലീഷ്യയിൽ നടന്ന കർഷക കലാപം; അതേ വർഷം തന്നെ ഒരു 'ലിബറൽ' പോപ്പ് തെരഞ്ഞെടുക്കപ്പെട്ടത്; 1847 അവസാനം സ്വിറ്റ്സർലണ്ടിൽ പുരോഗമനവാദികളും കത്തോലിക്കാ വിശ്വാസികളും തമ്മിൽ നടന്ന ആഭ്യന്തര യുദ്ധത്തിൽ പുരോഗമനവാദികൾ വിജയിച്ചത്; 1848 ആരംഭത്തിൽ പാലേർമൊയിലെ ശക്തമായ സിസിലിയൻ ആട്ടോണമിസ്റ്റ് കലാപങ്ങളിലൊന്ന്, ഇവയൊന്നും തന്നെ വെറും കാറ്റിൽപ്പെട്ട വയ്ക്കോൽ തുണ്ടുകളായിരുന്നില്ല; അവയെല്ലാം ആസന്നമായ കൊടുങ്കാറ്റിന്റെ ആദ്യ ആരവങ്ങളായിരുന്നു.... 1847 ൽ ശബ്ദം ഉച്ചത്തിലും അരികെയുമായിരുന്നു. 1848 ൽ ഉഗ്രസ്ഫോടനം നടന്നു.

(Eric Hobsbawm, *The Age of Revolution 1789-1848*, Page 368, 370)

യൂറോപ്പാകെ പുകഞ്ഞുകൊണ്ടിരുന്ന ഒരഗ്നിപർവ്വതത്തിന്റെ അവസ്ഥയിലായിരുന്നു, 1848. സ്വിറ്റ്സർലണ്ടിൽ നിന്നായിരുന്നു വിപ്ലവത്തിന്റെ ആദ്യസൂചനകൾ വന്നത്. അതു പിന്നീട് ഇറ്റലിയിലേക്കും ബെൽജിയത്തിലേക്കും ജർമ്മനിയിലേക്കും ഫ്രാൻസിലേക്കും പടർന്നുപിടിക്കുകയായിരുന്നു. 1848 ഫെബ്രുവരി വിപ്ലവത്തിനു തൊട്ടുമുൻപായിട്ടാണ്, ഏതാനും ദിവസങ്ങൾക്കു മുൻപ് മാത്രമാണ് *കമ്യൂണിസ്റ്റ് മാനിഫെസ്റ്റോ* പുറത്തിറങ്ങിയത്. കമ്യൂണിസ്റ്റ് ലീഗിന്റെ സംഘടനാ സംവിധാനം പൂർണ്ണമായും നിലവിൽവന്നതുതന്നെ 1847 നവംബറോടു കൂടിയുമാണ്. പാരീസിലും ലണ്ടനിലും ബ്രസൽസിലുമായി പ്രവർത്തിച്ചിരുന്ന കമ്യൂണിസ്റ്റ് ലീഗിന് 1848 ഫെബ്രുവരിയിൽ ജർമ്മനിയിൽ ഏതാനും ചില ചെറിയ ഗ്രൂപ്പുകൾ മാത്രമാണുണ്ടായിരുന്നത്.

ഫ്രാൻസിൽ 1848 ഫെബ്രുവരി 24 നാണ് വിപ്ലവം ആളിക്കത്തിയത്. രാജവാഴ്ച അട്ടിമറിക്കപ്പെടുകയും റിപ്പബ്ലിക് സ്ഥാപിക്കപ്പെടുകയുമുണ്ടായി; ഒരു താല്ക്കാലിക ഗവൺമെന്റും നിലവിൽ വന്നു. ഫ്രാൻസിൽ നിന്ന് ജർമ്മനിയിലേക്കും കലാപം പടർന്നു. മാർച്ച് മൂന്നിനു റൈൻ പ്രവിശ്യയിലെ പ്രധാന നഗരമായ കൊളോണിൽ ജനകീയ കലാപം ആരംഭിച്ചു. പ്രഷ്യൻ രാജാവിന് ഒരു പരാതി നല്കാൻ ജനക്കൂട്ടം നഗരഭരണാധികാരികളെ നിർബ്ബന്ധിതരാക്കി. ചില വിട്ടുവീഴ്ചകൾക്ക് രാജാവ് നിർബ്ബന്ധിതനുമായി. കൊളോണിലെ തൊഴിലാളികൾക്കും ഇതര ദരിദ്ര ജനവിഭാഗങ്ങൾക്കും പ്രിയങ്കരനായിരുന്ന ഗോത്സ്ചാക്ക് എന്ന ഒരു ഡോക്ടറും അഗസ്ത് വില്ലിച്ച് എന്ന മുൻ ഉദ്യോഗസ്ഥനുമായിരുന്നു ഈ കൊളോൺ കലാപത്തിനു നേതൃത്വം നല്കിയത്. മാർച്ച് 13 നു വിയന്നയിലും 18 നു ബെർലിനിലും കലാപം പൊട്ടിപ്പുറപ്പെട്ടു.

ജർമ്മനിയിൽ കലാപം പടർന്നുപിടിച്ചുകൊണ്ടിരുന്ന ഈ സന്ദർഭത്തിൽ മാർക്സ് ബെൽജിയത്തിന്റെ തലസ്ഥാനമായ ബ്രസൽസിലായിരുന്നു. ബെൽജിയത്തിലെ ഗവൺമെന്റ് ഇതിനോടകം പ്രവാസികളെയെല്ലാം ആ രാജ്യത്തുനിന്നു പുറത്താക്കാൻ നടപടി തുടങ്ങിയിരുന്നു. മാർക്സും അറസ്റ്റ് ചെയ്യപ്പെട്ടു; ഏതാനും മണിക്കൂറുകൾക്കുള്ളിൽ അദ്ദേഹം ബെൽജിയത്തിൽനിന്നു പുറത്താക്കപ്പെട്ടു. അദ്ദേഹം പാരീസിലേക്ക് പോയി. ഫ്രാൻസിൽ ഇതിനകം, 1848 ഫെബ്രുവരി 24 നു രാജവാഴ്ച അവസാനിപ്പിച്ച് വിപ്ലവകാരികൾ താല്ക്കാലിക ഗവൺമെന്റ് സ്ഥാപിച്ചു കഴിഞ്ഞിരുന്നു. ആ താല്ക്കാലിക ഗവൺമെന്റിലെ പ്രമുഖരിലൊരാളായ ഫെർഡിനാൻഡ് ഫ്ളോക്കൺ (അദ്ദേഹം ഒരു പ്രമുഖ ഫ്രഞ്ച് പത്രത്തിന്റെ എഡിറ്ററുമായിരുന്നു) ഫ്രാൻസിലേക്ക് മാർക്സിനെ സ്നേഹാദരപൂർവ്വം ക്ഷണിച്ചതിനെത്തുടർന്നാണ് അദ്ദേഹം പാരീസിൽ വീണ്ടും എത്തിയത്.

1848 ഫെബ്രുവരിയിൽ യൂറോപ്പിൽ വിപ്ലവം പൊട്ടിപ്പുറപ്പെട്ടതിനെത്തുടർന്ന് കമ്യൂണിസ്റ്റ് ലീഗിന്റെ ലണ്ടൻ കമ്മിറ്റി തങ്ങളിൽ നിക്ഷിപ്തമാക്കപ്പെട്ടിരുന്ന നേതൃത്വപരമായ അധികാരം, വിപ്ലവമുഖത്ത് നിന്നിരുന്നതും മാർക്സ് നേതൃത്വം വഹിച്ചിരുന്നതുമായ ബ്രസൽസ് കമ്മിറ്റിക്ക്

കൈമാറി; മാർക്സ് പാരീസിലേക്ക് താമസം മാറ്റിയതിനെത്തുടർന്നും വിപ്ലവ വേലിയേറ്റം ശക്തിപ്പെട്ടതിന്റെ പശ്ചാത്തലത്തിലും തങ്ങളിലെത്തിയ അധികാരം ബ്രസ്സൽസ് കമ്മിറ്റി മാർക്സിനു കൈമാറി.

പാരീസിൽ കുടിയേറിയിരുന്ന അസംഖ്യം ജർമ്മൻ തൊഴിലാളികൾക്കിടയിൽ നിരവധി അഭിപ്രായഭിന്നതകൾ ഉടലെടുക്കുകയും പല ഗ്രൂപ്പുകളായി സംഘം ചേരുകയുമുണ്ടായി. ഈ ഗ്രൂപ്പുകളിൽ ഒന്നിന്റെ നേതാവ് റഷ്യക്കാരനായ മിഖായേൽ ബക്കുനിനായിരുന്നു (1814–1876). അദ്ദേഹം ജർമ്മൻ കവിയായിരുന്ന ജോർജ് ഹെർവേഗുമായി (1817–1875) ചേർന്ന് ഒരു സായുധസേന രൂപീകരിച്ച് ജർമ്മനിയെ ആക്രമിക്കാൻ തീരുമാനിച്ചു. വിനാശകരമായ ഈ നീക്കത്തിൽനിന്നും അവരെ പിന്തിരിപ്പിക്കാൻ മാർക്സ് ശ്രമിച്ചു. അവർ ഓരോരുത്തരായി ജർമ്മേനിയിലേക്ക് പോകണമെന്നും അവിടെ വിപ്ലവ പ്രവർത്തനങ്ങളിൽ ഏർപ്പെടണമെന്നുമാണ് മാർക്സ് നിർദ്ദേശിച്ചത്. എന്നാൽ ബക്കുനിനും ഹെർവേഗും അത് ചെവിക്കൊള്ളാൻ തയ്യാറാകാതെ തങ്ങളുടെ പരിപാടിയിൽ ഉറച്ചുനിന്നു. ഹെർവേഗ് വിപ്ലവകാരികളായ ഒരു സംഘത്തെ അണിനിരത്തി ജർമ്മൻ അതിർത്തിയിലേക്ക് പട നയിച്ചു; അവിടെ അവർ അമ്പേ പരാജയപ്പെട്ടു. എന്നാൽ മാർക്സാകട്ടെ എംഗൽസ് ഉൾപ്പെടെ മറ്റു ചില സഖാക്കൾക്കൊപ്പം ജർമ്മനിയിലേക്ക് കടക്കുകയും അവിടെ പല സ്ഥലങ്ങളിൽ കേന്ദ്രീകരിച്ച് വിപ്ലവ പ്രവർത്തനത്തിൽ ഏർപ്പെടുകയും ചെയ്തു. മാർക്സും എംഗൽസും തങ്ങളുടെ ജന്മദേശമായ റൈൻലാൻഡിലേക്കാണ് പോയത്.

ജർമ്മനിയിൽ കമ്യൂണിസ്റ്റ് ലീഗിനു കുറെയേറെ അനുഭാവികളും ചുരുക്കം ചില ചെറിയ ഗ്രൂപ്പുകളും ഉണ്ടായിരുന്നുവെന്നല്ലാതെ ശരിയായ സംഘടനാ സംവിധാനം ഉണ്ടായിരുന്നില്ല. ഈ പശ്ചാത്തലവും മാർക്സും എംഗൽസും റൈൻലാൻഡിൽ കേന്ദ്രീകരിക്കാൻ കാരണമായി. തങ്ങളുടെ ജന്മദേശം എന്നതിലുപരി വ്യാവസായികമായി ജർമ്മനിയിലെ ഏറ്റവും വികസിതമായ പ്രദേശമാണ് റൈൻലാൻഡ് എന്നതും ഫ്രഞ്ച് വിപ്ലവത്തിന്റെ പാരമ്പര്യവും സ്വാധീനവും ഉണ്ടായിരുന്ന പ്രദേശവും കൂടിയാണതെന്നതും അതിനു കാരണമായി. വ്യാവസായികമായി വികസിതമായ പ്രദേശമെന്ന നിലയിൽ ഗണ്യമായ തൊഴിലാളിവർഗ്ഗ സാന്നിദ്ധ്യംകൊണ്ടും റൈൻലാൻഡ് ശ്രദ്ധേയമായിരുന്നു. അതുകൊണ്ട് അവിടെ തങ്ങൾക്ക് കൂടുതൽ പ്രവർത്തന സൗകര്യം ഉണ്ടാകും എന്നും പ്രചാരണ - പ്രക്ഷോഭങ്ങൾക്ക് എളുപ്പം കാറ്റുപിടിപ്പിക്കാനാകും എന്നും അവർ കണക്കുകൂട്ടി.

റൈൻലാൻഡിലെ വ്യാവസായിക മേഖല കൊളോൺ മാത്രമായിരുന്നില്ല. എന്നാൽ ഭരണപരമായും മറ്റും റൈൻലാൻഡിന്റെ കേന്ദ്രമായിരുന്നു കൊളോൺ എന്ന പ്രത്യേകതയുമുണ്ട്. റൈൻലാൻഡിൽ അക്കാലത്ത് ഏറ്റവും കൂടുതൽ ജനസാന്ദ്രതയുള്ള പ്രദേശവും കൊളോണായിരുന്നു. മാർക്സിന്റെ പത്രപ്രവർത്തന ജീവിതം ആരംഭിച്ചതും കൊളോണിലായിരുന്നല്ലോ. വ്യാവസായികമായി വികസിതമായ കൊളോൺ കേന്ദ്രീകരിച്ച് പ്രവർത്തിച്ചാൽ ജർമ്മനിയുടെ എല്ലാ മേഖലകളുമായും

ബന്ധം സ്ഥാപിക്കാനാകും എന്ന പ്രത്യേകതയും മാർക്സും എംഗൽസും കണ്ടു. ശക്തമായ ഒരു പത്രം തുടങ്ങുന്നതിനും ഏറ്റവും അനുയോജ്യമായ സ്ഥലം കൊളോൺ തന്നെയെന്ന് മുൻ അനുഭവത്തിന്റെ കൂടി അടിസ്ഥാനത്തിൽ മാർക്സ് വിലയിരുത്തി.

ജനാധിപത്യവാദികളായ ബൂർഷ്വാ വിഭാഗങ്ങൾ ഒരു പത്രം പ്രസിദ്ധീകരിക്കുന്നതിനുള്ള അണിയറ പ്രവർത്തനങ്ങൾ നടത്തിക്കൊണ്ടിരിക്കുകയായിരുന്നു. അതിന്റെ കടിഞ്ഞാൺ ഏറ്റെടുക്കുവാൻ മാർക്സിനും എംഗൽസിനും കഴിഞ്ഞു. എന്നാൽ ജനാധിപത്യത്തിന്റെ മുഖപത്രം ആയിരുന്നു അത് എന്നാണ് എംഗൽസ് പില്ക്കാലത്ത് വിശേഷിപ്പിച്ചത്. ജർമ്മനിയിൽ അന്ന് തൊഴിലാളിവർഗ്ഗത്തിന്റേതായ ഒരു സംഘടന - കമ്യൂണിസ്റ്റ് പാർട്ടി - നിലവിലുണ്ടായിരുന്നില്ല എന്നതിനാൽ രണ്ടു മാർഗ്ഗങ്ങളേ മാർക്സിനും എംഗൽസിനും മുന്നിലുണ്ടായിരുന്നുള്ളൂ. ഒന്നുകിൽ അടിയന്തരമായും ഒരു കമ്യൂണിസ്റ്റു പാർട്ടിക്കു രൂപം നല്കുക അല്ലെങ്കിൽ നിലവിലുള്ളതും തങ്ങൾക്ക് ഇടപെടാൻ കഴിയുന്നതുമായ ജനാധിപത്യ സംഘടനകളെ ഉപയോഗപ്പെടുത്തുക. ഇതിൽ രണ്ടാമത്തെ മാർഗ്ഗമാണ് മാർക്സും എംഗൽസും തെരഞ്ഞെടുത്തത്. അതിന്റെ ഭാഗമായി ചിന്നിച്ചിതറി കാര്യമായ പരസ്പര ബന്ധമില്ലാതെ പ്രവർത്തിച്ചിരുന്ന ജനാധിപത്യ സംഘടനകളെ കൂട്ടി യോജിപ്പിക്കുകയും അതിനുള്ളിൽ നിന്ന് വിമർശനത്തിലൂടെയും പ്രചരണത്തിലൂടെയും അതിനെ പുനഃസംഘടിപ്പിക്കുകയും മുൻപൊരിക്കലും ജനാധിപത്യ സംഘടനകളിൽ പ്രവർത്തിച്ചിട്ടില്ലാത്ത തൊഴിലാളിവിഭാഗങ്ങളെ അതിലേക്ക് ആകർഷിക്കുകയും ചെയ്യുക എന്നതായിരുന്നു മാർക്സിന്റെ കാഴ്ചപ്പാട്.

കൊളോണിൽ അക്കാലത്ത്, 1848 മാർച്ച് 3നുശേഷം തിരക്കിട്ട് സംഘടിപ്പിക്കപ്പെട്ട വർക്കിങ് മെൻസ് യൂണിയൻ ഓഫ് കൊളോൺ എന്നൊരു സംഘടന നിലവിലുണ്ടായിരുന്നു. ഗോത്സ്ചാക്കും വില്ലിച്ചുമായിരുന്നു ഇത് സംഘടിപ്പിച്ചത്. ഗോത്സ്ചാക്ക് പക്ഷേ, കമ്യൂണിസ്റ്റായിരുന്നില്ല, വൈറ്റ്ലിങ് പക്ഷക്കാരനായിരുന്നു. അധിക്ഷേപിക്കപ്പെടാനാകാത്ത, എന്നാൽ വൈകാരികമായി പ്രതികരിക്കുന്ന വിപ്ലവകാരിയായിരുന്നു അദ്ദേഹം. കൃത്യമായ ഒരു പ്രത്യയശാസ്ത്രത്തിന്റെയോ പരിപാടിയുടെയോ പിൻബലം ഉണ്ടായിരുന്നില്ലെങ്കിലും ഗോത്സ്ചാക്ക് ജനങ്ങൾ എന്ന പൊതുസംവർഗ്ഗത്തെയും തൊഴിലാളിവർഗ്ഗം എന്ന സവിശേഷ സംവർഗ്ഗത്തെയും വേറിട്ടു കണ്ടിരുന്നു. അദ്ദേഹവും വില്ലിച്ചും ചേർന്ന് രൂപീകരിച്ച സംഘടനയ്ക്ക് (വർക്കിങ് മെൻസ് യൂണിയൻ ഓഫ് കൊളോൺ) ആ നഗരത്തിലെ തൊഴിലാളികളുടെയാകെ പിന്തുണ നേടിയെടുക്കാനും കഴിഞ്ഞു. ഈ സംഘടനയും മാർക്സും എംഗൽസും ഉൾപ്പെടുന്ന സംഘടനയും തമ്മിൽ അതിവേഗം അഭിപ്രായ സംഘർഷത്തിലായി.

എന്നാൽ ഈ തൊഴിലാളിസംഘടനയ്ക്കുള്ളിൽ തന്നെ വ്യത്യസ്ത ചിന്താഗതിക്കാരുണ്ടായിരുന്നു. ജോസഫ്മോളും കാറൽഷാപ്പറും വർക്കിങ് മെൻസ് യൂണിയനിലെ അംഗങ്ങളായിരുന്നെങ്കിലും മാർക്സുമായും എംഗൽസുമായും അടുത്ത ബന്ധം പുലർത്തിയിരുന്നു. അങ്ങനെ ആ സംഘ

ടനയ്ക്കുള്ളിൽ തന്നെ രണ്ടു ശക്തമായ ചേരികൾ രൂപംകൊണ്ടു. അതേസമയം തന്നെ മാർക്സും എംഗൽസും മറ്റു ചില സുഹൃത്തുക്കളും അംഗങ്ങളായ ഡെമോക്രാറ്റിക് സൊസൈറ്റിയും നിലനിന്നിരുന്നു. ഇവയിലെല്ലാം തന്നെ മാർക്സിന്റെ ആസൂത്രണം കാണാമായിരുന്നു.

1848 ജൂൺ ഒന്നിന് മാർക്സിന്റെ പത്രാധിപത്യത്തിൽ *ന്യൂ റൈനിഷെ സൈത്തുങ്* എന്ന പ്രസിദ്ധീകരണം പുറത്തിറങ്ങി. ഈ പ്രസിദ്ധീകരണത്തെ കമ്യൂണിസ്റ്റ് ലീഗിന്റെ കേന്ദ്ര മുഖപത്രമാക്കി മാറ്റാമെന്ന പ്രതീക്ഷയാണ് മാർക്സിനും എംഗൽസിനും ഉണ്ടായിരുന്നത്. ഭാവിയിൽ രൂപംകൊള്ളുന്ന കമ്യൂണിസ്റ്റ് സംഘടനകളെല്ലാം മുഖപത്രമെന്ന ഈ അച്ചുതണ്ടിനെ ചുറ്റിപ്പറ്റിയായിരിക്കണം പ്രവർത്തിക്കേണ്ടത് എന്നും അവർ ചിന്തിച്ചു. ''ജനാധിപത്യത്തിന്റെ മുഖപത്രം'' എന്നാണ് *ന്യൂ റൈനിഷെ സൈത്തുങ്ങിനു* നല്കിയിരുന്ന ഉപശീർഷകം. വിപ്ലവകാരികൾക്ക് പ്രത്യയശാസ്ത്രപരമായ ദിശാബോധം നല്കുന്നതിൽ യൂറോപ്യൻ വിപ്ലവകാലത്തുടനീളം *ന്യൂ റൈനിഷെ സൈത്തുങ്* നിർണ്ണായകമായ പങ്കു വഹിച്ചിരുന്നു.

നാം മനസ്സിലാക്കേണ്ട ഒരു വസ്തുത, മാർക്സും എംഗൽസും ഡെമോക്രാറ്റിക് സൊസൈറ്റി എന്ന പ്രസ്ഥാനത്തിൽ ചേർന്നു പ്രവർത്തിച്ചത് കേവല ജനാധിപത്യവാദികൾ എന്ന നിലയിലായിരുന്നില്ല എന്നതാണ്; ജനാധിപത്യ പ്രസ്ഥാനത്തിനുള്ളിൽ തീവ്ര ഇടതുപക്ഷമായാണ്, കമ്യൂണിസ്റ്റുകാരായാണ് അവർ പ്രവർത്തിച്ചത്. ജനാധിപത്യവാദികൾ എന്ന് വിശേഷിപ്പിക്കപ്പെട്ടിരുന്ന വിഭാഗത്തിന്റെ നിലപാടുകളിലെ പിശകുകൾ ചൂണ്ടിക്കാണിക്കാനും വിമർശിക്കാനും അവർ അല്പവും മടികാണിച്ചിരുന്നുമില്ല. *ന്യൂ റൈനിഷെ സൈത്തുങ്ങിന്റെ* ആദ്യ മുഖപ്രസംഗത്തിൽതന്നെ ജനാധിപത്യവാദികൾ എന്നു വിളിക്കപ്പെടുന്നവരെ മാർക്സ് അതിരൂക്ഷമായി വിമർശിച്ചിരുന്നു. 1848 ജൂണിൽ ഫ്രഞ്ച് താല്ക്കാലിക ഗവൺമെന്റിലെ യുദ്ധകാര്യമന്ത്രി ജനറൽ ലൂയി കാവായ്ഗ്നാക് (1802–1857) ബൂർഷ്വാ പാർട്ടികളുടെ പിന്തുണയോടെ തൊഴിലാളിവർഗ്ഗത്തിന്റെ വിപ്ലവമുന്നേറ്റത്തെ അടിച്ചമർത്തിയതിനെ, ആയിരക്കണക്കിനു തൊഴിലാളികളെ കൂട്ടക്കശാപ്പ് നടത്തിയതിനെ ശക്തമായി വിമർശിക്കുന്ന, താല്ക്കാലിക ഗവൺമെന്റിലെ ബൂർഷ്വാ ജനാധിപത്യവാദികളുടെ തനിനിറം വർഗ്ഗപരമായി തുറന്നുകാണിക്കുന്ന ഒരു ലേഖനം മാർക്സ് *ന്യൂ റൈനിഷെ സൈത്തുങ്ങിൽ* പ്രസിദ്ധീകരിക്കുകയുമുണ്ടായി. ''ഫ്രഞ്ച് രാഷ്ട്രം രണ്ടായി - ഉടമകളുടെ രാഷ്ട്രവും തൊഴിലാളികളുടെ രാഷ്ട്രവുമായി - വേർപിരിഞ്ഞിരിക്കുകയാണ്'' എന്ന് മാർക്സ് ആ ലേഖനത്തിൽ അടിവരയിട്ട് വ്യക്തമാക്കി.

1848 ജൂൺ 28 ന് പ്രസിദ്ധീകരിച്ച ഈ ലേഖനത്തിൽ മാർക്സ് താൻ വെറുമൊരു ജനാധിപത്യവാദിയല്ല, അടിയുറച്ച കമ്യൂണിസ്റ്റുകാരനാണ്, വിപ്ലവകാരികളായ തൊഴിലാളിവർഗ്ഗത്തിനൊപ്പമാണ് എന്ന് വ്യക്തമാക്കുകയായിരുന്നു. ഇതോടെ പത്രത്തിനു ജനാധിപത്യവാദികളായ ബൂർഷ്വാസിയിൽനിന്നും ലഭിച്ചിരുന്ന സാമ്പത്തിക സഹായം നിലച്ചു. കാരണം,

യഥാർത്ഥത്തിലത് ജർമ്മൻ തൊഴിലാളിവർഗ്ഗത്തിന്റെ മുഖപത്രമായി മാറിക്കഴിഞ്ഞിരുന്നു. *ന്യൂ റൈനിഷെ സൈത്തുങ്* എന്ന ഈ പത്രം യൂറോപ്യൻ വിപ്ലവത്തിന്റെ ആ കാലഘട്ടത്തിൽ വിപ്ലവകാരികൾക്ക് പ്രത്യയശാസ്ത്രപരമായ മാർഗ്ഗദർശനം നല്കുന്നതിൽ നിർണ്ണായകമായ പങ്കു വഹിക്കുകയുണ്ടായി.

മാർക്സും എംഗൽസും കൊളോൺ കേന്ദ്രീകരിച്ച് പ്രവർത്തിച്ചപ്പോൾ കമ്യൂണിസ്റ്റു ലീഗിലെ മറ്റംഗങ്ങൾ ജർമ്മനിയുടെ വിവിധ ഭാഗങ്ങളിൽ പ്രവർത്തനം തുടരുകയായിരുന്നു. എന്നാൽ സ്റ്റെഫാൻ ബോൺ എന്ന ഒരു തൊഴിലാളി, കമ്യൂണിസ്റ്റ് ലീഗ് അംഗം, വ്യത്യസ്തമായ ഒരു പ്രവർത്തനമാണ് നടത്തിയത്. ബെർലിനിലെ തൊഴിലാളിവർഗ്ഗ കേന്ദ്രത്തിൽ പ്രവർത്തനം കേന്ദ്രീകരിച്ച ബോൺ *The Brotherhood of Workers* എന്ന ഒരു പ്രസിദ്ധീകരണം ആരംഭിക്കുകയും വിവിധ വിഭാഗം തൊഴിലാളികൾക്കിടയിൽ പ്രചാരണ പ്രക്ഷോഭങ്ങൾ സംഘടിപ്പിക്കുകയുമുണ്ടായി. തൊഴിലാളികളുടേതായ രാഷ്ട്രീയ പാർട്ടി സംഘടിപ്പിക്കുന്നതിനല്ല അദ്ദേഹം ഊന്നൽ നല്കിയത്. തൊഴിലാളികളുടെ സാമ്പത്തിക താല്പര്യങ്ങൾ സംരക്ഷിക്കുന്നതിനുള്ള യൂണിയനുകളും മറ്റും സംഘടിപ്പിക്കുന്നതിൽ മാത്രമാണ് ബോൺ താല്പര്യപ്പെട്ടത്. ബെർലിനിൽനിന്ന് ഈ പ്രസ്ഥാനത്തെ മറ്റു പ്രദേശങ്ങളിലേക്കും വ്യാപിപ്പിക്കാനും തുടങ്ങി.

എന്നാൽ ബോണിന്റെയും അദ്ദേഹത്തിന്റെ സംഘടനയുടെയും മൗലികമായ പോരായ്മ തൊഴിലാളികളുടെ സാമ്പത്തികാവശ്യങ്ങൾ മാത്രം ഉന്നയിക്കുകയും മറ്റാവശ്യങ്ങളെ അവഗണിക്കുകയും ചെയ്തുവെന്നതാണ്. ഇങ്ങനെ ഒരു വശത്ത് ജർമ്മനിയിലാകെ സാമ്പത്തികാവശ്യങ്ങൾ മാത്രമുയർത്തി തൊഴിലാളികളെ സംഘടിപ്പിച്ചുകൊണ്ടിരുന്നപ്പോൾ മറുവശത്ത് മാർക്സിന്റെ നേതൃത്വത്തിൽ ജർമ്മനിയുടെ തെക്കൻ ഭാഗങ്ങളിൽ ജനാധിപത്യശക്തികളെ പുനഃസംഘടിപ്പിക്കാനും കൂടുതൽ ജനാധിപത്യപരമായ ഒരു പാർട്ടിയുടെ ന്യൂക്ലിയസായി തൊഴിലാളിവർഗ്ഗത്തെ മാറ്റാനും ശ്രമിക്കുകയായിരുന്നു.

നിലനിന്നിരുന്ന വ്യവസ്ഥയ്ക്കെതിരായി യൂറോപ്പിൽ ഉയർന്നുവന്ന ഓരോ വിപ്ലവ പ്രസ്ഥാനത്തിനും മാർക്സും എംഗൽസും പിന്തുണ നല്കിയത് കൃത്യമായും *കമ്യൂണിസ്റ്റു മാനിഫെസ്റ്റോ*യിൽ അവർ മുന്നോട്ടുവച്ചിരുന്ന അടിസ്ഥാനതത്ത്വങ്ങളെ ആധാരമാക്കിയായിരുന്നു. എന്നാൽ യൂറോപ്പിനാകെ ബാധകമായ ഒരു വാർപ്പു മാതൃകയല്ല അവർ മുന്നോട്ടുവച്ചത്. *കമ്യൂണിസ്റ്റു മാനിഫെസ്റ്റോ*യിലെ 10 ഇന പരിപാടിയിൽ തന്നെ ഓരോ രാജ്യത്തെ സംബന്ധിച്ചിടത്തോളവും വ്യത്യസ്തമായ, അതാതിടങ്ങളിലെ സാഹചര്യങ്ങൾക്കനുസരിച്ചുള്ള ഗതിക്രമമാണ് പിന്തുടരേണ്ടതെന്ന് അടിവരയിട്ട് വ്യക്തമാക്കുന്നുണ്ട്. *ന്യൂ റൈനിഷെ സൈത്തുങ്ങിൽ* തുടക്കത്തിൽ എഴുതിയ ലേഖനങ്ങളിൽ മാർക്സ് തൊഴിലാളി പ്രശ്നങ്ങൾ ഉയർത്തുന്നതിലുപരിയായി ബൂർഷ്വാസിയുടെയും ബ്യൂറോക്രസിയുടെയും സ്ഥിരതയില്ലാത്ത നിലപാടുകളെ തുറന്നു കാണി

ക്കുന്നതിലായിരുന്നു പ്രധാനമായും ശ്രദ്ധ ചെലുത്തിയത്.

എന്നാൽ 1848 അവസാനമായപ്പോൾ സാഹചര്യങ്ങൾ മാറി. പാരീസ് തൊഴിലാളിവർഗ്ഗത്തിന്റെ ജൂണിലെ പരാജയത്തെത്തുടർന്ന് കരുത്താർജ്ജിച്ചു കഴിഞ്ഞ പിന്തിരിപ്പൻ ശക്തികൾ ഒക്ടോബറോടുകൂടി കൂടുതൽ ആക്രമണോത്സുകരായി. ബൂർഷ്വാസിയിലെ പുരോഗമന വിഭാഗങ്ങൾ മാത്രമല്ല പെറ്റി ബൂർഷ്വാ വിഭാഗങ്ങൾ ഉൾപ്പെടെ ഈ പ്രതിലോമ ശക്തികൾക്കൊപ്പമാണെന്നു കണ്ട മാർക്സും എംഗൽസും അടവുപരമായ സമീപനത്തിൽ മാറ്റം വരുത്തി. ജനാധിപത്യ സംഘടനകളുമായുള്ള ബന്ധം വിച്ഛേദിക്കാതെ തന്നെ, ബൂർഷ്വാ ജനാധിപത്യവാദികളുടെ പിന്തുണ നിരസിക്കാതെ തന്നെ, മാർക്സ് തന്റെ പ്രവർത്തനത്തിന്റെ കേന്ദ്രബിന്ദു തൊഴിലാളിവർഗ്ഗത്തിനിടയിലേക്ക് മാറ്റി. ജോസഫ് മോളിനും കാറൽ ഷാപ്പറിനുമൊപ്പം മാർക്സും എംഗൽസും കൊളോൺ വർക്കിങ് മെൻസ് യൂണിയനിൽ തങ്ങളുടെ പ്രവർത്തനം കേന്ദ്രീകരിച്ചു; ഈ വർക്കിങ്മെൻസ് യൂണിയന് ജനാധിപത്യ സൊസൈറ്റികളുടെ ജില്ലാ കമ്മിറ്റിയിൽ പ്രാതിനിദ്ധ്യവുമുണ്ടായിരുന്നു എന്നും കാണണം. ഗോത്സ്ചാക്കിന്റെ അറസ്റ്റിനെത്തുടർന്ന് വർക്കിങ്മെൻസ് യൂണിയന്റെ ചെയർമാനായി ജോസഫ് മോൾ തെരഞ്ഞെടുക്കപ്പെട്ടത് കാണിക്കുന്നത് അതിനുള്ളിൽ കമ്മ്യൂണിസ്റ്റുകാരുടെ ശക്തി വർദ്ധിച്ചതായാണ്.

മോൾ കൊളോൺ വിട്ടുപോകാൻ നിർബ്ബന്ധിതനായപ്പോൾ മാർക്സാണ് (അദ്ദേഹം ആ പദവി ഏറ്റെടുക്കാൻ ആവർത്തിച്ച് വിസമ്മതിച്ചിട്ടും) ചെയർമാനായി തിരഞ്ഞെടുക്കപ്പെട്ടത്. എന്നാൽ പുതിയ പാർലമെന്റിലേക്കുള്ള തിരഞ്ഞെടുപ്പിന്റെ ഘട്ടമായപ്പോൾ സംഘടനയ്ക്കുള്ളിലെ അഭിപ്രായഭിന്നത രൂക്ഷമായി. തൊഴിലാളികൾക്ക് സ്വന്തം പ്രതിനിധികളെ തിരഞ്ഞെടുക്കാൻ സാദ്ധ്യത ഇല്ലാത്ത സ്ഥലങ്ങളിൽ അവർ ജനാധിപത്യവാദികൾക്ക് വോട്ടു ചെയ്യണം എന്ന് മാർക്സും കൂട്ടരും ഉറച്ച നിലപാടെടുത്തപ്പോൾ ന്യൂനപക്ഷം (ഗോത്സ്ചാക്കിന്റെ അനുയായികൾ) ഈ നിലപാടിനെതിരായിരുന്നു.

അഭിപ്രായ വ്യത്യാസങ്ങൾ അപരിഹാര്യമായവിധം രൂക്ഷമായതിനെത്തുടർന്ന് മാർക്സും അനുയായികളും ഡെമോക്രാറ്റിക് സൊസൈറ്റീസിന്റെ ജില്ലാ കമ്മിറ്റിയിൽനിന്നും രാജിവെച്ചു. ഡെമോക്രാറ്റിക് സൊസൈറ്റീസിലെ വർക്കിങ് മെൻസ് യൂണിയന്റെ പ്രതിനിധികളെയെല്ലാം പിൻവലിച്ചു. വർക്കിങ് മെൻസ് യൂണിയൻ കിഴക്കൻ ജർമ്മനിയിൽ പ്രവർത്തിച്ചിരുന്ന സ്റ്റെഫാൻ ബോണിന്റെ നേതൃത്വത്തിലുള്ള തൊഴിലാളി സംഘടനയുമായി സഹകരിച്ചു പ്രവർത്തിച്ചു തുടങ്ങി. മാർക്സും അനുയായികളും ഒരു തൊഴിലാളി പാർട്ടി രൂപീകരിക്കാനുള്ള തയ്യാറെടുപ്പിന്റെ ഭാഗമായി 1849 ജൂണിൽ ലീപ്സിഗിൽ തൊഴിലാളികളുടെ ഒരു മഹാസമ്മേളനം ചേരാനുള്ള പ്രവർത്തനങ്ങളിൽ മുഴുകിയിരിക്കവെയാണ് ദേശീയ അസംബ്ലി പിരിച്ചുവിടാൻ ഭരണാധികാരികളിൽനിന്നുള്ള തീരുമാനമുണ്ടായത്. വിപ്ലവമുന്നേറ്റത്തിന് ഇത് വലിയ തിരിച്ചടിയായി.

കമ്യൂണിസ്റ്റു ലീഗിന്റെ പതനം

പ്രഷ്യൻ ഗവൺമെന്റ് നിരന്തരം വേട്ടയാടിക്കൊണ്ടിരുന്നതിനോടുള്ള പ്രതിഷേധം പ്രകടിപ്പിച്ച് മാർക്സ് ബ്രസൽസിലായിരിക്കവെ പ്രഷ്യൻ പൗരത്വം ഉപേക്ഷിച്ചു. പകരം മറ്റൊരു രാജ്യത്തിന്റെയും പൗരത്വം സ്വീകരിച്ചതുമില്ല. അന്നുമുതൽ അദ്ദേഹം അക്ഷരാർത്ഥത്തിൽ തന്നെ വിശ്വമാനവനായി മാറി. മാർക്സ് കൊളോണിൽ തിരിച്ചെത്തിയപ്പോൾ പ്രാദേശിക അധികൃതർ ബെർലിനിലെ പ്രഷ്യൻ ഗവൺമെന്റ് അംഗീകരിക്കുകയാണെങ്കിൽ റൈൻലാൻഡിലെ പൗരനായി അദ്ദേഹത്തെ സ്വീകരിക്കാം എന്നു സമ്മതിക്കുകയുണ്ടായി. എന്നാൽ പ്രഷ്യൻ ഗവൺമെന്റ് അദ്ദേഹത്തിന്റെ പൗരത്വം പുനഃസ്ഥാപിക്കാൻ വിസമ്മതിച്ചു. പ്രഷ്യൻ പൗരനെന്ന നിലയിലുള്ള അവകാശങ്ങൾ ലഭ്യമല്ലാതിരുന്നതുകൊണ്ട് മാർക്സ് 1848 ന്റെ രണ്ടാം പകുതിയോടെ പൊതുപരിപാടികളിൽ പങ്കെടുക്കുന്നതിൽനിന്നു വിട്ടുനിന്നു. വിപ്ലവ വേലിയേറ്റത്തിന്റെ ഘട്ടങ്ങളിൽ സാഹചര്യങ്ങൾ അനുകൂലമാകുമ്പോൾ പൊതുജനങ്ങൾക്കുമുന്നിൽ മാർക്സ് പ്രത്യക്ഷപ്പെട്ടു; പ്രതിവിപ്ലവത്തിന്റെ വേലിയേറ്റമാകുമ്പോൾ അദ്ദേഹം അപ്രത്യക്ഷനാകുമായിരുന്നു, എഴുത്തിൽ, പ്രത്യേകിച്ച് *ന്യൂ റൈനിഷെ സൈത്തുങ്ങി*ന്റെ പ്രവർത്തനങ്ങളിൽ ഒതുങ്ങും. ഇക്കാരണത്താൽ കൂടിയാണ് കൊളോൺ വർക്കിങ് മെൻസ് യൂണിയന്റെ അദ്ധ്യക്ഷനാകാൻ മാർക്സ് വിസമ്മതിച്ചത്.

അടവുപരമായ നിലപാടിൽ മാറ്റം വരുത്തിയതിനനുസരിച്ച് ന്യൂറൈനിഷെ സൈത്തുങ്ങിന്റെ നയത്തിലും മാറ്റമുണ്ടായി. ഇതിനെത്തുടർന്നാണ് *കൂലിവേലയും മൂലധനവും* എന്ന മാർക്സിന്റെ പ്രസിദ്ധ കൃതി ഇതിൽ പരമ്പരയായി പ്രസിദ്ധീകരിച്ചത്. അതിന്റെ ആമുഖമായി *ന്യൂ റൈനിഷെ സൈത്തുങ്ങിൽ* പ്രസിദ്ധീകരിച്ച നീണ്ട പ്രസ്താവനയിൽ മൂലധനവും

അദ്ധ്വാനവും തമ്മിലുള്ള വൈരുദ്ധ്യം ഇതേവരെ ചർച്ച ചെയ്യാതിരുന്ന കാര്യമാണെന്നും ഏറെ വൈകിയാണെങ്കിലും ഇത് ഇവിടെ ആരംഭിക്കുകയാണെന്നും മാർക്സ് വ്യക്തമാക്കി. 1849 ഫെബ്രുവരിയിലാണ് ഈ മാറ്റത്തിനു തുടക്കമിട്ടത്. മെയ് മാസമായപ്പോൾ ജർമ്മനിയിൽ പ്രതിവിപ്ലവം ആധിപത്യം സ്ഥാപിച്ചു തുടങ്ങി. ഭീകരമായ അടിച്ചമർത്തലിനാണ് തുടർന്ന് സാക്ഷ്യംവഹിച്ചത്. *ന്യൂ റൈനിഷെ സൈത്തുങ്ങി*നെതിരെ ഗവൺമെന്റ് നടപടിയെടുത്തതിനെത്തുടർന്ന് പ്രസിദ്ധമായ ചുവന്ന ലക്കത്തോടെ മെയ് 19 നു അതിന്റെ പ്രസിദ്ധീകരണം നിലച്ചു. ഈ അവസാനലക്കത്തിൽ ഫെർഡിനാൻഡ് ഫ്രൈലിഗ്രാത്തിന്റെ പ്രസിദ്ധമായ ഒരു കവിതയ്ക്കൊപ്പം തൊഴിലാളി വർഗ്ഗത്തോടുള്ള ഗവൺമെന്റിന്റെ പ്രകോപനങ്ങൾക്കെതിരെ ജാഗ്രത പുലർത്തണമെന്ന് അഭ്യർത്ഥിക്കുന്ന മാർക്സിന്റെ പ്രസ്താവനയും നല്കിയിരുന്നു.

ന്യൂ റൈനിഷെ സൈത്തുങ് പ്രസിദ്ധീകരണം നിർത്തിയതിനെ തുടർന്ന് മാർക്സ് റൈൻലാൻഡിൽനിന്നും ജർമ്മനിയിൽനിന്നുതന്നെയും പുറത്തു കടന്നു. എംഗൽസും ജോസഫ് മോളും വില്ലിച്ചും തെക്കൻ ജർമ്മനിയിലെ വിപ്ലവകാരികൾക്കൊപ്പം ചേർന്നു. നിരവധി ആഴ്ചകൾ നീണ്ട ധീരോദാത്തമായ ചെറുത്തുനില്പുപോരാട്ടമാണ് പ്രഷ്യൻ സൈന്യത്തിനെതിരെ വിപ്ലവകാരികൾ നടത്തിയത്. എന്നാൽ വേണ്ടത്ര സംഘാടനത്തിന്റെ അഭാവത്തിൽ സ്വിറ്റ്സർലണ്ടിലേക്ക് പിൻവാങ്ങാൻ അവർ നിർബ്ബന്ധിതരായി. *ന്യൂ റൈനിഷെ സൈത്തുങ്ങി*ലെ മറ്റു സ്റ്റാഫംഗങ്ങളും കൊളോണിലെ വർക്കിങ്മെൻസ് യൂണിയന്റെ പ്രവർത്തകരും പാരീസിലേക്ക് പിൻവാങ്ങി. എന്നാൽ പാരീസിലെ 1849 ജൂൺ 13 ന്റെ തൊഴിലാളി പ്രകടനം അടിച്ചമർത്തപ്പെട്ടതിനെത്തുടർന്ന് അവർക്ക് അവിടെയും തുടരാനാകാതെ വന്നു. 1850 ന്റെ ആദ്യമാസങ്ങളിൽ മാർക്സും എംഗൽസും ഉൾപ്പെടെ കമ്യൂണിസ്റ്റ് ലീഗിന്റെ നേതൃനിരയാകെ ലണ്ടനിലെത്തി. തിരിച്ചടി താല്കാലികമാണെന്നും കൂടുതൽ ശക്തമായ മുന്നേറ്റത്തിനു ഏറെ വൈകാതെ സാദ്ധ്യതയുണ്ടെന്നുംതന്നെ അപ്പോഴും മാർക്സും എംഗൽസും കരുതി. അതിനുള്ള തയ്യാറെടുപ്പിന്റെ ഭാഗമായി സൈലേഷ്യയിൽനിന്നും റൈൻലാൻഡിൽനിന്നും മറ്റും പുതുതായി എത്തിയവരെകൂടി ഉൾപ്പെടുത്തിക്കൊണ്ട് കമ്യൂണിസ്റ്റ് ലീഗ് പുനഃസംഘടിപ്പിക്കപ്പെട്ടു.

എന്നാൽ ഏറെ കഴിയുംമുൻപ് കമ്യൂണിസ്റ്റ് ലീഗിനുള്ളിൽ പുതിയ വിവാദങ്ങൾ ആരംഭിച്ചു. 1850 ന്റെ തുടക്കത്തിൽ കമ്യൂണിസ്റ്റ് ലീഗ് രണ്ട് സർക്കുലറുകൾ പുറപ്പെടുവിക്കുകയുണ്ടായി. ഇവയിൽ പ്രധാനമായും മുന്നോട്ടുവെച്ച ആശയം ബൂർഷ്വാ ലിബറലിസത്തെ നിശിതമായി വിമർശിക്കുന്നതിനൊപ്പം ജനാധിപത്യവാദികളായി അറിയപ്പെടുന്ന വിഭാഗങ്ങൾക്കെതിരെ ആക്രമണമഴിച്ചുവിടണമെന്നും ജനാധിപത്യ സംഘടനയല്ല, ഒരു തൊഴിലാളിവർഗ്ഗ പാർട്ടി കെട്ടിപ്പടുക്കുകയും ശക്തിപ്പെടുത്തുകയുമാണ് അടിയന്തര കടമയെന്നും ആ സർക്കുലറുകളിൽ വ്യക്തമാക്കിയി

രുന്നു.

നിലവിലുള്ള സാഹചര്യങ്ങളെ വിലയിരുത്തുന്ന കാര്യത്തിലാണ് അഭിപ്രായ വ്യത്യാസങ്ങൾ ഉയർന്നുവന്നത്. ഏതൊരു രാഷ്ട്രീയ വിപ്ലവത്തിനും സാമ്പത്തിക പ്രതിസന്ധിയുടേതായ ഒരു പശ്ചാത്തലമുണ്ടെന്ന് മാർക്സ് വ്യക്തമാക്കി. 1848 ലെ വിപ്ലവം 1847 ൽ കിഴക്കൻ മേഖല ഒഴികെയുള്ള യൂറോപ്പിനെയാകെ ബാധിച്ച സാമ്പത്തിക പ്രതിസന്ധിയുടെ ഫലമായിരുന്നു. ലണ്ടനിലിരുന്ന് ലോക വിപണിയുടെ അപ്പോഴത്തെ അവസ്ഥയെക്കുറിച്ച്, നിലവിലുള്ള സാമ്പത്തിക സ്ഥിതിഗതികളെക്കുറിച്ച് പഠിച്ച മാർക്സ് എത്തിച്ചേർന്ന നിഗമനം പുതിയൊരു വിപ്ലവ മുന്നേറ്റത്തിനു അനുയോജ്യമല്ല അപ്പോഴത്തെ സാഹചര്യം എന്നാണ്. വിപ്ലവകാരികളുടെ താല്പര്യക്കുറവോ അവർ മുൻകൈയെടുക്കാത്തതോ കൊണ്ടല്ല, ആത്മനിഷ്ഠ ഘടകത്തിന്റെ അഭാവം കൊണ്ടുമല്ല, മറിച്ച് വസ്തുനിഷ്ഠമായി ഒരു വിപ്ലവ സാഹചര്യം ഉരുവം കൊള്ളാത്തതുകൊണ്ടാണ് തങ്ങൾ പ്രതീക്ഷിച്ച, ആഗ്രഹിച്ച തരത്തിലുള്ള ഒരു വിപ്ലവ മുന്നേറ്റം ഉടനുണ്ടാകാത്തതെന്നും മാർക്സ് വ്യക്തമാക്കി.

നിലവിലുള്ള സാഹചര്യങ്ങളെ സംബന്ധിച്ച വിശദമായ ഈ വിശകലനത്തിന്റെ അടിസ്ഥാനത്തിൽ 1850 അവസാനം മാർക്സ് എത്തിച്ചേർന്ന നിഗമനം സാമ്പത്തികമായി ഇത്തരമൊരു അഭിവൃദ്ധിയുടെ കാലത്ത് വിപ്ലവത്തിലേക്ക് എടുത്തു ചാടുന്നത്, കലാപത്തിനു പ്രേരിപ്പിക്കുന്നത്, നിഷ്ഫലവും പരാജയം ക്ഷണിച്ചുവരുത്തലുമാണ് എന്നാണ്. യൂറോപ്യൻ മൂലധനത്തിന്റെ പുഷ്ക്കലകാലമാണ് നിലനില്ക്കുന്നത് എന്ന നിഗമനത്തിൽ മാർക്സ് എത്തിച്ചേർന്നത് ആസ്ത്രേലിയയിലും അമേരിക്കയിൽ കാലിഫോർണിയയിലും അതിഭീമമായ അളവിൽ സ്വർണ്ണ നിക്ഷേപം കണ്ടെത്തിയതിനെ തുടർന്ന് യൂറോപ്പിൽനിന്ന് 1848 ൽ തുടങ്ങിയ കുടിയേറ്റത്തിന്റെ പശ്ചാത്തലത്തിലാണ്. അങ്ങനെ സാമ്പത്തിക സ്ഥിതിയെക്കുറിച്ചുള്ള പഠനത്തിലൂടെയാണ് വിപ്ലവ വേലിയേറ്റം പിൻമടക്കത്തിലാണെന്നും വീണ്ടും മറ്റൊരു സാമ്പത്തിക പ്രതിസന്ധി ഉയർന്നുവരികയും കൂടുതൽ അനുകൂലമായ സാഹചര്യങ്ങൾ ഉണ്ടാവുകയും ചെയ്യുന്നതുവരെ വിപ്ലവ മുന്നേറ്റത്തിനു സാദ്ധ്യതയില്ലെന്നുമുള്ള നിഗമനത്തിൽ മാർക്സ് എത്തിച്ചേർന്നത്.

കമ്യൂണിസ്റ്റ് ലീഗിലെ ഒരു വിഭാഗം മാർക്സിന്റെ ഈ നിഗമനങ്ങളോട് യോജിച്ചില്ല. സാമ്പത്തിക ശാസ്ത്രത്തിലും സാമ്പത്തിക സ്ഥിതിയെക്കുറിച്ചുള്ള വിശകലനത്തിലും വേണ്ടത്ര അറിവില്ലാതിരുന്നവരും നിശ്ചയദാർഢ്യമുള്ള ഒരു കൂട്ടം വിപ്ലവകാരികൾക്ക് എപ്പോൾ വേണമെങ്കിലും വിപ്ലവ മുന്നേറ്റമുണ്ടാക്കാൻ കഴിയുമെന്ന് വിശ്വസിച്ചിരുന്നവരുമാണ് മാർക്സിന്റെ നിഗമനങ്ങളോട് വിയോജിച്ചത്. വില്ലിച്ചും ഷാപ്പറും കൊളോൺ വർക്കിങ്മെൻസ് യൂണിയന്റെ നിരവധി പ്രവർത്തകരും ഈ അഭിപ്രായക്കാരായിരുന്നു. പഴയ വൈറ്റ്ലിങ് പക്ഷക്കാരും മാർക്സിനെതിരെ ഈ വിഭാഗത്തിനൊപ്പം ചേർന്നു. ജർമ്മനിയിൽ ഉടൻ വിപ്ലവം ന

ടത്താൻ തയ്യാറെടുക്കണം എന്നായിരുന്നു അവരുടെ അഭിപ്രായം. ധീരരായ ഒരു സംഘം വിപ്ലവകാരികളും ആവശ്യത്തിനുവേണ്ട പണവും ഉണ്ടെങ്കിൽ വിപ്ലവം നടത്താം എന്നാണവർ വാദിച്ചത്. പണം സ്വരൂപിക്കാനുള്ള പ്രവർത്തനവും അവർ തുടങ്ങി. മാർക്സും എംഗൽസും അവരുടെ ചില ഉറ്റചങ്ങാതിമാരും ഈ പ്രവർത്തനങ്ങളിൽനിന്നു വിട്ടുനിന്നു. തങ്ങളുടെ നിലപാടുകൾക്കൊപ്പം നില്ക്കാതെ എതിർത്ത കാൾ മാർക്സിനെ വില്ലിച്ച് ദ്വന്ദ്വയുദ്ധത്തിനു വിളിക്കുന്ന അവസ്ഥപോലും ഉണ്ടായി എന്നാണ് ഓട്ടോറൂൾ പറയുന്നത്. (*Karl Marx: His life and Work.* Page 175). ഈ അഭിപ്രായ സംഘർഷങ്ങൾക്കൊടുവിൽ കമ്യൂണിസ്റ്റ് ലീഗ് മാർക്സ് - എംഗൽസ് വിഭാഗവും വില്ലിച്ച് - ഷാപ്പർ വിഭാഗവുമായി വേർപിരിഞ്ഞു. 1850 സെപ്തംബർ 15 നാണ് ഈ വേർപിരിയൽ നടന്നത്.

ലണ്ടനിൽ കമ്യൂണിസ്റ്റ് ലീഗ് രണ്ടായി പിരിഞ്ഞ അതേ സമയത്തു തന്നെയായിരുന്നു ജർമ്മനിയിൽ തന്നെ അപ്പോഴും തുടർന്നിരുന്ന കമ്യൂണിസ്റ്റ് ലീഗിലെ ഒരു വിഭാഗം ഭരണകൂടത്തിന്റെ പിടിയിൽപ്പെട്ടത്. ലണ്ടനിൽ സംഘടനയെ പുനഃസംഘടിപ്പിക്കുന്നതിനൊപ്പം ജർമ്മനിയിലും അതിനെ ശക്തിപ്പെടുത്താൻ മാർക്സ് ശ്രമിച്ചുവരികയായിരുന്നു. ജർമ്മനിയിലെ കമ്യൂണിസ്റ്റുകാരുമായി ശക്തമായ ബന്ധം സ്ഥാപിക്കുന്നതിനുവേണ്ടി മാർക്സ് ജർമ്മനിയിലേക്ക് പ്രതിനിധികളെ അയക്കുകയും ചെയ്തിരുന്നു. അവരിലൊരാൾ പ്രഷ്യൻ പൊലീസിന്റെ പിടിയിലായി. അയാളിൽനിന്ന് പിടിച്ചെടുത്ത രേഖകളിൽനിന്ന് ജർമ്മനിയിലെ പ്രധാന കമ്യൂണിസ്റ്റ് പ്രവർത്തകരുടെ പേരുകൾ പൊലീസിനു ലഭിച്ചു. പിന്നീട് നടന്നത് ജർമ്മനിയിലാകെ ഒരു കമ്യൂണിസ്റ്റ് വേട്ടയായിരുന്നു. നിരവധി പേർ ജയിലിലിലടയ്ക്കപ്പെട്ടു. കൊളോൺ കമ്യൂണിസ്റ്റു വിചാരണ എന്ന പേരിൽ അറിയപ്പെടുന്ന സംഭവം ഈ പശ്ചാത്തലത്തിലായിരുന്നു. നിരവധി കമ്യൂണിസ്റ്റുകാർക്ക് ദീർഘകാല തടവുശിക്ഷ വിധിച്ചു. തനിക്കൊപ്പം നിന്ന സഖാക്കളുടെ നിർദ്ദേശാനുസരണം, മാർക്സ് കമ്യൂണിസ്റ്റുകാരെ വിചാരണ ചെയ്യുന്നതുമായി ബന്ധപ്പെട്ട് പ്രഷ്യൻ പൊലീസ് നടത്തിയ കള്ളക്കളികൾ തുറന്നുകാണിക്കാൻ ഒരു ലഘുലേഖ ഈ അവസരത്തിൽ എഴുതുകയുണ്ടായി. - Revelations Concerning the Communist Trial in Cologne (കൊളോണിലെ കമ്യൂണിസ്റ്റ് വിചാരണയെ സംബന്ധിച്ച വെളിപ്പെടുത്തലുകൾ).

ഈ പശ്ചാത്തലത്തിൽ, ജർമ്മനിയിലെ കമ്യൂണിസ്റ്റുകാരുമായുള്ള ബന്ധം അറ്റുപോവുകയും അനുയോജ്യമായ മറ്റൊരവസരത്തിനായി കാത്തിരിക്കുകയുമല്ലാതെ, മറ്റു പോംവഴിയൊന്നും ഇല്ലാതാവുകയും ചെയ്തതിനെ തുടർന്ന് മാർക്സും എംഗൽസും അവരോടൊപ്പമുണ്ടായിരുന്ന സഖാക്കളും 1852 ൽ കമ്യൂണിസ്റ്റ് ലീഗിനെ ഔദ്യോഗികമായി പിരിച്ചുവിട്ടു. വില്ലിച്ച് - ഷാപ്പർ ഗ്രൂപ്പ് കഷ്ടിച്ച് ഒരു വർഷം കൂടി കമ്യൂണിസ്റ്റ് ലീഗിന്റെ പേരിൽ പ്രവർത്തിച്ചു; അത് ക്രമേണ സ്വയം ഇല്ലാതായി. അതിലെ കുറേപ്പേർ അമേരിക്കയിലേക്ക് കുടിയേറി. ലണ്ടനിൽ തന്നെ

തുടർന്ന കാറൽ ഷാപ്പർ തന്റെ നിലപാടുകൾ ശരിയായിരുന്നില്ല എന്ന് ബോദ്ധ്യപ്പെട്ടതിനെത്തുടർന്ന് മാർക്സിനും എംഗൽസിനുമൊപ്പം വീണ്ടും എത്തി.

വിപ്ലവത്തിന്റെ ഗതിവിഗതികളെക്കുറിച്ച് ഓരോ രാജ്യത്തും അതെവിടെയെത്തിയെന്ന് മാർക്സ് സസൂക്ഷ്മം നിരീക്ഷിക്കുകയുണ്ടായി. അത്തരമൊരു പരിശോധനയുടെ ആദ്യഫലമാണ് *Class Struggles in France* (ഫ്രാൻസിലെ വർഗ്ഗ സമരങ്ങൾ) എന്ന കൃതി. ഒരു ശരീരശാസ്ത്രജ്ഞൻ (Anatomist) തന്റെ കത്തികൊണ്ട് മൃതശരീരം കീറിമുറിക്കുന്നതുപോലെ അദ്ദേഹം സമകാലിക ചരിത്രത്തെ ഇഴകീറി പരിശോധിക്കുന്നതും അതിന്റെ ഫലം കണ്ടെത്തി പ്രദർശിപ്പിക്കുന്നതും എങ്ങനെയെന്ന് ഈ കൃതിയിൽ നമുക്ക് കാണാം. ചരിത്രത്തിന്റെ ഭൗതികവാദപരമായ വ്യാഖ്യാനം സമകാലികമായ സംഭവത്തിന്റെ വിവരണത്തിൽ എങ്ങനെ പ്രയോഗിക്കാം എന്നതിന്റെ ഉത്തമദൃഷ്ടാന്തമാണ് മാർക്സിന്റെ ഈ കൃതി. സംഭവങ്ങളുടെ പരസ്പരബന്ധത്തെക്കുറിച്ച്, സാമ്പത്തിക സ്ഥിതി അതിൽ ചെലുത്തുന്ന സ്വാധീനത്തെക്കുറിച്ച് എല്ലാം ഈ കൃതിയിൽ മാർക്സ് വ്യക്തമാക്കുന്നുണ്ട്.

മാർക്സിന്റെ മാസ്റ്റർ പീസുകളിൽ ഒന്നായി അറിയപ്പെടുന്ന *The Eighteenth Brumaire of Louis Bonaparte* (ലൂയി ബോണപ്പാർട്ടിന്റെ പതിനെട്ടാം ബ്രൂമെയർ) എന്ന കൃതിയുടെ ഉജ്ജ്വലമായ ആദ്യ കരടായി *ഫ്രാൻസിലെ വർഗ്ഗ സമരങ്ങൾ* എന്ന കൃതിയെ കാണാനാവും എന്നാണ് ഓട്ടോ റൂൾ പറയുന്നത് (പേജ് 192). 1852 ൽ പ്രസിദ്ധീകരിച്ച *പതിനെട്ടാം ബ്രൂമെയർ* രണ്ടാം ഫ്രഞ്ച് റിപ്പബ്ലിക്, നെപ്പോളിയൻ മൂന്നാമന്റെ രണ്ടാം സാമ്രാജ്യത്തിനു എങ്ങനെയാണ് വഴിയൊരുക്കിയതെന്ന് മാർക്സ് വിശദമാക്കുന്നു. നെപ്പോളിയൻ മൂന്നാമന്റെ അട്ടിമറിക്കിടയാക്കിയ നാനാവിധ താല്പര്യങ്ങളുടെ പ്രകൃതത്തെക്കുറിച്ച് തികഞ്ഞ ഉൾക്കാഴ്ചയാണ് മാർക്സ് ഈ കൃതിയിൽ നമുക്ക് നല്കുന്നത്. *ഫ്രാൻസിലെ വർഗ്ഗസമരങ്ങൾ* എന്ന കൃതിയിൽ അവതരിപ്പിച്ച 1848 ലെ പ്രക്ഷോഭവുമായി ബന്ധപ്പെട്ട് ഒരു സാമൂഹ്യവിപ്ലവം ഉടൻ പ്രതീക്ഷിക്കാവുന്നതാണ് എന്ന ആശയത്തെ ഈ കൃതിയിൽ മാർക്സ് പുനഃപരിശോധിക്കുന്നു. *ഫ്രാൻസിലെ വർഗ്ഗസമരങ്ങൾ* എഴുതിയതിനു ശേഷം, പ്രത്യേകിച്ച് ലണ്ടനിൽ പ്രവാസജീവിതം തുടങ്ങിയ കാലത്ത് അദ്ദേഹം നടത്തിയ സാമ്പത്തികശാസ്ത്ര പഠനങ്ങളുടെ ആഴത്തിലുള്ള പ്രതിഫലനവും സ്വാധീനവും *പതിനെട്ടാം ബ്രൂമെയറിൽ* കാണാം. അതാണ് ഈ കൃതിയെ മാർക്സിന്റെ മാസ്റ്റർപീസുകളിൽ ഒന്നാക്കിമാറ്റുന്നത്.

കമ്യൂണിസ്റ്റ് ലീഗ് പിരിച്ചുവിട്ടതിനെത്തുടർന്നുള്ള നിരവധി വർഷങ്ങൾ മാർക്സിനെയും എംഗൽസിനെയും സംബന്ധിച്ചിടത്തോളം രാഷ്ട്രീയ പ്രവർത്തനത്തിൽ നിന്നുള്ള താല്കാലിക വിരാമത്തിന്റെ കാലമായിരുന്നു; 1819 മുതൽ യൂറോപ്പിലാകെ നിലനിന്നിരുന്ന പിന്തിരിപ്പൻ സ്വാധീനം 1854 ആയപ്പോൾ അതിന്റെ ഉച്ചാവസ്ഥയിലെത്തി. സ്വതന്ത്രമായ

രാഷ്ട്രീയ പ്രവർത്തനം തടയപ്പെട്ടു. തൊഴിലാളി യൂണിയനുകൾക്ക് കർശനമായ നിരോധനം നിലവിൽ വന്നു. 1849 ലെ കലാപത്തെ തുടർന്ന് പത്രപ്രവർത്തന സ്വാതന്ത്ര്യം ഇല്ലാതായി. ആകെ അവശേഷിച്ചത് അറുപിന്തിരിപ്പന്മാർക്ക് ആധിപത്യമുള്ള പ്രഷ്യൻ പാർലമെന്റ് മാത്രമായി.

നിത്യജീവിതച്ചെലവുകൾ എങ്ങനെ നിർവ്വഹിക്കാനാകും എന്നതായിരുന്നു മാർക്സും എംഗൽസും ഈ ഘട്ടത്തിൽ നേരിട്ട പ്രധാന പ്രശ്നങ്ങളിലൊന്ന്. ലണ്ടനിലെ പ്രവാസ ജീവിതത്തിലെ ആദ്യവർഷങ്ങളിലാണ് മാർക്സിനു തന്റെ രണ്ടു മക്കളുടെ ജീവൻ നഷ്ടപ്പെട്ടത്, വേണ്ട ചികിത്സയോ ഭക്ഷണം പോലുമോ ലഭിക്കാതെ – ഒരാൺകുട്ടിയും പെൺകുട്ടിയും. മകൾ ഫ്രാൻസിസ്ക്കയുടെ ശവസംസ്ക്കാരത്തിനുവേണ്ട പണമില്ലാതായ മാർക്സിനു അയൽവാസികളിൽ നിന്നു കടം വാങ്ങേണ്ട സ്ഥിതി വന്നിരുന്നു. ഇതിനു തൊട്ടുപിന്നാലെ, 1855 ഏപ്രിൽ മാസത്തിൽ 8 വയസ്സുകാരനായ മകൻ എഡ്ഗാറിന്റെ മരണം മാർക്സിനെ വല്ലാതെ തളർത്തി. ഇതിനിടയിൽ തന്നെ, 1855 ജനുവരി 16 ന് മാർക്സിനു ഒരു മകൾ കൂടി പിറന്നു- എലിയനോർ.

സാഹിത്യ പ്രവർത്തനങ്ങളിലൂടെ അത്യാവശ്യം ജീവിക്കാൻ വേണ്ട പണം സ്വരൂപിക്കാൻ അവർ ശ്രമിച്ചു. എന്നാൽ അവിടെയും ജർമ്മനിയുടെ വാതിലുകൾ കൊട്ടിയടയ്ക്കപ്പെട്ടിരുന്നു. അമേരിക്കയിൽ തൊഴിലാളി സംഘടനകളുടെ പ്രസിദ്ധീകരണങ്ങളിൽ എഴുതാനുള്ള അവസരം ലഭിച്ചിരുന്നു; എന്നാൽ അതിൽനിന്നു ജീവിക്കാൻ വേണ്ട പണം ലഭിക്കുമായിരുന്നില്ല. ഏറെയും പണം വാങ്ങാതെ എഴുതേണ്ടതുമായിരുന്നു. ഈ അവസരത്തിലാണ് *ഡൈ റവല്യൂഷൻ* എന്ന പ്രസിദ്ധീകരണത്തിൽ (അതിന്റെ രണ്ടാം ലക്കത്തിൽ) മാർക്സിന്റെ *പതിനെട്ടാം ബ്രൂമെയർ* പ്രസിദ്ധീകരിച്ചത്.

എംഗൽസ് തന്റെ പിതാവിനോടുള്ള എതിർപ്പും അഭിപ്രായ വ്യത്യാസവും ബിസിനസിനോടുള്ള താല്പര്യമില്ലായ്മയുമെല്ലാം മാറ്റിവെച്ച് ("നായ്ക്കച്ചവടം'' എന്നത്രെ എംഗൽസ് ബിസിനസിനെക്കുറിച്ച് പറയാറുണ്ടായിരുന്നത്) പിതാവിന്റെ ഫാക്ടറിയുടെ മാഞ്ചസ്റ്ററിലെ ബ്രാഞ്ചിൽ ജോലി ഏറ്റെടുക്കാൻ തീരുമാനിച്ചു. ഒരു ബിസിനസ് സംരംഭം നടത്തിക്കൊണ്ടുപോകാൻ താൻ പ്രാപ്തനാണെന്ന് പിതാവിനെ ബോദ്ധ്യപ്പെടുത്തേണ്ടതുമുണ്ടായിരുന്നു. സ്വന്തം ജീവിതമാർഗ്ഗം കണ്ടെത്തുന്നതിലുപരി മാർക്സിന്റെയും കുടുംബത്തിന്റെയും നിലനില്പിന് വരുമാനം കണ്ടെത്തേണ്ടത് അനിവാര്യമായതിനാലാണ് എംഗൽസ് അത്തരമൊരു വഴി തെരഞ്ഞെടുത്തത്.

എംഗൽസ് മാഞ്ചസ്റ്ററിലേക്ക് താമസം മാറ്റിയപ്പോഴും മാർക്സും കുടുംബവും ലണ്ടനിൽ തന്നെ തുടർന്നു. ആയിടയ്ക്കാണ്, 1851 അവസാനമായപ്പോൾ *ന്യൂയോർക്ക് ഡെയ്‌ലി ട്രിബ്യൂണിൽ* എഴുതാനുള്ള അവസരം മാർക്സിനെ തേടി എത്തിയത്. അക്കാലത്ത് വലിയ പ്രചാരമുണ്ടായിരുന്ന 'ട്രിബ്യൂണി'ന്റെ പത്രാധിപന്മാരിലൊരാളായ ചാൾഡ് ഡാന

(അദ്ദേഹം 1848 ലെ വിപ്ലവകാലത്ത് മാർക്സിനെ കൊളോണിൽവച്ച് പരിചയപ്പെട്ടിരുന്നു) ജർമ്മനിയെ സംബന്ധിച്ച് ഒരു ലേഖനപരമ്പര പത്രത്തിനായി എഴുതാൻ മാർക്സിനോടാവശ്യപ്പെട്ടു.

അന്നത്തെ അവസ്ഥയിൽ വലിയൊരാശ്വാസമായിരുന്നെങ്കിലും ഇംഗ്ലീഷിൽ ലേഖനമെഴുതാൻ വേണ്ടത്ര ഭാഷാ പരിജ്ഞാനം മാർക്സ് അന്ന് നേടിയിരുന്നില്ല. അദ്ദേഹം ഇക്കാര്യത്തിൽ എംഗൽസിന്റെ സഹായം തേടി. അങ്ങനെ മാർക്സിനുവേണ്ടി എംഗൽസ് *ന്യൂയോർക്ക് ഡെയ്‌ലി ട്രിബ്യൂണിൽ* ഈ പരമ്പര എഴുതി. മാർക്സുമായി ചർച്ച ചെയ്തെന്നു മാത്രമല്ല, *ന്യൂ റൈനിഷെ സൈത്തുങ്ങിൽ* അവർ ഇരുവരും ജർമ്മനിയിലെ വിപ്ലവത്തെക്കുറിച്ചെഴുതിയ ലേഖനങ്ങളെ അടിസ്ഥാനപ്പെടുത്തിക്കൂടിയാണ് എംഗൽസ് ഈ ലേഖന പരമ്പര തയ്യാറാക്കിയത്. അതായത്, പിന്നീട് *Revolution and Counter Revolution in Germany* (ജർമ്മനിയിലെ വിപ്ലവവും പ്രതിവിപ്ലവവും) എന്ന പേരിൽ പുസ്തകമായി പ്രസിദ്ധീകരിച്ച ഈ ലേഖന പരമ്പര പ്രത്യയശാസ്ത്രപരമായി ഇരുവരുടെയും സംയുക്ത സംരംഭമായിരുന്നെന്നത് സംശയാതീതമാണ്. *വിശുദ്ധ കുടുംബം* മുതൽ *കമ്യൂണിസ്റ്റ് മാനിഫെസ്റ്റോ* വരെയുള്ള ഇരുവരുടെയും പേരിൽ പുറത്തുവന്നിട്ടുള്ള, കൃതികളിൽ മാർക്സാണ് രചനയിൽ മുഖ്യപങ്ക് വഹിച്ചിരുന്നതെങ്കിൽ ഇവിടെ എംഗൽസ് എഴുതി മാർക്സിന്റെ പേരിൽ പ്രസിദ്ധീകരിച്ചുവെന്ന വ്യത്യാസം മാത്രം. (പില്ക്കാലത്ത് 'ജർമ്മനിയിലെ *വിപ്ലവവും പ്രതിവിപ്ലവവും* എന്ന കൃതി എംഗൽസിന്റെ പേരിൽ തന്നെ പ്രസിദ്ധീകരിക്കുകയുണ്ടായി). പിന്നീട് ഏറെ കഴിയുംമുൻപ് മാർക്സ് ഇംഗ്ലീഷ് ഭാഷയിൽ വൈദഗ്ദ്ധ്യം നേടുകയും സ്വന്തമായി തന്നെ *ട്രിബ്യൂണിൽ* ലേഖനങ്ങൾ എഴുതുകയുമുണ്ടായി.

അമേരിക്കയിൽ അക്കാലത്ത് ഏറ്റവുമധികം ചർച്ച ചെയ്തിരുന്ന അടിമത്തനിരോധനം, സ്വതന്ത്ര വ്യാപാരം എന്നീ വിഷയങ്ങൾക്കുപുറമേ യൂറോപ്യൻ ഭരണകൂടങ്ങൾക്കിടയിലെ വൈരുദ്ധ്യങ്ങൾ, ക്രിമിയൻ യുദ്ധം, ഇന്ത്യയിലെ ബ്രിട്ടീഷ് വാഴ്ചയും അതിനെതിരെ നടന്ന ഒന്നാം സ്വാതന്ത്ര്യസമരവും (1857) തുടങ്ങിയ വിഷയങ്ങളെക്കുറിച്ചെല്ലാം മാർക്സ് സ്ഥിരമായി *ന്യൂയോർക്ക് ഡെയ്‌ലി ട്രിബ്യൂണിൽ* ലേഖനങ്ങൾ പ്രസിദ്ധീകരിച്ചു. ഈ പത്രത്തിൽനിന്ന് അത്ര വലിയ ആകർഷകമായ വരുമാനമൊന്നും ലഭിച്ചിരുന്നില്ല. തുടക്കത്തിൽ ഒരു ലേഖനത്തിനു 10 ഡോളറായിരുന്നത് പിന്നീട് 15 ഡോളറായി വർദ്ധിപ്പിച്ചു. ഈ ചെറിയ വരുമാനവും എംഗൽസിൽനിന്നു ലഭിച്ചിരുന്ന ധനസഹായവും (ചിലപ്പോഴെല്ലാം ന്യൂയോർക്ക് ഡെയ്‌ലി ട്രിബ്യൂണിൽ' ലേഖനങ്ങൾ എഴുതിയും എംഗത്സ് മാർക്സിനെ സഹായിച്ചിരുന്നു) കൂടി ആയപ്പോൾ മാർക്സിന്റെ ലണ്ടൻ ജീവിതത്തിലെ ആദ്യ വർഷങ്ങളിൽ കഷ്ടിച്ചു കഴിഞ്ഞുകൂടാനായി. *മൂലധന*ത്തിന്റെ രചനയ്ക്കായുള്ള തയ്യാറെടുപ്പുകൾക്കുപുറമെ ചാർട്ടിസ്റ്റുകളുടെ മുഖപത്രമായ *പീപ്പിൾസ് പേപ്പറിൽ* പ്രതിഫലം കൂടാതെ ലേഖനമെഴുതാൻ പോലും അദ്ദേഹം സമയം കണ്ടെത്തി.

1857 ൽ യൂറോപ്പിലും അമേരിക്കയിലും പടർന്നുപിടിച്ച സാമ്പത്തിക പ്രതിസന്ധി *ന്യൂയോർക്ക് ട്രിബ്യൂണി*നെയും ആ നിലയിൽ മാർക്സിനെയും പ്രതികൂലമായി ബാധിച്ചു. പത്രം ചെലവുചുരുക്കലിന്റെ ഭാഗമായി വിദേശ ലേഖകരെ പരമാവധി കുറയ്ക്കാൻ തീരുമാനിച്ചു. പ്രതിസന്ധി 1859 ഓടുകൂടി അവസാനിച്ചെങ്കിലും അതിന്റെ പ്രത്യാഘാതങ്ങൾ പിന്നെയും തുടർന്നു. ഒടുവിൽ 1862 ആയപ്പോൾ *ന്യൂയോർക്ക് ഡെയ്‌ലി ട്രിബ്യൂണി*ലെ മാർക്സിന്റെ ജോലി അവസാനിച്ചു. വ്യക്തിഗതമായി ഇത്തരത്തിൽ ഒരു ദുരന്തം നേരിടേണ്ടതായിവന്നെങ്കിലും 1857 നെ തുടർന്നുള്ള കാലത്തെക്കുറിച്ച് മാർക്സ് ശുഭപ്രതീക്ഷയിലായിരുന്നു.

മാർക്സ് മുൻകൂട്ടി കണ്ടതുപോലെ തന്നെ ഈ പുതിയ സാമ്പത്തികപ്രതിസന്ധി ലോകത്തുടനീളം പുതിയ നിരവധി വിപ്ലവ പ്രസ്ഥാനങ്ങൾ ഉയർന്നുവരുന്നതിനിടയാക്കി. അമേരിക്കയിലെ അടിമത്ത നിർമ്മാർജ്ജനവും റഷ്യയിലെ അടിയാളരുടെ മോചനവും അടിയന്തര പരിഹാരം ആവശ്യമായ നിർണ്ണായക പ്രശ്നങ്ങളായി മാറി. ഇന്ത്യയിൽ ബ്രിട്ടീഷ് വാഴ്ചയ്ക്കെതിരായി ഉയർന്നുവന്ന ജനകീയ കലാപത്തെ നേരിടാൻ ഇംഗ്ലണ്ടിനു അതിന്റെ സർവ്വ വിഭവങ്ങളും എടുത്തുപയോഗിക്കേണ്ടതായി വന്നു. പശ്ചിമ യൂറോപ്പും അസ്വസ്ഥമായ അവസ്ഥയിലായിരുന്നു.

ഈ പുതിയ സാഹചര്യത്തിൽ സോഷ്യലിസ്റ്റുകൾ എങ്ങനെ പ്രവർത്തിക്കണം എന്ന വിഷയം സജീവമായി ഉയർന്നുവന്നു. ജർമ്മനിയിൽ സ്വീകരിക്കേണ്ട നയപരിപാടികളെ സംബന്ധിച്ച് ഒരുവശത്ത് മാർക്സും എംഗൽസും ജർമ്മൻ സോഷ്യലിസ്റ്റു പ്രസ്ഥാനത്തിൽ പുതുതായി ഉയർന്നുവന്ന ഫെർഡിനാൻഡ് ലസ്സാൽ (1825 - 1864) മറുവശത്തുമായി രൂക്ഷമായ അഭിപ്രായഭിന്നത ഉയർന്നുവന്നു. മാർക്സിന്റെ ആദ്യ അനുയായികളിൽ ഒരാളും 1848 ലെ വിപ്ലവവുമായി ബന്ധപ്പെട്ട സംഭവങ്ങളിൽ സജീവ പങ്കാളിയുമായിരുന്നു ലസ്സാൽ. കുറച്ചുകാലത്തെ ജയിൽവാസത്തിനുശേഷം ലസ്സാൽ 1850 കളിൽ ജർമ്മനിയിൽ തന്നെ എഴുത്തും വായനയുമായി തുടർന്നു; മാർക്സുമായും എംഗൽസുമായും നിരന്തരം ബന്ധപ്പെടുകയും ചെയ്തിരുന്നു. 1859 ൽ ഇറ്റാലിയൻ പ്രശ്നത്തെ സംബന്ധിച്ച് ഒരു വിവാദം ഉയർന്നുവന്നു. അതേ സംബന്ധിച്ചായിരുന്നു ലസ്സാലുമായുള്ള അഭിപ്രായഭിന്നത ആരംഭിച്ചത്.

ലസ്സാലിനും കൂട്ടർക്കുമെതിരെ

ഇറ്റലിയിലും ജർമ്മനിയിലും ഏകീകരണം അതത് രാജ്യങ്ങൾക്കുള്ളിലെ വിപ്ലവശക്തികളുടെ പ്രവർത്തനങ്ങളുടെ ഫലമായിട്ടാണ് നടപ്പാക്കപ്പെടേണ്ടത്. അല്ലാതെ പുറത്തുനിന്നുള്ള ഇടപെടലിന്റെ ഫലമായിട്ടല്ല എന്ന കാഴ്ചപ്പാടാണ് മാർക്സും എംഗൽസും മുന്നോട്ടുവച്ചത്. യൂറോപ്പിലെ ഏതു ഭാഗത്തുണ്ടാകുന്ന ഏതു സംഭവത്തെയും ലോകവിപ്ലവത്തിന്റെ കാഴ്ചപ്പാടിലൂടെയാണ് മാർക്സും എംഗൽസും പരിശോധിച്ചത്. എന്നാൽ പ്രഷ്യൻ ജനാധിപത്യവാദി എന്ന മുഖംമൂടിയണിഞ്ഞ ലസ്സാലിന്റെ നിലപാട് മാർക്സിന്റെയും എംഗൽസിന്റെയും നിലപാടിൽ നിന്നും തീർത്തും വ്യത്യസ്തമായിരുന്നു. ഫ്രാൻസും ആസ്ത്രിയയും തമ്മിലുള്ള യുദ്ധത്തിൽ ഫ്രാൻസ് ജയിച്ചാൽ ജർമ്മനിയുടെ, അതേപോലെ ഇറ്റലിയുടെയും, ഏകീകരണം സാദ്ധ്യമാക്കാം എന്ന നിലപാടാണ് ലസ്സാൽ സ്വീകരിച്ചത് - അതായത് നെപ്പോളിയൻ മൂന്നാമനെയാണ് ജനാധിപത്യത്തിന്റെ സംരക്ഷകനായി ലസ്സാൽ കണ്ടത്.

ഫ്രാൻസും ആസ്ത്രിയയും തമ്മിലുള്ള യുദ്ധവുമായി ബന്ധപ്പെട്ട് മാർക്സിനു മറ്റൊരു വിവാദത്തിലും ഏർപ്പെടേണ്ടതായി വന്നു. ജർമ്മൻ ജനാധിപത്യവാദികൾ എന്നറിയപ്പെടുന്നവരിൽ, അതായത് ആസ്ത്രിയയെ നെപ്പോളിയൻ ആക്രമിച്ച് കീഴ്പ്പെടുത്തണമെന്നാഗ്രഹിച്ച പ്രമാണിമാരിൽ ഒരാളായിരുന്നു 1848 ലെ വിപ്ലവത്തിൽ പങ്കെടുത്ത് വിപ്ലവകാരിയെന്ന ഖ്യാതി നേടിയ കാറൽ വൊഗ്ത് (1817–1895). അദ്ദേഹം രാഷ്ട്രീയത്തിൽ സജീവമായിരുന്നു എന്നു മാത്രമല്ല, യൂറോപ്പിലാകെ മഹാജ്ഞാനി എന്ന് അറിയപ്പെടുകയും ചെയ്തിരുന്നു. പ്രകൃതിപരവും ചരിത്രപരവുമായ ഭൗതികവാദം (Naturo - historical Materialism) എന്ന സിദ്ധാന്തത്തിന്റെ മുഖ്യവക്താവുമായിരുന്നു വൊഗ്ത്. മാർക്സും എം

ഗൽസും മുന്നോട്ടുവച്ച ചരിത്രപരമായ ഭൗതികവാദവുമായി കൂട്ടിക്കുഴച്ച് ആശയക്കുഴപ്പമുണ്ടാക്കാൻ ബൂർഷ്വാ പണ്ഡിതർ അക്കാലത്ത് വൊഗ്തിനെ ഫലപ്രദമായി ഉപയോഗിക്കുകയുണ്ടായി.

പോളണ്ടുകാരും ഇറ്റലിക്കാരും ഹങ്കറിക്കാരും ഉൾപ്പെടെ വിവിധ രാജ്യങ്ങളിലെ പ്രവാസികളായ വിപ്ലവകാരികൾക്കിടയിൽ വൊഗ്തിന് വലിയ സ്വാധീനമുണ്ടായിരുന്നു. തന്മൂലം ജനീവയിലെ അദ്ദേഹത്തിന്റെ വീട് രാഷ്ട്രീയ പ്രവർത്തകരുടെ കേന്ദ്രമായി മാറിയിരുന്നു. നെപ്പോളിയനെ സംബന്ധിച്ച് പണ്ഡിതനും 'ജർമ്മൻ ജനാധിപത്യവാദികളു'ടെ നേതാവുമായ വൊഗ്തിനെ തന്റെ പക്ഷത്ത് കൊണ്ടുവരേണ്ടത് ഏറെ പ്രധാനപ്പെട്ട കാര്യവുമായിരുന്നു. നെപ്പോളിയന് തന്റെ അഭീഷ്ടം അനായാസം സാക്ഷാൽക്കരിക്കാനുമായി. നെപ്പോളിയന്റെ സഹോദരനായ ശാസ്ത്രത്തിന്റെയും ലിബറൽ ചിന്തയുടെയും വക്താവായി നടിച്ചിരുന്ന പ്ലോൺ - പ്ലോൺ രാജകുമാരൻ ഇടനിലക്കാരനായിനിന്ന് വൊഗ്തിനു യഥേഷ്ടം പണം എത്തിച്ചുകൊടുത്തിരുന്നു. അയാളത് തന്നോടൊപ്പമുള്ള പ്രവാസികൾക്കിടയിൽ, നെപ്പോളിയൻ അനുകൂല പ്രചരണത്തിനായി വിതരണം ചെയ്യുകയുമുണ്ടായി.

ഈ കൊടുക്കൽ വാങ്ങൽ സ്വകാര്യമായാണ് നടന്നിരുന്നതെങ്കിലും പ്രവാസികൾക്കിടയിൽ അതിവേഗം അത് അങ്ങാടിപ്പാട്ടായി മാറി. നെപ്പോളിയനിൽനിന്ന് വൊഗ്ത് പണം പറ്റുന്നുവെന്ന ഒരു റിപ്പോർട്ട്, ഈ കേട്ടുകേൾവികളെ അടിസ്ഥാനപ്പെടുത്തി പ്രസിദ്ധീകരിച്ച ഒരു ജർമ്മൻ പത്രത്തിലെ ലേഖകനും മാർക്സിന്റെ സമരസഖാക്കളിലൊരാളുമായ വിൽഹെം ലീബ്നെക്ടി (1826-1900)നെതിരെ വൊഗ്ത് കേസുകൊടുക്കുകയും റിപ്പോർട്ടിനു രേഖകളുടെയും തെളിവുകളുടെയും പിൻബലമില്ലാത്തതുകൊണ്ട് ലീബ്നെക്ടിനെ ശിക്ഷിക്കുകയുമുണ്ടായി. ഈ കോടതി വിചാരണയെ അടിസ്ഥാനമാക്കി വൊഗ്ത് ഒരു ലഘുഗ്രന്ഥം പ്രസിദ്ധീകരിച്ചു. മാർക്സിന്റെ പ്രേരണ കൂടാതെ ലീബ്നെക്ട് ഇത്തരമൊരു റിപ്പോർട്ട് പ്രസിദ്ധീകരിക്കില്ല എന്ന ധാരണയിൽ വൊഗ്ത് തന്റെ കൃതിയിൽ മാർക്സിനെ ആയിരുന്നു ആക്രമണലക്ഷ്യമാക്കിയത്. തൊഴിലാളികളെ ചൂഷണം ചെയ്തും പറ്റിച്ചും മാർക്സും സുഹൃത്തുക്കളും ആർഭാടപൂർണ്ണമായ സുഖജീവിതം നയിക്കുന്നുവെന്ന അപവാദപ്രചരണത്തിനായിരുന്നു ആ കൊച്ചു പുസ്തകത്തിൽ വൊഗ്ത് ശ്രമിച്ചത്.

ബൂർഷ്വാ പത്രങ്ങളാകെ വൊഗ്തിന്റെ അപവാദപ്രചാരണങ്ങൾ ഏറ്റുപിടിച്ച് മാർക്സിനെയും കമ്യൂണിസ്റ്റുകാരെയും ആക്രമിക്കാനുള്ള ആയുധമായി വൊഗ്തിന്റെ പുസ്തകത്തെ ഉപയോഗിക്കുകയുമുണ്ടായി. പൊതുപ്രവർത്തകരെ വിമർശിക്കാനുള്ള അവകാശം മാധ്യമങ്ങൾക്കുണ്ട് എന്ന ഉറച്ച അഭിപ്രായക്കാരനായിരുന്നു എക്കാലത്തും മാർക്സ്. മാധ്യമസ്വാതന്ത്ര്യത്തിന്റെ വക്താവായിരുന്നു അദ്ദേഹം. പൊതുരംഗത്ത് പ്രത്യക്ഷപ്പെടുന്നവർക്ക് പ്രശംസകൾ മാത്രമല്ല അപവാദപ്രചരണങ്ങളെയും നേരിടേണ്ടതായി വരുമെന്നും മാർക്സ് വിശ്വസിച്ചിരുന്നു. അതുകൊണ്ടുതന്നെ

സാധാരണയായി അദ്ദേഹത്തിനെതിരെ ബൂർഷ്വാ മാധ്യമങ്ങൾ നിരന്തരം അഴിച്ചുവിട്ടിരുന്ന നുണപ്രചരണങ്ങളെ, അപവാദങ്ങളെ മാർക്സ് അവ ഗണിച്ചിരുന്നു.

എന്നാൽ തന്റെ പ്രസ്ഥാനത്തെ, താൻ മുന്നോട്ടുവയ്ക്കുന്ന പൊതു കാഴ്ചപ്പാടിനെ, പ്രത്യയശാസ്ത്രത്തെ തകർക്കലാണ് വൊഗ്തിന്റെ അപ വാദ പ്രചരണത്തിനുപിന്നിലെന്നു കണ്ട അദ്ദേഹം അതിനെതിരെ പ്രതി കരിക്കാൻ തന്നെ നിശ്ചയിച്ചു. നിശിതവും നിർഭയവുമായ ശൈലിയിലാ യിരുന്നു മാർക്സ് വൊഗ്തിനെ കൈകാര്യം ചെയ്തത്.

വൊഗ്തിന്റെ പുസ്തകം പുറത്തുവന്നപ്പോൾ തന്നെ ഇതിനു മറുപടി പറയേണ്ടതുണ്ടോ എന്ന ചർച്ച മാർക്സിന്റെ സുഹൃത്തുക്കൾക്കിടയിൽ ഉയർന്നുവന്നു. ലസ്സാലും മറ്റു ചില ജർമ്മൻ സുഹൃത്തുക്കളും അതിനെ അവഗണിക്കണമെന്ന പക്ഷക്കാരായിരുന്നു. 'മഹാനായ ആ ജനാധിപത്യ വാദി'യെ (വൊഗ്തിനെ) അകാരണമായി, അടിസ്ഥാനരഹിതമായി ലീബ് നെക്ട് പ്രകോപിപ്പിച്ചതുകൊണ്ടാണ്, ഈ പ്രതികരണത്തിനിടയാക്കിയത്; അതായത് ലീബ്നെക്ട് വടി കൊടുത്ത് അടി വാങ്ങുകയായിരുന്നു എ ന്നാണ് ലസ്സാലും കൂട്ടരും വാദിച്ചത്. എന്നാൽ ഇത്തരം ഞഞ്ഞമിഞ്ഞാ വാദഗതികളൊന്നും മാർക്സിനെ പിന്തിരിപ്പിച്ചില്ല. കേവലം വ്യക്തിപര മായ ആക്രമണങ്ങളെയല്ലാതെ, പ്രസ്ഥാനത്തിനുനേരെ ഉയർന്നുവരുന്ന ദുരാരോപണങ്ങൾക്കുനേരെ കണ്ണടയ്ക്കാൻ മാർക്സ് ഒരുക്കമായിരുന്നില്ല.

ലസ്സാലിന്റേയും കൂട്ടരുടെയും വിതണ്ഡവാദങ്ങൾ തിരസ്കരിച്ച് വൊ ഗ്തിനു മറുപടി പറയാൻ തന്നെ തീരുമാനിക്കപ്പെട്ടു. സാഹിത്യശൈലി യിലുള്ള ഒരാക്രമണം നടത്താനാണ് തീരുമാനിച്ചത്. മാർക്സ് തന്നെ ആ ദൗത്യം ഏറ്റെടുക്കുകയുമുണ്ടായി. അങ്ങനെയാണ് മാർക്സിന്റെ പ്രസി ദ്ധമായ *Herr Vogt* (ഹേർ വൊഗ്ത്) എന്ന കൃതി ജന്മംകൊണ്ടത്.

ഈ ഗ്രന്ഥത്തെക്കുറിച്ച് ഡേവിഡ് റിയാസനോവ് വിലയിരുത്തുന്ന തിങ്ങനെ: ''സാഹിത്യപരമായ കാഴ്ചപ്പാടിൽ വിവാദവിഷയങ്ങളിൽ ഇ ടപെട്ടുകൊണ്ടുള്ള മാർക്സിന്റെ ഏറ്റവും മികച്ച കൃതിയാണിത്. ലോക സാഹിത്യത്തിൽ തന്നെ ഇക്കാര്യത്തിൽ ഈ ഗ്രന്ഥത്തിനു സമാനമായി മറ്റൊന്നില്ല". (*Karl Marx & Frederick Engels. An Introduction to Their Lives and Work*. Page 87) എതിരാളികളെ പരിഹസിക്കാനുള്ള മാർക് സിന്റെ വൈഭവമാണ് ഈ കൃതി പ്രധാനമായും വെളിപ്പെടുത്തുന്നത് എന്നത്രെ അലക്സ് കാലിനിക്കോസ് എഴുതുന്നത്. (*The Revolutionary Ideas of Karl Marx*. Page 38).

വൊഗ്ത്തിന്റേതായി അച്ചടിച്ചിറക്കപ്പെട്ട കൃതികളെ അടിസ്ഥാനപ്പെ ടുത്തിയാണ് മാർക്സ് വിമർശനം നടത്തിയത്. വൊഗ്ത്തിന്റെ രാഷ്ട്രീയ കൃതികളാകെ മാർക്സ് അതിനായി പരിശോധിക്കുകയും വൊഗ്ത് ഒരു ബോണപ്പാർട്ട് പക്ഷക്കാരനാണെന്ന് തെളിയിക്കുകയും ചെയ്തു. യഥാർ ത്ഥത്തിൽ നെപ്പോളിയന്റെ ഏജന്റുമാർ പറയുന്നത് തത്തയെപ്പോലെ ആവർത്തിക്കുകയായിരുന്നു വൊഗ്ത്. ബോണപ്പാർട്ട് പക്ഷത്തിന്റെ

പ്രചാരകനായി വസ്തുതകളുടെ പിൻബലത്തിൽ തെളിയിക്കപ്പെട്ടാൽ അയാൾക്ക് പണം ലഭിച്ചിരുന്നു എന്ന നിഗമനത്തിൽ സ്വാഭാവികമായും എത്തിച്ചേരാനാകും. അതാണ് മാർക്സ് കൃത്യമായി ചെയ്തത്. പിന്നീട് പതിനൊന്ന് വർഷത്തിനുശേഷം പാരീസ് കമ്യൂണിന്റെ കാലത്ത് വൊഗ്ത്തിനെതിരായ ആരോപണം ശരിവയ്ക്കുന്ന ഒരു രേഖ ലഭിക്കുകയുണ്ടായി – 40,000 ഫ്രാങ്ക് കൈപ്പറ്റിയതായി വൊഗ്ത് ഫ്രഞ്ച് രഹസ്യ പൊലീസിനു ഒപ്പിട്ടു നല്കിയ രസീത്. (*ഓട്ടോറൂൾ*, പേജ് 219).

രാഷ്ട്രീയ വിമർശനം മാത്രമല്ല മാർക്സിന്റെ മൂർച്ചയേറിയ പരിഹാസത്തിനും വൊഗ്ത് പാത്രമായി. വൊഗ്ത്തിനെ തികഞ്ഞ കോമാളിയായി സ്ഥാപിക്കാൻ മാർക്സിനു കഴിഞ്ഞു. ബൂർഷ്വാ മാധ്യമങ്ങൾക്കും കൊള്ളുന്നതായിരുന്നു ചാട്ടുളിപോലെ തറയ്ക്കുന്ന മാർക്സിന്റെ വിമർശനം. വർഗ്ഗശത്രുക്കളെയും അവരുടെ ദല്ലാൾമാരായ നികൃഷ്ട ജന്തുക്കളെയും എങ്ങനെയാണ് മാർക്സ് കൈകാര്യം ചെയ്തത് എന്നതിന്റെ വെളിപ്പെടുത്തലാണ് ഈ കൃതി. ഇതിലെ വിമർശനവും പരിഹാസവും വെടിയുണ്ടകൾ പോലെ തറയ്ക്കുന്നത് വൊഗ്ത്തിന്റെ നെഞ്ചത്ത് മാത്രമല്ല, ഫെർഡിനാൻഡ് ലസ്സാലിനും കൂടി ഇത് കൊള്ളുന്നതാണ്; ലസ്സാലിനെയും ഇത് ശരിക്കും പൊള്ളിച്ചു.

ജർമ്മനിയിലെ വിപ്ലവ പ്രസ്ഥാനത്തിൽ ലസ്സാലിന്റെ പ്രവർത്തനം സംബന്ധിച്ച മാർക്സിന്റെയും എംഗൽസിന്റെയും വിലയിരുത്തലാണ് ശ്രദ്ധിക്കപ്പെടേണ്ടത്. 1848 ലെ വിപ്ലവത്തിന്റെ കാലത്തുതന്നെ മാർക്സിന്റെ അനുയായിയായി രംഗത്തെത്തിയ ലസ്സാൽ ക്രമേണ യൂറോപ്പിന്റെയാകെ വിപ്ലവ പ്രവർത്തനങ്ങളുടെ നായകനാണ് താനെന്ന മട്ടിലായിരുന്നു സ്വയം നടിച്ചത്. 1862 ഓടെ ജർമ്മനിയിൽ തൊഴിലാളി സംഘടനാരംഗത്ത് നേതൃത്വപരമായ പങ്ക് വഹിച്ചുതുടങ്ങി. The Workingmen's Programme (പണിയെടുക്കുന്നവരുടെ പരിപാടി) എന്ന പേരിൽ ഒരു റിപ്പോർട്ട് തയ്യാറാക്കി ലസ്സാൽ തൊഴിലാളികൾക്കിടയിൽ പ്രചരണം തുടങ്ങി. ആ കാലത്ത് സംജാതമായ നിയമവിധേയമായ രാഷ്ട്രീയ സാഹചര്യത്തിനുപറ്റിയവിധം, മാർക്സും എംഗൽസും *കമ്യൂണിസ്റ്റ് മാനിഫെസ്റ്റോയിൽ* മുന്നോട്ടുവച്ച അടിസ്ഥാന ആശയങ്ങളിൽ വെള്ളം ചേർത്ത് സ്വന്തമെന്ന നിലയിൽ ലസ്സാൽ അവതരിപ്പിച്ചതാണ് ഈ കൃതി എന്നാണ് ഡേവിഡ് റിയാസനോവ് വ്യക്തമാക്കുന്നത്.

തൊഴിലാളികളുടെ ഒരു സമ്മേളനം വിളിച്ചു കൂട്ടുക എന്ന ആശയം ലസ്സാൽ മുന്നോട്ടുവച്ചു. അതിനായി ലീപ്സിഗിൽ ഒരു പ്രത്യേക കമ്മിറ്റി സംഘടിപ്പിക്കുകയുണ്ടായി. തൊഴിലാളിവർഗ്ഗ പ്രസ്ഥാനത്തിന്റെ പ്രശ്നങ്ങളും ലക്ഷ്യങ്ങളും ആധികാരികമായി പ്രഖ്യാപിക്കാനുള്ള ആളാണ് താനെന്ന ആത്മപ്രശംസയിൽ മുഴുകിയ ലസ്സാൽ ലീപ്സിഗ് കമ്മിറ്റിക്കുള്ള തുറന്ന കത്ത് എന്ന നിലയിൽ തന്റെ പരിപാടി അവതരിപ്പിച്ചു.

തൊഴിലാളിവർഗ്ഗത്തിന്റെ തനതായ ഒരു രാഷ്ട്രീയ പാർട്ടി രൂപീക

രിക്കണമെന്ന ആശയമാണ് മുഖ്യമായും ഇതിൽ മുന്നോട്ടുവെച്ചത്. അതിന്റെ രാഷ്ട്രീയകാര്യപരിപാടിയിൽ ഊന്നൽ നല്കിയത് സാർവ്വത്രിക വോട്ടവകാശം നേടിയെടുക്കുക എന്നതിനാണ്. സാമ്പത്തിക നയപരി പാടിയിൽ ലസ്സാൽ മുന്നോട്ടുവെച്ചത് നിശ്ചിത മിനിമം കൂലിക്കുപരിയായി കൂലി വർദ്ധന വേണ്ടതില്ലെന്നാണ് - ''കൂലിയെ സംബന്ധിച്ച ഉരുക്കു നിയമം'' എന്നാണീ സിദ്ധാന്തം വിശേഷിപ്പിക്കപ്പെട്ടത്. ഗവൺമെന്റിൽ നിന്നുള്ള ധനസഹായത്തോടെ പ്രവർത്തിക്കുന്ന ഉല്പാദക സഹകര ണ സംഘങ്ങളുടെ ഒരു ശൃംഖലയ്ക്കു രൂപം നല്കണമെന്നും ഇതിൽ നിർദ്ദേശിച്ചു.

എന്നാൽ മാർക്സിനോ എംഗൽസിനോ സ്വീകാര്യമായിരുന്നില്ല ലസ്സാലിന്റെ ഈ പരിപാടി. തന്റെ നയപരിപാടി മാർക്സിനെക്കൊണ്ട് അംഗീകരിപ്പിക്കാൻ ലസ്സാൽ കിണഞ്ഞു ശ്രമിച്ചെങ്കിലും മാർക്സ് തന്റെ നിലപാടിൽ ഉറച്ചുനിന്നു. പക്ഷേ, മാർക്സ് അംഗീകരിച്ച ഒരു കാര്യം 1849-1862 കാലത്തെ പ്രതിവിപ്ലവശക്തികളുടെ ആധിപത്യത്തിനുശേഷം ആദ്യമായി ജർമ്മൻ മണ്ണിൽ തൊഴിലാളിവർഗ്ഗത്തിന്റെ കൊടി ഉയർത്തി യത് ലസ്സാലായിരുന്നു എന്ന വസ്തുതയാണ്. ആ ഇരുണ്ടനാളുകൾക്കു ശേഷം ജർമ്മനിയിൽ തൊഴിലാളിവർഗ്ഗത്തിന്റേതായ ഒരു പാർട്ടി സംഘ ടിപ്പിച്ചത് ലസ്സാലായിരുന്നുവെന്നത് സംശയാതീതമായ കാര്യമാണ്. ഇ തായിരുന്നു ലസ്സാലിന്റെ അനിഷേദ്ധ്യമായ സേവനം. എന്നാൽ തന്റെ ഹ്രസ്വമായ രാഷ്ട്രീയ സംഘടനാ ജീവിതത്തിൽ (വെറും രണ്ടുവർഷ ത്തെ മാത്രം പ്രവർത്തനം) അപര്യാപ്തമായ ഈ പരിപാടി അവതരിപ്പി ച്ചതിനുപുറമെ മറ്റു പോരായ്മകളും ലസ്സാലിന്റെ പ്രവർത്തനത്തിൽ നി ഴലിച്ചുനിന്നു.

താൻ രൂപം നല്കിയ ജനറൽ ജർമ്മൻ ലേബർ യൂണിയനും പഴയ കമ്യൂണിസ്റ്റു പ്രസ്ഥാനവും തമ്മിലുള്ള ബന്ധത്തെക്കുറിച്ച് ഒരു സൂചന പോലും ലസ്സാൽ എവിടെയും പരാമർശിച്ചില്ല; മാത്രമല്ല ഇത്തരത്തിൽ ഒരു ബന്ധവുമില്ലെന്ന് തറപ്പിച്ചു പറയാനും ലസ്സാൽ മടിച്ചില്ല. അതുപോലെ *കമ്യൂണിസ്റ്റ് മാനിഫെസ്റ്റോ*യിൽനിന്നും മാർക്സിന്റെ മറ്റു കൃതികളിൽ നിന്നുമാണ് ലസ്സാൽ അടിസ്ഥാനപരമായ ആശയങ്ങൾ പലതും കടം കൊണ്ടതെങ്കിലും വളരെ ബോധപൂർവ്വം തന്നെ അക്കാര്യം പരാമർശി ക്കാൻപോലും തയ്യാറായില്ല. ഒരു ഭാഗത്ത് മാർക്സിനെക്കുറിച്ച് പരാമർ ശിച്ചതുപോലും കമ്യൂണിസ്റ്റോ വിപ്ലവകാരിയോ എന്ന നിലയിലല്ല, മറിച്ച് സാമ്പത്തികശാസ്ത്രജ്ഞനായ മാർക്സ് എന്ന നിലയിലാണ്. പക്ഷേ, ഇതൊരു അടവുനയം മാത്രമാണെന്നാണ് ലസ്സാൽ വാദിച്ചത്. കമ്യൂണിസം എന്ന ഭൂതത്തെ സംബന്ധിച്ച് യക്ഷിക്കഥകൾ മെനഞ്ഞ് പ്രചരിപ്പിച്ച ബൂർഷ്വാ ലിബറലുകളുടെ പിടിയിൽനിന്നു തൊഴിലാളികളെ മോചിപ്പി ക്കാൻ, അവരിൽ ഭീതി പടർത്താതിരിക്കണമെന്നായിരുന്നു ലസ്സാലിന്റെ വാദം.

തികഞ്ഞ പൊങ്ങച്ച പ്രിയനായിരുന്നു ലസ്സാൽ. പ്രചരണതന്ത്രങ്ങ

ളിലൂടെ സാധാരണ ജനങ്ങളെ തന്റെ വലയിൽ വീഴ്ത്താമെന്ന് കരുതിയിരുന്നയാൾ. ജർമ്മൻ തൊഴിലാളി പ്രസ്ഥാനത്തിന്റെ സൃഷ്ടികർത്താവ് താനാണെന്ന സ്വയം പുകഴ്ത്തലിൽ അഭിരമിക്കുകയുമായിരുന്നു ലസ്സാൽ. ഈ ബഡായി പറച്ചിലായിരുന്നു മാർക്സിനെയും എംഗത്സിനെയും വിപ്ലവ പ്രസ്ഥാനത്തിലെ മറ്റ് ആദ്യപഥികരെയും ലസ്സാലിൽനിന്നകറ്റിയത്. ഏറെക്കഴിയുംമുമ്പ് സാധാരണ തൊഴിലാളികൾക്കും മനസ്സിലായി തങ്ങളുടെ പ്രസ്ഥാനം ആരംഭിച്ചത് ലസ്സാൽ മാത്രമായിരുന്നില്ല എന്ന്. ഒളിവിൽ പ്രവർത്തിച്ചിരുന്ന ആദ്യകാല വിപ്ലവ പ്രസ്ഥാനവുമായി ഒരു ബന്ധവുമില്ലാത്തതാണ് ഇപ്പോഴത്തെ തൊഴിലാളി പ്രസ്ഥാനമെന്ന ലസ്സാലിന്റെ വാദം അംഗീകരിക്കാൻ മാർക്സും സഖാക്കളും തയ്യാറല്ലായിരുന്നു.

മറ്റൊരു പ്രധാന അഭിപ്രായഭിന്നത സാർവ്വത്രിക വോട്ടവകാശം സംബന്ധിച്ചതായിരുന്നു. ഈ ആവശ്യം ഉന്നയിക്കുന്നതിനു മാർക്സും എംഗൽസും എതിരായിരുന്നില്ല. എന്നാൽ ലസ്സാൽ അതിനെ സർവ്വരോഗസംഹാരിയായ ഒരൊറ്റമൂലിയായി കണ്ടതിനെ അവർ എതിർത്തു. സാർവ്വത്രിക വോട്ടവകാശം നേടിക്കഴിഞ്ഞാൽ പാർലമെന്റിലെ 90 ശതമാനം സീറ്റുകളും തൊഴിലാളികൾ തന്നെ നേടുമെന്നും അതോടെ തൊഴിലാളികളുടെ കൈയിലാകും രാഷ്ട്രീയവും സാമ്പത്തികവുമായ ജീവിതത്തിന്റെ നിയന്ത്രണം എന്നുമായിരുന്നു ലസ്സാലിന്റെ അഭിപ്രായം. അങ്ങനെ രാഷ്ട്രീയ സാമ്പത്തിക മണ്ഡലങ്ങളിൽ വേണ്ട മാറ്റം വരുമെന്നുമായിരുന്നു ലസ്സാലിന്റെ സിദ്ധാന്തം. ഈ വികലവീക്ഷണത്തെയാണ് മാർക്സ് തള്ളിക്കളഞ്ഞത്.

അതേപോലെ തന്നെ 'ഉല്പാദക സഹകരണ സംഘങ്ങൾ' എന്ന ലസ്സാലിന്റെ സങ്കല്പനത്തെയും താല്ക്കാലിക ജീവനോപാധി എന്നതിനപ്പുറം പ്രാധാന്യമില്ലാത്തതെന്ന നിലയിൽ മാർക്സ് നിരാകരിച്ചു. രാഷ്ട്രീയ അധികാരം തൊഴിലാളിവർഗ്ഗത്തിന്റെ കൈയിലെത്താതെ ഉല്പാദനോപാധികൾ സഹകരണ സംഘങ്ങളിലൂടെ പൊതുഉടമസ്ഥതയിലാക്കാമെന്ന ലസ്സാലിന്റെ നിലപാട് അപക്വവും അയഥാർത്ഥവുമാണെന്ന നിലയിൽ മാർക്സ് തള്ളിക്കളഞ്ഞു.

ട്രേഡ് യൂണിയനുകളുടെ പങ്കിനെ സംബന്ധിച്ച ലസ്സാലിന്റെ കാഴ്ചപ്പാടും മാർക്സിനും എംഗൽസിനും സ്വീകാര്യമായിരുന്നില്ല. ഉല്പാദക സഹകരണ പ്രസ്ഥാനത്തിനു അമിത പ്രാധാന്യം നല്കിയ ലസ്സാൽ ട്രേഡ് യൂണിയനുകൾ തീർത്തും അനാവശ്യമാണെന്ന നിലപാടാണ് സ്വീകരിച്ചത്. പ്രഷ്യയിലെ ബൂർഷ്വാ പുരോഗമനവാദികൾക്കെതിരായ നിലപാടിൽ ഉറച്ചുനിന്ന ലസ്സാൽ, ബൂർഷ്വാസിയെപ്പോലെ തന്നെ - ഒരുപക്ഷേ, അതിലും കൂടുതൽ - തൊഴിലാളിവർഗ്ഗത്തോട് ശത്രുത പുലർത്തിയിരുന്ന ഫ്യൂഡലിസത്തിന്റെ അവശിഷ്ടങ്ങൾ അപ്പോഴും അവിടെ നിലനിന്നിരുന്നുവെന്ന കാര്യം കണക്കിലെടുത്തില്ല. ബൂർഷ്വാ പുരോഗമനവാദികളെ ആക്രമിച്ച ലസ്സാലിന്റെ നിലപാട് തെറ്റല്ലായിരുന്നു. എന്നാൽ ഫ്യൂഡൽ സ്വഭാവമുള്ള ഗവൺമെന്റിനു പാദസേവ ചെയ്യാൻ പോലും

മടിക്കാതിരുന്ന ലസ്സാൽ തന്റെ വർഗ്ഗത്തിന്റെ ലക്ഷ്യം അടിയറവെയ്ക്കുകയാണുണ്ടായത്. തൊഴിലാളികൾക്കെതിരെ ബിസ്മാർക്കിന്റെ ഗവൺമെന്റ് നടപടികളെടുത്തപ്പോൾ അതിനെ ചെറുക്കാൻ തൊഴിലാളികളെ അണിനിരത്താനല്ല, ബിസ്മാർക്കിനു പരാതി നല്കി പരിഹാരം കാണാനാണ് ലസ്സാൽ ശ്രമിച്ചത്. എന്നാൽ ലസ്സാലിന്റെ ഉപദേശം അംഗീകരിക്കാൻ തൊഴിലാളികൾ തയ്യാറായില്ല.

ലസ്സാലിന്റെ ഇത്തരം നിലപാടുകൾക്കെതിരെ കർക്കശമായാണ് മാർക്സ് പ്രതികരിച്ചത്. തന്റെ പേര് ഉപയോഗിച്ച് ഖ്യാതി നേടാനുള്ള ലസ്സാലിന്റെ നീക്കങ്ങളെ മാർക്സ് അംഗീകരിച്ചുമില്ല. ലസ്സാലിനു പിന്തുണ കൊടുക്കാതിരുന്നപ്പോൾ തന്നെ മാർക്സും എംഗൽസും അയാളെ പരസ്യമായി തള്ളിക്കളഞ്ഞതുമില്ല. എന്നാൽ വിൽഹെം ലീബ്നെക്ടിനെപ്പോലെയുള്ള മാർക്സിന്റെ ഉറ്റചങ്ങാതിമാർ ലസ്സാലിനെതിരെ പരസ്യമായ നിലപാടെടുക്കണമെന്ന് മാർക്സിനോടും എംഗൽസിനോടും നിരന്തരം ആവശ്യപ്പെട്ടുകൊണ്ടിരുന്നു. അതനിവാര്യമാണെന്ന് മാർക്സിനും എംഗൽസിനും ബോദ്ധ്യപ്പെടുകയും ചെയ്തു. എന്നാൽ അവർ അത്തരമൊരു നടപടിയിലേക്ക് നീങ്ങുംമുൻപ് 1864 ആഗസ്ത് 30ന് ലസ്സാൽ വ്യക്തിപരമായ ഒരു വിഷയത്തിന്മേൽ നടന്ന ഒരു ദ്വന്ദ്വ യുദ്ധത്തിൽ കൊല്ലപ്പെട്ടു.

ഇതിനിടയിൽ തന്നെ മാർക്സ്, തന്നെയും കുടുംബത്തെയും ബാധിച്ചിരുന്ന ദാരിദ്ര്യത്തിന്റെയും രോഗങ്ങളുടെയും കഷ്ടപ്പാടുകളുടെയും ഇടയ്ക്കു തന്നെ, അതെല്ലാം വിസ്മരിച്ച് അർത്ഥശാസ്ത്രം സംബന്ധിച്ച പഠനങ്ങളിൽ മുഴുകി. 1857 ലെ സാമ്പത്തിക പ്രതിസന്ധി വിപ്ലവ പ്രസ്ഥാനത്തിനു വീണ്ടും ഒരവസരം നല്കുമെന്ന മാർക്സിന്റെയും എംഗൽസിന്റെയും പ്രതീക്ഷ ഫലവത്തായില്ലെങ്കിലും മാർക്സിന്റെ സാമ്പത്തിക ശാസ്ത്ര പഠനത്തിനു അത് കൂടുതൽ അവസരം നല്കി. 1857 ആഗസ്തിനും 1858 മാർച്ചിനുമിടയ്ക്കായി ഇന്ന് *ഗ്രൂൺഡ്രിസ്സെ* എന്നറിയപ്പെടുന്ന കൃതിയുടെ രചന പൂർത്തിയാക്കി. യഥാർത്ഥത്തിൽ ഇത് അർത്ഥശാസ്ത്രം സംബന്ധിച്ച അദ്ദേഹത്തിന്റെ ബൃഹദ് ഗ്രന്ഥരചനയുടെ തുടക്കമായിരുന്നു; ആദ്യ കരട് എന്ന് പറയാനാവുന്ന രചന. ഇതിന്റെ പ്രസിദ്ധീകരണത്തിനു ലസ്സാൽ ജർമ്മനിയിൽ ഒരു പ്രസാധകനെ ഏർപ്പെടുത്തിയെങ്കിലും ആ ഘട്ടത്തിൽ അങ്ങനെ അച്ചടിക്കാൻ മാർക്സ് തയ്യാറായില്ല. *ഗ്രൂൺഡ്രിസ്സെ*യുടെ പണത്തെ സംബന്ധിച്ച ആദ്യ ഭാഗം മാത്രം പൂർത്തിയാക്കി *A Contribution to the Critique of Political Economy* (അർത്ഥശാസ്ത്ര വിമർശനത്തിനൊരു സംഭാവന) എന്ന പേരിൽ മാർക്സ് 1859 ജൂണിൽ പ്രസിദ്ധീകരിച്ചു. ഈ ഗ്രന്ഥത്തിന്റെ ആമുഖം മാർക്സിന്റെ ധൈഷണിക ജീവിതത്തിലെ വലിയൊരു ചുവടുവെയ്പാണ്; ചരിത്രപരമായ ഭൗതികവാദത്തിന്റെ അടിസ്ഥാനതത്ത്വം കൃത്യവും വ്യക്തവുമായി മാർക്സ് ഇതിൽ അവതരിപ്പിക്കുന്നു.

തുടർന്നുള്ള 8 വർഷം മാർക്സ്, ഇടയ്ക്ക് ഒന്നാം ഇന്റർനാഷണ

ലുമായി ബന്ധപ്പെട്ട പ്രവർത്തനങ്ങളിൽ ഏർപ്പെട്ടപ്പോഴും, *മൂലധന*ത്തിന്റെ രചന പൂർത്തിയാക്കുന്നതിൽ മുഴുകിയിരിക്കുകയായിരുന്നു. മൂലധനം, ഭൂസ്വത്ത്, കൂലിവേല, ഭരണകൂടം, അന്താരാഷ്ട്ര വ്യാപാരം, ലോക കമ്പോളം എന്നിങ്ങനെ ആറ് വോള്യങ്ങളോടുകൂടിയ ഒരു ബൃഹദ്ഗ്രന്ഥപരമ്പരയുടെ മുഖവുര എന്ന നിലയിലാണ് മാർക്സ് *അർത്ഥശാസ്ത്ര വിമർശനത്തിനൊരു സംഭാവന* പ്രസിദ്ധീകരിച്ചത്. 1861 ആഗസ്തിനും 1863 ജൂലൈക്കും ഇടയ്ക്കുള്ള കാലത്ത് ആ രീതിയിൽ അത് പൂർത്തിയാക്കാനുള്ള ശ്രമത്തിലായിരുന്നു മാർക്സ്. ''1861/63 കൈയെഴുത്ത് പ്രതികൾ'' എന്നറിയപ്പെടുന്ന 1472 പേജ് വരുന്ന കുറിപ്പുകൾ 23 നോട്ടുബുക്കുകളിലായി അദ്ദേഹം തയ്യാറാക്കി. എന്നാൽ അദ്ദേഹം നടത്തിയ ഗവേഷണത്തിലെ കണ്ടെത്തൽ മുൻപ് നിശ്ചയിച്ച രീതിയിൽ ഗ്രന്ഥരചന പൂർത്തിയാക്കേണ്ടതില്ല എന്ന നിഗമനത്തിൽ അദ്ദേഹത്തെ കൊണ്ടെത്തിച്ചു. *ഗ്രൂൺഡ്രിസ്സെ* എഴുതുമ്പോൾ തന്നെ അദ്ദേഹം മിച്ചമൂല്യത്തെ സംബന്ധിച്ച സങ്കല്പനത്തിൽ എത്തിച്ചേർന്നിരുന്നു. എന്നാൽ "1861/63 കൈയെഴുത്തുപ്രതികളി"ലാണ് ലാഭം സംബന്ധിച്ച സിദ്ധാന്തത്തിനു അദ്ദേഹം രൂപം നല്കിയത്.

ആറ് വോള്യങ്ങളിലായി അർത്ഥശാസ്ത്രം സംബന്ധിച്ച കൃതി രചിക്കാനുള്ള പദ്ധതി ഉപേക്ഷിക്കാനും *Capital* (മൂലധനം) എന്ന പേരിൽ നാല് വോള്യങ്ങളായി കൃതി പൂർത്തിയാക്കാനും മാർക്സ് നിശ്ചയിച്ചു. ഈ നാല് വോള്യങ്ങളിലായി ആദ്യ രൂപരേഖ പ്രകാരം സ്വരൂപിച്ച വസ്തുതകളിൽ വലിയൊരു ഭാഗവും ഉൾപ്പെടുത്താനും അദ്ദേഹം തീരുമാനിച്ചു. അതനുസരിച്ച് എഴുത്ത് പൂർത്തിയാക്കാനുള്ള പണിയിൽ അദ്ദേഹം മുഴുകി.

മൂലധനം

ആയിരത്തി എണ്ണൂറ്റി അൻപത്തിയൊൻപതിൽ എന്റെ *A Contribution to the critique of Political Economy* (അർത്ഥശാസ്ത്ര നിരൂപണത്തിനൊരു സംഭാവന) എന്ന ഗ്രന്ഥം പ്രസിദ്ധീകരിക്കപ്പെട്ടു. ഇതിന്റെ ഒരു തുടർച്ചയെന്ന നിലയ്ക്ക് തയ്യാറാക്കുന്ന ഒരു പൂർണ്ണ ഗ്രന്ഥത്തിന്റെ ഒന്നാം പുസ്തകമാണ് ഇപ്പോൾ ഞാൻ പൊതുജനങ്ങളുടെ മുമ്പാകെ സമർപ്പിക്കുന്നത്. ആദ്യത്തെ ഗ്രന്ഥം പ്രസിദ്ധീകരിച്ച ശേഷം അതിന്റെ തുടർച്ച പ്രസിദ്ധീകരിക്കാൻ ഇത്ര നീണ്ടകാലം പിടിച്ചതിനുള്ള കാരണം, വർഷങ്ങളായി തുടർന്നു വന്ന രോഗം നിമിത്തം എന്റെ ജോലി പലപ്പോഴും മുടങ്ങിയെന്നതാണ്.

ആദ്യമെഴുതിയ ഗ്രന്ഥത്തിന്റെ ഉള്ളടക്കം ഈ പുസ്തകത്തിൽ ആദ്യത്തെ മൂന്ന് അദ്ധ്യായങ്ങളിൽ സംക്ഷേപിച്ചിട്ടുണ്ട്. ആ കൃതിയും ഇതും തമ്മിൽ ബന്ധപ്പെടുത്താനും പൂർത്തീകരിക്കാനും മാത്രം ചെയ്തതല്ല ഇത്. വിഷയം അവതരിപ്പിക്കുന്ന രീതിയിൽതന്നെ മാറ്റങ്ങൾ വരുത്തിയിട്ടുണ്ട്. മുമ്പത്തെ പുസ്തകത്തിൽ ചുരുക്കം വാക്കുകളിൽ സൂചിപ്പിക്കുക മാത്രം ചെയ്തിരുന്നത് കുറേക്കൂടി പൂർണ്ണമായി പ്രതിപാദിക്കുക, മറിച്ച് പൂർണ്ണമായി പ്രതിപാദനം ചെയ്തിരുന്നത് ചുരുക്കം വാക്കുകളിൽ സംക്ഷേപിക്കുക - ഇതു രണ്ടും സാഹചര്യങ്ങൾ അനുവദിക്കുന്നിടത്തോളം ചെയ്തിട്ടുണ്ട്. മൂല്യത്തെയും പണത്തെയും സംബന്ധിച്ചുള്ള സിദ്ധാന്തങ്ങളുടെ ചരിത്രം പ്രതിപാദിക്കുന്ന ഖണ്ഡികകൾ തികച്ചും ഒഴിവാക്കിയിട്ടുണ്ട്.

Capital (മൂലധനം) ഒന്നാം വോള്യത്തിന്റെ ഒന്നാം ജർമ്മൻ പതി

പ്പിന് കാൾ മാർക്സ് എഴുതിയ മുഖവുരയുടെ തുടക്കമാണിത്. (മലയാള പരിഭാഷ, സാഹിത്യ പ്രവർത്തക സഹകരണ സംഘം: 2010 ഡിസംബറിൽ പ്രസിദ്ധീകരിച്ച മൂന്നാം പതിപ്പ്, പേജ് 119.)

മാർക്സ് അർത്ഥശാസ്ത്രം സംബന്ധിച്ച പഠനം തുടങ്ങിയത് തന്റെ ദൗത്യം ലോകത്തെ വ്യാഖ്യാനിക്കുകയല്ല, മറിച്ച് ലോകത്തെ മാറ്റിത്തീർക്കുകയാണ് എന്ന ധാരണയിലെത്തിച്ചേർന്ന 1840 കളുടെ തുടക്കം മുതലാണ്. ലോകത്തെ മാറ്റിത്തീർക്കുന്നതിനു കേവലം തത്ത്വശാസ്ത്രം മാത്രം പോര എന്നും അർത്ഥശാസ്ത്രത്തിന്റെ കൂടി പിൻബലം അനിവാര്യമാണെന്നും അദ്ദേഹം മനസ്സിലാക്കുകയുണ്ടായി. അർത്ഥശാസ്ത്രം സംബന്ധിച്ച ഒരു കൃതിയുടെ രചനയ്ക്കുള്ള തയ്യാറെടുപ്പിന്റെ ഭാഗമായിരുന്നു അദ്ദേഹത്തിന്റെ "പാരീസ് കൈയെഴുത്തു പ്രതികൾ- 1844." അർത്ഥശാസ്ത്രം സംബന്ധിച്ച കൃതി പ്രസിദ്ധീകരിക്കുന്നതിനു കാറൽ ലെസ്കെ എന്ന ജർമ്മൻ പ്രസാധകനുമായി 1845 ഫെബ്രുവരി ഒന്നിന് അദ്ദേഹം കരാറിലൊപ്പിടുകപോലും ചെയ്തിരുന്നു. എംഗൽസുമൊത്ത് മാർക്സ് *ജർമ്മൻ പ്രത്യയശാസ്ത്രം* എന്ന കൃതിയുടെ പണിപ്പുരയിലായിരുന്ന 1845 ൽ ജെന്നി മാർക്സ് കരുതിയത് അദ്ദേഹം ഈ അർത്ഥശാസ്ത്ര കൃതിയുടെ രചനയിലായിരിക്കും എന്നാണ്. എന്നാൽ വൈരുദ്ധ്യവാദ ദർശനം സംബന്ധിച്ച് കൂടുതൽ വ്യക്തത വരുത്തിയശേഷം മാത്രമേ അർത്ഥശാസ്ത്രം സംബന്ധിച്ച ഗ്രന്ഥത്തിന്റെ രചന സാദ്ധ്യമാക്കാനാകൂ എന്ന നിഗമനത്തിൽ അദ്ദേഹം എത്തിച്ചേർന്നിരുന്നു. അത്തരം ഒരു വ്യക്തത വരുത്തൽ കൂടിയായിരുന്നു, *ജർമ്മൻ പ്രത്യയശാസ്ത്ര*ത്തിന്റെ രചന.

എന്തായിരുന്നു തത്ത്വശാസ്ത്രപരമായ ധാരണയിൽ വ്യക്തത വരുത്തൽ എന്ന് മാർക്സ് 1873 ജനുവരി 24 ന് *മൂലധന*ത്തിന്റെ രണ്ടാം ജർമ്മൻ പതിപ്പിനെഴുതിയ മുഖവുരയിൽ ഇങ്ങനെ പറയുന്നു:

> പരിശോധനാമാർഗ്ഗവും അവതരണ മാർഗ്ഗവും രണ്ടാണ്, ശരി തന്നെ. പരിശോധനാവിധേയമായ വസ്തുതകളെ മുഴുവൻ സ്വായത്തമാക്കുക, അവയുടെ വളർച്ചയ്ക്കുണ്ടാകുന്ന വിവിധ രൂപങ്ങൾ വിശകലനം ചെയ്യുക, അവ തമ്മിലുള്ള അന്യോന്യ ബന്ധം വിശദമാക്കുക- ഇതൊക്കെയാണ് പരിശോധനാമാർഗ്ഗത്തിനു ചെയ്യാനുള്ളത്. അത്രയും ചെയ്തു കഴിഞ്ഞാൽ മാത്രമേ യഥാർത്ഥത്തിലുള്ള വളർച്ചയുടെ പ്രക്രിയ വേണ്ടതുപോലെ അവതരിപ്പിക്കാൻ കഴിയുകയുള്ളൂ.....................
>
> എന്റെ വൈരുദ്ധ്യവാദ മാർഗ്ഗം ഹെഗലിന്റേതിൽനിന്നും വ്യത്യസ്തം മാത്രമല്ല, അതിനു തികച്ചും വിരുദ്ധം കൂടിയാണ്. ഹെഗലിന്റെ ദൃഷ്ടിയിൽ മനുഷ്യന്റെ തലച്ചോറിന്റെ ജീവൽ പ്രക്രിയയാണ്, അല്ലെങ്കിൽ ചിന്തയുടെ പ്രക്രിയയാണ് യഥാർത്ഥ ലോകത്തിന്റെ ഉത്ഭവസ്ഥാനം. ഈ ചിന്താ പ്രക്രിയയെ 'ആശയം' എന്ന പേരിൽ

ഒരു സ്വതന്ത്രഘടകം എന്ന സ്ഥിതിയിലേക്കു തന്നെ ഹെഗൽ ഉയർത്തുന്നു. അദ്ദേഹത്തിന്റെ ദൃഷ്ടിയിൽ യഥാർത്ഥ ലോകം ആശയത്തിന്റെ ബാഹ്യ പ്രതിഭാസം മാത്രമാണ്. നേരേമറിച്ച് എന്റെ ദൃഷ്ടിയിൽ മനുഷ്യ മനസ്സിൽ പ്രതിഫലിച്ചിട്ടുള്ളതും ചിന്തയുടേതായ രൂപത്തിലേക്ക് പരിവർത്തനം ചെയ്യപ്പെടുന്നതുമായ ഭൗതിക ലോകമല്ലാതെ മറ്റൊന്നുമല്ല 'ആശയം'. .... എന്റെ പുസ്തകത്തിൽ മൂല്യ സിദ്ധാന്തത്തെക്കുറിച്ചുള്ള അദ്ധ്യായത്തിൽ അങ്ങിങ്ങ്, വിശേഷിച്ചും ഹെഗലിനു സവിശേഷമായിരുന്ന ശൈലീ പ്രയോഗം ഞാൻ ഉപയോഗിക്കുകപോലും ചെയ്തു. വൈരുദ്ധ്യവാദം ഹെഗലിന്റെ കൈയിൽ ദുർഗ്രഹമാണെന്നതു നേരാണ്. എന്നാൽ വൈരുദ്ധ്യവാദം എങ്ങനെ പ്രവർത്തിക്കുന്നു എന്നതിന്റെ സാമാന്യ രൂപം സമഗ്രമായി ബോധപൂർവ്വം അവതരിപ്പിച്ച ആദ്യത്തെ ആൾ എന്ന ഹെഗലിന്റെ സ്ഥാനത്തിനു ഈ പരിമിതിയൊന്നും പ്രതിബന്ധമാകുന്നില്ല. അദ്ദേഹത്തിന്റെ കൈയിൽ വൈരുദ്ധ്യവാദം തലകുത്തി നില്ക്കുകയാണ്. ദുർഗ്രാഹ്യമായ അതിന്റെ പുറന്തൊണ്ടിനു അകത്തു കിടക്കുന്ന യുക്തിബദ്ധമായ കാതൽ കണ്ടുപിടിക്കാൻ അതിനെ വീണ്ടും തലമേലോട്ടായി തിരിച്ചു നിർത്തണമെന്നേയുള്ളൂ.

(*മൂലധനം*, മലയാള പരിഭാഷ, വോള്യം ഒന്ന്. പേജ് 135, 136)

ഹെഗലിന്റെ വൈരുദ്ധ്യവാദത്തിലെ ദുർഗ്രഹതയെക്കുറിച്ച് 1840 കളിൽതന്നെ രൂക്ഷമായി വിമർശിച്ചിരുന്നെങ്കിലും ഹെഗലിന്റെ ശിഷ്യനാണ് താനെന്ന് പറയാൻ മാർക്സ് ഒരിക്കലും മടിച്ചിരുന്നില്ല. ഹെഗലിയൻ വൈരുദ്ധ്യവാദത്തെ "തലമേലോട്ടാക്കി" മുതലാളിത്ത ഉല്പാദന രീതിയുടെ വിശകലനത്തിനു ആ സിദ്ധാന്തത്തെ ഉപയോഗിക്കുകയായിരുന്നു മാർക്സ്. അങ്ങനെ, തത്ത്വശാസ്ത്രപരമായി വ്യക്തത വരുത്തിയ ശേഷമാണ് മാർക്സ് അർത്ഥശാസ്ത്രം സംബന്ധിച്ച കൃതിയുടെ രചന തുടർന്നത്. കമ്യൂണിസ്റ്റ് ലീഗുമായി ബന്ധപ്പെട്ട സംഘടനാപ്രവർത്തനം, 1848 ലെ വിപ്ലവം, ഒന്നാം ഇന്റർനാഷണലിലെ പ്രവർത്തനം, സർവ്വോപരി മാർക്സിനെ വിടാതെ പിന്തുടർന്നിരുന്ന രോഗങ്ങളും ദാരിദ്ര്യവുമെല്ലാം ചേർന്ന് *മൂലധനം* ഒന്നാം വോള്യത്തിന്റെ പ്രസിദ്ധീകരണം 1867 സെപ്തംബർവരെ നീണ്ടു പോയി. എന്നാൽ ഇതിനിടയ്ക്കുതന്നെ അർത്ഥശാസ്ത്രം സംബന്ധിച്ച തന്റെ വാദഗതികളുടെ സംഗ്രഹം 1847 ൽ രണ്ടു ലഘുഗ്രന്ഥങ്ങളിലായി അദ്ദേഹം അവതരിപ്പിക്കുകയുമുണ്ടായി - *തത്ത്വശാസ്ത്രത്തിന്റെ ദാരിദ്ര്യ*വും *കൂലിവേലയും മൂലധന*വും. അദ്ദേഹത്തിന്റെ അർത്ഥശാസ്ത്രപരവും ദാർശനികവുമായ ചിന്തകളുടെയാകെ ആറ്റിക്കുറുക്കിയ രൂപം *കമ്യൂണിസ്റ്റ് മാനിഫെസ്റ്റോ*യിൽ അവതരിപ്പിക്കുകയും ചെയ്തു.

അർത്ഥശാസ്ത്രം സംബന്ധിച്ച ഗ്രന്ഥരചനയുടെ ശൈലി എങ്ങനെ

യാകണം എന്ന് വ്യക്തത വരുത്തുന്നതുപോലെ തന്നെ ഈ ഗ്രന്ഥരചന നീണ്ടുപോയതിൽ പ്രധാന പങ്കു വഹിച്ചത് നിരന്തരം അലട്ടിയിരുന്ന രോഗങ്ങളും ദാരിദ്ര്യവുമാണ്. ലണ്ടൻ ജീവിതത്തിനിടയിൽ അദ്ദേഹത്തിന് ഇടയ്ക്ക് താമസ സ്ഥലം മാറേണ്ടതായും വന്നിരുന്നു; എന്നാൽ പാർപ്പിടം ചെൽസിയയിലായാലും സോഹൊയിലായാലും ദരിദ്രരിൽ ദരിദ്രരായവർ, 'മനുഷ്യപ്പുഴുക്കൾ' എന്ന് വിശേഷിപ്പിക്കപ്പെട്ടവർക്കിടയിലായിരുന്നു മാർക്സ് താമസിച്ചിരുന്നത്. ഒരിക്കലും ആ കുടുംബത്തിനു നിത്യവൃത്തിക്കു വേണ്ട പണം ഉണ്ടായിരുന്നില്ല. ലണ്ടനിലെ മഴ പോലെ നിത്യസത്യമായിരുന്നു മാർക്സ് കുടുംബത്തിനു പട്ടിണി എന്നാണ് വിശേഷിപ്പിക്കപ്പെടുന്നത്. 1855 ഏപ്രിൽ 6 നു 8 വയസ്സ് പൂർത്തിയാകും മുമ്പ് മാർക്സിന്റെ മകൻ എഡ്ഗാർ അദ്ദേഹത്തിന്റെ കൈത്തണ്ടയിൽ കിടന്നു മരിച്ചു. അതിനു മുൻപു തന്നെ രണ്ടു കുഞ്ഞുങ്ങൾ ഒരു വയസ്സ് തികയും മുമ്പ് മരിച്ചിരുന്നു.

മകൾ ഫ്രാൻസിസ്കയുടെ മരണത്തെ തുടർന്ന് 1852 ഏപ്രിൽ 14 ന് എംഗൽസിനെഴുതിയ ഒരു കത്തിൽ മാർക്സ് ഇങ്ങനെ എഴുതി: "മരുന്നു വാങ്ങാൻ കൈയിൽ ചില്ലിക്കാശ് ഇല്ലാത്തതുകൊണ്ടാണ് ഡോക്ടറെ വിളിക്കാതിരുന്നത്. കഴിഞ്ഞ എട്ടു - പത്ത് ദിവസങ്ങളായി ഉണക്ക റൊട്ടിയും ഉരുളക്കിഴങ്ങും മാത്രമാണ് ഞാൻ എന്റെ കുടുംബത്തിനു തിന്നാൻ കൊടുത്തത്. ഇന്ന് ഇതുപോലും കിട്ടുമോ എന്ന ആശങ്കയിലാണ് ഞാൻ."

കൈയിൽ പണമുണ്ടായിരുന്നെങ്കിൽ മാർക്സിനു തന്റെ ഈ മൂന്നു കുഞ്ഞുങ്ങളുടെയും ജീവൻ രക്ഷിക്കാനാകുമായിരുന്നു. ചികിത്സയുടെയും ഭക്ഷണത്തിന്റെയും അഭാവത്തിലാണ് ആ കുട്ടികൾ മരിച്ചത്. മാർക്സ് ദാരിദ്ര്യത്തെക്കുറിച്ചും തൊഴിലാളികളുടെ കഷ്ടപ്പാടുകളെക്കുറിച്ചും എഴുതുമ്പോൾ, തനിക്കു ചുറ്റുമുള്ള മനുഷ്യരുടെ ജീവിതാവസ്ഥ മാത്രമല്ല, സ്വന്തം ജീവിതാനുഭവം കൂടിയായിരുന്നു എഴുതിയത്. മാർക്സ് രാപ്പകൽ അദ്ധ്വാനിച്ചിരുന്നെങ്കിലും അദ്ദേഹത്തിനു വരുമാനമൊന്നും ഉണ്ടായിരുന്നില്ലല്ലോ.

കമ്യൂണിസ്റ്റു ലീഗിന്റെ പ്രവർത്തനം അവസാനിച്ചതിനെത്തുടർന്ന് 1850 കളുടെ തുടക്കം മുതൽ ലണ്ടനിലെ ഡീൻ സ്ട്രീറ്റിലെ ബ്രിട്ടീഷ് മ്യൂസിയമായി മാർക്സിന്റെ പ്രവർത്തന കേന്ദ്രം. ഫാക്ടറി റിപ്പോർട്ടുകളും ഖനികളെ സംബന്ധിച്ച റിപ്പോർട്ടുകളും സ്ഥിതിവിവരക്കണക്കുകളും ബ്രിട്ടീഷ് പാർലമെന്റിന്റെ പ്രൊസീഡിങ്സും ഉൾപ്പെടെ അദ്ദേഹം അരിച്ചുപെറുക്കി; അവയെല്ലാം അതീവ ജാഗ്രതയോടെ വിശകലനം ചെയ്തു. ഇങ്ങനെ ശേഖരിച്ച ഡാറ്റകളിൽനിന്ന് ബ്രിട്ടനിൽ മുതലാളിത്ത വ്യവസ്ഥ എങ്ങനെയാണ് പ്രവർത്തിക്കുന്നത് എന്ന് അദ്ദേഹം പൂർണ്ണമായും മനസ്സിലാക്കി. ഒപ്പം ആദം സ്മിത്തും ഡേവിഡ് റിക്കാർഡോയും മുതൽ സമകാലികരായ സാമ്പത്തിക ശാസ്ത്രജ്ഞർ വരെയുള്ളവരുടെ കൃതികൾ- പ്രാമാണികരായവരുടെ കൃതികൾ മാത്രമല്ല, മൂന്നാംകിടക്കാരെന്നു പറഞ്ഞ് തള്ളിക്കളയാവുന്നത്ര അപ്രശസ്തരായവരുടെ വരെ കൃതി

കൾ- അദ്ദേഹം ആവർത്തിച്ചാവർത്തിച്ച് വായിച്ചു; കുറിപ്പുകളെടുത്തു. അവർ മുന്നോട്ടുവച്ച ആശയങ്ങളിലെ പിശകുകളെയും മണ്ടത്തരങ്ങളെയുംകുറിച്ച് ഈ കുറിപ്പുകളിൽ കണക്കിനു കളിയാക്കുകയും ചെയ്തു. അതെല്ലാം തേച്ചുമിനുക്കി തന്റെ വാദഗതികൾ ആകർഷകമായി അവതരിപ്പിക്കാൻ അദ്ദേഹം ഉപയോഗിക്കുന്നുമുണ്ട്. "മിച്ചമൂല്യത്തിന്റെ നിരക്ക്" എന്ന *മൂലധന*ത്തിലെ 9-ാം അദ്ധ്യായത്തിൽ നാസ്സോ ഡബ്ല്യൂ സീനിയർ എന്നയാളെക്കുറിച്ചുള്ള പരാമർശം ഇത്തരം പരിഹാസത്തിന്റെ ഉത്തമ മാതൃകയാണ്. നാസ്സോ സീനിയറിനെപോലെയുള്ള ഓക്സ്ഫോർഡ് പ്രൊഫസർമാരുടെ വിശകലനത്തേക്കാൾ മാർക്സ് വിലകല്പിച്ചത് ലിയോണാർഡ് ഹോണറെ പോലെയുള്ള ഫാക്ടറി ഇൻസ്പെക്ടർമാരുടെ സത്യസന്ധമായ റിപ്പോർട്ടുകൾക്കാണ്.

ലൈബ്രറിയിൽ പോകുന്നതും അവിടത്തെ സൗകര്യങ്ങൾ ഉപയോഗിക്കുന്നതും അനായാസമായിരുന്നില്ല. അവിടെ കടക്കണമെങ്കിൽ തന്നെ അവിടത്തെ ചട്ടപ്രകാരമുള്ള ഡ്രസ്കോഡ് പാലിക്കണമായിരുന്നു- മാന്യമായ, വൃത്തിയുള്ള വസ്ത്രങ്ങൾ നിർബ്ബന്ധമായിരുന്നു അവിടെ. 1852 ഫെബ്രുവരി ഏഴിന് എംഗൽസിനെഴുതിയ കത്തിൽ തന്റെ കോട്ട് പണയത്തിലായിരുന്നതിനാൽ ദിവസങ്ങളോളം പുറത്തിറങ്ങാനാകാതിരുന്ന അവസ്ഥയെക്കുറിച്ച് മാർക്സ് പറയുന്നുണ്ട്. ഇടയ്ക്ക് ഒരു ഘട്ടത്തിൽ എഴുതാൻ വേണ്ട പേപ്പർ വാങ്ങുന്നതിനായി കോട്ട് വില്ക്കാൻപോലും അദ്ദേഹം നിർബ്ബന്ധിതനായി. കോട്ടില്ലാത്തതു മൂലം ബ്രിട്ടീഷ് മ്യൂസിയത്തിൽ കടക്കാൻ പോയിട്ട് പുറത്തിറങ്ങാൻ പോലും ആകാത്ത അവസരങ്ങളിൽ അദ്ദേഹം നോവലുകളുടെയും മറ്റും വായനയിൽ മുഴുകി. അപ്പോൾ തന്റെ ഗവേഷണ പ്രവർത്തനങ്ങൾക്ക് താല്ക്കാലികമായി അവധി കൊടുത്ത അദ്ദേഹം തന്റെ ഗ്രന്ഥശേഖരത്തിലുണ്ടായിരുന്ന നോവലുകളിലേക്കും ഗ്രീക്ക് - ലാറ്റിൻ ക്ലാസിക്കുകളിലേക്കും തിരിഞ്ഞു. അവ ആവർത്തിച്ചാവർത്തിച്ചു വായിച്ചു. അദ്ദേഹത്തിന്റെ ആ ബൃഹത് ഗ്രന്ഥരചനയ്ക്ക് ആ വായന ഊർജ്ജം പകർന്നതിനൊപ്പം തന്റെ വാദഗതികൾ സരസമായി അവതരിപ്പിക്കാൻ ആ സാഹിത്യ കൃതികളിലെ കഥാസന്ദർഭങ്ങളെയും കഥാപാത്രങ്ങളെയുമെല്ലാം അദ്ദേഹം ഉപയോഗപ്പെടുത്തുകയുമുണ്ടായി.

ഇരുന്നെഴുതാൻ ആവാത്തവിധം പ്രമേഹ കുരുക്കൾ പഴുത്ത് പൊന്തി അദ്ദേഹം ഇടയ്ക്കിടെ അവശനാകുമായിരുന്നു. മരുന്നു വാങ്ങാനോ ഡോക്ടർക്ക് നല്കാനോ പണമില്ലാത്തതുമൂലം ഒറ്റമൂലി പ്രയോഗങ്ങളെ ആശ്രയിക്കുകയല്ലാതെ മറ്റു മാർഗ്ഗമൊന്നും ഇല്ലാത്ത അവസ്ഥയും. അങ്ങനെയും ഈ ബൃഹത്ഗ്രന്ഥത്തിന്റെ രചന മുടങ്ങിയിരുന്നു. ഇങ്ങനെ ദുരിതക്കയത്തിൽ ആയിരിക്കുമ്പോഴും തന്റെ സ്വപ്ന പദ്ധതി - മുതലാളിത്ത ഉല്പാദന രീതിയുടെ രഹസ്യം തുറന്നു കാണിക്കുന്ന ബൃഹത്ഗ്രന്ഥത്തിന്റെ രചന - പൂർത്തിയാക്കുന്നതിൽനിന്ന് അദ്ദേഹം പിന്തിരിഞ്ഞില്ല.

1864 നവംബറിൽ കൂഗൽമാന് എഴുതിയ കത്തിൽ മാർക്സ് ഇങ്ങനെ

ശുഭപ്രതീക്ഷ പ്രകടിപ്പിച്ചു: "ഒടുവിൽ അടുത്ത വർഷം *മൂലധനം* സംബന്ധിച്ച കൃതി അച്ചടിക്കാൻ തയ്യാറാകുമെന്ന് ഞാൻ പ്രതീക്ഷിക്കുന്നു." എന്നാൽ അതും നടന്നില്ല. 1865 ജൂലൈയിൽ എംഗൽസിനുള്ള കത്തിൽ മാർക്സ് എഴുതി: "എന്റെ ഗ്രന്ഥരചനയെ സംബന്ധിച്ചിടത്തോളം യഥാർത്ഥത്തിൽ എന്താണവസ്ഥയെന്ന് ഞാൻ താങ്കളോട് പറയാം. ഈ ഗ്രന്ഥത്തിന്റെ സൈദ്ധാന്തികമായ ഭാഗം (ആദ്യത്തെ മൂന്ന് വോള്യം) പൂർത്തിയാക്കാൻ ഇനിയും മൂന്ന് അദ്ധ്യായങ്ങൾ കൂടിയുണ്ട്. അതിനു ശേഷമാണ് നാലാമത്തെ വോള്യം എഴുതേണ്ടത് - ചരിത്രപരവും സാഹിത്യപരവുമായ ഭാഗം. അത് എന്നെ സംബന്ധിച്ചിടത്തോളം താരതമ്യേന അനായാസം ചെയ്തു തീർക്കാനാകും. കാരണം, എല്ലാ പ്രധാന പ്രശ്നങ്ങളും ആദ്യത്തെ മൂന്ന് വോള്യങ്ങളിലായി പരിഹരിക്കപ്പെട്ടിട്ടുണ്ട്. അതുകൊണ്ട് ചരിത്രപരമായ സ്വഭാവത്തിലുള്ള ഒരു പുനരവലോകനമായിരിക്കും ഈ നാലാമത്തെ വോള്യത്തിൽ. എന്നാൽ മൊത്തം പൂർത്തിയാകുന്നതിനു മുമ്പ് ഏതെങ്കിലുമൊരു ഭാഗം അടർത്തിമാറ്റാൻ എനിക്ക് കഴിയുന്നില്ല. അവയ്ക്ക് എന്തെല്ലാം പോരായ്മകൾ ഉണ്ടെങ്കിലും ചമല്ക്കാരപരമായി പൂർണ്ണതയുള്ളതായിരിക്കും എന്നതാണ് എന്റെ കൃതികളുടെ മേന്മ. അത് കൈവരിക്കാനാകുന്നത് ഒരു കൃതിയും പൂർത്തിയാക്കപ്പെടും മുൻപ് ഞാൻ അച്ചടിക്കാൻ അയക്കില്ല എന്നതിനാലാണ്."

കൃത്യതയും വസ്തുതാപരമായ സത്യസന്ധതയും ഉറപ്പാക്കാൻ ഓരോ വരിയുടെയും വാക്കിന്റെയും കാര്യത്തിലും പോലും മാർക്സ് അതീവ ജാഗ്രത പുലർത്തിയിരുന്നു. തന്റെ ഗവേഷണത്തിനിടയിൽ ശ്രദ്ധയിൽ വരുന്ന സങ്കീർണ്ണമായ പ്രശ്നങ്ങൾ പരിഹരിക്കുന്നതിനിടയിൽ പലപ്പോഴും എഴുത്ത് പൂർത്തിയാക്കുന്ന കാര്യത്തിൽ മുടക്കം വരുത്താൻ അദ്ദേഹം നിർബ്ബന്ധിതനായ പല സന്ദർഭങ്ങളും വന്നു ചേർന്നിരുന്നു. ഉദാഹരണത്തിന്, മിച്ചമൂല്യത്തിന്റെ ഉല്പാദനം, യന്ത്രങ്ങളും തൊഴിൽ വിഭജനവും സംബന്ധിച്ച അദ്ധ്യായങ്ങൾ എഴുതാൻ ആരംഭിച്ചപ്പോൾ പുതിയ പ്രശ്നങ്ങൾക്ക് ഉത്തരം തേടേണ്ടതായി വന്നു. സാമൂഹിക ബന്ധങ്ങളും ഭൗതികോല്പാദനവും തമ്മിലുള്ള പരസ്പര ബന്ധം വ്യക്തമാക്കുന്നതിനായി ആ ഭാഗം എഴുതുന്നത് അദ്ദേഹം നിർത്തിവെച്ചു. എന്നിട്ട് ലണ്ടനിലെ ഇൻസ്റ്റിറ്റ്യൂട്ട് ഓഫ് ജിയോളജിയിൽ സാങ്കേതിക വിദ്യ സംബന്ധിച്ച ഒരു പഠന പദ്ധതിയിൽ അദ്ദേഹം ചേർന്നു. ആ പഠനത്തിൽനിന്നും ലഭിച്ച അറിവും പുതിയ ആശയങ്ങളും ചേർത്ത് കൈയെഴുത്തുപ്രതിയിൽ അദ്ദേഹം വേണ്ട മാറ്റം വരുത്തി വിപുലപ്പെടുത്തുകയുണ്ടായി. ഈ പ്രക്രിയ അദ്ദേഹം *മൂലധനം* ഒന്നാം വോള്യം പൂർത്തിയാക്കി പ്രസിദ്ധീകരിച്ച ശേഷവും തുടർന്നുവെന്നതിന്റെ ദൃഷ്ടാന്തമാണ് അതിന്റെ ഫ്രഞ്ച് പരിഭാഷ വായിച്ച് ചില്ലറ മാറ്റങ്ങൾ അദ്ദേഹം തന്നെ വരുത്തിയത്.

1866 ജനുവരി 15 ആയപ്പോൾ മാർക്സ് കൂഗൽമാന് എഴുതി : "എന്റെ പുസ്തകത്തെ സംബന്ധിച്ചിടത്തോളം ഇപ്പോൾ ഞാൻ അതിന്റെ ഫെയർ കോപ്പി തയ്യാറാക്കാൻ പ്രതിദിനം 12 മണിക്കൂർ ചെലവിടുകയാണ്.

കൈയെഴുത്ത് പ്രതിയുമായി മാർച്ചിൽ ഹാംബെർഗിൽ എനിക്കു എത്താനാകുമെന്നാണ് ഞാൻ പ്രതീക്ഷിക്കുന്നത്. അങ്ങനെയാണെങ്കിൽ അവിടെ വച്ച് നമുക്ക് കാണാം."

1866 ഫെബ്രുവരി 13 ന് എംഗൽസിനു അദ്ദേഹം എഴുതി: "ആ 'നശിച്ച പുസ്തക' ത്തെ സംബന്ധിച്ചാണെങ്കിൽ, കാര്യങ്ങളുടെ കിടപ്പ് ഇങ്ങനെയാണ്. ഡിസംബർ അവസാനം അത് പൂർത്തിയാക്കി. അവസാനത്തേതിന്റെ തൊട്ടു മുമ്പുള്ള അദ്ധ്യായത്തിലെ തറപ്പാട്ടത്തെ സംബന്ധിച്ച ചർച്ചയ്ക്കായി മാത്രം, ഇപ്പോഴത്തെ കരട് പ്രകാരം ഒരു വോള്യം തന്നെ വേണ്ടിവരും. പകൽ സമയം മുഴുവൻ ഞാൻ മ്യൂസിയത്തിലേക്ക് പോയിരുന്നു; രാത്രി മുഴുവൻ എഴുത്തും."

പണമില്ലായ്മയുടെ പ്രശ്നങ്ങൾ അലട്ടിയിട്ടും പ്രമേഹ കുരുക്കൾ പൊന്തി സഹിക്കാനാകാത്ത വേദന ഉണ്ടായിട്ടും ഒന്നാം ഇന്റർനാഷണലിലെ പ്രശ്നങ്ങളുമായി മല്ലിട്ടിരുന്നതിനിടയിലും ആ ഒരു വർഷം മുഴുവൻ (1866) അദ്ദേഹം ഇടതടവില്ലാതെ, അവിശ്രമം കഠിനാദ്ധ്വാനത്തിലേർപ്പെട്ടു. എന്നിട്ടും അദ്ദേഹത്തിനു തൃപ്തികരമായ വിധം എഴുതി പൂർത്തിയാക്കാനായില്ല.

ഒടുവിൽ, 1867 മാർച്ചിൽ ഏറെക്കാലമായി കാത്തിരുന്ന ആ സുദിനം സമാഗതമായി. എംഗൽസിന് മാർക്സ് ഇങ്ങനെ എഴുതി: "എന്റെ പുസ്തകം തയ്യാറായിക്കഴിഞ്ഞു എന്ന് പ്രഖ്യാപിക്കാൻ എനിക്ക് കഴിയുന്നതു വരെ ഇനി വീണ്ടും എന്നിൽനിന്ന് താങ്കൾക്കൊന്നും കേൾക്കേണ്ടതായി വരില്ല എന്ന് ഞാൻ തീർച്ചയാക്കിക്കഴിഞ്ഞു; കാരണം ഇപ്പോൾ അത് പൂർത്തിയായിക്കഴിഞ്ഞു." ഇത് വായിച്ച എംഗൽസ് ആഹ്ലാദവും ആശ്ചര്യവും കാരണം തുള്ളിച്ചാടി. *മൂലധന*ത്തിന്റെ ഒന്നാം വോള്യത്തിന്റെ എഴുത്ത് മിനുക്ക് പണികളുൾപ്പെടെ പൂർത്തിയായിക്കഴിഞ്ഞു; ഹാംബർഗിലെത്തി പ്രസാധകനായ ഓട്ടോ മീസ്നർക്ക് കൈയെഴുത്തുപ്രതി കൈമാറിയാൽ മതി. പക്ഷേ, ഹാംബർഗിലേക്കുള്ള യാത്രയ്ക്ക് രോഗവും കൈയിൽ പണമില്ലെന്നതും തടസ്സമായി.

അപ്പോഴും മാർക്സ് സഹായാഭ്യർത്ഥനയുമായി വീണ്ടും എംഗൽസിനെ തന്നെ സമീപിച്ചു. "ആദ്യമായി എനിക്ക് പണയക്കാരന്റെ കൈയിൽ നിന്നും എന്റെ വസ്ത്രങ്ങളും വാച്ചും മടക്കി വാങ്ങണം. മാത്രമല്ല, കുടുംബത്തിന് അത്യാവശ്യ ചെലവുകൾ നിറവേറ്റാൻ വേണ്ട പണമെങ്കിലും കൊടുക്കണം; അവരുടെ കൈയിൽ ചില്ലിക്കാശില്ല; കടക്കാർ നിത്യേന വന്ന് ബഹളം കൂട്ടുന്നുമുണ്ട്." ആ ഘട്ടത്തിലും എംഗൽസ് തന്നെ സഹായത്തിനെത്തി. 35 പൗണ്ട് അയച്ചുകൊടുത്തു. അപ്പോഴേക്കും രോഗത്തിനു താല്ക്കാലിക ശമനവുമായി. 1867 ഏപ്രിൽ ഒന്നിന് മാർക്സ് ഹാംബർഗിലെത്തി തന്റെ പ്രസാധകനായ മീസ്നറെ കൈയെഴുത്ത് പ്രതി ഏല്പിച്ചു. ടൈപ്പ് സെറ്റിങ് ഉടൻ ആരംഭിച്ചാൽ പ്രൂഫ് വായിച്ചു തിരുത്തുന്ന കാര്യം മാർക്സ് സ്വയം ഏറ്റെടുത്തു. വാഗ്ദാനം ചെയ്യപ്പെട്ടിരുന്നപോലെ ഹാനോവറിൽ തന്റെ സുഹൃത്തും സഖാവുമായ ഡോ.

കൂഗൾമാന്റെ അതിഥിയായി മെയ് അവസാനവാരം വരെ കൂടി.

"താങ്കളില്ലായിരുന്നെങ്കിൽ എനിക്ക് എന്റെ ഈ കൃതി പൂർത്തിയാക്കി പുറത്തിറക്കാനാകുമായിരുന്നില്ല." എന്ന് ഹാംബർഗിൽനിന്ന് എംഗൽസിനെഴുതിയ കത്തിൽ മാർക്സ് പറയുന്നുണ്ട്. 1867 ആഗസ്ത് 16 ന് അവസാനത്തെ ഷീറ്റിന്റെ പ്രൂഫും തിരുത്തിയശേഷം ആശ്വാസത്തോടെ പുലർച്ചെ രണ്ട് മണിക്ക് മാഞ്ചസ്റ്ററിലായിരുന്ന തന്റെ ആത്മമിത്രത്തിനു മാർക്സ് എഴുതി: "ഇത് സാദ്ധ്യമാക്കി തീർത്തതിനു ഞാൻ താങ്കളോട്, താങ്കളോട് മാത്രമാണ് കടപ്പെട്ടിരിക്കുന്നത്. എനിക്കുവേണ്ടി താങ്കൾ ചെയ്ത ആത്മത്യാഗം ഒന്നുകൊണ്ടു മാത്രമാണ് ഈ മൂന്നു വോള്യങ്ങൾക്ക് ആവശ്യമായ കഠിനാദ്ധ്വാനം ഏറ്റെടുക്കാൻ ഞാൻ പ്രാപ്തനായത്. നന്ദിപൂർവ്വം ഞാൻ താങ്കളെ ആലിംഗനം ചെയ്യട്ടെ!" മാർക്സിന്റെ ജീവചരിത്രകാരിലൊരാളായ ഓട്ടോ റൂൾ പ്രസ്താവിച്ചിട്ടുള്ളതുപോലെ *മൂലധനം* പോലെ മുൻപ് മറ്റൊരു കൃതിയും ഇത്രയേറെ കഷ്ടപ്പാടുകൾ സഹിച്ച് എഴുതപ്പെട്ടിട്ടുണ്ടാവില്ല. മാത്രമല്ല ഇത്രയും ബുദ്ധിമുട്ടു നിറഞ്ഞ സാഹചര്യങ്ങളിൽ മാർക്സിനോട് എംഗൽസ് പ്രകടിപ്പിച്ചത്രയും ആത്മാർത്ഥമായ, അഗാധമായ, ആത്മസംരക്ഷണത്തോടെയുള്ള സൗഹൃദം മറ്റെവിടെയും മറ്റാരിലും കാണാനുമാവില്ല. (*Karl Marx: His Life and Work*, പേജ് 323) അങ്ങനെ 1867 സെപ്തംബറിൽ *മൂലധനം* ഒന്നാം വോള്യം അച്ചടി പൂർത്തിയാക്കി പുറത്തിറങ്ങി.

മാർക്സിനെക്കുറിച്ചുള്ള അനുസ്മരണത്തിൽ വിൽഹെം ലീബ്നെക്ട് എഴുതിയത് ഇങ്ങനെയാണ്: "അദ്ദേഹം വിശ്രമം എന്തെന്ന് അറിഞ്ഞിട്ടില്ല. തളർന്നു വീണുപോകുമെന്ന ഘട്ടമെത്തുമ്പോൾ പോലും ശക്തി ചോർന്നുപോകുന്നതിന്റെ ഒരു സൂചന പോലും അദ്ദേഹം പ്രകടിപ്പിച്ചില്ല ..... *മൂലധനം* മാർക്സിന്റെ 40 വർഷത്തെ കഠിനാദ്ധ്വാനത്തിന്റെ ഫലമായിരുന്നു. മാർക്സിനു മാത്രം ചെയ്യാനാകുമായിരുന്ന, മറ്റാർക്കും ചെയ്യാനാകാത്തത്ര, കഠിനാദ്ധ്വാനത്തിന്റെ ഫലം." അത്രയേറെ കഠിനാദ്ധ്വാനത്തിന്റെ ഫലമായിട്ടായിരുന്നു, മാർക്സ് തന്റെ സ്വപ്ന പദ്ധതിയായ *മൂലധന*ത്തിന്റെ ഒന്നാം വോള്യമെങ്കിലും പൂർത്തിയാക്കി പുറത്തിറക്കിയത്.

Capital A Criticism of Political Economy (മൂലധനം, അർത്ഥശാസ്ത്രത്തിന്റെ സൂക്ഷ്മ നിരൂപണം) എന്നാണ് പൂർണ്ണമായ ശീർഷകം. ആദ്യ ജർമ്മൻ പതിപ്പിനെഴുതിയ ആമുഖത്തിൽ മാർക്സ് ഇങ്ങനെ രേഖപ്പെടുത്തിയിരിക്കുന്നു: "ഈ ഗ്രന്ഥത്തിൽ നമുക്ക് പരിശോധിക്കാനുള്ളതാകട്ടെ, മുതലാളിത്തോല്പാദന രീതിയും അതിനൊത്ത ഉല്പാദന വിനിമയ വ്യവസ്ഥകളുമാണ്." (*മൂലധനം*, മലയാള പരിഭാഷ, പേജ് 120)

1840 കളിൽ *ന്യൂ റൈനിഷെ സൈത്തുങ്ങിൽ* പ്രസിദ്ധീകരിച്ച *കൂലിവേലയും മൂലധനവും* എന്ന കൃതിയിൽ തന്നെ (ബ്രസൽസിലെ ജർമ്മൻ വർക്കേഴ്സ് സൊസൈറ്റി അംഗങ്ങളോട് മാർക്സ് നടത്തിയ പ്രഭാഷണങ്ങളെ ആധാരമാക്കിയാണ് ഈ ഗ്രന്ഥം രചിച്ചത്), മുതലാളിത്തത്തിൻ കീഴിൽ തൊഴിലാളികൾ തങ്ങളുടെ അദ്ധ്വാനമല്ല (labour) മറിച്ച് അദ്ധ്വാന

ശക്തിയെയാണ് (labour power) വില്ക്കുന്നതെന്ന ആശയം മാർക്സ് അവതരിപ്പിച്ചിരുന്നു. ഒരു ചരക്കെന്ന നിലയിലാണ് ഈ അദ്ധ്വാനശക്തി കമ്പോളത്തിലെത്തുന്നത്; അതേപോലെ ഒരു ചരക്കെന്ന നിലയിൽ തന്നെയാണ് ഈ അദ്ധ്വാനശക്തിക്ക് കൂലിയിലും വിലയിലും സ്വാധീനം ചെലുത്താനാകുന്നത്.

അതുകൊണ്ടുതന്നെ മുതലാളിത്ത സാമ്പത്തിക വ്യവസ്ഥയെ സംബന്ധിച്ച വിശകലനം *മൂലധന*ത്തിൽ മാർക്സ് ആരംഭിച്ചത് ചരക്കിനെ സംബന്ധിച്ച വിശകലനത്തോടെയാണ്. മാർക്സ് 'ചരക്കുകൾ' എന്ന ആദ്യ അദ്ധ്യായം ആരംഭിക്കുന്നതുതന്നെ ഇങ്ങനെയാണ്: "മുതലാളിത്ത രീതിയിലുള്ള ഉല്പാദനം നിലവിലുള്ള സമൂഹങ്ങളിലെ സമ്പത്ത്, 'ചരക്കുകളുടെ കൂറ്റൻ കൂമ്പാരമായിട്ടാണ് പ്രത്യക്ഷപ്പെടുന്നത്" ചരക്ക് നമ്മിൽ നിന്നും ബാഹ്യമായി നില്ക്കുന്ന ഒരു വസ്തുവാണ് എന്നും അത് ഉപയോഗമൂല്യവും ("സ്വന്തമായ ഗുണങ്ങൾ കൊണ്ട് ഏതെങ്കിലുമൊരു രീതിയിലുള്ള മനുഷ്യാവശ്യത്തെ തൃപ്തിപ്പെടുത്തുന്നത്") വിനിമയമൂല്യവും ഉള്ള ഒന്നാണെന്നും മാർക്സ് വ്യക്തമാക്കുന്നു. ഉപയോഗമൂല്യമില്ലാത്ത ചരക്കിനെ വിനിമയം ചെയ്യാനാവില്ല, അഥവാ വില്ക്കാനാവില്ല. പദാർത്ഥങ്ങൾ എന്ന നിലയിൽ ചരക്കുകൾ പരസ്പരം വ്യത്യസ്ത ഉപയോഗമൂല്യങ്ങളുള്ളവയാണ്. ഉപയോഗമൂല്യത്തിൽനിന്നും വ്യത്യസ്തമായി വിനിമയ മൂല്യത്തിനു ഒരു സവിശേഷമായ അളവുണ്ടായിരിക്കും (speific quantity). അർത്ഥശാസ്ത്രത്തിന്റെ പരിഗണനാവിഷയം ഈ വിനിമയ മൂല്യമാണ്.

തുല്യ അളവിലുള്ള അദ്ധ്വാനമാണ് കമ്പോളത്തിൽ കൈമാറ്റം ചെയ്യപ്പെടുന്നത്. വിനിമയ മൂല്യമെന്ന നിലയിൽ, മനുഷ്യാദ്ധ്വാനത്തിന്റെ മൂർത്തീകരണമെന്ന നിലയിൽ ഒരു ചരക്കും മറ്റൊരു ചരക്കും അനിവാര്യമായും തുല്യമായിരിക്കും; അളവുപരമായി മാത്രമായിരിക്കും അവ വ്യത്യസ്തങ്ങളാവുന്നത്. വ്യത്യസ്തങ്ങളായ ചരക്കുകളിൽ അടങ്ങിയിട്ടുള്ളത് വ്യത്യസ്ത അളവിലുള്ള അദ്ധ്വാനമാണെന്നതിനാലാണത്. ഓരോ ഉല്പാദകനും തന്റെ ഉല്പന്നം ഉല്പാദിപ്പിക്കുന്ന രീതിയനുസരിച്ചല്ല അദ്ധ്വാനത്തിന്റെ അളവ് കണക്കാക്കുന്നത്; മറിച്ച് അതാത് കാലത്ത് സാമൂഹികമായി നിലവിലുള്ള പ്രവർത്തന രീതിയെ അടിസ്ഥാനമാക്കിയാണ്. അങ്ങനെ, ഒരു ചരക്കിന്റെ വിനിമയ മൂല്യത്തിൽ അടങ്ങിയിട്ടുള്ളത് സാമൂഹികമായി ആവശ്യമായ അദ്ധ്വാന ശക്തിയുടെ അളവാണ്.

സാധനങ്ങളുടെ വില അതിന്റെ ഉല്പാദനച്ചെലവിന്റെ അടിസ്ഥാനത്തിലല്ല നിർണ്ണയിക്കപ്പെടുന്നത്. സംഭവിക്കുന്നത് അങ്ങനെയാണെങ്കിൽ അതിനർത്ഥം ലാഭം ഉണ്ടാവില്ല എന്നാണ്. ലാഭം എവിടെനിന്നാണ് വരുന്നത്? കൂലി, വില തുടങ്ങിയ സാമ്പത്തിക സംവർഗ്ഗങ്ങളുമായി ബന്ധപ്പെട്ട് പുറമേക്കു കാണുന്ന സാമ്പത്തിക പ്രവർത്തനങ്ങളുടെ അടിസ്ഥാനത്തിൽ ഇതിനുത്തരം ലഭിക്കില്ല. പുറമേക്കു കാണുന്ന കാര്യങ്ങളുടെ ഉള്ളിലേക്ക് ചുഴിഞ്ഞിറങ്ങിയാൽ മാത്രമേ സമ്പദ്ഘടനയുടെ പ്രവർത്തനം

സംബന്ധിച്ച് അറിയാനാകൂ. കൂലിയായി തൊഴിലാളിക്കു കിട്ടുന്നതിലും കൂടുതലായി തൊഴിലാളിയുടെ അദ്ധ്വാന ശക്തിയിൽനിന്നും മുതലാളിക്ക് ഊറ്റിയെടുക്കാൻ പറ്റുന്ന സംവിധാനത്തെക്കുറിച്ച് മനസ്സിലാക്കിയാൽ മാത്രമേ ലാഭം എങ്ങനെ ഉണ്ടാകുന്നു, എവിടെനിന്നു വരുന്നുവെന്നറിയാനാകൂ. അദ്ധ്വാന ശക്തിയുടെ മണ്ഡലത്തിൽനിന്നാണ് മിച്ചമൂല്യം സംബന്ധിച്ച ആശയത്തെക്കുറിച്ച് മാർക്സ് വെളിപ്പെടുത്തിയത്. മാർക്സിന്റെ മുതലാളിത്ത വിമർശനത്തിന്റെ ആണിക്കല്ല് ഈ സങ്കല്പനവുമായി ബന്ധപ്പെട്ടാണ് കിടക്കുന്നത്.

സ്വന്തമായി മൂലധനം ഉള്ളവരെന്നും സ്വന്തമായി മൂലധനം ഇല്ലാതാക്കപ്പെട്ടവരെന്നും സമൂഹം അതിവേഗം രണ്ടു ചേരിയായി വേർപിരിയും എന്ന് പ്രവചിക്കാൻ മാർക്സിനെ പ്രാപ്തനാക്കിയത്, അദ്ധ്വാനശക്തിയെ സംബന്ധിച്ച ഈ യുക്തിയാണ്, അറിവാണ്. മൂലധനം സ്വന്തമായി ഇല്ലാത്തവർ അഥവാ മൂലധനത്തിൽനിന്നും ആട്ടിയോടിക്കപ്പെട്ടവർ എന്നതുകൊണ്ട് ഫാക്ടറിത്തൊഴിലാളികൾ എന്നു മാത്രമല്ല, മറിച്ച് നീലക്കോളർ തൊഴിലാളികളും വെള്ളക്കോളർ തൊഴിലാളികളും ഉൾപ്പെടെ അഥവാ ഓഫീസുകൾക്കുള്ളിൽ പണിയെടുക്കുന്നവർ ഉൾപ്പെടെയുള്ള തൊഴിലെടുക്കുന്നവരെയാകെയാണ് മാർക്സ് പരിഗണിച്ചത്. സമൂഹത്തിലെ ഉന്നത ശ്രേണിയിൽ പെടുന്നവർ എന്നറിയപ്പെടുന്ന വിഭാഗങ്ങളിൽനിന്നും മുതലാളിത്ത വികാസം ആളുകളെ അതിവേഗം തൊഴിലാളികളുടെ അണികളിലേക്ക് തള്ളി നീക്കിക്കൊണ്ടിരിക്കുകയാണെന്ന് മാർക്സ് *കൂലിവേലയും മൂലധനവും* എന്ന കൃതിയിൽ മുന്നോട്ടു വെച്ച ആശയം *മൂലധന*ത്തിൽ കൂടുതൽ തെളിമയോടെ വ്യക്താക്കുന്നുണ്ട്. ചെറുകിട വ്യവസായികളും പാട്ടം പിരിച്ച് കഴിയുന്ന ചെറുകിടക്കാരും ഉൾപ്പെടെയുള്ള വിഭാഗങ്ങൾ തൊഴിലാളികളുടെ അണികളിലേക്ക് അതിവേഗം ചുഴറ്റി എറിയപ്പെട്ടുകൊണ്ടിരിക്കുകയാണെന്ന് മാർക്സ് ചൂണ്ടിക്കാട്ടി. ആ വിഭാഗങ്ങളെ സംബന്ധിച്ചിടത്തോളം തൊഴിലാളികൾക്കൊപ്പം അണിചേരുകയല്ലാതെ മറ്റൊരു പോംവഴിയുമില്ലെന്നും അദ്ദേഹം വ്യക്താക്കിയിട്ടുണ്ട്. അങ്ങനെ തൊഴിലാളികളുടെ എണ്ണം പെരുകുന്നതിനൊപ്പം സമ്പന്നരുടെ, വിശിഷ്യാ അതിസമ്പന്നരുടെ എണ്ണം കുറഞ്ഞു വരുന്നതായും അതായത് സമ്പത്തിന്റെ ഒരു ചെറു ന്യൂനപക്ഷത്തിലേക്കുള്ള കേന്ദ്രീകരണവും സാന്ദ്രീകരണവും അതിവേഗം നടന്നുകൊണ്ടിരിക്കുന്നതായും അതാണ് സാമ്പത്തിക അസമത്വവും ധനിക - ദരിദ്ര അന്തരവും വർദ്ധിക്കുന്നതിനു കാരണമെന്നും മാർക്സ് സ്ഥാപിച്ചിരുന്നു. ഈ പ്രക്രിയ ഇന്നും ഒരു മാറ്റവുമില്ലാതെ തുടരുന്നുവെന്നാണല്ലോ ഏറ്റവും ഒടുവിലത്തെ സ്ഥിതിവിവര റിപ്പോർട്ടുകളും വെളിപ്പെടുത്തുന്നത്.

തുല്യമൂല്യമുള്ള ചരക്കുകൾക്ക് പകരം പണമാണ് കൈമാറ്റം ചെയ്യപ്പെടുന്നത്. പണം കൊടുത്ത് മനുഷ്യനെപ്പോലും വിലയ്ക്ക് വാങ്ങാനാകും. എന്തിനേറെ മനുഷ്യന്റെ ശരീര ഭാഗങ്ങൾ പോലും പണമുണ്ടെങ്കിൽ വാങ്ങാനാകും. അദ്ധ്വാനശക്തി എന്ന ചരക്കിന്റെ ഉടമസ്ഥനും ഒരു

മനുഷ്യനാണ്. അയാൾക്ക് അദ്ധ്വാനശക്തിക്കു പുറമേ, വയറുണ്ട്, വിശപ്പുണ്ട്. വിശപ്പുമാറ്റാൻ ഭക്ഷണം വേണം. അതുപോലെ അയാൾക്ക് സ്വന്തം നഗ്നത മറയ്ക്കാൻ വസ്ത്രം വേണം. പുതിയ തലമുറയിലുള്ള അദ്ധ്വാന ശക്തിയുടെ ഉടമകൾ ഉണ്ടാകണമെങ്കിൽ അയാൾക്ക് കുടുംബം ഉണ്ടാകണം - ഭാര്യയും മക്കളും ഉണ്ടാകണം. അവർക്കും ഭക്ഷണവും വസ്ത്രവും വേണം. ഇങ്ങനെ സ്വന്തം നിലനില്പിനായി അയാൾക്ക് പണം ആവശ്യമാണ്. അയാളുടെ കൈവശമാകട്ടെ സ്വന്തം അദ്ധ്വാനശക്തിയല്ലാതെ മറ്റൊന്നും ഇല്ല. അതുകൊണ്ട് ആ അദ്ധ്വാനശക്തി വില്ക്കാൻ അയാൾ നിർബ്ബന്ധിതനാണ്.

കമ്പോളത്തിൽ തൊഴിലാളിയുടെ അദ്ധ്വാനശക്തിയെന്ന ചരക്ക് ഒരാൾ വാങ്ങുന്നു. മറ്റ് ഏത് ചരക്കും വാങ്ങുംപോലെ വിലപേശലും നടക്കുന്നു. കമ്പോളത്തിലെ ചരക്കുകൈമാറ്റത്തിന്റെ നിയമപ്രകാരം അദ്ധ്വാന ശക്തിക്ക് ഒരു വില നിശ്ചയിച്ചായിരിക്കും ആ കൈമാറ്റം നടക്കുന്നത്. ആ വില അതിന്റെ മൂല്യത്തേക്കാൾ കുറഞ്ഞതോ കൂടിയതോ ആകാം. ചരക്ക് വില്ക്കപ്പെടുന്ന സ്ഥലത്തും സമയത്തും നിലനില്ക്കുന്ന ശരാശരി ഉല്പാദനച്ചെലവനുസരിച്ചാണ് മറ്റേതൊരു ഉല്പന്നത്തിന്റെയും വിനിമയ മൂല്യത്തേയും പോലെ അദ്ധ്വാന ശക്തിയുടെയും വിനിമയ മൂല്യം നിശ്ചയിക്കുന്നത്. മനുഷ്യന്റെ അദ്ധ്വാനശക്തി നിത്യേന ഉല്പാദിപ്പിക്കാനും അത് നിലനിർത്താനും ആവശ്യമായ ഭക്ഷണം, വസ്ത്രം, പാർപ്പിടം ഇത്യാദികൾക്ക് ആവശ്യമായ ചെലവിനനുസരിച്ചാണ്, അതിനെ ആധാരമാക്കിയാണ് അദ്ധ്വാനശക്തിയുടെ ശരാശരി ഉല്പാദനച്ചെലവ് നിശ്ചയിക്കുന്നത്. ഇതാണ് അദ്ധ്വാന ശക്തിയുടെ വില നിശ്ചയിക്കുന്ന ഘടകം; ഈ അദ്ധ്വാനശക്തിയുടെ വിലയെ ആണ് നമ്മൾ കൂലി (Wages) എന്ന് വിളിക്കുന്നത്.

മുതലാളിത്ത കാലഘട്ടത്തിലാണ് തന്റെ അദ്ധ്വാനശക്തിയല്ലാതെ മറ്റൊന്നും സ്വന്തമായിട്ടില്ലാത്ത, അദ്ധ്വാന ശക്തിയുടെ വില്പനയിലൂടെ ലഭിക്കുന്നതല്ലാതെ ഉപജീവനത്തിനു മറ്റൊരു മാർഗ്ഗവുമില്ലാത്ത മനുഷ്യർ ആദ്യമായി പ്രത്യക്ഷപ്പെടുന്നത്. ചരിത്രപരമായി ഇങ്ങനെ ഉരുവം കൊള്ളുന്ന വിഭാഗമാണ് തൊഴിലാളികൾ. ഫ്യൂഡൽ കാലഘട്ടത്തിലെ അടിയാളരിൽനിന്നും വ്യത്യസ്തനാണ് ഈ തൊഴിലാളി. അടിയാളൻ ഭൂമിയുമായി ബന്ധിക്കപ്പെട്ട അവസ്ഥയിലായിരുന്നെങ്കിൽ ആധുനിക തൊഴിലാളി വർഗ്ഗത്തിന് അത്തരത്തിലൊരു ബന്ധനവുമില്ല; അവൻ പരിപൂർണ്ണമായും സ്വതന്ത്രനാണെന്നു പറയാം. അവന്റെ അദ്ധ്വാന ശക്തിയെ തൊഴിൽ വൈദഗ്ദ്ധ്യത്തെ യഥേഷ്ടം അവനു വില്ക്കുകയോ വില്ക്കാതിരിക്കുകയോ ചെയ്യാം. എന്നാൽ സ്വന്തം അദ്ധ്വാനശക്തി വില്ക്കാൻ അവനു കഴിയുന്നില്ലെങ്കിൽ, അഥവാ സ്വന്തം സ്വാതന്ത്ര്യം എന്ന നിലയിൽ അവൻ അത് വില്ക്കാതിരുന്നാൽ അവനെ സംബന്ധിച്ച് പട്ടിണി കിടക്കുക എന്നതല്ലാതെ മറ്റൊരു പോംവഴിയും ഇല്ല. അതായത് മുതലാളിത്ത കാലഘട്ടം തൊഴിലാളിക്ക് നല്കുന്ന സ്വാതന്ത്ര്യം പട്ടിണികിടക്കാ

നുള്ള സ്വാതന്ത്ര്യമെന്നർത്ഥം.

അദ്ധ്വാനശക്തി തൊഴിലാളി എന്ന വ്യക്തിയിൽനിന്നു വേർപെടുത്താനാവാത്ത ഒരു ഘടകമായതിനാൽ, തൊഴിലാളിയെ മാറ്റി നിർത്തി അയാളുടെ അദ്ധ്വാനശക്തിയെ ഉപയോഗിക്കാനാവാത്തതിനാൽ സ്വന്തം അദ്ധ്വാനശക്തി വിറ്റുകഴിഞ്ഞ തൊഴിലാളി ഒരു മനുഷ്യനെന്ന നിലയിൽ മൊത്തമായി അയാളുടെ അദ്ധ്വാന ശക്തി വാങ്ങുന്നയാളുടെ സ്വന്തമായി മാറുന്നു. അദ്ധ്വാനശക്തി വിലയ്ക്കു വാങ്ങുന്ന ആളെ സംബന്ധിച്ചിടത്തോളം താൻ വാങ്ങിയ അദ്ധ്വാനശക്തിയുടെ ഉടമയായ തൊഴിലാളി ആത്മാവുള്ള, വികാരവിചാരങ്ങളുള്ള, സുഖ-ദുഃഖങ്ങളുള്ള ഒരു മനുഷ്യ ജീവിയേ അല്ല; തന്നെപ്പോലെയുള്ള ഒരു മനുഷ്യനായി തൊഴിലാളിയെ കണക്കാക്കാൻ പോലും മുതലാളി - അദ്ധ്വാനശക്തി വിലയ്ക്കു വാങ്ങിയ ആൾ തയ്യാറാകില്ല. അദ്ധ്വാനശക്തി വിലയ്ക്കു വാങ്ങിയ ആളെ സംബന്ധിച്ചിടത്തോളം സ്വന്തം അദ്ധ്വാനശക്തി വിറ്റയാൾ, തൊഴിലാളി, ഒരു വ്യക്തിയല്ല, അയാൾ കേവലം അദ്ധ്വാനശക്തി മാത്രമാണ്. പണം കൈവശമുള്ളയാൾ അദ്ധ്വാനശക്തി വിലയ്ക്കു വാങ്ങുന്നതോടെ ആ അദ്ധ്വാനശക്തിയുടെ ശരിക്കുമുള്ള ഉടമയായി മാറുന്നു. ഉല്പാദന പ്രക്രിയയ്ക്കായി ആ അദ്ധ്വാനശക്തിയെ വിനിയോഗിക്കുന്നു. ഫാക്ടറികളിൽ വർക്ക്ഷോപ്പുകളിൽ, തൊഴിലിടങ്ങളിലെവിടെയായാലും അസംസ്കൃത പദാർത്ഥങ്ങളിൽ ഈ അദ്ധ്വാന ശക്തിയെ ഉപയോഗിക്കുകയാണ്, ചെലവിടുകയാണ്.

അദ്ധ്വാനശക്തിയെ വിലയ്ക്ക് വാങ്ങുന്നയാൾ, അതായത് പണത്തിന്റെ ഉടമസ്ഥൻ, മുതലാളിയാണ്. തന്റെ കൈവശമുള്ള തുക വർദ്ധിപ്പിക്കുന്നതിനു വേണ്ടിയാണ് മുതലാളി പണം ഉപയോഗിക്കുന്നത്. ഉല്പാദന പ്രക്രിയയിൽ പണം വിനിയോഗിച്ച് ആ പണം വർദ്ധിപ്പിക്കാനാണ് അയാൾ ആഗ്രഹിക്കുന്നത്. ഉല്പാദന പ്രക്രിയയിൽ ഇടപെട്ട് സ്വയം വർദ്ധിക്കുന്ന പണമാണ് മൂലധനം. ലാഭം പെരുപ്പിക്കുക, കൂടുതൽ പണമുണ്ടാക്കുക എന്ന ലക്ഷ്യമുള്ള മുതലാളി രണ്ടുവിധത്തിലും പണം നിക്ഷേപിക്കണം. ആദ്യമായി ഉല്പാദനത്തിനാവശ്യമായ അസംസ്കൃത പദാർത്ഥങ്ങൾ, യന്ത്രസാമഗ്രികൾ, പണി ആയുധങ്ങൾ തുടങ്ങിയവ വാങ്ങുന്നതിനുവേണ്ടി പണം മുടക്കണം. ഇത്തരം കാര്യങ്ങൾക്ക് മുടക്കുന്ന പണം സ്വമേധയാ വർദ്ധിക്കില്ല. ഇതിനെ സ്ഥിരം മൂലധനം (constant capital) എന്നു വിളിക്കുന്നു.

ഉല്പാദനം ആരംഭിക്കണമെന്നുണ്ടെങ്കിൽ മനുഷ്യന്റെ അദ്ധ്വാനശക്തി ഈ സ്ഥിരമൂലധനവുമായി ബന്ധപ്പെടണം. അതിനു മുതലാളി തൊഴിൽ വിപണിയിൽനിന്ന് അദ്ധ്വാനശക്തി വിലയ്ക്ക് വാങ്ങുന്നു; അങ്ങനെ അയാൾ തന്റെ മൂലധനത്തിന്റെ ഒരു ഭാഗം അതിനായി നിക്ഷേപിക്കുന്നു. തുടർന്ന് അദ്ധ്വാനശക്തി അസംസ്കൃത പദാർത്ഥങ്ങൾ, യന്ത്രങ്ങൾ, പണി ആയുധങ്ങൾ എന്നിവയുമായി ബന്ധപ്പെട്ട് അതിന്റേതായ മൂല്യത്തെ പുനരുല്പാദിപ്പിക്കുന്നു. ഇതിനുപരിയായി ആ അദ്ധ്വാനശ

ക്തിക്ക് അതിലുമധികം മൂല്യം വീണ്ടും വീണ്ടും ഉല്പാദിപ്പിക്കാൻ കഴിയും. അദ്ധ്വാനശക്തിയിൽ നിക്ഷേപിക്കുന്ന മൂലധനമാണ് അസ്ഥിര മൂലധനം (variable capital) എന്നറിയപ്പെടുന്നത്.

കൂലിയായി നല്കപ്പെടുന്ന അത്രയും തുകയ്ക്കുള്ള ചരക്ക് ഉല്പാദനം കൊണ്ടുമാത്രം മുതലാളി തൃപ്തിപ്പെടില്ല. അയാൾക്ക് മിച്ചം (surplus) ലഭിക്കണം. ഇതിനായി നല്കിയ കൂലിക്ക് ആനുപാതികമായി ചെലവഴിക്കേണ്ട അദ്ധ്വാനശക്തിയേക്കാൾ കൂടുതൽ സമയം അദ്ധ്വാനശക്തി ചെലവഴിക്കാൻ തൊഴിലാളിയെ മുതലാളി നിർബ്ബന്ധിക്കുന്നു. അങ്ങനെ മിച്ചം സൃഷ്ടിക്കപ്പെടുന്നു. മിച്ച തൊഴിൽ സമയം (surplus labour time) മിച്ചമൂല്യം (surplus value) സൃഷ്ടിക്കുന്നു. മിച്ചമൂല്യം നിലവിൽ വരുന്നതോടെ മൂലധനം അതിന്റെ ലക്ഷ്യം കൈവരിക്കുന്നു. മിച്ചമൂല്യത്തിന് രണ്ട് അടിസ്ഥാനപരമായ രൂപങ്ങളുണ്ട്- കേവലമിച്ചമൂല്യവും ആപേക്ഷിക മിച്ചമൂല്യവും. കേവലമിച്ചമൂല്യം പ്രവൃത്തിദിനത്തിന്റെ ദൈർഘ്യവുമായി ബന്ധപ്പെട്ടതാണ്. ആപേക്ഷിക മിച്ചമൂല്യം യന്ത്രവല്ക്കരണവും ഉല്പാദനക്ഷമതയുമായും ബന്ധപ്പെട്ടതുമാണ്.

മിച്ചമൂല്യം സൃഷ്ടിക്കുന്ന ഈ പ്രക്രിയയുടെ സ്വഭാവത്തെക്കുറിച്ച് തൊഴിലാളി ശരിക്കും ബോധവാനാണെങ്കിൽ, മിച്ചമൂല്യത്തിന്റെ ഉല്പാദനം ആരംഭിക്കുന്ന ഘട്ടത്തിൽ വച്ച് മുതലാളിയുടെ നീക്കത്തെ അയാൾക്ക് വേണമെങ്കിൽ ചെറുത്തു നില്ക്കാം. പക്ഷേ, തൊഴിലാളിയുടെ ആ പ്രതിഷേധത്തിന് കാര്യമായ ഫലമൊന്നും ഉണ്ടാവില്ല. മുതലാളിത്ത സംവിധാനത്തിൽ ഇത്തരം വ്യവസ്ഥ പ്രകാരം മാത്രമേ തൊഴിലാളിക്ക് തന്റെ അദ്ധ്വാനശക്തി വില്ക്കാനാവൂ. ഈ വ്യവസ്ഥകൾ അയാൾക്ക് സ്വീകാര്യമല്ലെങ്കിൽ അയാളുടെ അദ്ധ്വാന ശക്തി അയാൾക്ക് വില്ക്കാതിരിക്കാം. അതിനൊരു തടസ്സവും ഉണ്ടാവില്ല. അദ്ധ്വാനശക്തി വില്ക്കാൻ ആരും അയാളെ നിർബ്ബന്ധിക്കില്ല. എന്നാൽ സ്വന്തം അദ്ധ്വാനശക്തി വില്ക്കാതിരുന്നാൽ അയാൾ പട്ടിണിയിലാകും. അതുകൊണ്ട് പട്ടിണി കിടക്കാതിരിക്കാൻ അയാൾ മുതലാളിയുടെ വ്യവസ്ഥകൾ, അയാൾക്ക് മിച്ചമൂല്യം ഉല്പാദിപ്പിക്കാൻ ആവശ്യമായ വ്യവസ്ഥകൾ അംഗീകരിക്കാൻ തൊഴിലാളി നിർബ്ബന്ധിതനാകുന്നു. മുതലാളിത്ത ഉല്പാദനം എന്നതുകൊണ്ട് അർത്ഥമാക്കുന്നത് മിച്ചമൂല്യം സ്വരൂപിക്കാൻ ആവശ്യമായ ഉല്പാദനം എന്നാണ്. ഇതിനെയാണ് മാർക്സ് കൂലി അടിമത്തം എന്ന വിശേഷിപ്പിച്ചത്.

എന്നാൽ മിച്ചമൂല്യത്തിനായുള്ള മുതലാളിയുടെ ആർത്തിക്ക് പരിധിയില്ല. അത് എത്രത്തോളം വർദ്ധിപ്പിക്കാമോ അത്രത്തോളം വർദ്ധിപ്പിക്കുന്നതിനു മുതലാളി, അതായത് മൂലധനം എന്തും ചെയ്യും. ഇത് വ്യക്തി എന്ന നിലയിലുള്ള ഏതെങ്കിലുമൊരു മുതലാളിയുടെ അത്യാർത്തിയുടെ പ്രശ്നമല്ല, മറിച്ച് മൂലധനത്തിന്റെ സഹജവാസനയാണത്. മുതലാളി അദ്ധ്വാനശക്തി വിലയ്ക്കു വാങ്ങുന്നത് ഒരു ദിവസത്തേക്ക് ഇത്രകൂലി എന്ന് നിശ്ചയിച്ചാണ്. എന്നാൽ 24 മണിക്കൂറും ആ തൊഴിലാളിയെ

ക്കൊണ്ട് ജോലി ചെയ്യിപ്പിക്കാനാവില്ല. എങ്കിലും ആദ്യകാലങ്ങളിൽ 18 ഉം 20 ഉം മണിക്കൂർ വരെ തൊഴിലാളികളെക്കൊണ്ട് ജോലി ചെയ്യിച്ചിരുന്നുവെന്ന് *മൂലധന*ത്തിൽ മാർക്സ് ചൂണ്ടിക്കാണിക്കുന്നുണ്ട്. അത് അദ്ധ്വാനശക്തി തന്നെ ഇല്ലാതാകുന്നതിനിടയാക്കുമെന്നതിനാൽ 12 മണിക്കൂർ വരെ ജോലി ചെയ്യിക്കുന്ന സ്ഥിതിയിലായി. അതിനായുള്ള നിയമനിർമ്മാണങ്ങൾക്ക് ഭരണകൂടങ്ങൾ നിർബ്ബന്ധിതമായി. എന്നാൽ പിന്നീട് തൊഴിലാളികൾ സംഘടിതരാകുകയും സമരം ചെയ്യുകയുമുണ്ടായതിനെ തുടർന്ന് തൊഴിൽ സമയം 8 മണിക്കൂറായി കുറയ്ക്കാൻ മുതലാളിമാരും ഭരണാധികാരികളും നിർബ്ബന്ധിതരായി.

അപ്പോഴും മിച്ചമൂല്യം ഉണ്ടാകുമല്ലോ. അതെങ്ങനെയാണ്? മുതലാളിമാർ മിച്ചമൂല്യം പരമാവധിയാക്കാനുള്ള വ്യഗ്രതയിൽ തൊഴിലാളിയുടെ ഉല്പാദനക്ഷമത നിരന്തരം വർദ്ധിപ്പിക്കുന്നതിനുള്ള നടപടികളും സ്വീകരിച്ചിരുന്നു. ശാസ്ത്രസാങ്കേതികവിദ്യയുടെ വളർച്ച അതിനവരെ പരമാവധി സഹായിച്ചിട്ടുമുണ്ട്. അതിനുവേണ്ടുന്ന ഗവേഷണത്തിനു മുതലാളിമാർ തന്നെ പണം മുടക്കുന്നത് തൊഴിലാളിയുടെ ഉല്പാദനക്ഷമത വർദ്ധിപ്പിക്കുന്നതിനായാണ്. യന്ത്രങ്ങളുടെയും സാങ്കേതിക വിദ്യാനവീകരണത്തിന്റെയും ശാസ്ത്ര ഗവേഷണത്തിന്റെയും സാദ്ധ്യതകൾ മുതലാളിത്തത്തിൻ കീഴിൽ മുതലാളിമാർ തന്നെയാണ് പ്രയോജനപ്പെടുത്തിയത്. അതായത് ശാസ്ത്രത്തിന്റെയും സാങ്കേതികവിദ്യയുടെയും ഗവേഷണങ്ങളുടെയും സിദ്ധികൾപോലും ചൂഷണം വർദ്ധിപ്പിക്കുന്നതിനും അങ്ങനെ ലാഭം പരമാവധിയാക്കുന്നതിനുമുള്ള ഉപാധികളായി മാറുകയാണ് മുതലാളിത്തത്തിൻ കീഴിൽ.

മാർക്സിന്റെ അർത്ഥശാസ്ത്രം, അദ്ദേഹത്തിന്റെ *മൂലധന*ത്തിലെ പരിഗണനാവിഷയം, ബൂർഷ്വാസമൂഹത്തിൽ വേരുറപ്പിച്ച് നില്ക്കുന്നതാണ്; മുതലാളിത്ത ഉല്പാദനരീതിയുമായി ബന്ധപ്പെട്ടതാണ്. മാർക്സ് അദ്ധ്വാനത്തെയും തൊഴിലാളിയെയും സംബന്ധിച്ച് പറഞ്ഞത് സാർവ്വത്രികമായല്ല; മറിച്ച് ബൂർഷ്വാ സമൂഹത്തിലെ അദ്ധ്വാനത്തെയും തൊഴിലാളിയെയും സംബന്ധിച്ചാണ്. അദ്ധ്വാനശക്തി എന്ന സങ്കല്പനത്തിന്റെ കണ്ടെത്തലിലൂടെയാണ് മാർക്സിനു ഉല്പാദനപ്രക്രിയയിൽ നിന്നു മിച്ചമൂല്യം ഉരുവം കൊള്ളുന്നത് എങ്ങനെയെന്ന് തെളിയിക്കാനായത്. വിപണിയുടെ അരാജകത്വത്തെ ഉപയോഗപ്പെടുത്തിയല്ല, മറിച്ച് ചൂഷണ പ്രക്രിയയിലൂടെയാണ് മിച്ചമൂല്യം സൃഷ്ടിക്കപ്പെടുന്നത് എന്ന് മാർക്സ് വ്യക്തമാക്കി. ഈ മിച്ചമൂല്യമാണ് മുതലാളിയുടെ ലാഭം.

*കമ്യൂണിസ്റ്റ് മാനിഫെസ്റ്റോ*യിൽ 1848 ൽ തന്നെ വർഗ്ഗസമരമാണ് ചരിത്രത്തിന്റെ ചാലകശക്തിയെന്ന് മാർക്സ് വ്യക്തമാക്കിയിട്ടുണ്ട്. *മൂലധന*ത്തിലും അതിന്റെ മുന്നോടിയായി 1859 ൽ പ്രസിദ്ധീകരിച്ച *അർത്ഥശാസ്ത്രവിമർശനത്തിനൊരു സംഭാവന* എന്ന കൃതിയിലും വർഗ്ഗസമരത്തിന്റെ പ്രാധാന്യം ആവർത്തിക്കുന്നുമുണ്ട്. മൂലധനത്തിന്റെ ആദിമസഞ്ചയത്തിനായി മുതലാളി വർഗ്ഗം നടത്തിയ കൊടും ക്രൂരതകളെയും

(ഇന്നും ഇത് അനുസ്യൂതം തുടരുക തന്നെയാണ്) തൊഴിൽ സമയം വർദ്ധിപ്പിക്കാനുള്ള മുതലാളി വർഗ്ഗത്തിന്റെ നീക്കത്തെ ചെറുക്കാനും തൊഴിൽ സമയം കുറയ്ക്കാനും തൊഴിലാളി വർഗ്ഗം നടത്തിയ പോരാട്ടങ്ങളെക്കുറിച്ചും മാർക്സ് *മൂലധന*ത്തിൽ സവിസ്തരം പ്രതിപാദിക്കുന്നുണ്ട്. ചരിത്രത്തിന്റെ അവിഭാജ്യ ഭാഗമാണ് വർഗ്ഗസമരം. സാമ്പത്തിക രൂപങ്ങൾ, സമ്പദ് വ്യവസ്ഥകൾ സ്വാഭാവികമായി പരിണമിക്കുകയല്ല, അത് മാറ്റിമറിക്കപ്പെടുകയാണ്. അതാണ് തൊഴിലാളിവർഗ്ഗം ചരിത്രദൗത്യം നിറവേറ്റുന്ന ഏജന്റാണെന്ന് മാർക്സ് 1844 ലെ *പാരീസ് കൈയെഴുത്തുപ്രതികളിൽ* തന്നെ പറഞ്ഞുവച്ചത്. മുതലാളിത്ത പൂർവ്വ സാമൂഹിക വിപ്ലവങ്ങളെല്ലാം ഒരു ചൂഷണ വ്യവസ്ഥയിൽനിന്നു മറ്റൊന്നിലേക്കുള്ള മാറ്റമായിരുന്നെങ്കിൽ തൊഴിലാളി വർഗ്ഗത്തിന്റെ നേതൃത്വത്തിൽ നടക്കുന്ന വിപ്ലവം ചൂഷണംതന്നെ അവസാനിപ്പിച്ച് സമൂഹത്തെയാകെ മോചിപ്പിക്കാനുള്ള വിപ്ലവമാണെന്നും മാർക്സ് വ്യക്തമാക്കുന്നു. ഭരണകൂടത്തിന്റെ നിർണ്ണായകമായ നിയന്ത്രണം ആർക്കായിരിക്കണം എന്നത് സംബന്ധിച്ച് തൊഴിലാളി വർഗ്ഗവും മുതലാളി വർഗ്ഗവും നിരന്തരം ഏറ്റുമുട്ടുകയാണ്; അതിൽ നിഷ്പക്ഷമായി നില്ക്കുന്ന പ്രശ്നമേ ഉദിക്കുന്നില്ല. എന്നാൽ അദ്ദേഹത്തിനു ഈ വിഷയം സംബന്ധിച്ച് ചർച്ച പൂർണ്ണതയിലെത്തിക്കാനായില്ല. നാലാം വോള്യത്തിൽ ഈ വിഷയം സംബന്ധിച്ചടക്കം വിശദമായി പ്രതിപാദിക്കാനാണ് അദ്ദേഹം രൂപരേഖ തയ്യാറാക്കിയത്.

ഒന്നാം വോള്യത്തിന്റെ ആദ്യ അദ്ധ്യായത്തിൽ തന്നെ (ചരക്കുകൾ) മാർക്സ് ഇങ്ങനെ പറഞ്ഞുവയ്ക്കുന്നുണ്ട്:

> സാമൂഹ്യജീവിതത്തിന്റെ രൂപങ്ങളെ സംബന്ധിച്ച മനുഷ്യന്റെ ചിന്തകളും അതുപോലെ തന്നെ അവയെപ്പറ്റിയുള്ള അവന്റെ ശാസ്ത്രീയ വിശകലനവും അവയുടെ യഥാർത്ഥമായ ചരിത്രവികാസത്തിനു നേരെ വിപരീതമായ ഒരു ഗതിയാണ് സ്വീകരിച്ചിരിക്കുന്നത്. അയാളുടെ മുമ്പിൽ പ്രത്യക്ഷത്തിൽ കാണുന്ന വികാസഗതിയുടെ ഫലങ്ങളിൽനിന്ന് അവൻ തുടങ്ങുന്നു. ചരക്കുകളുടെ പരിക്രമണത്തിനു ആവശ്യമായ ഒരു പ്രാഥമികോപാധി ഉല്പന്നങ്ങൾക്ക് ചരക്കുകൾ എന്ന സ്വഭാവ ഗുണങ്ങൾ സിദ്ധിക്കുകയും അവ സ്ഥിരപ്രതിഷ്ഠ നേടുകയും ചെയ്യണമെന്നതാണ്. മനുഷ്യൻ അവയുടെ അർത്ഥം കണ്ടുപിടിക്കാൻ തുടങ്ങുന്നതിനു മുൻപു തന്നെ സാമൂഹ്യ ജീവിതത്തിന്റെ സ്വാഭാവികവും സ്വയംവിദിതവുമായ രൂപങ്ങളെന്ന നിലയ്ക്ക് ആ സ്വഭാവഗുണങ്ങൾ സ്ഥിരത നേടിക്കഴിഞ്ഞിരിക്കുന്നു. അപ്പോഴും അവയുടെ ചരിത്രപരമായ സ്വഭാവം കണ്ടുപിടിക്കാൻ അവൻ തുടങ്ങുന്നില്ല. കാരണം, മനുഷ്യന്റെ ദൃഷ്ടിയിൽ അവ മാറ്റമില്ലാത്തതാണ്; നേരേമറിച്ച് അവയുടെ അർത്ഥമാണ് അവൻ ആരായുന്നത്.
>
> (*മൂലധനം* ഒന്നാം വോള്യം, മലയാള പരിഭാഷ, പേജ് 199)

ഒന്നാം വോള്യം അവസാനിക്കുന്നത് ഈ വാക്കുകളിലൂടെയാണ്:

> നമുക്ക് താല്പര്യമുള്ള ഒരേയൊരു കാര്യം പഴയലോകത്തിലെ അർത്ഥശാസ്ത്രം പുതിയ ലോകത്തിൽ കണ്ടുപിടിച്ചതും പുരപ്പുറത്തുനിന്ന് വിളംബരം ചെയ്തതുമായ രഹസ്യമാണ്. അതായത്, ഉല്പാദനത്തിന്റേയും സഞ്ചയത്തിന്റേയും മുതലാളിത്ത രീതിയുടേയും അതുകൊണ്ടുതന്നെ മുതലാളിത്ത സ്വകാര്യ സ്വത്തിന്റെയും മൗലികമായ ഉപാധി സ്വന്തം അദ്ധ്വാനം കൊണ്ടു സമ്പാദിച്ച സ്വകാര്യ സ്വത്തിന്റെ സംഹാരമാണ്; മറ്റു വാക്കുകളിൽ തൊഴിലാളിയുടെ എല്ലാ സ്വത്തവകാശവും പിടിച്ചെടുക്കലാണ്.
>
> (പേജ് 1115)

രണ്ടാം വോള്യത്തിൽ തൊഴിലുടമ, മുതലാളി കമ്പോളത്തിൽ എത്തുകയും തന്റെ ചരക്കുകൾ വില്ക്കുകയും ചരക്കുല്പാദനം അവിരാമമായി തുടരുന്നതിനായി ഉല്പാദനത്തിന്റെ ചക്രം തിരിക്കുകയും ചെയ്യുന്നതു സംബന്ധിച്ചാണ് പ്രതിപാദിക്കുന്നത്. മൂന്നാം വോള്യത്തിലാകട്ടെ, മുതലാളി വർഗ്ഗത്തിന്റെ ദൗത്യങ്ങളുടെ സാക്ഷാൽക്കരണ പ്രക്രിയയെക്കുറിച്ചാണ് പ്രതിപാദിക്കുന്നത്- ഉല്പാദനച്ചെലവ് വിലയും മൊത്തമുള്ള നേട്ടവും അതിനെ ലാഭം, പലിശ, പാട്ടം എന്നിങ്ങനെ വീതം വയ്ക്കുന്നതുമെല്ലാമാണ് വിശദമാക്കുന്നത്.

അനായാസ വായന സാദ്ധ്യമായ ഒരു കൃതിയല്ല മാർക്സിന്റെ *മൂലധനം* - പ്രത്യേകിച്ചും ഒന്നാം വോള്യം. അദ്ദേഹം തന്നെ അതു സംബന്ധിച്ച് ഒന്നാം ജർമ്മൻ പതിപ്പിന്റെ മുഖവുരയിൽ ഇങ്ങനെ പറയുന്നു:

> ഏത് തുടക്കവും വിഷമകരമാണ്. എല്ലാ ശാസ്ത്രങ്ങൾക്കും ബാധകമായ ഒരു കാര്യമാണിത്. ഈ ഗ്രന്ഥത്തിന്റെ ഒന്നാം അദ്ധ്യായം- ചരക്കുകളെ വിശകലനം ചെയ്യുന്ന ഖണ്ഡം വിശേഷിച്ചും- അങ്ങേയറ്റം വിഷമകരമായി തോന്നാം. മൂല്യത്തിന്റെ സത്തയേയും പരിണാമത്തെയും വിശകലനം ചെയ്യുന്ന ഖണ്ഡം വിശേഷിച്ചും കഴിയുന്നത്ര ലളിതമാക്കാൻ ഞാൻ ശ്രമിച്ചിട്ടുണ്ട്.
>
> (പേജ് 119)

ഹെഗലിയൻ വൈരുദ്ധ്യവാദത്തിന്റെ രീതിശാസ്ത്രം ഉപയോഗിച്ചുള്ള വിശകലനത്തിലൂടെ മാത്രമേ ആഴത്തിലുള്ള പഠനം നടത്താനാകൂ എന്നതുകൊണ്ടാണ് മാർക്സ് 'അനിവാര്യമായും ദുഷ്കരമായ' ഒരു രീതി ഈ കൃതിയുടെ ആദ്യ അദ്ധ്യായത്തിൽ അവലംബിച്ചത് എന്നാണ് നമുക്ക് അനുമാനിക്കാനാവുക.

ലൂയി അൽത്തൂസർ *മൂലധനത്തിനൊരു മുഖവുര* എന്ന കൃതിയിൽ (*Lenin and philosophy* എന്ന കൃതിയിൽ ഉൾപ്പെടുന്ന ഒരു ലേഖനം) എഴുതുന്നു:

> *മൂലധനം* ഒന്നാം വോള്യം സുഗമമായി വായിക്കുന്നതിന് തടസ്സമായി നില്ക്കുന്ന സൈദ്ധാന്തികമോ അല്ലാത്തവയോ ആയ ഏറ്റവും വലിയ കടമ്പകൾ എല്ലാം കൂടി ദൗർഭാഗ്യവശാൽ (അതോ ഭാഗ്യവശാലോ) ഒന്നാം വോള്യത്തിന്റെ ആരംഭത്തിൽ തന്നെ ഒത്തുകൂടിയിരിക്കുകയാണ്. കൃത്യമായി പറഞ്ഞാൽ, 'ചരക്കുകളും പണവും' എന്ന വിഷയത്തെക്കുറിച്ച് പ്രതിപാദിക്കുന്ന അതിലെ ആദ്യ ഭാഗത്തു തന്നെയാണ് ഈ കടമ്പകൾ കുന്നുകൂടി കിടക്കുന്നത്. ആയതിനാൽ താഴെ പറയുന്ന ഉപദേശമാണ് ഞാൻ വായനക്കാർക്ക് നല്കുന്നത്. തല്ക്കാലത്തേക്ക് ഒന്നാം ഭാഗത്തെ പൂർണ്ണമായും മാറ്റി വയ്ക്കുക, എന്നിട്ട് രണ്ടാം ഭാഗം മുതൽ വായന ആരംഭിക്കുക. "പണം മൂലധനമായി മാറുന്നു" എന്നതാണ് രണ്ടാം ഭാഗം. എന്റെ അഭിപ്രായത്തിൽ ഈ രണ്ടാം ഭാഗത്തുനിന്ന് തുടങ്ങി ഒന്നാം സഞ്ചിക അപ്പാടെ രണ്ടാവർത്തി മനസ്സിരുത്തി വായിക്കാതെ ഒന്നാം ഭാഗം മനസ്സിലാക്കി തുടങ്ങാൻ പോലും അസാദ്ധ്യമാണ്...... രണ്ടാം ഭാഗം മുതൽ കാര്യങ്ങളാകെ പ്രകാശപൂരിതമാണ്. നിങ്ങൾക്ക് ഒന്നാം സഞ്ചികയുടെ ഹൃദയാന്തർഭാഗത്തേക്ക് നേരെ കടന്നു ചെല്ലാം. ഈ ഹൃദയാന്തർഭാഗമാണ് *'മിച്ചമൂല്യ സിദ്ധാന്തം'*. ഒരു പ്രതിബന്ധവും കൂടാതെ ഇത് തൊഴിലാളി വർഗ്ഗത്തിനു ഗ്രഹിക്കാനാകും. തങ്ങളുടെ നിത്യജീവിതത്തിൽ അവർ നേരിട്ട് അനുഭവിച്ചുകൊണ്ടിരിക്കുന്ന സംഗതിയാണ് ഈ ശാസ്ത്രീയ സിദ്ധാന്തത്തിൽ അടങ്ങിയിട്ടുള്ളത്: *വർഗ്ഗചൂഷണം*.

1867 സെപ്തംബറിൽ ഒന്നാം വോള്യത്തിന്റെ ആദ്യ ജർമ്മൻ പതിപ്പ് പുറത്തിറങ്ങി. രണ്ടും മൂന്നും വോള്യങ്ങൾ അദ്ദേഹത്തിന്റെ മരണാനന്തരം എംഗൽസ് എഡിറ്റ് ചെയ്ത് പ്രസിദ്ധീകരിച്ചു. 1905-10 കാലത്ത് കൗട്സ്ക്കിയാണ് മാർക്സിന്റെ *1861/63ലെ കൈയെഴുത്തുപ്രതികളിൽ* നിന്ന് Theories of Surplus Value (മിച്ചമൂല്യസിദ്ധാന്തങ്ങൾ) എന്ന പേരിൽ രണ്ട് വോള്യങ്ങളായി *മൂലധന*ത്തിന്റെ നാലാം വോള്യം എന്നുകൂടി അറിയപ്പെടുന്ന കൃതി പ്രസിദ്ധീകരിച്ചത്.

മാർക്സ് വീണ്ടും രാഷ്ട്രീയ സംഘടനാരംഗത്തേക്ക്

പന്ത്രണ്ട് വർഷത്തെ ഇടവേളയ്ക്കുശേഷം, അതായത് 1852 ൽ കമ്യൂണിസ്റ്റ് ലീഗ് പിരിച്ചുവിടപ്പെട്ടശേഷം, മാർക്സ് രാഷ്ട്രീയ സംഘടനാരംഗത്തേക്ക് മടങ്ങിവന്നത് 1864 ൽ ഇന്റർനാഷണൽ വർക്കിങ്മെൻസ് അസോസിയേഷൻ സ്ഥാപിക്കപ്പെട്ടതോടെയാണ്. അദ്ദേഹം തൊഴിലാളിവർഗ്ഗ രാഷ്ട്രീയത്തിന്റെ മുൻനിരയിൽ വന്ന 1847–48 കാലത്തേതിൽ നിന്നും ഗണ്യമായ മാറ്റങ്ങൾ സംഭവിച്ചുകഴിഞ്ഞിരുന്നു ഈ രണ്ടാം വരവിന്റെ ഘട്ടമായപ്പോൾ. പ്രായോഗിക രാഷ്ട്രീയ സിദ്ധാന്തത്തിന്റെയും അടവുകളുടെയും കാര്യത്തിൽ മാർക്സിനു പുതിയ പ്രശ്നങ്ങളാണ് നേരിടേണ്ടിവന്നത്.

*മൂലധന*ത്തിന്റെ ഒന്നാം വോള്യത്തിന്റെ ആമുഖത്തിൽ മാർക്സ് പ്രസ്താവിച്ചതുപോലെ അമേരിക്കയിൽ അടിമത്തം നിർമ്മാർജ്ജനം ചെയ്യപ്പെട്ടത് പശ്ചിമ യൂറോപ്പിൽ പുതിയ തൊഴിലാളി പ്രസ്ഥാനത്തിന്റെ ഉയർന്നുവരവിന് ഉത്തേജനമായി. 1863 ൽ ഇംഗ്ലണ്ടിൽ വിപ്ലവസ്വഭാവമുള്ള പഴയ ചാർട്ടിസ്റ്റു പ്രസ്ഥാനത്തിന്റെ പൊടിപോലും ഉണ്ടായിരുന്നില്ല. 1848 ലെ അലസിപ്പോയ തൊഴിലാളിവർഗ്ഗ പ്രകടനത്തോടെ ചാർട്ടിസം മരണക്കിടക്കയിലായി എന്നു പറയുന്നതാവും ശരി. എന്നാലും 1850 കളിൽ ക്രിമിയൻ യുദ്ധകാലത്ത് ചാർട്ടിസത്തിന്റെ വിപ്ലവ പാരമ്പര്യത്തിന്റെ വക്താവും *പീപ്പിൾസ് പേപ്പർ* പത്രാധിപരും അത്യുജ്ജ്വല വാഗ്മിയുമായിരുന്ന ഏണസ്റ്റ് ജോൺസിന്റെ നേതൃത്വത്തിൽ ചാർട്ടിസ്റ്റുകൾ ഉയർത്തെഴുന്നേല്ക്കാനുള്ള ഒരു ശ്രമം കൂടി നടത്തി. ക്രിമിയൻ യുദ്ധകാലത്ത് ഇംഗ്ലണ്ടിലെ തൊഴിലാളികൾക്കിടയിൽ നടമാടിയ അസംതൃപ്തി പ്രയോജനപ്പെടുത്താൻ അവർക്ക് കഴിഞ്ഞു. എന്നാൽ, ക്രിമിയൻ യുദ്ധം അവസാനിച്ചതോടെ താല്ക്കാലികമായ ആ പുനരുജ്ജീവനവും അസ്തമിച്ചു. അവരുടെ മുഖപത്രമായ *പീപ്പിൾസ് പേപ്പറി*ന്റെ പ്രസിദ്ധീകര

ണവും നിലച്ചു. ഈ തിരിച്ചടിക്ക് നിദാനമായത് ചാർട്ടിസ്റ്റുകൾക്കിടയിലുണ്ടായ ആന്തരിക വൈരുദ്ധ്യങ്ങൾക്കുപരി ഇംഗ്ലണ്ടിലെ സാമ്പത്തിക - രാഷ്ട്രീയ സാഹചര്യങ്ങളിൽ വന്ന മാറ്റം കൂടിയായിരുന്നു.

1850 കളുടെ തുടക്കത്തോടെ ഇംഗ്ലണ്ടിലുണ്ടായ അത്ഭുതകരമായ സാമ്പത്തിക വളർച്ചയാണ് ഏറ്റവും പ്രധാന കാരണം. 1840 കളിൽ നിലനിന്നിരുന്ന വലിയ തോതിലുള്ള തൊഴിലില്ലായ്മ ഈ സാമ്പത്തിക മുന്നേറ്റത്തെ തുടർന്ന് ഇല്ലാതായി. 1851 നും 1855 നും ഇടയ്ക്ക് അമേരിക്കയിലും ആസ്ത്രേലിയയിലും ഭീമമായ തോതിൽ സ്വർണ്ണനിക്ഷേപം കണ്ടെത്തിയതിനെത്തുടർന്ന് ഇംഗ്ലണ്ടിൽനിന്നുമാത്രം അവിടങ്ങളിലേക്ക് 20 ലക്ഷം തൊഴിലാളികളാണ് കുടിയേറിയത്. തൊഴിൽസേനയിലെ അരോഗദൃഢഗാത്രരും ഊർജ്ജസ്വലരുമായ വിഭാഗമാണ് മുഖ്യമായും പ്രവാസികളായി പോയത്. ഇത് ഇംഗ്ലണ്ടിലെ തൊഴിലാളിവർഗ്ഗ പ്രസ്ഥാനത്തിലാകെ, പ്രത്യേകിച്ചും ചാർട്ടിസ്റ്റു പ്രസ്ഥാനത്തിൽ ഉശിരന്മാരായ പ്രവർത്തകരുടെ അഭാവത്തിനിടയാക്കി.

ചാർട്ടിസ്റ്റു പ്രസ്ഥാനം ദുർബ്ബലമായതോടെ തൊഴിലാളിപ്രസ്ഥാനത്തിൽ പുതിയ പല പ്രവണതകളും ക്രമേണ ഉയർന്നുവരാൻ തുടങ്ങി. മദ്യപാനത്തിനെതിരായ പ്രസ്ഥാനമായിരുന്നു അതിലൊന്ന്. ചാർട്ടിസ്റ്റുകൾ സ്വന്തം സംഘടനയ്ക്കുള്ളിൽ മദ്യപാനത്തിനെതിരെ ജാഗ്രത പുലർത്തിയിരുന്നു. എന്നാൽ ഈ പുതിയ പ്രസ്ഥാനം സമൂഹത്തിലാകെ പ്രചരണം നടത്തി. മറ്റൊന്നു ക്രിസ്ത്യൻ സോഷ്യലിസ്റ്റുകൾ എന്നറിയപ്പെട്ടിരുന്നവർ സംഘടിപ്പിച്ച സഹകരണ സംഘങ്ങളായിരുന്നു.

തൊഴിലാളി യൂണിയനുകൾ രൂപപ്പെട്ടിരുന്നെങ്കിലും അവയ്ക്ക് മദ്യപാനവിരുദ്ധ പ്രസ്ഥാനത്തിനോ സഹകരണ പ്രസ്ഥാനത്തിനോ ഉള്ളത്ര സ്വാധീനവും അംഗബലവും ഉണ്ടായില്ല. 1851 ൽ യന്ത്രസാമഗ്രികൾ നിർമ്മിക്കുന്ന ഫാക്ടറികളിലാണ് ആദ്യമായി ട്രേഡ് യൂണിയൻ രൂപീകരിക്കപ്പെട്ടത്. ചില പ്രദേശങ്ങളിൽമാത്രം ഒതുങ്ങിനിന്നവയായിരുന്നു അത്തരം യൂണിയനുകൾ. ടെക്സ്റ്റൈൽ വ്യവസായത്തിൽ രൂപംകൊണ്ട യൂണിയനും ചില പ്രദേശങ്ങളിൽ മാത്രമായി ഒതുങ്ങി. ഈ വ്യവസായങ്ങളും ദേശവ്യാപകമായിരുന്നില്ല. അതുകൊണ്ട് ഏതെങ്കിലും രണ്ടോ മൂന്നോ പട്ടണങ്ങളിൽ ഉരുവം കൊള്ളുന്ന യൂണിയനുകൾ ദേശീയ യൂണിയനുകളായി അറിയപ്പെട്ടിരുന്നു. വലിയ വ്യവസായങ്ങളുടെ ഉടമകളുമായി ഏറ്റുമുട്ടാൻ പ്രാപ്തിയുള്ളതായിരുന്നില്ല ഈ യൂണിയനുകൾ. എങ്കിലും വ്യവസായങ്ങൾ അഭിവൃദ്ധിപ്പെട്ടിരുന്നതും തൊഴിലാളികളുടെ ലഭ്യതയിലെ കുറവും കാരണം മിക്കവാറും എല്ലാ തൊഴിലാളികൾക്കും ഉയർന്ന കൂലി ലഭിച്ചിരുന്നു. വ്യവസായം വളരുന്നതനുസരിച്ച് വേണ്ടത്ര തൊഴിലാളികളെ ലഭിക്കുന്നതിനായുള്ള തൊഴിലുടമകളുടെ അടവായിരുന്നു ഇത്. എന്നിട്ടും ആവശ്യമുള്ളതിന്റെ പകുതിയിലേറെപ്പേരെ മാത്രമേ ലഭിച്ചുള്ളൂ. അതുകൊണ്ട് ബ്രിട്ടീഷ് മുതലാളിമാർ യൂറോപ്യൻ ഭൂഖണ്ഡത്തിലെ മറ്റു പ്രദേശങ്ങളിൽനിന്നും തൊഴിലാളികളെ

ഇംഗ്ലണ്ടിലേക്ക് കൊണ്ടുവരാൻ നീക്കം തുടങ്ങി.

അക്കാലത്ത് ഏറ്റവും പ്രമുഖമായിരുന്ന യന്ത്രനിർമ്മാണ വ്യവസായവും തുണിനിർമ്മാണ വ്യവസായവും കേവലം അതത് രാജ്യത്തെ ആഭ്യന്തര വിപണി മാത്രം കണ്ടുകൊണ്ടുള്ളവയായിരുന്നില്ല; കയറ്റുമതി കൂടി ലക്ഷ്യംവെച്ചുള്ളവയായിരുന്നു. ലോകവിപണിയിൽ ഈ രണ്ടു മേഖലയിലും ഇംഗ്ലണ്ടിനു കുത്തക തന്നെ ഉണ്ടായിരുന്നു. ഇവയിലെ തൊഴിലുടമകൾ വൻലാഭം ഉണ്ടാക്കിയിരുന്നതുകൊണ്ട് അതിൽനിന്ന് ചില്ലറ ആനുകൂല്യങ്ങൾ അവയിലെ വിദഗ്ദ്ധ തൊഴിലാളികൾക്ക് നല്കിയിരുന്നു. അങ്ങനെ ഈ രണ്ടു വ്യവസായങ്ങളിലും തൊഴിലാളികളും തൊഴിലുടമകളും തമ്മിൽ ആഭ്യന്തര സമാധാനം നിലവിൽ വരാനാരംഭിച്ചു. അതേസമയം, വിദഗ്ദ്ധ തൊഴിലാളികളും അവിദഗ്ദ്ധ തൊഴിലാളികളും തമ്മിലുള്ള അകല്ച്ച വർദ്ധിച്ചുവന്നു. ഇങ്ങനെ തൊഴിലെടുക്കുന്നവരിൽ ഉണ്ടാക്കപ്പെട്ട അനൈക്യം ഈ വ്യവസായങ്ങളിൽ സമരങ്ങൾ ദുർബ്ബലപ്പെടാനിടയാക്കി. എന്നാൽ ഇതായിരുന്നില്ല കെട്ടിട നിർമ്മാണ മേഖലയിലെ സ്ഥിതി.

മുതലാളിത്ത വളർച്ചയ്ക്ക് സമാന്തരമായി നഗരവല്ക്കരണവും വളർന്നതോടെ കൂടുതൽ പാർപ്പിടങ്ങൾ ആവശ്യമായി; റോഡുകളുടെയും റെയിൽവെയുടെയും നിർമ്മാണം അതിവേഗം വർദ്ധിച്ചുവന്നു. കെട്ടിട നിർമ്മാണവും പശ്ചാത്തല വികസനവുമായി ബന്ധപ്പെട്ട് ആയിരക്കണക്കിനു വിവിധങ്ങളായ കൈവേലക്കാർ നഗരങ്ങളിലേക്ക് ചേക്കേറിയിരുന്നു. 1857–58 ലെ പ്രതിസന്ധി ഈ സമസ്ത മേഖലകളെയും തകർത്തു. വലിയൊരു വിഭാഗം ആളുകൾക്ക് തൊഴിൽ നഷ്ടപ്പെട്ടു. മുതലാളിമാരാകട്ടെ, ഇങ്ങനെ തൊഴിലില്ലാപ്പട രൂപപ്പെടുന്നതിൽ സന്തോഷിച്ചു. അവർ ഈ അവസരം മുതലെടുത്ത് കൂലി വെട്ടിക്കുറയ്ക്കാനും തൊഴിൽസമയം വർദ്ധിപ്പിക്കാനും തുടങ്ങി. എന്നാൽ മുതലാളിമാരെ ഞെട്ടിപ്പിച്ചുകൊണ്ട് തൊഴിലാളികൾ ഈ ചൂഷണത്തിനെതിരെ പണിമുടക്കി പ്രതികരിച്ചു. 1859 ലാണ് നിർമ്മാണ തൊഴിലാളികളുടെ ഈ പണിമുടക്ക് നടന്നത്. മുതലാളിമാരെ പിടിച്ചുലച്ചത് കെട്ടിടനിർമ്മാണ തൊഴിലാളികൾ പണിമുടക്കി എന്നതിലുപരി എല്ലാ വിഭാഗം തൊഴിലാളികളും ഈ പണിമുടക്കിനു പിന്തുണയുമായി എത്തിയെന്നതാണ്. അദ്ധ്വാനത്തിന്റെ സാമ്പത്തിക ശാസ്ത്രവും മൂലധനത്തിന്റെ സാമ്പത്തിക ശാസ്ത്രവും തമ്മിലുള്ള ആദ്യത്തെ ഏറ്റുമുട്ടലാണിത് എന്നാണ് തൊഴിലാളി സംഘടനാ നേതാക്കളിലൊരാളായ വില്യം ക്രെമെർ പ്രസ്താവിച്ചത്.

ഈ പണിമുടക്ക് ഒത്തുതീർപ്പിലായതിനെത്തുടർന്ന് ലണ്ടനിൽ ഒരു ട്രേഡ്സ് കൗൺസിൽ രൂപീകരിക്കപ്പെട്ടു. നിർമ്മാണ തൊഴിലാളികളുടെ പണിമുടക്കിനു നേതൃത്വം നല്കിയ ചെരുപ്പുകുത്തിയായ ജോർജ്ജ് ഒഡ്ഗെറും മരപ്പണിക്കാരനായ വില്യം ക്രെമെറും മേസ്തിരിപ്പണിക്കാരനായ ജോർജ്ജ് ഹോവെലുമായിരുന്നു ഈ ട്രേഡ്സ് കൗൺസിലിന്റെ മുൻനിരയിൽ. 1861 ൽ രൂപംകൊണ്ട ഈ ട്രേഡ്സ് കൗൺസിലായി

രുന്നു അക്കാലത്തെ ഏറ്റവും ശക്തവും സ്വാധീനവുമുള്ള തൊഴിലാളി സംഘടന. മുൻ തൊഴിലാളി യൂണിയനുകളിൽനിന്നു വ്യത്യസ്തമായി ഒരു രാഷ്ട്രീയ സ്വഭാവം കൂടി ഉണ്ടായിരുന്ന ലണ്ടൻ ട്രേഡ്സ് കൗൺസിൽപ്പോലെയുള്ള സംഘടനകൾ അതിവേഗം ഇംഗ്ലണ്ടിലും സ്കോട്ട്ലണ്ടിലുമാകെ രൂപംകൊണ്ടു. അങ്ങനെ 1862 ൽ നിലവിൽ വന്ന തൊഴിലാളികളുടെ ഈ വർഗ്ഗ സംഘടനകൾ രാജ്യത്തിന്റെ സാമ്പത്തിക രാഷ്ട്രീയ മണ്ഡലങ്ങളിൽ നിർണ്ണായക ശക്തിയായി വളർന്നു.

ഫ്രാൻസിലും 1857-58 ലെ സാമ്പത്തിക പ്രതിസന്ധി രൂക്ഷമായ അനന്തരഫലങ്ങൾക്കിടയാക്കിയിരുന്നു. 1860 കളായപ്പോൾ പാരീസിലെ കരകൗശല മേഖലയിലെ തൊഴിലാളികളുടെ ഉപജീവനമാർഗ്ഗങ്ങൾ തന്നെ ഇല്ലാതായി. പാരീസിലും ചുറ്റുവട്ടങ്ങളിലും പുതിയ പാർപ്പിട കേന്ദ്രങ്ങൾ നിർമ്മിച്ചാണ് ലൂയി നെപ്പോളിയൻ ഇതിനു പരിഹാരം കാണാൻ ശ്രമിച്ചത്. അസംഖ്യം തൊഴിലാളികൾക്ക്, പ്രത്യേകിച്ചും കരകൗശല തൊഴിലാളികൾക്ക്, തൊഴിൽ ലഭ്യത ഉറപ്പാക്കാൻ ഇതുമൂലം സാധിച്ചു. ഇതിനു സമാന്തരമായി 1860 കളുടെ തുടക്കത്തിൽ തൊഴിലാളി യൂണിയനുകളും രൂപംകൊണ്ടു തുടങ്ങി. തൊഴിലാളി പ്രസ്ഥാനത്തിന്റെ ഈ പുനരുജ്ജീവനം നിർജ്ജീവമായി മാറിയ പഴയ സോഷ്യലിസ്റ്റ് ഗ്രൂപ്പുകളുടെ ഉയർത്തെഴുന്നേല്പിനു വഴിതെളിച്ചു. ഇതിൽ പ്രധാന വിഭാഗം പ്രൂധോണിസ്റ്റുകളായിരുന്നു.

1848-50 ലെ വിപ്ലവകാലത്ത് ജയിലിലായ പ്രൂധോൺ ജയിൽ മോചിതനായശേഷം ബെൽജിയത്തിലേക്ക് കുടിയേറിയിരുന്നു. എന്നാൽ 1840 കളിൽ മാർക്സുമായി കൊമ്പുകോർത്തകാലത്തെ ആശയങ്ങളിൽനിന്നും വ്യത്യസ്തമായിരുന്നു ഈ ഘട്ടത്തിൽ പ്രൂധോൺ മുന്നോട്ടുവച്ച ആശയങ്ങൾ. തൊഴിലാളികളുടെ പൊതുക്ഷേമം മാത്രമായിരുന്നു ലക്ഷ്യം. അതുതന്നെ വിദഗ്ദ്ധ തൊഴിലാളികളിൽ ശ്രദ്ധ ഊന്നിയുമായിരുന്നു. കുറഞ്ഞ പലിശയ്ക്കോ പലിശരഹിതമായോ വായ്പകൾ ലഭ്യമാക്കി പരസ്പര സഹായസംഘങ്ങൾ (Mutual Aid Societies) രൂപീകരിക്കുന്ന ശൈലിയായിരുന്നു അവർ സ്വീകരിച്ചത് - മ്യൂചലിസ്റ്റുകൾ എന്ന് അവർ അറിയപ്പെട്ടു. നിയമവിധേയമായി ഇത്തരം സൊസൈറ്റികൾ രൂപീകരിക്കുന്നതിനപ്പുറം, തൊഴിലാളികൾക്ക് താല്ക്കാലികമായി ജീവിതം കരുപ്പിടിപ്പിക്കാനുള്ള മാർഗ്ഗങ്ങൾക്കപ്പുറം മുതലാളിത്ത ചൂഷണത്തിനെതിരായി പണിമുടക്കുൾപ്പെടെയുള്ള സമരങ്ങൾക്കോ രാഷ്ട്രീയ സമരങ്ങൾക്കോ പ്രൂധോണിസ്റ്റുകൾ അപ്പോൾ സന്നദ്ധമായിരുന്നില്ല.

പാരീസ് തൊഴിലാളികൾക്കിടയിൽ പ്രവർത്തിച്ചിരുന്ന മറ്റൊരു വിഭാഗം ബ്ലാങ്കിസ്റ്റുകളായിരുന്നു. ലൂയി അഗസ്ത് ബ്ലാങ്കിയുടെ (1805-1881) അനുയായികളായ പോൾ ലഫാർഗ്, ചാൾസ് ലാംഗെ (ഇരുവരും പില്ക്കാലത്ത് മാർക്സിന്റെ പുത്രിമാരെ - ജെന്നിയെയും ലോറയെയും - വിവാഹം കഴിച്ചു), ജോർജ്ജ് ക്ലെമെൻഷ്യൂ എന്നിവരായിരുന്നു ഈ വിഭാഗത്തിലെ മുൻനിരക്കാർ. ലൂയി നെപ്പോളിയന്റെ സാമ്രാജ്യ മോഹ

ങ്ങളുടെ കടുത്ത എതിരാളികളായിരുന്നു ബ്ലാങ്കിസ്റ്റുകൾ. മൂന്നാമതൊരു വിഭാഗം ആർമാന്ദ് ലേവി എന്ന പത്രപ്രവർത്തകൻ രൂപം നല്കിയ കടുത്ത യാഥാസ്ഥിതിക വിഭാഗമായിരുന്നു. ലേവി ജർമ്മനിയിലെ വൊഗ്ത്തിനെപ്പോലെ ശരിക്കും ലൂയി നെപ്പോളിയന്റെ പക്ഷത്തുമായിരുന്നു. ഈ മൂന്നു വിഭാഗങ്ങളും തമ്മിൽ തൊഴിലാളികളുടെ പിന്തുണയാർജ്ജിക്കാനുള്ള കടുത്ത മത്സരവും നിലനിന്നിരുന്നു.

1850 കളിൽ ആദ്യം ലണ്ടനിലും പിന്നീട് പാരീസിലുമായി തുടങ്ങിയ വ്യാവസായിക പ്രദർശനം ക്രമേണ തൊഴിലാളികളുടെ രാഷ്ട്രാതീതമായ ഒത്തുചേരലുകൾക്കും അവസരമൊരുക്കുകയുണ്ടായി. ലണ്ടൻ പ്രദർശനത്തിൽ പങ്കെടുക്കുന്ന തൊഴിലാളികൾക്ക് ഫ്രഞ്ച് ഗവൺമെന്റ് സബ്സിഡി നല്കാൻ തീരുമാനിച്ചു. ബ്ലാങ്കിസ്റ്റുകൾ ഗവൺമെന്റിന്റെ ഈ സൗജന്യം തിരസ്കരിക്കാൻ തീരുമാനിച്ചു. എന്നാൽ മ്യൂചലിസ്റ്റുകൾ (പ്രൂധോൺ പക്ഷം) ഗവൺമെന്റ് സബ്സിഡിയോടെ തൊഴിലാളികളുടെ ഒരു സംഘത്തെ ലണ്ടനിലേക്ക് അയക്കണമെന്നും വർക്ക്ഷോപ്പുകളിൽ നിന്നു വോട്ടെടുപ്പിലൂടെ അതിനായി തൊഴിലാളികളെ തിരഞ്ഞെടുക്കണമെന്നും വാദിച്ചു. ആർമാന്ദ്ലേവിയും കൂട്ടരും ഗവൺമെന്റിനു വിധേയരായി നിന്നു. ഗവൺമെന്റ് ഒടുവിൽ മ്യൂചലിസ്റ്റുകളുടെ നിർദ്ദേശം സ്വീകരിച്ച് വോട്ടെടുപ്പ് നടത്തി. ബ്ലാങ്കിസ്റ്റുകൾ വോട്ടെടുപ്പ് ബഹിഷ്കരിച്ചു. മ്യൂചലിസ്റ്റുകൾ വൻ വിജയം നേടി. ലേവി പക്ഷത്തുനിന്ന് ഒരാൾപോലും തിരഞ്ഞെടുക്കപ്പെട്ടില്ല. ജർമ്മനിയിൽനിന്നാകട്ടെ, ലണ്ടൻ പ്രദർശനത്തിനുവന്ന തൊഴിലാളി പ്രതിനിധികൾ ഏറെയും ലസ്സാൽ പക്ഷക്കാരായിരുന്നു. ഇതോടെ ജർമ്മൻ, ഫ്രഞ്ച്, ബ്രിട്ടീഷ് തൊഴിലാളികൾക്ക് ലണ്ടൻ പ്രദർശനവേളയിൽ ആശയവിനിമയത്തിനു അവസരമൊരുങ്ങി.

ഈ കാലഘട്ടത്തിലാണ് അമേരിക്കയിൽ ആഭ്യന്തരയുദ്ധം (1860-1865) നടന്നത്. അടിമത്ത നിരോധനത്തെ അനുകൂലിച്ച വടക്കൻ സംസ്ഥാനങ്ങളും നിരോധനത്തെ എതിർത്ത തെക്കൻ സംസ്ഥാനങ്ങളും തമ്മിൽ നടന്ന ആ യുദ്ധത്തിന്റെ പ്രത്യാഘാതം മുതലാളിത്ത ലോകത്തെയാകെ ബാധിച്ചു. അക്കാലത്ത് യൂറോപ്പിലെ തുണിമില്ലുകൾക്ക് ആവശ്യമായ പരുത്തി എത്തിയിരുന്നത് പ്രധാനമായും അമേരിക്കയിലെ തെക്കൻ സംസ്ഥാനങ്ങളിൽനിന്നാണ്. യുദ്ധം തുടങ്ങിയതോടെ അമേരിക്കയിൽ നിന്നുള്ള പരുത്തി യൂറോപ്പിലേക്ക് വരാതായി. ഇത് തുണി വ്യവസായവുമായി ബന്ധപ്പെട്ട അസംസ്കൃത സാധനങ്ങൾക്കാകെ വില വർദ്ധിക്കുന്നതിനിടയാക്കി. വൻകിട മുതലാളിമാരെപ്പോലും ഇത് പ്രതികൂലമായി ബാധിച്ചെങ്കിലും ചെറുകിട സംരംഭകരെയാണ് ഏറെ ദോഷകരമായി ബാധിച്ചത്. മിക്കവാറും ചെറുകിട സ്ഥാപനങ്ങൾ അടച്ചുപൂട്ടപ്പെട്ടു. ലക്ഷക്കണക്കിനു തൊഴിലാളികൾ തൊഴിൽ നഷ്ടപ്പെട്ട് പട്ടിണിയിലായി.

കെട്ടിട നിർമ്മാണത്തൊഴിലാളികളുടെ പണിമുടക്കുകാലത്ത് സൗഹാർദ്ദത്തിന്റെയും ഐക്യദാർഢ്യത്തിന്റെയും ഉദാത്ത മാതൃക പ്രദർ

ശിപ്പിച്ച ഇംഗ്ലണ്ടിലെ തൊഴിലാളികൾ ഇപ്പോഴും തങ്ങളുടെ സഹജീവികളുടെ സഹായത്തിനായി മുന്നിട്ടിറങ്ങി. ലണ്ടൻ ട്രേഡ്സ് കൗൺസിൽ മുൻകൈയെടുത്ത് പ്രത്യേക കമ്മിറ്റിയെ ഇതിനായി നിയോഗിച്ചു. ഫ്രാൻസിലും സമാനമായ കമ്മിറ്റികൾ നിലവിൽവന്നു. ഈ രണ്ടു രാജ്യങ്ങളിലെയും കമ്മിറ്റികൾ പരസ്പരം നിരന്തരം ആശയവിനിമയം നടത്തുകയുമുണ്ടായി. അങ്ങനെ അമേരിക്കൻ ആഭ്യന്തരയുദ്ധം യൂറോപ്യൻ സാമ്പത്തിക ജീവിതത്തിൽ ഏല്പിച്ച കനത്ത ആഘാതം ഇംഗ്ലണ്ടിലെയും ഫ്രാൻസിലെയും മാത്രമല്ല ജർമ്മനിയിലെയും റഷ്യയിലെയും പോലും തൊഴിലാളികളുടെ ജീവിതത്തിലും ചലനങ്ങളുണ്ടാക്കി. *മൂലധന*ത്തിന്റെ ഒന്നാം വോള്യത്തിന് എഴുതിയ ആമുഖത്തിൽ മാർക്സ് ചൂണ്ടിക്കാണിച്ചതുപോലെ 18-ാം നൂറ്റാണ്ടിലെ അമേരിക്കൻ സ്വാതന്ത്ര്യ യുദ്ധം ഫ്രഞ്ച് ബൂർഷ്വാസിയെയും ഫ്രഞ്ച് വിപ്ലവത്തെയും എങ്ങനെ സ്വാധീനിച്ചോ അതേ സ്വാധീനമാണ് 19-ാം നൂറ്റാണ്ടിൽ അമേരിക്കൻ ആഭ്യന്തരയുദ്ധം യൂറോപ്പിലാകെ ചെലുത്തിയത്.

അമേരിക്കൻ ആഭ്യന്തരയുദ്ധം പോലെ തന്നെ യൂറോപ്പിലെ തൊഴിലാളികളെ സ്വാധീനിച്ച മറ്റൊരു സംഭവവികാസമാണ് റഷ്യയിൽ 1861 ൽ അടിയാളത്തം നിർമ്മാർജ്ജനം ചെയ്യപ്പെട്ടത്. കൂടുതൽ പുരോഗമനപരമായ മാറ്റങ്ങൾക്കായി വാദിക്കാൻ ഇത് വിപ്ലവപ്രസ്ഥാനങ്ങൾക്ക് കരുത്ത് നല്കി. സാറിസ്റ്റ് റഷ്യയുടെ കൈവശമായിരുന്ന പോളണ്ടിലെ ദേശീയ വിമോചന പോരാട്ടത്തിന് ഇത് കൂടുതൽ ഊർജ്ജം പകരുകയുമുണ്ടായി. ഫ്രാൻസിലും ഇംഗ്ലണ്ടിലുമെല്ലാം പോളണ്ടിലെ സ്വാതന്ത്ര്യപോരാട്ടത്തിനു പിന്തുണ നല്കുന്ന തൊഴിലാളികളുടെ മുന്നേറ്റങ്ങളുണ്ടായി.

1863 ഏപ്രിൽ മാസത്തിൽ ലണ്ടനിൽ ചേർന്ന തൊഴിലാളികളുടെ ഒരു മഹാസമ്മേളനം സ്വന്തം സ്വാതന്ത്ര്യത്തിനായി പൊരുതുന്ന പോളണ്ടുകാർക്കനുകൂലമായി ഓരോ രാജ്യത്തെയും ഗവൺമെന്റിനെക്കൊണ്ട് നിലപാടെടുപ്പിക്കാൻ തൊഴിലാളികൾ രംഗത്തിറങ്ങണമെന്ന പ്രമേയം പാസാക്കി. ഒരു സാർവ്വദേശീയ സമ്മേളനം ചേരണമെന്നും ആ യോഗം തീരുമാനിച്ചു. പുരോഗമന ചിന്താഗതിക്കാരനായ പ്രൊഫസർ ഇ എസ് ബിസ്ലിയുടെ അദ്ധ്യക്ഷതയിൽ 1863 ജൂലൈ 22 ന് ലണ്ടനിൽ ചേർന്ന യോഗത്തിൽ പോളണ്ടിനു റഷ്യൻ സാമ്രാജ്യത്തിൽനിന്നും സ്വാതന്ത്ര്യം നേടിയെടുക്കുന്നതു സംബന്ധിച്ചായിരുന്നു ചർച്ച കേന്ദ്രീകരിച്ചത്. പിറ്റേന്ന്, അതായത് ജൂലൈ 23 നു ലണ്ടൻ ട്രേഡ്സ് കൗൺസിൽ മുൻകൈയെടുത്ത് ഒരു പ്രത്യേക യോഗവും ചേർന്നിരുന്നു. ഈ രണ്ടു യോഗങ്ങളും തമ്മിൽ പ്രധാനപ്പെട്ട ഒരു വ്യത്യാസമുണ്ടായിരുന്നു. ജൂലൈ 22 ന്റെ യോഗത്തിൽ ബൂർഷ്വാ ലിബറലുകളും പങ്കെടുത്തെങ്കിൽ 23 ന്റെ യോഗം അത്തരം വിഭാഗങ്ങളുടെ സാന്നിദ്ധ്യമുള്ളതായിരുന്നില്ല; അത് തൊഴിലാളിവർഗ്ഗത്തിന്റേതുമാത്രമായ സമ്മേളനമായിരുന്നു. ഇംഗ്ലണ്ടിലെയും യൂറോപ്പിലെയും ഇതര രാജ്യങ്ങളിലെയും തൊഴിലാളിപ്രസ്ഥാന

ങ്ങൾ തമ്മിൽ ഉണ്ടാകേണ്ട ഉറ്റബന്ധവും സഹകരണവുമായിരുന്നു മുഖ്യ ചർച്ചാവിഷയം.

ഈ യോഗങ്ങൾക്കുപിന്നാലെ ഇംഗ്ലണ്ടിലെ തൊഴിലാളിവർഗ്ഗ പ്രസ്ഥാനത്തിന്റെ പേരിൽ ജോർജ്ജ് ഒഡ്ഗെർ ഫ്രഞ്ച് തൊഴിലാളികളെ അഭിസംബോധന ചെയ്ത് ഒരു കത്തെഴുതി. തൊഴിലാളികളുടെ കൂലിയുടെയും തൊഴിൽ സാഹചര്യങ്ങളുടെയും പ്രശ്നങ്ങളാണ്, അവയ്ക്ക് പരിഹാരം കാണാനുള്ള സമരങ്ങളെക്കുറിച്ചാണ് ആ സമരങ്ങൾ രാജ്യാതിർത്തിക്കുള്ളിൽ ഒതുങ്ങി നില്ക്കാൻ പാടില്ലെന്നാണ് ആ കത്ത് മുന്നോട്ടുവെച്ച ആശയം. 1863 നവംബറിൽ പ്രൊഫസർ ബീസ്‌ലി ഈ കത്ത് ഫ്രഞ്ച് ഭാഷയിലേക്ക് പരിഭാഷപ്പെടുത്തി പാരീസിലെത്തിക്കുകയുണ്ടായി.

പാരീസിൽ ഈ കത്ത് കിട്ടുമ്പോൾ ഫ്രാൻസ് നിയമനിർമ്മാണ സഭയിലേക്ക് തിരഞ്ഞെടുപ്പിനു തയ്യാറെടുക്കുകയായിരുന്നു. തിരഞ്ഞെടുപ്പിലെ പങ്കാളിത്തം സംബന്ധിച്ച് നിയമനിർമ്മാണസഭയിലേക്കുള്ള (ചേംബർ ഓഫ് ഡെപ്യൂട്ടീസ്) തിരഞ്ഞെടുപ്പിൽ തൊഴിലാളികൾ സ്വന്തം സ്ഥാനാർത്ഥികളെ നിർത്തണമോ അതോ പുരോഗമന സ്വഭാവമുള്ള ഏതെങ്കിലും സ്ഥാനാർത്ഥിക്ക് പിന്തുണ നല്കിയാൽ മതിയോ എന്ന ചർച്ച നടക്കുകയായിരുന്നു അക്കാലത്ത്. അതായത് തൊഴിലാളിവർഗ്ഗം സ്വന്തമായ സംഘടനാവേദിയിൽനിന്നു മത്സരിക്കണമോ അതോ ഏതെങ്കിലും ബൂർഷ്വാ പാർട്ടിക്ക് പിന്തുണ നല്കണമോ എന്ന്. സ്വന്തം നിലയിൽ പ്രവർത്തിക്കാനും തങ്ങളുടെ പ്രതിനിധിയായി ഹെൻറി തൊളെയ്നെ നിർദ്ദേശിക്കാനും തൊഴിലാളികൾ തീരുമാനിച്ചു. അതോടൊപ്പം ബൂർഷ്വാ ജനാധിപത്യവാദികളിൽനിന്നും എന്തുകൊണ്ട് തങ്ങൾ വേർപിരിഞ്ഞു എന്നു വ്യക്തമാക്കുന്ന ഒരു രാഷ്ട്രീയ രേഖയും പ്രസിദ്ധീകരിക്കപ്പെട്ടു. 60 ആളുകൾ ഒപ്പിട്ട ഈ രേഖ '60 പേരുടെ മാനിഫെസ്റ്റോ' (Manifesto of the Sixty) എന്നാണ് അറിയപ്പെടുന്നത്. ഈ മാനിഫെസ്റ്റോയിലെ സൈദ്ധാന്തിക കാഴ്ചപ്പാട് പ്രൂധോണിന്റെ ആശയങ്ങളെ അടിസ്ഥാനമാക്കിയുള്ളതായിരുന്നു. എന്നാൽ ഇതിൽ ഗുണപരമായ ഒരുവശം ഉണ്ടായിരുന്നത് തൊഴിലാളികൾക്ക് തനതായ ഒരു രാഷ്ട്രീയ പാർട്ടി ആവശ്യമാണെന്നും തൊഴിലാളി താല്പര്യം പാർലമെന്ററി സ്ഥാപനങ്ങളിൽ പ്രതിനിധാനം ചെയ്യാൻ തൊഴിലാളികളുടെ സ്ഥാനാർത്ഥികൾ ഉണ്ടാകണമെന്നും അടിവരയിട്ട് ഉറപ്പിച്ചുവെന്നതാണ്; അദ്ധ്വാനവും മൂലധനവും തമ്മിലുള്ള സംഘർഷങ്ങളെക്കുറിച്ചും അത് പറഞ്ഞിരുന്നുവെന്നതും ശ്രദ്ധേയമായിരുന്നു.

ഈ ആശയാടിത്തറയോടെയാണ് ബ്രിട്ടീഷ് തൊഴിലാളി പ്രസ്ഥാനത്തിന്റെ കത്തിനു ഫ്രഞ്ച് തൊഴിലാളികളുടെ മറുപടി തയ്യാറാക്കപ്പെട്ടതും 1864 സെപ്തംബർ 28നു ലണ്ടനിൽ പ്രസിദ്ധമായ സെന്റ് മാർട്ടിൻസ് ഹാളിൽ രണ്ടു പ്രതിനിധിസംഘങ്ങളുടെയും യോഗം ചേർന്നതും. ജർമ്മൻ പ്രവാസികളിൽ ചിലരും ഈ യോഗത്തിൽ പങ്കെടുത്തിരുന്നു.

ഈ യോഗമാണ് തൊഴിലാളികളുടെ ഒരു സാർവ്വദേശീയ സംഘടന രൂപീകരിക്കാൻ തീരുമാനിച്ചത്. വിപുലമായ ഒരു കൺവെൻഷൻ വിളിച്ചു ചേർക്കുന്നതിനും വിവിധ രാജ്യങ്ങളിലെ പ്രസ്ഥാനങ്ങളുമായി ആശയ വിനിമയം നടത്തുന്നതിനുമായി ഒരു കേന്ദ്ര കമ്മിഷനെ നിയോഗിക്കുകയുമുണ്ടായി. ഇതായിരുന്നു ഒന്നാം ഇന്റർനാഷണലിന്റെ തുടക്കം. മാർക്സിന്റെ അസാന്നിദ്ധ്യത്തിലും 34 അംഗ ജനറൽ കൗൺസിലിൽ അദ്ദേഹത്തെയും ഉൾപ്പെടുത്തിയിരുന്നു. ഈ കമ്മിഷന്റെ ചുമതലക്കാരൻ എന്ന നിലയിൽ വില്യം ക്രെമെർ സംഘടനയുടെ അടുത്ത യോഗത്തിൽ പങ്കെടുക്കുന്നതിനായി മാർക്സിനെ ക്ഷണിച്ചുകൊണ്ട് കത്തയയ്ക്കുകയാണുണ്ടായത്. അതായത് ഒന്നാം ഇന്റർനാഷണൽ എന്ന് പില്ക്കാലത്ത് അറിയപ്പെട്ട സംഘടന മാർക്സ് സ്ഥാപിക്കുകയായിരുന്നില്ല. അതിനു രൂപം നല്കിയ തൊഴിലാളി സംഘടനാ പ്രവർത്തകർ മാർക്സിനെ അതുമായി ബന്ധപ്പെടുത്തുകയാണുണ്ടായത്. എന്നാൽ ആദ്യയോഗത്തിൽ തന്നെ മാർക്സ് പങ്കെടുത്തിരുന്നുവെന്നും എന്നാൽ അദ്ദേഹം അതിൽ പ്രസംഗിച്ചിരുന്നില്ല എന്നും ചില ജീവചരിത്രകൃതികളിൽ കാണുന്നു.

ഒന്നാം ഇന്റർനാഷണൽ സ്ഥാപിക്കപ്പെട്ട 1864 സെപ്തംബറിൽ മാർക്സിന്റെ ആരോഗ്യനില തീരെ മോശമായിരുന്നെങ്കിലും അദ്ദേഹത്തിന്റെ സാമ്പത്തിക സ്ഥിതി അല്പം മെച്ചപ്പെട്ടിരുന്നു; മാത്രമല്ല *മൂലധന*ത്തിന്റെ മൂന്ന് വോള്യങ്ങൾ ഏറക്കുറെ പൂർത്തിയായി വരികയുമായിരുന്നു. അതുകൊണ്ടുതന്നെ വീണ്ടും സംഘടനാ പ്രവർത്തനത്തിലേക്ക് നീങ്ങാൻ അദ്ദേഹത്തിനുകഴിഞ്ഞു. സാർവ്വദേശീയ സംഘടന രൂപീകരിക്കപ്പെട്ട സാഹചര്യം അദ്ദേഹത്തെ ആവേശഭരിതനാക്കിയിരുന്നു. ഒരു ദശാബ്ദത്തിലേറെ നീണ്ട ഇരുളടഞ്ഞ ദിനങ്ങൾക്ക് അറുതിയാവുകയാണെന്നും തൊഴിലാളി വർഗ്ഗസമരത്തിന്റെ മുന്നേറ്റം വീണ്ടും ഉണ്ടാവുകയാണെന്നും അദ്ദേഹത്തിനു ബോദ്ധ്യമായി. അങ്ങനെ കാൾ മാർക്സ് തൊഴിലാളികൾ പുതുതായി രൂപം നല്കിയ സാർവ്വദേശീയ സംഘടനയുടെ പ്രവർത്തനങ്ങളുമായി ബന്ധപ്പെടാൻ തീരുമാനിച്ചു. 1864 സെപ്തംബർ 28 ന്റെ യോഗം സംഘടനയുടെ പേരോ പരിപാടിയോ ഘടനയോ ഒന്നും തീരുമാനിച്ചിരുന്നില്ല. പിന്നീട് അതിനെല്ലാം മാർക്സിനെ ചുമതലപ്പെടുത്തുകയാണുണ്ടായത്. പരിപാടിയുമായി ബന്ധപ്പെട്ടതും സംഘടനാ ചട്ടക്കൂട് സംബന്ധിച്ചത് ഉൾപ്പെടെയുള്ള ഇന്റർനാഷണലിന്റെ എല്ലാ രേഖകളും മാർക്സിന്റെ പേനയിൽനിന്നാണ് രൂപം കൊണ്ടത്. മാർക്സിന്റെ ആശയങ്ങൾ അവയിലെല്ലാം നിഴലിച്ചിരുന്നു.

ഒന്നാം ഇന്റർനാഷണൽ

ആയിരത്തി എണ്ണൂറ്റി അറുപത്തിനാല് സെപ്തംബർ 28നാണ് ഒന്നാം ഇന്റർനാഷണൽ സ്ഥാപിതമായത്. അതിന്റെ സംഘാടനത്തിലേക്ക് നയിച്ച പ്രവർത്തനങ്ങളിൽ മാർക്സ് ഉണ്ടായിരുന്നില്ലെങ്കിലും, അദ്ദേഹം അതുമായി ബന്ധപ്പെട്ടതിനെത്തുടർന്ന് പിന്നീടുള്ളകാലത്ത് അദ്ദേഹം തന്നെയായി അതിന്റെ നേതൃത്വത്തിൽ. "ഇന്റർനാഷണലിന്റെ തുടർന്നുള്ള എല്ലാ ജനറൽ കൗൺസിലുകളുടെയും ആത്മാവായിരുന്നു കാൾ മാർക്സ്" എന്നാണ് 1875 ൽ എംഗൽസ് വിശദീകരിച്ചത്. എംഗൽസ് തുടരുന്നു- "ഇന്റർനാഷണലിലെ മാർക്സിന്റെ പ്രവർത്തനം വിശദീകരിക്കുന്നതിനു അസോസിയേഷന്റെ തന്നെ ചരിത്രം എഴുതേണ്ടതായി വരും." അത്രമാത്രം ഇഴപിരിക്കാനാകാത്തവിധം മാർക്സും ഇന്റർനാഷണലും ബന്ധപ്പെട്ടിരിക്കുന്നുവെന്നർത്ഥം. ക്രെമെറും കൂട്ടരും എന്തുകൊണ്ട് മാർക്സിനെ ഈ പുതിയ സംഘടനയുടെ ആദ്യയോഗത്തിലേക്കു ക്ഷണിച്ചുവെന്ന പ്രശ്നം ഉയരുന്നുണ്ട്. 1840 കളിൽ കമ്യൂണിസ്റ്റു ലീഗിന്റെ പ്രവർത്തനവുമായും 1848 ലെ വിപ്ലവവുമായും ബന്ധമുണ്ടായിരുന്ന ഇക്കാരിയോസിനെപോലെയുള്ള വിപ്ലവകാരികളായ ചില ജർമ്മൻ പ്രവാസികളും ചാർട്ടിസ്റ്റുപ്രസ്ഥാനത്തിൽ പ്രവർത്തിച്ചിരുന്നവരും 1864 സെപ്തംബർ 28ലെ യോഗത്തിൽ പങ്കെടുത്തിരുന്നു. അവരുടെ ഇടപെടലായിരിക്കണം മാർക്സിനെ പുതിയ സാർവ്വദേശീയ തൊഴിലാളി സംഘടനയുടെ ജനറൽ കൗൺസിലിൽ ഉൾപ്പെടുത്തുന്നതിനും തുടർന്നുള്ള പ്രവർത്തനങ്ങളുമായി ബന്ധപ്പെടുത്തുന്നതിനും ഇടയാക്കിയത്.

എന്നാൽ കമ്യൂണിസ്റ്റ് ലീഗിൽനിന്ന് ഏറെ വ്യത്യസ്തമായിരുന്നു ഇന്റർനാഷണൽ. കമ്യൂണിസ്റ്റ് ലീഗ് പ്രചരണ പ്രവർത്തനങ്ങളിൽ ഏർപ്പെട്ടിരുന്ന ഒരു രഹസ്യസംഘടനയായിരുന്നു. അതിൽ മാർക്സ് പരമാധികാരിയുമായിരുന്നു. എന്നാൽ ഇന്റർനാഷണൽ വ്യത്യസ്ത ആശയ

ഗതികളും പ്രവർത്തനശൈലികളുമുള്ള പല രാജ്യങ്ങളിലെയും തൊഴിലാളി സംഘടനകളുടെ ഒരു കൂട്ടായ്മയായിരുന്നു. അതിന്റെ 34 അംഗ ജനറൽ കൗൺസിലിൽ ഒരംഗം മാത്രമായിരുന്നു മാർക്സ്. മറ്റുള്ളവരെ ബോദ്ധ്യപ്പെടുത്തിക്കൊണ്ടുമാത്രമേ അദ്ദേഹത്തിനും തീരുമാനങ്ങളിൽ എത്താനാകുമായിരുന്നുള്ളൂ. ഫ്യൂരിയേയുടെയും ഓവന്റെയും കാബേയുടെയും പ്രൂധോണിന്റെയും ബ്ലാങ്കിയുടെയും ബക്കുനിന്റെയും മസ്സിനിയുടെയും മാർക്സിന്റെതന്നെയും അനുയായികൾ ഉൾപ്പെട്ടിരുന്ന, അങ്ങനെ വ്യത്യസ്തവും വൈവിദ്ധ്യമാർന്നതുമായ ചിന്താഗതിക്കാരുടെ ഒരു കൂട്ടായ്മയായിരുന്നു ഇന്റർനാഷണൽ. അതിലാണ് തന്റെ ഇടപെടലിന്റെ സവിശേഷതകൊണ്ട് മാർക്സിന് നേതൃത്വപരമായ മുഖ്യ പങ്കു വഹിക്കാനായത്.

ഇന്റർനാഷണലിന്റെ സ്ഥാപകയോഗത്തിൽ ചില ബൂർഷ്വാ ലിബറൽ ചിന്താഗതിക്കാരും പങ്കെടുത്തിരുന്നു. കോമൺ ലീഗ് എന്നപേരിൽ ലണ്ടനിൽ പ്രവർത്തിച്ചിരുന്ന അന്തർദ്ദേശീയ ബന്ധങ്ങളുള്ള സംഘടനയുടെ ആളുകളായിരുന്നു അവർ. അതുകൊണ്ടുതന്നെ മറ്റൊരു അന്താരാഷ്ട്ര സംഘടന എന്തിന് എന്ന വാദം അവർ ഉയർത്തിയിരുന്നു. എന്നാൽ മുമ്പ് ചാർട്ടിസ്റ്റ് പ്രസ്ഥാനത്തിൽ പ്രവർത്തിച്ചിരുന്ന ഇക്കാരിയോസിന്റെയും (ഇദ്ദേഹം കമ്യൂണിസ്റ്റ് ലീഗിലും ഉണ്ടായിരുന്നു) വിറ്റ്ലോക്കിന്റെയും നിർബ്ബന്ധപൂർവ്വമായ ഇടപെടലിനെത്തുടർന്നാണ് 'ഇന്റർനാഷണൽ വർക്കിങ് മെൻസ് അസോസിയേഷൻ' എന്നപേരിൽ തൊഴിലാളി വർഗ്ഗത്തിന്റേതായ ഒരു അന്താരാഷ്ട്ര സംഘടനയ്ക്കു രൂപം നല്കാൻ തീരുമാനിച്ചത്.

1864 നവംബർ ഒന്നിന് ചേർന്ന ഇന്റർനാഷണലിന്റെ ജനറൽ കൗൺസിൽ യോഗത്തിലാണ് മാർക്സ് പ്രവർത്തന പദ്ധതിയും പരിപാടിയും സംബന്ധിച്ച രൂപരേഖ അവതരിപ്പിച്ചത്. ഇന്റർനാഷണലിന്റെ ഉദ്ഘാടന പ്രസംഗം എന്നറിയപ്പെടുന്ന ആ രേഖ വളരെ ചെറിയ ചില ഭേദഗതികളോടെ ആ യോഗം മഹാഭൂരിപക്ഷത്തോടെ അംഗീകരിക്കുകയുണ്ടായി. ഈ വ്യത്യസ്ത വിഭാഗങ്ങൾക്കുകൂടി സ്വീകാര്യമായവിധം വിട്ടുവീഴ്ചയോടുകൂടിയാണ് മാർക്സ് തന്റെ ഉദ്ഘാടന പ്രസംഗവും മറ്റു രേഖകളും തയ്യാറാക്കിയത്. മാർക്സിന്റെ നിലപാടുകളെ നിശിതമായി എതിർത്തിരുന്ന അരാജകവാദിയായ ബക്കുനിനും ഫ്രാൻസിൽനിന്നുള്ള പ്രൂധോണിസ്റ്റുകളുമെല്ലാം ഇതംഗീകരിക്കുന്ന നിലയുണ്ടായത് മാർക്സിന്റെ അയവേറിയ ഈ സമീപനംമൂലമാണ്. അതുകൊണ്ടുതന്നെ *കമ്യൂണിസ്റ്റ് മാനിഫെസ്റ്റോ*യിലെ വിപ്ലവപരമായ ഭാഷയിലല്ല, അതിൽ നിന്നു വ്യത്യസ്തമായി മയപ്പെട്ട ശൈലിയിലാണ് 'ഈ ഉദ്ഘാടന പ്രസംഗം' അദ്ദേഹം തയ്യാറാക്കിയത്. എന്നാൽ രൂപത്തിലുള്ള ഈ മിതത്വം അതിന്റെ ഉള്ളടക്കത്തിൽ തെല്ലും ഇല്ല എന്നതാണ് മാർക്സിന്റെ വിജയം. *മാനിഫെസ്റ്റോ* എഴുതി 17 വർഷത്തിനുശേഷമാണ് മാർക്സ് ഈ ഉദ്ഘാടനപ്രസംഗം തയ്യാറാക്കിയത്. ഈ രണ്ട് പ്രാമാണിക രേഖകളും അദ്ദേഹം എഴുതിയത് വ്യത്യസ്ത കാലഘട്ടത്തിലും വ്യത്യസ്ത സ്വഭാവത്തി

ലുമുള്ള സംഘടനകൾക്കുവേണ്ടിയും ആണെന്നതും ഇവ രണ്ടിലും പ്രതിഫലിക്കുന്നുണ്ട്.

വളർന്നുകൊണ്ടിരുന്ന, യൗവ്വനാവസ്ഥയിലുള്ള തൊഴിലാളി പ്രസ്ഥാനത്തിനുള്ളിൽ പ്രവർത്തിച്ചിരുന്ന കമ്യൂണിസ്റ്റ് വിപ്ലവകാരികളുടെ ഒരു ചെറിയ വിഭാഗത്തിന്റെ പരിപാടി എന്ന നിലയിലാണ് *കമ്യൂണിസ്റ്റ് മാനിഫെസ്റ്റോ* എഴുതപ്പെട്ടത്. മാത്രമല്ല, ദേശീയ അതിർത്തികൾക്കുപരിയായി ലോകമാസകലമുള്ള തൊഴിലാളിവർഗ്ഗത്തിന്റെ പൊതുവായ താല്പര്യങ്ങൾ പ്രതിഫലിപ്പിക്കുന്ന പൊതു തത്ത്വങ്ങൾക്കാണ് *കമ്യൂണിസ്റ്റ് മാനിഫെസ്റ്റോ* രൂപംനല്കിയത്.

എന്നാൽ വിപുലമായ ജനവിഭാഗങ്ങളിലാകെ സ്വാധീനമുറപ്പിച്ച് തൊഴിലാളിപ്രസ്ഥാനം 1864 ആയപ്പോൾ കൂടുതൽ വളർന്നിരുന്നു. അതേ സമയം വർഗ്ഗബോധത്തിന്റെയും വിപ്ലവ കാഴ്ചപ്പാടിന്റെയും കാര്യത്തിൽ 1848 ലെ പ്രസ്ഥാനത്തേക്കാൾ പിന്നിലായിരുന്നു 1864 ലെ തൊഴിലാളി വർഗ്ഗ പ്രസ്ഥാനം. അണികളുടെ ബോധനിലവാരം മാത്രമായിരുന്നില്ല, വിവിധ രാജ്യങ്ങളിലെ തൊഴിലാളി നേതാക്കളുടെ സ്ഥിതിയും 1848 ലേതിനെ അപേക്ഷിച്ച് പിന്നോക്കാവസ്ഥയിലായിരുന്നു. തൊഴിലാളി നേതാക്കളുടെയും അണികളുടെയും ഈ താഴ്ന്ന ബോധ നിലവാരം കൂടി കണക്കിലെടുത്തായിരുന്നു മാർക്സ് 1864 ലെ രേഖകൾ തയ്യാറാക്കിയത്. എന്നാൽ അതാകട്ടെ, 1848 ൽ *കമ്യൂണിസ്റ്റ് മാനിഫെസ്റ്റോ*യിൽ മുന്നോട്ടുവെച്ച അടിസ്ഥാന തത്ത്വങ്ങളിൽ അല്പംപോലും വെള്ളം ചേർക്കാതെയുമായിരുന്നു. വ്യത്യസ്ത ബോധനിലവാരത്തിലുള്ള ഒരു വർഗ്ഗ സംഘടനയെ കൂട്ടി യോജിപ്പിക്കുന്ന 'ഐക്യമുന്നണി' തന്ത്രത്തിന്റെ ഉത്തമദൃഷ്ടാന്തംകൂടിയാണ് മാർക്സിന്റെ ഒന്നാം ഇന്റർനാഷണലിലെ ഉദ്ഘാടന പ്രസംഗം.

അദ്ദേഹം തന്റെ പ്രസംഗം തുടങ്ങുന്നതിങ്ങനെയാണ്: ''1848 ൽനിന്ന് 1864 ൽ എത്തുമ്പോൾ അദ്ധ്വാനിക്കുന്ന ജനവിഭാഗങ്ങളുടെ ദുരിതം തെല്ലും കുറഞ്ഞിട്ടില്ല എന്നത് ഒരു വസ്തുതയാണ്. എന്നാൽ ഈ കാലത്തിനുള്ളിൽ വ്യാവസായിക വികാസവും വാണിജ്യത്തിന്റെ വളർച്ചയും അനുപമമായി മുന്നേറിയിട്ടുണ്ട്.'' [*Karl Marx, The First International and After*, Verso (2010) page 73]. 1850 കളിൽ പല ഇടത്തരക്കാരുടെയും പ്രസിദ്ധീകരണങ്ങളിൽ പ്രതീക്ഷ പുലർത്തിയിരുന്നത് സാമ്പത്തിക വളർച്ച ദാരിദ്ര്യം പാടേ തുടച്ചു നീക്കുന്നതിനിടയാക്കുമെന്നായിരുന്നു. എന്നാൽ അങ്ങനെയല്ല സംഭവിച്ചത് എന്ന് 1864 ഏപ്രിൽമാസം ബ്രിട്ടീഷ് ധനമന്ത്രി ഗ്ലാഡ്സ്റ്റൺ പാർലമെന്റിലവതരിപ്പിച്ച ബജറ്റിലെ വിവരങ്ങൾ ഉദ്ധരിച്ച് മാർക്സ് സ്ഥാപിക്കുന്നു. ഈ സാഹചര്യത്തിൽ തൊഴിലാളിവർഗ്ഗത്തെയാകെ യോജിപ്പിച്ചണിനിരത്താനാകുന്ന ഡിമാന്റുകൾക്കും മറ്റു കാര്യങ്ങൾക്കുമാണ് മാർക്സ് ഇതിൽ ഊന്നൽ നല്കിയത്. *കമ്യൂണിസ്റ്റു മാനിഫെസ്റ്റോ*യിൽ എന്നപോലെ വർഗ്ഗവൈരുദ്ധ്യത്തിലേക്കും വർഗ്ഗ സമരത്തിലേക്കുമാണ് വ്യത്യസ്തമായ ശൈലിയിൽ മാർക്സ് ഇ

വിടെയും വിരൽചൂണ്ടുന്നത്.

*മൂലധന*ത്തിന്റെ ഒന്നാം വോള്യത്തിന്റെ കരട് രൂപം പൂർത്തിയാക്കി, അതിന്റെ മിനുക്കുപണികളിൽ ഏർപ്പെട്ടിരിക്കവെയാണ് മാർക്സ് ഈ ഉദ്ഘാടന പ്രസംഗവും തയ്യാറാക്കിയത്. ഇംഗ്ലണ്ടിലെ പാർലമെന്ററി കമ്മീഷനുകളുടെയും ഫാക്ടറി ഇൻസ്പെക്ടർമാരുടെയും റിപ്പോർട്ടുകൾ മുഴുവൻ വായിക്കുകയും സസൂക്ഷ്മം വിശകലനം നടത്തുകയും ചെയ്തിട്ടുള്ള മറ്റൊരാൾ അന്ന് ഉണ്ടായിരുന്നില്ല. ആ പഠനത്തിൽ പറഞ്ഞ വിവിധ വ്യവസായങ്ങളുടെയും അവയിലെ തൊഴിലാളികളുടെയും അവസ്ഥയെക്കുറിച്ച് കൃത്യമായി മനസ്സിലാക്കിയ മറ്റാരും വർക്കിങ് മെൻസ് അസോസിയേഷന്റെ ജനറൽ കൗൺസിലിൽ ഉണ്ടായിരുന്നില്ല. മുതലാളിത്ത ഉല്പാദനത്തിന്റെ പൊതു നിയമങ്ങളുമായി ഓരോ വ്യവസായത്തിലെയും സ്ഥിതിയെ അദ്ദേഹം കൃത്യമായി ബന്ധപ്പെടുത്തുകയും ചെയ്തു. ഈ ഉദ്ഘാടന പ്രസംഗത്തിന്റെ ഘടനയിൽത്തന്നെ വലിയൊരു പ്രചാരകന്റെ വൈഭവം പ്രകടമായിട്ടുണ്ട്.

*കമ്യൂണിസ്റ്റ് മാനിഫെസ്റ്റോ*യിൽ എന്നപോലെത്തന്നെ, ഉല്പാദനം സമൂഹത്തിന്റെയാകെ (കേവലം ഭരണകൂടത്തിന്റെ എന്നല്ല അദ്ദേഹം വ്യക്തമാക്കുന്നത്) നിയന്ത്രണത്തിലും സമൂഹത്തിന്റെ ആവശ്യങ്ങൾ കണക്കിലെടുത്തും സമൂഹമാകെ മുന്നോട്ടുവയ്ക്കുന്ന ദിശയിലുമായിരിക്കണം എന്നാണ് ഈ ഉദ്ഘാടന പ്രസംഗത്തിലും മാർക്സ് മുന്നോട്ടുവയ്ക്കുന്ന ആശയം. തൊഴിലാളിവർഗ്ഗത്തിന്റെ അർത്ഥശാസ്ത്രത്തിന്റെ അടിസ്ഥാനം തന്നെ ഈ സാമൂഹിക ഉല്പാദനം ആയിരിക്കണമെന്നും അദ്ദേഹം വ്യക്തമാക്കുന്നു. തൊഴിലാളികളുടെ മുൻകൈയിൽ സഹകരണാടിസ്ഥാനത്തിൽ പ്രവർത്തിക്കുന്ന ഫാക്ടറികളുടെ പ്രാധാന്യത്തെക്കുറിച്ച് പറയുന്ന മാർക്സ്, ലസ്സാലിൽനിന്ന് വ്യത്യസ്തമായി സോഷ്യലിസത്തിലേക്കുള്ള സാമൂഹ്യ പരിവർത്തനത്തിന്റെ ആദ്യപടിയായിട്ടല്ല സഹകരണ പ്രസ്ഥാനത്തെ കണ്ടത്. പണിയെടുക്കുന്നവരെ ചൂഷണംചെയ്യുന്ന മുതലാളി വർഗ്ഗത്തെ കൂടാതെതന്നെ വൻതോതിൽ ശാസ്ത്രീയമായ ഉല്പാദനം സാദ്ധ്യമാണെന്ന് അദ്ധ്വാനിക്കുന്ന ജനവിഭാഗങ്ങളെ ബോദ്ധ്യപ്പെടുത്താനുള്ള സംവിധാനമായാണ് മാർക്സ് സഹകരണ സംഘങ്ങളെ ഉപയോഗിച്ചത്. അടിമത്തത്തെപ്പോലെ കൂലിവേലയും ശാശ്വതമോ അനശ്വരമോ അല്ല എന്നും ഇതിലൂടെ മാർക്സ് തൊഴിലാളികളെ ബോദ്ധ്യപ്പെടുത്തി. ഇത് പരിവർത്തനഘട്ടത്തിലെ താഴ്ന്ന നിലയിലുള്ള ഉല്പാദന സംവിധാനം മാത്രമാണെന്നും കൂടുതൽ വിപുലമായ സാമൂഹ്യ ഉല്പാദന സംവിധാനത്തിന് ഇത് വഴിമാറേണ്ടതുണ്ടെന്നും മാർക്സ് ചൂണ്ടിക്കാട്ടി.

മാർക്സ് ഈ പ്രസംഗത്തിൽ ചൂണ്ടിക്കാണിക്കുന്നു: ‘‘ആയതിനാൽ, രാഷ്ട്രീയാധികാരം പിടിച്ചെടുക്കൽ തൊഴിലാളി വർഗ്ഗത്തിന്റെ മഹത്തായ ദൗത്യമായി മാറുന്നു’’ [*Karl Marx, The First International and After*, page 80]. തൊഴിലാളിവർഗ്ഗത്തിന്റെ നേതൃത്വത്തിലും നിയന്ത്രണത്തിലുമായിരിക്കണം മോചനത്തിനായുള്ള, അധികാരം പിടിച്ചെടുക്കാനുള്ള പോ

രാട്ടം. ഈ തൊഴിലാളിവർഗ്ഗ നേതൃത്വത്തിനൊപ്പം വലിയൊരു ജനസമൂഹത്തെ അണിനിരത്താനാവണം. ഐക്യത്തോടെയും വിജ്ഞാനത്തിന്റെയും ശാസ്ത്രത്തിന്റെയും മാർഗ്ഗദർശനപ്രകാരവും നീങ്ങുമ്പോൾ മാത്രമാണ് ആ സമൂഹം സുശക്തമാകുന്നത്. അതുപോലെതന്നെ ദേശീയവും സാർവ്വദേശീയവുമായ കരുത്തുറ്റ സംഘടനയുടെ അനിവാര്യതയിലേക്കും മാർക്സ് വിരൽചൂണ്ടുന്നു. ഇത്തരമൊരു പശ്ചാത്തലത്തിലാണ് ഇന്റർനാഷണൽ വർക്കിങ് മെൻസ് അസോസിയേഷൻ രൂപീകരിക്കാൻ വിവിധ രാജ്യങ്ങളിലെ തൊഴിലാളികൾ തീരുമാനിച്ചത് എന്നും മാർക്സ് വ്യക്തമാക്കുന്നു.

പ്രസംഗം ഉപസംഹരിച്ചുകൊണ്ട് മാർക്സ് മറ്റൊരുകാര്യംകൂടി വ്യക്തമാക്കുന്നു. തൊഴിലാളിവർഗ്ഗം ഒരിക്കലും ദേശീയ രാഷ്ട്രീയ മണ്ഡലത്തിൽ മാത്രം ഒതുങ്ങിക്കൂടാൻ പാടില്ല. അതുകൊണ്ട് തൊഴിലാളിവർഗ്ഗം എക്കാലത്തും സാർവ്വദേശീയ രാഷ്ട്രീയത്തിന്റെ ഗതിവിഗതികൾ സസൂക്ഷ്മം നിരീക്ഷിക്കണമെന്നും തങ്ങളുടെ ഗവൺമെന്റിന്റെ നയതന്ത്ര നീക്കങ്ങളിൽ ഇടപെടണമെന്നും മാർക്സ് വ്യക്തമാക്കുന്നുണ്ട്. ഈ ഉദ്ഘാടന പ്രസംഗത്തിന്റെ ജർമ്മൻ പരിഭാഷ ഒരു ലഘുലേഖയായി പ്രസിദ്ധീകരിച്ച കാറൽ കൗട്സ്കി, അതിനെഴുതിയ അവതാരികയിൽ പറഞ്ഞത്, തൊഴിലാളിവർഗ്ഗ പ്രസ്ഥാനത്തെ സംബന്ധിച്ച് *കമ്യൂണിസ്റ്റ് മാനിഫെസ്റ്റോ* കഴിഞ്ഞാൽ പ്രധാനപ്പെട്ട രണ്ടാമത്തെ കൃതി ഇതാണെന്നാണ്.

ഇന്റർനാഷണലിലെ ആശയസമരങ്ങൾ

ഇന്റർനാഷണലിന്റെ ഭരണഘടനയും മാർക്സാണ് തയ്യാറാക്കിയത്. അടിസ്ഥാന തത്ത്വങ്ങൾ സംബന്ധിച്ച ഒരു ഭാഗവും സംഘടനയുടെ പ്രശ്നങ്ങൾ കൈകാര്യംചെയ്യുന്ന ഭാഗവും ഉൾപ്പെടെ രണ്ടു ഭാഗങ്ങൾ അടങ്ങുന്നതാണ് ഈ ഭരണഘടന.

ആദ്യഭാഗം തുടങ്ങുന്നതുതന്നെ ഇങ്ങനെയാണ്:

> തൊഴിലാളിവർഗ്ഗത്തിന്റെ മോചനം തൊഴിലാളിവർഗ്ഗംതന്നെ സ്വയം നിർവ്വഹിക്കേണ്ടതാണ്; തൊഴിലാളിവർഗ്ഗത്തിന്റെ മോചനത്തിനായുള്ള സമരം എന്നതിനർത്ഥം വർഗ്ഗപരമായ പ്രത്യേക പരിഗണനകൾക്കും കുത്തകയ്ക്കും വേണ്ടിയുള്ള സമരം എന്നല്ല, മറിച്ച് തുല്യ അവകാശങ്ങൾക്കും കടമകൾക്കും വേണ്ടിയുള്ളതും എല്ലാവർഗ്ഗ വാഴ്ചയുടെയും നിർമ്മാർജ്ജനത്തിനുവേണ്ടിയുള്ളതുമായ സമരം എന്നാണ്.
>
> [*Karl Marx, The First International and After*, page 82].

എല്ലാ രാഷ്ട്രീയ പ്രക്ഷോഭങ്ങളുടെയും ആത്യന്തിക ലക്ഷ്യം തൊഴിലാളിവർഗ്ഗത്തിന്റെ സാമ്പത്തികമായ മോചനം ആയിരിക്കണമെന്നും ആ മോചനം പ്രാദേശികമോ ദേശീയമോ ആയ ഒന്നല്ലെന്നും മറിച്ച് ആധുനിക സമൂഹം നിലനില്ക്കുന്ന എല്ലാ രാജ്യങ്ങളെയും ബാധിക്കുന്ന ഒരു സാമൂഹ്യ പ്രശ്നമാണെന്നും മാർക്സ് വ്യക്തമാക്കുകയുണ്ടായി. മാർക്സ് തയ്യാറാക്കിയ, ഇന്റർനാഷണലിന്റെ താല്ക്കാലിക ചട്ടങ്ങൾക്ക് [Provisional Rules] 1863 സെപ്തംബറിൽ ജനീവയിൽ ചേർന്ന കോൺഗ്രസ് അംഗീകാരം നല്കി.

ഇന്റർനാഷണൽ വർക്കിങ് മെൻസ് അസോസിയേഷൻ അന്താ

രാഷ്ട്ര സംഘടനയാണെന്ന് പ്രൊവിഷണൽ ചട്ടങ്ങളിൽ ഊന്നിപ്പറയുന്നു; ഒപ്പം വിവിധ രാജ്യങ്ങളിലെ തൊഴിലാളി വർഗ്ഗത്തിന്റെ പൊതുവായ ലക്ഷ്യങ്ങളെക്കുറിച്ചും വ്യക്തമാക്കിയിട്ടുണ്ട്. അസോസിയേഷന്റെ തീരുമാനങ്ങൾ കൈക്കൊള്ളാനുള്ള പരമാധികാര സംഘടനാവേദി വർഷം തോറും ചേരേണ്ട കോൺഗ്രസുകളായിരിക്കും. വിവിധ രാജ്യങ്ങളിൽനിന്നുള്ള ഘടക സംഘടനകളുടെ പ്രതിനിധികളായിരിക്കണം ഈ കോൺഗ്രസുകളിൽ പങ്കെടുക്കേണ്ടത്. രണ്ട് കോൺഗ്രസുകൾക്കിടയ്ക്കുണ്ടാകുന്ന കാര്യങ്ങളിൽ തീരുമാനമെടുക്കാനുള്ള അധികാരം തെരഞ്ഞെടുക്കപ്പെടുന്ന ജനറൽ കൗൺസിലിനാണ്. വാർഷിക കോൺഗ്രസാണ് ജനറൽ കൗൺസിലിനെ തെരഞ്ഞെടുക്കേണ്ടത്. സംഘടനയുടെ ആസ്ഥാനം ലണ്ടനാണ് എന്നും തീരുമാനിക്കപ്പെട്ടു. ശിഥിലമായി കഴിയുന്ന തൊഴിലാളി സംഘടനകളെ ഒരൊറ്റ സംഘടനയായി ദേശീയാടിസ്ഥാനത്തിൽ ഏകോപിപ്പിക്കുന്നതിന് അസോസിയേഷൻ അംഗങ്ങൾ സർവ്വ ഊർജ്ജവും പ്രയോഗിച്ച് പ്രവർത്തിക്കണമെന്നും പ്രൊവിഷണൽ ചട്ടം വ്യക്തമാക്കി. സൈദ്ധാന്തികവും രാഷ്ട്രീയവുമായ എല്ലാ പ്രശ്നങ്ങൾ സംബന്ധിച്ചും സ്വതന്ത്രമായ ചർച്ച ഉറപ്പാക്കുന്നതാണ് മാർക്സ് തയ്യാറാക്കിയ അസോസിയേഷൻ ചട്ടങ്ങൾ. ഇന്റർനാഷണലുമായി ബന്ധപ്പെട്ട എല്ലാ സംഘടനകളും വിഭാഗങ്ങളും ഒത്തൊരുമയോടെയും അച്ചടക്കത്തോടെയും പ്രവർത്തിക്കണമെന്നും ഈ ചട്ടങ്ങളിൽ പറയുന്നു. അവതരിപ്പിച്ച ഭാഷാ ശൈലിയിൽ മൃദുത്വമുണ്ടെങ്കിലും കമ്യൂണിസ്റ്റ് ലീഗിന്റേതെന്ന പോലെ തന്നെ ജനാധിപത്യ കേന്ദ്രീകരണ തത്ത്വത്തെ അടിസ്ഥാനമാക്കിയാണ് അസോസിയേഷന്റെ സംഘടനാ സംവിധാനത്തിനും മാർക്സ് രൂപം നല്കിയത്. പില്ക്കാലത്ത് എല്ലാ തൊഴിലാളി വർഗ്ഗ വിപ്ലവ പാർട്ടികളുടെയും സംഘടനാ സംവിധാനം ഈ രീതിയാണ് അവലംബിച്ചത്.

മാർക്സിന്റെ ഉദ്ഘാടന പ്രസംഗത്തിനും പ്രൊവിഷണൽ ചട്ടങ്ങൾക്കും ജനറൽ കൗൺസിൽ 1864 നവംബർ ഒന്നിന് അംഗീകാരം നല്കിയതിനെത്തുടർന്ന് ഇന്റർനാഷണലിന്റെ സംഘടനാ സംവിധാനം കെട്ടിപ്പടുക്കാനുള്ള പ്രവർത്തനത്തിൽ മാർക്സ് ഏർപ്പെട്ടു. പുതുതായി അംഗങ്ങളെ കൂട്ടിച്ചേർക്കാൻ ജനറൽ കൗൺസിലിനുള്ള അധികാരം കമ്യൂണിസ്റ്റ് ലീഗിലുണ്ടായിരുന്ന ചിലരെക്കൂടി ഇന്റർനാഷണലിൽ ഉൾപ്പെടുത്താൻ മാർക്സിന് സഹായകമായി. സ്വിറ്റ്സർലണ്ടുകാരനായ ഹെർമാൻ യുങ്ങും ഫ്രഞ്ചുകാരനായ യൂജിൻ ഡൂപോണ്ടും യഥാക്രമം സ്വിറ്റ്സർലണ്ടിന്റെയും ഫ്രാൻസിന്റെയും ചുമതലയുള്ള കറസ്പോണ്ടിങ് സെക്രട്ടറിമാരായി. ജർമ്മനിക്കായുള്ള കറസ്പോണ്ടിങ് സെക്രട്ടറിയുടെ ചുമതല മാർക്സ് സ്വയം ഏറ്റെടുത്തു.

തുടക്കത്തിൽ മാർക്സ് മുൻകൈയെടുത്ത് ജനറൽ കൗൺസിൽ കൈക്കൊണ്ട പ്രധാനപ്പെട്ട നടപടികളിലൊന്നായിരുന്നു എബ്രഹാം ലിങ്കൺ അമേരിക്കൻ പ്രസിഡന്റായി വീണ്ടും തിരഞ്ഞെടുക്കപ്പെട്ടപ്പോൾ

അദ്ദേഹത്തെ അഭിനന്ദിച്ചുകൊണ്ട് എഴുതിയ കത്ത്; ഈ കത്തിന് ഹാർദ്ദമായ നന്ദി അറിയിച്ചുകൊണ്ട് ലിങ്കൻ നയതന്ത്ര ഓഫീസ്വഴി അയച്ച മറുപടി *ടൈംസ്* പത്രം പ്രാധാന്യത്തോടെ പ്രസിദ്ധീകരിച്ചത് ഇന്റർനാഷണലിന് വലിയ പ്രചാരം ലഭിക്കുന്നതിനിടയാക്കി. റഷ്യൻ നുകത്തിൽ നിന്ന് മോചനത്തിനായി പൊരുതിയിരുന്ന പോളണ്ടിലെ ജനങ്ങളോട് ഐക്യദാർഢ്യം പ്രഖ്യാപിക്കേണ്ടതിന്റെ പ്രാധാന്യത്തിനും മാർക്സ് ഊന്നൽ നല്കിയിരുന്നു.

ജനറൽകൗൺസിൽ അംഗങ്ങൾക്ക് അടിസ്ഥാനപരമായ വിദ്യാഭ്യാസം നല്കുന്നതിനുള്ള ചില നടപടികളും മാർക്സ് കൈക്കൊള്ളുകയുണ്ടായി. 1865 മാർച്ച്മാസത്തിൽ പ്രസിദ്ധീകരിച്ച *Value, Price and Profit* (മൂല്യം, വില, ലാഭം) എന്ന കൃതി ഇതിനായി മാർക്സ് നടത്തിയ ശ്രദ്ധേയമായ ഒരു ഇടപെടലായിരുന്നു. മിച്ച മൂല്യ സിദ്ധാന്തം അദ്ദേഹം ആദ്യമായി കൃത്യമായി അവതരിപ്പിച്ചത് ഈ കൃതിയിലാണ്.

വർഗ്ഗസമരം വികസിച്ചുവരുന്ന സാഹചര്യം കണക്കിലെടുത്ത് തൊഴിലാളിവർഗ്ഗ പ്രസ്ഥാനത്തിന്റെ തന്ത്രവും അടവും ആവിഷ്കരിക്കേണ്ടതെങ്ങനെ എന്നതിന്റെ ഉദാത്ത ഉദാഹരണമാണ് ജനറൽ കൗൺസിലിലെ മാർക്സിന്റെ പ്രവർത്തനം. ജനറൽ കൗൺസിലിലെ ഓരോ അംഗത്തിന്റെയും ആശയങ്ങളും അഭിപ്രായങ്ങളും മാർക്സ് ക്ഷമയോടെ കേൾക്കുകയും അവയെക്കുറിച്ചെല്ലാമുള്ള തന്റെ അഭിപ്രായം അവരോട് പറയുകയും ചെയ്തിരുന്നു. അവരിലാർക്കെങ്കിലും പിശക് സംഭവിച്ചാൽ അവരുടെ തെറ്റായ ആശയങ്ങളെയും നിഗമനങ്ങളെയും സംബന്ധിച്ച് അവരെ ബോദ്ധ്യപ്പെടുത്താൻ മാർക്സ് ശ്രദ്ധാപൂർവ്വം ശ്രമിച്ചിരുന്നു. അങ്ങനെയാണ് ജനറൽ കൗൺസിലിലെ ഭൂരിപക്ഷം പേരും അദ്ദേഹത്തിന്റെ കാഴ്ചപ്പാടുകൾക്കൊപ്പം വന്നത്. ശാസ്ത്രീയ കമ്യൂണിസത്തിന്റെ തത്ത്വങ്ങളെ ആധാരമാക്കി ആയിരുന്നു നയപരമായ എല്ലാ പ്രധാന പ്രശ്നങ്ങൾ സംബന്ധിച്ചും മാർക്സ് തീരുമാനങ്ങളിൽ എത്തിച്ചേർന്നത്; എന്നാൽ ഭൂരിപക്ഷത്തിന്റെ പിന്തുണ ആർജ്ജിക്കാൻ അദ്ദേഹം അയവേറിയ സമീപനമായിരുന്നു സ്വീകരിച്ചത്.

തൊഴിലാളി വർഗ്ഗത്തിന്റെ മോചനമായിരുന്നു ഓരോ തീരുമാനമെടുക്കുമ്പോഴും മാർക്സിന്റെ ലക്ഷ്യം. തന്റെ ശാസ്ത്രീയ ഗവേഷണവും പൊതുവിപ്ലവ പ്രവർത്തനവും ആ ലക്ഷ്യം മുന്നിൽ നിർത്തിയായിരുന്നു മാർക്സ് നടത്തിയിരുന്നത്. ആ ലക്ഷ്യത്തോടെ നടത്തിയ വിജയകരമായ പ്രവർത്തനമാണ് മാർക്സ് ഇന്റർനാഷണലിൽ നടത്തിയത്. ജനറൽ കൗൺസിൽ അംഗങ്ങൾക്കിടയിൽ അദ്ദേഹത്തോടുള്ള ആദരവും വിശ്വാസവും വർദ്ധിച്ചുവന്നത് ജനറൽ കൗൺസിലിന്റെ പ്രവർത്തനത്തിൽ അദ്ദേഹത്തെ അനുപേക്ഷണീയനാക്കി. ഒരിക്കലും മാർക്സ് ഇന്റർനാഷണലിന്റെ പ്രധാന ഭാരവാഹിയായിരുന്നില്ലെങ്കിലും ഒരു ദശകത്തോളം കാലം മാർക്സിന്റെ സർവ്വ ഊർജ്ജവും ചെലവഴിക്കപ്പെട്ടത് ഇന്റർനാഷണലിന്റെ പ്രവർത്തനങ്ങൾക്കായിട്ടായിരുന്നു.

1865 മെയ്മാസത്തിൽ ലണ്ടനിൽ ചേർന്ന ജനറൽ കൗൺസിൽ യോഗത്തിൽ സ്വിറ്റ്സർലണ്ട്, ഇംഗ്ലണ്ട്, ബൽജിയം, ഫ്രാൻസ് എന്നിവിടങ്ങളിൽ നിന്നുള്ള പ്രതിനിധികൾ പങ്കെടുത്തു. ജർമ്മനിയിൽ സ്ഥിതിഗതികൾ ആ സമയത്ത് ആകെ വഷളായ അവസ്ഥയിലായിരുന്നു. 1864 മെയ് 30ന് ലസാൽ ദ്വന്ദ്വയുദ്ധത്തിൽ കൊല്ലപ്പെട്ടശേഷം ജനറൽ ലേബർ യൂണിയന്റെ അദ്ധ്യക്ഷസ്ഥാനത്ത് എത്തിയത് വേണ്ട ശേഷിയോ സ്വാധീനമോ ഇല്ലാതിരുന്ന ബെർനാർഡ് ബെക്കർ എന്ന ആളായിരുന്നു. യൂണിയന്റെ മുഖപത്രമായിരുന്ന *സോഷ്യൽ ഡെമോക്രാറ്റി*ന്റെ പത്രാധിപരായിരുന്ന ഷൈറ്റ്സറുടെ സ്വാധീനത്തിലായിരുന്നു യഥാർത്ഥത്തിൽ സംഘടന. മാർക്സിന്റെ അനുയായികൾക്ക്-വിൽഹെം ലീബ്നെക്ടും ഫ്രാൻസ് മെഹ്റിങ്ങും മറ്റും - പ്രത്യേക സംഘടനയോ പ്രസിദ്ധീകരണമോ ഉണ്ടായിരുന്നില്ല. യൂണിയനിൽ പിടിമുറുക്കിയിരുന്ന ലസാലിയൻമാരാകട്ടെ ഇന്റർനാഷണലുമായി ബന്ധപ്പെടാൻ വിസമ്മതിക്കുകയാണുണ്ടായത്. ഇന്റർനാഷണലിന്റെ സാമ്പത്തിക സ്ഥിതി അത്യന്തം ശോചനീയമായ അവസ്ഥയിലാണെന്ന് ലണ്ടൻ സമ്മേളനത്തിൽ വ്യക്തമായി; അത്യാവശ്യ ചെലവുകൾപ്പോലും നിറവേറ്റാൻപറ്റാത്ത അവസ്ഥയിലായിരുന്നു. അതിനു പരിഹാരം കാണാനുള്ള ചർച്ചകൾക്കൊപ്പം പോളണ്ടിന്റെ സ്വാതന്ത്ര്യത്തിന് ഇന്റർനാഷണൽ നല്കുന്ന പ്രാധാന്യത്തിനെതിരെ ഒരു വിഭാഗം ഫ്രഞ്ച് പ്രതിനിധികൾ രംഗത്തുവന്നതും ചർച്ച ചെയ്യേണ്ടതുണ്ടായിരുന്നു. അതുപോലെത്തന്നെ മതവിശ്വാസത്തിനെതിരെ വിട്ടുവീഴ്ചയില്ലാതെ പൊരുതണമെന്ന ചർച്ചയും ഉയർന്നുവന്നു. ഒരു വിഭാഗം ഫ്രഞ്ച്, ഇംഗ്ലീഷ് പ്രതിനിധികൾ ഉയർത്തിയ ഈ വാദത്തിനെതിരായിരുന്നു മാർക്സ്. പല രാജ്യങ്ങളിലെയും തൊഴിലാളി പ്രസ്ഥാനത്തെ കൂട്ടി യോജിപ്പിച്ചുകൊണ്ടു പോകുന്നതിനുള്ള നീക്കങ്ങൾത്തന്നെ ദുർബ്ബലമായിരിക്കുന്ന അവസരത്തിൽ മതത്തിന്റെ പ്രശ്നംകൂടി എടുത്തിടുന്നത് അനാവശ്യമായ സംഘർഷത്തിനിടയാക്കുമെന്നതായിരുന്നു മാർക്സിന്റെ അഭിപ്രായം. എന്നാൽ ജനറൽ കൗൺസിലിൽ ഭൂരിപക്ഷം അദ്ദേഹത്തിന്റെ അഭിപ്രായത്തിനൊപ്പമായിരുന്നില്ല. 1866 സെപ്തംബറിൽ ഇന്റർനാഷണലിന്റെ കോൺഗ്രസ് ജനീവയിൽ ചേരാനും ലണ്ടൻ സമ്മേളനം തീരുമാനിച്ചു.

ഇതിനിടയിലുള്ള ഒരു വർഷക്കാലം ഇംഗ്ലണ്ടിൽ തീവ്രമായ രാഷ്ട്രീയ പോരാട്ടമാണ് നടന്നത്. വിപുലമായ സാർവ്വത്രിക വോട്ടവകാശത്തിനുവേണ്ടി ഇന്റർനാഷണലിന്റെ നിർദ്ദേശം ഉൾക്കൊണ്ട് ജനറൽ കൗൺസിൽ അംഗങ്ങളായ ഇംഗ്ലീഷ് ട്രേഡ്യൂണിയൻ പ്രവർത്തകരുടെ നേതൃത്വത്തിൽ നടന്ന സമരമാണിത്. ഈ പ്രക്ഷോഭത്തിന്റെ തുടക്കത്തിൽത്തന്നെ തൊഴിലാളി പ്രസ്ഥാനം സ്വതന്ത്രമായ നിലപാടെടുത്ത് തനത് സമരം നടത്തണമെന്ന് മാർക്സ് നിർദ്ദേശിച്ചിരുന്നു. ബൂർഷ്വാ ലിബറലുകളുമായി ചാർട്ടിസ്റ്റു പ്രസ്ഥാനത്തിന്റെ കാലത്തുണ്ടാക്കിയ കൂട്ടുകെട്ടിന്റെ ദുരനുഭവം കണക്കിലെടുത്തായിരുന്നു മാർക്സ് ഈ നിർദ്ദേശം മുന്നോട്ടുവച്ചത്.

എന്നാൽ 1866 ൽ വീണ്ടും ബൂർഷ്വാ ലിബറലുകളുമായി കൂട്ടുകെട്ടുണ്ടാക്കുകയെന്ന പഴയ തെറ്റിലേക്കുതന്നെ ബ്രിട്ടീഷ് തൊഴിലാളി പ്രസ്ഥാനം വഴുതിവീഴുകയാണുണ്ടായത്. ബൂർഷ്വാ ലിബറലുകളുടെ സംഘടനകളുടെ പരിപാടിയിൽ സാർവ്വത്രിക വോട്ടവകാശം ഉണ്ടെങ്കിലും ഭരണകൂടവുമായി സന്ധിചെയ്യാനുള്ള സാദ്ധ്യതയാണ് മാർക്സ് ചൂണ്ടിക്കാണിച്ചത്.

1866 ജൂലൈയിൽ സാർവ്വത്രിക വോട്ടവകാശം എന്ന ആവശ്യം മുന്നോട്ടുവെച്ച് ലണ്ടനിൽ പടുകൂറ്റൻ പ്രകടനം നടന്നു. ചാർട്ടിസ്റ്റു പ്രസ്ഥാനത്തിന്റെ കാലത്തുപോലും കാണാത്തത്ര പങ്കാളിത്തമായിരുന്നു ഈ പ്രകടനത്തിലുണ്ടായിരുന്നത്. എന്തെങ്കിലും വിട്ടുവീഴ്ചയ്ക്ക് തയ്യാറാകാതെ മുന്നോട്ടുപോകാനാവില്ലെന്ന് ഗവൺമെന്റിന് ബോദ്ധ്യമായി. നഗരങ്ങളിലെ തൊഴിലാളികളെക്കൂടി ഉൾപ്പെടുത്തിക്കൊണ്ട് വോട്ടവകാശം വിപുലമാക്കാമെന്ന ഒരു സമവായത്തിന് ഗവൺമെന്റ് തയ്യാറായി. അന്ന് സാർവ്വത്രിക വോട്ടവകാശമെന്നാൽ പുരുഷന്മാർക്ക് സാർവ്വത്രികമായി വോട്ടവകാശം എന്നു മാത്രമായിരുന്നു അർത്ഥം. സ്ത്രീകൾക്ക് ഈ അവകാശം നല്കുന്ന കാര്യം ചിന്തിച്ചിരുന്നുപോലുമില്ല. ഗവൺമെന്റ് മുന്നോട്ടുവെച്ച ഒത്തുതീർപ്പു നിർദ്ദേശം തിരഞ്ഞെടുപ്പ് പരിഷ്കരണത്തിനായി രൂപീകരിക്കപ്പെട്ട സമരസമിതിയിലെ ബൂർഷ്വാ ലിബറലുകൾ ഉടൻതന്നെ അംഗീകരിച്ചു. ഒരു നിശ്ചിത തുക വാടക നല്കുന്ന ഒരു മുറിയെങ്കിലും താമസിക്കാൻ സ്വന്തമായുള്ള തൊഴിലാളികൾക്കുമാത്രമാണ്, അതായത് തീരെ ചെറിയ അളവിലെങ്കിലും സ്വകാര്യ സ്വത്തുള്ളവർക്ക് മാത്രമാണ്, വോട്ടവകാശം അനുവദിക്കപ്പെട്ടത്. മഹാഭൂരിപക്ഷം വരുന്ന ഗ്രാമീണ തൊഴിലാളികൾക്കും നഗരങ്ങളിലെത്തന്നെ സ്വന്തമായി പാർപ്പിടമില്ലാത്ത തൊഴിലാളികൾക്കും ഈ അവകാശം അപ്പോഴും നിഷേധിക്കപ്പെട്ടു. അതായത് അപ്പോഴും സമ്പത്തുതന്നെയായി വോട്ടവകാശത്തിനുള്ള മാനദണ്ഡം. എന്നാൽ മാർക്സ് കൃത്യമായി ചൂണ്ടിക്കാണിച്ചതുപോലെത്തന്നെ ലിബറൽ ബൂർഷ്വാസി ഗവൺമെന്റിനുമുന്നിൽ കീഴടങ്ങിയതോടെ തൊഴിലാളിവർഗ്ഗം വഞ്ചിക്കപ്പെടുകയാണുണ്ടായത്.

ആസ്ത്രിയയും പ്രഷ്യയും തമ്മിൽ യുദ്ധത്തിലേർപ്പെട്ട ഇതേ കാലത്ത് തൊഴിലാളികളുടെ പിന്തുണയാർജ്ജിക്കാൻ പ്രഷ്യയിലെ ബിസ്മാർക്ക് സാർവ്വത്രിക വോട്ടവകാശം (പുരുഷന്മാർക്കുമാത്രം) അനുവദിക്കാൻ തയ്യാറായി. ഫ്രാൻസിലാകട്ടെ ലൂയിനെപ്പോളിയനും തൊഴിലാളികളോട് ചില വിട്ടുവീഴ്ചകൾ ചെയ്യാൻ നിർബ്ബന്ധിതനായി. ക്രിമിനൽ കോഡിൽ തൊഴിലാളികൾക്കെതിരായി നിലനിന്നിരുന്ന ചില വകുപ്പുകൾ നീക്കംചെയ്യപ്പെട്ടു. ഇത് തൊഴിലാളികൾക്കിടയിലെ പരിഷ്കരണവാദികൾക്ക് കരുത്തു പകരുന്നതിനിടയാക്കി. അതേസമയംതന്നെ തീവ്രവാദപരമായ നിലപാടുകാരായ ബ്ലാങ്കിസ്റ്റുകളുടെ സംഘടനകളും വളരുകയായിരുന്നു.

പ്രഷ്യ ആസ്ത്രിയയെ പരാജയപ്പെടുത്തി അധികം കഴിയുന്നതിനു മുമ്പാണ് 1866 സെപ്തംബറിൽ ജനീവയിൽ ഇന്റർനാഷണലിന്റെ ആദ്യ കോൺഗ്രസ് ചേർന്നത്. ഇംഗ്ലണ്ടിലെ തൊഴിലാളികളിൽ ഒരു വിഭാഗത്തിനെങ്കിലും വോട്ടവകാശം ലഭിച്ച ചരിത്ര നേട്ടവും ഈ കോൺഗ്രസിനുമുമ്പ് സംഭവിച്ചു.

ഈ കാലഘട്ടത്തിലാണ് ജർമ്മനിയിലെ ലീപ്സിഗിൽ അച്ചടിശാലകളിലെ തൊഴിലാളികൾ കൂലിക്കൂടുതലിനായി പണിമുടക്കിയത്. ഈ പണിമുടക്കിനു പിന്തുണയും ഐക്യദാർഢ്യവും ഉറപ്പിക്കുന്നതിനു മാർക്സ് മുൻകൈയെടുത്തു. പാരീസിൽനിന്നും ബ്രസൽസിൽനിന്നും ബേണിൽനിന്നും വിയന്നയിൽനിന്നും സെന്റ് പീറ്റേഴ്സ് ബെർഗിൽനിന്നുമെല്ലാം സാമ്പത്തിക സഹായം ലീപ്സിഗിലേക്ക് ഒഴുകിയെത്തി. പിന്നീട് ഇംഗ്ലണ്ടിലെ തയ്യൽ തൊഴിലാളികൾ പണിമുടക്കിയപ്പോൾ ആ പണിമുടക്ക് പൊളിക്കാൻ ജർമ്മനിയിൽനിന്ന് തയ്യൽ തൊഴിലാളികളെ കൊണ്ടുവരാൻ തൊഴിലുടമകൾ ശ്രമിച്ചപ്പോൾ അതിനെതിരെ അദ്ദേഹം രംഗത്തുവന്നു. ജർമ്മൻ പത്രങ്ങളിൽ എഴുതിയ ലേഖനങ്ങളിൽ ജർമ്മനിയിലെ തൊഴിലാളികളോട് തങ്ങളുടെ വർഗ്ഗത്തിന്റെ പൊതുതാല്പര്യങ്ങൾ മുതലുടമകൾക്ക് മുന്നിൽ അടിയറവയ്ക്കരുതെന്ന് മാർക്സ് ആഹ്വാനം ചെയ്തു. മൂലധനത്തിന്റെ നട്ടെല്ലില്ലാത്ത അടിയാളരാകരുത് എന്നും അദ്ദേഹം തൊഴിലാളി സമൂഹത്തോട് ആഹ്വാനം ചെയ്തു.

ഇന്റർനാഷണലിന്റെ ജനീവ കോൺഗ്രസ് ശ്രദ്ധേയമായത് പ്രൂധോണിസ്റ്റുകൾക്കെതിരെ നടന്ന രൂക്ഷമായ സമരത്താലാണ്. *മൂലധനം* ഒന്നാം വോള്യം പ്രസിദ്ധീകരിക്കുന്നതിനുള്ള അവസാന മിനുക്കുപണികളിൽ ഏർപ്പെട്ടിരുന്നതിനാൽ ജനീവ കോൺഗ്രസിൽ മാർക്സിന് പങ്കെടുക്കാനായില്ല. എന്നാൽ കോൺഗ്രസ് കൈകാര്യംചെയ്യേണ്ട എല്ലാ കാര്യങ്ങളും സംബന്ധിച്ച് വിശദമായ ഒരു റിപ്പോർട്ട് മാർക്സ് എഴുതി അയക്കുകയുണ്ടായി. ജനറൽ കൗൺസിലിൽ മാർക്സിന്റെ റിപ്പോർട്ടിനെ ആധാരമാക്കി പ്രൂധോണിസ്റ്റുകൾക്കെതിരായ പോരാട്ടത്തിനു നേതൃത്വം നല്കിയത് ഇക്കാരിയോസും ഇംഗ്ലണ്ടിലെ ചില തൊഴിലാളി പ്രവർത്തകരുമായിരുന്നു.

പ്രൂധോണിന്റെ സാമ്പത്തിക-രാഷ്ട്രീയ നിലപാടുകൾ വ്യക്തമാക്കുന്ന റിപ്പോർട്ടാണ് ഫ്രാൻസിൽനിന്നുള്ള പ്രതിനിധി സംഘം അവതരിപ്പിച്ചത്. സ്ത്രീകൾക്ക് തൊഴിലിടങ്ങളിൽ ഇടം നല്കുന്നതിനെതിരാണ് തങ്ങളെന്ന് പ്രൂധോണിസ്റ്റുകൾ വ്യക്തമാക്കി. പ്രകൃതിതന്നെ കുടുംബത്തിനുള്ളിൽ ഒതുക്കുംവിധമാണ് സ്ത്രീയെ സൃഷ്ടിച്ചിരിക്കുന്നതെന്നും അതുകൊണ്ട് ഫാക്ടറികളിലല്ല വീടുകളിലാണ് സ്ത്രീകളുടെ സ്ഥാനമെന്നുമായിരുന്നു അവരുടെ അഭിപ്രായം. പണിമുടക്കുകൾക്കും ട്രേഡ്യൂണിയനുകൾക്കും തങ്ങൾ എതിരാണെന്ന നിലപാട് ആവർത്തിച്ച പ്രൂധോണിസ്റ്റുകൾ സഹകരണപ്രസ്ഥാനത്തിനു മാത്രം ഊന്നൽ നല്കി. അന്താരാഷ്ട്രതലത്തിൽ വായ്പകൾക്കായി ഒരു സംഘടന രൂപീകരിക്കണമെന്നും അവർ കോൺ

ഗ്രസിൽ വാദിച്ചു. തൊഴിൽദിനത്തിന്റെ ദൈർഘ്യം കുറയ്ക്കുന്നതിനുള്ള നിയമനിർമ്മാണത്തിനുപോലും അവർ എതിരായിരുന്നു.

ജനീവ കോൺഗ്രസിൽ പ്രൂധോണിസ്റ്റുകൾക്കെതിരെ ഇംഗ്ലണ്ടിലും ജർമ്മനിയിലും നിന്നുള്ള പ്രതിനിധികൾ ശക്തവും കർക്കശവുമായ നിലപാടെടുത്തു. പ്രൂധോണിസ്റ്റുകളുടെ വാദഗതികളെ ഒന്നൊന്നായി ഖണ്ഡിക്കുന്ന പ്രമേയങ്ങൾ, മാർക്സിന്റെ റിപ്പോർട്ടിനെ ആധാരമാക്കി അവർ കോൺഗ്രസിൽ അവതരിപ്പിച്ചു. സ്വന്തം വർഗ്ഗ താല്പര്യങ്ങൾക്കായി പൊരുതുന്ന തൊഴിലാളിവർഗ്ഗത്തിന്റെ പ്രവർത്തനങ്ങളെ ഏകോപിപ്പിക്കുകയും ശക്തിപ്പെടുത്തുകയുമാണ് ഇന്റർനാഷണലിന്റെ ദൗത്യം എന്ന് മാർക്സ് റിപ്പോർട്ടിൽ (Instructions for Delegates to the Geneva Congress-ജനീവ കോൺഗ്രസ് പ്രതിനിധികൾക്കുള്ള നിർദ്ദേശങ്ങൾ) വ്യക്തമാക്കി. വിവിധ രാജ്യങ്ങളിലെ തൊഴിലാളികൾ വിമോചനത്തിനായുള്ള പോരാട്ടത്തിലെ സൈനികരായി, ഒരൊറ്റയാളിനെപ്പോലെ ഐക്യത്തോടെ പ്രവർത്തിക്കണമെന്നും മാർക്സ് നിർദ്ദേശിച്ചു. അദ്ധ്വാനവും മൂലധനവും തമ്മിലുള്ള ഏറ്റുമുട്ടലിൽ, പണിമുടക്കുകളുണ്ടാകുമ്പോൾ അന്താരാഷ്ട്ര സഹായം ഉറപ്പാക്കണമെന്നും വ്യക്തമാക്കപ്പെട്ടു. തൊഴിലാളിവർഗ്ഗത്തിന്റെ മുൻകൈയിൽ വിവിധ രാജ്യങ്ങളിലെ തൊഴിലാളികളുടെ പ്രശ്നങ്ങളെയും അവസ്ഥയെയുംകുറിച്ചുള്ള ശാസ്ത്രീയമായ പഠനം നടത്തേണ്ടതുണ്ടെന്നും മാർക്സ് ഊന്നിപ്പറഞ്ഞു.

പണിമുടക്കുകളുടെയും ട്രേഡ്‌യൂണിയന്റെയും പങ്കും പ്രാധാന്യവും സംബന്ധിച്ചായിരുന്നു ഈ കോൺഗ്രസിൽ ചൂടുപിടിച്ച ചർച്ച നടന്നത്. നിലവിലുള്ള ബൂർഷ്വാ ഭരണകൂടത്തിൽനിന്നും തൊഴിലാളികൾക്കനുകൂലമായ കാര്യങ്ങൾ നേടിയെടുക്കുന്നതിനുള്ള സമരങ്ങളുടെയും ട്രേഡ്‌യൂണിയനുകളുടെയും പ്രാധാന്യത്തെക്കുറിച്ചും മാർക്സ് തറപ്പിച്ച് പറഞ്ഞു.

> അദ്ധ്വാനവും മൂലധനവും തമ്മിലുള്ള ഗറില്ലാ പോരാട്ടങ്ങളിൽ ട്രേഡ്‌യൂണിയനുകൾ ആവശ്യമായിരുന്നതുപോലെ കൂലിവേലയും മൂലധനവാഴ്ചയും എന്ന നിലയിലുള്ള വ്യവസ്ഥിതിയെ തകർക്കുന്നതിനുള്ള സംഘടിതമായ ഏജൻസികൾ എന്ന നിലയിൽ ട്രേഡ്‌യൂണിയനുകൾക്ക് ഇപ്പോൾ കൂടുതൽ പ്രാധാന്യമുണ്ട്.
> (*കാൾ മാർക്സ് ഒന്നാം ഇന്റർനാഷണലും ശേഷവും* പേജ് 91).

മൂലധനവും കൂലിവേലയും തമ്മിലുള്ള പോരാട്ടത്തിന്റെ ഫലമായാണ് ട്രേഡ്‌യൂണിയനുകൾ ഉരുവംകൊള്ളുകയും വികസിക്കുകയും ചെയ്തതെന്ന് മാർക്സ് ചൂണ്ടിക്കാട്ടി. മൂലധനം സാന്ദ്രീകൃതവും മുതലാളിമാരുടെ കരങ്ങളിൽ കേന്ദ്രീകരിച്ചിട്ടുള്ളതും ആയിരിക്കെ, തൊഴിലാളികൾക്ക് തങ്ങളുടെ അദ്ധ്വാനമല്ലാതെ മറ്റൊന്നും സ്വന്തമായില്ലാത്ത അവസ്ഥയിലാണ് ഈ പോരാട്ടം നടക്കുന്നത്. അതുകൊണ്ട് തൊഴിലാളികൾക്ക് സ്വതന്ത്രമായ ഒരു കരാറിൽ എത്തിച്ചേരാനാകുമെന്ന പ്രൂധോണി

സ്റ്റുകളുടെ വാദം ശുദ്ധ അസംബന്ധമാണെന്ന് മാർക്സ് ചൂണ്ടിക്കാട്ടി. ന്യായമായ ഒരു കരാറിൽ ബൂർഷ്വാ ധാർമ്മിക മാനദണ്ഡത്തിന്റെ അടിസ്ഥാനത്തിൽപ്പോലും ഒരിക്കലും എത്തിച്ചേരാനാവില്ല. കാരണം ഓരോ മുതലാളിയുടെയും പിന്നിൽ ഒരു സാമൂഹ്യ ശക്തിയുണ്ട്. ഈ ശക്തിക്കെതിരെ നീങ്ങുന്നതിന് തൊഴിലാളികൾ സ്വയം സംഘടിതരാവുക മാത്രമേ കരണീയമായിട്ടുള്ളൂ. ഈ സംഘടിത ശക്തിയെ ദുർബ്ബലപ്പെടുത്തുന്നതിന് മുതലാളിമാരുടെ ഭാഗത്തുനിന്ന് നിരന്തരം നീക്കങ്ങളുണ്ടാവുകയും ചെയ്യും.

ഈ റിപ്പോർട്ട് ഉപസംഹരിക്കവെ, അതേവരെ പ്രൂധോണിന്റെ അനുയായികൾക്കെതിരെ ആഞ്ഞടിച്ച മാർക്സ് തൊഴിലാളികൾ കൂലിയുടെയും തൊഴിൽ സമയത്തിന്റെയും വിഷയങ്ങളിൽ മാത്രം ഒതുങ്ങിനിന്നാൽ മതിയെന്ന ശുദ്ധ ട്രേഡ്യൂണിയൻവാദികളുടെ അഭിപ്രായങ്ങളെയും ഖണ്ഡിക്കുന്നു. തങ്ങളുടെ സമ്പൂർണ്ണമായ വിമോചന താല്പര്യങ്ങൾക്കുവേണ്ടി തൊഴിലാളിവർഗ്ഗത്തിന്റെ ബോധപൂർവ്വമായ സംഘടനാ കേന്ദ്രങ്ങൾ എന്ന നിലയിൽ പ്രവർത്തിക്കാൻ യൂണിയനുകൾ പഠിക്കണം. ഈ ലക്ഷ്യത്തോടെ പ്രവർത്തിക്കുന്ന ഏതു സാമൂഹ്യ-രാഷ്ട്രീയ പ്രസ്ഥാനത്തെയും തൊഴിലാളി യൂണിയനുകൾ സഹായിക്കണം. തൊഴിലാളിവർഗ്ഗത്തിന്റെയാകെ പ്രതിനിധികളും പോരാളികളും എന്ന നിലയിൽ അവർ സ്വയം കണക്കാക്കണം. അതനുസരിച്ചായിരിക്കണം അവരുടെ പ്രവർത്തനം. തൊഴിലാളികളെയാകെ തങ്ങൾക്കൊപ്പം അണിനിരത്താൻ അവർക്കു കഴിയണം. വ്യവസായത്തിലെ ഏറ്റവും പിൻനിരയിലുള്ള, കർഷകത്തൊഴിലാളികളെപ്പോലെയുള്ള തുച്ഛമായ കൂലി മാത്രം ലഭിക്കുന്ന തൊഴിലാളികളുടെ താല്പര്യത്തെക്കുറിച്ച് ട്രേഡ്യൂണിയന് അചഞ്ചലമായ വ്യഗ്രത ഉണ്ടായിരിക്കണം. തങ്ങൾ സങ്കുചിത-സ്വാർത്ഥ താല്പര്യക്കാരല്ല എന്നും നേരേമറിച്ച് മർദ്ദിത ജനകോടികളെയാകെ സ്വതന്ത്രരാക്കുകയാണ് തങ്ങളുടെ ലക്ഷ്യമെന്നും ലോകത്തെയാകെ ബോദ്ധ്യപ്പെടുത്താൻ ട്രേഡ്യൂണിയനുകൾക്കു കഴിയണമെന്നും മാർക്സ് ആ റിപ്പോർട്ടിൽ വ്യക്തമാക്കുന്നു. വളരെ ശ്രദ്ധേയമായ ഒരു ചർച്ചയാണ് ജനീവ കോൺഗ്രസിൽ ട്രേഡ്യൂണിയനുകളെക്കുറിച്ചും നടന്നത്.

സ്ത്രീകളെ ഫാക്ടറികളിൽ ജോലിക്കെടുക്കുന്നതിനും അതുകൊണ്ടുതന്നെ അവരുടെ പ്രശ്നങ്ങൾ യൂണിയൻ കൈകാര്യംചെയ്യുന്നതിനും പ്രൂധോണിസ്റ്റുകൾ എതിരായിരുന്നതിനാൽ മാർക്സ് ഒരു മദ്ധ്യമാർഗ്ഗമാണ് സ്വീകരിച്ചത്. പലേടങ്ങളിലും സ്ത്രീകൾ ഫാക്ടറികളിൽ പണിയെടുക്കുന്നതിനാൽ സ്ത്രീകൾക്ക് ബുദ്ധിമുട്ടുണ്ടാക്കാവുന്ന രാത്രി ഷിഫ്ടിലോ അതികഠിനാദ്ധ്വാനം ആവശ്യമായ ജോലികളിലോ അവരെ ഏർപ്പെടുത്താൻ പാടില്ല എന്ന നിർദ്ദേശം ഉൾപ്പെടുത്തി പ്രമേയത്തിന് അംഗീകാരം നേടുകയാണുണ്ടായത്.

സഹകരണപ്രസ്ഥാനത്തെ സംബന്ധിച്ച പ്രശ്നവും മാർക്സിന്റെ റിപ്പോർട്ടിൽ പരാമർശിച്ചിരുന്നു. സഹകരണ വിപണനകേന്ദ്രങ്ങൾക്കു

പരി സഹകരണ ഉല്പാദനത്തിനാണ് മാർക്സ് ഊന്നൽ നല്കിയത്. എന്നാൽ തൊഴിലാളിവർഗ്ഗം അധികാരം പിടിച്ചെടുക്കാത്തിടത്തോളം സഹകരണ അദ്ധ്വാനത്തിന്റെ പരിമിതിയും അദ്ദേഹം ചൂണ്ടിക്കാണിക്കുകയുണ്ടായി. ''സാമൂഹിക ഉല്പാദനത്തെ സ്വതന്ത്രവും സഹകരണാത്മകവുമായ അദ്ധ്വാനം എന്ന വിപുലവും അനുയോജ്യവുമായ വ്യവസ്ഥയാക്കി മാറ്റിയെടുക്കുന്നതിന് പൊതുവായ സാമൂഹിക മാറ്റങ്ങൾ ആവശ്യമാണ്; സമൂഹത്തിന്റെ പൊതു സ്ഥിതിയിൽ മാറ്റങ്ങൾ വേണ്ടതുണ്ട്; മുതലാളിമാരിൽനിന്നും ഭൂപ്രഭുക്കളിൽനിന്നും ഭരണകൂടാധികാരം ഉല്പാദകർ (തൊഴിലാളികൾ) സ്വയം കൈയാളുന്നതുവരെ അത് സാക്ഷാൽക്കരിക്കപ്പെടില്ല. (*The first International and After* page 90)

തൊഴിലാളി വർഗ്ഗത്തിന്റെ അടിസ്ഥാന ആവശ്യങ്ങൾക്ക് രൂപം നല്കുന്നതായിരുന്നു ജനീവ കോൺഗ്രസ് അംഗീകരിച്ച പ്രമേയങ്ങളെല്ലാം. ഇവയാകെ എഴുതിയതാകട്ടെ മാർക്സായിരുന്നു. എല്ലാ രാജ്യങ്ങളിലെയും തൊഴിലാളിവർഗ്ഗ പാർട്ടികളുടെ പ്രായോഗിക പ്രവർത്തനത്തിന് മുന്നോട്ടുവയ്ക്കേണ്ട മിനിമം പരിപാടിയായി ഈ പ്രമേയങ്ങൾ മാറി. റഷ്യ ഉൾപ്പെടെ യൂറോപ്പിലെ എല്ലാ രാജ്യങ്ങളിലും കോൺഗ്രസിനനുകൂലമായി പ്രതികരണങ്ങളുണ്ടായി. തങ്ങളുടെ ലക്ഷ്യങ്ങൾക്കായി ഇന്റർനാഷണലിന്റെ വേദി പ്രയോജനപ്പെടുത്തുന്നതിനായി ചില ബൂർഷ്വാ ജനാധിപത്യ സംഘടനകളും മുന്നോട്ടുവന്നു.

1867 ൽ ലൊസാനെയിൽ ചേർന്ന രണ്ടാം കോൺഗ്രസ് വീണ്ടും ആശയസമരത്തിന്റെ വേദിയായത് ലീഗ് ഫോർ പീസ് ആന്റ് ഫ്രീഡം എന്ന ബൂർഷ്വാ ലിബറൽ സ്വഭാവമുള്ള അന്താരാഷ്ട്ര സംഘടനയെക്കൂടി ഇന്റർനാഷണലിൽ ഉൾപ്പെടുത്തണമോ എന്നതു സംബന്ധിച്ചായിരുന്നു. ഈ സംഘടനയെക്കൂടി പങ്കെടുപ്പിക്കണമെന്ന വാദക്കാർക്കായിരുന്നു കോൺഗ്രസിൽ ഭൂരിപക്ഷം എന്നതിനാൽ അതംഗീകരിക്കപ്പെട്ടു. എന്നാൽ 1868 ൽ ബ്രസൽസിൽ ചേർന്ന കോൺഗ്രസിൽ ജനറൽ കൗൺസിലിന്റെ നിലപാട് വിജയിച്ചു. പീസ് ആന്റ് ഫ്രീഡം ലീഗിന് ഇന്റർനാഷണലിൽ ചേരണമെന്നുണ്ടെങ്കിൽ അതിലെ അംഗങ്ങൾ ഓരോ രാജ്യത്തെയും ഇന്റർനാഷണലിന്റെ ഘടകത്തിൽ ചേരണമെന്ന് തീരുമാനിക്കപ്പെട്ടു. ഈ രണ്ടു കോൺഗ്രസിലും മാർക്സിന് പങ്കെടുക്കാനായില്ല.

ലൊസാനെ കോൺഗ്രസ് നടപടികൾ പൂർത്തിയാകുന്നതിനുമുമ്പു തന്നെ *മൂലധന*ത്തിന്റെ ഒന്നാം വോള്യം മാർക്സ് പ്രസിദ്ധീകരിച്ചു കഴിഞ്ഞിരുന്നു.

വിവിധ രാജ്യങ്ങളിലെ തൊഴിലാളികൾ *മൂലധനം* പഠിക്കണമെന്ന് 1868 ലെ ബ്രസൽസ് കോൺഗ്രസ് ജർമ്മൻ പ്രതിനിധി സംഘത്തിന്റെ നിർദ്ദേശം പരിഗണിച്ച് ഒരു പ്രമേയം പാസാക്കി. ''മൂലധനത്തെ ശാസ്ത്രീയ വിശകലനത്തിന് വിധേയമാക്കിയ ആദ്യ സാമ്പത്തിക ശാസ്ത്രജ്ഞനാണ് മാർക്സ്'' എന്ന് പ്രമേയം വിശേഷിപ്പിച്ചു.

തൊഴിലാളികളുടെ അവസ്ഥയിൽ യന്ത്രങ്ങൾ സൃഷ്ടിച്ച സ്വാധീനം,

പണിമുടക്കുകൾ, ഭൂമിയിന്മേലുള്ള സ്വകാര്യ ഉടമസ്ഥത എന്നിവയുമായി ബന്ധപ്പെട്ട കാര്യങ്ങളാണ് ബ്രസൽസ് കോൺഗ്രസ് കൈകാര്യംചെയ്തത്. ഗതാഗതം, വാർത്താവിനിമയം എന്നിവയുമായി ബന്ധപ്പെട്ട ഉപാധികൾക്കൊപ്പം ഭൂമിയും പൊതു ഉടമസ്ഥതയിലാകണം എന്ന് ആ കോൺഗ്രസ് അംഗീകരിച്ച പ്രമേയം വ്യക്തമാക്കി. പ്രൂധോണിസ്റ്റുകൾക്കുമേൽ മാർക്സിസ്റ്റുകൾ നേടിയ സുപ്രധാന വിജയമാണ് ഈ പ്രമേയം.

ലൊസാനെ കോൺഗ്രസ് മുതൽ ഇന്റർനാഷണൽ ചർച്ച ചെയ്തിരുന്ന മുഖ്യ രാഷ്ട്രീയ പ്രശ്നങ്ങളിലൊന്നായിരുന്നു യുദ്ധവും അതിനെ എങ്ങനെ തടയാം എന്നതും. 1866 നുശേഷം, അതായത്, ആസ്ത്രിയയെ പ്രഷ്യ പരാജയപ്പെടുത്തിയതിനെത്തുടർന്ന് അതിന്റെ അനിവാര്യമായ അനന്തരഫലം ഫ്രാൻസും പ്രഷ്യയും തമ്മിലുള്ള സായുധ സംഘട്ടനമായിരിക്കുമെന്ന പൊതു അഭിപ്രായം നിലനിന്നിരുന്നു. 1867 ൽ ഈ രണ്ടു രാജ്യങ്ങളും തമ്മിലുള്ള ബന്ധം നിർണ്ണായകമായ ഒരു ഘട്ടത്തിലെത്തി. ബ്രസൽസ് കോൺഗ്രസിന്റെ കാലമായപ്പോൾ (1868) യൂറോപ്പിലെ സാഹചര്യം യുദ്ധം ഉടൻ പൊട്ടിപ്പുറപ്പെട്ടേക്കാവുന്നത്ര രൂക്ഷമായി.

ഇതേകാലത്ത് തൊഴിലാളിവർഗ്ഗപ്രസ്ഥാനം അതിവേഗം വളർന്നുവരികയായിരുന്നു. അതുകൊണ്ടുതന്നെ, 1868 ആയപ്പോൾ സാർവ്വദേശീയ തൊഴിലാളിവർഗ്ഗ പ്രസ്ഥാനത്തിന്റെ അനിഷേദ്ധ്യമായ നേതൃസ്ഥാനത്ത് എത്തിക്കഴിഞ്ഞിരുന്ന ഇന്റർനാഷണലിന് ഈ പ്രശ്നം ഗൗരവപൂർവ്വം ചർച്ചചെയ്യാതിരിക്കാനാവില്ലായിരുന്നു. യുദ്ധം ഉണ്ടാവുകയാണെങ്കിൽ ഒരു പൊതു പണിമുടക്കിന് ആഹ്വാനം നല്കണമെന്നുവരെ ചർച്ചകളുണ്ടായി. സോഷ്യലിസത്തിനുമാത്രമേ എല്ലാ യുദ്ധങ്ങൾക്കും അറുതിവരുത്താനാകൂ എന്നും ഒരു വിഭാഗം അഭിപ്രായപ്പെട്ടു. എന്നാൽ ഒരു ഒത്തുതീർപ്പ് പ്രമേയം പാസാക്കാൻ മാത്രമേ ബ്രസൽസ് കോൺഗ്രസിന് കഴിഞ്ഞുള്ളു. എന്തായാലും 1869 മദ്ധ്യത്തോടെ തല്ക്കാലത്തേക്കെങ്കിലും യുദ്ധ വിപത്ത് യൂറോപ്പിൽനിന്ന് ഒഴിഞ്ഞുപോയി. അങ്ങനെ ബേസിൽ കോൺഗ്രസിന്റെ മുഖ്യ അജൻഡയായി സാമ്പത്തിക-സാമൂഹിക പ്രശ്നങ്ങൾ ഉയർന്നുവന്നു.

ബ്രസൽസ് കോൺഗ്രസിൽ ഉപരിപ്ലവമായി ചർച്ചചെയ്ത എല്ലാ ഉല്പാദനോപാധികളിലെയും സഹകരണ ഉടമസ്ഥത സംബന്ധിച്ച പ്രശ്നം ബേസിൽ കോൺഗ്രസിലെ (1869) പ്രതിനിധികൾക്കുമുന്നിൽ ശക്തമായി ഉയർന്നുവന്നു. ഭൂമിയുടെ സ്വകാര്യ ഉടമസ്ഥതയ്ക്കെതിരായിരുന്ന വിഭാഗം വൻ വിജയം നേടി. പ്രൂധോണിന്റെ അനുയായികൾ അമ്പേ പരാജയപ്പെടുത്തപ്പെട്ടു.

എന്നാൽ ബേസിൽ കോൺഗ്രസിൽ പുതിയ അഭിപ്രായ ഭിന്നതകൾ ഉയർന്നുവന്നു. ഈ ബേസിൽ കോൺഗ്രസിലായിരുന്നു ഒരു പ്രത്യേക പ്രസ്ഥാനത്തിന്റെ പ്രതിനിധി എന്ന നിലയിൽ ബക്കുനിൻ ആദ്യ

മായി ഇന്റർനാഷണൽ വേദിയിൽ പ്രത്യക്ഷപ്പെട്ടത്. 1840 കളുടെ തുടക്കത്തിൽ ബെർലിനിലെത്തിയ മിഖായേൽ അലക്സാൺഡ്രോവിച്ച് ബക്കുനിൻ (1814-1876) എന്ന റഷ്യക്കാരൻ അക്കാലത്ത് മാർക്സിനെയും എംഗൽസിനെയും സ്വാധീനിച്ച അതേ ദാർശനിക പ്രവണതകളുടെ സ്വാധീനത്തിൽ അകപ്പെട്ടു. 1848 ൽ പാരീസിലെ ജർമ്മൻ പ്രവാസികളുമായി ചേർന്ന് ജർമ്മനിയെ ആക്രമിക്കാൻ അദ്ദേഹം ഒരു സേനയ്ക്ക് രൂപം നല്കുകയും ആ ഉദ്യമം പരാജയമടയുകയും ചെയ്തല്ലോ. തുടർന്ന് ബൊഹീമിയയിൽ സ്ലാവ് വിപ്ലവകാരികളെ ഏകീകരിക്കാൻ ശ്രമിക്കുകയും പിന്നീട് ഡ്രെസ്ഡെനിലെ സാക്സൺ വിപ്ലവകാരികൾക്കൊപ്പം ചേരുകയും അറസ്റ്റ് ചെയ്യപ്പെടുകയും വധശിക്ഷയ്ക്കു വിധിക്കപ്പെടുകയുമുണ്ടായി. എന്നാൽ വധശിക്ഷ നടപ്പാക്കുന്നതിനുപകരം റഷ്യയിലെ സാർ ഭരണകൂടത്തിന് ബക്കുനിനെ കൈമാറുകയാണുണ്ടായത്. ഷുസ്സൽബെർഗ് കോട്ടയിൽ അടയ്ക്കപ്പെട്ടിരുന്ന ബക്കുനിനെ റഷ്യൻ ഗവൺമെന്റ് പിന്നീട് സൈബീരിയയിലേക്ക് നാടുകടത്തി. അവിടെനിന്ന് ജപ്പാനിലേക്ക് രക്ഷപ്പെട്ട ബക്കുനിൻ ജപ്പാനിൽനിന്ന് അമേരിക്കയിലൂടെ 1862 ൽ യൂറോപ്പിൽ മടങ്ങിയെത്തി. യൂറോപ്പിലെത്തിയ ബക്കുനിൻ ആദ്യം റഷ്യൻ വിപ്ലവകാരിയായ അലക്സാണ്ടർ ഹെർസന് (1812-1870) ഒപ്പം ചേർന്നു. ഇടയ്ക്ക് പോളണ്ടിലെ വിമോചന പ്രസ്ഥാനത്തിൽ ചേരാനും ഒരു വിഫലശ്രമം നടത്തി. 1864 ൽ ലണ്ടനിലെത്തിയ ബക്കുനിൻ മാർക്സിനെ കാണുകയും അദ്ദേഹത്തിൽനിന്ന് ഇൻറർനാഷണൽ സ്ഥാപിക്കപ്പെട്ട വിവരം അറിയുകയും അതുമായി സഹകരിക്കാമെന്ന് മാർക്സിന് വാക്കു കൊടുക്കുകയുമുണ്ടായി.

ബക്കുനിനിസ്റ്റുകൾക്കെതിരെ

ആയിരത്തി എണ്ണൂറ്റി നാല്പത്തിയെട്ടിലെ അതേ കാഴ്ചപ്പാടുതന്നെയായിരുന്നു ലണ്ടനിൽ വീണ്ടും മാർക്സിനെ കാണുമ്പോഴും ബക്കുനിനുണ്ടായിരുന്നത്. തൊഴിലാളിവർഗ്ഗത്തിന്റെ പ്രാധാന്യത്തെക്കുറിച്ച് മാർക്സിന് അതിശയോക്തിപരമായ കാഴ്ചപ്പാടാണുള്ളത് എന്നാണ് ബക്കുനിൻ കരുതിയത്. ബുദ്ധിജീവികളും വിദ്യാർത്ഥികളും ബൂർഷ്വാ ജനാധിപത്യത്തിന്റെ പ്രതിനിധികളും - പ്രത്യേകിച്ച് ഇടത്തരക്കാർ - ആണ് വിപ്ലവം നടത്താൻ കഴിയുന്ന വിഭാഗങ്ങൾ എന്നതായിരുന്നു ബക്കുനിന്റെ ചിന്താഗതി. ഇന്റർനാഷണൽ യൂറോപ്പിലാകെ പ്രയാസമേറിയ സംഘടനാ പ്രവർത്തനങ്ങളിലേർപ്പെട്ട് സ്വന്തമായ ഒരിടം സ്ഥാപിച്ചുകൊണ്ടിരുന്നപ്പോൾ ബക്കുനിൻ മാർക്സിനു നല്കിയ വാക്കുപാലിച്ച് അതുമായി സഹകരിക്കുകയല്ല ഉണ്ടായത്.

ലണ്ടനിൽനിന്ന് ഇറ്റലിയിലേക്ക് കടന്ന ബക്കുനിൻ അവിടെ തന്റേതായ ഒരു പെറ്റിബൂർഷ്വാ വിപ്ലവസംഘടനയ്ക്ക് രൂപം നല്കുകയുണ്ടായി. എന്നാൽ അതിലും അദ്ദേഹം ഉറച്ചുനിന്നില്ല. ഇറ്റലിയിൽനിന്ന് സ്വിറ്റ്സർലണ്ടിലേക്ക് കുടിയേറിയ ബക്കുനിൻ അവിടെ ലീഗ് ഫോർ പീസ് ആന്റ് ഫ്രീഡം എന്ന ബൂർഷ്വാ ജനാധിപത്യവാദികളുടെ പ്രസ്ഥാനത്തിൽ ചേർന്നു; അതിന്റെ കേന്ദ്ര കമ്മിറ്റി അംഗമാവുകയും ചെയ്തു. 1868 ആയപ്പോൾ അദ്ദേഹം ആ സംഘടനയിൽനിന്നും പുറത്തുവന്നു. തന്റെ ചില സുഹൃത്തുക്കളുമായി ചേർന്ന് ബക്കുനിൻ ഇന്റർനാഷണൽ സോഷ്യൽ ഡെമോക്രാറ്റിക് അലയൻസ് എന്ന ഒരു സംഘടനയ്ക്ക് രൂപം നല്കി. അലയൻസ് എന്ന ചുരുക്കപ്പേരിൽ അറിയപ്പെട്ടിരുന്ന ഈ സംഘടന അതി തീവ്രവാദപരമായ നിലപാടുകളാണ് സ്വീകരിച്ചിരുന്നത്. ദൈവത്തിനും ഭരണകൂടത്തിനുംനേരെ സന്ധിയില്ലാത്ത യുദ്ധപ്രഖ്യാപനമാണ് ബക്കുനിൻ നടത്തിയത്. ഈ സംഘടനയിലെ അംഗങ്ങളെല്ലാം

നിർബ്ബന്ധമായും നിരീശ്വരവാദികളായിരിക്കണം എന്ന് ബക്കുനിൻ നിഷ്കർഷിച്ചു.

എന്നാൽ വ്യക്തതയോടുകൂടിയ ഒരു സാമ്പത്തിക പരിപാടി ബക്കുനിൻ മുന്നോട്ടുവച്ചില്ല. എല്ലാവർഗ്ഗങ്ങളുടെയും സാമ്പത്തികവും സാമൂഹികവുമായ ഒപ്പമാക്കലിനായാണ് ബക്കുനിൻ വാദിച്ചത്. വിപ്ലവവാചകക്കസർത്തുകൾക്കപ്പുറം ഒരു സോഷ്യലിസ്റ്റ് പരിപാടി അവതരിപ്പിക്കാൻ പോലും ബക്കുനിന് കഴിഞ്ഞില്ല. പിന്തുടർച്ചാവകാശം നിർമ്മാർജ്ജനം ചെയ്യണമെന്നതുപോലെയുള്ള ചില മുദ്രാവാക്യങ്ങളുയർത്തിയ ബക്കുനിൻ കൃത്യമായ ഒരു വർഗ്ഗ നിലപാട്, വർഗ്ഗപരമായ പക്ഷപാതിത്വം കൈക്കൊള്ളാനും തയ്യാറായില്ല.

ഒരു പ്രത്യേക സംഘടന എന്ന നിലയിൽ, സ്വന്തമായ പരിപാടിയും ഭരണഘടനയുമുള്ള സംഘടന എന്ന നിലയിൽ അലയൻസിനെ ഇന്റർനാഷണലിൽ ഉൾപ്പെടുത്തണമെന്ന ആവശ്യം ആ സംഘടന ജനറൽ കൗൺസിലിനോടാവശ്യപ്പെട്ടു. തന്റെ സംഘടനയുടെ പരിപാടി ബക്കുനിൻ മാർക്സിന് അയച്ചുകൊടുത്തു. ഇതിനൊപ്പം ഒരു പ്രത്യേക കവറിൽ മാർക്സിന് വ്യക്തിഗതമായ ഒരു കത്തും ബക്കുനിൻ അയക്കുകയുണ്ടായി. നാലുവർഷത്തിനുമുമ്പ് ഇന്റർനാഷണലുമായി സഹകരിച്ചു പ്രവർത്തിക്കുമെന്ന് വാഗ്ദാനം നല്കിപ്പോയ ബക്കുനിൻ പിന്നീട് ഇപ്പോഴാണ് പുതിയ പരിപാടിയും പുതിയ സംഘടനയുമായി മാർക്സിനെ സമീപിക്കുന്നത്.

ഈ പശ്ചാത്തലത്തിൽ ബക്കുനിൻ മാർക്സിനെഴുതിയ കത്തിലെ വരികൾ ശ്രദ്ധിക്കപ്പെടേണ്ടതുണ്ട്.

> ബേണിൽവെച്ച് (സ്വിറ്റ്സർലണ്ട്) ബൂർഷ്വാസിയുമായി പരസ്യമായും ഉറപ്പായും തെറ്റിപ്പിരിഞ്ഞതിനെ തുടർന്ന് തൊഴിലാളികളുടേതായ ലോകത്തിനുപരിയായി മറ്റൊരു സംഘടനയുമായോ മറ്റൊരു സാഹചര്യവുമായോ എനിക്കൊരു ബന്ധവുമുണ്ടായിരുന്നില്ല. എന്റെ രാജ്യം ഇപ്പോൾ ഇന്റർനാഷണലാണ്; അതിന്റെ ഏറ്റവും പ്രധാനപ്പെട്ട സ്ഥാപകരിൽ ഒരാളാണല്ലോ താങ്കൾ. അതുകൊണ്ട് പ്രിയപ്പെട്ട മിത്രമേ ഞാൻ അങ്ങയുടെ ശിഷ്യനാണ്, അതിൽ ഞാൻ അഭിമാനം കൊള്ളുകയുമാണെന്ന് താങ്കൾ കാണണം.
>
> (David Riazanov, *Karl Marx and Frederick Engels. An Introduction to Their Lives and Works*, page 132)

പറഞ്ഞ വാക്കുപാലിക്കാതെ സ്വന്തമായി ഇടംതേടിപ്പോയശേഷം, ഇടപെട്ടിടത്തെല്ലാം തിരിച്ചടിയേറ്റ് മടങ്ങിവന്ന മുടിയനായ പുത്രനെപ്പോലെയായിരുന്നു ബക്കുനിൻ ഈ കത്തിലൂടെ മാർക്സിനെ സമീപിച്ചത്. ‘‘ബൂർഷ്വാ ലോക’’ത്തിനനുകൂലമായി ഒളിച്ചോടാൻവേണ്ടി മാത്രം ഒരിക്കൽ ‘‘തൊഴിലാളിവർഗ്ഗത്തിന്റെ ലോക’’ത്തിനൊപ്പം അണിചേർന്ന ബക്കു

നിനെ ഇന്റർനാഷണലിൽ കൊണ്ടുവരുന്നതു സംബന്ധിച്ച് തീരുമാന മെടുക്കുന്നതിൽ സ്വതവേ കർക്കശ നിലപാടുകാരനായ മാർക്സ് കൂടുതൽ ജാഗ്രത പുലർത്തി. അതാണ് ബക്കുനിന്റെ അഭ്യർത്ഥന ജനറൽ കൗൺസിൽ കൈയോടെ നിരാകരിച്ചത്.

എന്നാൽ അലയൻസിനെ ഇന്റർനാഷണലിൽ ഉൾപ്പെടുത്തേണ്ടതില്ലെന്ന ജനറൽ കൗൺസിൽ തീരുമാനമുണ്ടായപ്പോൾ ബക്കുനിൻ തന്റെ സംഘടന പിരിച്ചുവിടാനും സ്വന്തമായ ചില സൈദ്ധാന്തിക നിലപാടുള്ളവയാണെങ്കിൽപോലും ആ സംഘടനയുടെ വിവിധ രാജ്യങ്ങളിലെ ഘടകങ്ങളെ ഇന്റർനാഷണലിന്റെ അതാതിടങ്ങളിലെ ഘടകങ്ങളുമായി ലയിപ്പിക്കാനും തീരുമാനിക്കുകയുണ്ടായി. ബക്കുനിന്റെ സംഘടന പിരിച്ചുവിട്ട് ഇന്റർനാഷണലിന്റെ ഘടകങ്ങളിൽ ചേർന്ന നടപടിക്ക് ജനറൽ കൗൺസിൽ പൊതുവായി അംഗീകാരം നല്കി. എന്നാൽ ഇതിൽ പതിയിരിക്കുന്ന കാപട്യം മാർക്സ് തിരിച്ചറിയുകയുണ്ടായി.

യഥാർത്ഥത്തിൽ ബക്കുനിൻ ജനറൽ കൗൺസിലിനെ കബളിപ്പിക്കുകയായിരുന്നു. തന്റെ സംഘടനയെ പിരിച്ചുവിട്ടെന്ന് പ്രസ്താവിച്ച ബക്കുനിൻ യഥാർത്ഥത്തിൽ ഇന്റർനാഷണലിനെ തന്റെ കൈപ്പിടിയിലൊതുക്കുക എന്ന ലക്ഷ്യത്തോടെ അലയൻസിന്റെ കേന്ദ്ര സംഘടനയെ ഭദ്രമായി നിലനിർത്തിയിരിക്കുകയായിരുന്നു. ഇത്തരമൊരു രഹസ്യസംഘടന താൻ നിലനിർത്തിയിട്ടാണ് ഇന്റർനാഷണലിൽ കടന്നുകൂടിയത് എന്ന ആരോപണത്തെ നിഷേധിക്കാൻപോലും ബക്കുനിനു കഴിഞ്ഞിരുന്നില്ല.

വിപ്ലവം എങ്ങനെ നടത്തണം എന്നും അതിന്റെ പ്രധാന ചാലക ശക്തി ഏതു വർഗ്ഗമാണ് എന്നുള്ളതുമായിരുന്നു മാർക്സും ബക്കുനിനും തമ്മിൽ ഉയർന്നുവന്ന ഒരു പ്രധാന തർക്കപ്രശ്നം. വിപ്ലവാവേശമുള്ള, വിപ്ലവലഹരി തലയ്ക്കുപിടിച്ച ഒരു കൂട്ടം ആളുകൾ ഉണ്ടായാൽ മതി ഒരു വിപ്ലവം നടത്താൻ എന്നതായിരുന്നു ബക്കുനിന്റെ കാഴ്ചപ്പാട്. വിപ്ലവകാരികളായ ബുദ്ധിജീവികളാണ് ഇതിന് പറ്റിയതെന്നും ആവശ്യമാണെങ്കിൽ തൊഴിലാളികളെ പിന്തുണക്കാരായി കൂട്ടാവുന്നതാണെന്നുമായിരുന്നു ബക്കുനിൻ മുന്നോട്ടുവച്ച ആശയം. തൊഴിലാളിവർഗ്ഗം ഭരണകൂടാധികാരം പിടിച്ചെടുക്കുന്നതു സംബന്ധിച്ച ചർച്ചകൾക്കുപോലും ബക്കുനിൻ തയ്യാറായിരുന്നില്ല. നിലവിലുള്ള ബൂർഷ്വാ സമൂഹത്തിൽ ഏതെങ്കിലും വിധത്തിലുള്ള രാഷ്ട്രീയസമരം നടത്തേണ്ടത് ആവശ്യമാണെന്ന ധാരണയും ബക്കുനിനുണ്ടായിരുന്നില്ല; തൊഴിലാളികളുടെ വർഗ്ഗ സംഘടനയ്ക്ക് കൂടുതൽ അനുയോജ്യമായ സാഹചര്യം സൃഷ്ടിക്കേണ്ടതുണ്ടെന്നും ബക്കുനിൻ കരുതിയില്ല. അതുകൊണ്ടാണ് രാഷ്ട്രീയാധികാരം കരസ്ഥമാക്കുന്നതിൽ തൊഴിലാളിവർഗ്ഗത്തിന്റെ സംഘടനയും രാഷ്ട്രീയ സമരങ്ങളും അനുപേക്ഷണീയമാണെന്ന് ചിന്തിച്ച മാർക്സും സമാന ചിന്താഗതിക്കാരും സാമൂഹികവിപ്ലവം വരുന്നത് തടയാൻ ശ്രമിക്കുന്ന വെറും അവസരവാദികളാണെന്ന് ബക്കുനിനും കൂട്ടരും പ്രചരിപ്പിച്ചത്. പ്രഷ്യൻ ഭരണാധികാരി ബിസ്മാർക്കിന്റെ ഏജന്റാണ് മാർക്സ് എ

ന്ന ശുദ്ധ അസംബന്ധം പ്രചരിപ്പിക്കാൻപോലും ബക്കുനിനും കൂട്ടരും മടിച്ചിരുന്നില്ല. കത്തുകളിലൂടെയും സർക്കുലറുകളിലൂടെയും ബക്കുനിനും കൂട്ടരും മാർക്സിനെയും ഇന്റർനാഷണലിന്റെ തൊഴിലാളിവർഗ്ഗ നേതൃത്വത്തെയും നികൃഷ്ടമായ ഭാഷയിലാണ് അപകീർത്തിപ്പെടുത്താൻ ശ്രമിച്ചത്.

ഇറ്റലിയിലും സ്വിറ്റ്സർലണ്ടിലും ബക്കുനിന് ചില ബന്ധങ്ങളും കുറേ അനുയായികളും ഉണ്ടായിരുന്നു. പ്രബലമായ ഒരു ഗ്രൂപ്പിന്റെ പിൻബലത്തോടെയാണ് അദ്ദേഹം ബേസിൽ കോൺഗ്രസിൽ പങ്കെടുക്കാനെത്തിയത്. ആദ്യ തർക്കത്തിന് തുടക്കംകുറിച്ചത് എപ്പോഴത്തെയുംപോലെ തികച്ചും വ്യത്യസ്തമായ കാര്യങ്ങളിൽ കേന്ദ്രീകരിച്ചാണ്. പിന്തുടർച്ചാവകാശം ഉടൻ നിർമ്മാർജ്ജനംചെയ്യണമെന്ന ആവശ്യമുന്നയിക്കണം എന്ന് ബക്കുനിൻ ശാഠ്യംപിടിച്ചു. രാഷ്ട്രീയാധികാരം പിടിച്ചെടുക്കുന്ന ഘട്ടത്തിൽ തൊഴിലാളിവർഗ്ഗം യാഥാർത്ഥ്യമാക്കേണ്ട പരിവർത്തനകാല നടപടി മാത്രമാണതെന്ന *കമ്യൂണിസ്റ്റ് മാനിഫെസ്റ്റോ*യിലെ നിലപാട് ഉയർത്തിപ്പിടിക്കുകയായിരുന്നു ജനറൽ കൗൺസിലിൽനിന്നുള്ള പ്രതിനിധികൾ. അതുവരെ പിന്തുടർച്ചാവകാശം പരിമിതപ്പെടുത്തുകയും ഉയർന്ന നിരക്കിലുള്ള സ്വത്തു നികുതി ഏർപ്പെടുത്തുകയും ചെയ്യണമെന്നും അവർ വാദിച്ചു. എന്നാൽ ബക്കുനിനാകട്ടെ യുക്തിസഹമായ ഒരു നിലപാടും മുന്നോട്ടുവയ്ക്കാതെ പിടിവാശി തുടർന്നു. പ്രചരണപരമായ കാഴ്ചപ്പാടിൽ താൻ പറയുന്നതാണ് പ്രധാനം എന്നായിരുന്നു ബക്കുനിന്റെ വാദം. ഒടുവിൽ വോട്ടിനിട്ടപ്പോൾ രണ്ടു വാദഗതികളും തിരസ്കരിക്കപ്പെട്ടു.

ഈ കോൺഗ്രസിൽ ഉയർന്നുവന്ന മറ്റൊരു പ്രശ്നം ബക്കുനിനും വിൽഹെം ലീബ്നെക്ടും തമ്മിലുള്ള തർക്കമായിരുന്നു. ഈ ഘട്ടമായപ്പോൾ ജർമ്മനിയിൽ ഷൈറ്റ്സറുമായുള്ള തീക്ഷ്ണമായ സമരത്തിനൊടുവിൽ ലീബ്നെക്ടും അഗസ്ത് ബെബലും ഒരു പ്രത്യേക തൊഴിലാളിവർഗ്ഗ പാർട്ടി സംഘടിപ്പിക്കുന്നതിൽ വിജയിച്ചു. 1869 ൽ ഐസനാക്കിൽ ചേർന്ന അതിന്റെ രൂപീകരണ സമ്മേളനത്തിൽ ഇന്റർനാഷണലിന്റെ പരിപാടി അംഗീകരിക്കുന്നതിനും തീരുമാനിച്ചു. ഈ പാർട്ടിയുടെ മുഖപത്രത്തിൽ ബക്കുനിന്റെ നിലപാടുകളെ രൂക്ഷമായി വിമർശിക്കുകയുണ്ടായി. എന്നാൽ ലീബ്നെക്ടിനോട് പകവീട്ടാനുള്ള അവസരമായി ബക്കുനിൻ ബേസിൽ കോൺഗ്രസ് വേദിയെ ഉപയോഗിച്ചു. ഒടുവിൽ താല്ക്കാലികമായ ഒരൊത്തുതീർപ്പിൽ പ്രശ്നം അവസാനിപ്പിച്ചു. അടുത്ത കോൺഗ്രസ് ജർമ്മനിയിൽ നടത്താനാണ് തീരുമാനിച്ചത്.

ബേസിൽ കോൺഗ്രസിനെത്തുടർന്ന് യൂറോപ്പിലെ രാഷ്ട്രീയാന്തരീക്ഷം അവിചാരിതമായി കലുഷിതമായതിനെതുടർന്ന് ആ കോൺഗ്രസ് ചേരാൻ കഴിഞ്ഞില്ല.

1870 ജൂലൈ 19 ന് ഫ്രാൻസും ജർമ്മനിയും തമ്മിൽ അവിചാരിതമായി യുദ്ധം പൊട്ടിപ്പുറപ്പെട്ടപ്പോൾ ഇരു രാജ്യങ്ങളിലെയും തൊഴിലാ

ളികൾക്ക് അത് തടയാൻ ഒന്നും ചെയ്യാനായില്ല. ജൂലൈ 23 ന് മാർക്സ് തന്നെ എഴുതിയ ഒരു പ്രഖ്യാപനം ജനറൽ കൗൺസിൽ പ്രസിദ്ധീകരിച്ചു. യുദ്ധത്തിന്റെ അന്ത്യം എന്തുതന്നെയായാലും അത് രണ്ടാം സാമ്രാജ്യത്തിന്റെ മരണമണി മുഴക്കമായിരിക്കുമെന്ന് മാർക്സ് ഈ പ്രഖ്യാപനത്തിൽ വ്യക്തമാക്കി. ബോണപ്പാർട്ടിസ്റ്റ് സാമ്രാജ്യത്തിന്റെ തുടക്കം പോലെതന്നെ അന്ത്യവും പരിഹാസ്യമായിരിക്കുമെന്നും മാർക്സ് സൂചിപ്പിച്ചു. ജർമ്മൻകാരൻതന്നെയായ മാർക്സ് തന്റെ രാജ്യത്തെയും രൂക്ഷമായി വിമർശിച്ചു. ആസ്ത്രിയയ്ക്കെതിരെ നെപ്പോളിയനുമായി കരാറുണ്ടാക്കിയ പ്രഷ്യ ഫ്രാൻസിൽനിന്നുള്ള ആക്രമണം ക്ഷണിച്ചുവരുത്തുകയായിരുന്നുവെന്ന് മാർക്സ് ചൂണ്ടിക്കാട്ടി.

യുദ്ധം തുടങ്ങി ആറ് ആഴ്ചയ്ക്കുള്ളിൽ ഫ്രഞ്ച് സൈന്യം തോറ്റു പിൻവാങ്ങി. 1870 സെപ്തംബർ രണ്ടിന് നെപ്പോളിയൻ അധികാരമൊഴിഞ്ഞു. സെപ്തംബർ 4 ന് പാരീസിൽ ഫ്രഞ്ച് റിപ്പബ്ലിക് പ്രഖ്യാപിക്കപ്പെട്ടു. എന്നാൽ നെപ്പോളിയന്റെ സാമ്രാജ്യത്തിനെതിരെയാണ് തങ്ങളുടെ യുദ്ധം എന്ന് പ്രഖ്യാപിച്ചിരുന്ന പ്രഷ്യ അതോടെ യുദ്ധം അവസാനിപ്പിക്കുകയല്ല, യുദ്ധം തുടരുകയാണുണ്ടായത്. അങ്ങനെ യുദ്ധത്തിന്റെ സുദീർഘമായ രണ്ടാം ഘട്ടം ആരംഭിച്ചു. ഫ്രാൻസിൽ റിപ്പബ്ലിക് പ്രഖ്യാപിക്കപ്പെട്ട ഉടൻതന്നെ (1870 സെപ്തംബർ 9) ഇന്റർനാഷണലിന്റെ ജനറൽ കൗൺസിൽ യുദ്ധത്തെ സംബന്ധിച്ച രണ്ടാമത്തെ മാനിഫെസ്റ്റോ പ്രസിദ്ധീകരിച്ചു. ഇതും എഴുതിയത് മാർക്സ് തന്നെയായിരുന്നു.

ആ ചരിത്ര സന്ദർഭത്തിന്റെ ആഴത്തിലുള്ള വിശകലനംകൊണ്ടും ശരിക്കും പ്രവചന സ്വഭാവമുള്ള ഉൾക്കാഴ്ചകൊണ്ടും മാർക്സിന്റെ കൃതികളിലെ ഏറ്റവും ഉജ്ജ്വലമായ ഒന്നായി ഈ മാനിഫെസ്റ്റോ അടയാളപ്പെടുത്തപ്പെടുന്നു. ഈ യുദ്ധം നെപ്പോളിയന്റെ രണ്ടാം സാമ്രാജ്യത്തിന് അന്ത്യംകുറിക്കുമെന്ന ആദ്യ മാനിഫെസ്റ്റോയിലെ വാക്കുകൾ സൂചിപ്പിച്ചുകൊണ്ടാണ് മാർക്സ് ഈ രണ്ടാം മാനിഫെസ്റ്റോ ആരംഭിക്കുന്നതു തന്നെ. നെപ്പോളിയന്റെ പതനത്തോടെ യുദ്ധം അവസാനിപ്പിക്കുമെന്ന് പ്രസ്താവിച്ചിരുന്ന പ്രഷ്യൻ ഭരണാധികാരികൾ ഫ്രഞ്ച് ജനതയ്ക്കെതിരെ യുദ്ധം തുടരുന്നതിലെ കാപട്യം തുറന്നുകാണിച്ച മാർക്സ്, ജർമ്മൻ ലിബറൽ ബൂർഷ്വാസിയുടെ പൊയ്മുഖം പൊളിച്ചടുക്കി. തൊഴിലാളിവർഗ്ഗം നേരിടുന്ന പ്രായോഗിക പ്രശ്നങ്ങളിലേക്ക് വിരൽചൂണ്ടിക്കൊണ്ടാണ് മാർക്സ് ഈ മാനിഫെസ്റ്റോ ഉപസംഹരിച്ചത്. ഫ്രാൻസുമായി മാന്യമായ ഒരു സമാധാന ഉടമ്പടിയിൽ എത്തിച്ചേരണമെന്നും ഫ്രഞ്ച് റിപ്പബ്ലിക്കിനെ അംഗീകരിക്കണമെന്നും ജർമ്മൻ തൊഴിലാളികൾ ആവശ്യപ്പെടണമെന്ന് മാർക്സ് സൂചിപ്പിച്ചു. ഫ്രഞ്ച് തൊഴിലാളികൾ ബൂർഷ്വാ റിപ്പബ്ലിക്കന്മാരെ കരുതലോടെ നിരീക്ഷിക്കണമെന്നും മാർക്സ് പറഞ്ഞു. ഫ്രാൻസിലെ റിപ്പബ്ലിക്കന്മാരോടുള്ള മാർക്സിന്റെ അവിശ്വാസം തീർത്തും ശരിയായിരുന്നെന്ന് അനന്തര സംഭവവികാസങ്ങൾ വെളിപ്പെടുത്തി.

ഫ്രാൻസിലെ തൊഴിലാളിവർഗ്ഗത്തിന് ചെറിയൊരു ആനുകൂല്യം

പോലും നല്കാൻ തയ്യാറാകാത്ത ഫ്രഞ്ച് റിപ്പബ്ലിക്കന്മാർ ബിസ്മാർക്കുമായി കരാറിലെത്തിച്ചേരാൻ ഒരു മടിയും കാണിച്ചതുമില്ല. ഇതാണ് 1871 മാർച്ച് 18 മുതൽ മെയ് 29വരെ 72 ദിവസം നീണ്ടുനിന്ന പാരീസ് കമ്യൂണിനിടയാക്കിയത്. മൂന്നുമാസത്തോളം നീണ്ടുനിന്ന ധീരോദാത്തമായ ആ പോരാട്ടം, അല്പംപോലും അനുകൂലമല്ലാത്ത സാഹചര്യത്തിലെ ആദ്യത്തെ ആ തൊഴിലാളിവർഗ്ഗ സർവ്വാധിപത്യ പരീക്ഷണം, പരാജയ മടഞ്ഞു. തൊഴിലാളിവർഗ്ഗത്തിന്റെ ആ ആദ്യ ഭരണകൂടത്തെ മുട്ടുകുത്തിക്കാൻ ഫ്രഞ്ച് സൈന്യവും ജർമ്മൻ സൈന്യവും കൈകോർത്ത് നീങ്ങി. ഫ്രാൻസിന്റെ ഇതര ഭാഗങ്ങളിൽനിന്നും ലോകത്തിന്റെ ഇതര ഭാഗങ്ങളിൽനിന്നുതന്നെയും പാരീസിനെ ഈ രണ്ടു സേനകളും ചേർന്ന് ഒറ്റപ്പെടുത്തി.

പാരീസിലെ തൊഴിലാളിവർഗ്ഗത്തിനുവേണ്ട സഹായമെത്തിക്കാൻ ഇന്റർനാഷണലിന്റെ ജനറൽ കൗൺസിലിന് കഴിയുമായിരുന്നില്ല. പാരീസ് കമ്യൂൺ നിലനിന്നിരുന്ന കാലമത്രയും മാർക്സ് പാരീസിലെ സാർവ്വദേശീയവാദികളുമായി നിരന്തരം സമ്പർക്കത്തിലേർപ്പെട്ടിരുന്നു. കമ്യൂൺ പരാജയപ്പെട്ട് ഏതാനും ദിവസങ്ങൾക്കുശേഷം ജനറൽ കൗൺസിലിന്റെ അഭ്യർത്ഥനപ്രകാരം മാർക്സ് തന്റെ ഏറെ പ്രസിദ്ധമായ പ്രസംഗം തയ്യാറാക്കി. 1871 മെയ് 30ന് ജനറൽ കൗൺസിലിനുമുന്നിൽ മാർക്സ്, പില്ക്കാലത്ത് “The Civil War in France” (ഫ്രാൻസിലെ ആഭ്യന്തര യുദ്ധം) എന്ന് പ്രസിദ്ധമായ, ആ പ്രഭാഷണം അവതരിപ്പിച്ചു. ജനറൽ കൗൺസിൽ ഏകകണ്ഠമായി അംഗീകരിച്ച പ്രഭാഷണം 1871 ജൂൺ 13 ന് ഒരു ലഘുലേഖയായി പ്രസിദ്ധീകരിച്ചു. ഒരാഴ്ചയ്ക്കുള്ളിൽ അതിന്റെ മൂന്നു പതിപ്പാണ് പുറത്തിറക്കിയത്.

കമ്യൂണാർഡുകൾക്കെതിരെ ബൂർഷ്വാ പത്രങ്ങൾ ഒന്നടങ്കം അപവാദപ്രചരണത്തിലേർപ്പെട്ടിരിക്കുകയായിരുന്നു. ഈ അപവാദപ്രചാരണങ്ങളെ ചെറുക്കേണ്ടത് മാർക്സ് തന്റെ കടമയായി കണ്ടു. തൊഴിലാളിവർഗ്ഗ പ്രസ്ഥാനത്തിന്റെ ക്രമാനുഗതമായ വികാസത്തിൽ മുന്നോട്ടേക്കുള്ള വലിയൊരു ചുവടുവയ്പായിരുന്നു പാരീസ് കമ്യൂൺ എന്ന് മാർക്സ് വ്യക്തമാക്കി. കമ്യൂണിസത്തിന്റെ സാക്ഷാൽക്കരണം എന്ന ദൗത്യം ഏറ്റെടുക്കേണ്ട തൊഴിലാളിവർഗ്ഗ ഭരണകൂടത്തിന്റെ ആദ്യ രൂപമാണ്, അതിന്റെ മൂലമാതൃകയാണ് പാരീസ് കമ്യൂൺ എന്നും മാർക്സ് ചൂണ്ടിക്കാണിച്ചു. വളരെ മുമ്പുതന്നെ മാർക്സ് 1848 ലെ വിപ്ലവത്തിന്റെ അനുഭവത്തിന്റെ അടിസ്ഥാനത്തിൽ രൂപംനല്കിയ ഒരാശയമാണ്, തൊഴിലാളിവർഗ്ഗം അധികാരം പിടിച്ചെടുത്താൽ അതേവരെ ഭരണകൂടത്തെ നിയന്ത്രിച്ചിരുന്ന ബൂർഷ്വാ സംവിധാനങ്ങളെ അതേപടി നിലനിർത്താനാവില്ല എന്നത്; തൊഴിലാളിവർഗ്ഗം ആദ്യമേതന്നെ നിലവിലുള്ള ബൂർഷ്വാ ഭരണയന്ത്രത്തെ, ഉദ്യോഗസ്ഥ മേധാവിത്വപരമായ സംവിധാനത്തെയും അതിനെ ഉറപ്പിച്ചുനിർത്തുന്ന പൊലീസ് സേനയെയും തകർത്തെറിയണം എന്നും അദ്ദേഹം വ്യക്തമാക്കി. അദ്ദേഹത്തിന്റെ ഈ ബോദ്ധ്യത്തിന്റെ

കരുത്ത് പാരീസ് കമ്യൂണിന്റെ അനുഭവം തെളിയിച്ചു. സ്വന്തം ആവശ്യങ്ങൾക്കനുസരിച്ച് സ്വന്തമായ ഒരു ഭരണകൂട സംവിധാനം സൃഷ്ടിക്കാൻ അധികാരം പിടിച്ചെടുത്തതിനെത്തുടർന്ന് തൊഴിലാളിവർഗ്ഗം നിർബ്ബന്ധിതമാകുകയായിരുന്നുവെന്നും മാർക്സ് ചൂണ്ടിക്കാണിക്കുന്നു. ഒരു പ്രധാന നഗരത്തിന്റെ പരിധിക്കുള്ളിൽ മാത്രമായും തൊഴിലാളിവർഗ്ഗ ഭരണകൂടത്തിന് നിലനില്ക്കാനാവില്ലെന്നും കമ്യൂണിന്റെ അനുഭവം വ്യക്തമാക്കുന്നു. രാജ്യമാസകലം അന്തിമവിജയം ഉറപ്പാക്കുന്നതിനാണെങ്കിൽ നിരവധി മുതലാളിത്ത രാജ്യങ്ങളിൽ സ്വന്തം അധികാരം സ്ഥാപിക്കാൻ തൊഴിലാളിവർഗ്ഗത്തിനു കഴിയണമെന്നും മാർക്സ് വ്യക്തമാക്കുന്നു. എന്നാൽ കമ്യൂണിന്റെ അനുഭവപാഠത്തെ ബക്കുനിനും അനുയായികളും തീർത്തും വേറിട്ട രീതിയിലാണ് കണ്ടത്. സാദ്ധ്യമായേടത്തോളം വേഗം നിരവധി പട്ടണങ്ങളിൽ കമ്യൂണുകൾക്ക് രൂപം നല്കണമെന്നും അങ്ങനെ ആയാൽ അതിനെ പിന്തുടരാൻ മറ്റു പട്ടണങ്ങൾ തയ്യാറാകുമെന്നുമായിരുന്നു ബക്കുനിന്റെ സിദ്ധാന്തം.

കമ്യൂണിന്റെ പരാജയം ഇന്റർനാഷണലിനെ ഉൾപ്പെടെ പ്രതികൂലമായി ബാധിച്ചു. കുറേ വർഷങ്ങളോളം ഫ്രാൻസിലെ തൊഴിലാളി പ്രസ്ഥാനം സ്തംഭനാവസ്ഥയിലായി. കമ്യൂണാർഡുകളായ ഒരു കൂട്ടം അഭയാർത്ഥികളായി ഇന്റർനാഷണലിലെ ഫ്രാൻസിന്റെ പ്രതിനിധികൾ. അവരാകട്ടെ വിഭാഗീയമായ തമ്മിലടിയിലുമായിരുന്നു. ഈ ചേരിപ്പോര് ജനറൽ കൗൺസിലിനെയും ബാധിച്ചു. ജർമ്മൻ തൊഴിലാളി പ്രസ്ഥാനത്തിനും തിരിച്ചടി നേരിട്ടു. അൽസാക്-ലൊറയ്ൻ പ്രദേശത്തെ പ്രഷ്യയോട് കൂട്ടിച്ചേർത്തതിൽ പ്രതിഷേധിക്കുകയും പാരീസ് കമ്യൂണിനോട് ഐക്യദാർഢ്യം പ്രഖ്യാപിക്കുകയും ചെയ്ത പ്രഷ്യൻ ഭരണകൂടം ബെബലിനെയും ലീബ്നെക്ടിനേയും അറസ്റ്റ്ചെയ്ത് തുറുങ്കിലടച്ചു. 'ഐസനാക്കർമാർ' എന്നറിയപ്പെട്ടിരുന്ന ഇവരുടെ അനുയായികൾ ലസ്സാലിയന്മാരിൽനിന്ന് വേറിട്ട് സ്വതന്ത്രമായി പ്രവർത്തിച്ചു. ഈ രണ്ടു വിഭാഗത്തിനുമെതിരെ ഗവൺമെന്റ് രൂക്ഷമായ ആക്രമണമഴിച്ചുവിട്ടു. അങ്ങനെ യൂറോപ്പിലെ രണ്ടു പ്രധാന രാജ്യങ്ങളായ ഫ്രാൻസിലും ജർമ്മനിയിലും ഇന്റർനാഷണലിന് പിടിച്ചുനില്ക്കാൻതന്നെ ബുദ്ധിമുട്ടായി. ഇതു മാത്രമല്ല, ഇംഗ്ലണ്ടിലും തൊഴിലാളി പ്രസ്ഥാനത്തിൽ ഒരു പിളർപ്പുണ്ടായി.

മുമ്പുനടന്ന യൂറോപ്യൻ യുദ്ധം അമേരിക്കയ്ക്ക് ഗുണകരമായതുപോലെത്തന്നെ ഇപ്പോൾ ഫ്രാൻസും ജർമ്മനിയും തമ്മിലുണ്ടായ യുദ്ധം ഇംഗ്ലണ്ടിലെ ബൂർഷ്വാസിക്ക് നേട്ടമുണ്ടാക്കി. അങ്ങനെ ഉണ്ടാക്കിയ വമ്പൻ ലാഭത്തിലൊരു വിഹിതം പ്രധാന വ്യവസായങ്ങളിലെ തൊഴിലാളികൾക്ക് നല്കാൻ ബൂർഷ്വാസിക്ക് കഴിഞ്ഞു. ട്രേഡ്യൂണിയനുകൾക്ക് കൂടുതൽ പ്രവർത്തന സ്വാതന്ത്ര്യവും ലഭിച്ചു. യൂണിയനുകളെ പൊളിക്കുന്നതിനായി കൊണ്ടുവന്ന പല തൊഴിലാളിവിരുദ്ധ നിയമങ്ങളും റദ്ദാക്കപ്പെട്ടു. ഇത് ഇന്റർനാഷണലിലെതന്നെ പല ബ്രിട്ടീഷ് ട്രേഡ്യൂണി

യൻ നേതാക്കളും മിതവാദപരമായ നിലപാടിലേക്ക് നീങ്ങുന്നതിനിടയാക്കി. പാരീസ് കമ്യൂണും അതിനുനേരെ ബൂർഷ്വാസി അഴിച്ചുവിട്ട കടുത്ത കടന്നാക്രമണവും ഈ വിഭാഗം നേതാക്കളെ പരിഭ്രാന്തരാക്കി. ജനറൽ കൗൺസിൽ തീരുമാനപ്രകാരം പാരീസ് കമ്യൂണിനെ ശക്തമായി പിന്തുണച്ചുകൊണ്ട് എഴുതിയ കൃതിയിലെ തീവ്രനിലപാടുകൾ കൂടിയായപ്പോൾ തങ്ങൾക്ക് ഇന്റർനാഷണലുമായി ഒരു ബന്ധവുമില്ലെന്ന് ഈ വിഭാഗം പറയുന്നിടത്ത് കാര്യങ്ങളെത്തി.

ഈ പശ്ചാത്തലത്തിലാണ് 1871 സെപ്തംബറിൽ ലണ്ടനിൽ ഇന്റർനാഷണലിന്റെ ഒരു സമ്മേളനം ചേർന്നത്. രണ്ടു പ്രശ്നങ്ങൾ ഈ സമ്മേളനത്തിന് കൈകാര്യം ചെയ്യേണ്ടതായി വന്നു. രണ്ടും ബക്കുനിനിസ്റ്റുകളും മാർക്സിസ്റ്റുകളും തമ്മിലുള്ള തർക്കപ്രശ്നങ്ങളുമായിരുന്നു.

ഒന്ന്, ഇന്റർനാഷണലിന്റെ ഭരണഘടനയുമായി ബന്ധപ്പെട്ടതായിരുന്നു. ഒരു രാഷ്ട്രീയപാർട്ടിയായി ഇന്റർനാഷണൽ പ്രവർത്തിക്കുന്നതിനോട് ബക്കുനിനിസ്റ്റുകൾ തുടക്കംമുതൽ എതിരായിരുന്നു. ബക്കുനിനിസ്റ്റുകളുടെ വാദങ്ങൾ തള്ളിക്കൊണ്ടുള്ള പ്രമേയമാണ് സമ്മേളനം പാസാക്കിയത്. ‘‘തൊഴിലാളിവർഗ്ഗത്തിന്റെ രാഷ്ട്രീയ പ്രവർത്തനം” എന്ന ശീർഷകത്തിൽ മാർക്സും എംഗൽസും ചേർന്നെഴുതിയ പ്രമേയത്തിൽ സംശയാതീതമായി ഇങ്ങനെ വ്യക്തമാക്കി:

> ഒരു രാഷ്ട്രീയപാർട്ടിയായി സംഘടനയെ അംഗീകരിക്കുന്ന തൊഴിലാളിവർഗ്ഗത്തിന്റെ ഈ ഭരണഘടന സാമൂഹിക വിപ്ലവത്തിന്റെ വിജയത്തിനും വർഗ്ഗങ്ങളുടെ നിർമ്മാർജ്ജനം എന്ന ആത്യന്തിക ലക്ഷ്യം കൈവരിക്കുമെന്ന് ഉറപ്പാക്കുന്നതിനും അനുപേക്ഷണീയമാണ്...... ഇന്റർനാഷണലിന്റെ അംഗങ്ങളെ ഈ സമ്മേളനം ഓർമ്മിപ്പിക്കുന്നത്, തൊഴിലാളി വർഗ്ഗത്തിന്റെ സമരോത്സുകമായ ഈ അവസ്ഥയിൽ അതിന്റെ സാമ്പത്തിക പ്രക്ഷോഭവും രാഷ്ട്രീയ പ്രവർത്തനവും അവിഭാജ്യമായി ഐക്യപ്പെട്ടിരിക്കണമെന്നാണ്.
> (*First International and After, Karl Marx* page 270).

രണ്ടാമത്തെ തർക്കപ്രശ്നം ബക്കുനിൻ അപ്പോഴും നിലനിർത്തിയിരുന്ന രഹസ്യ സംഘടനയെ സംബന്ധിച്ചായിരുന്നു. ബക്കുനിൻ ആവർത്തിച്ച് അത് നിരാകരിച്ചിട്ടും ജനറൽ കൗൺസിലിന് വസ്തുത സമ്മേളനത്തെ ബോദ്ധ്യപ്പെടുത്താനായി. അതിന്റെ അടിസ്ഥാനത്തിൽ ഇന്റർനാഷണലിനുള്ളിൽ സ്വതന്ത്രമായ ഒരു പരിപാടിയോടുകൂടി മറ്റൊരു സംഘടന പ്രവർത്തിക്കാൻ പാടില്ല എന്ന ഒരു പ്രമേയം സമ്മേളനം അംഗീകരിച്ചു. എന്നാൽ ഈ സമ്മേളനത്തിലും തങ്ങൾ അലയൻസ് എന്ന സ്വന്തം സംഘടന പിരിച്ചുവിടുകയാണെന്നും ഈ വിഷയം ഇതോടെ അവസാനിക്കുകയാണെന്നും ബക്കുനിനിസ്റ്റുകൾ ആവർത്തിച്ച് പ്രഖ്യാപിച്ചു.

ഗോഥാ പരിപാടിയെക്കുറിച്ചുള്ള വിമർശനം

ബക്കുനിന്റെയും കൂട്ടരുടെയും അങ്കലാപ്പിനു കാരണമായ മറ്റൊരു വിഷയം കൂടി ഇന്റർനാഷണലിന്റെ പരിഗണനയിൽ ഇതിനിടയ്ക്ക് വന്നു. 1871 ൽ ലണ്ടനിൽ ചേർന്ന ഇന്റർനാഷണലിന്റെ ആ സമ്മേളനത്തിൽ, നീച്ചയേവ് പ്രശ്നവുമായി ഇന്റർനാഷണലിന് ഒരു ബന്ധവുമില്ലെന്ന് പ്രഖ്യാപിക്കണമെന്ന തീരുമാനമെടുത്തതാണ് ബക്കുനിനെയും കൂട്ടരെയും അലോസരപ്പെടുത്തിയത്. കാരണം ഈ തീരുമാനം കൃത്യമായും ബക്കുനിനു കൊള്ളുന്നതാണ്. ബക്കുനിന്റെ ഇരട്ടത്താപ്പും കള്ളക്കളിയും തുറന്നു കാണിക്കുന്നതാണ്.

സെർജി ഗെന്നഡിയേവ് നീച്ചയേവ് (1847–1882) ബക്കുനിനുമായി അടുത്ത ബന്ധമുണ്ടായിരുന്ന, റഷ്യയിലെ തീവ്രവാദ പ്രസ്ഥാനത്തിൽ (നിഹിലിസ്റ്റ്) പ്രവർത്തിച്ചിരുന്ന ഒരു വിപ്ലവകാരിയാണ്. ഇവാനോവ് എന്ന ഒരു വിദ്യാർത്ഥിയെ പൊലീസ് ചാരനാണെന്ന് ആരോപിച്ച് നീച്ചയേവ് ചില സഹപ്രവർത്തകരുടെ സഹായത്താൽ കൊലപ്പെടുത്തുകയും തുടർന്ന് യൂറോപ്പിലേക്ക് ഒളിച്ചുകടക്കുകയും ചെയ്തിരുന്നു. 1869 ൽ തന്നെ ബക്കുനിന്റെ പ്രേരണപ്രകാരം റഷ്യയിൽ നീച്ചയേവ് ഒരു ബക്കുനിനിസ്റ്റ് ഗ്രൂപ്പ് രൂപീകരിച്ചിരുന്നു. ഇവാനോവ് കൊലപാതകവുമായി ബന്ധപ്പെട്ട് ഈ ഗ്രൂപ്പിൽപ്പെട്ട പലരും അറസ്റ്റിലായി. 1871 ൽ റഷ്യയിൽ ഇതിന്റെ വിചാരണ തുടങ്ങിയപ്പോൾ ബക്കുനിന്റെ രഹസ്യ സംഘടനയും ഒന്നാം ഇന്റർനാഷണലുമായി ബന്ധമുണ്ടെന്ന് സ്ഥാപിക്കുന്ന ചില രേഖകൾ പ്രോസിക്യൂഷൻ കോടതിയിൽ ഹാജരാക്കുകയുണ്ടായി. ഇതാകട്ടെ, ബക്കുനിൻ ഇന്റർനാഷണലിന്റെ യോഗങ്ങളിൽ പറഞ്ഞ ഇത്തരമൊരു രഹസ്യ സംഘടന തന്നെ ഇല്ലെന്ന വാദഗതിക്ക് കടകവിരുദ്ധവുമായിരുന്നു.

വലിയ വിദ്യാഭ്യാസമൊന്നുമില്ലാത്ത നീച്ചയേവിന് സിദ്ധാന്തങ്ങളി

ലൊന്നിലും വിശ്വാസമോ താല്പര്യമോ ഉണ്ടായിരുന്നില്ല. എന്നാൽ വിപ്ലവത്തോടുള്ള അദമ്യമായ അഭിനിവേശവും ഉരുക്കുപോലുറച്ച നിശ്ചയദാർഢ്യവും മർദ്ദകവാഴ്ചയോടുള്ള വെറുപ്പും അദ്ദേഹത്തിന്റെ സവിശേഷതയായിരുന്നു. നീച്ചയേവ് വിഷയം ഇന്റർനാഷണലിൽ ചർച്ചയ്ക്കു വന്നപ്പോൾ ബക്കുനിൻ പറഞ്ഞത് നീച്ചയേവ് സ്വന്തം വിപ്ലവ കാഴ്ചപ്പാട് തനിക്കുമേൽ അടിച്ചേല്പിക്കുകയായിരുന്നുവെന്നാണ്. എന്നാൽ, നീച്ചയേവിന് ധാർമ്മികമായ മേൽക്കൈ ഉണ്ടായിരുന്നെങ്കിലും ബക്കുനിനെ അപേക്ഷിച്ച് ധൈഷണികമായി വളരെ താണ നിലയിലായിരുന്നതുകൊണ്ടു തന്നെ ബക്കുനിൻ പറഞ്ഞത് ഇന്റർനാഷണലിന്റെ ജനറൽ കൗൺസിൽ മുഖവിലയ്ക്കെടുത്തില്ല. യഥാർത്ഥത്തിൽ നീച്ചയേവ് ബക്കുനിന്റെ ശിഷ്യനായിരുന്നു. എന്നാൽ ഒടുവിൽ ബക്കുനിൻ നീച്ചയേവിൽ നിന്ന് അകന്നു നില്ക്കാൻ ശ്രമിച്ചിരുന്നെങ്കിലും അത് സിദ്ധാന്തപരമായ അഭിപ്രായ വ്യത്യാസംമൂലമായിരുന്നില്ല, മറിച്ച് നീച്ചയേവിന്റെ തുറന്ന പ്രകൃതം തന്നെ കുഴപ്പത്തിലാക്കുമെന്ന ഭയംമൂലമായിരുന്നു അത്. എന്നാൽ നീച്ചയേവുമായിട്ടുള്ള അകല്ച്ച ബക്കുനിൻ പരസ്യമായി പ്രകടമാക്കാനും ധൈര്യപ്പെട്ടിരുന്നില്ല. ഇരുവരും തമ്മിലുള്ള യോജിപ്പ് വ്യക്തമാക്കുന്ന പല രേഖകളും നീച്ചയേവിന്റെ കൈവശം ഉണ്ടായിരുന്നതായിരിക്കണം അതിനു കാരണം. എന്തായാലും ഈ രേഖകളിൽ പലതുമാണ് ഇവാനോവ് കൊലപാതകവുമായി ബന്ധപ്പെട്ട കേസിൽ കോടതിയിൽ എത്തിയത്. അതാണ് നീച്ചയേവ് സംഭവത്തെ തള്ളിപ്പറയാൻ ഇന്റർനാഷണലിന്റെ ലണ്ടൻ സമ്മേളനത്തെ പ്രേരിപ്പിച്ചത്. സമ്മേളനത്തിന്റെ ഈ നിലപാട് ബക്കുനിന്റെ കള്ളക്കളികളെ തുറന്നു കാണിക്കുകയാണുണ്ടായത്.

ലണ്ടൻ സമ്മേളനത്തെ തുടർന്നുള്ള നാളുകളിൽ ബക്കുനിനും അനുയായികളും ജനറൽ കൗൺസിലിനുനേരെ പരസ്യമായ യുദ്ധപ്രഖ്യാപനത്തിനാണ് തുനിഞ്ഞത്. രാഷ്ട്രീയാധികാരം പിടിച്ചെടുക്കുകയെന്ന ലക്ഷ്യത്തിനായി തൊഴിലാളിവർഗ്ഗത്തെ ഒരു പ്രത്യേക പാർട്ടിയായി സംഘടിപ്പിക്കുന്നതുമായി ബന്ധപ്പെട്ട വിഷയം ചർച്ച ചെയ്ത് തീർപ്പാക്കാൻ ഒരു പ്രത്യേക സമ്മേളനം ചേരണമെന്ന് ബക്കുനിനിസ്റ്റുകൾ ആവശ്യപ്പെട്ടു. അങ്ങനെ 1872 സെപ്തംബറിൽ ഹേഗിൽ ചേർന്ന കോൺഗ്രസ് ഈ വിഷയം ചർച്ച ചെയ്തു. ഈ കോൺഗ്രസിലാണ് മാർക്സ് ആദ്യമായി നേരിട്ടുപങ്കെടുത്തത്. പക്ഷേ, ബക്കുനിൻ ഇതിൽ പങ്കെടുത്തിരുന്നില്ല.

അലയൻസ് എന്ന ബക്കുനിന്റെ രഹസ്യ സംഘടനയുടെ പ്രവർത്തനങ്ങളെക്കുറിച്ച് അന്വേഷിച്ച കമ്മിഷൻ റിപ്പോർട്ടും ഈ കോൺഗ്രസ് ചർച്ച ചെയ്യുകയും ബക്കുനിനെയും ജയിംസ് ഗില്ലാമെയെയും ഇന്റർനാഷണലിൽനിന്നും പുറത്താക്കാനുള്ള കമ്മിഷന്റെ ശുപാർശ അംഗീകരിക്കുകയുമുണ്ടായി. തൊഴിലാളിവർഗ്ഗത്തിന്റെ മഹത്തായ വിപ്ലവ സംഘടനയെ തന്റെ അജണ്ടകൾക്കായി ബക്കുനിൻ ദുരുപയോഗം ചെ

യ്തെന്നു വ്യക്തമാക്കിയ കമ്മിഷൻ റിപ്പോർട്ട് നീച്ചയേവ് സംഭവത്തെക്കുറിച്ചും പരാമർശിക്കുകയുണ്ടായി. രാഷ്ട്രീയമായ ഭിന്നതകൾ പ്രകടിപ്പിക്കുക മാത്രമല്ല, ബക്കുനിൻ ചെയ്തിരുന്നതെന്നും മാർക്സ് ഉൾപ്പെടെയുള്ള ജനറൽ കൗൺസിൽ നേതാക്കൾക്കുനേരെ വ്യക്തിഗതമായ അപവാദപ്രചരണങ്ങളും ബക്കുനിൻ നടത്തിയിരുന്നതായി അദ്ദേഹം സുഹൃത്തുക്കൾക്കെഴുതിയ കത്തുകൾ ചൂണ്ടിക്കാണിച്ച് കമ്മിഷൻ റിപ്പോർട്ട് വ്യക്തമാക്കി. കമ്മിഷൻ ശുപാർശ സമ്മേളനം അംഗീകരിച്ചതോടെ ഇന്റർനാഷണലിൽ ബക്കുനിൻ അദ്ധ്യായം അവസാനിച്ചു.

ജനറൽ കൗൺസിലിന്റെ ആസ്ഥാനം ന്യൂയോർക്കിലേക്ക് മാറ്റാനുള്ള എംഗൽസിന്റെ നിർദ്ദേശം അംഗീകരിച്ചുകൊണ്ടാണ് ഹേഗ് കോൺഗ്രസ് അവസാനിച്ചത്. പാരീസ് കമ്യൂണിന്റെ പതനത്തെത്തുടർന്ന് ഫ്രാൻസിലോ ജർമ്മനിയിലോ ഇംഗ്ലണ്ടിലോ കേന്ദ്രീകരിച്ച് പ്രവർത്തനം തുടരുന്നത് ദുഷ്കരമായതിനാലാണ് ഇത്തരമൊരു തീരുമാനത്തിൽ ഹേഗിൽ (നെതർലാൻഡ്സ്) ചേർന്ന ആ കോൺഗ്രസ് എത്തിയത്. തല്ക്കാലത്തേക്കാണ് ഈ മാറ്റം എന്ന ധാരണയാണുണ്ടായിരുന്നതെങ്കിലും ഹേഗ് കോൺഗ്രസായിരുന്നു ഫലത്തിൽ ഇന്റർനാഷണലിന്റെ അവസാന സമ്മേളനം. 1876 ൽ ന്യൂയോർക്കിൽ ജനറൽ കൗൺസിൽ ഒന്നാം ഇന്റർനാഷണലിന്റെ പ്രവർത്തനം അവസാനിപ്പിച്ചതായി പ്രസ്താവിച്ചു.

1850 കൾ മുതലുള്ള കാലത്ത് മാഞ്ചസ്റ്ററിലെ ഫാക്ടറിയിൽ ആദ്യം ജീവനക്കാരനായും 1860 ൽ പിതാവിന്റെ മരണശേഷം, 1864 മുതൽ അതിന്റെ ഡയറക്ടർമാരിലൊരാളായും പ്രവർത്തിച്ച എംഗൽസ് 1870 ൽ ലണ്ടനിലേക്ക് മടങ്ങിവന്ന് മാർക്സിനൊപ്പം ഇന്റർനാഷണലിന്റെ പ്രവർത്തനങ്ങളിൽ മുഴുകുകയാണുണ്ടായത്. അത്രയും കാലം എംഗൽസ്, താൻ തന്നെ ''നായ് കച്ചവടം'' എന്ന് പുച്ഛിച്ചിരുന്ന ഒരു ജോലി ചെയ്യാൻ എന്തുകൊണ്ട് നിർബ്ബന്ധിതനായി എന്നറിയണമെങ്കിൽ, *മൂലധനം* ഒന്നാം വോല്യത്തിന്റെ അവസാന പേജിന്റെ പ്രൂഫും തിരുത്തിക്കഴിഞ്ഞശേഷം മാർക്സ് എംഗൽസിനെഴുതിയ കത്തിലെ ഈ വരികൾ വായിച്ചാൽ മതി:

> ഒടുവിലിതാ ഒന്നാം വോല്യം പൂർത്തിയായിരിക്കുന്നു. ഇത് സാദ്ധ്യമാക്കാനായതിന് ഞാൻ താങ്കളോട് മാത്രമാണ് കടപ്പെട്ടിരിക്കുന്നത്. താങ്കളുടെ ത്യാഗപൂർണ്ണമായ സഹായമില്ലായിരുന്നെങ്കിൽ ഈ മൂന്ന് വോല്യങ്ങളുടെ രചന നടത്തുകയെന്ന ഭീമമായ അദ്ധ്വാനത്തിൽ ഏർപ്പെടാൻ എനിക്ക് കഴിയുമായിരുന്നില്ല. നന്ദിപൂർവ്വം ഞാൻ താങ്കളെ ആലിംഗനം ചെയ്യട്ടെ.

മൂലധനം എഴുതി പൂർത്തിയാക്കുകയെന്നത് മാർക്സിന്റെ മാത്രമായ ഒരു സ്വകാര്യ ആവശ്യമായല്ല കണക്കാക്കപ്പെട്ടത്. അതുകൊണ്ടാണ് പൊതുവായി എത്തിച്ചേർന്ന ധാരണയുടെ അടിസ്ഥാനത്തിൽ എംഗൽസ് മാഞ്ചസ്റ്ററിലെ തന്റെ പിതാവിന്റെ വ്യവസായ സ്ഥാപനത്തിലേക്ക് ജീവനക്കാരനായി പോയത്. *മൂലധന*ത്തിന്റെ ഒന്നാം വോല്യം മാർക്സ് സ

മർപ്പിച്ച, 1864 ൽ അന്തരിച്ച വിൽഹെം വുൾഫും ചെറിയ തോതിലെങ്കിലും മാർക്സിനെ സഹായിച്ചതും ഇതേ കാഴ്ചപ്പാടിൽ തന്നെ ആയിരുന്നു. 1868 ൽ മാർക്സ് *മൂലധന*ത്തിന്റെ ഒന്നാം വോള്യം പ്രസിദ്ധീകരിച്ചതിനെത്തുടർന്ന് എംഗത്സ് വ്യവസായ സ്ഥാപനത്തിൽനിന്നും വേർപിരിയുന്നതിനു മറ്റു പങ്കാളികളുമായി നടത്തിയ കൂടിയാലോചനകൾ സംബന്ധിച്ച കാര്യങ്ങൾ ഇരുവരുടെയും കത്തിടപാടുകളിൽ കാണാം.

എന്തായാലും സെപ്തംബറിൽ എംഗൽസും കൂടി ലണ്ടനിലെത്തിയത് ഇന്റർനാഷണലിന്റെ ജനറൽ കൗൺസിലുമായി ബന്ധപ്പെട്ട പ്രവർത്തനങ്ങളുമായി മുന്നോട്ടു പോകാൻ മാർക്സിനു വലിയ സഹായമായി. ചെറുപ്പം മുതൽ എംഗൽസിന് വിവിധ ഭാഷകളിലുള്ള അറിവുമൂലം (12 ഭാഷകളിൽ എംഗൽസിനു എഴുതാനും വായിക്കാനും അനായാസം കഴിയുമായിരുന്നു). അദ്ദേഹത്തെ വിവിധ രാജ്യങ്ങളിലെ ഘടകങ്ങളുമായുള്ള കത്തിടപാടുകൾ നടത്തുന്ന ജോലിക്കായി നിയോഗിച്ചു. അദ്ദേഹത്തിന്റെ ബിസിനസ് അനുഭവങ്ങളും കാര്യക്ഷമമായി ഈ ജോലി മറ്റാരെയുംകാൾ നന്നായി നിർവ്വഹിക്കാൻ സഹായകമായി. എംഗൽസ് ലണ്ടനിലെത്തിയത് ജനറൽ കൗൺസിലും ബക്കുനിനിസ്റ്റുകളുമായുള്ള ഏറ്റുമുട്ടൽ തുടങ്ങിയ കാലത്തായിരുന്നു. അതേപോലെ ഇംഗ്ലണ്ടിലെ പ്രസ്ഥാനത്തിലെ ചിലരുമായും അഭിപ്രായ ഭിന്നതകൾ ഉടലെടുത്തു തുടങ്ങിയ ഘട്ടവുമായിരുന്നു അത്. അതായത് സിദ്ധാന്തങ്ങളുടെയും അടവുകളുടെയും കാര്യത്തിൽ രൂക്ഷമായ അഭിപ്രായ സംഘട്ടനങ്ങളുടെ മദ്ധ്യത്തിലാണ് മാർക്സിനൊപ്പം എംഗൽസും കൂടി എത്തിച്ചേർന്നത്.

1867–71 കാലത്ത് ഇംഗ്ലണ്ടിലെ ബൂർഷ്വാസി, തങ്ങൾക്കുണ്ടായ വമ്പിച്ച സാമ്പത്തികാഭിവൃദ്ധിയിൽ ഒരു ഭാഗം തൊഴിലാളികൾക്കു നല്കാൻ തയ്യാറാവുകയും തൊഴിൽസമയം, സംഘടനാ സ്വാതന്ത്ര്യം എന്നീ കാര്യങ്ങളിൽ തൊഴിലാളികൾക്കനുകൂലമായ നിലപാടെടുക്കുകയും തന്മൂലം ജനറൽ കൗൺസിലിലെ ട്രേഡ് യൂണിയൻ പ്രവർത്തകരായ അംഗങ്ങൾ മിതവാദ നിലപാടിനു അടിപ്പെടാൻ തുടങ്ങുകയും ചെയ്തു. കമ്യൂണിസ്റ്റു ലീഗിന്റെ കാലം മുതൽ മാർക്സിനും എംഗൽസിനും ഒപ്പം ഉറച്ചുനിന്നിരുന്ന ഇക്കാരിയൂസ് പോലും ഈ ദിശയിലേക്ക് നീങ്ങാൻ തുടങ്ങിയിരുന്നു. സാമ്പത്തിക അഭിവൃദ്ധി കൈവരിച്ച മറ്റു തൊഴിലാളികളെപ്പോലെ ഇക്കാരിയൂസും ബൂർഷ്വാസിയുമായി സഹവർത്തിച്ചു മുന്നോട്ടുപോകാം എന്ന നിലപാടിൽ എത്തുകയുണ്ടായി. ഇക്കാരിയൂസ് മാത്രമല്ല, അതുപോലെ മറ്റു പല ജനറൽ കൗൺസിൽ അംഗങ്ങളും മാർക്സിന്റെ വർഗ്ഗപരമായ നിലപാടിൽനിന്നും അകന്നിരുന്നു. ഈയൊരു അവസ്ഥയിലാണ് എംഗൽസ് ലണ്ടനിൽ എത്തുകയും ജനറൽ കൗൺസിൽ അംഗമായി പ്രവർത്തനം ആരംഭിക്കുകയും ചെയ്തത്.

25 വർഷത്തോളം രാഷ്ട്രീയ - സംഘടനാ രംഗത്തുനിന്ന് വിട്ടുനില്ക്കുകയും മാഞ്ചസ്റ്ററിലെ വ്യാവസായികലോകത്ത് ഏറക്കുറെ മുഴുകിക്കഴിയുകയും ചെയ്തിരുന്ന എംഗൽസിനു പരിചിതരായിരുന്നില്ല

ജർമ്മൻകാരൊഴികെയുള്ള ഭൂരിപക്ഷം ജനറൽ കൗൺസിൽ അംഗങ്ങളും. തന്റെ പതിവ് ശീലങ്ങൾ കൈവെടിഞ്ഞ് ഇപ്പോഴത്തെ പുതിയ സംവിധാനവുമായി പൊരുത്തപ്പെട്ടുവരാൻ എംഗത്സിനു അല്പം സമയം വേണ്ടിവന്നു.

എംഗൽസിനെ മുൻപു പരിചയമില്ലാതിരുന്നവരും മാർക്സിന്റെയും എംഗൽസിന്റെയും സൗഹൃദത്തെക്കുറിച്ചറിയാത്തവരുമായവർ മാർക്സ് തന്റെ സുഹൃത്തിനെ ഇത്രയേറെ സ്നേഹിക്കുകയും പ്രകീർത്തിക്കുകയും ചെയ്യുന്നതെന്തുകൊണ്ടെന്ന് അത്ഭുതപ്പെട്ടു. പലരും കരുതിയത് എംഗൽസ് സമ്പന്നനായതുകൊണ്ടും തന്നെ കൈയയച്ച് സഹായിക്കുന്നതുകൊണ്ടുമാണ് മാർക്സ് എംഗൽസിനോട് ഇത്രയേറെ സ്നേഹാദരങ്ങൾ പ്രകടിപ്പിക്കുന്നതെന്നാണ്. എന്തായാലും ലസ്സാലിയൻമാരും ബക്കുനിനിസ്റ്റുകളും ബ്രിട്ടീഷ് ട്രേഡ് യൂണിയൻ പ്രസ്ഥാനത്തിലെ വലതുപക്ഷക്കാരും മാർക്സിനെതിരെ എന്ന പോലെതന്നെ എംഗൽസിനെതിരെയും അതിരൂക്ഷമായ ആക്രമണമാണ് നടത്തിയത്.

ബക്കുനിന് റഷ്യക്ക്പുറത്ത് ഏറ്റവുമധികം പിന്തുണ ലഭിച്ചിരുന്നത് ഇറ്റലി, സ്പെയിൻ, ദക്ഷിണ ഫ്രാൻസ്, പോർച്ചുഗൽ, സ്വിറ്റ്സർലണ്ട് എന്നിവിടങ്ങളിൽനിന്നാണ്, വിശിഷ്യാ ഇറ്റലിയിൽനിന്ന്. ലുംപൻ തൊഴിലാളി വിഭാഗത്തിന് ആധിപത്യം ഉണ്ടായിരുന്ന രാജ്യം എന്നതായിരുന്നു ഇറ്റലിയുടെ പ്രത്യേകത. അതുപോലെ തന്നെ ബൂർഷ്വാ സമൂഹത്തിൽ സർവ്വപ്രതീക്ഷയും അസ്തമിച്ച യുവജനങ്ങൾ, കൊള്ളയും കൊള്ളിവെപ്പും നടത്താൻ നിർബ്ബന്ധിതരാകുന്ന പട്ടിണിപ്പാവങ്ങളായ കൃഷിപ്പണിക്കാർ ഇങ്ങനെ സമൂഹത്തിന്റെ ഏറ്റവും അടിത്തട്ടിൽ ദുരിതമനുഭവിക്കുന്ന വിഭാഗങ്ങൾ ഏറെയുണ്ടെന്നതുമാണ് ഇറ്റലിയുടെ സവിശേഷത. ഈ വിഭാഗങ്ങളെ ബക്കുനിൻ വിപ്ലവം നടത്താൻ ശേഷിയുള്ള യഥാർത്ഥ വർഗ്ഗം എന്നു കരുതുമ്പോൾ ഇറ്റലിയിൽ ബക്കുനിനിസ്റ്റുകൾക്ക് കൂടുതൽ ശക്തിയുള്ളതിൽ അസ്വാഭാവികതയില്ല.

ബക്കുനിന്റെ സ്വാധീനമേഖലകളായ ഈ രാജ്യങ്ങളിലെ പ്രവർത്തകരുമായാണ് എംഗൽസ് പ്രധാനമായും കത്തിടപാടുകൾ നടത്തിയിരുന്നത്. ഈ കത്തിടപാടുകൾ എംഗൽസ് നടത്തിയത് ബക്കുനിനിസ്റ്റുകളുമായുള്ള സന്ധിയില്ലാത്ത സമരത്തിന്റെ ഭാഗമായാണ്. ബക്കുനിന്റെ നയങ്ങളെയും അടവുകളെയും തുറന്നു കാണിച്ച -ബക്കുനിന്റെ 'അലയൻസ്' എന്ന രഹസ്യ സംഘടനയെ സംബന്ധിച്ച പ്രസിദ്ധമായ ലഘുലേഖ (ഹേഗ് കോൺഗ്രസിലെ കമ്മിഷൻ റിപ്പോർട്ട്) യഥാർത്ഥത്തിൽ എഴുതിയത് എംഗൽസും പോൾ ലഫാർഗും ചേർന്നായിരുന്നു. ഇതിന്റെ അവസാനഭാഗം മാത്രമാണ് മാർക്സ് എഴുതിയത്.

1873 നുശേഷം മാർക്സ് ഏറക്കുറെ പൊതുപ്രവർത്തനരംഗത്തുനിന്നു വിട്ടുനിന്നു. *മൂലധനം* ഒന്നാം വോള്യത്തിന്റെ രണ്ടാം ജർമ്മൻ പതിപ്പ് പ്രസിദ്ധീകരിച്ച വർഷമാണിത്. ഫ്രഞ്ച് പരിഭാഷയുടെ എഡിറ്റിങ്ങും അദ്ദേഹം തന്നെ ആരംഭിച്ചിരുന്നു. 1875 ൽ അത് പ്രസിദ്ധീകരിക്കുകയു

മുണ്ടായി. 1867 ൽ *മൂലധനം* ഒന്നാം വോള്യം പ്രസിദ്ധീകരിച്ചശേഷമുള്ള കാലയളവിൽ മാർക്സ് നിരന്തരമുള്ള പഠനത്തിൽ ഏർപ്പെട്ടിരിക്കുകയായിരുന്നുവെന്നും വൈവിദ്ധ്യമാർന്ന വിഷയങ്ങളിൽ അദ്ദേഹത്തിന്റെ ശ്രദ്ധ കേന്ദ്രീകരിച്ചിരുന്നുവെന്നും പില്ക്കാലത്ത് പ്രസിദ്ധീകരിക്കപ്പെട്ട അദ്ദേഹത്തിന്റെ കൈയെഴുത്തു പ്രതികൾ വെളിപ്പെടുത്തുന്നു.

മാർക്സിന്റെ കുടുംബവും എംഗൽസും അദ്ദേഹത്തിന്റെ വഷളായിക്കൊണ്ടിരുന്ന ആരോഗ്യസ്ഥിതിയിൽ ഏറെ ഉൽക്കണ്ഠാകുലരായിരുന്നു. സാധാരണ ഒരു മനുഷ്യനു സാദ്ധ്യമാകാത്തത്ര കഠിനമായി അദ്ധ്വാനിക്കാൻ ഒരു കാലത്ത് കഴിഞ്ഞിരുന്ന കരുത്തുറ്റ ആ ശരീരാവയവങ്ങൾ എല്ലാം ദുർബ്ബലമായി തുടങ്ങിയിരുന്നു. തന്റെ ചിരകാല സുഹൃത്തിന്റെ ആരോഗ്യം വീണ്ടെടുക്കാൻ എംഗൽസ് തന്നാലാവുന്നതെല്ലാം ഈ കാലത്ത് ചെയ്തിരുന്നു. ആരോഗ്യസ്ഥിതി തീരെ മോശപ്പെട്ട ഈ അവസ്ഥയിൽ *മൂലധന*ത്തിന്റെ രണ്ടും മൂന്നും വോള്യങ്ങൾ മിനുക്കു പണികൾ പൂർത്തിയാക്കി പ്രസിദ്ധീകരിക്കുന്നത് ബുദ്ധിമുട്ടായതിനാൽ ആരോഗ്യസ്ഥിതി കുറച്ചുകൂടി മെച്ചപ്പെട്ടിട്ട്, കുറച്ചുകൂടി അനുകൂലമായ കാലത്ത് നടത്താം എന്ന ധാരണയിൽ മാറ്റിവെച്ചു. എന്നാൽ അദ്ദേഹത്തിന്റെ ആ പ്രതീക്ഷ സാക്ഷാൽക്കരിക്കപ്പെട്ടില്ല.

രോഗം അദ്ദേഹത്തെ വല്ലാതെ അലട്ടിയപ്പോഴും വായനയും കുറിപ്പുകളെഴുതലും തെല്ലും മുടക്കിയില്ല. മാത്രമല്ല, അന്താരാഷ്ട്ര തൊഴിലാളിവർഗ്ഗ പ്രസ്ഥാനത്തിന്റെ വളർച്ചയിൽ അപ്പോഴും അദ്ദേഹം അതീവ ശ്രദ്ധാലുവായിരുന്നു. വിവിധ രാജ്യങ്ങളിൽനിന്നും അദ്ദേഹത്തിന്റെ അഭിപ്രായം തേടി എത്തിയിരുന്ന അസംഖ്യം കത്തുകൾക്ക് കൃത്യമായി മറുപടി നല്കിയും മറ്റു വിധങ്ങളിലും മാർക്സ് അപ്പോഴും അന്താരാഷ്ട്ര തൊഴിലാളിവർഗ്ഗ പ്രസ്ഥാനത്തിനു ധൈഷണികമായി നേതൃത്വം നല്കുകയായിരുന്നു. *കമ്യൂണിസ്റ്റു മാനിഫെസ്റ്റോ*യിലെ ആശയങ്ങളുടെ സ്വീകാര്യത വർദ്ധിച്ചുവരികയും വിവിധ രാജ്യങ്ങളിൽ തൊഴിലാളി പ്രസ്ഥാനങ്ങൾ ശക്തിയാർജ്ജിക്കുകയും ചെയ്തു. മാനിഫെസ്റ്റോയുടെ പുതിയ പതിപ്പുകളും പുതിയ പരിഭാഷകളും അവയ്ക്കെല്ലാം മുഖവുരകളും ഇതിനിടയ്ക്ക് തയ്യാറാക്കപ്പെട്ടുകൊണ്ടിരുന്നു.

1875 ൽ ജർമ്മനിയിൽ തൊഴിലാളിവർഗ്ഗത്തിന്റെ പേരിൽ പ്രവർത്തിച്ചിരുന്ന രണ്ടു പാർട്ടികൾ - 1869 ൽ ഐസ്നാക്കിൽ ചേർന്ന യോഗത്തിൽവച്ച് അഗസ്ത് ബെബലിന്റെയും വിൽഹെം ലീബ്നെക്ടിന്റെയും നേതൃത്വത്തിൽ രൂപീകരിച്ച സോഷ്യൽ ഡെമോക്രാറ്റിക് വർക്കേഴ്സ് പാർട്ടി ഓഫ് ജർമ്മനി (SDAP-ഐസ്നാക്കർമാർ എന്നും അറിയപ്പെട്ടു) യും 1864 ൽ ലീപ്സിഗിൽവെച്ച് ഫെർഡിനാൻഡ് ലസ്സാൽ രൂപം നല്കിയ ജനറൽ ജർമ്മൻ വർക്കേഴ്സ് അസോസിയേഷനും (എ ഡി എ പി) ലയിച്ച് സോഷ്യൽ ഡെമോക്രാറ്റിക് പാർടി ഓഫ് ജർമ്മനി (എ സ് പി ഡി) ആയി പ്രവർത്തിക്കാൻ ഗോഥയിൽ ചേർന്ന രണ്ടു പാർട്ടികളുടെയും സംയുക്തയോഗം തീരുമാനിച്ചു. ''ഗോഥാ - പരിപാടി'' എന്ന

റിയപ്പെടുന്ന ഒരു രേഖയുടെ അടിസ്ഥാനത്തിലായിരുന്നു ആ സംയോജനം. മാർക്സിസവും ലസാലിയനിസവും തമ്മിലുള്ള ഒരു ഒത്തുതീർപ്പ് രേഖയായാണ് ഗോഥാ പരിപാടി അറിയപ്പെടുന്നത്. മാർക്സും എംഗൽസും ശക്തമായി ഇതിനെതിരെ രംഗത്തുവന്നു. ഐക്യത്തിന്, ഇരു പാർട്ടികളുടെയും സംയോജനത്തിന്, അവർ എതിരായിരുന്നു എന്നല്ല ഇതിനർത്ഥം. മറിച്ച് തൊഴിലാളിവർഗ്ഗ വിപ്ലവത്തിന്റെ കാഴ്ചപ്പാടിൽ, മാർക്സ് മുന്നോട്ടുവെച്ച നിർദ്ദേശങ്ങൾക്കനുസരിച്ച് പരിപാടിയിൽ ഭേദഗതി വരുത്തണമെന്നാണ് അവർ ആവശ്യപ്പെട്ടത്. ഏകീകരണം തികച്ചും അനിവാര്യമാണെന്നിരിക്കിലും ഈ ഏകീകരണത്തിന്റെ സൈദ്ധാന്തിക അടിത്തറയായി കൊള്ളരുതാത്ത ഒരു പരിപാടി സ്വീകരിക്കുന്നത് അഭിലഷണീയമേയല്ല എന്നതായിരുന്നു മാർക്സിന്റെയും എംഗൽസിന്റെയും നിലപാട്. ദൈനംദിനമുള്ള പ്രായോഗിക പ്രവർത്തനങ്ങൾക്കും പ്രക്ഷോഭങ്ങൾക്കുമായി ഒരു പൊതുവേദി ഉണ്ടാക്കുകയും ഒരു പൊതുപരിപാടി അംഗീകരിക്കുന്നതും അതിന്റെ അടിസ്ഥാനത്തിൽ ഇരുപാർട്ടികളുടെയും ഏകീകരണം നടപ്പാക്കുന്നതും കുറച്ചുകാലത്തേക്ക് മാറ്റിവെക്കുകയും ചെയ്യണമെന്നാണ് മാർക്സ് ആഹ്വാനം ചെയ്തത്.

ഗോഥാ കോൺഗ്രസിനായി തയ്യാറാക്കിയ സംയുക്ത പരിപാടി പൂർണ്ണമായും അനഭിലഷണീയവും പാർട്ടിയെ സംബന്ധിച്ചിടത്തോളം വീര്യം കെടുത്തുന്നതുമായ ഒന്നാണെന്നാണ് മാർക്സ് 1875 മെയ് 5 നു വിൽഹെം ബ്രാക്കെക്കെഴുതിയ കത്തിൽ വ്യക്തമാക്കിയത്. ഈ ഒത്തുതീർപ്പു പരിപാടിയിലൂടെ ലസ്സാലിയൻ വിശ്വാസ പ്രമാണങ്ങൾക്ക് പവിത്രത കല്പിക്കുംവിധം അതിനു കീഴടങ്ങിയിരിക്കുകയാണ് വിൽഹെം ലീബ്നെക്ട് എന്നും ബ്രാക്കേക്കെഴുതിയ കത്തിൽ മാർക്സ് വ്യക്തമാക്കുന്നുണ്ട്.

ഗോഥാ പരിപാടിയുടെ ഓരോ വാക്കും ഓരോ വരിയും മാർക്സിന്റെ നിശിതമായ വിമർശനത്തിനു വിധേയമാകുന്നുണ്ട്. അങ്ങനെ കീറി മുറിച്ച് പരിശോധിച്ച് തയ്യാറാക്കിയ കുറിപ്പുകളാണ്, *Critique of the Gotha Programme* (ഗോഥാ പരിപാടിയുടെ വിമർശനം) എന്ന മാർക്സിന്റെ കൃതി.

> ഇന്നു ബൂർഷ്വാസിക്കു നേർക്കുനേരെ നില്ക്കുന്ന എല്ലാ വർഗ്ഗങ്ങളിലും വച്ച് യഥാർത്ഥത്തിൽ വിപ്ലവകാരിയായ ഒരേയൊരു വർഗ്ഗം തൊഴിലാളിവർഗ്ഗമാണ്. ആധുനികവ്യവസായത്തിന്റെ മുൻപിൽ മറ്റു വർഗ്ഗങ്ങളെല്ലാം ക്ഷയിക്കുകയും ഒടുവിൽ തിരോഭവിക്കുകയും ചെയ്യുന്നു. തൊഴിലാളിവർഗ്ഗമാണ് അതിന്റെ സവിശേഷവും സാരവത്തുമായ ഉല്പന്നം

എന്ന് *കമ്യൂണിസ്റ്റ് മാനിഫെസ്റ്റോയിൽ* മാർക്സും എംഗൽസും മുന്നോട്ടുവയ്ക്കുന്ന സങ്കല്പനത്തെ “തൊഴിലാളിവർഗ്ഗത്തെ അപേക്ഷിച്ച് മറ്റെല്ലാ വർഗ്ഗങ്ങളും ഒരൊറ്റ പിന്തിരിപ്പൻ ഗണം മാത്രമാണ്” എന്ന് ഗോഥാ

പരിപാടി ന്യൂനീകരിക്കുന്നു. ഇത് ലസ്സാലിയൻ രീതിയാണെന്നു മാർക്സ് ചൂണ്ടിക്കാണിക്കുന്നു.

തൊഴിലാളിവർഗ്ഗപ്രസ്ഥാനത്തിന്റെ ഓരോ ദശയിലും അനുയോജ്യമായ സഖ്യങ്ങൾ ഉണ്ടാക്കേണ്ടതിന്റെ അനിവാര്യതയെക്കുറിച്ച് നല്ല ബോദ്ധ്യമുള്ള മാർക്സ് ഗോഥ പരിപാടിയുടെ വക്താക്കളോട് ചോദിക്കുന്നു:

> കഴിഞ്ഞ തിരഞ്ഞെടുപ്പുകളിൽ, ഞങ്ങളെ അപേക്ഷിച്ച് നിങ്ങൾ ബൂർഷ്വാസിക്കും ഫ്യൂഡൽ പ്രഭുക്കൾക്കുമൊപ്പം നില്ക്കുന്ന ഒരൊറ്റ പിന്തിരിപ്പൻ ജനവിഭാഗം മാത്രമാണെന്ന് നമ്മൾ കൈവേലക്കാർ, ചെറുകിട വ്യവസായികൾ മുതലായവരോടും കർഷകരോടും പ്രഖ്യാപിക്കുകയുണ്ടായോ?
>
> (*The first International and After*. Page 348)

ഗോഥാ പരിപാടിയിൽ ഊന്നൽ നല്കുന്നത് തൊഴിലാളിവർഗ്ഗ വിപ്ലവത്തിനല്ല മറിച്ച് ജർമ്മൻ സാമ്രാജ്യവുമായി ഒത്തുകളിക്കുന്ന, ബിസ്മാർക്കുമായി സമരസപ്പെട്ടുപോകുന്ന പരിഷ്കരണവാദപരമായ ഒരു പരിപാടിയാണത് എന്ന വിമർശനമാണ് മാർക്സ് പരിഹാസപൂർവ്വം മുന്നോട്ടുവയ്ക്കുന്നത്.

തൊഴിലാളിവർഗ്ഗത്തിന്റെ സംഘടനയും സമരവും ദേശീയാടിസ്ഥാനത്തിൽ ആയിരിക്കുമ്പോൾ തന്നെ അതിന്റെ സാർവ്വദേശീയ പ്രവർത്തനവും അനിവാര്യമാണെന്ന് മാർക്സ് തറപ്പിച്ചു പറയുന്നു. ഒന്നാം ഇന്റർനാഷണലിന്റെ പ്രവർത്തനം പാരീസ് കമ്യൂണിന്റെ പതനത്തെതുടർന്ന് അതിന്റെ ആദ്യരൂപത്തിൽ മുന്നോട്ടുകൊണ്ടുപോകാനായില്ല എന്നതുകൊണ്ട്, അതിന്റെ പ്രവർത്തനം നിർത്തിവെച്ചു എന്നതുകൊണ്ട് തൊഴിലാളിവർഗ്ഗത്തിന്റെ സാർവ്വദേശീയ പ്രവർത്തനം ഇല്ലാതാകുന്നില്ല എന്നും മാർക്സ് വ്യക്തമാക്കുന്നു.

ജർമ്മൻ സോഷ്യൽ ഡെമോക്രാറ്റിക് പ്രത്യയശാസ്ത്രത്തിലെ ലസ്സാലിയൻ വിഭാഗങ്ങൾക്കെതിരെ മാത്രമല്ല, എസ്ഡിഎപി (ഐസ്നാക്കർമാർ)യിൽനിന്നും പുതിയ പാർട്ടി ഉൾക്കൊണ്ട 'വഷളൻ ജനാധിപത്യ' (Vulgar democratic) പ്രവണതകൾക്കെതിരെയും 'ഗോഥാ പരിപാടിയുടെ വിമർശന'ത്തിൽ മാർക്സ് ആഞ്ഞടിക്കുന്നുണ്ട്. മാർക്സ് എഴുതുന്നു:

> മുതലാളിത്ത സമൂഹത്തിനും കമ്യൂണിസ്റ്റ് സമൂഹത്തിനുമിടയ്ക്ക് ഒന്നിൽനിന്ന് മറ്റേതിലേക്കുള്ള വിപ്ലവകരമായ രൂപാന്തരപ്പെടലിന്റെ ഒരു കാലഘട്ടമുണ്ട്. അതിനനുസൃതമായി രാഷ്ട്രീയ പരിവർത്തനത്തിന്റേതായ ഒരു കാലഘട്ടം കൂടിയുണ്ട്. ആ കാലഘട്ടത്തിലെ ഭരണകൂടത്തിന് ***തൊഴിലാളിവർഗ്ഗത്തിന്റെ വിപ്ലവകരമായ സർവ്വാധിപത്യം*** അല്ലാതെ മറ്റൊന്നുമാവാൻ സാദ്ധ്യമല്ല.
>
> (*The First International and After*. Page 355)

ഇക്കാര്യത്തെക്കുറിച്ച് ഗോഥാ പരിപാടി മൗനം പാലിക്കുകയാണെന്ന വിമർശനമാണ് മാർക്സ് മുന്നോട്ടുവയ്ക്കുന്നത്.

വിപ്ലവകാരികളെയും പരിഷ്കരണവാദികളെയും തമ്മിൽ വേർതിരിക്കുന്ന സുപ്രധാനമായ ഒരു സങ്കല്പനമാണ് മാർക്സ് ഇവിടെ മുന്നോട്ടുവയ്ക്കുന്ന ''തൊഴിലാളിവർഗ്ഗത്തിന്റെ വിപ്ലവകരമായ സർവ്വാധിപത്യം" (Revolutionary Dictatorship of the Proletariat) എന്ന ആശയം. അദ്ദേഹം ഈ ആശയം ആദ്യമായി അവതരിപ്പിച്ചതുമല്ല. 1848 ലെ വിപ്ലവത്തെ വിശകലനം ചെയ്ത് മാർക്സ് 1850 ൽ എഴുതിയ *ഫ്രാൻസിലെ വർഗ്ഗസമരങ്ങൾ* എന്ന കൃതിയിൽ തന്നെ ഈ ആശയം അദ്ദേഹം മുന്നോട്ടുവയ്ക്കുന്നുണ്ട്. മാത്രമല്ല, 1852 മാർച്ച് 5നു ജോസഫ് വെയ്ഡെമെയർക്ക് (1818–1866) എഴുതിയ കത്തിൽ മാർക്സ് പറയുന്നു: ''വർഗ്ഗസമരം അനിവാര്യമായും തൊഴിലാളിവർഗ്ഗ സർവ്വാധിപത്യത്തിലേക്ക് നയിക്കും." പാരീസ് കമ്യൂൺ ഈ രാഷ്ട്രീയ രൂപത്തിന്റെ ആദ്യ മാതൃകയാണെന്നു മാർക്സ് *ഫ്രാൻസിലെ ആഭ്യന്തര യുദ്ധം* എന്ന കൃതിയിലും വ്യക്തമാക്കിയിട്ടുണ്ട്.

മുതലാളിത്തത്തിൽനിന്നു കമ്യൂണിസത്തിലേക്കുള്ള പരിവർത്തനത്തിൽ സോഷ്യലിസ്റ്റ് ഘട്ടത്തെക്കുറിച്ചുള്ള വ്യക്തമായ നിലപാടും മാർക്സ് ഈ കൃതിയിൽ അവതരിപ്പിക്കുന്നുണ്ട്.

ജീവിത സായാഹ്നത്തിലെ സമരങ്ങൾ

ജർമ്മൻ സോഷ്യൽ ഡെമോക്രാറ്റിക് പാർട്ടിയുടെ ഗോഥാ കോൺഗ്രസുമായും അതിനായി തയ്യാറാക്കിയ ഗോഥാ പരിപാടിയുമായും ബന്ധപ്പെട്ട പ്രശ്നത്തിൽ അഗസ്ത് ബെബലും (1840-1913) വിൽഹെം ബ്രാക്കിയും (1842-1880) വിൽഹെം ലിബ്നെക്ടിൽനിന്നും വ്യത്യസ്തമായി മാർക്സിന്റെ നിലപാടിനൊപ്പം ഉറച്ചുനിന്നിരുന്നു. ഐക്യത്തേയും അതിന് അടിസ്ഥാനമായ പരിപാടിയേയും സംബന്ധിച്ച മാർക്സിന്റെയും എംഗൽസിന്റെയും നിലപാട് വിശദീകരിച്ചും ഈ ഒത്തുതീർപ്പ് പരിപാടിയോടുള്ള വിയോജിപ്പ് എന്തുകൊണ്ടെന്ന് വ്യക്തമാക്കിയും ബെബലിനെ അഭിസംബോധന ചെയ്ത്, ഇവർ മൂവർക്കുമായി വിശദമായ ഒരു കത്ത് എംഗൽസ് എഴുതി, മാർക്സും എംഗൽസും ഒപ്പുവെച്ച് അയക്കുകയുണ്ടായി. ഇതിൽ മാർക്സും എംഗൽസും കൃത്യമായി ചൂണ്ടിക്കാണിക്കുന്നു:

> മറ്റു വർഗ്ഗങ്ങളിൽനിന്നുള്ള ആളുകൾ തൊഴിലാളിവർഗ്ഗ പാർട്ടിയിൽ ചേരുമ്പോൾ അവർ അവർക്കൊപ്പം ബൂർഷ്വാ - പെറ്റിബൂർഷ്വാ മുൻ വിധികൾ കൊണ്ടുവരരുത്; മറിച്ച് തൊഴിലാളിവർഗ്ഗ ലോകവീക്ഷണത്തിന് ഒരു ക്ഷതമേല്പിക്കാതെയുമായിരിക്കണം അവരെ സ്വീകരിക്കേണ്ടത്.
>
> (Page 374, *The First International and After*).

എന്നാൽ ഈ കത്ത് കിട്ടും മുൻപുതന്നെ ഗോഥാപരിപാടിയോടുള്ള വിയോജിപ്പ് രേഖപ്പെടുത്തി ബ്രാക്കെ എംഗൽസിന് ഒരു കത്തെഴുതുകയുണ്ടായി: ''ഈ പരിപാടി അംഗീകരിക്കാൻ എനിക്കാവില്ല. ബെബലിനും അതേ അഭിപ്രായമാണുള്ളത്. താങ്കളും മാർക്സും ഇതേക്കുറിച്ച് എന്ത് ചിന്തിക്കുന്നുവെന്നറിയാൻ എനിക്ക് അതിയായ ആഗ്രഹമുണ്ട്.'' ഈ

അഭ്യർത്ഥന കണക്കിലെടുത്തു കൂടിയാണ് തുടർന്ന് മാർക്സ് ഗോഥാ പരിപാടിയിലെ ഓരോ പോയിന്റും കീറിമുറിച്ച് പരിശോധിച്ച് വിമർശന ക്കുറിപ്പ് തയ്യാറാക്കിയത്. ഈ കുറിപ്പും ലിബ്നെക്ടും ബെബലും ബ്രാക്കെയും ഉൾപ്പെടെയുള്ള ജർമ്മൻ പാർട്ടിയിലെ തന്റെ അനുയായി കൾക്ക് മാർക്സ് അയച്ചുകൊടുത്തു. മാർക്സിന്റെ ഇടപെടലി നെത്തുടർന്ന് ലിബ്നെക്ടും നിലപാടിൽ മാറ്റം വരുത്തിയിരുന്നു.

മാർക്സിസത്തിന്റെ അടിസ്ഥാന രേഖകളിലൊന്നായി 'ഗോഥാ പരി പാടിയെക്കുറിച്ചുള്ള വിമർശനം' അടയാളപ്പെടുത്തപ്പെടുന്നു. എന്നാൽ ജർമ്മൻ സോഷ്യൽ ഡെമോക്രാറ്റിക് പാർട്ടിയിലെ ഈ വ്യതിയാനവും ചാഞ്ചാട്ടവും അതായത് ലസ്സാലിയൻ പാരമ്പര്യം, പില്ക്കാലത്ത് ആ പാർ ട്ടിയെ തികഞ്ഞ ബൂർഷ്വാ പാർട്ടിയാക്കി രൂപപ്പെടുത്തിയെന്നത് ചരിത്രം. കാരണം, അത് മാർക്സ് ചൂണ്ടിക്കാട്ടിയ വഴിയിലൂടെയല്ല നീങ്ങിയത്.

ഗോഥാ കോൺഗ്രസിൽ വച്ചുണ്ടാക്കിയ അവസരവാദപരമായ ഐക്യം ബൂർഷ്വാ - പെറ്റിബൂർഷ്വാ അവസരവാദികൾക്കാകെ പാർട്ടി ക്കുള്ളിൽ കടക്കാൻ അവസരമാകുമെന്ന് മാർക്സ് തുടക്കത്തിലേ ക ണ്ടിരുന്നു. അത് അക്ഷരാർത്ഥത്തിൽ ശരിയാകുന്നതിന് ഏറെനാൾ വേ ണ്ടിവന്നില്ല. ഗോഥാ പരിപാടിയെ സംബന്ധിച്ച വാദപ്രതിവാദം നടന്ന് ഏതാനും മാസങ്ങൾ പിന്നിട്ടപ്പോൾ പാർട്ടിയിലെ ഇരു വിഭാഗവും സൈദ്ധാന്തികമായി താണനിലവാരത്തിലാണ് നില്ക്കുന്നതെന്ന് മാർക് സിനും എംഗൽസിനും ബോദ്ധ്യമായി. പാർട്ടിയിലെ ബുദ്ധിജീവികളും തൊഴിലാളികളും ഉൾപ്പെടെയുള്ള അംഗങ്ങൾക്കിടയിൽ ബെർലിൻ സർവ്വ കലാശാലയിലെ പ്രൊഫസറും തത്ത്വചിന്തകനും സാമ്പത്തികശാസ് ത്രജ്ഞനുമായ യുജിൻ ദൂറിങ്ങിന്റെ സിദ്ധാന്തങ്ങളുടെ ആകർഷണവല യിൽപെട്ടിരുന്നു. അർത്ഥശാസ്ത്രത്തെയും തത്ത്വചിന്തയെയും സംബ ന്ധിച്ച് വികലമായ ആശയങ്ങൾ അവതരിപ്പിച്ച് ദൂറിങ് നടത്തിയ പ്രഭാ ഷണങ്ങൾ അതിന്റെ ആകർഷകത്വവും ഒപ്പം ദൂറിങ്ങിന്റെ സവിശേഷമാ യ വ്യക്തിത്വവും അദ്ദേഹം അന്ധനായിരുന്നതുകൊണ്ടുള്ള സഹതാപ വും വലിയൊരു വിഭാഗമാളുകളിൽ സ്വാധീനം ചെലുത്തി. ''ചിന്താമണ്ഡ ലത്തിലെ സജീവശബ്ദം'' എന്നാണ് ദൂറിങ്ങിന്റെ വാക്കും എഴുത്തും അറിയപ്പെട്ടത്. സോഷ്യലിസ്റ്റ് സിദ്ധാന്തങ്ങളെ പൊതുവിലും മാർക്സി ന്റെ ആശയങ്ങളെ പ്രത്യേകിച്ചും ദൂറിങ് ശക്തമായി എതിർത്തു. സിദ്ധാ ന്തത്തിനുപരി പ്രവർത്തനത്തിനും പ്രതിഷേധത്തിനും സമരത്തിനും ദൂ റിങ് നല്കിയ ഊന്നലായിരുന്നു വിദ്യാർത്ഥികളും തൊഴിലാളികളും ഉൾ പ്പെടെ സോഷ്യലിസ്റ്റ് അണികളെ സ്വാധീനിച്ചത്. സാമ്പത്തിക ഘടക ത്തിലുപരി ദൂറിങ് രാഷ്ട്രീയഘടകത്തിനു പ്രാധാന്യം നല്കി. ചരിത്ര ത്തിൽ അക്രമത്തിനും ബലപ്രയോഗത്തിനുമുള്ള പ്രാധാന്യവും ദൂറിങ് ചൂണ്ടിക്കാണിച്ചു. മാർക്സിനു നേരെ ദൂറിങ് ചൊരിഞ്ഞ വിമർശനത്തി ന്റെ തരംതാണ സ്വഭാവം പ്രകടമാക്കുന്നതായിരുന്നു ഒരു ഘട്ടത്തിൽ മാർക്സ് ജൂതനായിരുന്നു എന്ന് വലിയൊരു കണ്ടുപിടിത്തംപോലെ ദൂ റിങ് എഴുതിയത്.

ദൂറിങ്ങിനു മറുപടി നല്കാൻ എംഗൽസ് ആദ്യമൊക്കെ ഒന്നറച്ചെങ്കിലും ജർമ്മൻ സുഹൃത്തുക്കളിൽനിന്നുള്ള അഭ്യർത്ഥന പരിഗണിച്ച് 1877 ൽ സോഷ്യൽ ഡെമോക്രാറ്റിക് പാർട്ടിയുടെ മുഖപത്രമായ *വൊർവാർട്സിൽ* ദൂറിങ്ങിന്റെ കാഴ്ചപ്പാടുകളെ നിശിതമായി വിമർശിച്ചുകൊണ്ട് ഒരു ലേഖന പരമ്പര പ്രസിദ്ധീകരിച്ചു. പാർട്ടിക്കുള്ളിലെ എഡ്വേർഡ് ബേൺസ്റ്റീനെ (1850-1932) പോലെയുള്ളവരെ എംഗൽസിന്റെ ഈ ലേഖന പരമ്പര പ്രകോപനംകൊള്ളിച്ചു. ഇതിനിടയിൽ നടന്ന സോഷ്യൽ ഡെമോക്രാറ്റുകളുടെ ഒരു സമ്മേളനത്തിൽ പങ്കെടുത്ത പ്രതിനിധികളിൽ പലരും (പില്ക്കാലത്ത് റിവിഷനിസത്തിന്റെ ആചാര്യനെന്നറിയപ്പെട്ട ബേൺസ്റ്റീന്റെയും കൂട്ടരുടെയും അനുയായികളായിരുന്നു അവർ) എംഗൽസിനെതിരെ നിഷ്ഠുരമായ ആക്രമണമാണ് അഴിച്ചുവിട്ടത്. പാർട്ടിയുടെ പത്രത്തിൽ ഈ ലേഖനപരമ്പരയുടെ പ്രസിദ്ധീകരണം നിർത്തിവയ്ക്കണമെന്ന ഒരു പ്രമേയം ഇക്കൂട്ടർ ആ സമ്മേളനത്തിൽ അവതരിപ്പിച്ചു. ഒരു മദ്ധ്യസ്ഥന്റെ ഇടപെടലാണ് ആ പ്രമേയം പാസാക്കുന്നതിൽനിന്ന് സമ്മേളനത്തെ പിന്തിരിപ്പിച്ചത്. എംഗൽസിന്റെ ലേഖനങ്ങൾ പാർട്ടി മുഖപത്രത്തിന്റെ സാധാരണ ലക്കത്തിൽ പ്രസിദ്ധീകരിക്കുന്നതൊഴിവാക്കി, അതിന്റെ പ്രത്യേക പതിപ്പിൽ പ്രസിദ്ധീകരിച്ചാൽ മതി എന്ന് ഒടുവിൽ പ്രമേയം പാസാക്കി. ദൂറിങ്ങിന്റെ വാദങ്ങളെ ഖണ്ഡിക്കുന്ന എംഗൽസിന്റെ ലേഖനപരമ്പര സോഷ്യൽ ഡെമോക്രാറ്റിക് പാർട്ടിയിലെ പഴയ ലസ്സാൽ പക്ഷക്കാരുൾപ്പെടെയുള്ള ബൂർഷ്വാ - പെറ്റിബൂർഷ്വാ ആശയഗതിക്കാരെ എത്രമാത്രം വിറളിപിടിപ്പിച്ചു എന്നതിന്റെ തെളിവാണിത്.

ഈ ലേഖന പരമ്പര പിന്നീട് *ഹെർ യൂജിൻ ദൂറിങ്ങിന്റെ ശാസ്ത്രവിപ്ലവം* എന്ന പേരിലുള്ള ഒരു ഗ്രന്ഥമായി പ്രസിദ്ധീകരിക്കുകയുണ്ടായി. ഇതാണ് *Anti Duhring* (ദൂറിങ്ങിനെതിരെ) എന്ന പേരിൽ പിന്നീട് പ്രസിദ്ധമായത്. ഡേവിഡ് റിയാസനോവ് കൃത്യമായി ചൂണ്ടിക്കാണിക്കുന്നതുപോലെ ''മാർക്സിസത്തിന്റെ ചരിത്രത്തിലെ ഐതിഹാസികമായ ഒരു കൃതിയാണ് ദൂറിങ്ങിനെതിരെ". ആ കാലത്ത് ശാസ്ത്രീയ സോഷ്യലിസത്തിന്റെ അടിസ്ഥാന തത്ത്വങ്ങൾ പുതിയ തലമുറയെ പഠിപ്പിച്ച, അതിന്റെ തത്ത്വശാസ്ത്രപരമായ പരിസരം പുതിയ തലമുറയെ പഠിപ്പിച്ച, ഒപ്പം പഴയ തലമുറയെ ഇക്കാര്യങ്ങൾ ഓർമ്മിപ്പിച്ച ഒന്നാണീ കൃതി.

ദൂറിങ്ങിന്റെ അശാസ്ത്രീയമായ ചിന്താഗതികൾ ഖണ്ഡിക്കുന്നതിൽ മാത്രം ഒതുങ്ങുന്നതല്ല എംഗൽസിന്റെ ഈ കൃതി. മറിച്ച്, വൈരുദ്ധ്യാത്മകവും ചരിത്രപരവുമായ ഭൗതികവാദം, അർത്ഥശാസ്ത്രം, സോഷ്യലിസവും കമ്യൂണിസവും സംബന്ധിച്ച സിദ്ധാന്തങ്ങൾ എന്നീ മാർക്സിസത്തിന്റെ മൂന്ന് മുഖ്യധാരകളെക്കുറിച്ച് സമഗ്രമായി ഈ കൃതിയിൽ എംഗൽസ് വ്യക്തമാക്കുന്നു. ആദ്യമായാണ് മാർക്സിസത്തെ സംബന്ധിച്ച സർവ്വതലസ്പർശിയായ ഒരു കൃതി രചിക്കപ്പെട്ടത്. മാർക്സിന്റെയും എംഗൽസിന്റെയും വൈജ്ഞാനികമായ സഹകരണത്തിന്റെ ഉല്പന്നമായിരുന്നു ''ദൂറിങ്ങിനെതിരെ''. മാർക്സുമായി വിശദമായ ചർച്ച നടത്തിയ ശേഷമാണ് എംഗൽസ് ഈ കൃതി എഴുതിയത്. എഴുതി പൂർത്തിയാ

ക്കിയ കൃതി മാർക്സ് വായിച്ച് അംഗീകരിച്ചശേഷമേ എംഗൽസ് അച്ചടിക്കാൻ കൊടുത്തിരുന്നുള്ളൂ. മാത്രമല്ല, സാമ്പത്തികശാസ്ത്രം സംബന്ധിച്ച അതിലെ 10-ാം അദ്ധ്യായം പൂർണ്ണമായും എഴുതിയത് മാർക്സാണ്. എംഗൽസ് ആ അദ്ധ്യായത്തിൽ വളരെ ചെറിയ മിനുക്കുപണികൾ നടത്തുക മാത്രമേ ചെയ്തിരുന്നുള്ളൂ എന്ന് അദ്ദേഹം തന്നെ രേഖപ്പെടുത്തിയിട്ടുണ്ട്.

ജർമ്മൻ തൊഴിലാളി പ്രസ്ഥാനത്തിനുള്ളിൽ മാത്രമല്ല, ഫ്രാൻസിലെയും റഷ്യയിലെയുമെല്ലാം വിപ്ലവകാരികൾക്കിടയിലും മാർക്സിന്റെയും എംഗൽസിന്റെയും സിദ്ധാന്തങ്ങൾ സമഗ്രമായി പ്രചരിപ്പിക്കുന്നതിൽ "ദൂറിങ്ങിനെതിരെ'' അദ്വിതീയമായ പങ്കു വഹിച്ചു. ഫ്രഞ്ചുകാരായ അനുയായികളുടെ അഭ്യർത്ഥന മാനിച്ച് എംഗൽസ് അതിലെ ചില അദ്ധ്യായങ്ങൾ ചേർത്ത് 1880 ൽ പ്രത്യേകമായി ഒരു പുസ്തകം തയ്യാറാക്കി. മാർക്സിസ്റ്റ് ക്ലാസിക്കുകളിൽ ഏറ്റവും പ്രമുഖവും *കമ്യൂണിസ്റ്റ് മാനിഫെസ്റ്റോ* കഴിഞ്ഞാൽ ഏറ്റവുമധികം വായിക്കപ്പെട്ടിട്ടുള്ളതുമായ *Socialism - Utopian and Scientific* (സോഷ്യലിസം സാങ്കല്പികവും ശാസ്ത്രീയവും) എന്ന കൃതിയാണത്. ഫ്രഞ്ച്, പോളിഷ്, റഷ്യൻ ഭാഷകളിലേക്ക് ഉടൻ തന്നെ അത് പരിഭാഷ ചെയ്യപ്പെട്ടു.

1880 കളുടെ തുടക്കത്തിൽ യൂറോപ്യൻ തൊഴിലാളി പ്രസ്ഥാനത്തിൽ വലിയ ചലനങ്ങൾ കണ്ടു തുടങ്ങി. എംഗൽസിന്റെ അക്ഷീണമായ പ്രവർത്തനവും പ്രചരണത്തിലും കാര്യങ്ങൾ മറ്റുള്ളവരെ ബോദ്ധ്യപ്പെടുത്തുന്നതിലുമുള്ള അദ്ദേഹത്തിന്റെ മികവുംമൂലം ക്രമേണ മാർക്സിസത്തിന്റെ പ്രസിദ്ധി വർദ്ധിക്കാനാരംഭിച്ചു. ഇതിന്റെ മറുവശം ഭരണവർഗ്ഗത്തിൽനിന്നുള്ള അടിച്ചമർത്തലും ഇതിനൊപ്പം വർദ്ധിച്ചുവെന്നതാണ്. ജർമ്മനിയിൽ സോഷ്യൽ ഡെമോക്രാറ്റിക് പാർട്ടി നിയമവിരുദ്ധമാക്കപ്പെട്ടു. ബക്കുനിനും ദൂറിങ്ങും അതുപോലുള്ള മറ്റ് എതിരാളികളും സൃഷ്ടിച്ച താല്കാലികമായ ആശയക്കുഴപ്പം നീങ്ങുകയും മാർക്സിസം തൊഴിലാളിവർഗ്ഗ പ്രസ്ഥാനങ്ങളുടെയാകെ ശ്രദ്ധാകേന്ദ്രമായി മാറുകയും ചെയ്തു. 1879 ൽ ഫ്രാൻസിൽ മാർസെയിൽസിൽ ചേർന്ന സമ്മേളനത്തിൽ ഒരു പുതിയ തൊഴിലാളിവർഗ്ഗ പാർട്ടി സോഷ്യലിസ്റ്റ് പരിപാടിയോടുകൂടി സംഘടിപ്പിക്കപ്പെട്ടു. ആദ്യകാലത്ത് ബക്കുനിനൊപ്പംനിന്ന ജൂൾ ഗ്യൂദെ (1845-1921) യുടെ നേതൃത്വത്തിലുള്ള ഒരു സംഘം യുവ മാർക്സിസ്റ്റുകളായിരുന്നു ഇതിനു മുൻകൈയെടുത്തത്. 1880 ൽ ഈ പാർട്ടിക്ക് ഒരു പുതിയ പരിപാടിക്ക് രൂപം നല്കാൻ ഇവർ തീരുമാനിച്ചു. ഗ്യൂദെയും സഖാക്കളും മാർക്സിനെ കണ്ട് ചർച്ച ചെയ്യാൻ ലണ്ടനിലേക്കു പോയി.

ഫ്രാൻസിലെ തൊഴിലാളിവർഗ്ഗത്തിന്റെ പാർട്ടിക്കായി ഒരു പരിപാടി തയ്യാറാക്കാൻ മാർക്സ് സജീവമായിത്തന്നെ ഇടപെട്ടു. എന്നാൽ ഫ്രാൻസിൽ നിലനിന്ന ചില കാര്യങ്ങൾമൂലം മാർക്സ് മുന്നോട്ടുവെച്ച നിർദ്ദേശങ്ങൾ ഗ്യൂദെക്കും സഖാക്കൾക്കും സ്വീകാര്യമായില്ല. അതുകൊണ്ട് മാർക്സ് പാർട്ടി പരിപാടിയുടെ അന്തഃസത്ത എന്തായിരിക്കണം എന്നു വ്യക്തമാക്കുന്ന അതിന്റെ അടിസ്ഥാന തത്ത്വങ്ങൾക്ക് രൂപം നല്കുക മാത്രം

ചെയ്തു. Introduction to the Programme of the French Workers Party (ഫ്രഞ്ച് വർക്കേഴ്സ് പാർട്ടിയുടെ പരിപാടിക്ക് ഒരാമുഖം) എന്ന പേരിൽ മാർക്സ് തയ്യാറാക്കിയ ആ രേഖ ആ പരിപാടിക്കൊപ്പം പ്രസിദ്ധീകരിച്ചിട്ടുമുണ്ട്. ഫ്രാൻസിൽ നിലനില്ക്കുന്ന സാഹചര്യങ്ങൾക്കനുസരിച്ച് പരിപാടിക്ക് രൂപം നല്കാൻ ഫ്രാൻസിലെ സഖാക്കൾക്ക് വിട്ടുകൊടുത്ത മാർക്സ്, ഒപ്പം കമ്യൂണിസത്തിന്റെ അടിസ്ഥാനാശയങ്ങൾ അവിതർക്കിതവും സുനിശ്ചിതവുമായ യുക്തിബോധത്തോടെ അതിൽ പിന്തുടരണമെന്നാവശ്യപ്പെടുകയും ചെയ്തു. ഫ്രഞ്ച് സാഹചര്യങ്ങൾ വിശകലനം ചെയ്യുന്നതിനു സഹായകമായി മാർക്സ് നൂറിലധികം ചോദ്യങ്ങളടങ്ങുന്ന ഒരു ചോദ്യാവലി തയ്യാറാക്കി നല്കിയിരുന്നു. ഫ്രാൻസിലെ തൊഴിലാളികളുടെ ജീവിത സാഹചര്യം വിശകലനം ചെയ്യാൻ പറ്റിയ വിധത്തിലുള്ളതാണ് ഈ ചോദ്യാവലി. ഗ്യൂദെയും പോൾലഫാർഗും ഉൾപ്പെടെയുള്ള ഫ്രഞ്ച് മാർക്സിസ്റ്റുകൾ തയ്യാറാക്കിയ ആ പരിപാടി *What the Social Democrats Want* (സോഷ്യൽ ഡെമോക്രാറ്റുകൾ എന്താണ് ആഗ്രഹിക്കുന്നത്) എന്ന പേരിൽ പ്രസിദ്ധീകരിച്ചു. ബേൺസ്റ്റീൻ അത് ജർമ്മൻ ഭാഷയിലേക്കും പ്ലെഹാനോവ് റഷ്യൻ ഭാഷയിലേക്കും ഉടൻ തന്നെ പരിഭാഷപ്പെടുത്തുകയുണ്ടായി. തുടർന്ന് ജർമ്മനിയിൽ കൗട്സ്ക്കിയുടെ നേതൃത്വത്തിൽ തയ്യാറാക്കിയ 'എർഫുർട് പരിപാടി'യും റഷ്യയിലും ആസ്ത്രിയയിലും മറ്റും അക്കാലത്ത് തൊഴിലാളിവർഗ്ഗ പാർട്ടികൾ തയ്യാറാക്കിയ പരിപാടികളും ഈ ഫ്രഞ്ച് മാതൃക പിൻപറ്റിയിരുന്നു.

1870 കളുടെ അവസാനത്തോടുകൂടി യൂറോപ്പിൽ വിവിധ രാജ്യങ്ങളിൽ തൊഴിലാളിവർഗ്ഗ പാർട്ടികൾ ഉയർന്നുവരികയുണ്ടായി. 1874 ൽ ആസ്ത്രിയയിൽ, പിന്നീട് ഡെന്മാർക്കിൽ, 1878 ൽ ബൊഹീമിയയിൽ, 1879 ൽ ബെൽജിയത്തിലും സ്പെയിനിലും, 1880 ൽ ഫ്രാൻസിലും ഹംഗറിയിലും, 1881 ൽ ഇംഗ്ലണ്ടിൽ, 1882 ൽ ഇറ്റലിയിലും പോളണ്ടിലുമെല്ലാം ശാസ്ത്രീയ കമ്യൂണിസ്റ്റാശയങ്ങൾ ഉൾക്കൊണ്ട തൊഴിലാളിവർഗ്ഗ പാർട്ടികൾ രൂപീകരിക്കപ്പെട്ടു. ഇവയുടെയെല്ലാം നേതാക്കൾ മാർക്സിന്റെയും എംഗൽസിന്റെയും ഉപദേശം തേടി എത്തുകയും ചെയ്തിരുന്നു. ഈ സംഘടനാ പ്രവർത്തനങ്ങൾക്കെല്ലാം അവർ ഇരുവരും സജീവമായ പിന്തുണ നല്കുകയും വേണ്ട ഉപദേശ - നിർദ്ദേശങ്ങൾ നല്കുകയും ചെയ്തിരുന്നു.

റഷ്യയിലെ സംഭവവികാസങ്ങൾ, അവിടെ വളർന്നുവന്നിരുന്ന വിപ്ലവ പ്രസ്ഥാനത്തെ സംബന്ധിച്ച്, മാർക്സും എംഗൽസും സൂക്ഷ്മമായി നിരീക്ഷിച്ചിരുന്നു. അവർ രണ്ടുപേരും അതിനായി റഷ്യൻ ഭാഷ പഠിച്ചു. റഷ്യൻ ഭാഷാ പഠനം മാർക്സ് വാർദ്ധക്യത്തോടടുത്താണ് തുടങ്ങിയത്; എന്നിട്ടും ഡെബ്രോല്യുബോവിന്റെയും (1836-1861) ചെർണിഷേവ്സ്കിയുടെയും (1828-1889) മറ്റും കൃതികൾ വായിക്കാൻ കഴിയുംവിധം റഷ്യൻ ഭാഷാവൈദഗ്ദ്ധ്യം അദ്ദേഹം ആർജ്ജിച്ചു (റഷ്യയിലെ വിപ്ലവ ജനാധിപത്യവാദികളും ഭൗതികവാദികളുമായ തത്ത്വചിന്തകരും സാഹിത്യ

കാരന്മാരുമായിരുന്നു ഇരുവരും. ലെനിനെയും മറ്റു റഷ്യൻ മാർക്സിസ്റ്റുകളെയും ഏറെ സ്വാധീനിച്ച എഴുത്തുകാരുമായിരുന്നു ഇവർ). റഷ്യൻഭാഷയിൽ അദ്ദേഹം എത്രത്തോളം വൈദഗ്ദ്ധ്യം നേടിയെന്നതിന്റെ ഉദാത്തമായ ഉദാഹരണമാണ് സാൾട്ടിക്കോവ് ഷെഡ്രിന്റെ (1826 – 1889) യും മറ്റും ദുഷ്കരമായ കൃതികൾപോലും മാർക്സ് വായിച്ച് മനസ്സിലാക്കിയിരുന്നുവെന്ന വസ്തുത. *മൂലധന*ത്തിന്റെ റഷ്യൻ പരിഭാഷയും അദ്ദേഹം വായിക്കുകയുണ്ടായി.

ബക്കുനിനിസ്റ്റുകളെ തള്ളിപ്പറഞ്ഞ, ഒന്നാം ഇന്റർനാഷണലിന്റെ ഹേഗ് കോൺഗ്രസിനുശേഷവും റഷ്യയിൽ മാർക്സിന്റെ അനുയായികളുടെ എണ്ണം വർദ്ധിച്ചുവരികയായിരുന്നു. ബൂർഷ്വാ അർത്ഥശാസ്ത്രത്തിന്റെ വിമർശകനെന്ന നിലയിൽ മാർക്സിന്റെ പ്രത്യക്ഷമോ പരോക്ഷമോ ആയ സ്വാധീനം റഷ്യയിലെ പല എഴുത്തുകാരുടെയും കൃതികളിൽ കാണാം. ഇതിൽ പീറ്റർലാവ്റോവിന്റെയും (1823–1900) അനുയായികളുടെയും കാര്യം എടുത്തുപറയാവുന്നതാണ്. ആദ്യകാലത്ത് ബക്കുനിന്റെ അനുയായികളായിരുന്ന ജോർജ്ജി പ്ലെഹാനോവ് (1856–1918), വേരാ സാസുലിച്ച് (1849–1919), പവേൽ അക്സെൽറോഡ് (1850–1928) തുടങ്ങിയ റഷ്യൻ വിപ്ലവ പ്രസ്ഥാനത്തിലെ നിരവധി ആദ്യപഥികർ പിന്നീട് മാർക്സിന്റെ അനുയായികളായി മാറുകയാണുണ്ടായത്. റഷ്യൻ വിപ്ലവ പ്രസ്ഥാനത്തിലെ ആദ്യകാല പ്രവണതകളിലൊന്നായ നരോദ്നയ വോള്യയുടെ (ജനകീയ ഇച്ഛ) പ്രാധാന്യവും മാർക്സും എംഗൽസും കണ്ടിരുന്നു.

റഷ്യയിലെ സാമൂഹിക - സാമ്പത്തിക സ്ഥിതിഗതികളെക്കുറിച്ച് മാർക്സ് എത്രത്തോളം ശ്രദ്ധയോടെ നിരീക്ഷിക്കുകയും പഠിക്കുകയും ചെയ്തിരുന്നുവെന്ന് വെളിപ്പെടുത്തുന്ന നിരവധി കൈയെഴുത്തുപ്രതികളും കത്തുകളും ഇപ്പോൾ പ്രസിദ്ധീകരിക്കപ്പെട്ടിട്ടുണ്ട്. റഷ്യയിലെ കാർഷികമേഖലയുടെ അവസ്ഥയെക്കുറിച്ച് അദ്ദേഹം എത്രത്തോളം ഗൗരവപൂർവ്വം പഠിച്ചിരുന്നുവെന്ന് തെളിയിക്കുന്നതാണ് റഷ്യൻ കാർഷിക വിളകളിൽ അടിക്കടി ഉണ്ടായിക്കൊണ്ടിരുന്ന തകർച്ചയുടെ കാരണങ്ങളെക്കുറിച്ചും അവ അടിക്കടി സംഭവിക്കുന്നതിനുപിന്നിലെ നിയമത്തെക്കുറിച്ചുമുള്ള കണ്ടെത്തലുകൾ. അദ്ദേഹത്തിന്റെ നിഗമനങ്ങൾ ശരിയാണെന്ന് പില്ക്കാല ചരിത്രവും സാധൂകരിച്ചിട്ടുണ്ട്.

വേരാസാസുലിച്ചിന്റെ ഒരു കത്തിന് മാർക്സ് എഴുതിയ മറുപടിയുടെ നാല് കരടുകളിൽ റഷ്യയെക്കുറിച്ചു മാത്രമല്ല, വളർന്നുവന്നുകൊണ്ടിരുന്ന സാമ്രാജ്യത്വത്തെക്കുറിച്ച്, കൊളോണിയൽ രാജ്യങ്ങളിൽ നടത്തുന്ന സാമ്രാജ്യത്വ ചൂഷണത്തെക്കുറിച്ചെല്ലാമുള്ള നിരീക്ഷണങ്ങൾ ഇപ്പോൾ പ്രഭാത് പട്നായിക്കിനെപ്പോലുള്ള പണ്ഡിതരുടെ പഠനങ്ങൾക്ക് വിധേയമായിരിക്കുന്നു.

പോളണ്ടിലെയും അയർലണ്ടിലെയും വിമോചന പ്രസ്ഥാനങ്ങളെക്കുറിച്ച്, ഇന്ത്യയിലെ സ്വാതന്ത്ര്യസമര പ്രസ്ഥാനത്തെക്കുറിച്ച്, അമേരിക്കൻ ആഭ്യന്തരയുദ്ധത്തെക്കുറിച്ച് ചൈനയെക്കുറിച്ചും ജപ്പാനെക്കുറിച്ചും,

ആഫ്രിക്കൻ ഗോത്ര സമൂഹങ്ങളെക്കുറിച്ചുമെല്ലാം ഗൗരവപൂർണ്ണമായ പഠനങ്ങളിൽ മാർക്സ് ഏർപ്പെട്ടിരുന്നു. പോളണ്ടിന്റെയും അയർലണ്ടിന്റെയും കാര്യത്തിൽ ഒന്നാം ഇന്റർനാഷണലിന്റെ കാലത്തും തുടർന്നും അദ്ദേഹം സജീവമായി ഇടപെടുകയും ചെയ്തിരുന്നു.

വിപ്ലവത്തിന്റെ പേരിൽ നടക്കുന്ന അരാജക പ്രവണതകൾ യഥാർത്ഥ വിപ്ലവ പ്രസ്ഥാനത്തെ എത്രത്തോളം പ്രതികൂലമായി ബാധിക്കുന്നുവെന്നും മാർക്സ് ഉൽക്കണ്ഠപ്പെട്ടിരുന്നു. ജർമ്മൻ ജനാധിപത്യ റിപ്പബ്ലിക്കിലെ മാർക്സിസം - ലെനിനിസം ഇൻസ്റ്റിറ്റ്യൂട്ട് പ്രസിദ്ധീകരിച്ച മാർക്സിന്റെ ജീവചരിത്രത്തിൽ അത്തരം ഒരു സംഭവം വിവരിക്കുന്നുണ്ട്:

> ജർമ്മൻ കൈസറെ വധിക്കാൻ ഒരു ശ്രമം നടന്നതായി 1878 മെയ് 12 നു മാർക്സിനു വിവരം ലഭിച്ചു. ആ സന്ദർഭത്തിൽ മാർക്സിന്റെ വീട്ടിലുണ്ടായിരുന്ന ഒരു സന്ദർശകൻ പിന്നീട് ഇപ്രകാരം രേഖപ്പെടുത്തി: 'ഭീകര പ്രവർത്തകരെക്കുറിച്ച് ശാപവചനങ്ങളോടെയാണ് മാർക്സ് ഈ വാർത്ത കേട്ടപ്പോൾ പ്രതികരിച്ചത്. ഉടൻ തന്നെ അദ്ദേഹം പ്രഖ്യാപിച്ചു: ഇനി ഒന്നേ പ്രതീക്ഷിക്കേണ്ടതുള്ളൂ. സോഷ്യലിസ്റ്റുകളുടെ മേൽ പുതിയ പീഡനമുറകൾ.

ഈ പ്രവചനം ഉടൻ തന്നെ ഫലിച്ചു. ദുർബ്ബലനായ ഒരുവന്റെ ഈ പ്രവൃത്തിയെയും കൈസറെ വധിക്കാൻ തുടർന്നു രണ്ടാമതു നടന്ന മറ്റൊരു പരിശ്രമത്തെയും ബിസ്മാർക്ക് പ്രയോജനപ്പെടുത്തി. വളരെയേറെ കരുത്താർജ്ജിച്ചു കഴിഞ്ഞിരുന്ന വിപ്ലവ തൊഴിലാളി പ്രസ്ഥാനത്തിനെതിരെ ബിസ്മാർക്ക് ഭീകരവാഴ്ച അഴിച്ചുവിട്ടു. പാർട്ടിയും മറ്റെല്ലാ സോഷ്യലിസ്റ്റ് സംഘടനകളും പ്രസിദ്ധീകരണങ്ങളും നിരോധിക്കപ്പെട്ടു. പൊതുയോഗങ്ങൾ തടയപ്പെട്ടു. നൂറുകണക്കിനു സോഷ്യലിസ്റ്റുകളെ അവരുടെ വാസസ്ഥലങ്ങളിൽനിന്ന് തുരത്തിയോടിച്ചു. അനേകം പാർട്ടി അംഗങ്ങളെ തൊഴിലിൽനിന്നും പിരിച്ചുവിട്ടു. ജർമ്മൻ സോഷ്യൽ ഡെമോക്രസി ഏറ്റവും ഗുരുതരമായ പരീക്ഷണത്തെ നേരിട്ടു. വിവിധ രാഷ്ട്രങ്ങളിൽ പീഡിത സഖാക്കളെ സഹായിക്കാൻ നടന്ന ഫണ്ട് ശേഖരണത്തെ മാർക്സ് സഹായിച്ചു. നിയമവിരുദ്ധമായ ഒരു കേന്ദ്ര മുഖപത്രമാരംഭിക്കാൻ മാർക്സ് ഏർപ്പാട് ചെയ്തു. പാർട്ടി നേതാക്കൾക്ക് വിലപ്പെട്ട നിർദ്ദേശങ്ങൾ നല്കി. തൊഴിലാളിപ്രസ്ഥാനത്തോട് ബിസ്മാർക്കെടുത്ത ധിക്കാര നടപടികളെ അപലപിച്ചുകൊണ്ടദ്ദേഹം പത്രലേഖനങ്ങൾ പ്രസിദ്ധപ്പെടുത്തി. സോഷ്യലിസ്റ്റ് വിരുദ്ധ നിയമം എന്ന പേരിൽ അറിയപ്പെട്ട ബിസ്മാർക്കിന്റെ അടിയന്തരാധികാര നിയമങ്ങൾക്കെതിരെ വിപ്ലവപരമായ അടവുകൾ കൈക്കൊള്ളാൻ ബെബൽ, ബ്രാക്കെ, ലീബ്നെക്ട് തുടങ്ങിയ ജർമ്മൻ പാർട്ടിയിലെ മാർക്സിസ്റ്റു നേതാക്കളെ സഹായിക്കാനും തന്റെ സ്വാധീനശക്തിയും ധാർമ്മികാധികാരവും മാർക്സ് വിനിയോഗിച്ചു.'' (*കാൾ മാർക്സ് ജീവചരിത്രം* പേജ് 494. ചിന്ത പബ്ലിഷേഴ്സ്, 1983). ജർമ്മനിയിലായാലും ഇംഗ്ലണ്ടിലായാലും റഷ്യയിലായാലും ഏതു സാഹചര്യത്തിലും വ്യക്തിപരമായ അതിസാഹസികതകളെയും ഭീകര പ്ര

വർത്തന തന്ത്രങ്ങളെയും അതുമായി ബന്ധപ്പെട്ട വിപ്ലവ വായാടിത്ത ത്തെയും ലസ്സാലിയൻ പരിഷ്കരണവാദത്തെ എന്ന പോലെതന്നെ മാർക്സും എംഗൽസും വിട്ടുവീഴ്ച കൂടാതെ എതിർത്തു.

രോഗംമൂലം തീരെ അവശനായിരുന്ന നാളുകളിൽപ്പോലും മാർക്സ് തന്റെ വായന ഇടതടവില്ലാതെ തുടർന്നു. വായിക്കുന്ന പുസ്തകങ്ങളിൽ നിന്നെല്ലാം ആവശ്യമായ ഭാഗങ്ങൾ പകർത്തിയെടുക്കുകയും അവയെ ക്കുറിച്ചുള്ള സ്വന്തം അഭിപ്രായം രേഖപ്പെടുത്തുകയും ചെയ്യുന്ന പതിവും അദ്ദേഹം ജീവിതാന്ത്യംവരെ തുടർന്നു. ഗ്രീക്ക് - റോമൻ സാഹിത്യകൃ തികൾ വായിക്കുന്നതിലുള്ള താല്പര്യവും അവസാനനാളുകൾ വരെ തുടർന്നിരുന്ന മാർക്സിന് സാക്ഷാൽക്കരിക്കപ്പെടാതെ അപൂർണ്ണമായി ഉപേക്ഷിക്കേണ്ടിവന്ന ഒരു പദ്ധതിയാണ് ഫ്രഞ്ച് സാഹിത്യകാരനായ ബെൽസാക്കിനെ സംബന്ധിച്ച പഠനം. മാർക്സിനെ സംബന്ധിച്ചിട ത്തോളം വായനയും പഠനവും തന്നെ ഒരു സമരമായിരുന്നു.

അർത്ഥശാസ്ത്രത്തോടും ഗണിതശാസ്ത്രത്തോടും ഒപ്പം തന്നെ പ്രകൃതിശാസ്ത്രങ്ങളിലും മാർക്സ് അതീവ തല്പരനായിരുന്നു. എന്നാൽ അവയുടെ പഠനം തുടരാനാവാത്തവിധം ശാരീരികമായ അവശതകൾ അദ്ദേഹത്തെ ബാധിച്ചിരുന്നു. പ്രകൃതിയെ സംബന്ധിച്ച വൈരുദ്ധ്യാത്മ കവും ഭൗതികവാദപരവുമായ ധാരണയുണ്ടാകാൻ പ്രകൃതിശാസ്ത്രവും ഗണിതശാസ്ത്രവും സംബന്ധിച്ച അറിവ് ആർജ്ജിക്കേണ്ടത് അനിവാ ര്യമാണെന്ന് ബോദ്ധ്യപ്പെട്ട എംഗൽസ് ഇക്കാര്യത്തിലും 1870 കൾ മു തൽ മാർക്സിനെ സഹായിച്ചുവന്നിരുന്നു. ഈ ശാസ്ത്ര ശാഖകളുടെ താത്ത്വികവും പ്രയോഗപരവുമായ വശങ്ങളിൽ അവർ വ്യാപൃതരായിരു ന്നു. അവസാനനാളുകളിൽ രസതന്ത്ര (Chemistry)ത്തിന്റെ പഠനത്തി ലും മാർക്സിനൊപ്പം എംഗൽസും മുഴുകി. ചാൾസ് ഡാർവിന്റെ *ജീവി വർഗ്ഗങ്ങളുടെ ഉല്പത്തി* എന്ന കൃതിയും ഡാർവിന്റെ സിദ്ധാന്തവും പുറ ത്തുവന്നപ്പോൾ തന്നെ അതിനെ സർവ്വാത്മനാ സ്വാഗതം ചെയ്യാൻ മാർ ക്സിനെയും എംഗത്സിനെയും പ്രാപ്തരാക്കിയത് ഈ നിരന്തരമായ പ ഠനവും അന്വേഷണവുമായിരുന്നു. അതിനിടയിൽ എഴുതി പൂർത്തിയാ ക്കാൻ കഴിയാതെ വന്ന ഒരു കൃതിയും എംഗൽസിന്റേതായുണ്ട് - *Dialectics of Nature* (പ്രകൃതിയുടെ വൈരുദ്ധ്യാത്മകത). *മൂലധന*ത്തിന്റെ രണ്ടും മൂന്നും വോള്യങ്ങൾ പ്രസിദ്ധീകരിക്കുകയെന്ന ശ്രമകരമായ ജോ ലിക്കിടയിൽ എംഗൽസിന് അത് പൂർത്തിയാക്കാനായില്ലെങ്കിലും എഴു തിയേടത്തോളം തന്നെ മാർക്സിസ്റ്റു സാഹിത്യ ഭണ്ഡാരത്തിന് അതൊ രു അമൂല്യ സംഭാവനയാണ്.

മാർക്സിന്റെ കുടുംബജീവിതവും അവസാന നാളുകളിൽ സംഭവ ബഹുലമായിരുന്നു. രണ്ടാമത്തെ മകൾ ലോറ ഫ്രാൻസിലെ തൊഴിലാ ളിവർഗ്ഗ പ്രസ്ഥാനത്തിന്റെ നേതാക്കളിലൊരാളും വൈദ്യ വിദ്യാർത്ഥിയു മായിരുന്ന പോൾ ലഫാർഗുമായി പ്രണയത്തിലാവുകയും ലഫാർഗിന്റെ പഠനം പൂർത്തിയാക്കിയ ശേഷം 1868 ൽ അവർ വിവാഹിതരാവുകയും ചെയ്തു. 1872 ൽ മൂത്തമകൾ ജെന്നി ഫ്രാൻസിലെ മറ്റൊരു സോഷ്യ

ലിസ്റ്റ് നേതാവായ ചാൾസ് ലോംഗെയെ വിവാഹം കഴിച്ചു. ലോംഗെ ഒന്നാം ഇന്റർനാഷണലിന്റെ ജനറൽ കൗൺസിൽ അംഗവും പാരീസ് കമ്യൂണിന്റെ കാലത്ത് കമ്യൂൺ കൗൺസിൽ അംഗവും കമ്യൂണിന്റെ മുഖപത്രത്തിന്റെ പത്രാധിപരുമായിരുന്നു. 1882 ൽ മാർക്സ് തന്റെ മരുമക്കളെക്കുറിച്ച് എംഗൽസിനെഴുതി: ''അവസാനത്തെ പ്രൂധോണിസ്റ്റാണ് ലോംഗെ. ലഫാർഗാകട്ടെ അവസാനത്തെ ബക്കുനിനിസ്റ്റും! നാശം പിടിച്ചവന്മാർ!''

മാർക്സിന്റെ ഏറ്റവും പ്രിയപ്പെട്ട പുത്രി, മൂന്നാമത്തവൾ ടസ്സി എന്ന് മാർക്സ് സ്നേഹപൂർവ്വം വിളിച്ചിരുന്ന എലിയനോർ ഫ്രഞ്ച് മാദ്ധ്യമപ്രവർത്തകനും പാരീസ് കമ്യൂണിന്റെ ചരിത്രകാരനുമായ ലിസ്സാഗരെയുമായി കടുത്ത പ്രണയത്തിലായെങ്കിലും മാർക്സ് ആ ബന്ധത്തിന് അതിലും കടുത്ത എതിർപ്പിലായിരുന്നു. കുറേനാൾ പ്രിയപ്പെട്ട ടസ്സി അദ്ദേഹത്തോട് പിണങ്ങി സംസാരിക്കാതിരുന്നിട്ടുപോലും മാർക്സ് ആ ബന്ധത്തിനു സമ്മതം മൂളിയില്ല. ഒടുവിൽ അവൾ ആ ബന്ധത്തിൽനിന്നു പിൻവാങ്ങി. സാഹിത്യത്തിലും സംഗീതത്തിലും അഭിനയത്തിലും തല്പരയായിരുന്ന എലിയനോറായിരുന്നു മാർക്സിന്റെ കൈയെഴുത്തു പ്രതികൾ പകർത്താൻ എംഗൽസിനെ സഹായിച്ചത്. ലണ്ടനിലെ തൊഴിലാളി സംഘടനാ പ്രവർത്തനത്തിലും അവൾ സജീവമായിരുന്നു - സോഷ്യലിസ്റ്റ് വനിതാ പ്രസ്ഥാനത്തിലും. പില്ക്കാലത്ത് എഴുത്തുകാരനും സോഷ്യലിസ്റ്റ് പ്രവർത്തകനുമായ എഡ്വേർഡ് ആവ്‌ലിങ്ങിനൊപ്പം അവൾ ജീവിതം തുടങ്ങിയെങ്കിലും അയാളുടെ വഞ്ചനയിൽ മനംനൊന്ത് 1898 ൽ സ്വയം ജീവനൊടുക്കി. 1911 ൽ ലോറയും ലഫാർഗും ആത്മഹത്യ ചെയ്തു. 70-ാം വയസ്സിൽ മരിക്കണമെന്ന തന്റെ തീരുമാനം നടപ്പാക്കുകയാണ് എന്നാണ് ലഫാർഗ് തന്റെ ആത്മഹത്യാക്കുറിപ്പിൽ രേഖപ്പെടുത്തിയിരുന്നത്.

മൂത്തവൾ ജെന്നിലോംഗെയും ചാൾസ് ലോംഗെയും സോഷ്യലിസ്റ്റ് പാർട്ടി പ്രവർത്തനത്തിനൊപ്പം ഫ്രഞ്ച്, ജർമ്മൻ ഭാഷാദ്ധ്യാപകരായി ജോലിയും നോക്കിയിരുന്നു. അവരുടെ ആദ്യപുത്രൻ ഒരു വയസ്സു കടക്കുംമുൻപ് വയറിളക്കം ബാധിച്ച് മരിച്ചു (1874). രണ്ടാമൻ ജോണി ലോംഗെ ഫ്രഞ്ച് സോഷ്യലിസ്റ്റ് പാർട്ടി പ്രവർത്തനത്തിൽ ഏർപ്പെട്ടിരുന്നു, 1938 ൽ അന്തരിച്ചു. 1878 ൽ ജനിച്ച മൂന്നാമൻ, അഞ്ചാം വയസ്സിൽ മരിച്ചു. നാലാമനും - എഡ്ഗാർ- ഫ്രഞ്ച് സോഷ്യലിസ്റ്റ് പാർട്ടി പ്രവർത്തകനായിരുന്നു. തൊഴിൽപരമായി ഡോക്ടറായിരുന്ന എഡ്ഗാർ 1950 ൽ അന്തരിച്ചു. ഒരു മകനും മകളും കൂടി ആ ദമ്പതികൾക്കുണ്ടായിരുന്നു - മാർസെലും ജെന്നിയും.

1881 ൽ ലോംഗെ ദമ്പതികൾ ലണ്ടൻവിട്ട് തങ്ങളുടെ പുത്രന്മാരെയും കൊണ്ട് പാരീസിലേക്ക് പോയത് മാർക്സിന്റെ ജീവിതത്തിലെ വഴിത്തിരിവായി. ആ സമയത്ത് ജെന്നി മാർക്സ്, കരളിൽ ക്യാൻസർ ബാധിച്ച് കിടപ്പിലായിരുന്നു. 1881 ഡിസംബർ 2 ന് അവർ അന്തരിച്ചു. 1883 ജനുവരി 11 നു 38-ാമത്തെ വയസ്സിൽ ക്യാൻസർ ബാധിച്ച് മാർക്സിന്റെ മൂത്ത പുത്രി ജെന്നി ലോംഗെയും ലോകത്തോട് വിടപറഞ്ഞു.

അമരനായ മാർക്സ്, തുടരുന്ന സമരം

കുടുംബത്തിൽ അടുത്തടുത്തുണ്ടായ മൂന്നു മരണങ്ങൾ മാർക്സിനെ പാടെ തളർത്തി, തകർത്തു. അതിൽ ആദ്യത്തേത് ജീവിത സഖി ജെന്നിയുടെ മരണം; പിന്നീട് മൂത്തമകൾ ജെന്നി ലോംഗെയുടേത്; അതു കഴിഞ്ഞ് ഉടൻ കൊച്ചുമകൻ, ജെന്നിയുടെ മൂന്നാമത്തെ മകൻ മരിച്ചു.

1878 മുതൽ തന്നെ മാർക്സിന്റെ ആരോഗ്യനില വഷളായി വരികയായിരുന്നു. ഇടയ്ക്ക് അല്പം ആശ്വാസം ലഭിച്ചപ്പോഴെല്ലാം അദ്ദേഹം പ്രവർത്തനരംഗത്ത് സജീവമായെത്തി. ഇതിനിടയ്ക്ക് *മൂലധന*ത്തിന്റെ രണ്ടാം വോള്യം മിനുക്കുപണികൾ പൂർത്തിയാക്കി പ്രസിദ്ധീകരിക്കാൻ ഒരു വിഫലശ്രമവും അദ്ദേഹം നടത്തി. കടുത്ത ബ്രോങ്കൈറ്റിസും ഒപ്പം പ്ളൂറസിയും അദ്ദേഹത്തെ നിരന്തരം ആക്രമിച്ചുകൊണ്ടിരുന്നു. ഇതിനിടയ്ക്ക് ഭാര്യ ജെന്നിയുടെ കരളിന് ക്യാൻസർ ബാധിച്ചു. ചികിത്സിച്ചു ഭേദമാക്കാനാകാത്തവിധം രോഗം മൂർച്ഛിച്ചിരിക്കുന്നു എന്ന അറിവ് അദ്ദേഹത്തെ, തന്റെ രോഗത്തെക്കാളുപരി, വല്ലാതെ അലട്ടി. ഇതിനിടയിൽ മൂത്തമകൾ ജെന്നിക്കും പേരക്കുട്ടികൾക്കും പാരീസിൽ ഭർത്താവിനടുത്തേക്ക് പോകേണ്ടതായി വന്നത് മാർക്സിനെ ഏറെ ദുഃഖിപ്പിച്ചു. ഇളയമകൾ ടസ്സി മാർക്സിന്റെയും ഭാര്യയുടെയും അന്ത്യദിനങ്ങളെക്കുറിച്ച് ഓർമ്മിക്കുന്നത് ഇങ്ങനെ:

> ഭീകരമായ ദിനങ്ങളായിരുന്നു അത്. ഞങ്ങളുടെ പ്രിയങ്കരിയായ അമ്മ മുൻവശത്തെ വലിയ മുറിയിൽ കിടക്കുന്നു, മൂർ (മാർക്സിനെ കുടുംബാംഗങ്ങളും ഉറ്റചങ്ങാതിമാരും വിളിച്ചിരുന്ന പേര്) പിന്നിലെ ചെറിയ മുറിയിലും. പരസ്പരം വളരെയേറെ ആശ്രയിച്ചിരുന്ന, പരസ്പരം വളരെയേറെ അടുപ്പമുണ്ടായിരുന്ന അവർ ഇരുവരും ഒരേമുറിയിൽ ഒന്നിച്ചുകഴിയാൻ പറ്റാത്ത അവസ്ഥയിലാ

യിരുന്നു.... അമ്മയുടെ മുറിയിലേക്ക് പോകാൻ വേണ്ടത്ര ശക്തി അദ്ദേഹത്തിനു ലഭിച്ചതായി തോന്നിയ ആ ഒരു പ്രഭാതം ഞാനൊരിക്കലും മറക്കില്ല. അപ്പോൾ അവർ ഇരുവരും വീണ്ടും യൗവ്വനകാലത്തെത്തി - അമ്മ ഒരു യുവതിയും അദ്ദേഹം പ്രണയാതുരനായ യുവാവും; ഇരുവരും ജീവിതത്തിന്റെ പൂമുഖ വാതില്ക്കൽ നില്ക്കുന്നപോലെയായി; രോഗംമൂലം തകർന്ന ഒരു വൃദ്ധനും മരിച്ചുകൊണ്ടിരിക്കുന്ന ഒരു സ്ത്രീയും എന്നെന്നേക്കുമായി വിട പറയുന്നതുപോലെ ആയിരുന്നില്ല അവരപ്പോൾ.

ഇതിനിടയിൽ 1881 ആഗസ്തിൽ ജെന്നി പാരീസിലെത്തി തന്റെ രണ്ട് പുത്രിമാർക്കും മൂത്ത പുത്രിയുടെ മക്കൾക്കുമൊപ്പം ഏതാനും ദിവസം ചെലവിട്ടിരുന്നു. *മൂലധന*ത്തിന്റെ ജർമ്മൻ ഭാഷയിലെ മൂന്നാം പതിപ്പ് പ്രസിദ്ധീകരിക്കുന്നുവെന്ന അറിയിപ്പും മാർക്സിനെക്കുറിച്ച്, ഒരു മികച്ച സാമ്പത്തികശാസ്ത്രജ്ഞനും സോഷ്യലിസ്റ്റ് ചിന്തകനും എന്ന നിലയിൽ പ്രകീർത്തിക്കുന്ന ഒരു ലേഖനം ആദ്യമായി ഒരു ഇംഗ്ലീഷ് പ്രസിദ്ധീകരണത്തിൽ ഇക്കാലത്ത് വന്നതും ജെന്നിയെ സന്തുഷ്ടയാക്കിയിരുന്നു. 1881 ഡിസംബർ രണ്ടിന് ആ മഹതി, ജെന്നിമാർക്സ് ഈ ലോകത്തോട് വിട പറഞ്ഞു. വിവരമറിഞ്ഞ് ഓടിയെത്തിയ എംഗൽസിന്റെ ആദ്യ പ്രതികരണം ''മൂറും മരിച്ചു'' എന്നായിരുന്നു. കാരണം അത്രമാത്രം മാർക്സ് തന്റെ പത്നിയെ സ്നേഹിക്കുകയും ആശ്രയിക്കുകയും ചെയ്തിരുന്നു. ജെന്നിയില്ലാതെ മാർക്സില്ല എന്നറിയാമായിരുന്നതുകൊണ്ടാണ് എംഗൽസ് എലിയനോറിനോട് ഇങ്ങനെ പറഞ്ഞത്. ലണ്ടനിലെ ഹൈഗേറ്റ് സെമിത്തേരിയിൽ നടന്ന ശവസംസ്കാരച്ചടങ്ങിൽ പങ്കെടുക്കാൻ ഡോക്ടർമാർ മാർക്സിനെ അനുവദിച്ചില്ല. ശവകുടീരത്തിനുമുന്നിൽ നടത്തിയ അനുസ്മരണത്തിൽ ജെന്നിക്ക് ഭർത്താവിനോടും കുടുംബത്തോടും സുഹൃത്തുക്കളോടും ഉണ്ടായിരുന്നതുപോലെ തന്നെ സ്നേഹവും കൂറും സാർവ്വദേശീയ തൊഴിലാളി പ്രസ്ഥാനത്തോടും ഉണ്ടായിരുന്നതായി പ്രസ്താവിച്ചു.

ജെന്നിയുടെ മരണവാർത്ത അറിഞ്ഞ എംഗൽസ് ''മൂറും മരിച്ചു'' എന്ന് പറഞ്ഞത് കേവലം ആലങ്കാരികമായ ഒരു പ്രസ്താവനയായിരുന്നില്ല. അവർ അത്രമാത്രം പരസ്പരം ആശ്രയിച്ചിരുന്നുവെന്ന് അറിയാമായിരുന്ന ആ സുഹൃത്തിന്റെ പ്രസ്താവന അക്ഷരാർത്ഥത്തിൽ ശരിയായി. ശാരീരികമായ അവശതകളും ജെന്നിയുടെ മരണം ഏല്പിച്ച മാനസികാഘാതവുംമൂലം തകർന്ന മാർക്സിന്റെ ജീവിതത്തിന് താങ്ങാനാവുന്നതായിരുന്നില്ല 1883 ജനുവരിയിൽ തന്റെ മൂത്തപുത്രി ജെന്നി ലോംഗെയുടെ മരണം. തൊട്ടുപിന്നാലെ ജെന്നി ലോംഗെയുടെ മൂന്നാമത്തെ മകനും മരിച്ചു. ഇതൊന്നും താങ്ങാനാവുമായിരുന്നില്ല സ്നേഹനിധിയായിരുന്ന മാർക്സിന്. എംഗൽസ് എല്ലാ ദിവസവും മാർക്സിനെ സന്ദർശിക്കുക പതിവായിരുന്നു. പതിവുപോലെ 1883 മാർച്ച് 14 ന് ഉച്ചയ്ക്കു

ശേഷം മാർക്സിന്റെ വസതിയിലെത്തിയ എംഗൽസ് കണ്ടത് ഉറങ്ങുന്ന മാർക്സിനെയാണ്. പക്ഷേ, അത് ഇനിയൊരിക്കലും ഉണരാത്ത ഉറക്കമായിരുന്നു. അദ്ദേഹത്തിന്റെ ഹൃദയമിടിപ്പും ശ്വാസവും അപ്പോഴേക്കും നിലച്ചുകഴിഞ്ഞിരുന്നു. എംഗൽസ് സുഹൃത്തായ ഫ്രെഡറിക് സോർജ്ജിന് എഴുതി: ''മാനവരാശിക്ക് ഒരാൾ കൂടി നഷ്ടപ്പെട്ടു; നമ്മുടെ കാലഘട്ടത്തിന്റെ ഏറ്റവും മഹാനായ മനുഷ്യനാണ് നമ്മെ വിട്ടുപിരിഞ്ഞത്!''

1883 മാർച്ച് 17 നു ലണ്ടനിലെ ഹൈഗേറ്റ് സെമിത്തേരിയിൽ ജെന്നിയുടെ ശവകുടീരത്തിനടുത്ത് മാർക്സിന്റെ ശവസംസ്കാരം നടന്നു. സുഹൃത്തും സഖാവുമായ വിൽഹെം ലിബ്നെക്ട് ശവസംസ്കാര വേളയിൽ ഇങ്ങനെ പ്രതിജ്ഞയെടുത്തു: ''നിര്യാതനായ പ്രിയപ്പെട്ട സുഹൃത്തേ, താങ്കൾ കാട്ടിത്തന്ന പാതയിലൂടെ അന്ത്യംവരെ ഞങ്ങൾ മുന്നോട്ടുപോകും.''

എംഗൽസിന്റെ അനുസ്മരണം ഇങ്ങനെയായിരുന്നു: ''യൂറോപ്പിലെയും അമേരിക്കയിലെയും ഉശിരൻ തൊഴിലാളിവർഗ്ഗത്തിനും ചരിത്രശാസ്ത്രത്തിനും അളവറ്റ നഷ്ടമാണ് ഈ മനുഷ്യന്റെ മരണംമൂലം സംഭവിച്ചിരിക്കുന്നത്'' എന്നു തുടങ്ങിയ പ്രഭാഷണം എംഗൽസ് അവസാനിപ്പിക്കുന്നതിങ്ങനെ: ''അദ്ദേഹത്തിന്റെ നാമധേയം യുഗയുഗാന്തരങ്ങൾ നിലനില്ക്കും, അതുപോലെ അദ്ദേഹത്തിന്റെ കൃതികളും''.

തന്റെയും മാർക്സിന്റെയും സംഭാവനയെക്കുറിച്ച് എംഗൽസ് പറയുന്നു:

> മാർക്സുമൊത്തുള്ള 40 വർഷക്കാലത്തെ എന്റെ പ്രവർത്തനത്തിനിടയിലെന്നപോലെ അതിനുമുൻപും സിദ്ധാന്തം അവതരിപ്പിക്കുന്നതിലും പ്രത്യേകിച്ചും അതിന്റെ വിപുലീകരണത്തിലും എന്റെ തനതായ പങ്കിനെ നിഷേധിക്കാൻ എനിക്കാവില്ല. എന്നാൽ അടിസ്ഥാനപരവും പ്രമുഖവുമായ ആശയങ്ങളിലെ മഹാഭൂരിപക്ഷം ഭാഗങ്ങളും അവതരിപ്പിച്ചത് പ്രത്യേകിച്ച്, ചരിത്രത്തിന്റെയും സാമ്പത്തികശാസ്ത്രത്തിന്റെയും മണ്ഡലങ്ങളിലുള്ളവ അവതരിപ്പിച്ചത്, ഒപ്പം അവയെ ആത്യന്തികമായും അതിസൂക്ഷ്മമായും വിശകലനം ചെയ്തതും മാർക്സ് തന്നെ ആയിരുന്നു. ഞാൻ സംഭാവന ചെയ്തവ, മാർക്സിനു തന്നെ എന്റെ സഹായം കൂടാതെ അനായാസം ചെയ്യാനാകുമായിരുന്നു; വിജ്ഞാനത്തിന്റെ രണ്ടോ മൂന്നോ പ്രത്യേക ശാഖകളിൽ മാത്രമാണ് മാർക്സിന് എന്റെ സഹായം ആവശ്യമായിരുന്നത്. എന്നാൽ മാർക്സ് ചെയ്തവയൊന്നും എനിക്കു ചെയ്യാൻ കഴിയുന്നവ ആയിരുന്നില്ല. മാർക്സ് വളരെ ഉയരത്തിലായിരുന്നു നിന്നിരുന്നത്; കൂടുതൽ ദൂരം മുന്നിലേക്ക് അദ്ദേഹത്തിന് കാണാനാകുമായിരുന്നു; ഞങ്ങളെല്ലാവരെയുംകാൾ കൂടുതൽ വിപുലവും കൂടുതൽ സമഗ്രവും തീവ്രവും ദ്രുതഗതിയിലുമുള്ള കാഴ്ചപ്പാടായിരുന്നു അദ്ദേഹത്തിനുണ്ടായിരുന്നത്. മാർക്സ് ഒരു ജീനിയസായിരുന്നു; ഞങ്ങളെല്ലാം പരമാ

വധി പറഞ്ഞാൽ പ്രാഗത്ഭ്യമുള്ളവർ മാത്രമായിരുന്നു. അദ്ദേഹമില്ലായിരുന്നെങ്കിൽ നമ്മുടെ സിദ്ധാന്തം ഇന്നത്തെ നിലയിൽ ഒരിക്കലും എത്തുമായിരുന്നില്ല. അതുകൊണ്ടാണ് ഈ സിദ്ധാന്തം അദ്ദേഹത്തിന്റെ പേരിൽ അറിയപ്പെടുന്നത്.

തുടക്കം മുതൽ തന്നെ ശത്രുക്കളിൽനിന്നുള്ള നിരന്തരമായ വേട്ടയാടലുകൾക്ക് വിധേയമായിരുന്നു വിപ്ലവകാരിയായ മാർക്സും അദ്ദേഹത്തിന്റെ വിപ്ലവസിദ്ധാന്തവും. അവയോടെല്ലാം പൊരുതിക്കൊണ്ടാണ് അദ്ദേഹം തന്റെ വിപ്ലവ സിദ്ധാന്തത്തെ വികസിപ്പിച്ചത്. അദ്ദേഹത്തിന്റെ ജീവിതകാലത്തിനുശേഷവും ഇപ്പോഴും ആ ആക്രമണം തുടരുകയുമാണ്. മാർക്സിസ്റ്റു വിരുദ്ധരായ നിരവധി ബുദ്ധിജീവികൾ, മാർക്സിസത്തെ നിരാകരിക്കാനായി മാർക്സിന്റെ തന്നെ ''ഞാനൊരു മാർക്സിസ്റ്റേയല്ല" എന്ന വാക്കുകളെ ഉദ്ധരിക്കാറുണ്ട്. യഥാർത്ഥത്തിൽ ഈ വാക്കുകൾ മാർക്സ് പറഞ്ഞ പശ്ചാത്തലം വിസ്മരിച്ചുകൊണ്ടും അവഗണിച്ചുകൊണ്ടുമുള്ള പ്രചരണമാണ് ഇന്ന് നടക്കുന്നത്.

വാസ്തവത്തിൽ മാർക്സ് തന്റെ ചില അനുയായികളെ പരാമർശിച്ച് നടത്തിയ നർമ്മോക്തിയാണിത്. എംഗൽസ് പിന്നീട് ചില കത്തുകളിൽ ഇത് പരാമർശിക്കുകയുണ്ടായി. ഫ്രാൻസിൽ 'മാർക്സിസം' അപകീർത്തിപ്പെടുത്തപ്പെട്ട ഒരു സിദ്ധാന്തമായി മാറിയിരിക്കുന്നു എന്ന ഫ്രാൻസിലെ ചില പരിഷ്കരണവാദികളുടെ വാദഗതിയെ കളിയാക്കിക്കൊണ്ട് 1882 ൽ എംഗൽസ് ബേൺസ്റ്റീന് എഴുതിയ കത്തിൽ ഇങ്ങനെ പരാമർശിക്കുന്നു:

> മൊത്തത്തിലെടുത്താൽ ഫ്രാൻസിലെ ഈ 'മാർക്സിസം' എന്നു വിളിക്കപ്പെടുന്നത് സവിശേഷമായ ഒരുല്പന്നമാണെന്ന് ഉറപ്പാണ്. ആ അർത്ഥത്തിലാണല്ലോ, 'എന്നെ സംബന്ധിച്ചിടത്തോളം ഞാനൊരു മാർക്സിസ്റ്റേ അല്ല എന്നുറപ്പാണ്' എന്ന് മാർക്സ് ലഫാർഗിനോട് പറഞ്ഞത്.
>
> (*Karl Marx's and Theory of Revolution* എന്ന കൃതിയിൽ കാൾ ഡ്രേപ്പർ ഉദ്ധരിച്ചത്. Vol II Page6).

ലഫാർഗിനോട് മാർക്സ് ഈ വാചകം പറഞ്ഞ പശ്ചാത്തലവും മാർക്സിസ്റ്റ് പണ്ഡിതനായ ഡ്രേപ്പർ ഇങ്ങനെ വിശദീകരിക്കുന്നുണ്ട്:

> ഫ്രാൻസിലെ പ്രസ്ഥാനത്തിന്റെ നേതാവായ ലഫാർഗിന് തന്റെ സിദ്ധാന്തവും രാഷ്ട്രീയവും മനസ്സിലായിട്ടില്ല എന്ന് മാർക്സിനു ലഫാർഗിനോട് നേരിട്ടു പറയേണ്ടതായി വന്നു. എന്നാൽ അതു പറഞ്ഞത് ഒരു വാഗ്വാദത്തിനോ വഴക്കിനോ ഇടയിലായിരുന്നില്ല; മറിച്ച് തികച്ചും സൗഹൃദപരമായിട്ടായിരുന്നു. ഇതുപോലുള്ള നർമ്മോക്തി പറയുന്നത് പരിഷ്കൃത സമൂഹത്തിൽ സർവ്വസാധാരണവുമാണ്. തന്റെ മരുമകനും ശിഷ്യനുമായ ലഫാർഗുമായുള്ള

> മാർക്സിന്റെ ബന്ധത്തിനും അനുയോജ്യമായതാണ് ഈ പരാമർശം എന്നും നമുക്കറിയാം. കാരണം, ലഫാർഗിന്റെ സൈദ്ധാന്തികവും രാഷ്ട്രീയവുമായ ശേഷിയെക്കുറിച്ച് മാർക്സിനു വലിയ മതിപ്പുണ്ടായിരുന്നില്ല എന്നതിന് ഒട്ടേറെ ദൃഷ്ടാന്തങ്ങളുണ്ട്. ഈ ഫ്രഞ്ചുകാരന്റെ പിശകുകളും പോരായ്മകളും പലപ്പോഴും മാർക്സിനെ ദേഷ്യപ്പെടുത്തിയിട്ടുമുണ്ട്. ലഫാർഗുമായുള്ള എംഗൽസിന്റെ വിപുലമായ കത്തിടപാടുകളിൽ ഈ അതൃപ്തി എംഗൽസിൽപ്പോലും കാണാവുന്നതാണ്. ഫ്രഞ്ച് പാർട്ടി നേതൃത്വത്തിന്റെയാകെ പക്വതയില്ലായ്മയും പോരായ്മകളും എംഗൽസിനെ നിരന്തരം ദേഷ്യം പിടിപ്പിച്ചിരുന്നു; ലഫാർഗിന്റെ മാത്രം പ്രശ്നമായിരുന്നില്ല അത് എന്നർത്ഥം.
>
> (*Karl Marx's Theory of Revolution. Vol II Page 6*).

എംഗൽസ് 1890 ആഗസ്ത് 5നു കോൺറാഡ് ഷ്മിത്തിനെഴുതിയ കത്തിലും ഇതേക്കുറിച്ച് പരാമർശിക്കുന്നുണ്ട്:

> ഇക്കാലത്ത് ചരിത്രത്തിന്റെ ഭൗതികവാദപരമായ സങ്കല്പനത്തിന് അപകടകാരികളായ നിരവധി സുഹൃത്തുക്കളുണ്ട്; ചരിത്രം പഠിക്കാതിരിക്കാനുള്ള ഒരു ഒഴികഴിവായാണ് അവർ അതുപയോഗിക്കുന്നത്. എഴുപതുകളുടെ ഒടുവിൽ 'എനിക്ക് ആകെ അറിയാവുന്നത് ഞാനൊരു മാർക്സിസ്റ്റല്ല' എന്ന് ഫ്രഞ്ച് 'മാർക്സിസ്റ്റു' കളെക്കുറിച്ച് മാർക്സ് നടത്തിയ പരാമർശം മാത്രമാണ് ഇത്തരക്കാരെക്കുറിച്ചും പറയാനുള്ളത്.

(*മാർക്സ്, എംഗൽസ് തെരഞ്ഞെടുത്ത കത്തിടപാടുകൾ*. പേജ് 578, കാലിക്കട്ട് യൂണിവേഴ്സിറ്റി ഇ എം എസ് ചെയർ പ്രസിദ്ധീകരണം)

1890 ആഗസ്ത് 27 നു പോൾ ലഫാർഗിനു എഴുതിയ കത്തിലും എംഗൽസ് ഇതോർമ്മിപ്പിക്കുന്നുണ്ട്. അതേവർഷം സെപ്തംബർ 22 നു ജോസഫ് ബ്ലോക്കിനെഴുതിയ കത്തിലും എംഗൽസ് മാർക്സിന്റെ വാക്കുകൾ ആവർത്തിക്കുന്നുണ്ട്:

> എന്നാൽ, ദൗർഭാഗ്യകരമെന്നു പറയട്ടെ; തങ്ങൾ ഒരു പുതിയ സിദ്ധാന്തത്തെക്കുറിച്ച് പൂർണ്ണമായും മനസ്സിലാക്കിയെന്ന് ആളുകൾ സ്വയം ചിന്തിക്കുകയും അതിന്റെ മുഖ്യസിദ്ധാന്തങ്ങളിൽ ചിലതു മനസ്സിലാക്കിയ ഉടൻതന്നെ, അതുതന്നെ പലപ്പോഴും ശരിയായ വിധം മനസ്സിലാക്കാതെയും, തിരക്കിട്ട് തങ്ങൾക്ക് അത് പ്രയോഗിക്കാൻ കഴിയുമെന്ന് കരുതുകയും ചെയ്യുന്നത് പലപ്പോഴും കാണാറുണ്ട്, സമീപകാലത്ത് പടച്ചുവിടപ്പെട്ട വിചിത്രമായ പല കാര്യങ്ങളെ സംബന്ധിച്ചും, അടുത്തകാലത്തെ പല 'മാർക്സിസ്റ്റു'കളെ സംബന്ധിച്ചും പഴയ ആ പരിഹസിക്കലിൽനിന്നും ഒഴിവാക്കിനിർത്താൻ എനിക്കാവില്ല.

എംഗൽസ് ആവർത്തിച്ചു വ്യക്തമാക്കുന്നതുപോലെ മാർക്സ് "ഞാനൊരു മാർക്സിസ്റ്റേ അല്ല'' എന്ന് പോൾ ലഫാർഗിനോട് പരിഹാസരൂപേണ പറഞ്ഞത് അദ്ദേഹത്തിന്റെ ജീവിതകാലത്തുതന്നെ നടന്ന വക്രീകരണങ്ങളോടുള്ള പ്രതികരണമെന്ന നിലയിലാണ്. അല്ലാതെ ഇക്കാലത്ത് മാർക്സിസ്റ്റുവിരുദ്ധരിൽ ചിലർ ആരോപിക്കുംപോലെ 'മാർക്സിസം' എന്ന സിദ്ധാന്തത്തെ മാർക്സ് തന്നെ തള്ളിക്കളഞ്ഞു എന്നല്ല. കാൾ ഡ്രേപ്പർ കൃത്യമായി ചൂണ്ടിക്കാണിച്ചതുപോലെ ലഫാർഗിനോട് മാർക്സ് പറഞ്ഞതിന്റെ അർത്ഥം ''നിങ്ങളെപ്പോലുള്ള ആളുകൾ അവതരിപ്പിക്കുന്നതാണ് മാർക്സിസമെങ്കിൽ ഞാൻ ഒരു മാർക്സിസ്റ്റേയല്ല" എന്നു മാത്രമാണ്. (*Karl Marx's the Theory of Revolution* Vol II P. 8). തന്റെ വിപ്ലവ സിദ്ധാന്തത്തെ ദുർവ്യാഖ്യാനം ചെയ്യുന്നവർക്കെതിരെയുള്ള ഒരു കുത്തുവാക്കായിട്ടായിരുന്നു മാർക്സ് ഇങ്ങനെ പറഞ്ഞതെന്നർത്ഥം.

മാർക്സ് ജീവിച്ചിരുന്ന കാലത്താകെ മാർക്സിന്റെ പിന്നിൽ രണ്ടാം നിരക്കാരനായി മാത്രം നിന്നിരുന്ന എംഗൽസിന് ഒന്നാം നിരയിലേക്ക്, പ്രസ്ഥാനത്തിന്റെ മുഖ്യനേതൃസ്ഥാനത്തേക്ക് മാർക്സിന്റെ നിര്യാണത്തെത്തുടർന്ന് വരേണ്ടതായിവന്നു. *മൂലധന*ത്തിന്റെ രണ്ടും മൂന്നും വോള്യങ്ങൾ മാർക്സിന്റെ കൈയെഴുത്തുപ്രതികളിൽനിന്നും കണ്ടെത്തി പ്രസിദ്ധീകരിച്ചതുതന്നെ എംഗൽസിനെ സംബന്ധിച്ചിടത്തോളം തന്റെ പില്ക്കാലത്തെ പതിനൊന്നുവർഷത്തെ ജീവിതത്തിനിടയിൽ ചെയ്ത ശ്രമകരമായ, ക്ലേശം നിറഞ്ഞ ഒരു ദൗത്യമായിരുന്നു. മരിക്കുന്നതിനും മുൻപ്, ഈ കൃതിയുടെ രചന പൂർത്തിയാക്കാനാകില്ലെന്ന് ബോദ്ധ്യമായ മാർക്സ് എലിയനോറിനോട് പറഞ്ഞത് ഈ കൈയെഴുത്തുപ്രതികളുപയോഗിച്ച് എംഗൽസിനു എന്തെങ്കിലും ചെയ്യാനാകുമെന്നായിരുന്നു. തന്റെ ആജീവനാന്ത സുഹൃത്തിന്റെ അഭിലാഷസാക്ഷാൽക്കാരത്തിനായിരുന്നു എംഗൽസ് തുടർന്നുള്ള ജീവിതകാലത്ത് ഏറെ സമയവും ചെലവഴിച്ചത്.

ഒന്നാം ഇന്റർനാഷണലിന്റെ പതനത്തെത്തുടർന്നും അതേവരെ ജനറൽ കൗൺസിൽ ചെയ്തിരുന്ന ദൗത്യം തുടർന്നു. മാർക്സും എംഗൽസും പല രാജ്യങ്ങളിലെയും പ്രസ്ഥാനങ്ങളുമായും പ്രവർത്തകരുമായും ബന്ധപ്പെട്ട്, അവർക്ക് വേണ്ട ഉപദേശ നിർദ്ദേശങ്ങൾ നല്കി സജീവമായി പ്രവർത്തനരംഗത്ത് നിന്നിരുന്നു. ആ കനത്ത ബാദ്ധ്യത പിന്നീട് എംഗൽസിന്റെ മാത്രം ചുമലിൽ വന്നു ചേർന്നു. മാർക്സിന്റെ മരണം കഴിഞ്ഞ് അധികകാലം പിന്നിടും മുൻപുതന്നെ സാർവ്വദേശീയ തൊഴിലാളിവർഗ്ഗ പ്രസ്ഥാനം വീണ്ടും തളിരിടുന്നതിന്റെ സൂചനകൾ കണ്ടുതുടങ്ങി. 1886 ൽ ഒരു പുതിയ ഇന്റർനാഷണൽ സംഘടിപ്പിക്കുന്നതു സംബന്ധിച്ച ചർച്ചകൾ ആരംഭിച്ചു. അങ്ങനെയാണ് 1889 ൽ രണ്ടാം ഇന്റർനാഷണലിന്റെ ഒന്നാം കോൺഗ്രസ് ചേർന്നത്. എന്നാൽ അതിനൊരു സ്ഥിരം നേതൃകേന്ദ്രം - ഒരു സെൻട്രൽ ബ്യൂറോ - രൂപീകരിക്കപ്പെട്ടത് 1900 ത്തിൽ മാത്രമാണ്. എന്നാൽ ഈ കാലഘട്ടത്തിലെല്ലാം യൂറോപ്പി

ലെ പല രാജ്യങ്ങളിലെയും തൊഴിലാളി പ്രസ്ഥാനങ്ങളുടെ പ്രവർത്തനങ്ങൾക്ക് തന്റെ ജീവിതാവസാനം വരെ എംഗൽസ് നേരിട്ട് വേണ്ട സഹായങ്ങളും ഉപദേശങ്ങളും നല്കിയിരുന്നു. നിരവധി സജീവാംഗങ്ങളും പല രാജ്യങ്ങളിൽനിന്നുമുള്ള നിരവധി സെക്രട്ടറിമാരും ഉണ്ടായിരുന്ന പഴയ ജനറൽ കൗൺസിലിന്റെ ദൗത്യം ഇപ്പോൾ എംഗൽസിന്റെമാത്രം ചുമതലയായി.

ഏതു രാജ്യത്തായാലും പുതുതായി രൂപം കൊള്ളുന്ന മാർക്സിസ്റ്റ് ഗ്രൂപ്പുകൾ ഉപദേശങ്ങൾക്കായി എംഗൽസിനെ സമീപിച്ചിരുന്നു. അദ്ദേഹം കഴിയുന്നിടത്തോളം അവരുടെ തദ്ദേശീയ ഭാഷയിൽ തന്നെ അതിനെല്ലാം മറുപടിയും നല്കിയിരുന്നു. ഓരോ രാജ്യത്തെയും തൊഴിലാളിപ്രസ്ഥാനത്തെ സംബന്ധിച്ച വിവരങ്ങൾ അതാതിടത്തെ പ്രസിദ്ധീകരണങ്ങൾ വായിച്ച് അദ്ദേഹം മനസ്സിലാക്കിയിരുന്നു. ഇതിനെല്ലാമായിത്തന്നെ അദ്ദേഹത്തിനു തന്റെ സമയത്തിലേറെയും ചെലവഴിക്കേണ്ടതായിവന്നു. എന്നാൽ ഈ ഇടപെടലുകൾ ഓരോ രാജ്യത്തെയും സവിശേഷസാഹചര്യങ്ങൾ മനസ്സിലാക്കി മാർക്സിന്റെ സിദ്ധാന്തം സമർത്ഥമായി പ്രയോഗിച്ചുകൊണ്ട് ആ രാജ്യങ്ങളിലെല്ലാം മാർക്സിന്റെ സ്വാധീനം ശക്തിപ്പെടുത്താൻ എംഗൽസിനെ പ്രാപ്തനാക്കി.

എഴുത്തുകാരനെന്ന നിലയിലും എംഗൽസ് ജർമ്മൻ - ഫ്രഞ്ച് പ്രസിദ്ധീകരണങ്ങളിൽ മാത്രം ഒതുങ്ങിനിന്നിരുന്നില്ല. *കമ്യൂണിസ്റ്റ് മാനിഫെസ്റ്റോ*യുടെ പോളിഷ് പരിഭാഷയ്ക്ക് പുതിയൊരു അവതാരിക എഴുതിയ എംഗൽസ് സ്പെയിനിലേയും ബൾഗേറിയയിലെയും സെർബിയയിലെയും മറ്റും മാർക്സിസ്റ്റുകൾക്ക് വേണ്ട ഉപദേശങ്ങളും സഹായങ്ങളും നല്കുകയുണ്ടായി. റഷ്യൻ ഭാഷയിൽ നല്ല പരിജ്ഞാനം നേടിയിരുന്ന എംഗൽസിന് റഷ്യയിൽ പ്രസിദ്ധീകരിച്ചിരുന്ന മാർക്സിസ്റ്റ് സാഹിത്യവുമായി അപ്പപ്പോൾ പരിചയപ്പെടാൻ കഴിഞ്ഞിരുന്നു. പുതുതായി റഷ്യയിൽ രൂപംകൊണ്ട ഇമാൻസിപ്പേഷൻ ഓഫ് ലേബർ ഗ്രൂപ്പുമായി (തൊഴിലാളി വിമോചന ഗ്രൂപ്പ്) അതിവേഗം തന്നെ ബന്ധം സ്ഥാപിക്കാൻ അദ്ദേഹത്തിനു സാധിച്ചു. 1889 ൽ ഈ സംഘടനയുടെ നേതാവ് പ്ലെഹനോവ് ലണ്ടനിലെത്തി എംഗൽസിനെ സന്ദർശിച്ചിരുന്നു. റഷ്യൻ വിപ്ലവ പ്രസ്ഥാനത്തിലെ പുതിയ പ്രവണതകളെക്കുറിച്ച് അദ്ദേഹം എംഗൽസുമായി ചർച്ച നടത്തുകയുമുണ്ടായി. റഷ്യൻ മാർക്സിസ്റ്റുകളുടെ പ്രസിദ്ധീകരണത്തിൽ സാർ ഭരണകൂടത്തിന്റെ വിദേശനയം സംബന്ധിച്ച് എംഗൽസ് ഒരു ലേഖനം പ്രസിദ്ധീകരിക്കുകയും ചെയ്തു.

രണ്ടാം ഇന്റർനാഷണലിന്റെ കോൺഗ്രസുകളിലും അതിന്റെ പ്രവർത്തനങ്ങളിലും എംഗൽസ് നേരിട്ട് പങ്കെടുത്തിരുന്നില്ല. വിവിധ രാജ്യങ്ങളിലെ തന്റെ അനുയായികൾക്കുവേണ്ട നിർദ്ദേശങ്ങൾ നല്കുകയും ഓരോ രാജ്യത്തെയും വസ്തുനിഷ്ഠ സാഹചര്യങ്ങൾ അവരിൽനിന്നു മനസ്സിലാക്കുകയും അവരിലൂടെ ഇന്റർനാഷണലിന്റെ പ്രവർത്തനങ്ങളെ സ്വാധീനിക്കുകയും ചെയ്തിരുന്നു എംഗൽസ്. *കമ്യൂണിസ്റ്റ് മാനിഫെസ്റ്റോ*യുടെ

നാലാം ജർമ്മൻ പതിപ്പിനു, 1890ൽ ആദ്യത്തെ സാർവ്വദേശീയ മെയ്ദിനാചരണവേളയിൽ, എഴുതിയ മുഖവുരയിൽ എംഗൽസ് സാർവ്വദേശീയ തൊഴിലാളി പ്രസ്ഥാനത്തിന്റെ ആവേശകരമായ വളർച്ചയിലേക്ക് വിരൽ ചൂണ്ടുകയും തന്നോടൊപ്പം ഇതുകാണാൻ മാർക്സ് സമീപത്തില്ലാത്തതിലെ ദുഃഖം പ്രകടിപ്പിക്കുകയും ചെയ്തു. 1893 ൽ എംഗൽസ് ഇംഗ്ലണ്ടിൽനിന്ന് തന്റെ സുഹൃത്തുക്കളുടെ അഭ്യർത്ഥന മാനിച്ച് യൂറോപ്യൻ ഭൂഖണ്ഡത്തിലെ പല രാജ്യങ്ങളും സന്ദർശിക്കുകയുണ്ടായി. രണ്ടാം ഇന്റർനാഷണലിന്റെ സൂറിച്ച് കോൺഗ്രസിൽ, അതിന്റെ സമാപനത്തോടടുത്ത വേളയിൽ അതിഥിയായെത്തി, സഖാക്കളുടെ നിർബ്ബന്ധത്തിനു വഴങ്ങി ഹ്രസ്വമായ ഒരു പ്രസംഗം നടത്തുകയുമുണ്ടായി.

ഈ കാലത്തിനിടയിൽ എംഗൽസ് സൈദ്ധാന്തികമായി ഏറെ പ്രാധാന്യമുള്ള രണ്ട് കൃതികൾ രചിക്കുകയുണ്ടായി. മോർഗന്റെ *Ancient Society* (പൗരാണിക സമൂഹം) എന്ന കൃതിയിൽ അവതരിപ്പിച്ച വിഷയത്തെ ആസ്പദമാക്കി എങ്ങനെയാണ് ഭരണകൂടത്തിന്റെ വികാസം സംഭവിച്ചത് എന്നു വ്യക്തമാക്കുന്ന *Origin of Family, Private Property and the State* (കുടുംബം, സ്വകാര്യസ്വത്ത്, ഭരണകൂടം എന്നിവയുടെ ഉല്പത്തി) എന്ന കൃതിയാണ് ഇതിൽ ഒന്ന്. മാർക്സിന്റെ ആഗ്രഹവും നിർദ്ദേശവും അനുസരിച്ച് എംഗൽസ് എഴുതിയ ഈ കൃതി 1884 ൽ പ്രസിദ്ധീകരിച്ചു. ഭരണകൂടത്തെ സംബന്ധിച്ച മാർക്സിസ്റ്റ് വിശകലനം അവതരിപ്പിക്കുന്ന ഈ കൃതി മാർക്സിസ്റ്റ് ക്ലാസിക്കുകളിൽ പ്രമുഖമായ ഒന്നാണ്. രണ്ടാമത്തേത് 1888 ൽ പ്രസിദ്ധീകരിച്ച *Ludwig Feuerbach and the End of Classical German Philosophy* (ലുദ്വിഗ് ഫൊയർബാഹും ക്ലാസിക്കൽ ജർമ്മൻ തത്ത്വശാസ്ത്രത്തിന്റെ അന്ത്യവും) എന്ന കൃതിയാണ്.

മാർക്സിൽനിന്നു വ്യത്യസ്തമായി എംഗൽസിന് 75 വയസ്സ് ആകുന്നതുവരെയും സജീവമായി പ്രവർത്തിക്കാനുള്ള ആരോഗ്യമുണ്ടായിരുന്നു. കാര്യമായ ആരോഗ്യപ്രശ്നങ്ങളൊന്നും അദ്ദേഹത്തെ അലട്ടിയിരുന്നില്ല എന്നർത്ഥം. 1895 ൽ, മരിക്കുന്നതിനു മാസങ്ങൾക്കുമാത്രം മുൻപ് അദ്ദേഹം ആസ്ത്രിയൻ സോഷ്യലിസ്റ്റ് നേതാവ് വിക്ടർ ആഡ്ലർക്ക് *മൂലധന*ത്തിന്റെ രണ്ടും മൂന്നും വോള്യങ്ങൾ എങ്ങനെയാണ് വായിക്കേണ്ടത് എന്ന് നിർദ്ദേശിക്കുന്ന ഒരു കത്ത് എഴുതുകയുണ്ടായി. അതേസമയം തന്നെ *മൂലധന*ത്തിന്റെ മൂന്നാം വോള്യത്തിനു സരസവും വിജ്ഞാനപ്രദവുമായ ഒരു അനുബന്ധം എംഗൽസ് എഴുതുകയുമുണ്ടായി. ഒടുവിൽ 75-ാമത്തെ വയസ്സിൽ 1895 ആഗസ്ത് 5നു തൊണ്ടയിലെ ക്യാൻസർ അദ്ദേഹത്തിന്റെ ജീവൻ അപഹരിച്ചു. അദ്ദേഹം ആഗ്രഹിച്ചതുപോലെതന്നെ അദ്ദേഹത്തിന്റെ ശവശരീരം ദഹിപ്പിക്കുകയും ചിതാഭസ്മം കടലിലൊഴുക്കുകയും ചെയ്തു. ഭാവിയിൽ അദ്ദേഹത്തിന്റേതായി ഒരു ശവകുടീരം നിർമ്മിക്കുന്നത് ഒഴിവാക്കാനായിരുന്നു ഇത് എന്ന് കരുതാവുന്നതാണ്. മൃതശരീരം ദഹിപ്പിക്കുകയും ചിതാഭസ്മം കടലിലൊഴുക്കുകയും ചെയ്യു

ന്നത് അയർലണ്ടുകാരുടെ രീതിയാണെന്നതും അദ്ദേഹത്തിന്റെ ജീവിത സഖി അയർലണ്ടുകാരിയായിരുന്നുവെന്നതും കൂട്ടിവായിക്കാവുന്നതാണ്.

ഡേവിഡ് റിയാസനോവിന്റെ വാക്കുകൾ: ‘‘ഏതെങ്കിലും ഗ്രാനൈറ്റിലോ മറ്റോ ഉള്ള ഏതു ശിലാഫലകത്തേയുംകാൾ ശക്തവും വാചാലവും ആകർഷകവുമായ സ്മാരകം അവശേഷിപ്പിച്ചിട്ടാണ് ആ സുഹൃത്തുക്കൾ ഇരുവരും മൺമറഞ്ഞത്. ശാസ്ത്രീയ ഗവേഷണത്തിന്റെ രീതിശാസ്ത്രവും വിപ്ലവതന്ത്രത്തിന്റെയും അടവുകളുടെയും ചട്ടങ്ങളുമാണ് അവർ നമുക്കായി അവശേഷിപ്പിച്ചത്. അറിവിന്റെ അക്ഷയഖനി തന്നെയാണ് അവർ ബാക്കിവെച്ചത്, നമുക്കുചുറ്റുമുള്ള യാഥാർത്ഥ്യങ്ങളെക്കുറിച്ച് ഗ്രഹിക്കാനും പഠിക്കാനുമുള്ള അറിവിന്റെ അനന്തമായ സ്രോതസ്സാണത്; എക്കാലത്തും അത് പ്രസക്തവുമാണ്” (*Karl Marx & Frederick Engels: An Introduction to their Lives and Work.* Page 159)-

എംഗൽസിന്റെ ജീവിതകാലത്ത് അദ്ദേഹത്തിന്റെ കൂടി ഉപദേശനിർദ്ദേശങ്ങളും ഇടപെടലുകളുംമൂലം നിലവിൽ വരികയും പ്രവർത്തിക്കുകയും ചെയ്തിരുന്ന രണ്ടാം ഇന്റർനാഷണലിൽ അക്കാലത്തുതന്നെ പരിഷ്കരണവാദത്തിന്റെ ശക്തമായ സ്വാധീനമുണ്ടായിരുന്നു. അതിന്റെ ദൃഷ്ടാന്തങ്ങളിലൊന്നാണ് മാർക്സിന്റെ പ്രസിദ്ധമായ *ഫ്രാൻസിലെ വർഗ്ഗസമരങ്ങൾ* എന്ന കൃതിക്ക് എംഗൽസ് എഴുതിയ പഠനാർഹമായ, വർഗ്ഗസമരത്തെയും തൊഴിലാളിവർഗ്ഗ സർവ്വാധിപത്യത്തെയും സംബന്ധിച്ച ഉശിരൻ ആശയങ്ങൾ മുന്നോട്ടുവച്ച അവതാരികയിൽ മാറ്റങ്ങൾ വരുത്തി, മയപ്പെടുത്താൻ രണ്ടാം ഇന്റർനാഷണലിന്റെ നേതാക്കൾ അദ്ദേഹത്തെ നിർബ്ബന്ധിതനാക്കിയത്.

ഒന്നാം ലോകയുദ്ധത്തിന്റെ കാലമായപ്പോൾ നഗ്നമായ ദേശീയ സങ്കുചിതവാദത്തിന്റെയും പരിഷ്കരണവാദത്തിന്റെയും വക്താക്കളായി കൗട്സ്കി ഉൾപ്പെടെയുള്ള രണ്ടാം ഇന്റർനാഷണലിന്റെ നേതാക്കൾ മാറുന്നതാണ് നാം കാണുന്നത്. മഹത്തായ റഷ്യൻ വിപ്ലവകാലത്തും ജർമ്മനിയിലെ വിപ്ലവത്തിലുമെല്ലാം ഇവർ ഭരണവർഗ്ഗത്തിന്റെ പിണിയാളുകളും ഒറ്റുകാരുമായിത്തീർന്നു. ഈ ബൂർഷ്വാ പരിഷ്കരണവാദികൾക്കെതിരായ പോരാട്ടത്തിന്റെ വിജയം കൂടിയായിരുന്നു ലെനിന്റെ നേതൃത്വത്തിൽ നടന്ന മഹത്തായ ഒക്ടോബർ സോഷ്യലിസ്റ്റ് വിപ്ലവം. ലോകത്തെ ആദ്യത്തെ തൊഴിലാളിവർഗ്ഗ ഭരണകൂടം ആയ സോവിയറ്റ് യൂണിയൻ നിലവിൽ വന്നതിനെത്തുടർന്ന് ലെനിൻ മുൻകൈയെടുത്ത് വിവിധ രാജ്യങ്ങളിലെ കമ്യൂണിസ്റ്റ് വിപ്ലവകാരികളുടെ സാർവ്വദേശീയ സംഘടനയ്ക്ക് രൂപം നല്കി – മൂന്നാം ഇന്റർനാഷണൽ അഥവാ കമ്യൂണിസ്റ്റ് ഇന്റർനാഷണൽ. വലതുപക്ഷ അവസരവാദത്തിനെതിരെ എന്നപോലെ അതിന്റെ മറ്റൊരു പതിപ്പായ ഇടതു തീവ്രവാദ ചിന്താഗതിക്കെതിരായും തുടക്കംമുതൽ തന്നെ പുതിയ സാർവ്വദേശീയ സംഘടനയ്ക്കും അതിനുനേതൃത്വം നല്കിയ ലെനിനും പൊരുതേണ്ടതായിവന്നു. ലോകത്തിന്റെ നാനാകോണു

കളിൽ, വിവിധ രാജ്യങ്ങളിൽ, യൂറോപ്പിലും അമേരിക്കയിലും മാത്രമല്ല ഏഷ്യയിലും ആഫ്രിക്കയിലും ലാറ്റിൻ അമേരിക്കയിലുമുൾപ്പെടെ കമ്യൂണിസ്റ്റ് പാർട്ടികളും ഉശിരൻ തൊഴിലാളി പ്രസ്ഥാനങ്ങളും തുടർന്ന് രൂപം കൊണ്ടു. സാമ്രാജ്യത്വവിരുദ്ധ ദേശീയ വിമോചന പ്രസ്ഥാനങ്ങളുടെ മുന്നേറ്റത്തിലും അത് പ്രധാന പങ്കുവഹിച്ചു. രണ്ടാം ലോകയുദ്ധത്തിൽ ഫാസിസത്തെ പൊരുതി പരാജയപ്പെടുത്തുന്നതിൽ സ്റ്റാലിന്റെ നേതൃത്വത്തിൽ സോവിയറ്റ് യൂണിയൻ വഹിച്ച അതുല്യമായ പങ്ക്, ഫാസിസത്തിനെതിരെ വിവിധ രാജ്യങ്ങളിലെ കമ്യൂണിസ്റ്റ് തൊഴിലാളിവർഗ്ഗ പാർട്ടികൾ നടത്തിയ ചെറുത്തുനില്പു പോരാട്ടങ്ങളും ദേശീയ വിമോചന പ്രസ്ഥാനങ്ങളിൽ കമ്യൂണിസ്റ്റുകാർ വഹിച്ച നേതൃത്വപരമായ പങ്കും യുദ്ധാനന്തരം കിഴക്കൻ യൂറോപ്പിലെ രാജ്യങ്ങൾ സോഷ്യലിസ്റ്റ് ചേരിയിലേക്ക് വരുന്നതിനും 1949 ൽ ചൈനീസ് ജനകീയ ജനാധിപത്യ റിപ്പബ്ലിക് സ്ഥാപിതമാകുന്നതിനും കൊറിയയിൽ കമ്യൂണിസ്റ്റു പാർട്ടി ഭരണത്തിലെത്തുന്നതിനും ഇടയാക്കി. യൂറോപ്പിൽ ഫ്രാൻസ്, ഇറ്റലി തുടങ്ങിയ രാജ്യങ്ങളിൽ കമ്യൂണിസ്റ്റു പാർട്ടികൾ പാർലമെന്റിലെ നിർണ്ണായക രാഷ്ട്രീയശക്തിയായി വളർന്നുവന്നു. ആഫ്രിക്കൻ രാജ്യങ്ങളിലെ വിമോചന പ്രസ്ഥാനങ്ങളിലും മാർക്സിസം നിർണ്ണായകമായ സ്വാധീനം ചെലുത്തുന്ന സ്ഥിതി സംജാതമായി. 1959 ൽ ക്യൂബൻ വിപ്ലവവും 1975 ൽ വിയത്നാമിൽ അമേരിക്കൻ ആക്രമണകാരികൾ തുരത്തപ്പെടുകയും ചെയ്തതുവരെ ലോകത്ത് സോഷ്യലിസത്തിന്റെ വിജയഗാഥ നീണ്ടു. നിക്കരാഗ്വ, കമ്പോഡിയ, ലാവോസ്, അങ്കോള, മൊസാമ്പിക് തുടങ്ങി നിരവധി രാജ്യങ്ങളിൽ 1970 കളുടെ അവസാനത്തോടെ ശക്തമായ സാമ്രാജ്യത്വവിരുദ്ധ ജനകീയ ഗവൺമെന്റുകൾ മാർക്സിസ്റ്റ് സിദ്ധാന്തത്തിന്റെ സ്വാധീനമുള്ള ഗവണ്മെന്റുകൾ അധികാരത്തിലെത്തി.

എന്നാൽ പിന്നീട് വേലിയിറക്കത്തിന്റെ കാലമായി. അതിനു നിർണ്ണായകമായ തുടക്കംകുറിച്ചത് 1956 ൽ സോവിയറ്റ് കമ്യൂണിസ്റ്റു പാർട്ടിയുടെ 20-ാം കോൺഗ്രസോടെയാണ്. സ്റ്റാലിനെതിരായ ക്രൂഷ്ചേവിന്റെ രഹസ്യറിപ്പോർട്ടുമാത്രമല്ല, മാർക്സിസത്തിന്റെ അടിസ്ഥാനതത്ത്വങ്ങളിൽ തന്നെ വെള്ളം ചേർക്കുന്നവിധം റിവിഷനിസം ലോകത്തിലെ ആദ്യത്തെ വിജയകരമായ തൊഴിലാളിവർഗ്ഗ വിപ്ലവത്തിനു നേതൃത്വം നല്കിയ സോവിയറ്റ് കമ്യൂണിസ്റ്റു പാർട്ടിയിൽ ആധിപത്യം സ്ഥാപിക്കുകയും ചെയ്തു. അത് ക്രമേണ സോവിയറ്റ് യൂണിയനും സോഷ്യലിസ്റ്റ് ചേരിയും തകർക്കപ്പെടുന്നതിലേക്കാണ് നയിച്ചത്. 1989 ൽ ബെർലിൻ മതിലിന്റെ പതനവും തുടർന്ന് 1991 ൽ സോവിയറ്റ് യൂണിയൻ ശിഥിലമാക്കപ്പെട്ടതും സോഷ്യലിസത്തിന്റെ അന്ത്യംകുറിച്ചുവെന്നും മാർക്സിസത്തിന്റെ പ്രസക്തി തന്നെ ഇല്ലാതായി എന്നുമുള്ള പ്രചരണത്തിനു ഊക്ക് വർദ്ധിപ്പിച്ചു. ലോകത്തിലെ മിക്ക രാജ്യങ്ങളിലെയും കമ്യൂണിസ്റ്റ് - തൊഴിലാളിവർഗ്ഗ പാർട്ടികൾ പിരിച്ചുവിടപ്പെടുകയോ സോഷ്യൽ ഡെമോക്രാറ്റിക് പാർട്ടികളായി സ്വയം മാറ്റപ്പെടുകയോ ഉണ്ടായി.

1956 മുതൽ തുടങ്ങിയ പരിഷ്കരണവാദപരമായ പരിവർത്തന പ്രക്രിയയുടെ തുടർച്ചയായിരുന്നു അത്. ചൈനീസ് കമ്യൂണിസ്റ്റു പാർട്ടി ഇതിനെതിരായി മുന്നോട്ടുവെച്ച ഇടതുപക്ഷ തീവ്രവാദപരമായ നിലപാടും ഈ തകർച്ചയിൽ ചെറുതല്ലാത്ത പങ്കുവഹിച്ചു.

1950 കളിലും 1960 കളിലുമായി ലോക കമ്യൂണിസ്റ്റു പ്രസ്ഥാനത്തിൽ വളർന്നു ശക്തിപ്രാപിച്ച ഇടതു- വലതു വ്യതിയാനങ്ങളും അതിന്റെ അടിസ്ഥാനത്തിലുണ്ടായ ഭിന്നിപ്പും സോഷ്യലിസ്റ്റു ചേരിയെ ശിഥിലമാക്കുക മാത്രമല്ല, മുതലാളിത്ത രാജ്യങ്ങളിലെ കമ്യൂണിസ്റ്റ് - തൊഴിലാളി വർഗ്ഗ പാർട്ടികളെയും ദുർബ്ബലമാക്കി. ഇടതുപക്ഷ അതിസാഹസികത പല രാജ്യങ്ങളിലും ഭരണ വർഗ്ഗങ്ങൾക്ക് വിപ്ലവ പ്രസ്ഥാനത്തെ അനായാസം അടിച്ചമർത്താൻ വഴിയൊരുക്കിയപ്പോൾ റിവിഷനിസം കമ്യൂണിസ്റ്റു പാർട്ടികളെയും ഉശിരൻ ട്രേഡ് യൂണിയൻ പ്രസ്ഥാനങ്ങളെയും ബൂർഷ്വാസിക്കു മുന്നിൽ അടിയറവെച്ചു. ഈ പ്രവണതയുടെ ഏറ്റവും ജീർണ്ണമായ അവസ്ഥയായിരുന്നു യൂറോ കമ്യൂണിസം. ഈ വ്യതിയാനങ്ങൾക്കെതിരെ നിരന്തരമായ ആശയ സമരത്തിന്റെ അനിവാര്യതയിലേക്കാണ് 20-ാം നൂറ്റാണ്ടിന്റെ രണ്ടാം പകുതിയിൽ സംഭവിച്ച അപചയവും ദുരനുഭവവും നമ്മെ ഓർമ്മിപ്പിക്കുന്നത്.

പ്രത്യയശാസ്ത്രപരവും രാഷ്ട്രീയവും സാമൂഹ്യപരവുമായ മണ്ഡലങ്ങളിൽ, വിശിഷ്യാ മുതലാളിത്തം വികസിച്ച സാമ്രാജ്യത്വമായി മാറിയ ഘട്ടത്തിൽ, ലെനിൻ നടത്തിയ നിരന്തരമായ പോരാട്ടമാണ് റഷ്യയിൽ സോഷ്യലിസ്റ്റ് വിപ്ലവം യാഥാർത്ഥ്യമാക്കിയതിനും വികസിത മുതലാളിത്ത രാജ്യങ്ങളിൽ എന്ന പോലെ കോളനിവാഴ്ച നിലനിന്നിരുന്ന അവികസിത രാജ്യങ്ങളിലടക്കം കമ്യൂണിസ്റ്റ് പാർട്ടികൾ നിലവിൽ വരത്തക്കവിധം സംഘടനാ സംവിധാനം നിലിവിൽ വരുന്നതിനും ഇടയാക്കിയത്. അങ്ങനെയാണ് മാർക്സിസം- ലെനിനിസമായി മാർക്സിന്റെ വിപ്ലവസിദ്ധാന്തം വികസിച്ചത്.

മാർക്സിസം അടഞ്ഞ, യാന്ത്രികമായ ഒരു സിദ്ധാന്തമല്ല, അത് വേദമന്ത്രങ്ങൾപോലെ ഉരുവിടേണ്ട വരട്ടുതത്ത്വങ്ങളുടെ സമാഹാരവുമല്ലെന്നതിന്റെ തെളിവാണ് മാർക്സ് നിരന്തരം നടത്തിയ പഠനങ്ങളും സമരങ്ങളും. സദാ വികസ്വരമായിക്കൊണ്ടിരിക്കുന്ന ഒരു ആശയ പ്രപഞ്ചമാണ് മാർക്സും എംഗൽസും ഭാവി തലമുറകൾക്കായി അവശേഷിപ്പിച്ചത്. മാർക്സിന്റെ കൈയെഴുത്തു പ്രതികളാകെ സമാഹരിച്ച് പ്രസിദ്ധീകരിക്കാനും പഠിക്കാനുമുള്ള ശ്രമങ്ങൾ 1920 കൾ മുതൽ തുടങ്ങിയതാണ്. ഇടയ്ക്ക് പല ഘട്ടങ്ങളിലും മുടങ്ങിയ ആ ബൃഹദ് സംരംഭം ഇപ്പോഴും ഒരു സംഘം മാർക്സിസ്റ്റ് പണ്ഡിതർ തുടരുകയാണ്.

റോസാലക്സംബർഗും ലെനിനും തുടർന്ന് സ്റ്റാലിനും അന്റോണിയോ ഗ്രാംഷിയും മൗസേദുങ്ങും ഹോചിമിനും ചെഗുവേരയും കാസ്ട്രോയും ഇ എം എസുമെല്ലാം വിവിധ രീതികളിൽ പ്രയോഗത്തിന്റെയും സിദ്ധാന്തത്തിന്റെയും മേഖലകളിൽ മാർക്സിസത്തെ വികസ്വരമാക്കാൻ

കാലദേശഭേദങ്ങൾക്കനുസരിച്ച് ഇടപെട്ടു. മാർക്സിസം പ്രയോഗത്തിന്റെ സിദ്ധാന്തമാണെന്നതിനർത്ഥം മൂർത്തമായ സാഹചര്യങ്ങളുടെ മൂർത്ത മായ വിശകലനത്തിലൂടെയുള്ള പ്രയോഗമെന്നാണ്.

20-ാം നൂറ്റാണ്ടിന്റെ അവസാനദശകങ്ങളിലും 21-ാം നൂറ്റാണ്ടിന്റെ ആദ്യവർഷങ്ങളിലും പ്രത്യയശാസ്ത്രരംഗത്ത് മാർക്സിസത്തിന്റെ വിപ്ല വസത്തയെ ചോർത്താനും വക്രീകരിക്കാനും നടന്ന ശ്രമങ്ങളും കാണാ തിരിക്കാനാവില്ല. യൂറോകമ്യൂണിസം, ഉത്തരാധുനികത, സ്വത്വരാഷ്ട്രീയം, പോസ്റ്റ്മാർക്സിസം തുടങ്ങിയ പ്രവണതകളെല്ലാം ഇത്തരം വക്രീകര ണങ്ങളാണ്; യഥാർത്ഥത്തിൽ തൊഴിലാളി വർഗ്ഗ പ്രസ്ഥാനത്തെ ബൂർഷ്വാ സിക്കു മുന്നിൽ അടിയറവെക്കാനുള്ള നീക്കങ്ങളായി കണ്ട് പൊരുതി പരാജയപ്പെടുത്തേണ്ടവയാണ് അവയെല്ലാം. അന്റോണിയോ നെഗ്രിയെ പ്പോലുള്ളവരെ പിൻപറ്റി കേരളത്തിൽ പ്രചരിപ്പിക്കപ്പെടുന്ന ജൈവരാ ഷ്ട്രീയം പോലുള്ള ആശയങ്ങളും മാർക്സിസത്തിൽനിന്നുള്ള വഴിതി രിയലാണെന്നതും നിസ്സംശയം പറയാനാവും.

മാർക്സ് തന്റെ ജീവിതാന്ത്യംവരെ നിരന്തരം പഠിക്കുകയും പൊരു തുകയുമായിരുന്നു. അദ്ദേഹത്തിന്റെ അവസാന നിമിഷംവരെയുള്ള ചിന്ത കൾ രേഖപ്പെടുത്തപ്പെട്ടിട്ടുണ്ട്. 1840 കളുടെ അവസാനത്തോടുകൂടി മാർക്സ് സുവ്യക്തമായി എത്തിച്ചേർന്ന തത്ത്വശാസ്ത്രപരമായ നിലപാടു കൾ, വൈരുദ്ധ്യാത്മകവും ഭൗതികവാദപരവുമായ ലോകവീക്ഷണത്തെ, ചരിത്രത്തിന്റെ ഭൗതികവ്യാഖ്യാനത്തെ ഒരു ഘട്ടത്തിലും തള്ളിപ്പറയാനോ നിഷേധിക്കാനോ അദ്ദേഹം തയ്യാറായിട്ടില്ല. അദ്ദേഹത്തിന്റെ ജീവിതാന്ത്യ കാലത്തെ കുറിപ്പുകൾ (1880-1882) എൽ ക്രാഡർ സമാഹരിച്ച് 1975 ൽ പ്രസിദ്ധീകരിച്ച *Ethnological Note Books* (നരവംശ ശാസ്ത്രപരമായ കുറിപ്പുകൾ) ആണ് ഇത്തരം വക്രീകരണങ്ങൾക്കുള്ള ഉപകരണമാക്ക പ്പെടുന്നത്. എന്നാൽ ലൂയി മോർഗന്റെ *Ancient society* (പൗരാണിക സമൂഹം) പോലെയുള്ള നരവംശശാസ്ത്രവുമായി ബന്ധപ്പെട്ട് അക്കാ ലത്ത് പ്രസിദ്ധീകരിച്ച കൃതികൾ വായിച്ച മാർക്സ് സസൂക്ഷ്മം വിലയി രുത്തുന്നതിനായി ആ കൃതികളിൽനിന്നു കുറിച്ചുവെച്ച വരികളും അവയെക്കുറിച്ചുള്ള മാർജിനൽ നോട്ടുകളും കമന്റുകളും ഉൾപ്പെടുന്ന ആ സമാഹാരത്തിന്റെ പ്രസക്തിയോ പ്രാധാന്യമോ കുറച്ചുകാണാനാ വില്ല. എന്നാൽ ഏഷ്യയിലെയും ആഫ്രിക്കയിലെയും ഗോത്രസമൂഹങ്ങ ളെയും അമേരിക്കൻ ഭൂഖണ്ഡങ്ങളിലെ ആദിമ ഗോത്രങ്ങളെയും റഷ്യ യിലെ ഗ്രാമസമൂഹങ്ങളെയും അമേരിക്കയിലെ കറുത്ത വർഗ്ഗക്കാരെയും പറ്റിയുമെല്ലാം മാർക്സ് 1840 കൾ മുതൽ നടത്തിയ നിരീക്ഷണങ്ങളുടെ വിപുലീകരണം ലക്ഷ്യമിട്ടാണ് അവ തയ്യാറാക്കിയത് എന്ന യാഥാർത്ഥ്യം കാണാതിരിക്കുന്നതും ശരിയാവില്ല. മാത്രമല്ല, 1871 ലെ പാരീസ് കമ്യൂ ണിനു ശേഷം മാർക്സ് പ്രസിദ്ധീകരിച്ച *ഫ്രാൻസിലെ ആഭ്യന്തര യുദ്ധം*, 1875 ൽ എഴുതിയ *ഗോഥാപരിപാടിയുടെ വിമർശനം*, 1878 ൽ പ്രസിദ്ധീ കരിച്ച എംഗൽസിന്റെ *ഡ്യൂറിങ്ങിനെതിരെ* (ഇത് മാർക്സുമായി ചർച്ച

ചെയ്താണ് എംഗൽസ് എഴുതിയത്, മാത്രമല്ല അർത്ഥശാസ്ത്രം സംബന്ധിച്ച അതിലെ അധ്യായം മാർക്സാണ് എഴുതിയത്) എന്നിവയിലൊന്നും, കൂടാതെ മാർക്സിന്റെ കത്തുകളിലും, മാർക്സ് തന്റെ അടിസ്ഥാന നിലപാടുകളിൽനിന്നു പിന്നോട്ടു പോയതായുള്ള ഗൗരവതരമായ ഒരു പരാമർശം പോലും ചൂണ്ടിക്കാണിക്കാനുമാവില്ല.

പ്രയോഗത്തിന്റെ തത്വശാസ്ത്രമെന്ന നിലയിൽ നിരന്തരം മാർക്സിനെ സൂക്ഷ്മതലത്തിൽതന്നെ പഠിക്കുകയും വക്രീകരണങ്ങൾക്കെതിരെ ജാഗ്രത പുലർത്തുകയും ചെയ്യേണ്ടതിന്റെ അനിവാര്യതയിലേക്കാണ് ഇതെല്ലാം വിരൽ ചൂണ്ടുന്നത്. ജ്യോർജി ലുക്കാച്ച് മുതൽ എസ്ത്വാൻ മെസോറസിനെയും യെല്ലെൻ മീക്സിൻസ് വുഡിനെയും സമീർ അമീനെയും പോലെ നിരവധി മാർക്സിസ്റ്റ് പണ്ഡിതരുടെ സേവനങ്ങളും ഇക്കാര്യത്തിൽ വിസ്മരിക്കാനാവില്ല. പരിസ്ഥിതി, ജെൻഡർ, വംശം, ജാതി എന്നീ വിഷയങ്ങളെക്കുറിച്ച് മാർക്സ് നടത്തിയ നിരീക്ഷണങ്ങളെ അടിസ്ഥാനമാക്കിയുള്ള നിരവധി പഠനങ്ങളും ഇന്ന് വന്നുകൊണ്ടിരിക്കുന്നു.

മുതലാളിത്ത സൈദ്ധാന്തികർ പരാജയപ്പെടുന്ന മാർക്സ് വിമർശനമായി തന്നെയാണ്, മാർക്സിന്റെ പേരിൽ നടത്തുന്ന പോസ്റ്റ് മാർക്സിസമെന്നും പില്ക്കാല മാർക്സിസമെന്നുമെല്ലാമുള്ള ഒളിച്ചുകടത്തലുകളെയും കാണേണ്ടത്. ബക്കുനിനെപ്പോലുള്ള അരാജകവാദികളും ലസ്സാലിനെപ്പോലെയുള്ള പരിഷ്കരണവാദികളും ഉയർത്തിയതും മാർക്സ് നിരന്തരം പൊരുതി പരാജയപ്പെടുത്തിയതുമായ സിദ്ധാന്തങ്ങളാണ് 20-ാം നൂറ്റാണ്ടിന്റെ അവസാന ദശകങ്ങളിൽ, പ്രത്യേകിച്ചും സോവിയറ്റനന്തരകാലത്ത് നെഗ്രിയെപ്പോലുള്ളവർ വിറ്റഴിക്കാൻ നോക്കുന്നത് എന്നതും ശ്രദ്ധിക്കേണ്ടതുണ്ട്.

വീണ്ടും പറയട്ടെ, മാർക്സിസം വികസ്വരമായി തന്നെ തുടരുകയാണ്. അതിന്റെ അടിസ്ഥാന സങ്കല്പനങ്ങളിൽനിന്നാണ് അത് പുതിയ കാലഘട്ടത്തിന്റെ സമസ്യകൾക്ക് പരിഹാര നിർദ്ദേശങ്ങളുമായി വികസിക്കുന്നത്. 21-ാം നൂറ്റാണ്ടിലെ സോഷ്യലിസം സംബന്ധിച്ച് ലാറ്റിനമേരിക്കൻ ഇടതുപക്ഷം മുന്നോട്ടു വയ്ക്കുന്ന ആശയങ്ങളും പ്രസക്തമാണ്; ചർച്ച ചെയ്യപ്പെടേണ്ടതുമാണ്.

ഈ പശ്ചാത്തലത്തിലാണ് യോഷിഹിറൊ ഫ്രാൻസിസ് ഫുക്കുയാമ എന്ന മുതലാളിത്തത്തിന്റെ വൈതാളികൻ 1992 ൽ *The End of History and the Last Man* (ചരിത്രത്തിന്റെ അന്ത്യവും അവസാനത്തെ മനുഷ്യനും) എന്ന കൃതിയുമായി വന്നത്. മുതലാളിത്ത പ്രത്യയശാസ്ത്രം ലോകത്തെ അവസാനത്തെ പ്രത്യയശാസ്ത്രവും മുതലാളിത്ത സാമ്പത്തിക വ്യവസ്ഥ ലോകത്തിലെ അവസാനത്തെ സാമ്പത്തിക വ്യവസ്ഥയുമാണെന്ന് അതിൽ ഫുക്കുയാമ ഉദ്ഘോഷിക്കുകയുണ്ടായി. നവലിബറൽ മുതലാളിത്തത്തിനു ബദലില്ല എന്നു പറഞ്ഞുവെച്ച ഫുക്കുയാമ തിരിച്ചുവരവ് അസാദ്ധ്യമായ വിധം മാർക്സും മാർക്സിസവും പരാജ

യപ്പെട്ടു കഴിഞ്ഞുവെന്നാണ് അന്ന് പറഞ്ഞുവെച്ചത്.

എന്നാൽ ഈ പ്രവചനം അപ്രസക്തമാകാൻ കാലം ഏറെ വേണ്ടി വന്നില്ല. 2008 ലെ ആഗോളമുതലാളിത്ത ധനപ്രതിസന്ധി മുതലാളിത്തത്തിന്റെ വിജയവൈജയന്തി പാടിയിരുന്നവരെ നിരാശയിലാഴ്ത്തിയെന്നു മാത്രമല്ല മുതലാളിത്ത ചിന്തകരും രാഷ്ട്രീയ നേതാക്കളുംപോലും ഈ പ്രതിസന്ധിക്ക് ഉത്തരം തേടി മാർക്സിലേക്ക് തിരിഞ്ഞു. *കമ്യൂണിസ്റ്റ് മാനിഫെസ്റ്റോ*യും *മൂലധന*വും വീണ്ടും വലിയ തോതിൽ ചർച്ച ചെയ്യപ്പെട്ടു തുടങ്ങി.

ധനമൂലധനത്തിന്റെ ആസ്ഥാനമായ വാൾസ്ട്രീറ്റിലും മാർക്സിന്റെ കൃതികൾ, പ്രത്യേകിച്ചും *മൂലധനം* ഏറെ കൗതുക പൂർവ്വം ചർച്ച ചെയ്യപ്പെടുന്നുണ്ട് ; പ്രത്യേകിച്ചും ധനമൂലധനത്തിന്റെ വക്താക്കൾക്കിടയിലെ കൂടുതൽ ദീർഘവീക്ഷണമുള്ള ധിഷണാശാലികളാണ് ഇങ്ങനെ ചർച്ച ചെയ്യുന്നവർ എന്നത് വിരോധാഭാസമായി തോന്നാമെങ്കിലും യഥാർത്ഥമതാണെന്ന് മന്ത്‌ലി റിവ്യൂവിന്റെ പത്രാധിപരായ ജോൺ ബെല്ലമി ഫോസ്റ്റർ ഒരഭിമുഖത്തിൽ ചൂണ്ടിക്കാണിക്കുന്നു. മുതലാളിത്ത സമ്പദ്ഘടനയെ സംബന്ധിച്ച മാർക്സിന്റേതുപോലെയുള്ള യാഥാർത്ഥ്യപൂർണ്ണവും വിമർശനപരവുമായ കാഴ്ചപ്പാട് ബിസിനസുകാരെ സംബന്ധിച്ചിടത്തോളം തികച്ചും പ്രയോജനപ്രദമായിരിക്കും എന്നും അതുകൊണ്ടാണ് ധനമൂലധനത്തിന്റെ സൈദ്ധാന്തികരിൽ പലരും മാർക്സിലേക്ക് തിരിയുന്നത് എന്നും ജോൺ ബെല്ലമി ഫോസ്റ്റർ ആ അഭിമുഖത്തിൽ പറയുന്നുണ്ട്. 2018 മാർച്ച് 5 ന് അദ്ദേഹം *ജാക്കൊബിൻ* എന്ന ഓൺലൈൻ മാഗസീനിൽ പ്രസിദ്ധീകരിച്ച A New Marxian Century (ഒരു മാർക്സിയൻ നൂറ്റാണ്ട്) എന്ന ലേഖനത്തിൽ 1997 ൽ 'ദ ന്യൂയോർക്കറി'ൽ ജയിംസ് കാസിഡി എഴുതിയ പ്രസിദ്ധമായ ലേഖനത്തിൽ പറഞ്ഞ ഒരു കാര്യം ചൂണ്ടിക്കാണിക്കുന്നുണ്ട്. മുതലാളിത്ത ലോകത്തിലെ സമകാലിക പ്രവണതകൾ മനസിലാക്കുന്നതിനു ആശ്രയിക്കാവുന്ന ഏറ്റവും പ്രധാന സാമ്പത്തിക ശാസ്ത്രജ്ഞൻ കാറൽ മാർക്സ് ആണ് എന്ന് കാസിഡിയോട് ഓക്സ്ഫോർഡ് സർവ്വകലാശാലയിൽ പഠിച്ച സാമ്പത്തിക ശാസ്ത്രജ്ഞനും ഇപ്പോൾ പ്രമുഖനായ ഇൻവെസ്റ്റ്മെന്റ് ബാങ്കറുമായ അദ്ദേഹത്തിന്റെ ഒരു സുഹൃത്ത് പറഞ്ഞതായും അതേത്തുടർന്ന് കാസിഡി മാർക്സിനെക്കുറിച്ച് ഗൗരവപൂർവ്വം പഠിച്ചതായും രേഖപ്പെടുത്തിയിരിക്കുന്നു. മാർക്സിനെക്കുറിച്ച് പഠിച്ച, മാർക്സിന്റെ കൃതികൾ പഠിച്ച കാസിഡി എത്തിച്ചേർന്ന നിഗമനം 21-ാം നൂറ്റാണ്ടിനായുള്ള, "അടുത്ത സാമ്പത്തിക ശാസ്ത്രജ്ഞനാണ്" കാറൽ മാർക്സ് എന്നാണ്. 2007-09 കാലത്തെ സാമ്പത്തിക പ്രതിസന്ധിയുടെയും തുടർന്നുണ്ടായ സാമ്പത്തിക മാന്ദ്യത്തിന്റെയും ചരിത്രത്തിലെ ഏറ്റവും വലിയ അസമത്വത്തിന്റെയും അത് അതിഭീകരമായി വർദ്ധിച്ചുവരുന്നതിന്റെയും പശ്ചാത്തലത്തിൽ വാൾസ്ട്രീറ്റിലെ ധനകാര്യവിദഗ്ദ്ധർക്കുപോലും മാർക്സിനെ കണ്ടില്ലെന്നു നടിക്കാനാവുന്നില്ല എന്നാണ് ഫോസ്റ്റർ വ്യക്തമാക്കുന്നത്.

ഒടുവിലിതാ 'ചരിത്രത്തിന്റെ അന്ത്യം' പ്രവചിച്ച ഫുക്കുയാമ തന്നെ മാറിചിന്തിക്കുന്നതിനു നിർബ്ബന്ധിതനായിരിക്കുന്നു. 2018 ഒക്ടോബർ 17 ന് *ന്യൂ സ്റ്റേറ്റ്സ്മാൻ* എന്ന ബ്രിട്ടീഷ് വാരികയുമായി നടത്തിയ അഭിമുഖത്തിൽ ഫുക്കുയാമ തന്നെ 1992 ലെ തന്റെ അഭിപ്രായങ്ങൾ പലതും തിരുത്താൻ തയ്യാറായതായി കാണുന്നു. ഈ അഭിമുഖത്തിൽ ഫുക്കുയാമ പറയുന്നു: ''ഈ ദശാസന്ധിയിൽ, കാറൽ മാർക്സ് പറഞ്ഞ ചില കാര്യങ്ങൾ സത്യമായി മാറുകയാണ്''. ഇങ്ങനെ, മാർക്സ് തന്നെയാണ്, മാർക്സിസം തന്നെയാണ് ശരിയെന്ന് ശത്രുക്കൾപോലും സാക്ഷ്യപ്പെടുത്തുന്നതാണ് നാം ഇന്ന് കാണുന്നത്. തിരിച്ചടികൾക്കുപരി വർഗ്ഗസമരം തീവ്രമാക്കപ്പെടുന്നതിനും നാം സാക്ഷ്യംവഹിക്കുന്നു.

www.ingramcontent.com/pod-product-compliance
Ingram Content Group UK Ltd.
Pitfield, Milton Keynes, MK11 3LW, UK
UKHW042134021026
15589UKWH00003B/831

9 789389 410242